பட்டக்காடு

பட்டக்காடு

அமல்ராஜ் பிரான்சிஸ்

எழுத்து பிரசுரம்

பட்டக்காடு

First Edition by Ezutthu Prachuram: October 2020
(An imprint of Zero Degree Publishing)
ISBN: 978-93-88860-92-5
Title No. EP: 137

Ezutthu Prachuram
(An Imprint of Zero Degree Publishing)
No. 55(7), R Block, 6th Avenue,
Anna Nagar,
Chennai - 600 040

Website : www.zerodegreepublishing.com
E Mail : zerodegreepublishing@gmail.com
Phone : 98400 65000

Cover Art : Santhosh Narayanan
Layout: Creative Studio

நன்றி

சாரு நிவேதிதா
தினக்குரல்
ஜேகே
லுணுகலை ஸ்ரீ

முன்னுரை

2012இல் வவுனியாவில் வசித்தபோது ஒரு பத்திரிகை நண்பரின் சிநேகம் கிடைத்தது. பத்திரிகையாளர் என்கிற ஒரு கூட்டத்தில் எனக்குண்டான முதல் நட்பு அதுதான். அதுவும் சமூகவலைத்தளங்களில் பொழுதுபோக்காக எழுதிக்கொண்டிருந்ததால் வாய்த்த அதிர்ஷ்டம். அதிர்ஷ்டம் என்று ஏன் சொல்கிறேன் என்றால் அந்த நண்பர் ஒரு பிரமாதமான பத்திரிகையாளராக மிளிர்ந்துகொண்டிருப்பவர். நல்ல பத்திரிகையாளன் எப்போதுமே மனிதர்களுக்கான தேடல் பொறியின் கடவுச் சொல்லாக இருக்கிறான் என்பது என்னுடைய எண்ணம். அந்த நண்பரும் அப்படித்தான். அந்த ஜீவனால்தான் இந்த முன்னுரை வரை என்னால் வந்து சேர முடிந்திருக்கிறது.

அந்த நண்பர் ஒரு முறை வவுனியா வந்தபோது இரண்டு நாட்கள் எங்கள் வீட்டில் தங்கினார். எல்லாம் தேவை நிமித்தம்தான். ஆனால் எங்கள் இருவருக்குமே அதுவொரு win-win வாய்ப்பாக அமைந்தது. ஊரூராகச் சென்று கதைகள் சேகரிக்கும் ஒரு மனிதனின் பைகளை வெறும் இரண்டே நாட்களில் நிறைத்துக்கொடுத்தேன். அதற்கு நியாயம் செய்யும் பொருட்டு பல அறிவார்ந்த தேடல்களுக்கான தொடக்கப்புள்ளிகளைக் கொடுத்துவிட்டுப் போனார். அதனால்தான் அந்தச் சம்பவம் எங்களுக்கு win-win என்கிறேன்.

தொழிலில் மிளிரக் கிடைக்கும் வாய்ப்புக்களுக்கு அப்பால் அந்த நண்பர் ஒரு கதைப்பிரியராக இருந்தார். செவிகளைக் கூராக்கிக்கொண்டு நான் சொன்ன கதைகளை ஊன்றிக் கேட்டார். அத்தனை கதைகளையும் மூட்டை கட்டிக்கொண்டு கொழும்பிற்குப் புறப்பட்டுப்போன நண்பரிடமிருந்து மறுநாள் ஒரு தொலைபேசி அழைப்பு வந்தது. ஆச்சரியத்தில் ஆடிப் போனேன்.

“அமல், நீங்கள் சொன்ன சம்பவங்களையும் கதைகளையும் திரட்டி ஏன் நீங்கள் ஒரு தொடராகக் கொண்டுவரக்கூடாது? இஷ்டப்பட்டால் ஒரு சுவாரஸ்யமான நாவலுக்குக்கூட இக்கதைகளில் களம் உண்டு. வேண்டுமென்றால் எங்களுடைய வார இதழிலேயே ஒரு பக்கத்தின் மூன்றில் ஒரு பகுதியை உங்களுக்காக ஒதுக்கிக்கொடுக்கிறோம். எழுதலாமே?”

என்னால் அதை ஒரு கேள்வியாகப் புரிந்துகொள்ள முடியவில்லை. நண்பர் என்பதால் கடைசி வார்த்தையில் கொஞ்சம் கட்டளைத் தொனியையும் சேர்த்துக்கொண்டது போலிருந்தது. கதையா? அதுவும் பத்திரிகையிலா? என்னுடைய இலட்சியத் தாகம் கற்பனையில்கூடப் பார்த்திராத ஒரு புள்ளி அது. உடனடியாகச் சொல்லிக்கொள்வதற்கு என்னிடம் பதில் இருக்கவில்லை. கதை, எழுத்து என்று அவர் கிளப்பிவிட்ட புகைமூட்டம் பீதியைக் கிளப்பியது. இரண்டு நாட்கள் யோசித்தேன். இன்னுமொரு இரண்டு நாட்கள் யோசித்தேன். ஐந்தாம் நாள் அழைப்பெடுத்து “அதற்கென்ன, ஆரம்பித்துவிடலாமே...” என்றபோது உள்ளுக்குள் ஏதோவொரு விசித்திரப் பலம் எழுந்து வருவதுபோல் இருந்தது.

அடுத்த வாரமே பத்திரிகையில் என்னுடைய நீள்கதை ஆரம்பித்தது. தொடரின் பெயர் “இரவோடு ஒரு கதை.” பத்திரிகையின் பெயர் ‘தினக்குரல்.’

வாராவாரம் வெளியாகிக்கொண்டிருக்கும் ஒரு செல்வாக்கு பெற்ற பத்திரிகையின் பசிக்குத் தீனி போடுவது என்பது இலேசுப்பட்ட காரியமாக இருக்கவில்லை. அதுவும் என்னைப் போன்ற ஒரு பிறவிச் சோம்பேறிக்கு அது சொல்லொணா வதையாக இருந்தது. ஐந்து வாரங்கள் தீர்ந்த பிறகு என்னுடைய முடிவை நிந்தித்து எனக்கு நானே புகார் சொல்ல ஆரம்பித்திருந்தேன். ஆனால் தினக்குரலில் பணியாற்றிய என்னுடைய நண்பர்கள் சூரியனும், நிரோசாவும் அதைக் காதில் வாங்கிக்கொள்ளவில்லை. ஒருவாறு அவர்கள் இருவரும் என் சோம்பேறித்தனத்தைக் களைந்து, என்னை 32 வாரங்கள் வரை இழுத்துக் கொண்டு போனார்கள். புதிதாக எழுத வந்தவன் என்கிற வகையில் அவர்களுடைய கரங்கள் எனக்குப் பிடி கம்பாக இருந்தது. எழுத்துப் பரிச்சயமற்ற ஒருவனை 32 வாரங்கள் வரை ஒரு பிரபல பத்திரிகையில் கட்டிவைப்பதெல்லாம் எவ்வளவு பெரிய ஆபத்து என்பதை அவர்கள் யோசித்தார்களா என்று தெரியவில்லை. யோசித்திருந்தால் *பட்டக்காடு* வந்திருக்க வாய்ப்பில்லை.

நம்மை முன்னால் போ என்று அனுப்பிவிட்டு, பின்னாலிருந்து நம் தோள்களில் தட்டி, ‘ம்... ஓடு’ என நெருப்பைப் பற்றவைப்பவர்கள் பரிசுத்தவான்கள். சூரியனுக்கும், நிரோசாவுக்கும் என்னுடைய அன்பும் நன்றியும்.

அந்த 32 வாரங்கள் தொடர்ச்சியாக வெளிவந்த தொடர்தான் இப்போது பட்டக்காடு என்கிற பெயரில் ஒரு புதினப் புத்தகமாக வந்திருக்கிறது. இதற்கு உறுதுணையாக இருந்த அத்தனை பேரையும் நன்றியோடு நினைத்துக்கொள்கிறேன்.

என்னுடைய இளமைக்காலத்தின் அதிகமான பகுதியை அரச கட்டுப்பாட்டுப் பகுதிக்குள்தான் களித்தேன். நான் பிறந்த ஊரும், வளர்ந்த ஊரும் அதிகமாக அரசப் படைகளின் கட்டுப்பாட்டில்தான் இருந்தன. ஆதலால் தமிழர் போராட்டம் சார்ந்த நேரடியான அனுபவங்கள் என்னிடம் அதிகமாக இல்லை. ஆனால் எனக்கு அந்தக் கொடுப்பினை வேறு விதமாக அருளப்பட்டது.

2009இல் நம்முடைய சனம் முள்ளிவாய்க்காலிலிருந்து வெளியே வந்தபோது நான் வவுனியாவில் ஒரு மனிதாபிமான நிறுவனத்தில் பணியாற்றிக்கொண்டிருந்தேன். குற்றுயிரும், வெந்த வயிறுமாக ஓமந்தையில் வந்தேறிய தமிழர்களுக்குச் சமைத்த உணவு கொடுக்கும் பணி எனக்குக் கொடுக்கப்பட்டது. வாழ்க்கையில் யாருக்கும் கிடைக்கப் பெறாத பெரும் பேறல்லவா அது?

அதன் பின்னர் வவுனியாவிலும், மன்னாரிலும் அமைக்கப்பட்டிருந்த தற்காலிக முகாம்களுக்கு அனுப்பப்பட்ட மக்களுக்குத் தேவையான அடிப்படை உதவிகளை என்னுடைய நிறுவனம் வழங்கியது. அத்திட்டத்தில் நான் பிரதான அதிகாரியாக இருந்தேன். தங்கள் அடிப்படைத் தேவைகளைக்கூடப் பூர்த்திசெய்து கொள்ள முடியாமல் திண்டாடிய என் சனத்தின் துயரத்தை மிகவும் அருகில் இருந்து பார்க்கும் வாய்ப்பு இப்படித்தான் கிடைத்தது. பட்டக்காட்டில் வரும் அதிகமான கதைகள் இக்காலகட்டத்தில் நிகழ்ந்த சம்பவங்களிலிருந்து சேமித்துக் கொண்டவைதாம்.

வன்னிக்குள் நடந்த தமிழர் போராட்டத்தையும், இறுதிக்கட்ட பேரிடரையும், அரசக் கட்டுப்பாட்டுப் பிரதேசத்தில் இருந்துகொண்டு எதிர்கொண்ட ஒரு தமிழ் இளைஞனின் வாழ்க்கைக் குறிப்புகள் என்கிற விதத்தில் இப்பட்டக்காடு ஒரு தனித்துவமான பிரதியாக இருக்கும் என்று இதன் தொடக்கப் பிரதியைப் படித்துவிட்டு என்னுடைய நண்பரும் எழுத்தாளருமாகிய ஜே.கே. சொன்னார். அதில் மாற்றுக்கருத்து இருக்க முடியாது என்று நம்புகிறேன். வன்னிக்கு வெளியே வாழ்ந்த தமிழர்களிடமும் ஈழப்போர் சார்ந்து பேசுவதற்குப் பல கதைகள் இருந்தன. கொடிய அனுபவங்கள் கிடைத்தன. உயிரைப் பிறிதொரு வகையில் தாரை வார்க்கத் தயாராக இருந்த மனிதர்களின் ஓலக்குரல்கள் ஒலித்துக் கொண்டேயிருந்தன. இம்மனிதர்களின் கூட்டுக்குரல்தான் பட்டக்காடு.

வன்னிக்கு வெளியில் இருந்துகொண்டு யுத்தத்தை எதிர்கொண்ட ஈழத்தமிழர்களின் போராட்டம் பற்றிய புரிதலையும், வெளிப்பாட்டையும், ஈடுபாட்டையும் மையச்சரடாகக் கொண்டு புனையப்பட்ட கதைப் பிரதிகள் இதுவரை ஈழத்தில் மிகவும் சொற்பமாகவே வந்திருக்கின்றன.

அந்த வகையில் ஈழ யுத்தத்தையும் அதனால் தமிழர்கள் கடந்து வர வேண்டியிருந்த பேரிடரையும் புறத்தேயிருந்து பார்த்து, அனுபவித்த ஒரு வரலாற்றுக் கண்ணாடியாக பட்டக்காடு இருக்கும். நேரடியாகப் போரை அனுபவிக்காமல், எல்லைக்கு வெளியே இருந்துகொண்டு அப்போரின் விளைவுகளைப் பிறிதொரு வகையில் எதிர்கொண்ட ஒரு மக்கள்கூட்டத்தின் இடர்பாடுகளை நம்மால் ஒருபோதும் பேசாமல் இருக்க முடியாது. ஏக இலட்சியத்தோடும், அகச்சுத்தியோடும், பல்வகையான உயிராபத்துகளை மடிகளில் கட்டிக்கொண்டு போராட்டத்திற்கு ஆதரவாக எழுந்து நின்ற மக்கள் அவர்கள். *பட்டக்காட்டில்* வரும் மாந்தர்களில் முதன்மையானவர்கள் இவர்கள்தான்.

பட்டக்காட்டின் மூலக்கதை உண்மையான சம்பவங்களிலிருந்து கோர்க்கப்பட்டவை. அவற்றில் பல சம்பவங்களை நான் நேரடியாகவே அனுபவித்துக் கடந்து வந்திருக்கிறேன். இன்னும் சில இடங்களில் நானே அப்பாத்திரங்களாகவும் வாழ்ந்திருக்கிறேன். எளிய மனிதர்களின் வாழ்க்கைப் போராட்டத்தை அருகிலிருந்து பார்க்கும் வலி கொடியது. அதைப் பட்டக்காட்டின் பல பக்கங்கள் உங்களுக்கு உணர்த்தும்.

அப்போது இராணுவக் கட்டுப்பாட்டுப் பிரதேசமாக இருந்த மன்னாரில் இருந்துகொண்டு வன்னியில் நிகழ்ந்து முடிந்த இனப்போராட்டத்தை அங்கிருந்த இளைஞர்கள் எப்படி எதிர்கொண்டார்கள் என்பதை அதற்கான நியாயத்தன்மையோடு *பட்டக்காடு* பேசும் என்று நம்புகிறேன்.

இறுதியாக ஒரு முக்கியமான விடயத்தையும் சொல்லிக்கொள்ள வேண்டும். தன்னுடைய ஓய்வற்ற, பேரிலக்கியச் செயற்பாடுகளுக்குள் எனக்கென நேரத்தை ஒதுக்கி *பட்டக்காட்டின்* அழகியல், இலக்கியத் தரம், மொழி சார்ந்து தன்னுடைய அறிவுரைகளையும், உள்ளுணர்வுகளையும் உண்மையான அக்கறையோடும், ஈடுபாட்டோடும் நல்கிய என்னுடைய பிரியத்திற்குரிய எழுத்தாளர் சாரு நிவேதிதா அவர்களுக்கு நன்றிகள். அந்த அனுபவம் சுமார் இரண்டு மாதங்கள் ஒரு பல்வகைமைத்துவமிக்க இலக்கியப் பள்ளியில் பயின்ற உணர்வைக் கொடுத்தது. இந்நாவலை வெளியிடும் எழுத்து பதிப்பகத்தாருக்கும் (ஸீரோ டிகிரி) என்னுடைய மனமார்ந்த நன்றிகள்.

அமல்ராஜ் பிரான்சிஸ்
கொழும்பு

01

எங்கள் ஏரியாவிலேயே ஜோசப் மாஸ்டர்தான் ஒரே ஒரு படித்த மனுசன். பட்டக்காட்டானுக்கும் படிப்பு வரும் என பக்கத்து ஊரானுக்கு சவால் விட்டு வெற்றிகண்டவர் அவர். ஜோசப் மாஸ்டரை ஒத்த அத்தனை பேரும் எட்டாம் வகுப்பில் மூன்று நான்கு தடவைகள் லோல்பட்டுக் கிடந்தபோது, ஒரே பாய்ச்சலில் அத்தனை பாடங்களையும் லாவகமாகக் கடந்து முன்னேறினார் ஜோசப். கெட்டிக்காரன் என்ற பெயரை அதுவரை அறிந்திராத ஒரு சுற்றுவட்டாரத்தில் முதல் வித்தாய் முளைத்த ஜோசப்பை மொத்த ஊருமே கொண்டாடித் தீர்த்தது. அளவுக்கு அதிகமாக ஆளுக்கு சலுகைகள் வழங்கப்பட்டன. பெரியவர்கள்கூட இடுப்பை வளைத்து வணக்கம் வைத்தார்கள். மொக்குப் பிள்ளைகளின் வீட்டில் நடந்த அத்தனை குளறுபடிகளிலும் ஜோசப்புடைய பெயர் முன்னுதாரணமாய் உச்சரிக்கப்பட்டது. தந்தையார் கூட ஜோசப்பிடம் அறிவுரை கேட்க ஆரம்பித்தார். கூடவே குடும்பத்தில் ஜோசப்புக்கு இருந்த அத்தனை அவப்பெயர்களும் உடனடியாகத் தள்ளுபடி செய்யப்பட்டன. வீட்டில் மட்டுமல்ல, ஊரிலும் எடுக்கப்பட்ட அத்தனை தீர்மானங்களிலும் ஜோசப்புக்குப் பங்கிருந்தது.

ஆதலால், இன்றுவரை எங்கள் ஊரின் பள்ளிக்கூடம் என்றால் அது ஜோசப் மாஸ்டர்தான் என்கிறார்கள் ஊர்க்காரர்கள். அந்தளவுக்குப் பெருமை பூத்த மனுசன் இந்த ஜோசப்.

ஜோசப்புக்கு “மாஸ்டர்” என்ற பட்டம் எப்படி வந்து சேர்ந்தது என்று சொல்ல வேண்டும். அது ஒரு சுவாரசியமான கதை.

1960இன் இறுதிப்பகுதி. ஒன்பதாம் தரத்தில் இரண்டு முறையும் கோட்டை விட்டபோது – கோட்டை விட்டது இன்றுவரை ஊர்க்காரர்களுக்குத் தெரியாது "இனி உனக்குப் படிப்பே வராது, நீ பட்டக்காட்டுக்கே போயிடு ஜோசப்" என சிவாஜி பாணியில் மன்னார் பட்டினத்திலிருந்து திருப்பி அனுப்பப்பட்டிருக்கிறார் ஜோசப். ஆனாலும் படித்துக் கிழிக்கவேண்டும் என்ற சுய எடுப்பில் மன்னார் வரை வந்த பிறகு, எந்த மூஞ்சியை வைத்துக்கொண்டு ஊருக்குத் திரும்பிப் போவது என்கிற பெரும் பிரச்சினை ஆளைப் பிடித்து வாட்டியது. அப்படிப் போனாலும் ஒட்டு மொத்த ஊரும் கூடிவந்து பந்தல் கட்டிக் காறித் துப்பும். பேசாமல் சிறு வேலையொன்றைத் தேடிக்கொண்டு மன்னாரிலேயே மீதிக் காலத்தையும் போக்கிவிடுவது உசிதம் என்று தோன்றியது ஜோசப்புக்கு.

அப்பொழுதெல்லாம் எட்டாம் வகுப்பு சித்தியடைந்திருந்தாலே போதும். அது எம்.பி.ஏ. பட்டம் வாங்கியதற்குச் சமன். தேவையில்லாமல் மாய்ந்து மாய்ந்து பத்து பதினொன்றென்று காலத்தை வீணடிக்கத் தேவையில்லை. வேலை வாய்ப்புக்களுக்கு எட்டாவதே அதிகம். அந்த வகையில் கடவுளின் தேவ கிருபை, ஜோசப்பின் தலை பார்த்து தொபீரென விழுந்தது.

ஏவிஎஸ் மீன்வாடியில் நீண்ட நாட்கள் வெற்றிடமாக இருந்த "கணக்குப் பிள்ளை" பதவி கையில் கிடைத்தபோது அவரால் அதை நம்பவே முடியவில்லை. உடனடியாகவே அதைப் பயன்படுத்திக்கொண்டு தன்னுடைய புது வாழ்க்கையை மன்னாரில் ஆரம்பித்தார் ஜோசப்.

அக்காலத்தில் கணக்குப் பிள்ளை என்பது எவ்வளவு பெரிய உத்தியோகம் என்பதை அறுபதுகளில் வாழ்ந்த ஒரு தலைமுறையிடம் கேட்டுப்பார்த்தால் தெரியும். ஊரின் மிகப் பெரிய சம்மாட்டிக்கே கணக்குப் போட்டுக் கொடுக்கும் வேலை. ஒரு மேட்டுக்குடி பணமுதலையின் நம்பிக்கைக்குப் பாத்திரமாய் இருந்து அவருடைய வருமானம் என்ற சக்கரத்தைச் சதா சுழற்றும் மிகப் பெரிய பொறுப்பு. மேலதிகமாக திடீரென சம்மாட்டியின் மடியில் விழும் பொருளாதார நெருக்கடிகளுக்கும் உலகத் தரத்தில் பொருளியல் அறிவுரைகளை வழங்கி அவற்றை நடைமுறைப்படுத்த வேண்டும். அதன் சாதக பாதகங்களை தலையில் வைத்துக்கொண்டு சதா சம்மாட்டியை இயக்கிக்கொண்டிருக்க வேண்டும்.

இவற்றை விடவும் சமூகத்தால் புரிந்துகொள்ள முடியாத இன்னும் பல சிக்கல்களும் இந்தக் கணக்குப் பிள்ளை உத்தியோகத்தில் இருந்தன. சின்னச் சின்னச் சிக்கல்கள்தான் என்றாலும் அவற்றில் ஒன்று சறுக்கினால்கூட மண்டைக்கு உத்தரவாதம் இல்லாமல் போய்விடும்.

இருபத்து நான்கு மணி நேரமும் கண்களுக்குள் எண்ணெய்யை ஊற்றிக்கொண்டு விழித்திருக்க வேண்டும்.

அப்படியென்ன பொல்லாத சிக்கல்கள் என்று கேட்டால், பொறுமையாக கீழே உள்ள பட்டியலைப் படியுங்கள்.

தினமும் உப்பில் தோய்ந்து, வெயிலில் காய்ந்து, கரைக்கு வரும் அவர்களுடைய மீனவர்களை மிகக் கவனமாகக் கையாள வேண்டும். எக்குத்தப்பாக எதையாவது உளறிவைத்தால், வெயில் வெப்புசாரத்தில் வருபவன் பொசுக்கென்று கபாலத்தைப் பிளந்துவிடுவான்.

மீனவர்களுடைய உழைப்பிற்கான ஊதியத்தை நேரம் தவறாமல் தரவேண்டும். கணக்குப் பார்க்கும் சோம்பலில் நாளை பார்த்துக் கொள்ளலாம் என்றால் நிலமை கலவரத்தில் முடிந்துவிடும்.

தேனீர் நேரம் பார்த்துக் கடல் காற்று வாங்க வரும் முதலாளிக்குப் பக்கத்துக் கடையில் பருப்பு வடையும், ப்ளேன் டீயும் வாங்கிக் கொடுத்துக் குனிய வேண்டும். ஒரு நல்ல கணக்குப் பிள்ளை என்ற பெயர் யாரோ போடும் ஒரு தேனீரின் தரத்தில்கூடத் தங்கியிருக்கலாம். இல்லையென்றால் நீ இதுக்குக்கூட லாயக்கில்லை என்று வேலை யிலிருந்து தூக்கி எறிந்துவிடுவார் முதலாளி. காரணம், நம்மை விட அலாதியாகக் குனிவதற்கும், தரமான தேநீர் வாங்கிக் கொடுப்பதற்கும் நம்மூரில் நிறைய ஆட்கள் இருக்கிறார்கள் என்பது முதலாளிக்கு நன்கு தெரியும்.

மொத்த விலைக்கு மீன் வாங்க வரும் வெளியூர் சம்மாட்டிகளுக்கு விலைபோகாமல் பார்த்துக்கொள்ள வேண்டும். விலைபோதல் என்பது சம்மாட்டிக்கு ஜால்ரா அடித்துக்கொண்டே அவருக்குத் தெரியாமல் சாமான் எடுக்கவரும் ஹோல்சேல்காரனுக்கு “பெர்சன்டேஜ்” வைப்பது. நம்பிக்கைத் துரோகம்தான் என்றாலும் துட்டு ஆயிரக்கணக்கில் மடியில் கொட்டும்போது மூளை கண்ணை மூடிக்கொண்டுவிடும். பிடிபட்டால், வேலை பறிபோவதோடு சம்மாட்டியின் அடியாட்களின் உபசாரத்துக்கும் ஈடுகொடுக்க வேண்டிவரும்.

ஒரு ரூபாய் கணக்கில்கூட அதி கவனமாக இருக்கவேண்டும். எங்கே அந்த இரண்டு ரூபாய் என்று சம்மாட்டி கேட்டுவிட்டால், முதலில் எக்காரணத்தைக் கொண்டும் பேந்தப்பேந்த முழிக்கக்கூடாது. முழியை வைத்தே கள்ளனைப் பிடித்துவிடும் வித்தை தெரிந்தவர்கள் சம்மாட்டிகள்.

கனவு காணாமல் பண நோட்டுக்களை அதிசிரத்தையோடு எண்ணிவைக்க வேண்டும். ஒன்றோடொன்று ஒட்டிக்கொண்டிருக்கும் நோட்டுக்களில் கவனத்தைச் செலுத்தாவிட்டால் மாதச் சம்பளத்தில்

பத்து ரூபாய் துண்டு விழுந்துவிடும்.

ஒவ்வொரு நாளும் முதலாளி வீட்டு அம்மாவுக்கு தரமான மீனாய்க் கொண்டுபோய் கொடுத்துப் பல்லிளிக்க வேண்டும். நம்முடைய வேலைக்கான முதற்தர சிபாரிசு கிடைக்கக்கூடிய ஒரே இடம் நம்முடைய முதலாளியின் மனைவிதான் என்பதை ஒருபோதும் மறந்துவிடக்கூடாது. அங்கு நமக்குக் கிடைக்கும் நற்பெயர் நம் ஒட்டு மொத்த வாழ்க்கையையும் ஒரே இரவில் மாற்றிவிடக்கூடியது.

தப்பித் தவறி உச்சி வெயிலில் முதலாளியின் மகன் கிட்டிப்புல் அடிக்கக் கூப்பிட்டுவிட்டால் மறுத்துவிடக் கூடாது. வேட்டியை மடித்துக் கட்டிக்கொண்டுபோய் "இந்தா..." என்று நிற்க வேண்டும். வேண்டாம் என்றால் சிறுவன் கடுப்பில் போய் தந்தையிடம் அதை யிதைப் போட்டுப் பற்ற வைத்துவிடுவான். பின்னர் நம் வேலைக்கு அதுகூட வில்லங்கமாய் போய்விடக்கூடும்.

இத்யாதி இத்யாதி.

யோசித்துப் பாருங்கள், இத்தனை வதைகளையும் தாங்கிக்கொண்டுதான் ஒருவன் கணக்குப் பிள்ளையாக வேலைசெய்ய வேண்டும்.

ஆனால் ஜோசப்போ கஜகெட்டி. மேலே சொன்ன எந்தச் சவாலாலும் மனுசனைத் தோற்கடிக்க முடியவில்லை. அத்தனையிலும் புகுந்து விளையாடி தன் நற்பெயரை வெற்றிகரமாகத் தக்கவைத்துக் கொண்டார் ஜோசப். சம்மாட்டிக்கு ஜோசப் மேல் அதீத நம்பிக்கையும், உறுதியும், பேரன்பும் வலுத்தது. சல்லித்தனமான சமாச்சாரத்திற்கெல்லாம் இழந்துவிடக்கூடிய ஒரு ஆள் இல்லை ஜோசப் என்பதை ஆணித் தரமாகப் புரிந்துகொண்டார் முதலாளி.

இப்படித் தனக்காகவே தினமும் ஏர்மாடுபோல உழைத்துக்கொண்டிருக்கும் ஜோசப்புக்குக் கைம்மாறாக எதையாவது செய்ய வேண்டும் என்று யோசித்தார் முதலாளி. அப்போதுதான் ஜோசப்புடைய பளம் துவிச் சக்கர வண்டி அவர் ஞாபகத்தில் வந்தது.

ஜோசப் வைத்திருந்த சைக்கிளைத் தூக்கி இரும்புக் கடையில் குடுத்தால்கூட அதற்கு ஒரு ஆயிரம் ரூபாய் தேறாது. அந்த நான்கு துருவேறிய இரும்புகளுக்கும், இரண்டு சக்கரங்களுக்கும் இல்லையென்றாலும் வயது எக்கச்சக்கமாக இருக்கும். இற்றைக்குப் பல வருடங்களுக்கு முன்னர் அதை ஜோசப் வாங்கினபோதுகூட அது இதே தரத்தில்தான் இருந்தது. புது சைக்கிள் வாங்கும் அளவுக்கு அப்போது ஜோசப்பின் கையில் கனம் இருக்கவில்லை. ஏன், இப்போதும்தான்.

ஓர் நாள் புத்தம்புது லுமாலா சைக்கிளோடு முன்னால் வந்து நின்ற முதலாளியைப் பார்த்தபோது ஜோசப்பிற்கு ஆச்சரியம் தொண்டையை

அடைத்தது. விருக் விருக்கென கண்களை வெட்டி முழித்தார்.

“இந்தா உனக்குத்தான்... என்ட பரிசு” என்றபோது ஜோசப்புக்கு அது ஒரு கனவு போல தோன்றிற்று. முகம் முழுவதும் பற்கள் முளைக்கச் சிரித்தார். ஆங்கிலத்திலும் தமிழிலும் மாறி மாறி நன்றி சொன்னார். பதிலுக்கு இரண்டு வார பணிவிடுப்பும் கொடுத்து ஊருக்கு போய் வா என்றார் முதலாளி.

முதலாளி கொடுத்த இரண்டு வார விடுமுறையை எடுத்துக்கொண்டு பெரும் கலாதியாக ஊருக்குப் போனார் ஜோசப் கணக்குப் பிள்ளை. சுமார் இரண்டு வருடங்களுக்குப் பின்னர் ஊருக்கும் போகும் பயணம் பெரும் கொண்டாட்டமாக மாறியிருந்தது அவருக்கு. இரண்டு வாரங்கள் ஊரில் என்னவெல்லாம் செய்ய வேண்டும், யாரையெல்லாம் சந்திக்க வேண்டும் என்பதை ஒரு பட்டியலே போட்டு வைத்துக்கொண்டார் ஜோசப்.

ஆனால் தன்னுடைய பட்டியலுக்கு வெளியே, ஜோசப் திமிலோகப்பட்டுப் போகும்படியாக ஒரு சம்பவம் நடந்தது.

அது பட்டக்காடு ஊர்த் தலைவரின் ஒரே மகள்.

வெண்கல ஃபிகர். மல்லிகைப் பூ கலர். பார்ப்பதற்கு அறுபதுகளில் வந்த ‘ஆட வந்த தெய்வம்’ அஞ்சலி தேவியையும், ஈ.வி. சரோஜாவையும் மிக்சியில் போட்டு அடித்து ஊற்றியதுபோல் இருந்தாள். “நம்ம ஊர்ல இப்படியொரு தேவதையா?” என்பதை இரண்டு வருடங்கள் கழித்து ஊருக்கு வந்த ஜோசப் கணக்குப் பிள்ளையால் ஜீரணித்துத் தொலைக்க முடியவில்லை. குடும்பம் வேறு வசதியில் புளியங்கொப்பு.

அப்பெண்ணைப் பார்த்தபோது ஜோசப்புக்கு வியர்வை வியாபித்தது. ஹோர்மோன்கள் பீச்சி அடித்தன. காதல் கலவரம் பண்ணியது. அவளை அடைந்தே தீரவேண்டும் என மாதாகோவில் படியில் அடித்துச் சபதம் எடுத்துக்கொண்டார் கணக்குப் பிள்ளை. “இந்த மூதேவி மூஞ்சிக்கு அஞ்சலி தேவி கேக்குதா?” என நண்பர்கள் காறித் துப்பியபோதுகூட மனுசன் சோர்ந்துவிடவில்லை. தன் சபதத்தில் உறுதியாக இருந்தார் ஜோசப்.

காதல் குளத்தில் தொபீரெனக் குதித்துவிட்ட ஜோசப்புக்கு அடுத்தது என்ன செய்யவேண்டும் என்று தெரியவில்லை. பசியும் தூக்கமும் வேலியில் போய் குந்திக்கொண்டு பவுசு காட்டியது. பகல் கனத்தது. இரவு உவத்திரவம் கொடுக்க ஆரம்பித்தது. முதல் தடவையாக அவருடைய வயிற்றுக்குக் கீழே பூச்சியொன்று துழாவித் துழாவி ஊற ஆரம்பித்தது.

இத்தனைக்கும் ஜோசப் என்ற ஒருத்தன் தனக்குப் பின்னால் லோலோவென அலைந்து கொண்டிருக்கிறான் எனத் தெரிந்தும் அந்தப் பிள்ளை ஏன் நாயே என்றுகூட கேட்கவில்லை. அதற்குரிய அழகிய உலகத்தில் அதுபாட்டிற்கு ஊர்வலம் போய்க்கொண்டிருந்தது. ஜோசப்புக்கு அதை மடக்கும் வித்தை புரியவில்லை. அள்ளி கையில் வைத்து உச்சுக்கொட்டும் சூட்சுமம் தெரியவில்லை. அதிஷ்டம் ஒருநாள் தன் வேலையைக் காட்டும் என நம்பி தன் கால்கள் தேயத்தேய பின்னாலேயே அலைந்துகொண்டிருந்தார் ஜோசப்.

மறுபுறம் அந்த அஞ்சலிதேவியை அடைவதில் ஜோசப்புக்குப் பாரியதொரு ராஜதந்திர சிக்கல் இருந்தது. தன் மகளை 'மாஸ்டர்' ஒருவருக்குத்தான் கட்டிக் கொடுப்பேன் என்று ஒற்றைக்காலில் நின்றார் தகப்பன்.

மீதியை நீங்களே ஊகித்து முடித்திருப்பீர்கள்.

இந்தக் கதை ஜோசப்பின் காதை எட்டியதுதான் தாமதம், பட்டணத்தில் இருக்கும் தன் கணக்குப் பிள்ளை பதவியை "மாஸ்டர்" என அடித்துவிட ஆரம்பித்தார் மனுசன். "ஜோசப் மன்னாரில என்ன கருமத்த பண்ணுறான்னு பட்டக்காடு பெக்கோக்களுக்குத் தெரியவா போகுது!" என்பது ஜோசப் கணக்குப் பிள்ளையின் நம்பிக்கை. அதை உறுதிப்படுத்துவது போலவே முட்டாள் பட்டக்காடும் மன்னாரில் ஜோசப் ஒரு மாஸ்டர்தான் என்பதைக் கிறுக்குத்தனமாக நம்பித் தொலைத்தது. பெருமையாகத் தூக்கி தலையில் வைத்துக் கொண்டாடியது.

அன்றிலிருந்து பட்டக்காட்டில் ஜோசப்புக்கு பின்னாலிருந்த கணக்குப் பிள்ளை ஒழிந்து போய் மாஸ்டர் ஒட்டிக்கொண்டது.

இறுதியில் இந்தப் போலி மாஸ்டரை நம்பி ஊர்த்தலைவரும், ஊர்த் தலைவரை நம்பி அந்த அஞ்சலிதேவி அம்மையாரும் மடையர்கள் ஆனதுதான் கதை. இந்தத் தில்லாலங்கடி வேலையை ஜோசப் கன கச்சிதமாய் செய்து முடித்தது பின்னாளில் அவருடைய நண்பர் வட்டத்தில் அவரையொரு சினிமாப்பட ஹீரோ அளவுக்கு உயர்த்தி விட்டது. அதில் ஜோசப்புக்கு மிகப் பெரிய பெருமிதமும், கீர்த்தியும், கர்வமும் உண்டானது.

திருமணம் முடித்து ஒரு வருடம் சுபமாய் ஓடி முடிந்தது. இரண்டாம் வருட தொடக்கத்தில் ஆள் மாஸ்டர் இல்லை என்ற விஷயம் ஊர்த் தலைவருக்குத் தெரியவந்தபோது, மகளின் வயிற்றில் ஏற்கனவே ஒரு புழு பூச்சியை உண்டாக்கிவிட்டிருந்தார் ஜோசப். ஏமாற்றத்தையும், துரோகத்தையும், இயலாமையையும் தாங்க முடியாமல் தற்கொலைக்கு

முயன்ற ஊர்த்தலைவரையும் ஜோசப் மாஸ்டரே காப்பாற்ற வேண்டி யிருந்தது.

“இப்படியொரு அயோக்கியத்தனத்தை உன்னிடமிருந்து எதிர்ப்பார்க்கவே யில்லையடா...” என்றார் மாமனார். ஜோசப் கொடுப்பிற்குள் சிரித்தார்.

இப்பொழுது இந்த நாவலின் முக்கியமானதொரு கதாபாத்திரத்தை உங்களுக்கு அறிமுகம் செய்யவேண்டும். அதாவது அந்த ஜோசப் மாஸ்டருடைய ஒரே மகன். பெயர் மதன்குமார். வயது முப்பத்து மூன்று.

என் நண்பர்களைப் போல நீங்களும் என்னை மதன் என்றே சுருக்கமாக அழைக்கலாம். மனிதர்கள் என்னை மதன் என்று அழைக்கும் போதுதான் என் அடையாளத்தை அவர்கள் அழுத்தி உச்சரிப்பது போல் இருக்கிறது. மதனில் இருக்கும் ஒரு ஈர்ப்பு பின்னால் குமாரைச் சேர்க்கும்போது கெட்டுவிடுகிறது. எனக்குத் தெரிந்து பாடசாலை செல்ல ஆரம்பித்த காலத்திலேயே இந்த நாமம் பற்றிய தெளிவு எனக்குள் உதித்துவிட்டது. குமாரை முழுமனதோடு தலைமுழுகத் தீர்மானித்துவிட்டேன். தவிர, ‘குமார்’ என்னுடைய தலைமுறைக்குப் பொருத்தமற்ற நாமம் என்ற நினைப்பும் அப்போது இருந்தது. காரணம், என்னுடைய பாட்டனாரின் பெயர் முத்துக்குமார். மாமாவின் பெயர் சின்னக்குமார்.

சிறுவயதில் எனக்கு மிகப் பெரிய துயரமாக இருந்தது பள்ளிக்கூடமும் படிப்பும்தான். அப்பா ஒன்பதாம் தரம் வரை படித்தவர் என்றாலும் படிப்பு என்பது அவருடைய மரபணுவில் சுத்தமாக இல்லை. என்னைப் படு மொக்காகப் பார்க்கும் போதெல்லாம் துயரம் அவருடைய தொண்டையை அடைக்கும். வெப்புசாரத்தில் அவருடைய வம்சத்துக்கே மண்ணள்ளிப் போட்ட பிள்ளை என்று வாய்கிழியக் கத்துவார். என்மேல் குரங்கு போல பாய்ந்து முடியைப் பிய்த்து அறைவார். அடியைவிட அவமானம்தான் அதிகம் வலியைக் கொடுக்கும். அழுகையைவிட துயரம்தான் பெருவெடிப்பாய் வெடிக்கும். “அப்பிடியே அவனக் கொண்டுடுங்க!” என்று சமையலறையில் நிற்கும் அம்மா சத்தம் வைக்கும்வரை அப்பாவுக்கு என்னை விட்டுவிட வேண்டும் என்று தோன்றாது.

மொத்த வலியையும் பெரும் மனதோடு தாங்கிக்கொள்வேன். அதன் பொருட்டு நான் வியாகூலமடையாத நாளில்லை. மன்றாடாத தெய்வங்களில்லை. வைக்காத நேத்தியில்லை. என் விதிப்பயன், எதனாலும் ஒரு அங்குலம்கூட பலன் கிடைக்கவில்லை.

படிப்பு வராவிட்டாலும் பள்ளிக்கூடத்துக்குக் 'கட்' அடிக்காமல் போனேன். பாடப்புத்தகங்களைப் பார்த்தால் மட்டும் அடிவயிறு பத்திக்கொண்டு வரும். "வீட்டுப்பாடம் செய்தியா?" என்று கேட்கும் வாத்தியாரை குரல்வளையில் கடித்துக் குதற வேண்டுமென்று தோன்றும். உலகத்திலேயே கனமான பொருள் புத்தகமாகத்தான் இருந்தது எனக்கு.

பாடசாலையின் கடைசி மணி கொடுத்த சந்தோஷத்தை வாழ்க்கையில் வேறு எதுவுமே கொடுக்கவில்லை.

எங்கள் பட்டக்காட்டில் அதிகமானவர்கள் ஐந்தாம் தரம்வரை படித்திருப்பார்கள். காரணம், எங்கள் கிராமத்து அ.த.க.பா.வில் ஐந்தாம் தரம் வரைதான் இருந்தது. அதைத் தாண்டி மேலே படிக்க வேண்டுமென்றால் அருகிலுள்ள சிறுநகரங்கள் அல்லது மன்னார் பட்டினத்துக்குப் போகவேண்டும். அதிலும் அதிகம் சௌகரியமானது பக்கத்திலிருந்த சிறுக்குளம் றோ.க.த.க. பாடசாலைதான். அங்கு பதினோராம் வகுப்பு வரை இருந்தது. அந்த ஏரியாவிலேயே பெரும் கீர்த்தி பெற்ற பாடசாலை அது.

ஆனால் ஊரைத் தாண்டிப் போய் வேறொரு பாடசாலையில் தங்கள் பிள்ளைகளைச் சேர்க்கவேண்டுமென்றால் அதற்குப் பெருந் தியாகமும், ஓர்மையும், கையில் கொஞ்சம் பொருளாதார கனமும் இருக்கவேண்டும். அடிப்படையில் வறுமையும், அன்றைய பாட்டை மட்டும் ஈடுகட்டும் சம்பாத்தியமும், குறுகிய வட்ட புரிதலும் கொண்ட ஒரு அடித்தட்டுச் சமூகத்தில், படிப்பிற்காக செலவு செய்வதெல்லாம் அதிகபட்ச பிரயாசை. இதைச் சுமக்கக்கூடிய வல்லமை எங்கள் ஊரில் ஒருசிலருக்கு மட்டுமே இருந்தது.

ஐந்தாம் தரத்தோடு படிப்பை நிறுத்திவிட்ட மகன்கள் வயதுக்கு வந்ததும் தங்கள் தகப்பனாரின் குலத்தொழிலை கையில் எடுத்துவிடுவார்கள். பெண் பிள்ளைகளோ வீட்டில் அம்மாவின் வட்டத்தை இறுகப் பிடித்துக்கொண்டு, திருமணம் என்ற உலகத்துக்குத் தங்களைத் தயார்படுத்தத் தொடங்கிவிடுவார்கள். அவ்வளவுதான் எங்களுடைய கிராமிய வாழ்க்கை மீதான அதிகபட்ச எதிர்பார்ப்பு. இதைத் தாண்டியும் ஒரு விரிந்த உலகம் இருக்கிறது என்பதை அதிகமான மனிதர்கள் அறிந்திருக்கவில்லை.

ஆனால் என்னுடைய அப்பாவோ விபரமான ஆள்.

ஐந்தாம் தரம் முடித்தவுடனேயே எருமை மாட்டைக் கட்டி யிழுத்துக்கொண்டு போவதுபோல் என்னை இழுத்துக்கொண்டுபோய் சிறுக்குளம் றோ.க.த.க..வில் சேர்த்துவிட்டார் அப்பா. எனக்கோ ஐந்தாம் தரத்தோடு இந்தப் படிப்பு மயிரை முடித்துவிட்டு மீதிக்

காலம் பூராவும் குஜாலாக சுற்ற வேண்டும் என்கிற ஆசை இருந்தது. வாழ்க்கையை கனமாக அமைத்துக்கொள்ள எத்தனையோ வழிவகைகள் இருக்கின்றன. உழைக்கும் காலம் வந்ததும் கடலுக்குப் போகலாம். அல்லது மணியான ஐந்து ஏக்கர் வயல் நிலம் உண்டு. இரண்டு போகமும் உழுது தாராளமாகப் பணம் பண்ணலாம். அதுவும் கடினமென்றால் முன்வீட்டு சுகந்தன் அண்ணனைப்போல ஒரு பலசரக்குக் கடை வைக்கலாம். அதுவும் தேறாது என்றால் கடனைப் பட்டு ஒரு படகும் இயந்திரமும் வாங்கி கை நிறையச் சம்பாதிக்கலாம்.

இத்தனை மணியான வழிகளையும் விட்டுவிட்டு எதற்காக புத்தகப் பையைச் சுமந்துகொண்டு லோலோவென அலைய வேண்டும்? படிப்பு இல்லையென்றால் என்ன, குடியா மூழ்கிவிடும்?

இதையெல்லாம் ஒரு நாள் அம்மாவிடம் சொல்லி தரையில் விழுந்து கேவிக்கேவி அழுதேன். நியாயம் கேட்டுப் போராடினேன். அப்பாவிடம் பரிந்துரை பண்ணுமாறு காலைப் பிடித்துக் கெஞ்சினேன். ஒரு பலனுமில்லை. அம்மாவுக்கோ அப்பா என்றால் மெல்லிய பயம். சாதாரணமாக அம்மா எதிர்த்துப் பேசினால்கூட வேட்டை நாய் மாதிரி பாய ஆரம்பித்து விடும் மனுசன்.

அன்று ஆறுதலுக்குக்கூட அம்மாவால் ஒரு வார்த்தை பேச முடியவில்லை. அதற்குள், பக்கத்து அறையிலிருந்து அத்தனையையும் கேட்டுக்கொண்டிருந்த அப்பா மின்னல்போல எழுந்து வந்து சுவரில் தொங்கிக்கொண்டிருந்த நைலோன் கயிற்றை உருவி வெளுக்க ஆரம்பித்தார். இரண்டு கால்களிலும் ஐந்து தழும்புகள். அன்றிலிருந்து நான் இதைப் பற்றி வாயே திறப்பதில்லை.

மூடிக்கொண்டு தினமும் சித்ரா அக்காவோடு சிறுக்குளம் பாடசாலைக்குப் போனேன். வழியிலும் பாடசாலையிலும் அழுகை வெடித்துவிட்டால் கட்டியணைத்து ஆறுதல் சொல்லுவாள் அக்கா. முத்தம் கொடுத்து இனிப்பு வாங்கித்தருவாள். எங்கள் வீட்டில் என்னை அடித்து சித்ரவதை செய்யாத ஒரே ஜீவன் சித்ராதான். படிப்பில் நான்தான் மக்கு, அவளோ கஜகெட்டி.

வில்லங்கத்துக்குப் பிரடியைப் பிடித்துக்கொண்டுபோய் தள்ளி விட்டிருந்தாலும், பின்னாட்களில் அந்தப் பாடசாலைமேல் எனக்கு கட்டற்ற பிரியம் உண்டாயிற்று. “ஜோசப் மாஸ்டர்ட மோனே...” என என்மேல் தூண்டிலை நீட்டிக்கொண்டு திரியும் அதிபரைத் தவிர அங்கு அத்தனையும் எனக்குச் சௌகரியமாய் இருந்தது.

காலம் நகர நகர பாடசாலைக்குப் போவதென்பது ஒரு கொண்டாட்ட மாகவே மாறிவிட்டிருந்தது. பள்ளியில் நெருக்கமான நண்பர்களின் எண்ணிக்கை அதிகரித்தது. தோழிகளும் நெருக்கமானார்கள்.

தொட்டுப் பேச ஆரம்பித்தார்கள். ஒவ்வொருவரின் அறிவின் அளவை எடைபோட்டுப் பார்த்து சோடி சேர்த்துக்கொள்ளும் வக்கிர மனநிலைக்கு அப்பால் கட்டப்பட்டுக்கொண்டிருந்தது எங்களுடைய தோழமை. பின்னாளில் இந்த நட்பே பாடசாலை வரவிற்கான முக்கிய காரணமாகவும் மாறிப்போயிற்று.

வகுப்பு ஏற ஏறக் கற்றல் செயற்பாட்டில் எனக்கு ஈடுபாடு வர ஆரம்பித்தது மிகப் பெரிய ஆச்சரியம். ஈடுபாடு மட்டும்தான். 'ஒன்றும் கிழிக்கத் தேவையில்லை, சராசரி மாணவனாக இருந்தால் போதும்' என்ற மனநிலையைக் கட்டமைத்துக்கொண்டேன். தவிர, தடகளப் போட்டிகள், கால்பந்து, வலைப்பந்து எனவும் என் வட்டத்தைப் பெரிதாக்கிக்கொண்டேன். அறிவிப்புப் பலகையில் முதன்முறை என்னுடைய பெயரையும் கொட்டை எழுத்துக்களில் பார்க்கக் கிடைத்தபோது தேகம் கூசியது. இறுமாப்பு கவிந்தது. பின்னால் உதைத்து மேலும் மேலும் ஓடத் தூண்டியது.

"படிப்பு வராட்டிலும் புட் போல்ல ஆள் கெட்டிக்காரன்..." என ஒருமுறை விஞ்ஞான வாத்தி அப்பாவிடம் சொன்னாராம்.

அப்பாவுக்கு அன்றைய நாள் முழுவதும் கடும் குழப்பம். இதற்கு கவலைப்படுவதா? இல்லை, பெருமைப்படுவதா?

கொஞ்சம் படித்து நிறைய விளையாடி குதூகலமாக ஓடிக்கொண்டிருந்த பள்ளிக்கூட வாழ்க்கை, சாதாரணத்தர பரீட்சை பெறுபேறுகள் வெளியான போதுதான் தலைகீழாய்க் கவிழ்ந்தது. என்னுடைய பெறுபேறுகள் பற்றி எனக்கென்று ஒரு எதிர்பார்ப்பு இருக்கவில்லை. ஆனால் அப்பாவுக்கு அப்படியல்ல. எதையோ அதிகமாக எதிர்பார்த்திருப்பார் என்று நினைக்கிறேன். அதனால் அந்த அடியை அவரால் தாங்கிக்கொள்ள முடியவில்லை. ஐந்து பாடங்களை மட்டுமே சித்தியெய்து வீட்டுக்குக் கொண்டுவந்தபோது, அப்பாவின் முகத்தில் பெரும் ஆத்திரத்தீ கனன்றுகொண்டிருந்தது. அதை எதிர்கொள்ள நாதியற்று, கடதாசியை மட்டும் அவருக்கு முன்னால் வைத்து விட்டு வீட்டிற்குள் போய் படுத்துக்கொண்டேன். சித்ராவும் அப்பாவும் குசுகுசுத்தது கேட்டது. அம்மாவிடம் தேநீர் வாங்கிக் குடித்துவிட்டு, எழுந்து வெளியே போனார்.

அன்று அப்பா இதைப் பற்றி என்னிடம் ஒரு வார்த்தைகூடப் பேசவில்லை. இரவு தூங்கப் போகும்போது அம்மாவிடம் "அவன்ட வாழ்க்கைய அவனையே பாத்துக்கச் சொல்லு..." என்றாராம்.

02

எங்களுடைய பட்டக்காடு இலங்கையிலுள்ள மன்னார் மாவட்டத்தின் மேற்குக் கரையோரத்தில் இருக்கிறது. ஏ14 வீதியில் மதவாச்சியிலிருந்து தலைமன்னார் நோக்கிப் போகும்போது, மன்னார் தீவுக்குள் பிரவேசிக்காமல், தள்ளாடிச் சந்தியில் திரும்பி சுமார் இருபது கிலோமீட்டர் போய் கடல் பக்கமாக இறங்கினால் பட்டக்காடு வரும்.

மீன்பிடியும், விவசாயமும் ஒரே ஊரில் சாத்தியமாகும் அதிசயத்தை மன்னார் மாவட்டத்தின் ஒருசில கரையோரக் கிராமங்களில்தான் காணமுடியும். ஊரின் அரை பங்குப் பசியை கடல்தொழில் போக்கிக்கொள்ள, மீதிப்பசியை விவசாயம் போக்கும். ஊரின் மத்தியில் வடக்கைப் பார்த்து நின்றுகொண்டு தலையை மட்டும் ஒரு சுற்றுச் சுற்றினால் நீலமும் பச்சையும் மாறி மாறி விழித்திரையில் விழும்.

கடற்கரையிலிருந்து மேடு நோக்கி நடந்தால், சுமார் அரை கிலோ மீட்டருக்குள் வயல்வெளி. நீலம் திரையிலிருந்து விலகுவதற்குள்ளேயே பச்சை வர்ணம் கண்களை நிறைத்துவிடும். அதுவும் பெரும்போகக் காலங்களில் பச்சை விரவிக்கிடக்கும் வயல்கள் அழகின் உச்சம்.

அழகியலைத் தவிர்த்து வரலாறு என்று தேடினால், அதிலும் பட்டக்காடு சளைத்தது கிடையாது. சொன்னால் சிரிப்பீர்கள். ஆனால் அந்த விடயத்தில் பட்டக்காடு கட்டிக்காத்து வரும் தனித்துவம் மகத்தானது.

கறுப்புவெள்ளை காலத்தில் இலங்கைக்கு வந்த வெள்ளைக்காரப் பாதிரிமாருக்கு பட்டக்காடு சிம்மசொப்பனமாகத் திகழ்ந்ததற்குப் பல காரணங்கள் இருந்தன. அவர்களுடைய ஆன்மீக வேலைக்கு மன்னார் மிகச் சௌகரியமான தளத்தை வழங்கியது. மன்னார் அவர்களை உதர

மனத்தோடு வாழ வைத்துக் கொண்டாடியது. மக்கள் கிறீஸ்தவத்தின் மீது கொண்ட பெரும் ஈடுபாட்டையும் பக்திப் பரவசத்தையும் பார்த்து ஆச்சரியத்தில் கிறங்கினார்கள் வெள்ளைக்காரப் பாதிரிமார்கள். சமய காரியங்களை சுதந்திரமாகவும் திருப்தியோடும் நிறைவேற்ற மக்கள் பெரும் துணையாகவும், இணையாகவும் இருந்தார்கள்.

இதைவிட இன்னுமொரு முக்கியமான சமாச்சாரமும் உண்டு. அதுதான் கருவாடு! “இலங்கையில எந்தப் பக்கத்தில இருந்தாலும் வெள்ளைக்கார சுவாமிமாருக்கு இங்க இருந்துதானப்பு கட்டாக் கருவாடு சப்ளை போகும்...” என அப்பப்பா அடிக்கடி சொல்வதில் மிகப் பெரிய சத்தியம் இருந்தது.

அப்பப்பா சொன்ன வரலாற்றுக் கதைகளின் அடிப்படையில், அக்காலத்தில் இலங்கையின் எல்லாப் பாகங்களிலுமிருந்த வெள்ளைக்காரப் பாதிரிமாருக்கு பட்டக்காட்டிலிருந்துதான் ‘ஏ’ தரக் கட்டாக் கருவாடு போயிருக்கிறது. ‘ஏ’ தரம் என்றால் வாயில் வைத்தவுடனேயே இதமாய் ஊர்ந்து வடிகின்ற சுவை. அளவான உப்போடு, நாட்களை ஒவ்வொன்றாக எண்ணி, அளவான வெயிலில் காயவைத்தெடுத்த பிசுபிசுப்பற்ற கருவாடு.

இப்போதெல்லாம் கட்டாக்கருவாடு என்று விற்கப்படும் வஸ்துக்களில் ருசியே இருப்பதில்லை. உப்பை அள்ளிக் கொட்டி சித்ரவதை செய்கிறார்கள். வயிற்றுப் பக்கத்தை விரித்துப் பார்த்தால் உள்ளுக்குள் பசைபோல ஏதோ விரல்களில் பிசுபிசுக்கிறது. மீன்களை பதமான கருவாடுகளாக உண்டாக்கும் கைப்பக்குவம் இக்கால மனிதர்களுக்கு இல்லாமலேயே போய்விட்டது.

ஆனால் பட்டக்காடு இன்னும் அதன் கைங்கரியத்தை இழக்கவில்லை. கால மாற்றத்தில் பல்வேறு புராதன வரலாற்றுக் கூறுகள் அழிந்து போனாலும் இந்தக் கருவாட்டுச் செய்முறையை தலைமேல் வைத்து பூசிக்கிறார்கள் எங்கள் ஊர் மீனவர்கள். இப்பொழுது கூட மன்னாருக்கு வரும் அதிகமான விருந்தினர்கள், பட்டக்காட்டுக்குத் தேடி வந்து கருவாடு வாங்கிப் போகிறார்கள். விதம்விதமான வாகனங்களை சதா எங்கள் தெருக்களில் நிறுத்திவிட்டு அவர்கள் வாடிவாடியாக அலைவதைப் பார்க்கும்போது பெருமையாயிருக்கிறது.

என்ன ஆனாலும், நம்முடைய சுதேச வாழ்வாதாரத்தையும், அதன் பெருமையையும் நம்மவர்கள் தொலைத்துவிடாமல் பார்த்துக்கொள்வது மகிழ்ச்சியைக் கொடுக்கிறது.

கருவாட்டுப் பெருமை போதும்! இனி நூற்றாண்டு தொன்மை வாய்ந்த பட்டக்காட்டின் இன்னுமொரு சிறப்பைப் பற்றியும் பேசலாம்.

பட்டக்காட்டின் மத்தியில் அமைந்திருக்கின்ற புராதன மரியாள் ஆலயமும், சிவன் கோவிலும் தொன்மையை சிறப்பாக பிரஸ்தாபிக்கக்கூடிய இரு பெரும் சாட்சிகள். வெறும் கோவில்கள்தானே என்று விட்டுவிடாமல் அதிலிருக்கும் முக்கியமான வரலாற்றுப் பின்னணியைக் கவனிக்க வேண்டும். பழமை வாய்ந்த கட்டடம், கட்டடக் கலையின் நுண்ணிய வேலைப்பாடுகளைக் கொண்ட சுவர்கள், நடுவில் தூண்களற்ற பிரம்மாண்ட கூரை என்று எம் மூதாதேயரின் கலை நயத்தையும், நுட்பமான துறைசார் அறிவையும் பார்த்தால் நமக்கே தலை சுற்றிக்கொண்டு வரும். அதற்கும் அப்பால், வெறும் நடைதூரத்தில் இவ்விரண்டு வணக்கஸ்தலங்கள் இருந்தாலும் இதுவரை இரு தரப்பினருக்குமிடையில் எவ்வித முரண்பாடோ மனக்கசப்போ ஏற்பட்டதில்லை என்பதுதான் முக்கியமான வரலாறு.

மரியாள் ஆலயத் திருவிழாவுக்கு பெருமாள் மேடை கட்டியிருக்கிறான். சிவன் கோவில் கும்பாபிசேகத்தில் ஜேசுதாஸ் வடம் இழுத்திருக்கிறான். மதம் என்ற ஓர் சமூகப்பகுப்பு பட்டக்காட்டின் அமைதியிலும் சுபீட்சமான வாழ்விலும் கோடரியை வைத்தாக வரலாறு இல்லை. இந்த இரண்டு வணக்கஸ்தலங்களும் அத்தனை பேருக்குமான பொது நம்பிக்கையாகவே இருந்திருக்கிறது. மொத்தத்தில் மரியாளுக்கும் சிவனுக்குமிடையிலான நல்லுறவை காலாகாலமாகப் பட்டக்காடு பாதுகாத்தே வந்திருக்கிறது.

ஆனால் அந்த நல்லுறவு கடந்த ஆடி மாதத்தோடு மண்ணைக் கவ்விக்கொண்டுவிட்டது பெரும் துயரம்.

ஒரு சிறு முறுகலின் பின்னர் இவ்விரு தரப்பினருக்குமிடையில் ஏற்பட்டிருக்கின்ற சிறு கீறல் காலாகாலமாக கட்டிக்காத்த நல்லிணக்கத்தின் மீது கத்தியைச் சொருகியிருக்கிறது. கேவலம், ஒரு நிலச்சண்டை. குறித்த காணி தேவாலயத்திற்குரியது என ஒரு சாராரும், இல்லை, கோவிலுக்குத்தான் உரியது என இன்னொரு சாராரும் கடவுள் என்ற தேவ சிருஷ்டியை வம்பிக்கிழுத்து ‘மண் மீட்புப்’ போராட்டம் நடாத்திக் கொண்டிருக்கிறார்கள்.

தாங்கள் மாதாசிவன் பக்தகோடிகள் எனப் பீத்திக்கொண்டு திரியும் இந்த அற்பப் பதர்களுக்கு வேறு வேலையில்லை. அரசியல் செய்ய வேறு இடம் கிடைக்கவில்லை. புராதனப் பண்பாட்டு வாழ்வியலை அற்ப தேவைகளுக்காகத் தொலைத்துவிடாமல் பார்த்துக்கொள்ளும் முதிர்ச்சி அவர்களுக்கு இன்னும் வசப்படவில்லை.

பாவம், எந்தத் தகராறுக்கும் போகாத மரியாளையும் சிவனையும் நடுத்தெருவில் கோர்த்துவிட்டு வேடிக்கை பார்த்துக்கொண்டிருக்கிறார்கள் எங்கள் ஊர்க்காரர்கள்.

வரலாற்றுப் பெருமை மிக்க எங்கள் ஊரில் இப்போது செபமாலையும் திருநீறும் முட்டி மோதிக்கொண்டிருக்கிறது. பெருமாளின் குரல் வளையைக் கடித்துக் குதற வேண்டும் என ஜேசுதாசும், ஜேசுதாசின் முதுகெலும்பை ஒவ்வொன்றாக எண்ணிவிட வேண்டும் என பெருமாளும் காட்டுக்கத்தி சகிதம் அங்குமிங்கும் ஓடிக்கொண்டிருக்கிறார்கள். எங்கே அமத்தலாம் என இந்துக்கள் காத்துக்கொண்டிருக்கிறார்கள். அவர்களை எப்படி மடக்கலாம் என கிறீஸ்தவர்கள் ஸ்கெட்ச் போட்டுக்கொண்டிருக்கிறார்கள். எவ்வளவு பெரிய பரமார்த்திப் பேதைத்தனம் பாருங்கள்.

ஜென்ம விரோதத்தின் அரிச்சுவடி நிலை இதுதான். துளிரிலேயே கிள்ளிவிட வேண்டும். ஆனால் இதைப் பற்றியோ, எதிர்காலத்தில் இது கொண்டுவரப்போகும் பெரும் பகை பற்றியோ எவருக்கும் இங்கு கவலையிருப்பதாகத் தெரியவில்லை.

எது எப்படியிருந்தாலும், ஒரேயொரு விடயத்தில் மட்டும் பட்டக்காட்டின் அத்தனை பேரும் மகா சகாயர்களாக மாறிவிடுகிறார்கள். ஒரே வட்டத்தில் குறுகிக்கொண்டுவிடுகிறார்கள். தோள்களைப் பற்றி பிரியத்தை சம்பாதித்துக்கொள்கிறார்கள்.

அதுதான் கடல்!

மனிதர்கள் தாங்களாகக் கட்டமைத்து வைத்திருக்கும் அத்தனை பிரிவினைகளையும் கடல் போக்கிவிடுகிறது. அத்தனை அல்பத்தனங்களையும் அடித்து நொறுக்கிவிடுகிறது. அத்தனை மனிதர்களையும் ஒரே தட்டில் வைத்துப் பரிவோடு ஆட்டுகிறது. கடல் கொடுக்கும் உயிர்ப் பயம் அத்தனை மனிதர்களுக்கும் பொதுவானதுதாம். தன் சினத்திற்கு முன்னால் இந்துவும் ஒன்றுதான், கிறீஸ்தவனும் ஒன்றுதான் என்கிறது கடல்.

எங்கள் ஊரின் மிக முக்கியமான வாழ்வாதார நடவடிக்கைகளில் இந்தக் கடற்தொழிலும், விவசாயமும் முக்கியமானவை. அதிலும் அதிகமான பட்டக்காட்டுக்காறர்கள் கடலோடிகள். குலத்தொழிலாக தலைமுறைகள் கடந்து நீண்டுகொண்டிருக்கும் இக்கடல் தொழில்தான் பட்டக்காட்டை இன்னும் உயிர்ப்புடன் வைத்திருக்கிறது.

மன்னார் வளைகுடாவின் முக்கியமான மீன்படி கேந்திர நிலையமாக இருக்கும் பட்டக்காடு அறுபதுகளிலேயே அதிகார கும்பலின் தந்திர, அரசியல், பொருளாதார கேந்திர நிலையமாக விளங்கியிருக்கிறது. பட்டக்காடு போன்ற கரையோரக் கிராமங்களையும், ஒட்டு மொத்த மன்னார் மாவட்டத்தையும் தவிர்க்க முடியாத பூகோள கேந்திரமாகக் கருதுவதற்கு, மன்னார் தீவை அண்டியிருக்கும் 'மன்னார் வளைகுடா

உயிர்க்கோளக் காப்பகம்' (Mannar Biosphere Reserve) மிக முக்கிய காரணம் எனச் சொல்லலாம்.

போருக்கு முன்னரும், போர் நிறுத்தக் காலத்திலும், போருக்கு பின்னரும் தெற்கிலிருந்து வரும் பெரும் கடலுணவு வியாபாரிகளை பட்டக்காடு அடிக்கடி எதிர்கொள்ள வேண்டியிருந்தது. அதற்கு மன்னார் வளைகுடா உயிர்க்கோள காப்பகத்தில் அதிகமாகக் கிடைக்கும் அரிய ஆனால் அதிகூடிய சந்தைக் கேள்வியைக் கொண்ட கடல் சங்கு, கடலாமை, கடல் குதிரை, கடல் அட்டை, ஆவுளியா போன்றன காரணங்களாயிருந்தன. எங்கள் மீனவர்களிடமிருந்து மொத்த விலைக்கு அத்தனையையும் கொள்வனவு செய்துகொண்டுபோகும் பெரும் வியாபாரிகள் அவற்றை வெளிநாடுகளுக்கு ஏற்றுமதி செய்து பெரும் பணத்தை ஈட்டினார்கள்.

ஆனால் பெரும் வியாபாரிகள், ஏற்றுமதி என்றெல்லாம் பேசிக்கொள்ளும் இந்த வியாபாராச் சங்கிலியில் முதலாவதாகவும், ஆரம்பமாகவும் இருக்கும் ஏழை மீனவர்களுக்கு இதில் அவ்வளவு பெரிய இலாபம் கிட்டுவதில்லை. மீனவர்களிடமிருந்து கொள்வனவு செய்யும் விலைக்கும், ஏற்றுமதியில் கிடைக்கும் இலாபத்துக்கும் மிகப் பெரிய இடைவெளி இருக்கிறது. ஆக, உழைத்து உழைத்து முதலீட்டாளர்களுக்கு தாரைவார்க்கும் மீன்பிடித்தொழிலால் தன் சொந்த மக்களின் சுபீட்சத்துக்குப் பெரிய அளவில் துணைபோகவில்லையே என்பதுதான் என் மக்களின் தீராக் கவலை.

பட்டக்காடு புனித மரியாள் தேவாலயத்தின் பின்புற வாயிலில் நின்று கழுத்தைக் கொஞ்சம் நீட்டிப்பார்த்தால் எங்கள் வீடு தெளிவாகத் தெரியும். மன்னாரின் மிகத் தீவிரமான கிறிஸ்தவ சந்ததி வழி வந்த குடும்பங்களில் எங்கள் குடும்பமும் ஒன்று. நீண்டதொரு கத்தோலிக்கப் பாரம்பரியம் எங்கள் குடும்பத்தில் இழையோடியிருந்தது. என்னுடைய அப்பப்பா, அதாவது ஜோசப் மாஸ்டருடைய தந்தையார் மரியாள் தேவாலயத்தில் பல வருடங்களாக மூப்பராக இருந்தவர். வெள்ளைக்காரப் பாதிரிமாருக்குக் கீழ் தொண்டாற்றிய கடைசிச் சங்கீத்தம் என்ற பெருமையும் அவருக்குண்டு. இதன்படி தேவாலயத்தின் முக்கிய பொறுப்புக்கள் பல வருடங்களாக எங்கள் குடும்பம் சார்ந்தே இருந்துவந்திருக்கிறது.

அதேபோல சித்ரா அக்கா எங்கள் தேவாலயத்தில் ஒரு முக்கிய புள்ளி. எதையும் முன்னின்று நடாத்தும் பக்குவமும், எதைக் கொடுத்தாலும் அதை மனிதர்கள் ரசிக்கும்படி செய்யும் திறமையும் வாய்க்கப்பெற்றவர்.

ஆதலால் அத்தனை காரியங்களிலும் சித்ராதான் முதன்மைப் படுத்தப்படுவாள். அதிலும் பாடகர் குழாமில் அவளுக்கென்று ஒரு தனியான இடமுண்டு. முக்கிய திருப்பலிகளிலும், கொண்டாட்டங்களிலும் மன்றாட்டு படிக்க சித்ராவைத்தான் அழைப்பார்கள். அவளுக்கு கானக் குரல். சிறுவயதிலிருந்தே தன் மதுரமான குரலில் பாடல்களைப் பாடி அசத்துவாள். அவள் குரலை மீட்ட ஆரம்பித்தாலே நமக்குப் பேரின்பம் சுழன்றடிக்க ஆரம்பித்துவிடும். இசையின்பம் கெக்கரிக்கத் தொடங்கிவிடும். ஆலயத்திலும் அப்படித்தான். ஒலிவாங்கியைக் கையில் எடுத்து பாடலை ஆரம்பித்தால் ஒட்டுமொத்த ஆலயமும் திவ்ய அமைதியில் திளைக்கும். காதினில் தேன் வந்து பாயும். முகட்டிலிருக்கும் புறாக்களும் காதுகளைத் தீட்டிக்கொண்டு கேட்கும்.

அந்த திவ்ய குரலுக்காகவே ஏகப்பட்ட காதல் கடிதங்களை வாங்கித் தள்ளியவள் அவள். அவற்றில் சிலவற்றை அவள் வீட்டில் இல்லாதபோது களவாகப் படித்துப்பார்த்திருக்கிறேன். அதில் கொட்டிக்கிடக்கும் அபூர்வ வார்த்தைகளுக்குப் பொருள் விளங்காது. சில வார்த்தைகள் வாசித்துப் புரிந்துகொள்ள வயது வேண்டும் என்று தோன்றும். மூன்று புள்ளிகளில்கூட மிகப் பெரிய சமாச்சாரம் ஒன்றை கொட்டிவிட்டுப் போகும் வித்தை இந்தக் காதலர்களுக்கு மட்டும் எப்படிக் கிட்டியது என்று ஆச்சரியமாக இருக்கும். ஆனால் அத்தனை கடிதமும் கடைசியில் ‘உங்கள் பதிலை ஆவலுடன் எதிர்பார்த்திருக்கிறேன்’ என்றே முடியும். கடைசித் தீர்மானத்தையாவது அக்காவிடம் விட்டுவிட்டார்களே என்கிற பெரும் நிம்மதியோடு கடிதத்தை மூடி வைப்பேன்.

என்னுடைய அம்மா ஒரு சாந்த சொரூபி. வீட்டில் என்னதான் பிரளயம் வெடித்தாலும் அவருடைய முகம் மட்டும் வியாகூல மாதா போன்றே இருக்கும். சினம் கிஞ்சித்தும் வராது. அப்பா வெறிநாய்போல் கத்தினாலும், ‘எப்பிடியெண்டாலும் அழிஞ்சு துலையட்டும்!’ என்ற பாவனையில் எச்சிலை விழுங்கிவிட்டு இடத்தைக் காலி பண்ணிவிடுவார் அம்மா. அதுவே பிற்காலத்தில் அப்பாவுக்குப் பெரும் சௌகரியமாய் மாறிவிட்டது. அதன் பின்னர், அவர் வைப்பதே சட்டம். அவர் நடாத்துவதே சர்தார்.

ஆனால் மறுபக்கம் பார்த்தால் அம்மாவின் இயல்புதான் தலை சிறந்தது எனத் தோன்றும். அப்பா போன்ற சிடுமூஞ்சியோடு குப்பை கொட்டுவதற்கு அப்படியும் இல்லையென்றால் பெரிதும் துன்பப்பட்டிருப்பார். அப்பாவின் மூளையைத் திறக்கும் சாவி எப்போதும் அம்மாவின் மௌனம்தான். அப்பா எதிர்கொள்ள வேண்டியிருந்த மிகப் பெரிய பழிவாங்கல், சண்டையை அம்மா வியாகூல மாதா முகத்தோடு கடந்து போவதுதான். ஏன் நாயே என்றுகூட கேட்காமல், சண்டையைப் புறக்கணித்து எழுந்து நடக்கும்

ஒரு மிகப் பெரிய உளவியல் தாக்குதல் உலகத்தில் வேறொன்றுமில்லை. அம்மாவின் தந்திரோபாயம் அதுதான்.

அதேபோல ஒருவர் மேல் ஒருவர் வைத்திருக்கும் பிரியத்தைப் பார்த்தாலும் ஆச்சரியமாக இருக்கும். என் மனைவி பற்றிய பிரயாசையை முதன்முதலில் எனக்குள் கட்டமைத்து வைத்தது என்னுடைய அம்மா அப்பா மேல் காட்டிய அன்பும், அக்கறையும், அன்னியோன்யமும்தான். அம்மா, அப்பா மேல் கொண்டிருந்த மகா பிரியமும், நம்பிக்கையும், வழிநடத்துதலும்தான் அவரை இற்றைவரை 'மனிதனாக' வைத்திருக்கிறது என்று நினைக்கிறேன். அம்மாவுடைய அருகாமையே அவருடைய வெற்றியாயிருந்தது. அவளுடைய சிந்தனைகளே அவருடைய முன்னேற்றமாயிருந்தது.

இருவருடைய உன்னத காதலுக்கு அன்றிருந்த மிகப் பெரிய சாட்சிகளில் ஒன்று அப்பாவுடைய போதை. அப்பா வாரத்தில் ஒரு தடவை குடிப்பார். அதுவும் ஊரின் புலவுப் பிட்டியிலிருக்கும் கள்ளுத் தவறணையில் குடித்துவிட்டு நேராக வீட்டுக்கே வந்துவிடுவார். சோலி சுரட்டைத் தானாகத் தேடிச் சென்று வாங்கிக்கொள்ளாத மனுசன்.

அப்பா கள்ளுப் போதையில் வீடு வரும்போது அம்மாதான் வாசலில் நின்று எதிர்கொள்வார். மனுசனைப் பார்த்து அம்மாவுக்குக் கத்த வெண்டுமென்று தோன்றாது. வசை பொழிந்து முகத்தில் துப்ப வேண்டுமென்று தோன்றாது. அண்டாவை தலையில் கவிட்டு, சுவரோடு சாத்தி வைத்து வெளுத்துக்கட்ட வேண்டுமென்று தோன்றாது.

மாறாக அப்பாவின் கையைப் பிடித்து அழைத்துப் போய் கட்டிலில் அமர்த்துவாள். சட்டையைக் கழற்றிவிட்டு கிணற்றடிக்கு அனுப்பி வைப்பாள். கூடவே தானும் அவரோடு இழுபட்டுக்கொண்டு போவாள். பின்னர் மடியில் தூக்கி வைக்காத குறையாக சாப்பாடு போடுவாள். பாயை விரித்துப் படுக்க வைப்பாள்.

"வெக்கமா இல்லையாமா...?" என்பாள் சித்ரா. அதற்கு இற்றைவரை அம்மாவிடம் ஒரே பதில்தான் இருக்கிறது.

"மனுசன் பாவம்... நமக்காக எவ்வளவு கஷ்டப்படுது. கள்ளுத்தானே, குடிச்சிட்டு சந்தோசமா இருக்கட்டும். ஒவ்வொரு நாளுமா குடிச்சிட்டு வருது? வெறில வந்து நம்மளப் போட்டு அடிக்குதா என்ன? முகத்த பாரு, எவ்வளவு பாவமா கிடக்கு... இதப்போட்டு அடிச்சு நாம அப்பிடி என்னத்ததான் சாதிக்கப்போறம். அது அவருக்கு ஏதோ ஒரு சந்தோசத்த குடுக்குதல்லோ. பாவம், அதில எதுக்கு நாம மண்ணள்ளிப் போடுவானேன்!"

அம்மாவுக்கு லூசு முத்திவிட்டது என்பாள் அக்கா. அது சரியென்றுதான்

அப்போது தோன்றியது.

தன்னை இழந்து இன்னொருவரை நேசிக்கும் ஒரு உன்னத அனுபவமும் இவ்வுலகில் இருக்கத்தான் செய்கிறது. அது நேசம் என்பதைத் தாண்டியதான பிரம்மாண்ட உறவு. காதலைக் கடந்து மேலே சென்றுவிட்ட ஒரு திவ்ய நிலை. அப்பா இதற்கெல்லாம் கொடுத்து வைத்தவர்தானா என்றெல்லாம் அடிக்கடி யோசித்திருக்கிறேன். திருமணம் என்ற ஒரு விபத்து, அம்மா போன்ற ஒரு வைத்தியரிடம் கொண்டு போய்ச் சேர்க்குமென்றால், அவ்விபத்தை எப்பொழுது வேண்டுமானாலும் ஏற்றுக்கொள்ளலாம் என அடிக்கடி நினைத்துக்கொள்வேன்.

தானொரு ஆசிரியர் என்று அம்மாவுக்காக பீலா விட்டது, கடைசியில் நன்மையாகத்தான் போய்விட்டது. கடவுள் எல்லாப் பாவங்களுக்கும் தண்டனை கொடுப்பவரல்ல.

2006ஆம் ஆண்டின் நடுப்பகுதி என்று நினைக்கிறேன். மாதம் திகதியெல்லாம் இப்போது இந்த அரணை மூளைக்கு ஞாபகமில்லை. அப்பா விறாந்தையில் இருந்தபடி இணுவில் சுருட்டை அடிவயிறுவரை இழுத்து விட்டுக்கொண்டிருந்தார். அது மெல்லிய காற்றில் சுருள் சுருளாய் சுற்றிக்கொண்டிருந்தது. பட்டக்காட்டில் இணுவில் சுருட்டு சுகந்தன் கடையில் மட்டுமே கிடைத்தது. அதனால் அங்கு அப்பாவுக்கு தனிக் கணக்குக் கொப்பியொன்றுமிருந்தது. அதில் முழுவதும் சுருட்டு, சுருட்டு, சுருட்டு என்றே வரி பிசகாமல் எழுதியிருக்கும். இடையில் மட்டும் எப்போதாவது இருந்துவிட்டு 'எள்ளுருண்டைப் பக்கட்' என்று இருக்கும். எள்ளுருண்டையென்றால் எனக்கு பேய்ப் பிரியம்.

அவருடைய கைகளில் தினக்குரலின் பக்கங்கள் விரிந்து கிடந்தன. யாழ்ப்பாணத்தில் சில வருடங்களுக்கு முன்னர் பிரேமதாஸ போட்டுத்தள்ளிய 'பீக்குண்டு' பற்றிய நீண்டதொரு நினைவுக் கட்டுரைத்தொடர் அது. மூக்கின் நுனியில் வழுகும் கே.பாலச்சந்தர் கண்ணாடியை அடிக்கடி தள்ளிவிட்டபடி கட்டுரைக்குள் இறங்கி மேய்ந்துகொண்டிருந்தார் அப்பா. "இவனுகள் என்னென்ன கருமத்தக் கொண்டெல்லாம் எங்கள அழிச்சொழிக்கப் பாக்குறான். பீய அள்ளிக் கொட்டுற அளவிலதான் தமிழன்ட நில கிடக்குது. இவனுகளா நம்மள ஆதரிச்சு, தீர்வக் குடுக்கப்போறான்கள். பிரண்டுபோவான்கள்..." என தன்னோடே பேசிக்கொண்டிருந்தார். அவரது அழுத்தமான புறுபுறுப்பு, கக்கூசில் இருந்த எனக்கும் கேட்டது.

அப்பொழுதுதான் படலையை யாரோ அசைக்கும் சத்தம் கேட்டது.

அரை நொடியில் நின்றது. முப்பது நொடியில் அப்பாவோடு பேசிக்கேட்டது. அப்பாவின் பீக்கோவம் குலைந்தது.

“மதன்... டேய் மதன்...”

அப்பா அழைத்தார். குரலில் ஒரு கேள்வி தொக்கி நின்றது. பதிலை அவசரமாக பிரயாசிக்கும் கேள்வி.

“என்னப்பா...?”

“உன்னத் தேடி இந்தா... வந்திருக்கு...”

‘இந்தா’ என்றா எவருக்கும் பெயர் வைப்பார்கள்?

எங்கள் ஊரில் பெண்களுடைய பெயரைத்தான் பொதுவாக ‘இந்தா வந்திருக்கு...’, ‘இந்தா கேக்குது...’, ‘இந்தா போகுது...’ என்று ‘இந்தா’ போட்டு அஃறிணையில் விளிப்பார்கள். மொத்தத்தில் அப்போது என்னைத்தேடி வந்திருப்பது ஒரு பெண் என்று புரிந்தது.

“வாறன்ப்பா...”

கழுவியும் கழுவாமலும் கதவை அவசரமாகத் திறந்தபடி, கைலியை இழுத்து இடுப்பில் சொருகிக்கொண்டு விறாந்தைக்குள் வந்து நின்றேன். எனக்கு பகீரென்றிருந்தது.

“இவளா...?”

முகத்தில் விட்டர் விட்டராய் சுரந்த வியர்வையைத் துடைத்தேன். கண்கள் அகல விரிந்தன. நெற்றி சுருங்கிற்று. “இது எதுக்கு மறுபடியும் வீடு தேடி வந்திருக்கு? அட ஆண்டவா, நம்ம கஷ்டகாலம் இப்பிடி விறாந்த வரைக்குமா நம்மளத் துரத்திக்கொண்டு வரணும்?”

நடுங்க ஆரம்பித்த விரல்களை இறுக்கிப் பிடித்துக்கொண்டு அந்த ஸ்திரீக்கு அருகில் போய்ப் பவ்வியமாக அமர்ந்தேன்.

பீதி பற்றிய மனம் உடலையே தீப்பற்ற வைக்கக்கூடியது. எனக்கு லப்டப் கிடுகிடுத்தது. தைரியத்தை அங்குமிங்கும் தேடினேன். நுனியைக்கூட பிடிக்க முடியவில்லை. மூளையை மரங்கொத்தியொன்று கொத்திக்கொண்டிருந்தது.

அப்போதெல்லாம் பெண்கள் என்றாலே உசாராக இருக்க முனையும் பேர்வழி நான். ஆண்களுடைய லோகத்தின் அத்தனை உவத்திரவங்களுக்கும் பெண்களே காரணம் என சினிமாப்பாங்கில் நம்பிக்கொண்டிருந்த காலம் அது.

நாக்கு வெடவெடத்ததில் வார்த்தைகள் பிடிபடவில்லை. அப்பா வேறு தன் காதுகளைக் கூராக்கிக்கொண்டு தேமே என விறாந்தையில்

கிடக்கிறார். என்ன செய்வது? தைரியமென்கின்ற ஒரு சரக்கு மருந்துக்குமில்லாத பார்வையை அவள் முன் நீட்டினேன். அவளுடைய கண்களில் நிச்சலனத்தின் ஒளி. அவளுடைய கூர்மையான பார்வை என் விழிகளைக் குத்திற்று.

03

இப்போதெல்லாம் ஆண்களை விட பெண்கள்தான் தைரியசாலிகளாக இருக்கிறார்கள். அருகில் அமர்ந்திருந்த கயலை ஆச்சரியத்தோடு திரும்பிப் பார்த்தேன். அவளுடைய கருமை விழிகளில் வார்த்தைகள் முட்டிமோதிக்கொண்டிருந்தன.

கயல் வீட்டில் தலைப்பிள்ளை. இனி மகவுக்கு சாத்தியமில்லை என அவநம்பிக்கையை மனைவிமேல் திணித்துக்கொண்டிருந்த ஒரு நாளில்தான் கயல் உண்டானாள். அதிஷ்டத்தை மகளாய்ப் பெற்ற சவிரிமுத்துவுக்கு ஒட்டுமொத்த வாழ்க்கையும் சுகமாய் மாறியது. கொண்டாட்டத்தை அள்ளித் தெளித்தது.

சவிரிமுத்துவுக்கு எங்கள் ஊரில் சொந்தமாக ஒரு பலசரக்குக் கடை இருந்தது. கூடவே பத்து ஏக்கர் நிலம் வைத்து விவசாயமும் பார்த்தார். எங்கள் ஊரில் பத்துக்கும் இருபதுக்கும் சிங்கியடிக்காத ஒருசில வளமான குடும்பங்களில் அவருடையதும் ஒன்று.

எனக்கும் கயலுக்கும் ஒரே வயதுதான். ஒரே பாடசாலை, ஒரே வகுப்பு. ஒரு முறை நாங்கள் ஐந்தாம் ஆண்டு படித்துக்கொண்டிருந்தபோது இந்தச் சம்பவம் நடந்தது.

கணித பாடம் கற்பிக்கும் முருகேசு மாஸ்டர்தான் எங்களுடைய வகுப்பாசிரியர். தங்கமான மனுசன். இப்பொழுது சுவிஸில் தன் மகளோடு தன் இறுதிக் காலத்தைக் கொண்டாடிக் கொண்டிருக்கிறார். சென்ற வருடம் இலங்கை வந்தபோது, என்னை தன்னுடைய மாணவன் என்றும் பாராமல் ஒரு போத்தல் ஷிவாஸ் ரீகலைக் கொண்டுவந்து

கொடுத்தார். அந்தளவுக்கு மணியான ஆள்.

பாட அட்டவணையில் நாளொன்றுக்குக் குறைந்தது மூன்று பாடங்கள் அவருடையது. 14 மாணவர்கள் இருக்கும் எங்கள் வகுப்பறையில் கேளிக்கைகளுக்கு மட்டும் பஞ்சமே இருக்காது. கணித பாடத்தைத் தவிர வேறு எந்தப் பாடவேளையிலும் நாங்கள் அத்தனை குதூகலமாக இருந்ததில்லை. முருகேசு மாஸ்டர் அவ்வளவு ஜாலியான டைப். கடினமான கணக்குகளையும் வாழைப்பழத்தில் ஊசியை இறக்குவதுபோல எங்களுடைய தலைகளுக்குள் இறக்குவார். மறுபுறம் ஒவ்வொரு கணக்குக்கும் இடையில் ஒவ்வொரு முஸ்பாத்திக் கதைகளை அடித்துவிடும் போதும் வகுப்பே குபீரெனச் சிரிக்கும். அப்படிச் சிரித்து நிமிர அடுத்த கணக்கோடு கரும்பலகைக்கு முன்னால் கடுகடுவென நிற்பார்.

அன்று வாத்தியார் கொடுத்த வாய்ப்பாட்டுக் கணக்குகளோடு ஒட்டுமொத்த வகுப்புமே தலையைப் பிய்த்துக்கொண்டு கிடந்தது. கயலுக்குக் கணக்கு, அதிலும் வாய்ப்பாடு என்றால் வேப்பம் பிஞ்சு. (இங்கு மட்டுமென்ன சக்கரைப் பொங்கலா? – அந்தோனி). கம்பியைக் காய்ச்சி குண்டியில் இழுத்தால்கூட மண்டைக்குள் தரிக்காத ஒரு சத்துராதி. ஐந்தாம் வகுப்பில்கூட நான்காம் வாய்ப்பாடு தெரியாமல் வாங்கிக்கட்டிய கும்பலில் நானும் கயலும் இருந்தோம்.

ஒவ்வொரு முறை ஆசிரியரிடம் அடிவாங்கும்போதெல்லாம் தன் புட்டத்தை உள்ளிளுத்து வெளியே தள்ளுவாள் கயல். வாத்தியார் கையோங்க பொசுக்கென சுருங்கும் சதைத்துண்டம், அடி வீழ்ந்ததும் மீண்டும் பெருக்கும். அதைப் பார்க்க பெரும் ஹாஸ்யமாக இருப்பதால் நாங்கள் அத்தனை பேரும் கெக்கபிக்க என்று சிரிப்போம். ஒருவர் அடிவாங்கும் போது சிரிப்பது அயோக்கியத்தனம் என்ற சித்தாந்தமெல்லாம் ஐந்தாமாண்டு மாணாக்கருக்குப் புரியுமா என்ன? மீண்டும் மீண்டும் வெகுண்டு சிரிப்போம். கயலுக்கு வாத்தியாரின் அடியை விட, நாங்கள் பண்ணிய அநியாயம்தான் அதிகம் வலியைக் கொடுத்தது. எங்களுடைய கேலிச் சிரிப்பு ஓங்க ஓங்க அவளுக்கு இன்னும் இன்னும் ஆத்திரம் ஏறும். ஆத்திரம் ஏற முகம் வீங்கும். வலப்பக்கத்திலிருந்து இடப்பக்கத்துக்கு வாய் கோணக் கோண இழுக்கும். எந்நிலையிலும் பாவம் என்று மட்டும் மனம் சொல்லாது. அத்தனை குரூரமான கும்பல் நாங்கள்.

அன்றும் அப்படித்தான். அவள் அடிவாங்கும்போது அதிகமாகச் சிரித்தது நான்தான் என்பதை கயல் வழமைபோலவே கண்டுபிடித்துவிட்டாள். அடி கொடுத்த வாத்தியாரைவிட நான் போட்ட கேலிச்சத்தம்தான் அவளுக்கு அதிக சினத்தை உண்டு பண்ணியது. அடி நின்றதும் என்னை முட்டைக் கண்களால் முறைத்தபடி ஓவென அழ ஆரம்பித்தாள்.

கண்ணீர் பொலுபொலுவெனக் கொட்டியது. கண்கள் துடித்தன. உடல் துடித்தது. என்னை விழுங்கும் கண்களால் முறைத்து முறைத்து அழுதாள்.

உசாராகிய வாத்தியார் தன் பெரும் பாவத்தை கழுவிக்கொள்ளும் பொருட்டு என்னைப் பார்த்து "மதனு... எழும்பு..." என்றார். நடக்கப்போகும் அசம்பாவிதத்தை கணக்குப் பண்ணிக்கொண்டு எழுந்தேன். முகத்தில் வியாகூலம் அப்பியிருந்தது. ஒருமுறை அங்கும் இங்கும் விறைத்துவிட்டு, விழுந்துகிடந்த தலையை நிமிர்த்தினேன். வாத்தி என்னையே குத்திட்டு நோக்கிக்கொண்டிருந்தது.

"டேய், இங்க என்ன பம்பலோ நடக்குது? பல்லக்காட்டிக்கொண்டு... திரும்புடா..."

என் பின்பக்கம் பழுத்தது. ஒரேயொரு அடிதான். முழு மூச்சையும் இழுத்துப் பிடித்துக்கொண்டு பாய்ந்த அடி. விர் என்று வலித்தது.

"முதுக உரிச்சுப் போடுவன். இங்கால வா... வந்து கயலுக்கு முத்தம் குடுத்து மன்னிப்பு கேளு... வாடோவ்" என எதிர்பாராத கோணத்தில் வெடியைக் கொழுத்தி நடுவகுப்பில் போட்டது வாத்தி.

"என்ன முத்தமா? நா மாட்டேன் சேர்..."

அதுவரை பொத்திக்கொண்டிருந்த கூட்டம், முத்தம் என்றதும் குபீரெனச் சிரித்தது. "போடா. போடா. போய் அவளக் கொஞ்சி விடு. போ போ..." என கடைசி வாங்கிலிருந்த மோட்டு அந்தோனி சப்தம் வைத்தான். வெட்கத்தில் கூனிக்குறுகி நின்றேன்.

வாத்தி என்னை விடுவதாயில்லை. மறுபடியும் "எனக்கேலா..." என்றால் நிச்சயம் அடுத்த ரவுண்டை ஆரம்பிக்கும் வாத்தி. இடுப்பிலிருந்து வழுகும் நீலக்காற்சட்டையை இழுத்துப் பிடித்துக்கொண்டு கயலை நோக்கி நடந்தேன். நடந்தேனா? ஊர்ந்தேன். முத்தம் கொடுக்க போய்க் கொண்டிருக்கிறேன் என்பதை நினைத்தபோதே பெரும் பரிசுகேடா யிருந்தது. அருகில் போய் "மன்னிச்சுக்க..." என்றபோது "முத்தம் முத்தம்..." என வகுப்பே எழுந்து போராட்டம் நடாத்தியது.

வேறு வழியில்லை. ஒரு கையை மற்ற கையால் இறுக்கிப் பிடித்துக் கொண்டு, என் பிஞ்சு உதடுகளை பட்டும் படாமலும் அவள் கன்னத்தில் வைத்தேன். கண்ணீர் வழிந்தோடிய அந்த வெள்ளைக் கன்னங்கள் உப்புக் கரித்தது.

"இனி நான் பிள்ளைகளுக்கு அடிக்கேக்க எவனாச்சும் சிரிச்சியெண்டா இதுதான்டா தண்டன... புரியுதா?" என முன்னால் வந்து முத்தத்தை ஒரு தண்டனையாக பிரகடனம் செய்தார் முருகேசு மாஸ்டர்.

எங்களுக்கு பயம் பரவியது. முத்தம் பயமாக மாறி உடலில் சேர்ந்தது.

நல்லவேளை, தப்பித்தார் வாத்தி. இக்காலத்துப் பையன்கள் என்றால் ஈயென்று ஓடிப்போய் உதட்டில் பொழிந்திருப்பார்கள்.

ஒரு பெண்ணுக்கு கொடுத்த முதல் முத்தத்தை எந்த ஆணாலும் மறக்க முடியாது என்கிறார்கள். உண்மைதான். அதை நினைக்கும்போதெல்லாம் மறந்துவிட வெண்டும் என்றுதான் நானும் நினைப்பேன். அடிக்கடி மறந்துவிட நினைப்பதாலோ என்னவோ, அது இற்றைவரை நினைவிலேயே தேங்கிக்கிடக்கிறது.

அன்று முதல் என்னுடைய வாழ்க்கையின் முத்த ஆசான் என்ற பெருமையை முருகேசு வாத்தியாருக்கே கொடுத்துவிட்டேன். கணிதத்துக்கும் முத்தத்துக்கும் ஒரு பாலமாக இருந்த அச்செம்மலை வாழ்க்கையில் மறக்க முடியவில்லை. ஒவ்வொரு தடவை மனுசனைக் காணும் போதும் என்னையறியாமலேயே கையை எடுத்து கும்பிட்டுவிடுகிறேன்.

சரி, அது இருக்கட்டும். இப்பொழுது கயல் என்னைத் தேடி எதற்காக வீடுவரை வந்திருக்கிறாள்? அவளைப் பார்த்து நான் ஏன் விறுவிறுத்துப்போய் நிற்கிறேன்?

04

“என்ன கயல், சொல்லு...”

“சும்மாதான். பக்கத்தில எழில் வீட்ட வந்தனான். அதான் உன்னையும் அப்பிடியே பாத்துட்டு போகலாமெண்டு...”

“ரொம்ப முக்கியம். அதான் எல்லாத்தையும் தெளிவா சொல்லிட்டனே...”

“திரும்ப ஒருக்கா யோசிக்கலாமே...”

“லூசா உனக்கு...”

“அப்பிடித்தான் எனக்கும் தெரியுது...”

“கடவுளே... இங்க பார் கயல், இது சரிவரும்னு எனக்கு சத்தியமா தேணல... நான் என்ட முடிவில தெளிவா இருக்கிறன். தயவுசெய்து இதப் பத்தி இனி நாம கதைக்க வேணாம்...”

முற்றுப்புள்ளி வைத்த இடத்தையே சுற்றிச் சுற்றி மீண்டும் கிளறிக் கொண்டிருப்பதில் எனக்கு உடன்பாடு இல்லை. என்னுடைய ஒவ்வொரு தொடக்கத்துக்கும் முடிவுக்கும் தர்க்க ரீதியான காரணங்கள் உண்டு. இந்த முடிவும் அப்படித்தான். வாழ்வில் ஒவ்வாத நேசத்தை எதற்காகப் பற்றிப் பிடித்து ஒப்பாரி வைத்துக்கொண்டிருக்க வேண்டும்? நமக்கென்று கொடுக்கப்பட்டுள்ள வாழ்க்கைக்கு ஒரு இலக்கு உண்டு. ஒரு கொள்கை உண்டு. ஒரு நிலைப்பாடு உண்டு. விட்டுக்கொடுப்பு என்ற பெயரில் சுயத்தையும், தான் சார்ந்த கொள்கைகளையும் சமரசம் செய்துகொள்வது எவ்வளவு பெரிய அசிங்கமான காரியம்?

காதல்... எதற்காக இந்த அபத்தத்தை ஒரு தேவையென்று துரத்திக் கொண்டிருக்கிறார்கள் மனிதர்கள்?

வெறும் பைத்தியங்களையே உருவாக்கிவிட்டுப் போகும் இந்த காதல் பற்றி கயலுக்குப் புரியப்போவதில்லை. என் மன நெருக்கடியின் பொருமலை ஒருபோதும் அவளால் புரிந்துகொள்ள முடியாது.

1999. அப்போது சிறுக்குளம் பாடசாலையில் நானும் கயலும் ஒன்பதாம் தரம் படித்துக்கொண்டிருந்தோம். அந்த வகுப்பில் நானும் கயலும் மட்டும்தான் பட்டக்காட்டிலிருந்து வந்தவர்கள். அதனாலோ என்னவோ எனக்கும் கயலுக்கும் இடையில் ஒரு நெருக்கம் பிடித்துக்கொண்டிருந்தது. ஒவ்வொரு நாளும் நானும், கயலும், சித்ராவும் ஒன்றாகவே பட்டக்காட்டிலிருந்து சிறுக்குளம் பாடசாலைக்கு சைக்கிளில் வருவோம். சமாந்தரமாக இரண்டு சைக்கிள் மட்டுமே போகக்கூடிய அந்த ஒடுங்கிய பாதையில் என்னைப் பின்னால் விட்டுவிட்டு முன்னால் கயலும் சித்ராவும் ஊர்க்கதை அளந்துகொண்டு போவார்கள். ஆசிரியர்களைப் பற்றி பேசுவார்கள். சக மாணவர்களைப் பற்றி சிலாகிப்பார்கள். ஊரில் நடக்கும் அத்தனை விஷயங்களிலும் அவர்களுக்குச் சொல்வதற்குக் கருத்து இருக்கும். அவரவர் சுற்றத்து வீடுகளில் நடக்கும் அத்தனை கலவரங்களையும் ஆய்ந்து ஆராய்ந்து தீர்வை முன்வைப்பார்கள். எங்கள் ஊரில் எத்தனை பேர் காதலிக்கிறார்கள் என்பதைக்கூட அவர்களுடைய விவாதத்தைக் கேட்டபோதுதான் தெரிந்தது.

இந்த எளிய ஜென்மமோ சுற்றியிருக்கும் காட்டை வெறித்தபடி அமைதியாக பின்னால் வந்துகொண்டிருக்கும். கூடவே பொறாமை உணர்வும், தாழ்வுச் சிக்கலும் குமைந்துகொண்டு வரும்.

காலம் போகப் போக என்னையும் கயலையும் விட்டுவிட்டுத் தன் ஒத்த வயது நண்பர்களுடன் நெருக்கமானாள் சித்ரா. அவளைச் சுற்றி புதிது புதிதாய் நண்பர்கள் முளைக்க ஆரம்பித்தார்கள். அவர்களே பட்டக்காடு – சிறுக்குளம் வீதியில் சித்ராவை நான்கடுக்குப் பாதுகாப்போடு அழைத்துப் போனார்கள். அவளுக்கும் சிறுவர்களாகிய எங்களைவிட ஒத்த வயதுப் பையன்களின் சிநேகமே சௌகரியமாய் இருந்தது. அவளுக்கு மட்டுமல்ல, எங்களுக்கும்தான்!

பின்னர் நானும் கயலும் தனித்து விடப்பட்டோம். கயலுக்கு என்னோடு அலட்டிக்கொண்டு வருவதைத் தவிர வேறு வழி இருக்கவில்லை. என்னைப் போல் காட்டோடு உரையாடத் தெரிந்திருந்தாலாவது அவளுக்கு உதவியாயிருந்திருக்கும். அதுவும் அவளால் முடியாது.

தினமும் காலையில் கயல் எனக்காக அவள் வீட்டுப் படலையில் காத்துக்கொண்டிருப்பாள். நான் அங்கு வந்து சேர்ந்ததும் "குட் மோர்னிங்" சொல்லி பற்கள் தெரியச் சிரிப்பாள். பின்னர் நானும் அவளும் பேசிக்கொண்டே பாடசாலை நோக்கி எங்கள் சைக்கிள்களை மிதிப்போம்.

சதா இந்த 30 நிமிட பயணத்தில் அவள் முகத்தில் அப்பியிருக்கும் பவுடர் தொடக்கம் செம்மண் படிந்திருக்கும் சப்பாத்துக் கால்வரை அத்தனையையும் கூர்ந்து அவதானிப்பேன். அவளுக்கு நாணம் குற்றும் அளவுக்கு இரட்டை அர்த்த ஜோக்குகளை அள்ளி வீசுவேன். கலகலவென நடு விராந்தையில் கொட்டிய வளையல்கள் போல சிரிப்பாள். பயணத்தின் இடையில் இளைப்பாறும் சாட்டில் அவள் கழுத்தில் கட்டும் வியர்வைத்துளிகளை தொட்டுப்பார்ப்பேன். திட்டமிட்டே நான் எடுத்துவராத தண்ணீர் போத்தலைக் காரணம் காட்டி அவள் வாய்வைத்துக் குடிக்கும் தண்ணீர் போத்தலில் பங்கு கேட்பேன். மறுக்காமல் கொடுப்பாள். குறும்புத்தனமாக அவள் இரட்டைப் பின்னலை அவிழ்த்துவிட்டு வேடிக்கை செய்யும் போதுதான் அவளுக்கு ஆத்திரம் வெடித்துக்கொண்டு வரும். அதைப் போக்க அவள் வெள்ளை சருமத்தை கிள்ளிவிட்டு அதில் கசியும் சிவப்புத் திட்டுக்களை ரசித்துச் சிரிப்பேன்.

இந்த 30 நிமிடப் பள்ளிப் பயணங்களில் அவள் எனக்கு மிகவும் நெருக்கமான கூட்டாளியாக இருந்தாள். அவளோடு போகும் இந்தப் பயணங்களை பெரிதும் விரும்பினேன். என்மேல் கொண்ட அக்கறையை விதம் விதமாக பிரதிபலித்து பிரமிக்க வைத்தாள். தேவையான நேரத்தில் துரும்பாக இருந்தாள். அவசியமான நேரத்தில் பிடிமானமாக மாறினாள். எனக்கு எப்படி அவள் சர்வ சௌகர்யமாக மாறிப்போனாளோ, அப்படியேதான் அவளுக்கு நானும் இருந்தேன்.

இப்போது யோசித்துப் பார்த்தால் பிரமிப்பாக இருக்கிறது. கயல் மட்டும் இல்லையென்றால் என்னுடைய படிப்பு ஆறாம் தரத்தோடேயே கம்பு நீட்டியிருக்கும். படிப்பில் மட்டுமல்ல, இன்னும் பல வகையிலும் என்னை தட்டித் தட்டி உருப்படுத்திய கொல்லன் அவள்.

நாங்கள் பாடசாலைக்குப் போகும் அந்தப் பாதையில் காட்டு மடக்கு என்று ஒரு திருப்பம் வரும். பயங்கரமான மடார் திருப்பம். திரும்பும் திசையெல்லாம் பெருங்காட்டின் கூரிய நகங்கள் நீட்டிக்கொண்டு நிற்கும். திடீர் திடீரென காட்டுக்குள்ளிருந்து விதம்விதமான பயங்கர ஒலிகள் கேட்கும். வீதியின் இரு பக்கமும் பூச்சிபட்டைகளின் தனி இராச்சியம். அவசரத்திற்கு ஓரமாய் ஒதுங்கக்கூட முடியாது. எது வேண்டுமானாலும் எதை வேண்டுமானாலும் கவ்விப் பிடுங்கிவிடலாம்.

அந்தக் குறித்த மடக்கில் யானைகள் வேறு வீதியைக்கடக்கும் என்பார் அப்பா. ஒவ்வொரு நாளும் அந்தக் காட்டு மடக்கைக் கடப்பதற்குள் செத்துப் பிளைத்து விடுவோம்.

அன்று சரியாக அந்தக் காட்டு மடக்கில் ஏறியபோதுதான் பின்னால் வந்த கயலின் பரிதாப அழைப்பு என்னை நிறுத்தியது.

திரும்பிப் பார்த்தால், கயலுடைய சைக்கிள் சங்கிலி கழன்றுபோய் பின் சக்கரத்திற்கும் பற்களுக்குமிடையில் ஊசலாடிக்கொண்டிருந்தது. வழமையாக அர்த்த நடு வீதியில் என்னுடைய கிளட்டு சைக்கிள்தான் இப்படி வேலையைக் காட்டும். உடனே அதற்காகவே காத்திருந்தவள் போல கெக்கரித்துச் சிரிப்பாள் கயல். தோழி என்றாலும், பரிசுகேட்டைத் தாங்க முடியாமல் சமாளிக்க முயல்வேன். ஆனால் அதே நிலை இன்று அவளுக்கு. ஆஹா, காலம்தான் எத்தனை அருமையான தோழன். அவளைப் பார்த்து உச்ச தொனியில் கெக்கலித்தேன். அவளுடைய முகம் வியாகூல மயக்கத்தில் குறுகிக்கிடந்தது.

அருகில் போய் கழன்றுகிடந்த செயினை எடுத்து அதன் பற்களில் கொழுவி விட்டு “பெடல சுத்து...” என்றபோதுதான் அதைக் கவனித்தேன். அவள் வெள்ளைச் சட்டையின் பின்பக்கத்தில் இரண்டு மூன்று சிவப்புப் புள்ளிகள் தெரிந்தன. உற்றுக் கவனித்தேன். ரத்தக் கசிவின் ஈரம் காயாத மூன்று பெரும் புள்ளிகள். பதகழிப்புற்று “ரெத்தம்ள...” என்றபோது சடாரென தன் பிருஷ்டத்தைக் திருப்பிக்கொண்டு “அதொண்டுமில்ல...” என்றாள் கயல். குரலில் பதட்டம் அதிர்ந்தது. சைக்கிளை நிமிர்த்தி வேகமாகச் சென்றுவிட வேண்டும் என்ற முனைப்பில் அவள் தீவிரமாக இருந்தாள்.

“இல்ல... பின்னால ரெத்தம் இருந்தத நான் பாத்தன்ள...” என நான் மீண்டும் மீண்டும் அதையே ஒப்புவித்தேன். அவளுக்கு என்னுடைய பரிதவிப்பு புரியவில்லை. என்னை அசட்டை செய்யாமல் சைக்கிளை எடுத்துக்கொண்டு வேகமாக மிதிக்க ஆரம்பித்தாள்.

அதற்குப் பின் என்னிடம் ஒரு வார்த்தைகூடப் பேசவில்லை. மீதிப் பயணம் மௌன யாத்திரையாகவே கடந்தது. படபடவென வெடித்துப் பேசும் ஒருவரின் நீண்ட மௌனம் எவ்வளவு குரூரமானது என்பது அவளுக்குத் தெரியாது. அன்று அவளுடைய வீட்டை அடைந்தபோதுகூட வழமையாகச் சொல்லும் ‘பாய் டா’ இல்லை. திரும்பிப் பார்க்காமல் வீட்டு வளவின் மர நிழல்களுக்குள் கரைந்து மறைந்தாள்.

அப்பொழுதுதான் திடீரென முன்னால் வெளிப்பட்ட கயலின் அம்மாவைக் கண்டேன். வழியில் நடந்ததைச் சொல்லிவிடுவது

நல்லதென்று தோன்றியது. சைக்கிளை நிறுத்திவிட்டு அவரிடம் போய் விஷயத்தைச் சொன்னேன்.

“மாமி... கயல்ட பின் சட்டையில ரெத்தம்...”

தலையை நீட்டி வீட்டிற்குள் மறைந்த கயலைத் தேடிய அம்மாவின் முகம் அதற்காகவே நீண்டநாள் காத்திருந்ததுபோல திடீரென மலர்ந்தது. கண்கள் அடித்துக்கொண்டன. எச்சில் உருண்டையை விழுங்கினார்.

“அதொண்டுமில்ல தம்பி. நான் பாக்குறன். நீங்க பொயிட்டு வாங்கோ...”

என்னைப் பார்த்துக் கொண்டாட்டம் கொப்பளிக்கச் சொன்னார் கயலின் அம்மா.

போயும் போயும் இரத்தத்தைக் கூடவா கொண்டாடுவார்கள் மனிதர்கள்?

உன் பிருஷ்டத்தில் ரத்தம் கொட்டுகிறது என்றால் அதற்கு ‘பரவா யில்லை’ என்கிறாள் மகள். ‘அதொண்டுமில்ல பொயிட்டு வாப்பா’ என்கிறாள் தாய். இவர்களுக்கு மண்டைக்குள் ஏதும் கழன்றுவிட்டதா என்ன? தலையைப் பிய்த்துக்கொண்டு வீட்டை நோக்கி சைக்கிளை மிதிக்க ஆரம்பித்தேன்.

மறுநாள் கயல் பாடசாலைக்கு வரவில்லை. ஒரு நாள் அல்ல, ஒரு வாரம் என்று நினைக்கிறேன். அதற்குள் அவள் வீட்டில் ஏதோ கொண்டாட்டம் என்று சொன்னார்கள். சித்ராவிடம் கேட்டபோது “ஓமோம், கயல் சாமத்தியப்பட்டுட்டா...” என்றாள் முடிவாக.

“ஓஹ் கயல் சாமத்தியப்பட்டுட்டாளா? அதுசரி, சாமத்தியப் படுறதெண்டால் என்ன? குண்டியில ரெத்தம் வாறதா?”

என் தலையில் ஓங்கி ஒரு குட்டு குட்டிவிட்டு அங்கிருந்து எழுந்து போனாள் சித்ரா. அவளுக்கோ அடக்க முடியாத சிரிப்பு. அறைக்குள் போய் கொட்டித்தீர்த்தாள்.

பின்னர் ‘சாமத்தியப்பட்ட’ கயல் மீண்டும் பாடசாலைக்குத் திரும்பிய போது யாரோவொரு ஸ்திரீயைப்போல இருந்தாள். கன்னம் பொசுபொசுவென்று மின்னியது. புதுச்சட்டை அணிந்திருந்தாள். முகத்தில் பவுடரின் அளவு அதிகரித்திருந்தது. நடையில் ஒரு நளினம் தெரிந்தது. என்னுடைய வழமையான சிறுபிள்ளை சேஷ்டைகளை ஒரு முதிர்ந்த பெண்ணைப் போல கடந்துபோக முயற்சித்தாள். அவளுடைய பாவத்தில் ஏறியிருந்த புது பவுசு வினோதமாயிருந்தது.

இப்போது அவளை முன்னர் போல என்னால் சுதந்திரமாக நெருங்க முடியவில்லை. இருவருக்குமிடையில் ஏதொவொரு சுவர்

எழுப்பப்பட்டுவிட்டது போல ஒரு உணர்வை எனக்குள் திணிக்க முயன்றாள். அதையும் மீறி அவள் உடலில் தொட்டபோது வெட்கத்தில் கூசி, பெருங்கோபம் கொண்டு கத்தினாள். அன்றிலிருந்து என் சொறிசேஷ்டைகளைத் தவிர்க்கும் பொருட்டு அவளை நோக்கிப் பாயும் என் பாம்புக் கரங்களை தறித்துவிட்டேன்.

பெண்கள் ஒரே நாளில் தங்கள் ஒட்டுமொத்த இயல்பையும் மாற்றிக்கொண்டு விடுகிறார்கள். வயதுக்கு வந்ததும் ஆண்கள் பற்றிய பயம் அவர்களைத் துரத்த ஆரம்பித்துவிடுகிறது. ஆண்கள் சார்ந்த எதையும் கணக்குப் போட்டுத்தான் செய்ய வேண்டும் என்ற மனப்பயம் முளைத்துவிடுகிறது. புற உலகத்திலிருந்து தங்கள் உடலைக் காப்பாற்றிக்கொள்ள வேண்டும் என்ற முஸ்தீப்பில் சதா ஓட ஆரம்பித்துவிடுகிறார்கள். மூளை அவர்களுடைய உடலின் காவல்காரனாக ஆகிவிடுகிறான். சுற்றிச் சுற்றி வேலிகளை அமைத்து அவர்களைக் குதூகலப்படுத்துகிறான். அத்தனையையும் தங்கள் உடல் சார்ந்து சிந்திக்கும் ஒரு அசாதாரண புத்தி அவர்களை ஆட்கொள்ள ஆரம்பித்துவிடுகிறது.

வழியின்றி, சிறிதுகாலம் கழித்து, கயலை அப்படியே ஏற்றுக்கொள்ளப் பழகிக்கொண்டேன். அவள் அனுமதிக்காத தொடுகைகளை நானும் வெறுத்தேன். அவளுக்குப் பிடிக்காத கதைகளை நானும் தவிர்த்தேன். அளந்து பேச ஆரம்பித்துவிட்ட அவளை அசௌகரியப்படுத்தாத ஒரு தோழனாய் இருக்கப் பழகிக்கொண்டேன். இத்தனைக்கும் என்மீது அவளுக்கிருந்த பிரியம் குறையவில்லை என்பது என்னுடைய மிகப் பெரிய சந்தோஷமாய் இருந்தது. காலம் அந்த நம்பிக்கையிலேயே ஓடியது. தரம் பத்தின் இறுதிக் காலத்தில் ஒருமுறை தன்னுடைய உயிர் நண்பன் நான்தான் என தன்னுடைய நண்பியொருத்திக்கு கயல் பகிரங்கமாக பிரஸ்தாபித்ததை அறிந்தபோது நான் அடையாத சந்தோஷமில்லை. கொண்டாடித் தீர்த்தேன்.

சாதாரணதரப் பரீட்சைப் பெறுபேறுதான் என்னுடைய வாழ்க்கையில் விழுந்த முதல் அடி என்று சொல்லலாம். நான் எனது மந்த புத்தியின் பொருட்டு அப்பரீட்சையில் மண்ணைக் கவ்வ வேண்டியதாய்ப் போயிற்று. கயல் சிறப்பாக வெற்றிபெற்று உயர்தரத்திற்குத் தகுதி பெற்றாள். இதுதான் எங்கள் நீண்ட நட்பின் இறுதித் தருணங்களைத் தீர்மானிக்கப்போகிறது என்பதை நாங்கள் இருவரும் அப்போது அறிந்திருக்கவில்லை.

நீண்ட நாட்களாக எங்களுடைய நெருங்கிய நட்பை காதலெனக் குழப்பியடித்துக்கொண்டிருந்த கயலுடைய தகப்பனாருக்கு இது தரமான வாய்ப்பாய் அமைந்தது. ஒருநாள் கயலை அழைத்து தன் மனவக்கிரத்தைக் கொட்டியிருக்கிறார் மனுசன்.

"அந்த முட்டாளோட நீ சேந்து திரியிறத நான் இனிக் காணக்கூடாது. அவங்களெல்லாம் ஒரு மனுசரெண்டு... எப்பிடியும் ஒரு நாளைக்குத் தங்கட சாதிப் புத்திய காட்டியே தீருவாங்கள்... அவன்ட அப்பா எல்லாம் படு பிராடுத்தனமான ஆள். அந்த சந்ததியே அப்பிடித்தான். படிப்பறிவும் இல்ல பகுத்தறிவுமில்லாத கூட்டம். காலாகாலமா மீன்புடிச்சுக்கொண்டு இருக்கத்தான் லாயக்கு...!"

சாதாரணத் தர பெறுபேறு எப்படியெல்லாம் ஒரு மனிதனுடைய அறிவின் அளவைத் தீர்மானிக்கிறது பாருங்கள். சமூகத்தின் அசட்டுத் தனமான பார்வையும் புரிதலும்தான் ஒரு இனத்தின் சாபக்கேடாய் இருக்கிறது. மற்றையது சாதி. என் பாட்டனுடையதும், அவனுடைய பாட்டனுடையதுமான வாழ்வாதாரத் தொழிலை அடிப்படையாக வைத்துக்கொண்டு இத்தலைமுறையினரின் எதிர்காலத்தை மதிப்பிடும் ஒரு சமூகம் எத்தனை குரூரமானது? அது உருப்படுவதற்குத் திணையளவு கூட வாய்ப்பில்லை.

இது வேறொன்றுமில்லை, உலகின் கடைசி மனிதன் வரை அத்தனை பேரும் தங்களைவிட எளியவனாகவே வாழ்ந்து தொலைக்க வேண்டும் என்று ஆசைப்படுகின்ற ஒரு மேல்தட்டு மனிதக் கூட்டத்தின் வக்கிர மனநிலை.

உண்மைதான் ஐயா. எனது பாட்டன் ஒரு கடலோடி. அவனுடைய பாட்டனும் ஒரு கடலோடி. என் தலைவிதி, எனக்கு இந்தப் படிப்புப் பூளலும் ஒட்டவில்லை. இனி எனக்கு வலையை இழுத்துக் கொண்டுபோய் கடலுக்குள் இறங்குவதைத் தவிர வேறு வழியில்லை. ஆனால் ஒன்றைப் புரிந்துகொள்ளுங்கள். உங்கள் சாதி மயிரை எப்படி உங்களால் மாற்ற முடியாதோ, அதேபோலத்தான் என்னுடைய சாதி மயிரையும் என்னால் மாற்ற முடியாது.

வெள்ளந்திபோல நேராக என்னிடமே வந்து தகப்பனார் சொன்ன அத்தனையையும் அப்படியே ஒப்புவித்த கயலைப் பார்க்க பரிதாபமா யிருந்தது. தவிர, என்னுடைய சுயகௌரவத்தின் மேல் திட்டமிட்டு எறியப்பட்ட மலத்தை வாங்கிக்கொண்டு அவ்விடத்தைவிட்டு என்னால் அகல முடியவில்லை. நடு மூளையில் பற்றிய தீ கட்டுப்பாட்டை மீறி வெளியே குதித்தது.

"இந்தா பார்ள, நாம ரெண்டுபேரும் ப்ரண்ட்ஸ். அதில உனக்கோ எனக்கோ எந்தக் குழப்பமுமில்ல. இருக்கா?"

"இல்ல."

"உங்க சாதி மயிரும் எங்க சாதி மயிரும் நம்மள ப்ரண்ட்ஸாக்கூட இருக்க விடாதெண்டா, இந்தப் புண்டத்தனமான ப்ரண்ட்சிப்

தேவல. இண்டைக்கே விட்டுத்தொலயுறன். இனி உன்னையும் நான் பாக்கவே கூடாது. உங்க அப்பன்ட ஓழெல்லாம் எங்களுக்கும் தெரியும். மூடிக்கிட்டு படுக்கச்சொல்லு அந்த வேசமவன. நாங்களும் வாயத் துறந்தா நாண்டுக்கிட்டு செத்துத் துலஞ்சிடுவான் பூளல் கூதி. மயிரப்புடுங்கின சாதித்தடிப்பு. உங்களெல்லாம் நடு வீட்டுக்க வச்சு சுட்டுக்கொல்லோணும்டி. உலகத்துக்கே தேவையில்லாத சக்கிலியக் கூட்டம். ச்சைக். நீ கிளம்பு, எனக்கு முன்னுக்கு நிண்டு இன்னும் இன்னும் கடுப்புப் புண்டைய கிளப்பாம!”

பிரக்ஞையற்று பைத்தியம் பிடித்தவன்போல அவளைத் திட்டித் தீர்த்தேன். அவள் தலையைக் குனிந்துகொண்டு பொருமிப் பொருமி அழுதாள். என்னைச் சாந்தப்படுத்தும் மருந்து அவளுடைய கண்ணீரில் இல்லை. இன்னும் இன்னும் கோபத்தையே கிளறியது. சுருதியைக் கூட்டி மீண்டும் மீண்டும் கத்தினேன். இந்தப் பெருங்கோபத்தின் தணல் என்னைவிட்டு ஒருபோதும் அகலாது என்பதை அவள் அன்றே தீர்மானித்திருக்க வேண்டும்.

அவளுடைய அப்பாவின் வெள்ளாளக் கிறுக்கும், அல்பத்தனமும் என்னுள் பற்ற வைத்த தீயில் பாவம், கயல்தான் அன்று எரியவேண்டி யிருந்தது. நான் சவிரிமுத்துவைத் திட்டிய அத்தனை வசைகளையும் தானே வாங்கிக்கொண்டு கண்கள் வெடித்து அழுதாள். கூனிக் குறுகிச் சுருண்டாள்.

பெற்றோரின் வக்கிரப் புத்தி விதைக்கும் அத்தனை வினையிலும் அறுபட்டுச் சாகிறவர்கள் பிள்ளைகளாகத்தான் இருக்கிறார்கள்.

கயல் என்ற ஒரு பள்ளத்திலிருந்து என்னைப் பிடுங்கிக்கொண்டு எனக்கென்று ஆர்ப்பரித்துக் கிடக்கும் கடலை நோக்கி நடந்தேன். பின்னாலிருந்து “மதன் மதன்...” என ஓலமிட்ட கயலின் வார்த்தைகளில் வெறும் அருவருப்பு மட்டுமே ஒட்டியிருந்தது. மலக்குழியிலிருந்து புறப்பட்டுவரும் கொசுக்களுக்காக இனியொருபோதும் என் கரங்களை நான் நீட்டப்போவதில்லை என்ற தீர்க்கமான முடிவோடு தொடர்ந்து நடந்தேன்.

ஆனால் பாருங்கள், கலவரம்கூட நமக்குத் தெரியாமலேயே சில உன்னத வாய்ப்புக்களை மனிதர்களுக்கு ஏற்படுத்திக் கொடுத்துவிடுகிறது. இத்தனை கலவரத்துக்குப் பிறகும் தோழியாக இருக்கும் ஒரு பெண்ணுக்கு நம்மேல் காதல் வரும் என்பதெல்லாம் சாத்தியத்திற்கு அப்பாற்பட்ட ஆச்சரியங்கள்.

தன் தந்தையாரின் பெரும் பழியைக் கழுவிக்கொள்ளும் பிரக்ஞையோடு தான் காதல் என்ற பிராயச்சித்தத்தை கையில் எடுத்தாளோ

தெரியவில்லை. காதல் அசாத்தியத்தின் திறவுகோல் என்பதை நம்ப வேண்டித்தானிருக்கிறது.

விறாந்தையில் தினக்குரலோடு இருந்த அப்பா மீண்டும் ஒரு முறை தன் வயோதிபக் கண்களை உருட்டியுருட்டிப் பார்த்தார். மனுசனுக்கு விஷயம் தட்டுப்பட்டுவிட்டால் கதை முடிந்துவிடும். இந்த அப்பாக்களுக்கு பிள்ளைகள் விஷயத்தில் எப்போதுமே ஓர் ஞானதிருஷ்டி வேலை செய்கிறது. எங்கு எது நடந்தாலும் வீட்டில் சாய்வு நாற்காலியில் படுத்திருக்கும் அவர்களுக்கு அது பளிச்சென்று புரிந்துவிடுகிறது.

“சரி, இங்க பாரு கயல்...” மறுபடியும் நாக்கு தடுக்க, சத்தத்தை அநிச்சையாக குறைத்து, அக்கம்பக்கம் பார்த்துவிட்டு மீண்டும் விட்ட இடத்திலிருந்து பிடித்தேன்.

“இங்க வீட்டில எல்லாரும் இருக்கிறாங்க. கொஞ்சம் புரிஞ்சுக்கோ. இதப்பத்தி நாம புறவு பேசலாம்... நாளைக்கு கோயிலுக்கு வா. இளைஞர் ஒன்றியக் கூட்டம் முடியக் கதைப்பம்.”

அப்பொழுதுதான் கயலின் விழிகளிலிருந்த படபடப்பு இறங்கியது. நான் வழுகிய கைலியை நிமிர்த்தியெடுத்து மீண்டும் இடுப்பில் சொருகுவதற்குள் சட்டென எழுந்து பாவாடையை சரி செய்துகொண்டு படலையை நோக்கி நடந்தாள். மூக்குக்கண்ணாடியின் மேல் நீவலுக்குள்ளால் அப்பா எறிந்த கேள்விக்குறிப் பார்வை அவளைப் படலை வரைத் துரத்திக்கொண்டு போனது.

மறுநாள் இளைஞர் ஒன்றியக்கூட்டம் முடிந்த கையோடு கோவிலின் முன் விறாந்தைக்கு வந்தேன். இரு கைகளையும் பிசைந்தபடி ஓரமாய் நின்று கொண்டிருந்தாள் கயல். நான் நெருங்கி வர அவள் தன் பார்வையை வேண்டுமென்றே மறுபக்கம் திருப்பிக்கொண்டாள். இருந்தும் அவளுடைய முகத்தில் குந்திக் கொண்டிருந்த விடாப்பிடியான தீர்மானம் பக்கவாட்டில் ஸ்தூலமாகத் தெரிந்தது.

இப்பொழுது நான்தானே ஆரம்பிக்க வேண்டும். நானே ஆரம்பித்தேன்.

“கயல், என்னைய ப்ளீஸ் புரிஞ்சுக்கோ. எப்பிடியும் இது சரிவரப் போற விஷயமில்ல. கரையானால எல்லாம் ஒரே ராத்திரியில வெள்ளாளனா மாற முடியாது. உங்க அப்பா ரெண்டு வருசத்துக்கு முன்ன சொன்னது உனக்கு இன்னும் வடிவா ஞாபகமிருக்கும் எண்டு நினைக்கிறன்... உனக்கு இருக்கோ இல்லையோ எனக்கு அது ஒவ்வொரு நாளும் கணீர் கணீரெண்டு காதுக்குள்ள கேட்டுக்கொண்டே இருக்கு. அந்த அவமானம் எவ்வளவு கொடுமையானது எண்டு உனக்குப் புரியாது.

அதெல்லாத்தையும் மறந்துபோட்டு என்னால காதல் கத்தரிக்காய்னு கூத்துப்போட முடியல. அதால இதெல்லாம்...”

“நடந்தது ஞாபகம் இருக்கு மதன். அதுக்காக எத்தின தரம் உங்கட்ட மன்னிப்புக் கேட்டுட்டன். இது என்ட வாழ்க்க. எனக்கு எது தேவையெண்டதில நான் தெளிவா இருக்கிறன்.”

“இங்க பாரு கயல்... இந்த விவாதமெல்லாம் வாழ்க்கைக்கு சரிப்பட்டு வராது. வெள்ளாளன் வெள்ளாளனாவே இருக்கணும் எண்றதுக்காக அந்த சமூகம் எதையும் செய்ய ரெடியா இருக்கு. அதவிட, சொல்றன் எண்டு குற நினைக்காத, உங்க அப்பா மாதிரி ஒரு பைத்தியக்காரனோட எல்லாம் என்னால மல்லுக்கட்ட முடியாது. இப்பவும் தெளிவா சொல்றன்...”

அதைச் சொல்லி முடிப்பதற்குள்ளேயே தன் நான்கு விரல்களையும் தூக்கி வாயில் வைத்து ‘மூடு’ என்று காட்டிவிட்டு, படிக்கட்டில் இறங்கி வேகமாக நடக்க ஆரம்பித்தாள் கயல்.

“கயல், ஏ கயல்...” எனத் துரத்திக் கொண்டு போன என்னுடைய வார்த்தைகள் அவள் பிரடியில் மோதி மீண்டும் என்னிடமே திரும்பி வந்தன. தவிர அவளுடைய கால்களின் வேகம் இன்னும் இன்னும் அதிகரித்தது. கண்ணில் மறையும் தூரம்வரை அவளைக் கண்வெட்டாமல் பார்த்துக் கொண்டேயிருந்தேன். கடைசியில் அவள் ஒரு தடவையாவது திரும்பிப்பார்க்க மாட்டாளா என்ற எதிர்பார்ப்பு ‘வெட்கம் கெட்ட தனம்’ என்று தோன்றிற்று. ஒரே நிமிடத்தில் அவளுடைய உருவம் தூரத்தில் கரைந்தது.

கயலுடைய தகப்பனின் மந்த புத்தி ஒரு புறம் இருக்கட்டும். தவிர, இந்தக் காதலையும் பெண்களையும் கண்டால் குதிகால் பிறடியில் அடிக்க ஓடுவதற்கு இன்னும் சில காரணங்களும் இருந்தன.

அதில் ஒன்று சுகன்யா!

சுகன்யா அப்படியொன்றும் தொலைத்துக்கட்டும் அழகெல்லாம் இல்லை. சுமாரான ஃபிகர். அவரேஜ் அழகி. ஆனால் ஒரு முறை பார்த்துவிட்டால் யுகாந்திரம் முழுவதும் மறக்க முடியாத முகம். ஏதோவொன்று அந்த முகத்தில் தீர்க்கமாக இருந்தது. எனக்கு தூரத்துச் சொந்தம். கயலிடமிருந்து நான் விலகியிருந்த அந்த இரண்டு வருடங்களில் என் வட்டத்திற்குள் கால் தவறி விழுந்த திருடி அவள். என்ன சனியனோ, அவளைப் பார்த்து இரண்டே வாரத்தில் ஒவ்வொரு வினாடியும் அவளையே நினைத்து ஏங்க ஆரம்பித்துவிட்டேன். சதா அவள் ஸ்மரணை, ராத்திரி எல்லாம் ஒரே புலம்பல்.

சுமார் இரண்டு மாதங்கள் சுகன்யா மீது காவியக் காதல் கொண்டு லோலோவென அலைந்தேன். அவள் பின்னால் இப்படி விசர் முத்தி அலைவதைத் தவிர வேறெந்த வேலையிலும் மனம் லயிக்கவில்லை. தொழிலுக்குப் போய் கடலில் கிடக்கும் அந்த நான்கு ஐந்து மணித்தியாலங்களும் தணல்மேட்டில் மல்லாக்கக் கிடப்பது போல இருக்கும். எனக்குத் தேவையான தாகம், பசி, வளி என அத்தனையும் அவளிடமிருந்தே கிடைப்பதாய்த் தோன்றியது.

சினிமாத்தனமாக இருக்கிறதல்லவா? இப்போது யோசித்துப்பார்த்தால் எனக்கும் லஜ்ஜையாகத்தான் இருக்கிறது. அந்த வயதின் கொண்டாட்டம் அது.

இப்படி அவளே வானம், அவளே பூமி என அலைந்து கொண்டிருந்த ஒரு நாளில்தான், சுகந்தன் கடைக்கு முன்னால் வைத்து சுகன்யா என்னை முதன்முதல் எதிர்கொண்டாள். நான் சிரிக்க அவள் முறைத்தாள். தன் செருப்பைக் கழற்றிக் காட்டி “பிஞ்சிடும்!” என்றுவிட்டு அதே போக்காய் போனாள்.

இந்த அசிங்கத்துக்குப் பிறகாவது என்னுடைய காதல் மயிரை அடக்கிக் கொண்டிருக்க வேண்டுமா இல்லையா? “காதல் முத்திப் பழுக்க நாள் எடுக்கும் மச்சான். அவள விடாமத் துரத்து...” என்று பக்கத் திலிருந்து புகையடித்தான் என்னுடைய உற்ற நண்பன் அந்தோனி. அதைக்கேட்டு மீண்டும் மீண்டும் கார்த்திகை மாதத்துத் தெருநாய் போல அவள் பின்னாலேயே சுற்றினேன். அவள் வீட்டுக்குள் போய் கம்பிக் கதவை அடித்துச் சாத்திய பிறகும்கூட இந்த மானங்கெட்ட காதலால் ஓரிடத்தில் தரித்து நிற்க முடியவில்லை. அவள் வீட்டுக்கு முன்னாலிருந்த கிறவல் வீதி என் பாதம் பட்டே ஓடாய்த் தேய்ந்தது. இன்னுமொரு நாள் பின்னால் வந்த என்னைச் சட்டெனத் திரும்பிப் பார்த்து “சைக்கோ!” என்றாள். அது என்னவென்றே புரியாத நான் முகத்தை அப்பாவியாக வைத்துக்கொண்டு “ஐ லவ் யூ...” என்றேன்.

இந்த வீணாய்ப் போன அலைச்சலுக்கு முற்றுப்புள்ளி வைக்கும் நாளைக் கடவுள் ஏற்கனவே குறித்து வைத்திருந்தான். ‘என்னைப் பார்த்தாலே பத்திக்கொண்டு வருகிறது’ என ஐநா சபையில் அறிக்கை வாசித்த ‘ஐஸ்வர்யா ராய்’, மறுநாளே சர்வதேச விசாரணைக்காக சித்ராவிடம் போய் முறைப்பாட்டை வைத்தாள்.

ஒரு காதலுக்காக அன்று வீட்டில் நான் வாங்காத வசைகளில்லை. அக்காவும், அம்மாவும் மாறி மாறி ஆராத்தியெடுத்தார்கள். ஒரு மணித்தியாலத்துக்கு மேல் பூசை நடந்தது. அதிலும் முக்கியமாக எங்கள் வீட்டு உலக்கையை அம்மா அன்று பக்கத்து வீட்டு மாமிக்கு கடன் கொடுத்திருந்தது என் நல்லூழ் என்றே நினைத்துக்கொண்டேன்.

அன்று வீட்டில் அத்தனை சித்ரவதைகளையும் அனுபவித்த பிறகுகூட, எனக்குள் அறச்சீற்றம் பொங்கியெழுந்து 'போடி... நீயும் உன்ட திமிரும். தேவடியாப் புள்ள!' என்று சுகன்யாவை தூக்கி எறிந்துவிட்டுக் கதையை முடித்துக்கொள்ள முடியவில்லை. அந்த தெய்வீகக் காதல் என்னைச் சுரணை கெட்டவனாக மாற்றிவிட்டது என்றான் அந்தோனி. உண்மையாக இருப்பதற்கும் வாய்ப்புக்கள் இருந்தது.

இந்த விடயத்தில் காலம் எனக்குப் போதியளவு அவகாசம் கொடுக்க வில்லை. சித்ராவும் அம்மாவும் பேயாடி இரண்டு நாட்களிலேயே "இந்த விசர்க்காதல விட்டுப்போட்டு உருப்படுற வழியப் பாருடா மதன். அவள் சுரேனை லவ் பண்றாளாம்..." என இன்னுமொரு குண்டோடு என்னை வந்து பார்த்தான் அந்தோனி. பிறடி கனக்க நான் அருண்டு விழித்தேன்.

அதன் பின்னர் சுகன்யா என்ற நினைவிலிருந்து என் ஆன்மாவைக் காப்பாற்றிக்கொள்ள வேண்டும் என்பதை மட்டுமே ஒரே இலட்சியமாகப் பிடித்துக்கொண்டு திரிந்தேன். இப்படி இந்தக் கருமமே வேண்டாம் என பெண்கள் மீதான இச்சையிலிருந்து விலகி ஓடி பின்னர் ஒரேயடியாக ஞானிபோல் ஆகிவிட்டதுதான் கடைசி நிலை. அதன் பின்னர் அத்தனை பெண்களும் ஜின்கள் புகுந்துவிட்ட கிலியூட்டும் ஆகிருதிகளாகவே தோன்றினார்கள். அவர்கள் கூட இருப்பதேதான் ஆண்களின் மிகப்பெரிய சாபம் என்று நம்ப ஆரம்பித்தேன்.

எது எப்படியோ, என்னை அங்கிருந்து காப்பாற்றிக் கொண்டுவந்த சித்ராவுக்கும் அம்மாவுக்கும் அந்தோனிக்கும்தான் நன்றி சொல்ல வேண்டும்.

இப்படி பெண்ணையும், காதல் என்ற லவ்கீகத்தையும் முற்றாகத் துறந்து பெருந்தவம் பூண்டுவிட்ட காலத்தில்தான், கயல், காதலைத் தூக்கிக் கொண்டு மீண்டும் என்னிடம் வந்தாள்.

05

“கிளி தானா வந்து வலையில விழுகுது. அதக்கூட அமத்தத் தெரியாம கிடக்கியேடா முண்டம்!”

கயல் விஷயத்தில் அடிக்கடி என்னைப் போட்டுக் கேலி செய்து கொண்டிருந்தார்கள் நண்பர்கள். அதிலும் அந்தோனியுடைய நக்கல் ஒரு படி மேலே போய் ஆத்திரத்தை சுண்டிவிடுவதாய் இருந்தது. அதைக் கேட்கும் போதெல்லாம் என் சுயமரியாதையை ஒரே செக்கனில் யாரோ பிடுங்கி எறிந்துவிடுவது போல் உணர்ந்தேன். (பெரிய சுயமரியாதை! நாங்கள் காதல் என்கிறோம், நீ சம்மந்தமேயில்லாமல் சுயமரியாதைபற்றி அலட்டிக் கொண்டிருக்கிறாய்... – அந்தோனி)

வாஸ்தவம்தான். வளைத்து வளைத்து வலையைப் போடும் சூட்சுமம் தெரிந்த எனக்கு ஒரு ஸ்திரீயை வளைத்துப்போடும் திறமை வாய்க்கவில்லை. இருந்துவிட்டுப் போகட்டும். அதைப் பற்றி எனக்கு எப்போதும் வருத்தம் இருந்ததில்லை. தனக்கு எது தேவை என்பதில் சுய தெளிவும், ஸ்திரத்தன்மையும் கொண்ட மனிதர்கள் இதைப் பற்றியெல்லாம் ஒருபோதும் அலட்டிக் கொள்வதில்லை. மனதை சஞ் சலப்படுத்தும் எந்த விரோதத்துக்கும் அவர்கள் தங்களை ஆளாக்கிக் கொள்வதில்லை. இந்தத் தெளிவெல்லாம் என் நண்பர்களுக்கு இருக்க வேண்டும் என்று நான் பிரயாசைப் படவும் முடியாது. அவர்கள் இப்படியே கிடந்துவிட்டுப் போகட்டும்.

பெண்ணென்றால் – அதுவும் அழகும், அம்சமும் கொட்டிக்கிடக்கும் பெண் என்றால் – சர்வலோகத்தையும் மறந்துவிட்டு பின்னாலேயே லோலோவென அலையும் ஒரு பராயத்தில், சற்று விலகி, தனித்திருத்தல்தான் கடினமானதாக இருந்தது. அப்படித் தனித்திருக்கவே மனம் எப்போதும் பிரயாசைப்பட்டது. காலத்தின் போக்கில் நகர்ந்தபடி, என் சுயதேவைகளின் பொருட்டு தனித்துத் தீர்மானிக்கும் உரிமையை எப்போதும் என் சுயகொள்கைகள் சார்ந்தே வைத்துக்கொள்ள வேண்டும் என்று விரும்பினேன்.

இதையெல்லாம் ஒருநாள் அந்தோனியிடம் சொன்னபோது "சிரிப்புக் காட்டாத மச்சான்..." என்றுவிட்டு எழுந்து போனான். இப்படித்தான் பதில் வரும் என்று தெரிந்திருந்தும், வியாக்கியானம் பேசியது என்னுடைய தவறுதான் என என்னை நானே நொந்துகொண்டேன்.

"சரி, கத்தரிக்காய் காதலத்தான் விடு, இந்த வயசில இப்படியொரு ஃபிகரப் பாத்தா சாமானாவது எழும்ப வேணாமாடா?" என்றான் இன்னொரு நாள் அந்தோனி.

அவனுடைய அறிவுக் கூர்மையையும், புத்தி விசாலத்தையும், சமூகத்தில் பெண்களுடைய வகிபாகம் சார்ந்த அவனுடைய புரிதலையும் வியந்து பாராட்டினேன். வேறு என்னதான் செய்வது? மோகத்தை மட்டும் இரையாய்த் தேடி அலையும் விலங்குகளின் அடர்ந்த காட்டுக்குள், காதல் என்ற புனிதம் பற்றி எவருக்குத்தான் அக்கறையுண்டு. இங்கு புணர்ச்சி மட்டுமே வாழ்க்கையை நிறைத்துவிடும் லவ்கீகக் கருவியாக இருக்கிறது. காமம் மட்டுமே மனிதத் தேடலின் ஏக உந்துதலாயிருக்கிறது.

இவனிடம் போய், இந்தக் கேள்விக்கெல்லாம் பதில் வைப்பதற்கு, மூடிக்கொண்டிருப்பதே சுபம் என நினைத்துக் கொண்டேன்.

கோவிலில் கடைசியாக கயலைப் பார்த்துப் பேசியதுதான் நாங்கள் இருவரும் பேசிக்கொண்ட கடைசி சந்தர்ப்பம். அதன் பின்னர் கயலை நான் தீர்க்கமாகத் தவிர்க்க முயன்றேன். அவளும்தான். நான் அவளை ஏற்றுக்கொள்ளவில்லையென்பதை, தன் சுயகௌரவத்தோடு முடிச்சுப்போட்டு மனம் நொந்திருக்கலாம். எனக்கும் புரியாமலில்லை. நம்மை ஒருவருக்குப் பிடிக்கவில்லை என்பதைக் காட்டிலும் மோசமான அவமதிப்பு இந்த உலகத்தில் வேறொன்றுமில்லை. அந்த அவமானம் நம்மை ஜீவபரியந்தம் துரத்திக்கொண்டே வருகிறது.

அதற்காக காதலென்று அவளிடம் ஈவிரக்கம் காட்டி என் சுயமரியாதையை இழுத்து நடுத்தெருவில் போடவும் எண்ணமில்லை. ஈவிரக்கத்திலும், பச்சாதாபத்திலும் முளைப்பது என்ன காதலா? அது கருணை.

2006 மே மாதத்தில் எங்கள் பட்டக்காட்டில் ஒரு அசம்பாவிதம் நடந்தது. அதுவும் என் வாழ்க்கையில் மறக்கமுடியாத, உயிர்க்கூச்செறியும் அனுபவம். மீண்டும் ஒருமுறை இப்படியான அனுபவங்களை நான் எதிர்கொள்ளக்கூடாது என அன்றே அந்தோனியாருக்கு நேத்தி வைத்தாள் அம்மா. அக்காலத்தில் இவ்வாறான சம்பவங்கள் புதிதல்ல என்றாலும் அதை இப்பொழுது நினைத்துப் பார்த்தாலும் ஈரக்குலை வியர்த்துவிடுகிறது.

அதிகாலை நான்கு மணி இருக்கும். என்னுடைய அலாரம் தொண்டை கிழியக் கத்தினாலும் "தம்பி எழும்பு... நேரமாச்சு" என அம்மாவின் குரல் ஒலித்த பிறகுதான் எனக்கு முழிக்கத் தோன்றும். நம் ஒவ்வொருவருக்கும் கிடைத்த உலகின் மிக இனிமையான அதிகாலை அலாரம் அம்மா இல்லாமல் வேறென்ன?

அந்த அதிகாலை எனக்கு இன்னுமொரு கடல் நாளின் தொடக்கமாயிருந்தது. தண்ணீர் எனப்படும் மகாபயங்கரத்தின் பற்களுக்குள் வயிற்றுப் பசிக்காக போராட்டம் நடாத்தும் ஒரு கடலோடியின் இன்னுமொருநாள் ஆரம்பமாகியது. "இண்டைக்கு காத்து பலமா இருக்குமோடா தம்பி? ரேடியோல என்ன சொன்னாங்க...?" படுக்கையிலிருந்துகொண்டே சுரத்தை உயர்த்தினார் அப்பா.

"இல்லப்பா. நேத்தவிட குறைவாதான் இருக்குமாம்..."

கடலோடிகளுக்கு வானிலை என்பது மிகவும் முக்கியமானதொன்று. வளிமண்டலத்தில் அன்று நிகழக் காத்திருக்கும் மாற்றங்களை கடலுக்குள் இறங்கும் முன்னரே ஓரளவு தெரிந்திருப்பது அவசியம். அதிலும் முக்கியமாக மழை வீழ்ச்சி, காற்றின் வேகம், காற்றமுக்கம் போன்ற தகவல்கள் முக்கியமானவை. இது நம்முடைய சுயபாதுகாப்பு சார்ந்த தீர்மானங்களை எடுக்கப் பெரும் உதவியாக இருக்கும். இந்த அடிப்படை கடல் விஞ்ஞானத்தை ஒவ்வொரு கடலோடிக்கும் சிறுவயதிலேயே கற்றுக்கொடுத்துவிடுவார்கள் பெரியவர்கள். இவற்றை கிரகித்து அதற்கான முன்முடிவுகளைத் தீர்மானிக்கும் பக்குவம் ஒருவனிடம் இல்லையென்றால் அவனால் இந்த கடல் பூதத்தை ஒருபோதும் சமாளிக்க முடியாது.

சதா அதிகாலை 4.30 மணிக்கு 'ஆல் இன்டியா' ரேடியோவில் போகும் மீனவர்களுக்கான விசேட வானிலை அறிக்கையைக் கேட்ட பின்னர்தான் என்னுடைய கடல்நாள் ஆரம்பிக்கும். இந்த வானிலை அறிக்கை இந்தியாவின் தென்கரையோர மாவட்டங்களுக்கும், மன்னார் வளைகுடா கடல்பரப்புக்கும் பொதுவானது. ஆனால் அப்பா கேட்பதோ தூத்துக்குடி வானொலி. அதில் சொல்லும் வானிலை அறிக்கையில் எனக்கு அவ்வளவு நம்பிக்கையிருந்ததில்லை. கடும் மழை என்று எதிர்வு கூறுவார்கள். ஆனால் கடலில் பார்த்தால் எரிக்கும் வெயில் பல்லிழித்துக்கொண்டு கிடக்கும்.

கையிலிருந்த தேநீர் லோட்டாவை பறணில் வைத்துவிட்டு "வாறேம்மா..." எனப் படலையைத் திறந்துகொண்டு கடல் பிரபஞ்சத்தை நோக்கி நடந்தேன்.

அன்று வானிலை அறிக்கையில் காற்று கொஞ்சம் பலமாக இருக்கும் என்றுதான் சொன்னார்கள். அதில் சொன்ன 'கொஞ்சம்' என்ற

வார்த்தை மட்டும்தான் அன்றைய நாளின் பெரும் நம்பிக்கையாக இருந்தது.

படகின் பிருஷ்டத்தை "ஏசுவே..." என மூச்சைப் பிடித்துத்தள்ள, படகு சலக்கென தண்ணீருக்குள் பாய்ந்தது.

படகை கடலுக்குள் இறக்கும் போது ஒரு கணம் கண்களை மூடி, மூச்சை இழுத்துவிட்டு 'ஏசுவே...' என்று சொல்லும் வார்த்தை கொடுக்கும் நம்பிக்கை அலாதியானது. உணர்வுகளை ஒருங்கே குவித்து, ஏசுவே என்கிறபோது ஒரு பாதுகாப்பான வளையம் எங்களைச் சுற்றி முளைப்பது போலிருக்கும். கடலின் அகோர நாக்குகள் இன்று எங்களை அண்ட முடியாது என்ற நம்பிக்கை பிறக்கும். அது தண்ணீரிலேயே வாழும் எங்களுக்கு மிகவும் அவசியமான உளவியல் தேவை. கடலோடிகளின் உயிர் மீதான ஒட்டு மொத்த பயத்தின் அழுத்தமான தேவைதான் இந்த நம்பிக்கை.

பொதுவாக மீனவர்களிடத்தில் ஆழமான கடவுள் நம்பிக்கையிருக்கும். மன்னாரை எடுத்துக்கொண்டால், தேவாலயம் இல்லாத ஒரு மீனவக் கிராமத்தை உங்களால் பார்க்க முடியாது. ஒரு மீனவக் கிராமத்தின் பௌதீகக் கட்டுமானத்தின் இதயமாக இருப்பவை ஆலயங்கள்தான். அதற்குப் பிறகுதான் பள்ளிக்கூடங்களும் இன்ன பிற உள்கட்டமைப்புக்களும். அந்தளவுக்குக் கடவுள் நம்பிக்கையில் ஊன்றியிருந்தது எங்கள் சமூகம். ஏன் என்று யோசித்துப் பார்த்தால், எங்கள் தொழிலிலிருக்கும் பேராபத்து பற்றிய பயம்தான் என்று தோன்றுகிறது. ஒரு பேராபத்தோடு சண்டையிட்டு அதிலிருந்து மனிதர்களைக் காத்துக்கொள்வதற்கு, அப்பேராபத்தை விடவும் உக்கிரமான இன்னுமொரு சக்தி தேவையாயிருக்கிறது.

கடலுக்குள் இறக்கிய அடுத்த கணமே, அலைகள் வந்து எங்கள் படகை வாவாவென இழுத்துக்கொண்டு போனது. சரசரவென தண்ணீரில் ஓடி படகினுள் தொற்றிக்கொண்டேன். படகில் கிடக்கும் வலைகளை மிதித்துவிடாமல் அணியத்தில் போய் அமர்வதற்குள் படகு வேகத்தைப் பிடிக்க ஆரம்பித்தது.

கிழக்கு வானம் நரை தட்ட ஆரம்பித்திருந்தது. குளிர் காற்றில் உடல் தட்பம் உருகத் தொடங்கியது. எங்களுடைய படகு கரையிலிருந்து சுமார் 30 கடல் மைல் தூரம் வரை போகவேண்டும். அங்குதான் ஆழியின் முக்கிய பகுதி வரும். மீன்பாடு அமர்க்களமாக இருக்கும் இடம்.

எங்களுடைய படகில் தொழிலுக்குச் செல்லும் மூவரில் நானும் அந்தோனியும் இளைஞர்கள். மூன்றாவது ராஜா மாமா. வயது 52. ஆனால் வாலிப மனசு. நாட்டின் பாதுகாப்பு நிலைமையைக்

கருத்திற்கொண்டு 20 கடல் மைல்களுக்கு அப்பால் செல்ல பட்டக்காடு பெருசுகள் எங்களுக்கு அனுமதி தந்திருக்கவில்லை. இருந்தும் நாங்கள் களவாக 30 தொடக்கம் 40 கடல் மைல்கள் வரை போய்வருவோம். அதீத வருமானம் பற்றிய பிரயாசை பயத்தை விழுங்கிவிட்டிருந்தது. அதையும் தப்பித்தவறி பெருசுகள் பிடித்துவிட்டால் “ஐயையோ... காத்தில தூரத்த கவனிக்கல... இந்தத் தடவ மன்னிச்சுக்கொள்ளுங்க. இனி இப்பிடி நடக்காம பாத்துக்கிறேன்” என்று காலில் சாஸ்டாங்கமாக விழுந்துவிடுவார் ராஜா மாமா. பொதுவெளியில் பெருசுகள் மாறிமாறி தங்கள் பெருந்தன்மையைக் காட்ட அடிபட்டுக்கொண்டிருக்கும் சந்தர்ப்பத்தை கனகச்சிதமாக பயன்படுத்தி மன்னிப்பை சம்பாதித்துக் கொண்டுவிடுவார் மாமா.

ஆனால் இதெல்லாம் பெரிய சாதனையென்று பீத்திக்கொண்ட அந்தச் சிறுமைத்தனத்தை இப்போது நினைத்துப்பார்த்தால் மண்டை விறைக்கிறது. இளம் வயதின் தைரியம் என்பது மெல்லிய நூலிழையின் மேல் நடப்பதை ஒத்தது. சிறு துரதிர்ஷ்டம் வாழ்க்கையையே காலியாக்கிவிடும்.

பெருசுகளின் இந்த 20 கடல் மைல் நிபந்தனைக்குப் பல காரணங்கள் இருந்தன. சுமார் 20 கடல் மைல்களுக்கு அப்பால் போகும்போது கடற்படை மற்றும் கடற்புலிகள் நடமாடும் கடல் பரப்பிற்குள் சென்று விடுவோம். நம்மைக் கண்டு கடற்படையென்று இயக்கமும், இயக்கம் என்று கடற்படையினரும் வெடி வைக்க ஆரம்பித்தால் எங்களின் ஒட்டுமொத்த சோலியும் ஜலத்திலேயே முடிந்துவிடும்.

இதற்கு முதல் இப்படி பல சம்பவங்கள் பட்டக்காட்டிலும் அதனை அண்டிய கரையோரக் கிராமங்களிலும் நடந்திருக்கிறது. நாம் அதிகம் அதிஷ்டசாலிகளாக இருந்தால் பிடித்த மீன்கள் அனைத்தையும் ரோந்தில் செல்பவர்களுக்குத் தாரைவார்த்துவிட்டு, குறைந்தபட்சம் நம் உயிரையாவது கரைவரை கொண்டுவந்து சேர்க்க முடியும். ஆனால் அதற்குரிய வாய்ப்புகளும் குறைவு. ஆகவே, இந்த 20 மைல்களுக்கு அப்பால் போகவேண்டாம் என்ற பெருசுகளின் கண்டிஷன் எங்கள் உயிர் பாதுகாப்புப் பற்றியது. ஆனால் இந்த பயங்கரத்தின் வீரியம் எங்களைப் போன்ற இளசுகளின் மண்டையில் கடைசிவரை உறைத்ததே யில்லை.

வழமையாக காலை 4 மணிக்குக் கிளம்பும் நாங்கள் சுமார் ஒன்பது – பத்து மணிவரை கடலில் கிடப்போம். கிடப்போம் என்று சொல்வதைப் போல அத்தனை இலகுவானதல்ல இந்த ஆறு மணிநேர கடல் வாழ்க்கை. மீன்கள் செறிவாயிருக்கும் இடத்தைத் தேடி அலைதல், வலையை எறிந்து வளைத்தல் போன்ற கடின உழைப்பிற்கு அப்பால் மிகப் பெரிய உயிராபத்துக்களையும் சமாளிக்க வேண்டும். ஆழிச்

சீற்றம், எரிக்கும் வெயில், கொட்டும் மழை, திருக்கை, கடல் பாம்பு, சொறி மீன் (ஜெல்லி மீன்) போன்ற பயங்கர கடல் ஜந்துக்கள் என்று உயிரைக் கையில் பிடித்தபடியே அந்த மணித்தியாலங்களைக் கடக்க வேண்டும். ஆனால் இதிலிருக்கும் மிகப் பெரிய முரண் என்னவென்றால், தண்ணீரின் நீலத்துக்குள் எங்களைத் தொலைத்துவிட்ட அடுத்த கணமே இப்பயங்கரங்கள் அத்தனையும் புகைபோல மறைந்துவிடும்.

அடுத்த மிகப் பெரிய பிரச்சினை கடற்படை அல்லது இயக்கம். கடல் பயணங்கள் எப்போது, யாரிடம் நம்மைக் கொண்டுபோய்ச் சேர்க்கும் என்று சொல்ல முடியாது. அவர்களுடைய பிரசன்னத்தை முன்கூட்டியே கண்டுபிடிப்பதும் கடினம். திடீரென முளைப்பார்கள். திடுமென மறைவார்கள். இதில் இயக்கம் என்றால் ஓரளவு தேவலை. கடற்படையென்றால் வாழ்க்கையே முடிந்துவிடும். படகோடு அள்ளிக் கொண்டுபோய் சிறையில் அடைத்துவிடுவார்கள். வாழ்க்கை பூராவும் களியைத் தின்று காலத்தை ஓட்டவேண்டும்.

மொத்தத்தில் இப்படியானதொரு கொடூர வாழ்க்கைதான் எங்களுக்கு எழுதப்பட்டிருந்தது. இவற்றைக் கடந்தேயாக வேண்டும் என்ற பயங்கரத்தின் கூர்முனைகளில்தான் சதா ஓடிக்கொண்டிருந்தோம்.

வலையை இழுத்து படகில் ஏற்றிக்கொண்டிருந்த என்னையும் அந்தோனியையும் ராஜா மாமா திடீரென பதற்றத்தோடு அழைத்தார். வலையை அப்படியே கடலினுள் விட்டுவிட்டு அவர் காட்டிய திசையை நோக்கிப் பரபரப்போடு பார்த்தோம். தூரத்தில் தண்ணீரை வெட்டிப் பிரித்தபடி எங்களைநோக்கி பூதம்போல் வந்துகொண்டிருந்தது அந்த விசைப்படகு.

“ஆமியா மாமா?” என நான் கேட்பதற்குள் “பட் பட்...”

முதலாவது வெடியோடே நாங்கள் இருவரும் அணியத்திற்குள் போய் விழுந்தோம். “தண்ணிக்குள்ள பாய்ங்கடா” எனக் கூறிக்கொண்டே மாமா கடலில் குதித்தார். அந்தப் பேயச்சம் எங்களையும் கடலில் தூக்கி எறிந்தது. அந்தோனி இந்தப் பக்கம் என்று தலையால் காட்டிவிட்டு தண்ணிக்குள் முக்கி மறைந்தான். கரை ஒரு மெல்லிய கோடாய் தெரிந்தது. நானும் அதே திசையைப் பிடித்துக்கொண்டு தண்ணீருக்கடியில் ஓட ஆரம்பித்தேன். சிறிது நேரத்தில் முகட்டில் மிதந்து நோட்டம் விட்டேன். வெடிச்சத்தம் நின்றிருந்தது. கடல் அமைதியாய்க் கிடந்தது. கண்ணுக்கெட்டிய தூரம் வரை அந்தோனியும் இல்லை, மாமாவும் இல்லை. மீண்டும் இலக்கை உறுதிப்படுத்திக்கொண்டு தெற்கு நோக்கி நீந்த ஆரம்பித்தேன்.

06

கண்மடல்களில் ஏற்பட்டுவிட்ட மெல்லிய நடுக்கத்தை உணர்ந்தேன். அதன் மூலை வெடிப்பிற்குள்ளால் புற ஒளி புகுந்தது. உள்ளுக்குள் இருளின் அடர்த்தி குறைய ஆரம்பித்தது. வரிவரியாக உள்ளே விழுந்த வெள்ளொளி கண்மடல்களை இன்னும் இன்னும் பெரிதாய்ப் பிளக்க முனைந்தது. கண்மணிகளை இங்குமங்கும் உருட்ட முயன்றேன். மடல்களை பிரயத்தனப்பட்டு விரிக்க முயன்றேன். அவை ஒன்றை யொன்று ஸ்தூலமாகப் பிடித்துக்கொண்டு விலக மறுத்தன. இலேசான வலி அதன்மேல் கவிய ஆரம்பித்திருந்தது.

உள்ளே கோடு கோடுகளாய் விழ ஆரம்பித்த ஒளியின் நடுவே திடீரென யாரோ தண்ணீரை எடுத்து சளாரென கண்களில் கொட்டினார்கள். நடு மண்டையில் தகரத்தால் அடித்ததுபோல் இருந்தது. அதிர்ச்சியில் கண் மடல்களை ஒரே மூச்சில் பிளந்தேன். உலகத்தின் ஒளியில் காட்சிகள் மங்கலாக விழுந்தன. கண்கள் கூசிற்று. வெள்ளொளி கண்களில் விளாசிற்று.

பலூனை ஊதி அடைத்து வைத்திருப்பதுபோல் காதுகளுக்குள் ஒரு அசௌகர்யம். கூடவே கிண்கிண்ணென்று வலி. அதற்குள்ளும் வெளியில் கேட்ட ஓலமும் ஒப்பாரியும் காதுக்குள் இரைச்சல் போல ஊறியது.

அருகில் நின்ற யாரோ ஒருவன் "அந்த வாளிக்குள்ள கண்ண வச்சு நல்லா வெட்டி வெட்டி முழிக்கச் சொல்லுங்கோ..." என்றான்.

வாளியை அருகில் வைத்துவிட்டு, ஒரு கரம் என் தலையைப் பிடித்து அதற்குள் அமுக்கியது. என் கரங்கள் அசைந்தன. காலில் தெறிக்கும் வலி தெரிய ஆரம்பித்தது. தலைக்குள் சிந்தனையின் பெருமண்டலம்

வேலை செய்வதை உணர்ந்தேன். எனக்கு என்ன ஆயிற்று என்று தெரியவில்லை. காது தெளிவில்லாமல் கேட்டது. வீடு பூராவும் சனங்கள் இருப்பது போல் உணர்ந்தேன். கையை எடுத்து தலையில் வைத்து இருக்கிறதா எனத் தடவிப் பார்த்தேன். தலையோட்டில் உணர்ச்சி இருந்தது. கேசம் சரிகை போல கையில் சரசரத்தது. கையைப் பற்றிக்கொண்டு, “தம்பி, தம்...பி... அக்காடா... உனக்கு ஒண்ணுமில்ல” என்றது சித்ராவின் குரல். அவளுடைய குரல் மட்டும் வெண்கலத்தட்டில் கம்பியால் தட்டுவதுபோல தெளிவாய்க் கேட்டது.

சிறிது நேரம் எடுத்துக்கொண்டு கண் மடல்களை பூரணமாகத் திறந்தேன். பார்வையில் சிக்கலில்லை என்று விளங்கிற்று. என்னைச் சுற்றி நான் வாயிலிருந்து தள்ளிய நுரை தரையில் படிந்து காய்ந்து கொண்டிருந்தது. தலையைத் திருப்பி சுற்றுமுற்றும் பார்த்தேன். வளவு பூராகவும் மனிதர்கள். பல பெண்கள் தங்கள் கண்களைத் துடைத்துக்கொண்டிருந்தார்கள். ஆண்களின் பார்வையில் நிம்மதி படர்ந்திருந்தது. வீடு திமிலோகப்பட்டுப்போய் கிடந்தது. அம்மா மட்டும் அப்பொழுதும் அழுதுகொண்டேதான் இருந்தாள்.

அருகில் நின்ற சித்ரா தன் கண்களைத் துடைத்தபடி கையிலிருந்த கோவில் மருந்தை என்னிடம் நீட்டி பருகும்படி சொன்னாள். லோட்டாவை கையில் வாங்கி இரண்டு மிடறுகள் குடித்தேன்.

(கோவில் மருந்து என்பது மன்னாரிலிருக்கும் மடுத் தேவாலாயத்தினுள்ளிருந்து எடுக்கப்படும் புனித மண் ஆகும். அதை தண்ணீரில் கரைத்து வரும் கரைசல் எந்தவொரு நோயையும் குணமாக்கும் சக்தி படைத்தது என்பது மன்னார் கிறீஸ்தவர்களின் ஆழமான நம்பிக்கை.)

சித்ராவுக்குப் பக்கத்தில் எங்கள் ஊர் குணம் பரியாரி அமர்ந்திருந்தார். அருகில் அவருடைய மஞ்சள் நிற வைத்தியப் பை வாயைப் பிளந்து கொண்டு கிடந்தது. கைகளில் ஏதோவொரு உருண்டையை உருட்டியபடி என்னைப் பார்த்துச் சிரித்தார். என்னுடைய பதில் சிரிப்பிற்காய் காத்துக்கொண்டிருந்தவர் போல உருண்டையைக் கையில் கொடுத்து விழுங்கு என்றார். அக்காவிடம் வெந்நீர் எடுத்து வரச் சொல்லி அதையும் குடிக்கக் கொடுத்தார். பின்னர் ஒரு சொம்பில் இளநீர் கொடுத்தார்கள். குடித்துவிட்டு எழுந்து தரையில் அமர்ந்தேன். உடலை பத்து மளுவர்கள் போட்டு நையைப் புடைத்தது போல வலித்தது.

அன்று நாங்கள் மூவரும் உயிர் தப்பியது அதுவரை பட்டக்காட்டில் நடந்த அதிசயங்களில் மிக முக்கியமானது. உயிர் தப்பும் அனுபவம் மீனவர்களுக்குப் புதிதல்ல என்றாலும், ஒரு முறை சாவிலிருந்து தப்புதல் இன்னும் பல தடவைகள் கொல்லப்படப் போகிறோம் என்ற

பயத்தை விதைத்துவிடும். ஆக, இதிலிருந்து தப்பியோடுவதென்பது முடியாத கதை. கடல் வாழ்க்கையின் அடிப்படை நியதியே இதுதான். வயிற்றைக் காப்பாற்றிக்கொள்ள வேண்டுமென்றால் சதா சாவின் தொண்டைக்குள் போய் வர வேண்டும். அதிகபட்ச உயிர் அச்சுறுத்தல் கொண்ட வாழ்வாதாரத் தொழில்களில் கடல்தொழில் முக்கியமானது. தங்கள் வயிற்றுப்பாட்டிற்காக சாவின்மீது ஏறி நின்றுகொண்டு பணம் சம்பாதிக்கும் வாழ்க்கை அவர்களுடையது.

உபகதை:

குணம் பரியாரியும் வயிற்றோட்டமும்

குணம் பரியாரி எங்கள் பட்டக்காட்டின் ஒரேயொரு ஆஸ்தான வைத்தியர். அவருடைய ஓமியோபதி மருத்துவம்தான் எங்கள் ஊரை இற்றைவரை நோய்நொடிகளிலிருந்து காத்துக்கொண்டு வருகிறது. அவர் விழுங்கக் கொடுக்கும் அத்தனை பச்சை உருண்டைகளும், ஈர மாத்திரைகளும் கசப்பு என்னும் சுவைக்குக் கடைந்தெடுத்த உதாரணங்கள். இருந்தாலும் அதை விழுங்கி முடித்த அடுத்த கணமே உடல் சொல்பேச்சைக் கேட்க ஆரம்பித்துவிடும். அக்காலத்தில் பட்டக்காட்டிலிருந்து மன்னார் நகரத்துக்கோ அல்லது அருகிலிருக்கும் சிறு நகரங்களுக்கோ அலோபதி மருத்துவத்துக்காகச் செல்லும் மனிதர்களின் எண்ணிக்கை மிகவும் சொற்பமாகவே இருந்தது. காரணம், பட்டக்காட்டின் இதயத்தில் தடுக்குப் போட்டு அமர்ந்திருக்கும் குணம் பரியாரி. எல்லா வருத்தத்தையும் சொஸ்தப்படுத்தக்கூடிய விதம்விதமான ஓமியோபதி வித்தைகள் அவரிடம் இருந்தன. அனைத்துமே இலை குழை மூலிகைகளால் தயாரிக்கப்பட்டவை. அதிலும் விசேடமாக பக்க வாதம், வாயுக்கோளாறு, எலும்பு முறிவு, சுவாசக்கோளாறுகள், விசக்கடிகள் போன்றவற்றில் ஐயா அசாத்திய நிபுணர்.

நானும் அக்காவும் சிறுவர்களாக இருந்தபோது எங்களுக்கு அடிக்கடி குணம் பரியாரியின் பேதி மாத்திரைகளைக் குடிக்கத் தருவாள் அம்மா. மூன்று மாதங்களுக்கு ஒரு முறை நானும் சித்ராவும் அந்த மூன்று சிறிய உருண்டைகளைத் தண்ணீரில் கரைத்துக் குடிக்க வேண்டும். அவ்வப்போது நம் வயிற்றைப் பூரணமாகக் காலியாக்கிச் சுத்தம் செய்துகொள்வது நம்முடைய ஆரோக்கியத்துக்கு இன்றியமையாதது என்பாள் அம்மா.

இந்தத் துன்பக்கலத்தை ஒவ்வொரு தடவையும் எங்கள் தொண்டைக்குள்

திணிக்கும்போது, பேசாமல் வீட்டை விட்டே ஓடிவிடலாமா என்று தோன்றும். ஏன் இப்படி அசுபமாகச் சொல்கிறேன் என்றால் அதன் ருசி அப்படி. தரமான கசம். பட்டக்காட்டுச் சிறுவர்களையெல்லாம் பழி தீர்ப்பதற்காகக் குணம் என்னுமோர் தீர்க்கதரிசியால் கண்டுபிடிக்கப்பட்ட அருமருந்து அது. “இப்ப மட்டும் அந்தக் கிளட்டுப் பரியாரி என்ட கையில கிடைச்சான்...” என்று சித்ரா பல்லைத் துருத்தும் போது, நான் “நடு மண்டையில போடணும்” என்று முடிப்பேன். எங்களுக்கு அத்தனை சித்ரவதையைக் கொடுத்த துயரம் அவர்.

‘ஏன் ஐயா, சரி போகட்டும், என்னைத்தான் விட்டுவிடுங்கள், அடிக்கடி உங்கள் புளியமரத்தில் புளியங்காய் அடித்திருக்கிறேன். ஆனால் எதுவும் அறியாத இந்தப் பிள்ளைப் பூச்சி சித்ரா என்ன துரோகம் பண்ணினாள்? இத்தனை கசத்தையும் அடிக்கடி விழுங்கித் தொலைக்கக் கொடுப்பது எவ்வளவு பெரிய சிறுவர் துஷ்பிரயோகம் தெரியுமா?’

இதெல்லாம் குணம் பரியாரிக்கு ஒருபோதும் விளங்கியதில்லை.

பேதி மாத்திரைக்கு வருவோம். அன்று ‘அதி’ காலை ஆறு மணிக்கே எங்களை தூக்கத்திலிருந்து எழுப்பிவிடுவாள் அம்மா. கண்களைத் திறந்தவுடனேயே அம்மாவிடமிருந்து “பச்சத் தண்ணில அலம்பிடாம குசினிக்க வரணும்” என்கிற அறிவுறுத்தல் கிடைக்கும். அப்போதே நடக்கத் தயாராக இருக்கும் சிலுவைப்பாதை பற்றி எங்களுக்குப் புரிந்துவிடும். மெதுவாக எழுந்து, தயங்கித் தயங்கிக் குசினிக்குள் வருவோம்.

ஒரு கையில் இரண்டு குளிசைகளைக் கரைத்து வைத்த சிறு சில்வர் கோப்பையோடும், மறு கையில் வெந்நீர் லோட்டாவோடும் வாசலில் நிற்பாள் அம்மா. அவருடைய ஆகிருதி பார்ப்பதற்குப் பேய் போலத் தெரியும். கடைவாயில் ரத்தம் கசியும். பற்களும் நிகங்களும் நீண்டு கூராயிருக்கும். “கிட்ட வா” என்றதும் அலறியே விடுவோம்.

“இத முதல் குடிச்சுப்போட்டு, இதக் குடிக்கணும்” என்று குளிசை கோப்பையை முதலில் நீட்டுவாள் அம்மா. எனக்குக் கண்கள் கலங்க ஆரம்பித்துவிடும். சித்ரா அழுதே விடுவாள். பல்லைக் கடித்துக்கொண்டு அதை விழுங்கியதும், வெந்நீர் லோட்டாவைக் கொடுத்து “குடி குடி...” என்பாள். வார்த்தைகளில் ஒரு அவசரம் இருக்கும். கண்களை இறுக்கி மூடிக்கொண்டு ஒரே மிடறில் கோப்பையைக் காலியாக்கிவிடுவேன்.

கடைசிப் பிள்ளையாக இருப்பதன் வசதி, இவ்விடத்தில் எனக்கு மட்டும் ஒரு சிறு சலுகை கிடைக்கும். நக்குவதற்குக் கையில் கொஞ்சம் சீனி தருவாள் அம்மா. அதை வாயில் போட்டு உமிழும்போது கசப்பு மெதுமெதுவாய்க் காணாமல் போகும்.

வெந்நீரைக் குடித்துவிட்டு தாழ்வாரத்தில் குந்திவிடுவோம். ஐந்தே நிமிடத்தில் வயிற்றுக்குள் தடபுடவென பட்டாசுகள் வெடிக்க ஆரம்பிக்கும். ரொக்கட்கள் தாறுமாறாய்ச் சீறிப் பாய்ந்து வெளியே வந்து விழும். அப்போதுதான் குணம் பரியாரி எங்கள் அடிவயிற்றில் தகரக் குண்டாவை உருட்டி உருட்டி விளையாடிக்கொண்டிருப்பார். இதெல்லாம் நடந்து முடிந்து அடுத்த நிமிடமே மடை திறக்கும்.

அடுத்த ஒரு மணி நேரமும் ஓயாத ஓட்டம். குசினித் தாழ்வாரமும், கொல்லையும் வெறும் இருபது அடி தூரம்தான் என்றாலும் ஓட்டம் பிடிக்காவிடில் சம்பவம் இடையிலேயே நடந்துவிடும். அல்லது ஓடுவது சிரமம் என்றால், கொல்லைக்குப் பக்கத்திலேயே கதிரை போட்டுக் குந்திவிடுவது புத்திசாலித்தனம்.

அப்போது எங்கள் வீட்டில் முறையான கழிப்பறை வசதிகள் இல்லை. அதற்குப் பதிலாக வீட்டுக்குப் பின்புறத்தில் இரண்டு கொல்லைகள் இருந்தன. 'வயித்தாலக் குடிக்கும்' நாட்களில் எனக்கொரு கொல்லை, சித்ராவுக்கொரு கொல்லை என உயில் எழுதி வைத்துவிடுவாள் அம்மா. அதற்குள் நிலத்தைக் கிண்டி ஒரு குழி அமைக்கப்பட்டிருக்கும். என்ன அவசரம் என்றாலும் அக்குழிக்குள்தான் அடிக்க வேண்டும். ஆனால் இந்தா அந்தாவென்று ஓடும் அவசரத்தில் சிலவேளை குழியைக் கோட்டைவிட்டு விடுவேன். அம்மாதான் பாவம், என்னைத் திட்டித் திட்டி கொல்லையைச் சுத்தம் செய்து வைப்பாள். இந்தப் பிரச்சினையைத் தவிர்ப்பதற்காக சித்ரா கொல்லைக்கு வெளியிலேயே பலகைக்கட்டையைப் போட்டு அமர்ந்துவிடுவாள்.

இதைவிட இதில் இன்னுமொரு மகா பிரச்சினையும் இருந்தது. வயிற்றுக்குள்ளிருக்கும் அத்தனை சத்துராதிகளும் போய்த்தொலையும் வரை நம் உடலுக்குப் பச்சைத் தண்ணீரை மட்டும் காட்டிவிடக்கூடாது. காட்டிவிட்டால் ஆரம்பித்த 'ஓட்டம்' திடும் என நின்றுவிடும். பின்னர் அந்தக் கருமத்தைக் மறுபடியும் முதலிலிருந்து குடித்துத் தொலைக்க வேண்டும். இதனால் ஒவ்வொரு தடவையும் இருந்துவிட்டுத் தண்ணீரில் கழுவுவதற்கு எங்களுக்கு அனுமதியில்லை. எனவே வெள்ளைக்காரன் ஸ்டைலில் துடைத்துவிட்டு எழுந்து வருவதற்குத் துணியொன்றைக் கொல்லைச் செத்தையில் சொருகி வைத்திருப்பாள் அம்மா.

முதல் தடவை அத்துணியால் துடைக்கும் போது சிக்கலில்லை. சுகமாக இருக்கும். ஆனால் ஐந்தாவது தடவை போய்விட்டுத் துடைப்பதற்கு, அத்துணியின் கன்டிஷன் எப்படியிருக்குமென்று யோசித்துப் பாருங்கள். முதலில் அத்துணியில் பீ இல்லாத ஒரு இடத்தைக் கண்டு பிடிக்க வேண்டும். இரண்டாவது, அதிலிருந்து புறப்பட்டுவரும் துர்நாற்றத்தை சமாளித்துக்கொள்ள வேண்டும். மூன்றாவது, அத்துணியில் மலம்

இல்லாத அந்த இடத்தைப் பிடித்துப் பிட்டத்தைத் துடைக்கும் போது அத்துணியின் மற்றைய பாகங்களிலிருக்கும் மலம் நம்முடைய கையிலோ அல்லது பிட்டத்தின் ஏனைய பகுதிகளிலோ பட்டுவிடாதவாறு பார்த்துக்கொள்ள வேண்டும். எவ்வளவு பெரிய அவஸ்தை என்று நினைக்கிறீர்கள்?

எங்கள் துயரத்தைப் பார்த்து அம்மாவுக்கு எங்கள் மேல் என்றுமே இரக்கம் வந்ததில்லை. மாறாக "வயித்துக்க இருக்கிற எல்லா கருமமும் இதோட துலஞ்சிட்டுது!" என்ற புளங்காகிதம்தான் முகத்தில் பரவிக்கிடக்கும். முயல் வேட்டைக்குப் போய் வந்த நாய் போல, நாக்கைத் தள்ளிக்கொண்டு அம்மாவிடம் வந்து, "அம்மா ஆறு தரம் போயிற்று" என்பேன். மூச்சு வாங்கும். உடல் இளைத்துப் போய் பிடிமானத்திற்காய் தவிக்கும். அப்போதுதான் மனமிரங்கி என் மடையை மூடுவதற்கான அருமருந்தைக் கொடுப்பாள் அம்மா.

ஒரு கோப்பை கடும் கோப்பியும் இரண்டு வட்டர் விசுக்கோத்துகளும்.

கோப்பியையும் வட்டரையும் தின்ற பிறகு பச்சைத் தண்ணீரில் குளிக்க வேண்டும். கிணற்றடியில் நிறைத்து வைத்திருக்கும் வக்கிலிருந்து தண்ணீரை அள்ளி ஊற்றினால், இளைத்த தேகத்தில் குளிர்நீர் போடும் கோலம் ஜில்லென்று படிய, நரம்புகளில் புத்துணர்ச்சி ஏறும். குளித்துவிட்டு உடலை உலர்த்தும் போது ஒரு பசி பிடிக்கும் பாருங்கள், அப்படியே சமையலறைக்குள் போய் தரையிலேயே படுத்துவிடுவோம். அம்மா தான் ஆக்கிவைத்த வெள்ளைச் சோற்றையும், மணலை மீன் சொதியையும் தட்டில் போட்டு "அச்சாப்பிள்ளைகள்" எனப் புன்னகைத்தபடி எங்களிடம் நீட்டுவாள்.

சாப்பாட்டை முடித்துவிட்டு நான்கு மணிநேர ஆழ்ந்த உறக்கம்.

உறக்கம் விழித்து பாயிலிருந்து எழும்பும் போதுதான் குணம் பரியாரியின் மகிமை விளங்கும்.

07

“அம்மா, அது சரி, அண்டைக்கு நான் கர தட்ட ஏழு மணியாச்சாமே... அதுவர கரையிலயோ நிண்டீங்க? ஆமா, நான் கரைய நெருங்கேக்க யாரம்மா என்னைய முதல்ல கண்டது?”

பல் துலக்கிக்கொண்டு பதிதாய் முளைத்த வாழைப் பொத்தியை வெறித்துக்கொண்டு நின்ற அம்மாவிடம் கேட்டேன். முதலாவது கேள்வியை விட அந்த இரண்டாவது கேள்விக்குக் கிடைக்கப் போகும் பதில் சுவாரசியமானது என்பது என்னுடைய எண்ணம்.

“ஞாபகமில்ல...”

மீண்டும் வாழைப் பொத்தியிலேயே சுருண்டது அவளுடைய பார்வை. அதற்கு மேல் எதையும் பேச எனக்குத் தோன்றவில்லை. யாராக இருந்தால்தான் என்ன, என்னுடைய ஜீவன் காப்பாற்றப்பட்டு விட்டதே. அது போதும்.

வாரங்கள் ஓடிக் கழிந்தன. அந்தக் கொடூர சம்பவத்தின் பின்னர் கடல் என்றாலே என் தலைக்குள் விசப்பாம்புகள் ஊற ஆரம்பித்துவிட்டன. ஆழியின் முகடுகளில் உட்கார்ந்திருந்த துப்பாக்கிகள் என்னை நோக்கி பட்பட்டென வெடித்தன. அலைகள் தொண்டைக் குழிக்குள் தண்ணீரை நிரப்பி ஜீவனை அழுத்திக் கொல்ல முயன்றது. நேவி, இயக்கம் என்ற கடல் மனிதர்களின் அகோர முகங்கள் கனவில் வந்து என்னை ஓட ஓடத் துரத்தியதில் அடிக்கடி நடுச்சாமத்தில் வீறிட்டு முழித்தேன். இருந்தும், இந்தப் பயம் என் வாழ்க்கையில் எதையும் மாற்றப் போவதில்லை என்பது புரிந்தது. பயமா, வயிறா என்றால்

நீங்கள்தான் என்ன செய்வீர்கள்?

'கடலுக்கு வாக்கப்பட்டுட்டம். தலையைக் கொண்டுபோய் அடிச்சுக்கவா முடியும்? நமக்குத் தெரிஞ்சது அதொண்டுதான். அத விட்டா பிச்ச எடுக்கக்கூட நமக்குத் தெரியாது...' என அடிக்கடி எனக்கு நானே சொல்லிக்கொள்ள வேண்டியிருந்தது. கிறுக்கி விடப்பட்ட தலையெழுத்து மீண்டும் என்னைக் கழுத்தில் பிடித்து இழுத்துக் கொண்டுபோய் கடல் பிரபஞ்சத்திடமே சேர்ப்பித்தது.

அந்தச் சம்பவம் நடந்து இரண்டு வாரங்கள் கழித்து நானும் அந்தோனியும் மீண்டும் அந்தக் கடலில் கால்களை நனைத்தோம். ராஜா மாமா கடன் வாங்கி புது படகு இயந்திரம் வாங்கியிருந்தார். அணியத்தில் ஏறி நின்ற அந்தோனி வானைப் பார்த்து "ஏசுவே..." என்றான். இம்முறை அவனுடைய குரல் கொஞ்சம் அழுத்தமாக இருந்தது. இயந்திரம் 'புர்ர்ர்ம்ம்...' என்று ஜல்லிக்கட்டுக் காளைபோல பாய்ந்தது. அது படகை அலைகளுக்கு அப்பால் தூக்கிப்போட, 'மீன் வளைக்காம வந்தாலும் பரவால; இந்த கொள்ளையில போவாங்கட கண்ணில மட்டும் மாட்டிடக்கூடாது. கடவுளே...' என மனசு அடித்துக் கொண்டது.

"ப்ரூம், ப்ரூம்..." என வேகத்தைக் கூட்டியபடி இயந்திரம் தன் படகை அலைகளுக்கு செங்குத்தாக இறக்கி ஜலத்தைப் பிரித்துக் கொண்டு ஓடியது. கடலின் நீலம் விழிகளுக்குள் விழுந்து காட்சியெல்லாம் நிறைந்தது. தூரத்தில் கடல் நாரைகள் கூட்டம் கூட்டமாக வானத்தில் அலைந்து கொண்டிருந்தன. கிழக்குப் பக்கத்தில் முளைத்த சூரியன் தன் ஒளிக்கற்றைகளைக் குழைத்து எடுத்து கீழ்வானத்தில் தடவிக் கொண்டிருந்தான். ஒப்பனையற்ற கடலின் மோகன இதழ்கள் பளபளத்தன. படகின் அணியம் உயர உயர, ஈரம் நனைத்த காற்று எங்கள் சதைகளில் பட்டு வலித்தது.

"மச்சான், உனக்கொரு கத தெரியுமோ...?"

பக்கத்தில் இருந்தாலும் தொண்டை கிழியக் கத்தினான் அந்தோனி. காற்றின் கீச்சல் அன்று அதிகமாயிருந்தது.

"என்ன கத?"

வழமைபோல ஊர்க் கதைதான் என்று தயாராகிக் கொண்டேன். அதற்குக் காரணம், அந்தோனியுடைய அம்மாவின் நண்பி. எங்கள் ஊரின் பீபீசி. எங்கள் ஊரில் எவர் வீட்டில் என்ன சம்பவம் நடந்தாலும் அது பரிமளம் மாமியைக் கடந்து போய்தான் மற்றவர்களுடைய காதுகளில் விழவேண்டும். பரிமளம் மாமி போல காதையும் வாயையும் இத்தனை விஸ்தாரமாகப் பயன்படுத்தும் ஒரு மானுடப் பிறவியை

என் வாழ்க்கையில் கண்டதேயில்லை.

இப்படி வீட்டில் அந்தோனியின் அம்மாவிடம் சேரும் கதைகளில், சுவாரசியமானவற்றை மட்டும் சேகரித்துக் கொண்டு வந்து என்னோடு பகிர்ந்து கொள்வான் அந்தோனி. கடலில் மணிக் கணக்கில் கிடக்கும் எங்களுக்கு இக்கதைகள்தான் பொழுதுபோக்கு. பிடிவாதமாய் நிற்கும் நேரத்தை அடித்துக் கலைப்பதில் இந்தக் கதைகள் எங்களுக்குப் பெரிதும் உதவின.

“அண்டைக்கு பெரும் பரபரப்பாமே...?” அந்தோனியின் மூலை உதட்டில் கேலிக்கோடுகள் விழுந்தன.

“எண்டைக்கு? எங்க...?”

“நாம நேவிக்காரன்ட தப்பி கர வந்தப்பதான்.”

“ஓம்... அதில என்ன பரபரப்பு...?”

“இல்ல... நீ கரைய நோக்கி நீந்தி வரேக்க உன்ன முதல்ல கண்டது கயல்தானாமே?”

எனக்குப் பகீரென்றது. என்னுடைய இந்தக் கேள்விக்கான பதில் சுவாரசியமாய் இருக்கும் என்றுதான் நினைத்தேன். ஆனால் கடைசியில் சுவாரசியமே பதிலாய் இருந்தது.

“என்னடா சொல்றாய்...?”

“ம். தங்கச்சிதான் சொன்னவள்...”

“என்ன சொன்னவள்? தெளிவா சொல்லன்டா பேயா.”

“நான் கரைக்கு வந்து அடுத்த பத்து நிமிசத்தில கயல் திடீரெண்டு மதன் மதனெண்டு கத்த ஆரம்பிச்சவளாம்... பிறகு எல்லாரும் திரும்பிப் பாத்தா தூரத்தில நீ நீந்திக் கொண்டு கிடந்தியாம். அதுக்குப் பிறகுதான் நம்ம பொடியள் வந்து உன்ன கரைக்கு கொண்டு வந்து சேர்த்திருக்கிறாங்க...”

ஆச்சரியத்தில் வியர்க்க ஆரம்பித்துவிட்ட முகத்தைத் துடைத்துக் கொண்டேன். இதயம் சத்தம் வைத்துத் துடித்தது. சந்தோஷம் தொண்டைக்குள் உருண்டை கட்டிக் கீழ் நோக்கி இறக்கியது.

08

இற்றைவரை என் மீதான கயலின் உன்னத பிரியத்தை என்னால் புரிந்துகொள்ளவே முடியவில்லை. அதைப் புரிந்துகொள்ளும்படியான ஒரு மனம் என்னிடமிருந்து பிடுங்கப்பட்டாயிற்று. ஒருவேளை அவளுடைய காதல்தான் கடைசியில் சப்பரம் ஏறுமென்றால், என்னுடைய இத்தனை பிடிவாதங்களும் எதற்கு என்று தோன்றியது. காலம் எதைத் திட்டமிட்டு வைத்திருக்கிறது என்பதை நினைக்க பயம் மேலிட்டது. என்னுடைய முடிவையும், பிடிவாதத்தையும் கூறு போடும்படி காலம் என்னை நிர்ப்பந்திக்காது என்ற நம்பிக்கையில் அப்போது கோடரி விழுந்தது.

இருந்தும் 'இந்த மசிராண்டிக்கு ஒண்ணுமே புடுங்க வராது...' என்ற நம்பிக்கையில் அந்தோனி தீர்மானமாக இருந்தான். அவனுடைய இந்த நம்பிக்கையை கெட்டியாகப் பிடித்துக் கொள்வதுகூட என் அப்போதைய மனசஞ்சலத்துக்கு ஒரு விடிவாக அமையக்கூடும் என்று நினைத்தேன்.

மறுநாள் இதுபற்றி அந்தோனியிடம் கொஞ்சம் அதிகமாகப் பேச வேண்டும் போலிருந்தது. என்னுடைய சுய பாதுகாப்பின்மை பற்றி அவனிடம் பேசினால் சில நம்பிக்கையான கதவுகள் திறக்கப்படலாம். எல்லாவற்றையும் விட, இந்த விடயத்தில் என் மனம் ஸ்தூலமாக இருக்கிறது என்று இனியொருபோதும் சொல்ல முடியாது என்ற அவமானம்தான் என்னைக் கூனிக்குறுக வைத்தது.

அந்த நாட்களில் அசாதாரணம் என்னை ஒரு கொடிபோல் சுற்றிக் கொண்டது. அந்தக் கொடியில் முளைக்கும் விளக்கமற்ற தனிமையும்,

தெளிவற்ற மனக்கிலேசமும், பயமும், அவமானமும் என்னைச் சூழ்ந்துகொண்டு பிறாண்ட ஆரம்பித்துவிட்டன. அனைவருக்கும் சரியாகத் தெரியும் ஒரு காரியம் உனக்கு மட்டும் ஏன் தவறாகத் தெரிய வேண்டும் என்கிறது அடிமனது. மனமெல்லாம் கேள்வி கேட்கும்படியா என் நிலை பாழ்பட்டுப் போய்விட்டது? அதற்குக்கூடவா என் நியாய வேதங்களைப் புரிந்துகொள்ள முடியவில்லை?

அன்றைய படுக்கையில் எனக்கு நித்திரை நெருங்கவேயில்லை. தூரமாய் போய் கருப்பு மலைகளில் உட்கார்ந்து கொண்டு பல்லிளித்தது. உருண்டு உருண்டு படுத்ததில் ஓலைப்பாயில் நீட்டிக்கொண்டிருந்த கூர்கள் முதுகில் கோடுகள் போட்டன. வயிறு நிறைந்திருந்தும் இடப்பக்கமாய் பசி துளாவியது. 'தொலைத்த தன்ட பெறுமதியான பொருள கண்டு பிடிச்சவள் போல எதுக்கு என்னக் கண்டதும் கதறி ஆர்ப்பரிக்க வேணும்? சுற்றியிருந்தவங்க என்ன நினைச்சிருப்பாங்க?' மனம் சுவரிடம் கேள்விகளைத் தொடுத்தது. கையை இறுக மூடிக்கொண்டு சீமெண்டுத் தரையில் ஓங்கி ஒரு அறை அறைந்தேன்.

"அண்டைக்கு உங்க அம்மாவ விட கயல்தான் சத்தமா அழுது துடிச்சுப் போனாளாம் மச்சான். தங்கச்சிக்கு பாக்க சரியான கவலையாப் போச்சாம்..."

இதையாவது சொல்லாமல் மறைத்துவிட்டு அந்த உரையாடலை முடித்திருக்கலாம் அந்தோனி. ஒவ்வொரு கணமும் ஈட்டியையல்லவா ஓங்கிப் பாய்ச்சுகிறது இந்த வசனம்.

தலையணையின் உஷ்ணத்தைப் பிடித்துக்கொண்டு மறுபக்கம் திரும்பிப்படுத்தேன். தூக்கத்தின் சாயலே இல்லை. அன்றைய இரவு இன்னும் அதிகமாய்ப் புழுங்கியது. கண்களை மூடினால் ஏதோவொரு விசச் சர்ப்பம் உடல்மேலே ஊர்வதுபோல் இருந்தது.

அவளால் இன்னுமா என்னை மறக்க முடியவில்லை?

09

“நாளைக்குக் கொஞ்சம் வெள்ளணையா தண்ணிக்க இறங்கிரணும்...” என ராஜா மாமா நேற்றுச் சொன்னது அப்பொழுதுதான் புத்தியில் அடித்தது. விருவிருவென கக்கூசிலிருந்து வெளியே வந்த நான் பழுப்பு நிற அரைக் கால்சராயை மாட்டிக்கொண்டு கடலை நோக்கி வேகமாக ஓட ஆரம்பித்தேன்.

ராஜா மாமா நல்ல மனுசன்தான் என்றாலும் அவருடன் தொழில் செய்வதென்பது இலேசுப்பட்ட காரியமில்லை. நேரத்தில் மட்டும் அந்தாள் படு கறார். ஒரு நிமிடம் தாமதித்துவிட்டால்கூட “5:01, ஐந்து மணியில்லை அப்பன். டைம்னா டைமா இருக்கணும்” என்பார். “பெரிய வெள்ளக்கார பரம்பரை பூளல்...” என்பான் அந்தோனி கமுக்கமாக. அப்படியும் நேரம் தாமதித்து போய் நின்றால் “நீங்க எல்லாம் என்ன மசுருக்குடா தொழிலுக்கு வாறீங்க? கொஞ்சம் எண்டாலும் சீரியஸா இருக்கோணுமில்லையா?” என முகத்துக்கு முன் சொல்லிவிடும் மனுசன். நமக்கு மெய் கூசும். இந்தப் பரிசுகேட்டைத் தாங்கவேண்டாம் என்பதற்காகவே நான் எப்பொழுதும் ஐந்து பத்து நிமிடங்கள் முன்னாலேயே போய் கடற்கரையில் தேவுடுகாத்துக்கொண்டு நிற்பேன். அதிகாலையையே இப்படிப்பட்ட வசைகளோடு நாளை ஆரம்பிப்பது நன்றாகவா இருக்கும்?

அன்று புறங்கால் பிட்டத்தில் அடிக்க ஓடிவந்த அந்தோனி, நான் மட்டும் எங்கள் படகுக்கு அருகில் நின்று கொண்டிருப்பதைப் பார்த்துவிட்டு “ஓஹ். மாமா இன்னும் வரல. தப்பிச்சன்டா சாமீ...” என மூச்சு வாங்கியபடி மணலில் அமர்ந்தான். அன்று வழமைக்கு

மாறாக பத்து நிமிடம் தாமதித்தே ராஜா மாமா வந்தார். அதை நாங்கள் கண்டுகொள்ளவில்லை என்பதுபோல அவருடைய முகத்தைப் பார்த்தோம். அவர் முகத்தில் மனசாட்சி குத்தியது. "மகளுக்கு சுகமில்லையடாப்பா..." என்று கேட்காத கேள்விக்கு பதிலை வைத்துக் கொண்டு இயந்திரத்தைப் பொருத்தினார் மாமா.

படகு ஆழி நோக்கி பறந்தது. இன்னுமொரு புதிய நாளை இந்தப் பிரபஞ்சத்துக்கு தாரை வார்த்துக்கொண்டிருந்தான் பகலவன். தொலைவில் வளைந்து இறங்கும் வானத்துக்குத் தோள்கொடுத்து நின்றது கடல். ஆனாலும் கீழ்ப்பக்கமாகத் திரண்டிருந்த முகில்கள் கறுப்புக் கம்பளத்தில் சுருட்டப்பட்டுக் கிடந்தன. மறுபக்கம் கருக்கட்டிய மேகம் நிறைமாத கர்ப்பிணிபோல முனங்கிக்கொண்டு கிடந்தது.

படகு வேகத்தை அழுத்த, காற்று தலைமயிரைக் கிளறியது. அணியத்திலிருந்த நானும் அந்தோனியும் திகட்டாத கடலின் வசீகரத்துக்குள் கொஞ்சம் கொஞ்சமாய் இறங்கிக் கொண்டிருந்தோம். இல்லை, நான் அன்று கடலை ரசிக்கவேயில்லை. பயணத்தின் பெரும் கொண்டாட்டத்தை உணரவேயில்லை. என் மண்டைக்குள் மீண்டும் அந்தக் காட்டு அட்டை ஊற ஆரம்பித்திருந்தது.

"மாமா, இண்டைக்கு மழ அடிக்கும் போல கிடக்கே... வல வீசாம கட்டுவலய மட்டும் பாத்துட்டு பொயிருவமா?" என்றான் அருகிலிருந்த அந்தோனி.

"ஓமடா... மழ அடிக்கத்தான் போகுது. அப்ப ஆழிய விட்டு கரப்பக்கம் போயி கட்டுவலைகளப் பாப்பம்..." என மெதுவாக இயந்திரத் துடுப்பை வளைத்து படகை மறுபக்கம் திருப்பினார் ராஜா மாமா.

ராஜா மாமா பற்றி ஏலவே சொல்லியிருக்கிறேன். அதோடு இன்னும் சில பராக்கிரமங்களையும் சேர்த்துக்கொள்ள வேண்டும்.

அக்காலத்தில் ஒரு படகு – இயந்திரத்தை சொந்தமாக வைத்திருப்பதென்பது ஒரு சாதாரண கடலோடியால் முடியாத காரியம். ஆனால் சம்மாட்டி என்று அழைக்கப்படுபவர்கள் இதுபோல பல படகுகளையும், இயந்திரங்களையும், ஒரு வாடியையும் சொந்தமாக வைத்திருப்பார்கள். அவர்களிடத்தில் பல வேலையாட்கள் இருப்பார்கள். பணத்தில் புரளுவார்கள். பெரும் பகட்டான வாழ்க்கை அவர்களுக்கு அமைந்திருக்கும்.

ஆனால் ராஜா மாமா சம்மாட்டியில்லையென்றாலும், சம்மாட்டியாய் வரக்கூடிய அத்தனை தகுதி தராதரங்களும் அவருக்குண்டு. அவருக்குச் சொந்தமாக வாடி இல்லை. ஆனால் ஒரு படகும் இயந்திரமும் தொழிலுக்குத் தேவையான அத்தனை வலைகளும் இருந்தது.

நானும் அந்தோனியும் பல வருடங்களாக ராஜா மாமாவுடன்தான் தொழில் செய்து கொண்டிருக்கிறோம். எங்கள் இருவருக்கும் தொழில் கற்றுக்கொடுத்த குரு அவர்தான்.

கடலோடி வாழ்க்கையின் அத்தனை சாகசங்களையும் வித்தைகளையும் பக்கம் பக்கமாய் சேர்த்து வைத்துக்கொண்டு திரியும் ஒரு தடித்த புத்தகம் ராஜா மாமா. அலைகளின் பாசாங்குகளை வைத்தே கடலின் மனநிலையைச் சொல்லக்கூடியவர். அவரும் கடலும் பேசிக்கொள்வதற்கென்று ஒரு பாஷை இருந்தது. இருவருக்கும் இடையிலான உறவென்பது நம் கற்பனைகளுக்குள் அடக்க முடியாத ஒன்று. தன்னுடைய ஐம்பத்து இரண்டு வயதின் முக்கால் பங்கை கடலிலேயே கழித்தவர். கடலையும் அது சார்ந்த வாழ்க்கையையும் கரைத்துக் குடித்த ஒரு நுணுக்கமான அனுபவ மேதை, என்னுடைய தலைமுறையின் தொழில் குருவாக இருப்பது நாங்கள் பெற்ற பெரும் பாக்கியம் என்றே சொல்ல வேண்டும்.

கடலும் நீங்கள் நினைப்பதுபோல சாதுவான சாமானில்லை. அது ஒவ்வொரு நாளும் ஒவ்வொரு மூஞ்சியைக் காட்டும். அடிக்கடி தட்ப வெட்பக் காற்று நிலையை மாற்றி மாற்றி விளையாடும். அலைகளின் வேகத்தை கூட்டிக் குறைத்து கூத்துப் போடும். மீன் கூட்டத்தை ஒளித்து வைத்து கண்ணாம்பூச்சியாடும். வா வா என ஆழிவரை கொண்டுபோய் திசைதிக்கைக் குழப்பிவிட்டு கொடூரமாய் சிரிக்கும். அவ்வப்போது பயங்கரமான கடல் விலங்குகளையும் எங்கள் மீது ஏவிவிட்டு ஜீவனை அறுக்கும்.

பத்தே நிமிடத்தில் எங்களுடைய கட்டுவலை கட்டப்பட்டிருந்த இடத்துக்கு வந்தோம்.

"இறங்கிப் பாருங்கடா..." என அக்சிலேட்டரைக் கீழ்ப்பக்கமாத் திருகி இயந்திரத்தை அணைத்தார் ராஜா மாமா. முன்னால் கட்டுவலை சுருள் சுருளாக திரண்டு கிடந்தது. அப்பொழுதுகூட என்னுடைய சிந்தனை கட்டுவலைப் பக்கம் சாயவில்லை. "அவளுக்கு என் மீதான காதல் இன்னும் குறையவே இல்லையா...?"

அதே பழைய ஸ்மரணை. அதே கட்டுக்கடங்காத குழப்பம். அதையே திரும்பத் திரும்ப நினைத்துக் கொண்டிருப்பது பைத்தியக்காரத்தனம் என்று தோன்றியது. "இப்படியே போய்க்கிட்டிருந்தா..." என எண்ணிக் கலங்கியபடி நீருக்குள் பாய்ந்தேன். பாயவில்லை, கால் படகின் விளிம்பில் தடுக்கி தண்ணீருக்குள் தொப்பென விழுந்தேன். சில்லென்றிருந்த ஜலம், பட்ட இடமெல்லாம் ஐஸ் போல் குத்தியது.

"டேய் பாத்துடா. கடலுக்குள்ள விழுந்து கிழுந்து தொலச்சிடாத..."

என அந்தோனி அதட்டினான். அருண்டு முழித்து அலைகளின் நெளிவில் நிதானத்தைப் பிடித்துக்கொண்டேன்.

“காதலுக்கும் கடலுக்கும் ஆகாது மாப்ள. பாத்து...” என அந்தோனி தோளில் தட்டிச்சொன்ன போது, அவன் என்னைக் கூர்ந்து கவனித்துக் கொண்டிருக்கிறான் என்பது புரிந்தது. அவனிடம் மட்டும்தான் என்னால் எதையும் மறைக்க முடியவில்லை. நான் பேசாத மௌனத்தைக்கூட சரியாகப் புரிந்துகொள்பவன் அவன். “கடலுக்குள்ள விழுந்தாலும் பரவால்ல, இந்தக் காதல் கருமத்தில மட்டும் விழுந்து தொலச்சிடக்கூடாதுடா சாமீ...” என மனதுக்குள் ஆசுவாசத்தைக் கிளப்பிக்கொண்டேன். கழுத்தளவில் இருந்த நீர்முகட்டைப் பிரித்துப்போட்டபடி கட்டுவலையை நோக்கி மெதுமெதுவாக ஊர்ந்தேன்.

வெறும் வள்ளத்தையும் ஒரு வலையையும் சொந்தமாக வைத்திருக்கும் ஒரு சாதாரண கடலோடியின் வாழ்வாதாரம் பெரும்பாலும் இந்தக் கட்டுவலையில்தான் இருக்கிறது. கட்டுவலை எனப்படுவது ஆழமற்ற கடற்பரப்பில் கம்புதடிகளை இறுக்கி அவற்றைச் சுற்றி வளைத்து வளைத்துக் கட்டப்பட்டிருக்கும் ஒரு வகை மீன்பிடி வலையாகும். அதைப் பட்டிவலை என்றும் அழைப்பார்கள். வலைச் சுற்றுக்குள் வந்த மீனை திக்கு திசை அறியாமல் வலைக்குள்ளேயே மடக்கிப்போடும் ஒரு உத்தி இது.

சுற்றிச் சுற்றி வளையமாக நடப்பட்டிருக்கும் வலைக்குள்ளே மீன்கள் செல்ல ஒரு வழியிருக்கும். அந்த வழியினூடு உள்ளே செல்லும் மீன்கள் மீண்டும் வெளியே வந்துகொள்ள வழி தெரியாமல் அதற்குள்ளேயே மாட்டிக்கொண்டுவிடும். அதன்பிறகு அங்கு வரும் மீனவர்கள் அதற்குள் இறங்கி அகப்பட்ட அத்தனை மீன்களையும் ‘குழிவலை’ என்னும் இன்னுமோர் வலையைக்கொண்டு கபக் என்று அள்ளிவிடுவார்கள். இப்படி கட்டப்படும் கட்டுவலைகள் நீண்ட காலத்துக்குக் கடலிலேயே கிடக்கும். அப்படி எங்களது கட்டுவலையும் அங்கே சுமார் ஒன்றரை வருடங்களுக்கு மேலாகக் கிடக்கிறது.

இக்கட்டுவலையில் வெறுமனே மீன்கள் மட்டும் சிக்குவதில்லை. இறால், நண்டு, கணவாய் என சகல ஐட்டங்களும் சிக்கும். அதேபோல ‘அஞ்சாலை’ போன்ற கடல் பாம்புகளுக்கும் சந்தர்ப்பமுண்டு. அப்படி பாம்புகளைக் கண்டுவிட்டால், நிலைமையை சரியாக சுதாகரித்துக்கொண்டு முதலில் அவற்றைத் தூக்க வேண்டும். மீனைத் தேடி வந்தவர்கள் பாம்பிடம் கடியுண்டுபோன சம்பவங்களும் பல நடந்திருக்கிறது. மீன்களில் இருக்கும் வேகம் இப்பாம்புகளில் இல்லையென்றால் சொடுக்குப் போடும் நாழிகையில் சிவபதம் நிச்சயமாகிவிடும்.

நானும் அந்தோனியும் கட்டுவலைக்குள் கவனமாகத் தேடினோம். அதிஷ்டவசமாக பாம்புகள் இல்லை. ஆனால் எக்கச்சக்க மீன்களும் நண்டுகளும் செறிந்து கிடப்பது தெரிந்தது. இருவரும் உள்ளே இறங்கி அங்கிருந்த அனைத்தையும் குழிவலை கொண்டு மடக்கிப் பிடித்தோம். அன்றைய எங்கள் கடல் வேட்டையில் எக்கச்சக்க சாளை மீன்களோடு கொஞ்சம் இறாலும் நண்டும் சிக்கியது.

வந்த வேலையை வெற்றிகரமாக முடித்துக்கொண்டு படகினுள் ஏறினோம். “இண்டைக்கு நல்ல மீன்பாடுதான்...” என வாய் நிறைய புன்னகையோடு படகை சரித்து, திருப்பி, நிமிர்த்தி, கரை நோக்கி முறுக்கினார் ராஜா மாமா. கரைக்கு வந்ததும் வழமைபோல கொண்டுவந்த அத்தனையையும் நிறுத்துப் பெரிய சம்மாட்டியின் மீன்வாடியில் கொடுத்துவிட்டு வீடு செல்லும் போது நேரம் இரண்டு மணியைத் தாண்டியிருந்தது.

அன்று வீட்டில் பாலை மீன் குழம்பு என்பதை வாசலில் வரும்போதே பிடித்துக் கொண்டுவிட்டேன். என்ன மாயமோ, அம்மாவின் ஒவ்வொரு மீன் குழம்பும் ஒவ்வொரு பரிசுத்த வாசத்தைக் கொண்டிருக்கிறது. பாலை மீன் குழம்புக்கும், கொய் மீன் பொரியலுக்கும், திருக்கை வறைக்கும், அரைத்துக் காய்ச்சும் கறுப்பு நண்டு குழம்புக்கும் நான் ஆயுட்கால அடிமை. அம்மா இவற்றை ஆக்கிப்போடும் நாட்களில் சட்டி கிணற்றடிக்குப் போகும் வரை அதைச் சுற்றிச் சுற்றியே வளையம் வந்துகொண்டிருப்பேன்.

அன்று படலையைக் கடந்து நேராக சமையலறைக்கே போனேன். அப்பொழுதுதான் அடுப்பிலிருந்து இறங்கி படையலுக்குத் தயாரா யிருந்தது மீன் குழம்பு. வெள்ளைப் பச்சையரிசிச் சோற்றை பீங்கானில் நிரப்பி, நடுவில் ஒரு குழி கிண்டி, மீனின் நடுத்துண்டை குழம்போடு சேர்த்து அதனுள் ஊற்றினாள் அம்மா. குழம்பு நாலா பக்கமும் வழிந்தோட ப்ளக் என்று கரண்டியிலிருந்த மீன்துண்டு சோற்றில் விழுந்தது.

வாழ்க்கையின் அதி உன்னத கொண்டாட்டமான தருணங்களை ஒரு மீன் குழம்புகூட நமக்குத் தரலாம்.

“தம்பி, அப்பா ஏதோ கடுப்பில இருக்கார் போல...”

சாதத்தைப் பினைந்து முதல் வாயை உள்ளே வைக்க அம்மா ஆரம்பித்தாள்.

“யாரு, உன்னள்ளயாம்மா?”

“விசரா... உன்னள்ள!”

“என்னது... என்னள்ளயா? எதுக்கு?”

“அந்தக் கயலுக்கும் உனக்கும் ஏதாச்சுமோனு...?”

“ஏதாச்சுமோனு... என்ன இழுக்கிறாய்?”

பாலை மீனின் நடுமுள் பின் முரசில் பஜக்கென்று ஏறியது. ஆவென்று கத்திவிட்டு மீண்டும் அம்மாவைப் பார்த்தேன்.

“இல்ல... ரெண்டு பேரும் காதலிக்கிறீங்களாமெண்டு யாரோ சொன்னாங்களாம் அவருக்கு...”

“என்னம்மா சொல்ற...?”

“இல்ல... ரெண்டு பேரும் காதலிக்கிறீங்களாமெண்டு யாரோ சொன்னாங்களாம் அவருக்கு...”

“அடச்சீ, நீ வேற!”

“கொஞ்சம் சூதானமா நடந்துக்க தம்பி. அதெல்லாம் நமக்குச் சரிப்பட்டு வராது. நமக்கு எதுக்கு வீண் வம்புதும்புகள்..?”

விழுங்கிய சோறு தொண்டை கடந்து தவறான குழாயில் விழுந்தது. “விக்...”

“அந்த லோட்டா தண்ணிய எடுத்து குடி...”

“யாரு சொன்னதாம் அப்பருக்கு?... விக்.”

“யாரோ சொன்னாங்களாம். சரி அத விட்டுட்டு தண்ணிய குடிச்சிட்டு சாப்பிடு...”

அப்பாவுக்குண்டான சினத்தை நான் புரிந்துகொள்ளாமலில்லை. என்றாவது ஒருநாள் இந்த மனுசனுக்கு அது தெரியவரும் என்பதை நாளும் பொழுதும் எதிர்பார்த்துக்கொண்டுதானே இருந்தேன். சாப்பாட்டை அரையும் குறையுமாய் முடித்துவிட்டு அப்பாவின் கண்களில் பட்டுவிடாமல் கள்ளப் பூனைபோல அறைக்குள் போய் மறைந்தேன்.

பறணில் தூங்கிக் கொண்டிருந்த ஓலைப்பாயை எடுத்து அதன் சுருளை நிமிர்த்தி சத்தமில்லாமல் தரையில் விரித்து அப்பாடா எனச் சரிந்தபோது, அப்பா மீதான பயம் உள்ளுக்குள் சூறாவளியைப்போல் எழுந்து வந்துகொண்டிருந்தது. அங்கும் இங்குமாய் உருண்டு பிரண்டு அப்பயத்திலிருந்து என்னைக் விடுவித்துக்கொள்ள முயன்றேன். மறுபுறம் அதைப் பற்றி அப்பா வாய் வைத்துவிட்டால் அவரை எப்படி மடக்குவது என்ற பெரும் தேடல். உள்ளுக்குள் விவாதம் மூண்டது. இப்படிச் சொல் அப்படிச்சொல் என்றெல்லாம் போட்டுக் குழப்பியது

மூளை. 'அவள் என்னைக் காதலிக்கிறாள்தான் அப்பா, ஆனால் நானோ மறுபக்கமல்லவா ஓடிக்கொண்டிருக்கிறேன்' என்றால் மனுசன் நிச்சயம் நம்பாது. நான் பூ சுத்துகிறேனென்று நினைத்துப் பொழிய ஆரம்பித்துவிடும். அப்படியெனின் எதைச் சொல்லி அடிப்பது? தலை கிறுகத் தொடங்க மறுபக்கம் திரும்பிப் படுத்தேன்.

அன்று பந்தமாய் பற்றிய சூரியனின் உஷ்ணத்தில் என்னுடைய தேகம் தீய்ந்து போயிருந்தது. உப்புக்காற்றும், தீய்க்கும் வெயிலும் ஒன்று சேர்ந்து தோலில் விழுந்து எரித்தது. மண்டை காய்ந்தது. நடு உச்சி வெயிலில் ஒரு தகரத்தைக் கிடத்திப் போட்டு நான்கு மணித்தியாலங்கள் அதன் மேல் படுத்திருந்துவிட்டு வந்தது போல் இருந்தது அன்றைய கடல் பயணம்.

இக்கருக்கும் வெயிலிலிருந்து தப்பிக்க தண்ணீரில் ஒருமுறை முக்கி எழுந்தால் ஆசுவாசமாக இருக்கும் எனத் தோன்றும். ஆனால் அப்படிச் செய்ய முடியாது. காரணம், அதன் பின்னரான உப்பு ஈரமும், தேகத்தில் விழும் சூரிய வெப்பமும் உடலை இன்னும் இன்னும் பயங்கரமாக முறுக்கிப் போட்டுவிடும். தோல் செதில்கள் வறண்டு உதிர ஆரம்பித்துவிடும். இந்த வெயிலைத் தவிர்ப்பதற்காகவே பொதுவாக அதிகாலை நேரம் பார்த்துக் கடலில் இறங்கவேண்டியிருக்கிறது. மண்டைக்கு மேல் சூரியன் வரும்போது கரையைத் தட்டிவிட வேண்டும். ஆனால் அது பல பயணங்களில் சாத்தியமாவதில்லை.

அவ்வாறான ஒரு கொடிய பொழுதினைக் கடந்து வந்து வீட்டில் பாலை மீன் குழம்பையோ அல்லது கீரி மீன் வறுவலையோ வயிறு முட்டும் வரை பிடித்துவிட்டு, வெறும் தரையில் ஓலைப்பாயை விரித்து மல்லாக்கப்படுத்தால் சொர்க்கம் சிரிக்கும். இதுவே ஒரு மீனவனின் அதிகபட்ச ஹர்ஷம். ஆனால் அன்று அப்பா மீதான பயம் அந்த ஹர்ஷத்தைத் தவிடுபொடியாக்கியிருந்தது.

இப்படி பாதித் தலைவலியும், பாதித் தூக்கமும் இமைகளுக்கிடையில் நின்று அதகளம் பண்ணிக்கொண்டிருந்த போதுதான் அருகில் வந்த அம்மா மதலேன் மரியாள் போல முகத்தை வைத்துக்கொண்டு நின்றாள். எனக்கு பக்பக் என்று அடித்தது இதயம்.

"என்னம்மா...?"

"இந்தா உன்னத் தேடி இயக்கப் பொடியள் வந்திருக்காங்க...?"

"இயக்கமா? என்னம்மா சொல்றா?"

பின்னால் வழுகியிருந்த கைலியைத் தூக்கிக்கொண்டு விறாந்தை நோக்கி ஓடி வந்தேன். சாளரச் சீலையை விலக்கி படலையைப் பார்த்தேன்.

அங்கு இரண்டு அண்ணன்மார் தங்களுக்குள் எதையோ பேசியபடி, விட்டு விட்டு வாசலைப் பார்த்துக் கொண்டிருந்தார்கள். அவர்களில் ஒருவர் குணாளன் அண்ணை. மனம் கொஞ்சம் இளகியது.

அப்பொதெல்லாம் 'அண்ணையவை' வீடு தேடி வந்தாலே வில்லங்கம் உண்டு என்று புரிந்துகொள்ள வேண்டும். கண்களை உருட்டிக்கொண்டு அறைக்குள் போய் மேல் சட்டையை எடுத்து மாட்டிக்கொண்டு படலைக்கு வந்தேன்.

"மதன், எப்படியடா இருக்கிறாய்?" குணாளன் அண்ணா பேச்சை ஆரம்பித்தார்.

"நல்லா இருக்கிறன் அண்ணா... நீங்கள் எப்பிடி? கன நாளா ஆளையே காணோம்?"

"ஓமடா. ஒரு சின்ன அலுவலா ஒரு மாசம் பெரிய மடுவிலை நிண்டனான். நேத்துதான் உங்க வந்தன்."

"சொல்லுங்கண்ணா... என்ன செய்யணும்?"

"மதன், பெரிசா ஒண்டுமில்ல... நம்ம காண்டீபன் அண்ணை... அதான் கடாபி பேஸ் பொறுப்பாளர், உன்னை ஒருக்கா வந்து சந்திக்கச் சொன்னவர்... வாறியே?"

"ஏனண்ண... ஏதும் சிக்கலோ?"

"தெரியலடா... ச்சே அப்பிடியொண்டும் இருக்கிறதா தெரியல. எதுக்கும் ஒருக்கா வந்து சந்திச்சுப் போடன்."

"சரியண்ண... இந்தா வாரன்."

உபகதை:
'சம்மாட்டி' என்கிற கடவுள்

அக்காலத்தில் எங்கள் ஊரில் தேவா என்ற ஒரு சம்மாட்டி இருந்தார். நான்கு ஐந்து இயந்திரப் படகுகள், ஒரு பெரிய மீன்வாடி, ஊரின் மத்தியில் ஒரு பலசரக்குக் கடை என 'சம்மாட்டி' என்று அழைப்பதற்குரிய அத்தனை தகுதி தராதரங்களும் அவருக்கிருந்தது. அதைவிட இன்னுமொரு மேலதிக தகுதியும் அவருக்குண்டு. அதாவது, எங்கள் ஊரில் வட்டிக்குப் பணம் கொடுக்கும் ஒரே மனிதர் அவர்தான். அதனால் அவருக்கு 'வட்டி தேவா' என்றுகூட ஒரு பெயர் இருந்தது. வட்டியையும் முதலையும் அடைக்க முடியாமல் தங்கள் வீட்டுப் பத்திரத்தோடு போய் "அய்யா..." எனக் காலில் விழுந்துகிடந்த பலரை எனக்குத் தெரியும். எனக்கு மட்டுமல்ல ஊருக்கே தெரியும்.

எங்கள் ஊரிலேயே மிகப் பெரிய கல் வீடு அவருடையதுதான். முன்னால் அகன்று, பெரிய முன் விராந்தையோடு, சுவர் பளபளக்க ஒய்யாரமாய் நிமிர்ந்து நிற்கும் வீடு அது. முன்னால் அகன்ற முற்றம். சுற்றி வானை எட்டும் தென்னை மரங்கள். அக்காலத்திலேயே அவருடைய வீட்டில் மட்டும்தான் பெரிய தொலைக்காட்சிப் பெட்டி இருந்தது.

அவருக்கு இரண்டு வாரிசுகள். ஒன்று, பையன்; மற்றையது, பெண். பூசணிக்காய் சைஸில் இருக்கும் அப்பெண்பிள்ளையின் பெயர் பிரேமா. எனக்கு மூன்று வயது இளமை. பார்ப்பதற்கு வெள்ளை வெளேரென அவிச்ச இறால் மாதிரி இருப்பாள். ஆனால் உள்ளுக்குள் ஆஞ்சலினா யூலி என்ற பெரும் நினைப்பும் இருந்தது. எங்களுடைய நண்பன் ஒருவன் இந்த ஆஞ்சலினாவின் அழகில் மயங்கி, காதலில் விழுந்து,

கடைசியில் செருப்படி வாங்கி, ஒருவாறு உயிர்தப்பி எங்களிடம் வந்தபோது நாங்கள் அவனைக் கட்டிவைத்து வறுத்தெடுத்தோம். பின்னர்தான் அந்த நாய் அவள் அழகில் மயங்கவில்லை, அவள் அப்பனுடைய வட்டிப் பணத்தில் மயங்கியிருக்கிறது என்ற பேருண்மை தெரியவந்தது. முறைப்படி அவனைச் செருப்பாலல்ல, உலக்கையால் அடித்திருக்கவேண்டும் அந்தப் பெண்.

சொல்வதற்கு ஒரு மாதிரியாகத்தான் இருக்கிறது. இந்த தேவாவின் குடும்பம் இருக்கிறதே, அதுவொரு சுத்த நாதாரிக் குடும்பம். நாளுக்கு நாள் வருமானத்துக்கு சிங்கி அடித்துக்கொண்டிருக்கும் அடிவிளிம்புநிலை மனிதர்கள் வாழும் ஒரு கிராமத்தில், அளவுக்கு அதிகமாக பணமிருக்கும் ஒருவருக்கு இருக்கக்கூடிய அத்தனை கெறுவும், திமிரும், பகட்டும் அந்தக் குடும்பத்திடம் கொட்டிக்கிடந்தது. சரி, அவர்கள் எப்படியும் இருந்துவிட்டுப் போகட்டும் என்று விட்டுவிடலாம் என்றால், அதுவும் முடியவில்லை. காரணம், வாராவாரம் ஞாயிறு திருப்பலியில் அவருடைய குடும்பம் போடும் அழிச்சாட்டியம். அதை என்னால் ஒருபோதும் ஜீரணித்துக்கொள்ள முடிந்ததில்லை. அப்பொழுதெல்லாம் அந்த தேவாவிடம் போய், சட்டைக் கொலரைப் பிடித்து “தேவடியாப் பயலே, நீ எல்லாம் ஒரு மனுசனா..?” எனக் கேட்கத் தோன்றும். எப்படிக் கேட்பது, அப்பொழுதோ எனக்கு வயது வெறும் பதினைந்துதான்.

அப்பொழுது எங்கள் மரியாள் ஆலயத்தின் கட்டடத் திருத்த வேலைகள் நடந்து கொண்டிருந்தபடியால் அதற்கு அருகிலிருக்கும் பெரிய புளிய மரத்தடியில்தான் ஞாயிறு திருப்பலி நடைபெறும். இதனால் திருப்பலிக்கு வரும் அத்தனை பக்த கோடிகளும் வெறும் தரையில்தான் அமர்ந்துகொள்ள வேண்டும். ஆனாலும் கன்னியாஸ்திரிகள், கர்ப்பிணிப் பெண்கள், மாற்றுத் திறனாளிகள், கைக்குழந்தையோடு வரும் தாய்மார், முதியவர்கள் என சிலர் அமர்ந்துகொள்ள மட்டும் சுமார் பத்து பிளாஸ்டிக் கதிரைகளை ஒரு ஓரமாக அடுக்கி வைத்திருப்பார்கள் திருப்பலியை ஒழுங்கு செய்பவர்கள்.

அப்பொழுதுதான் நம்முடைய தேவா தன் பரிவாரங்களுடன் திருப்பலிக்கு வருவார். பரிவாரங்கள் என்பது அவருடைய மனைவி, மகன், மகள். மொத்தம் நான்கு பேர். ஆனால் அந்த நான்கும் சொல்லும்படியான உருப்படிகள். மிதமிஞ்சிய காசில் தோலும் கொழுப்பும் ஏற்றிய உடல்கள். இப்படி அசைந்து வரும் அந்தக் குடும்பம் அப்படியே நேரே போய் எங்கு அமர்ந்துகொள்ளும் என்று நினைக்கிறீர்கள்? அந்த பத்துக் கதிரைகளில் நான்கில்.

இதனால் பின்னால் வரும் மேலே குறிப்பிட்ட அத்தனை இயலாத வர்களும் தங்கள் உடம்பிற்கு முடிந்ததோ இல்லையோ நிலத்தில்தான்

அமர்ந்து தொலைக்க வேண்டும். அப்படி நிலத்தில் குனியவும் எழும்பவும் முடியாமல் துன்பப்படும் கர்ப்பிணிப் பெண்கள், முதியவர்கள், மாற்றுத்திறனாளிகளைப் பார்த்தால் நமக்கு ரத்தக்கண்ணீர் வரும். ஆனால் அது தேவா குடும்பத்தின் மண்டைக்குள் மட்டும் ஒரு குண்டூசியைக்கூட நகர்த்தாது. தாங்கள் உண்டு, தங்கள் இருக்கைகள் உண்டு, அல்லேலூயா அல்லேலூயா என்பது மட்டும்தான் அவர்களுடைய மண்டைக்குள் இருக்கும் ஒரே சிந்தனை.

இதிலிருக்கும் இன்னுமோர் அசிங்கம் என்னவென்றால், தேவா போன்றவர்களைத் தட்டிக்கேட்பதற்கு அப்போது எங்கள் ஊரில் ஒரு ‘ஆம்பிள்ளை’ கூட இருக்கவில்லை என்பதுதான். தேவா என்றாலே தங்கள் நவத்துவாரங்களை பத்திரமாக பொத்திக்கொண்டு எதிர்த்திசையில் நடந்து போகும் மனிதர்களே எல்லோரும்.

போகிற போக்கில் இவர்கள் மேரி மாதாவைத் தூக்கியெறிந்துவிட்டு தேவாவின் பொண்டாட்டியைக் கொலுவில் வைத்து பூசை செய்ய ஆரம்பித்துவிட்டாலும் ஆச்சரியப்படுவதற்கில்லை.

இதையெல்லாம் நானும் நண்பர்களும் எங்களுக்குள்ளேயே பேசிக் கொள்வோம். இதைப் போய் பெரியவர்களிடம் பேச எங்களிடம் திராணி இருக்கவில்லை. அப்படியும் போய்ப் பேசினால் ‘சின்னப் பொடியள்’ என்று எங்கள் தலைகளில் குட்டிவிட்டு மீண்டும் தேவாவுக்கே குண்டி கழுவப் போய்விடுவார்கள். ஒருமுறை இதைப்பற்றி அன்றைய திருப்பலி முடிந்ததும் ஃபாதரிடம் போய்ப் பேசிவிடலாம் என முடிவெடுத்து நாங்கள் ஐந்து பேர் தயாராக இருந்தபோதுதான், திருப்பலி முடிவில் வரும் ‘அறிவித்தல்’ பகுதியில் ஃபாதர் இப்படி அறிவித்துக்கொண்டிருந்தார்.

“எங்களுடைய ஆலயத்துக்கு நீண்ட நாட்களாகத் தேவையாயிருந்த சவுன்ட் சிஸ்டம் ஒன்றை தேவா குடும்பத்தினர் அன்பளிப்புச் செய்திருக்கிறார்கள். அவர்களுக்கு நாங்கள் எல்லோரும் நன்றிக்கடன் பட்டிருக்கிறோம்.”

ஐவரும் நவத்துவாரங்களைப் பொத்திக்கொண்டு வீடுகளுக்குக் கிளம்பினோம்.

10

விசாரணை செய்வதென்றால் சில பொறுப்பாளர்களுக்கு அலாதிப் பிரியம். அதற்கான சந்தர்ப்பங்களும் அடிக்கடி அவர்களுக்கு வாய்த்துக் கொண்டேதான் இருக்கும். நாம் சற்றும் எதிர்பாராத இடத்தில் நம்மைச் சுற்றி கூண்டுகளை முளைக்கச்செய்யும் வித்தைகளை இயக்கம் தன் பொறுப்பாளர்களுக்கு நன்றாகவே சொல்லிக்கொடுத்திருந்தது. அதிலும் கடாபி பேஸ் பொறுப்பாளர் அந்த விடயத்தில் கஜகெட்டி.

திடீரென முன்னால் வந்து நின்ற பொறுப்பாளரைப் பார்த்தபோது வயிற்றில் சட்டென்று கனத்தது. ஆள் வேறு கறுத்து, உயர்ந்து, முகம் இறுகி, பார்ப்பதற்கு நரசிம்மராவ் போல இருந்தார். இரண்டு கைகளையும் அவசர அவசரமாகத் தூக்கி விநயமாக வணக்கம் வைத்தேன்.

“வணக்கம் அண்ண...”

“வணக்கம் வணக்கம்...”

“வந்து சந்திக்கச் சொன்னீங்களாம்...”

“ஓமோம். நீர்தானே மதன்?”

“ஓமண்ண.”

“இப்பிடி உக்காரும்...”

“...”

“எங்கடை ஆக்கள் கடல்ல உங்கடை வலைகள் எல்லாத்தையும்

நாசம் பண்றாங்கள் எண்டு ஊருக்குள்ள பிரச்சாரம் பண்ணுறீராம்…”

“அண்ண…”

“இல்ல கேக்குறன். எப்ப அத கண்டனீர் எண்டு சொல்லும் இப்ப…”

“இல்ல அண்ண… அப்பிடி ஒண்ணுமில்ல…”

“உங்க பார் தம்பி. கடல்ல உங்க வலைகள் எல்லாத்தையும் நாங்கள்தான் நாசமாக்குறம் எண்டு நீ சொல்லித் திரிஞ்சதுக்கு சாட்சிகள் இருக்கு. அது எப்ப நடந்தது எண்டு இப்ப எனக்கு ஆதாரத்தோட சொல்ல வேணும்…”

“யாரண்ண சொன்னது? நானா? ஐயோ, நான் அப்பிடி யார்ட்டயும் கதைக்கலயே…”

“என்ன லூசனெண்டு மட்டும் நினைச்சுப்போடாதேயும் தம்பி. உண்மைய ஒத்துக்கணும். இல்லையெண்டா விசாரண எப்பிடி இருக்கும் எண்டு தெரியுமல்லோ…”

“அண்ண சத்தியமா நான் அப்பிடி யார்ட்டயும் கதைக்கலண்ண…”

எனக்குத் தொடை நடுக்கம் கூடிற்று. வார்த்தைகள் கொடுப்புக்குள் சுருண்டன. இது என்ன வகையான பழிச்சொல்? மண்டை விறைத்தது. மூளையும் விறைத்தது. அப்படி நான் யாரிடமும் பேசி எனக்கு நினைவில்லை. அப்படிப் பேசுவதற்கு எனக்குத் தேவையும் இருந்ததில்லை.

“ம்… தம்பி உங்க பாரும். இந்தத் தடவ மன்னிச்சு விடுறன். மறுபடியும் உப்பிடி கதகித வந்தால் கூடவே உங்க அப்பாவையும் கூப்பிட்டு விசாரிக்க வேண்டியிருக்கும். தேவையில்லாத கதைகளை இப்பவே நிப்பாட்டிக்கொள்ள வேணும்…”

இரண்டு வாரம் பட்டினி கிடந்த சிங்கம் போல கர்ச்சித்தார் பொறுப்பாளர். நான் அமைதியாயிருந்தேன். ஒரு பக்கம் பயமும், மறுபக்கம் ஆதாரமற்ற பழிச்சொல் மீதான கோவமும் எனக்குள் விளாசி எரிந்தது.

“அதோட இன்னொரு முறைப்பாடும் இருக்கு. நீர் சவிரிமுத்தண்ணை யின்ட மகளுக்கு கரைச்சல் குடுக்குறீராமே? என்ன காதலா?”

பொறுப்பாளரின் முகத்தில் முறைப்பும், வெகண்டையும் துள்ளியது. ‘இருக்கிற பிரச்சினையில இது வேறையா கடவுளே?’

“ஐயோ… அப்பிடியெல்லாம் எதுவுமேயில்ல அண்ண…”

"நாங்கள் உங்களுக்காகவும் நம்மடை மண்ணுக்காகவும் இங்க ஒவ்வொரு நாளும் செத்துக்கொண்டு கிடக்கிறம். உங்களுக்குக் காதல் கேக்குதே. உங்க ரத்தத்தில மானம், சூடு, சுரண எதுவுமே இல்லையாடாப்பா? துவக்க தூக்கி ரெண்டு ஆமிக்காரனை சுட்டுத்தள்ள வக்கில்ல... அதுக்குள்ள பிள்ளைகளுக்குப் பின்னால லவ்வும் கத்தரிக்காயுமெண்டு... நாட்டுக்காவது பிரயோசனமா இருக்க வேண்டாமே. தம்பி இங்க பாரும். நீர் லவ்வ பண்ணும், கலியாணத்த கட்டும், அது உம்மட பிரச்சின. ஆனா உது சம்மந்தமா எனக்கு ஏதாச்சும் முறப்பாடு வந்திச்செண்டால்தான் சிக்கல். அடுத்த தடவ விசாரிச்சுக்கொண்டெல்லாம் இருக்க மாட்டன். புரியுதே...?"

அப்பொழுதுதான் அந்த விசாரணை நாடகத்தின் மையப்புள்ளி புரிந்தது. இந்த சவிரிமுத்துவின் முறைப்பாட்டை விசாரணை என்ற போர்வையில் எடுத்து, என்னை ஒரு தட்டு தட்டிவைக்க வேண்டும். அதுதானே?

அதற்கு ஏன் இந்த கடல், வலை இத்யாதி இத்யாதியெல்லாம்?

எனக்கு ஆத்திரம் வெறியாய் மாறிவிடும் போலிருந்தது. சவிரிமுத்து என்னுடைய தலைக்குள் தடிப்பமான ஆணியொன்றை மெல்ல மெல்ல இறக்கிக்கொண்டிருந்தான்.

அக்காலத்தில் சவிரிமுத்து போன்றவர்கள் இயக்கத்துக்கு ஒரு படி அதிகம் வேண்டப்பட்டவர்களாக இருந்தார்கள். அவர்களால் இயக்கத்துக்குப் பல நன்மைகள் கிட்டின. கையில் கனமுள்ள சவிரி முத்து போன்றவர்களின் ஆதரவு அவர்களுக்கு லாபமாக இருந்தது. எங்கள் ஊரில் இயக்கம் தங்கள் தளத்தை அமைக்க வந்தபோதுகூட அதை முன்னால் நின்று கட்டி முடிக்க உதவியவர் சவிரிமுத்துதான். இதைவிட, இயக்கத்தின் பெரிய தளபதி ஒருவரும் சவிரிமுத்துவுக்கு மிக நெருங்கிய உறவுக்காரராக இருந்தார்.

அதனால்தான் சவிரிமுத்துவின் முகத்தில் யார் இருந்து வைத்தாலும் அதைத் துடைத்து, பவுடர் போட்டு, அழகு பார்ப்பதற்கு கடாபி பேஸ் பொறுப்பாளர் தயாராயிருந்தார். சவிரிமுத்துவை அணைத்துப் போனால், தனக்கும், தங்களுக்கும் அதிகம் நன்மைகள் உண்டு என்பதால், என்னைப் போன்ற எளியவர்களைத் தட்டி வைப்பதில் பொறுப்பாளருக்கு எவ்விதக் கஷ்டமும் இருக்கவில்லை.

என் ஊகம் தவறாக இருந்து, சவிரிமுத்து இந்த முறைப்பாட்டைச் செய்யவில்லையென்றால், இது ஊருக்குள்ளிருக்கும் இன்னும் சில எளிய இயக்க வால்பிடிகளின் வேலையாக இருக்கலாம்.

இந்த 'இயக்க வால்பிடிகள்' என்பவர்கள் வெட்கம் கிஞ்சித்துமில்லாமல்,

ஊருக்குள் இரவிரவாய் விளக்குப் பிடித்துக்கொண்டு திரியும் இயக்கத்தின் பெரும் விசுவாசிகள். விசுவாசிகள் என்றா சொன்னேன்? இல்லை, விசுவாசிகள் என்ற தோரணையில் நாடகம் போடுபவர்கள். அவர்கள் காணும் கலாச்சார விரோதச் செயல்களுக்கு அவர்களுக்கு அதன் வரைவிலக்கணம் தெரியாது, அவர்கள் நினைப்பதுதான் கலாச்சார விரோதச் செயல் கை, கால் வைத்து அதைப்போய் கடாபி பேஸில் அடித்துவிட்டால், முகாம் பொறுப்பாளர் சம்மந்தப்பட்டவர்களை அழைத்துவந்து மணிக்கணக்கில் விசாரணை நடாத்துவார். இந்த இயக்க வால்பிடிகளின் மனதுக்குள் தாங்கள் பெரிய 'கலாச்சாரக் காவலர்கள்' என்ற நினைப்பிருந்தாலும் செய்வது அத்தனையும் மலம் பொறுக்கும் வேலை. ஈழப் போராட்டத்துக்கு தாங்கள் செய்யும் மகா உன்னத பங்களிப்பு இதுதானென்று நினைத்துக்கொண்டு திரியும் ஒரு சல்லிக்கூட்டம் இது.

ஆனால் பெரும் துயரம் என்னவென்றால், இந்த சைனைட்டுக்களைத்தான் இயக்கமும் தங்கள் தலையில் தூக்கி வைத்து காவடி ஆடுவார்கள்.

பொறுப்பாளரின் இந்த விசாரணை எனக்குப் பெரும் வினோதத்தை உண்டுபண்ணியது. சுய நிகழ்ச்சி நிரலின் பொருட்டு, சாட்சிகளற்ற ஒரு விடயத்துக்காக, தங்கள் அதிகாரத்தைப் பயன்படுத்தி எப்படி ஒரு குடிமகனை அழைத்து வந்து விசாரணை செய்ய முடியும்? இயக்கத்தில் 'அரசியல்' செய்வதென்பது இப்படி கொல்லைக்குள் இறங்கி விளக்குப் பிடிப்பதுதானா? இதுவென்ன சிறுமைத்தனமான அரசியல்? என்னவொரு அபத்தமான பழி? கையில் துப்பாக்கி என்ற அதிகாரம் இருந்துவிட்டால் யார்மேல் வேண்டுமானாலும் பழி சுமத்த முடியுமா என்ன? சரி, நான் காதலிக்கிறேன் என்றுதான் வைத்துக்கொண்டாலும், ஈழப் போராட்டம் நடக்கும் மண்ணில் யாரும் யாரையும் காதலிக்கக்கூடாதா என்ன? தலைவர் காதலிக்கவில்லையா? தளபதிகள் தங்கள் மனைவியரோடு கலவி கொள்ளவில்லையா? என்ன ஐயா இது அயோக்கியத்தனம்!

"சொன்னதெல்லாம் மண்டைக்கை ஏறிச்சல்லோ... சரி நீர் போகலாம்..."

கூண்டிலிருந்து இறங்கிய நிரபராதியைப்போல அங்கிருந்து புறப்பட்டேன். இப்பொழுது என்னுடைய முகம் கொஞ்சம் வெளித்துவிட்டிருந்தது. யாரையாவது வைத்து மாவட்டப் பொறுப்பாளரிடம் போய் புகார் கொடுத்தால் என்னவென்று தோன்றியது. மாவட்டப் பொறுப்பாளர் சுமனைப் பற்றி எங்களுக்கு நன்கு தெரியும். இயக்கத்தின் உண்மையான நியமங்களின் படி வாழுகின்ற நீதிமான். இயக்கத்தின் பெயருக்குப் பெருமை சேர்ப்பவர். நீதியின்பாலும், எளிய மக்களின் துயரங்களின்பாலும் கடைசிவரை மனசுத்தியோடு நின்று போராடுகின்ற

ஆன்மா. அப்படிப்பட்டவர்கள் இருக்கும் உன்னதப் போராட்ட இயக்கத்தில், இது போன்ற களிசறைகளை எதற்கு வைத்திருக்கிறார்கள் என்றே தெரியவில்லை. அதுவும் பொறுப்பாளர் பதவி கொடுத்து. தலைவரை நினைத்தபோதுதான் வேதனையாக இருந்தது.

படலையைத் திறந்துகொண்டு வீட்டுக்குள் இறங்கினேன். முன் விராந்தையில் தன் சாய்வு நாற்காலியில் தேமேயெனப் படுத்திருந்தார் அப்பா. சனி பகவான் இன்று முழுவதும் தன் வேலையை கனகச்சிதமாக செய்துகொண்டிருக்கிறான். பேயிடமிருந்து தப்பி வந்து பிசாசிடம் சிக்கிய கதை இப்போது. எங்கு போனாய் என்று அப்பா கேட்கப்போகிறார். கூடவே தலையைத் தூக்கி எதற்கு என்பார். உண்மையை உண்மையாகச் சொன்னால், இப்பொழுது தொடங்கி இரவு முழுவதும் மனுசன் வாசாப்பு படிக்கும். அம்மாவுக்கும் அப்பாவுக்கும் சண்டை மூளும். அம்மா அழுவாள். உன்னால்தான் எல்லாம் என அக்கா என்னை உதைப்பாள்.

கடவுளே, இந்த இரவை அப்பாவிடமிருந்து காத்துக்கொள்வாயாக.

மனதைத் திடப்படுத்திக்கொண்டு, படலையிலேயே செருப்பைக் கழற்றிவிட்டு ஊர்ந்து ஊர்ந்து வீட்டுக்குள் போனேன்.

கர்த்தர் கிருபையாயிருக்கிறார். மனுசன் வாயைப் பிளந்துகொண்டு ஆழ்ந்த நித்திரையில் கிடந்தது.

மெதுவாக வீட்டுக்குள் போய் “கடவுளே...” என தரையில் அமர்ந்தேன். அப்போது என்னைச்சுற்றி நடந்துகொண்டிருக்கும் அத்தனை அபத்த நாடகங்களும் என் மண்டையைப் பிடித்து நெரிப்பது போலிருந்தது. லோட்டாவிலிருந்த தண்ணீரை எடுத்துக் குடித்துவிட்டு பாயில் சரிந்தேன்.

11

‘செவ்வாய் வெயில் செவிட்டைப் பிளக்கும்’ என்பது சரிதான் போலிருக்கிறது.

பதினொரு மணி பொசுக்கலில் தேகம் பற்றிவிடும்போலிருந்தது. நெற்றி எரிந்தது. வரண்ட தொண்டையில் மெல்லியதாய் ஒரு வலி. சட்டையின் பின்பக்கம் வியர்வையில் தோய்ந்து பசபசத்தது. கண்கள் மருண்டன. பார்வை காய்ந்தது. அந்தோனியும் ராஜா மாமாவும் என்ஜினுக்கு அருகில் இருந்தபடி அரசியல் பேசிக்கொண்டிருந்தார்கள். அவர்களுக்கு மட்டும் நிலா காய்கிறதோ என்னவோ.

அரசியல் என்பதெல்லாம் என்னுடைய தகுதிக்கு அப்பாற்பட்ட விஷயம். அக்காலத்தில் ஜோர்ஜ் புஷ் பற்றியும் எரியும் ஈராக் பற்றியும் அத்தனை ஆவேசமாக விவாதிக்க முடியுமென்றால் அது அந்தோனியாலும் ராஜா மாமாவுமாவாலும்தான் முடியும். எனக்கோ அதுபற்றி அடியும் விளங்காது, நுனியும் புரியாது. அப்போது இலங்கையின் ஜனாதிபதி யார் என்று கேட்டால்கூட வெட்கமில்லாமல் சீ.டபிள்யூ. கன்னங்கரா என்று சொல்லிவிடுவேன். அவ்வளவுதான் என்னுடைய அரசியல் ஞானம்.

ஆனால் அந்தோனி விபரமானவன். சொல்லும்படி அரசியல் அறிவு படைத்தவன். சதா தேடித் தேடி கற்றுக்கொள்ளும் ஆன்மா.

அக்காலத்தில் வடக்கில் நிகழும் அநியாயத்தைக் கண்டுகொள்ளாமல், பக்தாத்தின் பரமசோகம் பற்றி பக்கம் பக்கமாய் எழுதித்தள்ளிக் கொண்டிருந்த இலங்கைப் பத்திரிகைகளை வாடிகளில் தேடிச்சென்று வாசிப்பது அந்தோனியின் வழக்கமாயிருந்தது. பின்னர் அதை எடுத்துவந்து ராஜா மாமாவோடு உரையாடுவான். உரையாடல் சிறிது நேரத்திலேயே விவாதமாக வெடிக்கும். அனல் பறக்க தர்க்க

நியாயங்களைக் கொட்டுவான். உன்னிக் கவனித்தால் அவனுடைய புத்திக்கூர்மையும், பரந்துபட்ட புரிதலின் ஆழமும் விளங்கும். நானோ அவனை என்பாட்டுக்கு ரசித்துக்கொண்டிருப்பேன்.

இத்தனைக்கும் இவர்கள் சொல்லும் 'பக்தாத்' ஏதோ இந்த இந்தியாவில் இருப்பதாகத்தான் நீண்ட நாட்களாக நினைத்துக்கொண்டிருந்தேன். பின்னர் அவன்தான் ஒருமுறை அதைத் திருத்திச் சொல்லிக்கொடுத்தான். பக்கத்து ஊரில் நடக்கும் சண்டை பற்றியே தெரியாத எனக்கு, பக்தாத்தில் குண்டு வெடித்தால் என்ன, ஜோர்ஜ் புஷ் கலவி கொண்டாலென்ன.

படகின் பின்பக்கத்தில் அரசியல் பற்றியெரிந்து கொண்டிருந்தது. நான் படகின் அணியத்தில் இருந்தபடி தண்ணீரின் மேற்பரப்பில் துள்ளிக்குதித்து நாட்டியமாடும் ரசமான மீன்குஞ்சுகளை கண்வெட்டாமல் எண்ணிக் கொண்டிருந்தேன். நாங்கள் ஆழிப்பக்கம் வலை வீசி நீண்ட நாட்கள் ஆகியிருந்தது. ஆகவே படகை பட்டக்காட்டின் மேற்குத்திசை நோக்கி செலுத்திக் கொண்டிருந்தார் மாமா. கடற்படையின் கட்டுப்பாட்டிலிருந்த அந்தக் கடலின் குறித்த எல்லைவரை சென்று – குமிழிமுனை என்ற கிராமத்துக் கடல் எல்லையை பட்டும் படாமலும் உரசிக்கொண்டு மீன்பிடித்து வர எங்களுக்கு அனுமதி இருந்தது.

பட்டக்காட்டின் மேற்குக் கடல் இலங்கையின் கிழக்குப் பிராந்தியக் கடலோடு ஒப்பிடும்போது இராட்சச அலைகளற்றது. அமைதியாகக் கிடக்கும். அதைப் பெண் கடல் என்று அழைப்பார்கள். அமைதியாகக் கிடப்பதற்கு எதற்குப் பெண் கடல் என்று பெயர் வைத்தார்கள் என்று தெரியவில்லை. வேண்டுமென்றால் அதை ஊமைப் பொண்டாட்டி இருக்கும் வீடு போல அமைதியாகக் கிடக்கும் எனப் புரிந்துகொள்ளலாம்.

அத்தோடு இந்த மேற்குக் கடல் அதிகமாக இலங்கை கடற்படைகளின் கட்டுப்பாட்டில் இருப்பதால் இயக்கம் அடிக்கடி ஊடுருவி கடற் படையின் டோராக்களை அழித்துவிட்டு ஓடிவிடுவார்கள். அந்த அழிக்கப்பட்ட படகுகள் இரவிரவாக கடலின் மேற்பரப்பில் மிதந்தபடி எரிந்துகொண்டிருக்கும். தண்ணீருக்குக்கூட அதை அணைக்க வேண்டும் என்று தோன்றாது. இரண்டு நாட்கள் இரவும் பகலுமாக எரிந்துகொண்டு கிடந்த ஒரு கப்பலைக்கூட நாங்கள் சில மாதங்களுக்கு முன்னர் கண்டிருக்கிறோம். கருப்புத் தொண்டையிலிருந்து எழுந்து வரும் சிவப்பு நாவுபோல் இரவில் அத்தீச்சுவாலை ஆடிக்கொண்டிருந்தது.

இதைவிட அம்மேற்குக்கடலில் இன்னுமொரு தீராப் பிரச்சனையும் இருந்தது. 'இந்திய ரோலர்கள்'.

“மாமா, கடல் கலங்கியிருக்கிற மாரி கிடக்கு. ராத்திரி ரோலர்காரன் வந்திட்டுப்போயிருக்கிறான் போல...”

படகின் அணியத்திலிருந்து கத்திய எனது குரல் பேசிக்கொண்டிருந்த மாமாவையும் அந்தோனியையும் அவசரமாகத் தடுத்தது.

“என்னடா சொல்லுறா...?”

இறுக்கிப் பிடித்திருந்த இயந்திரத்தின் பிடியை அந்தோனியிடம் கைம்மாற்றிவிட்டு அணியத்தை நோக்கி ஓடிவந்தார் மாமா.

“ஓமடா. கடல் கூழாத்தான் கிடக்கு. இந்த வேச மக்கள் ரெண்டு கிழமையா வராம இருந்தானுகள். இப்ப மறுபடியும் வர தொடங்கீட்டானுகளா? அவன் வந்துபோவும் மட்டும் இந்த நேவிக்காறனுகள் என்ன மசிர புடுங்கிக்கொண்டு கிடக்கிறாங்கள் எண்டுதான் தெரியல...”

மாமாவின் முகத்தில் சுனாமி பேரலைகளையே பெயர்த்துப்போடும் ஆவேசம். கண்களில் தாரை தாரையாக அனல் தெறித்துக்கொண்டிருந்தது. வாயில் தமிழ் மருகி, செந்தமிழ் ஆடியது. “பற வேசமக்கள், இவன்கள்ட பொண்டாட்டிகளெல்லாம்...” என இழுக்க ஆரம்பிக்கவே நானும் அந்தோனியும் காதுகளைப் பொத்திக்கொண்டோம்.

இது ராஜா மாமாவுக்கு மட்டுமல்ல, மேற்குக் கடலில் மீன்பிடிக்கும் அத்தனை மீனவர்களினதும் துயரம். இந்த நாசகாரச் செயலை எவராலும் பார்த்துவிட்டுக் கடந்துபோக முடியாது. கூழாய்க்கிடக்கும் கடலைப் பார்த்தபோது எங்களுக்கு வயிறு பற்றி எரிந்தது. கைகளில் முறுக்கேறியது. கையாலாகாத்தனமும், இயலாமையின் பெருஞ் சலனமும் பிடரியில் அறைந்தன. எந்த மீனவனால்தான் தன்னை வாழ வைத்துக்கொண்டிருக்கும் கடல் மாதாவை இப்படிப் பரதேசிக் கோலத்தில் காண முடியும்? யாருமற்ற நேரத்தில் வீட்டினுள் புகுந்து வன்புணர்ந்து, நடுவீதியில் எறிந்துவிடப்பட்ட அபலையைப் போல் கிடந்தது கடல்.

ரோலர் படகுகள் என்பது மிகப்பெரிய அளவிலான, இயந்திரத் தொழில்நுட்பங்களைப் பயன்படுத்தி குறுகிய நேரத்தில் அதிகூடிய எண்ணிக்கையிலான கடலுணவுகளை அள்ளி எடுக்கக்கூடிய ஒரு வகை நவீன மீன்பிடிப்படகுகளாகும். இது சாதாரண மீன்பிடிப் படகுகளுடன் ஒப்பிடும்போது பாரிய வினைத்திறன் மிக்கவை. இந்த ரோலர் படகுகளைப் பயன்படுத்தி மீன்பிடித்தல் இந்தியா மற்றும் இலங்கை அரசாங்கங்களினால் சட்டரீதியாத் தடைசெய்யப்பட்டிருந்தாலும், இங்கு வந்து அராஜகம் செய்யும் இந்திய மீனவர்களுக்கு அதுவொரு பொருட்டேயில்லை. இப்படி சட்டத்துக்குப் புறம்பாக மன்னாரின்

மேற்கு, வடக்கு, வடமேற்குப் பகுதிகளில் வந்திறங்கும் பாரிய இந்திய ரோலர் படகுகள் ஒருசில மணித்தியாலங்களுக்குள் ஒட்டுமொத்த கடல் வளத்தையும் சுருட்டிக்கொண்டு போய்விடுகின்றன. தவிர இளமையான கடல் உயிரிகளும், தாவரங்களும், பவளப்பாறைகளும் அள்ளுப்பட்டு போய்விடுவதால் எதிர்கால கடல்வளங்களின் விருத்தியும் பெருமளவில் பாதிக்கப்பட்டுவிடுகிறது.

பொதுவாக இந்தப் பாரிய ரோலர்கள் இந்தியக் கரையிலிருந்து சுமார் இரவு எட்டு மணிளவில் தங்கள் கடல் பயணங்களை ஆரம்பித்து நள்ளிரவு ஒரு மணிக்கு இலங்கைக் கடற்பரப்பிற்குள் வந்து சேருகின்றன. பின்னர் அதிகாலை நான்கு மணிக்கு பிடிக்கப்பட்ட கடலுணவுகளுடன் மீண்டும் இந்தியக் கடலெல்லைக்குள் போய்ச்சேர்ந்துவிடுவார்கள். இந்த மூன்று மணித்தியாலங்களில் மட்டும் ஒரு ரோலர் வளைக்கும் மீன்களின் எண்ணிக்கை எவ்வளவு என்று நினைக்கிறீர்கள்?

சாதாரண விசைப்படகில் தொழில்செய்யும் மன்னார் மீனவர்கள் இரண்டு மாதங்களில் பிடிக்கும் மீன்களின் தொகை!

இந்த ரோலர் படகுகளின் அத்துமீறல்கள் பட்டக்காடு மீனவர்களின் வாழ்வாதாரத்தில் பாரிய பின்னடைவுகளையும், குடும்ப வறுமையையும் ஏற்படுத்தியிருந்தது. மீன்களைச் சூறையாடுவது மட்டுமல்ல இங்கு பிரச்சினை; கூடவே பட்டக்காடு மீனவர்கள் கடலில் பாய்த்து வைத்திருக்கும் வலைகளையும் இந்த ரோலர்கள் நாசமாக்கிவிட்டுப் போய்விடுகின்றன. இது பட்டக்காடு மட்டுமல்லாமல் இலங்கையின் மேற்குக் கடலில் மீன்பிடிக்கும் ஒட்டுமொத்த மீனவர்களுக்குமான மிகப் பெரிய அச்சுறுத்தல். இதற்குக் காலாகாலமாக மன்னார் மீனவர்கள் ஆர்ப்பாட்டம், மகஜர் கையளிப்பு என அரச அமைச்சர்களை நச்சரித்து வந்தாலும் அவர்களுக்கு இன்றுவரை ஒரு பலனும் கிட்டவில்லை.

“ச்சே. இந்த இந்திய நாய்களச் சுட்டுக் கொல்லணும்டா! இனி என்ன ஒரு மாசத்துக்கு இங்கால வர ஏலாது. மனிசிட சங்கிலியக் கொண்டுபோய் அடகு வச்சுப்போட்டு சாப்பிட வேண்டியதுதான். போட்ட திருப்புடா அந்தோனி...”

ராஜா மாமா அணியத்தில் நின்றபடி கட்டளையிட்டார். எங்களின் படகைப்போல பட்டக்காட்டிலிருந்து அன்று தொழிலுக்குச்சென்ற அத்தனை படகுகளும் ஒரு நெத்தலியைக்கூட வளைக்க முடியாமல் வெறுங்கையோடு கரை திரும்பின. அன்றும் பட்டக்காட்டின் வயிறு காய்ந்தது. இது வழமையான உவத்திரவம் என்பதால் வறுமைக்கும் பசிக்கும் பழக்கப்பட்டுக்கொண்டது பட்டக்காடு.

இந்தப் பாமர மக்களுக்கு இழைக்கப்படும் இந்தக் கொடூரத்தை

நிறுத்துவது எப்படி என்ற அரசியல் சாணக்கிய அறிவோ, தைரியமோ இங்கு எவருக்கும் இருக்கவில்லை. இயக்கத்திடம் முறையிட்டாலும் அவர்களால் செய்வதற்கு இங்கு பெரிதாக ஒன்றுமில்லை. இதை அரசாங்கம்தான் பார்க்க வேண்டும் என்பார்கள். காரணம், இந்த ரோலர் படகுகள் ராணுவக் கட்டுப்பாட்டுக் கடலான மேற்குப் பக்கத்திலேயே அதிகம் உலாத்துகின்றன. கடற்புலிகளுக்கு பயந்து அவர்கள் வடக்குப்பக்கம் தலைகாட்டுவதில்லை.

இப்படி இரண்டு மூன்று மாதங்களுக்கு முன்னர் ஆழியில் கண்ட ஒரு ரோலரை நோக்கி கடற்புலிகள் சரமாரியாகச் சுட்டபோது ரோலர் மேற்குக் கடல் வழியாக இந்தியக் கடற்பரப்பினுள் லாவகமாக ஓடித் தப்பியது. மறுநாள் இந்தியப் பத்திரிகையொன்றில் “இந்தியக் கடலெல்லைக்குள் மீன்பிடியில் ஈடுபட்டுக்கொண்டிருந்த அப்பாவி இந்திய மீனவர்கள் மீது தமிழ்ப்புலிகள் சரமாரித் தாக்குதல். இரண்டு அப்பாவி மீனவர்கள் படுகாயம்” எனச் செய்தி வந்தது.

“என்ன தம்பி. ராத்திரி ரோலர்காரன் வந்துட்டுப் போயிருக்கிறானாமே...?”

கடுகடுப்போடு வீட்டுக்குள் வந்த என்னை வாசலில் மறித்தார் அப்பா.

“ஓமப்பா... கடல் கிடக்கிற கிடையப் பாத்தா ரெண்டு மூணு வந்திருக்கும்போல...”

“நாசமறுப்பானுகள். இந்த நேவிக்காரங்க இத பாத்துக்கிட்டு சும்மாதானே கிடக்குறாங்க. சுட்டுக் கொல்லக்கூடாதா...?”

“எல்லாம் அரசியலும், பிஸினசுப்பா. சும்மா கண்துடைப்புக்கு அவங்கட கடலுக்குள்ள போயி சட்டப்படி மீன்பிடிக்கிற அப்பாவி இந்திய மீனவங்கள சுட்டு தள்ளிப்போட்டு வாறது. எங்கட கடலுக்குள்ள வந்து மீன்பிடிக்கிற ரோலர்களக் கண்டுக்கிறதில்லை. விடிய விடிய நேவிக்காரன் கடல்ல கிடக்கிறப்ப, இவ்வளவு துணிவா நம்மட கடலுக்க வந்து மூணு நாலு மணித்தியாலம் கிடந்திட்டு போறாங்க எண்டா என்ன அர்த்தம்? போனமுற இயக்கம் அடிக்கேக்ககூட பாத்தீங்களா? நேவிக்காரன்ட கடலுக்குள்ளாலதான் ஓடித்தப்பி யிருக்கிறாங்க. என்னமோ, இந்த பிரச்சினயில இருந்து நமக்கு விடிவு கிடைக்கப்போறதில்ல எண்டு தோணுது...”

“நேத்து கூட செய்தில கிடந்தது. நாலு இந்திய மீனவங்கள நேவிக்காரங்கள் சுட்டுப்போட்டாங்களாம்...”

“அதாம்பா சொல்றன். அது அவங்க கடல் எல்லைக்குள்ள கச்சதீவுப் பக்கம் மீன்புடிக்கிற சாதாரண மீனவங்க. அவங்கள சுட்டுக்கொல்லுறதில எந்த நியாயமும் இல்ல. பாவங்கள். வயித்துப் புளைப்புக்கு எங்களமாரி சின்ன போட் வச்சி தொழில் செய்யிறவங்க. ஆனா இந்த

ரோலர்காரனுங்க கச்சதீவு கடல் போடர்ல மீன்பிடிக்கிறம்னு நம்ம கடலுக்குள்ள வந்திடுறாங்க. இவங்கள ஒண்ணும் செய்ய முடியாமக் கிடக்கு அரசாங்கத்துக்கு...”

“சும்மா இந்த மசிர விட்டுப்போட்டு நீ வேற ஏதாவது தொழிலப் பாரு மகன்...”

“அதான்பா நானும் யோசிக்கிறன். மாசத்தில ரெண்டு மூணு தடவ இப்பிடி வந்துட்டு போயிர்ராங்க. அதுக்கப்புறம் ஒரு குஞ்சு குருமான்கூட தண்ணில இல்ல. இந்த வெறுங்கடல கட்டிப்புடிச்சுக்கொண்டு கிடந்து என்ன பண்ணுறது?”

இந்தக் கடலெல்லைப் பிரச்சினையும், சட்டத்திற்குப் புறம்பாக மீன்பிடியில் ஈடுபடும் இந்திய ரோலர்களின் அத்துமீறலும் காலத்துக்குக் காலம் அதிகரித்துக்கொண்டுதான் வருகிறதேயொழிய குறைந்தபாடில்லை.

•••

இப்போது – 2018இல் இந்த ரோலர் பிரச்சினை இரண்டு நாடுகளுக்கிடையிலான கடல் எல்லைப் பிரச்சினை என்ற தளத்திலிருந்து மாறி உள்நாட்டுப் பிரச்சினையாக வெடித்திருக்கிறது. 2013–14 வரை இந்திய ரோலர்களோடு மல்லுக்கட்டிக் கொண்டிருந்த எங்களுடைய மீனவர்கள் இப்போது ‘உள்ளூர்’ ரோலர் முதலாளிகளோடு முட்டி மோதிக்கொண்டிருக்கிறார்கள்.

சற்று விரிவாகச் சொன்னால்தானே உங்களுக்கும் புரியும்.

அதாவது, நம்மூர் மேல்தட்டு மனிதர்களையும் பெரும் ரோலர் முதலாளிகளாக மாற்றி, நம் கடலையே கூறுபோட்டு அழிப்பதற்கு வழி சமைத்துக் கொடுத்திருக்கிறது போரிற்குப் பின்னரான சமாதானக் காலம். ‘சமாதானம்’ நம்முடைய தேசத்துக்கு வாரி வழங்கிய அருங்கொடைகளில் இதுவும் ஒன்று. இப்பொழுது ரோலர் வைத்துத் தொழில் செய்வதென்பது மேல்தட்டு சமூக அந்தஸ்தை நிரூபிக்கும் ஒரு சுய அடையாளமாக மாறிவிட்டிருக்கிறது. இப்போது மன்னார் தீவுப்பகுதியில் மட்டும் சுமார் இருநூறிலிருந்து முன்னூறு வரையான சிறிய ரக ரோலர்கள் மீன்பிடியில் ஈடுபடுத்தப்பட்டிருப்பதாகச் சொல்கிறார்கள். அத்தனைக்கும் சொந்தக்காரர்கள் நம்மவர்கள்தான். 2010ற்குப் பின்னர், மிகவும் குறுகிய காலத்தில் நிகழ்ந்த அசுர மாற்றம் இது.

இது இந்திய ரோலர்களை நிந்தித்த பெரும் பாவத்துக்குக் கிடைத்த

வேதனம் என்றே சொல்லத் தோன்றுகிறது.

இந்த ரோலர்கள் பட்டக்காடு போன்ற சிறுதொழில் செய்யும் மீனவர்களுக்குத்தான் பெரும் ஆபத்தாக முளைத்திருக்கிறது. தினமும் நூற்றுக்கணக்கில் கடலுக்குள் இறங்கும் ரோலர்களால் அடிமட்ட அல்லது சிறுதொழில் செய்யும் மீனவர்களின் தின வருமானம் பாரிய அளவில் பாதிக்கப்படுகிறது. தங்களுடைய தினசரி வாழ்க்கையைக் கொண்டிழுக்கும் கடல்வளங்களை ரோலர்களிடம் பறிகொடுத்துவிட்டு, வெறும் கடலில் கைகளைப் போட்டுத் துழாவிக்கொண்டிருக்கிறார்கள் இவர்கள்.

சாதாரண மீனவர்களின் வருமானத்தை சூறையாடிக்கொண்டிருக்கும் இந்த ரோலர்கள், மன்னார் கடற்பரப்பில் மெதுமெதுவாக வளர்ந்து கொண்டிருக்கும் ஒரு கொடிய நோய் என்பதை இங்கு யாரும் புரிந்துகொள்ளவில்லை. இது வளர்ந்து வளர்ந்து, கடல் வளம் அத்தனையையும் அழிக்கப்போகிறது. கடல் தொழில் என்ற ஒரு சுதேச வாழ்வாதாரத்தை அழிக்கப்போகிறது. கடலை நம்பி ஜீவனைப் பிடித்துக்கொண்டிருக்கும் ஆயிரமாயிரம் மனிதர்களின் இருத்தலை அழிக்கப்போகிறது. ரோலர் என்ற கனல், கடல் என்ற ஒரு அடர்ந்த காட்டில் எத்தனை பயங்கரமானது என்பதை நம் தேசம் அறியாமல் கிடப்பது வேதனையாக இருக்கிறது.

இப்பிரச்சினையைத் தீர்க்க எங்களிடமிருக்கும் ஒரே வழி சட்டமும், அரசியலும்தான். சட்டம் கடதாசியில் கனமாக இருந்தாலும், நடைமுறையில் குருடனைப்போல நடந்துகொள்கிறது. ரோலர்கள் இலங்கைக் கடற்பரப்பில் இயங்க முடியாது என்ற விதிகளை தெளிவாகச் சொல்லி வைத்திருக்கும் சட்டத்துக்கு முன்னால் இன்று முன்னூறு ரோலர்கள் சுதந்திரமாகத் தொழில் செய்கின்றன.

அரசியலும் இதே கதைதான். இப்போதெல்லாம் சமூகம், மக்கள் என்பதைத் துறந்துவிட்டு தனிமனிதன் சார்ந்து அவனவன் தேவைகளை பூர்த்திசெய்துகொள்ளும் ஒரு சுயலாப இயக்கமாகவே மாறிவிட்டது நம்மூர் அரசியல். அரசியல்வாதிகளை நெருங்க நெருங்க பொதுவான மானிட நியாயமும், அறமும் நம் மூளையிலிருந்து உதிர்ந்து கொட்டி விடுகிறது. இப்போதெல்லாம் தம்முடைய தனிப்பட்ட பிரயாசைகளுக்கு சாந்தி தேடிக்கொள்ளும் இலகுவான வழியாகவே நம் மக்களுக்கு அரசியல்வாதிகள் தெரிகிறார்கள். இப்படி அரசியலில், தனிமனித செல்வாக்கு என்ற அபத்தம் புகுந்துவிட்ட பிறகு, எளியவனின் வாழ்க்கைப் போராட்டம் பற்றிய வியாகூலம் எவனுக்கு வரும்? பணமும், அரசியல் நெருக்கமும் இருந்தால்தான் குண்டூசியைக்கூட நகர்த்தலாம் என்ற தேசத்தில், இந்த எளிய மீனவர்களுடைய வயிற்றுப் பசி பற்றி யாருக்குக் கவலை உண்டு?

உபகதை:

பர்னாந்து மாமா

அண்மையில் பர்னாந்து மாமாவை மன்னாரில் அகஸ்மாத்தாகச் சந்தித்தேன். வவுனியா பேருந்தைப் பிடிப்பதற்காக மன்னார் பேருந்துத் தரிப்பிடத்தில் காத்துக்கொண்டிருந்தார். அவரைக் கடைசியாகப் பார்த்து சுமார் ஐந்து பத்து வருடங்கள் இருக்கும்.

எத்தனை வேகமாக மனிதர்களை இந்த வயோதிகம் பிடித்துக்கொண்டு விடுகிறது? சதைகள் சுருங்கி, உடல் தளர்ந்து, வெடவெடத்துப்போன கரங்களை இரு பக்கமும் ஊன்றிக்கொண்டு சிவப்பு சிமென்டுக் கட்டிலில் அமர்ந்திருந்த பர்னாந்து மாமாவை முதல் பார்வையிலேயே அடையாளம் கண்டுகொண்டேன். அருகில் போய் மாமா என்றபோது அவருக்கு உடனடியாக நினைவு தட்டவில்லை. முகத்தை தீர்க்கமாகப் பார்த்துவிட்டு "அட மதன்தானே?" என்று காய்ந்து கிடந்த உதட்டை முகத்தில் பரப்பிச் சிரித்தார் மாமா.

பளுவாக மாறிக்கொண்டிருக்கும் அன்றாட வாழ்க்கையை கடும் பிரயத்தனப்பட்டுச் சுமந்துகொண்டிருக்கும் ஒரு அன்றாடக் கடலோடி அவர். மன்னார் நகரத்திலிருந்து சுமார் பதினைந்து – இருபது கிலோ மீட்டர் தூரத்தில் இருக்கிற ஒரு சிற்றூர்தான் அவருக்கு நிலம். அங்கிருக்கும் அத்தனை பேரும் மீனவர்கள். மன்னாரின் வடமேற்குக் கடலில் சிறு படகுகள் வைத்து தொழில் செய்பவர்கள்.

அங்கொன்றும் இங்கொன்றுமாக ஒவ்வொரு தலைப்பைப் பிடித்து அளவளாவிய பின்னர் "தொழிலெல்லாம் எப்பிடி மாமா போகுது?"

என்று கேட்டேன். வருடங்களாக தொண்டைக்குள் அழுத்தி வைத்திருந்த பெருமூச்சொன்றை ஊதிவிட்டுப் பேச ஆரம்பித்தார். நீண்ட பேச்சு. கரடுமுரடான பாதையில் ஏறிவிட்ட வண்டிபோல குலுங்கிக்குலுங்கிப் பேசினார். இடையில் புகுந்து "அப்ப இந்த ரோலர் பிரச்சினையெல்லாம் இப்ப இல்லையா மாமா?" என நான் கேட்டுவிட்ட பிறகுதான் அவருடைய குரலில் துயரம் பற்றிக்கொள்ள ஆரம்பித்தது.

"இப்பெல்லாம் ராமேசுவர ரோலர்கள் பெருசா இங்காலப் பக்கம் வாறதில்ல தம்பி. அவங்கட காலம் முடிஞ்சு போச்சு. மண்விழுவாங்கள் எங்கள பாடாப்படுத்தி களச்சுப் போயிட்டாங்க. ஆனா பிரச்சின முடியல. அந்த அநியாயத்த இப்ப நம்ம ஆக்களே செய்ய ஆரம்பிச்சிட்டாங்க. கடல் முழுக்க நம்மயவன்ட ரோலர்கள் நிறஞ்சு கிடக்குது. கடலுக்க தடக்கி விழுந்தாக்கூட ஒரு ரோலர்லதான் விழணுமப்பு. அத்தின உருப்படிகள்..."

"என்ன மாமா சொல்றீங்க...?"

"இல்ல தம்பி, முந்தி நாம ஒரே இந்தியக்காரனத்தானே போட்டு திட்டு திட்டெண்டு திட்டுறது. அவங்களுக்கு எதிரா குஞ்சு குருமான அள்ளிக்கொண்டுபோய் ஆர்ப்பாட்டம் பண்றது, மகஜர் குடுக்கிறது. ஆனா இப்ப பாத்தா தம்பி, அவங்க எவ்வளவோ மேல் போலக்கிடக்கு. அடிக்கொருக்கா ரெண்டு மூணு வரும். காலமயிலயே போயிரும். ரெண்டு நாளால நாங்க இறங்கலாம். ஆனா இப்ப அப்பிடியில்ல. இந்தா எங்க ஊருக்கு அந்தப் பக்கம் இருக்கிற ஊரில 300 ரோலர்கள் வச்சிருக்கிறாங்க. இந்தப் பக்கம் இருக்கிற ஊர்ல 200 ரோலர்கள். இந்த ரெண்டு ஊரில மட்டுமே கிட்டத்தட்ட 500 ரோலர்கள் இருக்கு. நடுவில பரதேசிகள் மாதிரி நாங்க. கூட்டிக்கழிச்சுப் பாத்தா ஒரு 20 சின்ன போட்டும் எஞ்சினும்தான் எங்கட்ட இருக்கு..."

மாமாவின் பேச்சு திடீரென நின்றது. மாமா வானத்தை வெறிக்க ஆரம்பித்தார். கூடவே ஒரு பெருமூச்சு கனமாக விழுந்தது. நான் பேச்சைத் தொடரும் வண்ணம் "அட பாவமே..." என்றேன். தொண்டையைக் கனைத்துக்கொண்டு மீண்டும் ஆரம்பித்தார்.

"இத்தன ரோலர்களோட எங்க குட்டி போட்டுக்களும் தெப்பங்களும் எப்பிடி தாக்குப்பிடிக்கும்னு சொல்லு. ரோலர்காரங்க ஒவ்வொரு நாளும் 1000, 2000 கிலோனு அள்ளிக்கிட்டு வர்ராங்க. எங்களுக்கு கிடைக்கிறது மிஞ்சின அஞ்சும் பத்தும்தான். இந்த அஞ்சு பத்த கரைக்குக் கொண்டுவந்தா எங்கட வயுத்துக்கு மட்டுமே அது போதுமா இருந்திடுது. வருமானமெண்டு புடிச்சு வைக்க ஒரு மசிரும் இல்ல. ரோலர் வச்சிருக்கிறவன் ஒரு நாளைக்கு அம்பதனாயிரத்தில இருந்து

ஒரு லச்சம் வரைக்கும் சம்பாதிக்கிறான் தெரியுமா? சாதாரண போட் வச்சு மீன் பிடிக்கிற எங்களுக்கு என்ன கிடைக்கிதெண்டு நினைக்கிறா? மல்லுக்கட்டி ஒரு ஆயிரம் ரெண்டாயிரமெண்டு தேறும். அவ்வளவுதான். இதுதான் எங்க ஊர்ல இருக்கிற அத்தன மீனவக் குடும்பங்களின்ட நிலம..."

"இதுக்கு ஒண்ணும் பண்ண ஏலாதா மாமா?"

"என்னத்த பண்றது? அவங்கட்ட ஆள் பலம் இருக்கு. அரசியல் செல்வாக்கு இருக்கு. கையில மிதமிஞ்சிப்போய் காசு கிடக்கு. இதுகளுக்கு முன்னால நம்ம பரதேசிக் கோலம் என்ன பண்ணும்? மூடிக்கிட்டு ஏதோ கிடைக்கிறத திண்டுக்கிட்டு கிடக்க வேண்டியதுதான்."

"அது எப்பிடி மாமா... சின்ன மீனவங்களுக்கும் கடல்ல மீன்பிடிக்க உரிம இருக்கல்லா...?"

"இருக்குதான். ஆனா என்ன, வலியதுக்கு முன்னால இந்த சோக பத்தின எங்கட வாழ்க்க என்ன பண்ணும்? இந்த சுயநலத்துக்கும் அடக்குமுறைக்கும் முன்னால எங்களால ஒரு இளவும் பண்ண முடியாது. காசு வச்சிருக்கிறவனுக்கு ஏழைகளப்பத்தி என்ன கவல இருக்கப்போது? அவனுக்கு மாடி வீடு கட்டணும். இன்னும் ரெண்டு ரோலர் வாங்கி ஓட விடணும் எண்ட கவல. ஆனா ஒண்டு, கனகாலம் கஷ்டப்பட்டு இப்ப ஒருமாரி அவங்களோட கதைச்சுக் கிதைச்சு ஒரு சின்ன முடிவுக்கு வந்திருக்கிறம் தம்பி. கிழம யில மூணு நாள் ரோலர்காறங்க தொழில் செய்றதெண்டும், மூணு நாள் எங்களமாதிரி சிறுதொழில் காறங்க தொழில் செய்யிறதெண்டும் ஒத்துக்கிட்டிருக்காங்க..."

"அப்பாடா...!"

"என்ன அப்பாடா...? இதால எந்தப் பிரச்சின தீர்ந்திச்சு?"

"ஏன் மாமா?"

"முதல்நாள் நூறு ரோலர் போய் வந்தப்பிறவு கடல்ல என்ன மயிருடா கிடக்கும்? அத்தனயும் அள்ளுப்பட்டு போயிடுமே. நாங்க போய் தண்ணிக்க கையப் போட்டு அளம்பிட்டு வரவேண்டியதுதான்."

"ஓமோம் என்ன..."

"இப்பெல்லாம் கரைக்கு ஒரு அஞ்சு கிலோ மீன் கொண்டுவாறதே பெரிய சாதனையாக் கிடக்கு..."

"இந்த பிரச்சினய ஏன் மாமா சட்ட ரீதியா தீர்க்ககூடாது? ரோலர அரசாங்கம் தடையல்லோ செய்திருக்கு?"

“என்ன மசிர் சட்டம்? ரோலர், தங்கூசி வல, சுருக்கு வல, டைனமைட்டுனு எல்லாத்தயும்தான் அரசாங்கம் தட பண்ணியிருக்கு. என்ன பிரயோசனம்? ஆனா பாத்தியெண்டா இப்ப இதுகள்தான் கடல்ல மலிஞ்சுபோய் கிடக்கு. சட்டதிட்டமெல்லாம் வெறும் பேப்பரில மட்டும்தான் பாரு. இங்க இதெல்லாம் இப்பவும் சுதந்திரமா நடந்துகொண்டுதானிருக்கு. அதுவும் நேவி போலீசுட கண்ணுக்கு முன்னாலேயே நடக்குது...”

குரல் நடுங்க ஆரம்பிக்க மாமாவின் கண்களைக் கவனித்தேன். பரிதாபமும் இயலாமையும் கண்களில் கட்டி நின்றது. எனக்கோ துயரம் மனதைப் பிழிந்தது. மேற்கொண்டு கேள்விகள் கேட்கத் தோன்றவில்லை. மனுசன் வெடித்து அழுதாலும் அழுதுவிடும்.

பர்னாந்து மாமா தன் கண்களைக் கசக்கியபோது வவுனியா பஸ் வந்து நின்றது. மாமா அருகிலிருந்த தன் பிளாஸ்டிக் பையை எடுத்துக்கொண்டு எழுந்தார். உடல் நடுங்குவது போலத் தோன்றியது. சரியான நேரத்தில் பேருந்து வந்துவிட்டது என்று நினைத்துக்கொண்டேன். சில சம்பவங்கள் குறித்து சிலரிடம் பேசுவதே அவர்களைச் சித்ரவதை செய்வதற்கு ஒப்பானது. கடல் தொழிலை தங்கள் ஜீவனாகக்கொண்டிருக்கும் மனிதர்களிடம் போய் இனிமேல் இந்த ரோலர்கள் பற்றி ஒருபோதும் பேசப்போவதில்லை.

மாமா பையோடு கட்டிலிருந்து இறங்கி, என்னைப் பார்த்துச் சொல்லிவிட்டுப்போன அந்தக் கடைசி வார்த்தைகள்தான் இன்னும் எனக்குள் தீயெனக் கனன்று கொண்டிருக்கிறது.

“என்ன தம்பி செய்யிறது... இந்தியால பஞ்சம் புடிச்சு விவசாயிகள் செத்துக்கொண்டிருக்கிற மாதிரி இன்னும் கொஞ்ச காலத்தில இங்க நாங்க செத்துத்துலையப் போறம். குடும்பம் நடுத்தெருவில கிடக்கப்போகுது. பிள்ளகுட்டி பஞ்சத்தில சாகப்போவுது. அப்பகூட இருந்து பாரு, எதையும் செய்து துலைக்காம இந்த அரசாங்கம் கண்ணவிஞ்சுபோய்தான் கிடக்கும்...”

12

2007 அக்டோபர் 14. வானம் பளிச்சென்றிருந்தது. ஆசைக்கு மட்டும் அங்கும் இங்கும் இரண்டு வெள்ளை ஆமைகள் போல முகில்கள். வானத்தில் ஒட்டுப் பொட்டாய் சூரியன். மாலை மூன்று மணி என்றாலும் வெயில் மண்டையில் விண்ணென்று இறங்கியது.

அப்பா பஞ்சராகிய அவருடைய சைக்கிளின் முன் சில்லைக் கழற்றி வைத்து அதற்கு ஒட்டுப் போட்டுக்கொண்டிருந்தார். அவர் ஒட்டுப் போடும் இடத்தையும் ஒட்டி முடித்துவிட்டால் இன்னொரு ஒட்டுப் போடுவதற்கு அந்த ரியூப்பில் இடமிருக்காது. இல்லையென்றாலும் அதற்கு என்னுடைய வயது இருக்குமோ என்னவோ. 'கெதியா புதுசு வாங்கிப்போட்டுடோணும்...' என்ற ஏக்கம் அவர் கண்களை அமுத்திக்கொண்டிருந்தது. நானோ மாமரத்தின் கீழ் கிடந்த சாக்குக்கட்டிலில் மல்லாக்கப் படுத்தபடி 'நன்றிசொல்ல உனக்கு வார்த்தையில்லை, எனக்கு நான்தான் மயங்குறேன்...' என மயங்கிக்கொண்டிருந்தேன். மாமரத்துக்காற்று மதுரம் வீசிக்கொண்டிருந்தது.

என்னுடைய சோம்பேறி வாழ்க்கையில் இந்த மாமரத்துக்கு முக்கியமானதொரு பங்குண்டு. வேலைவெட்டி இல்லாத நாட்களில் பகல் தூக்கத்துக்கு நான் எப்போதும் தேர்ந்தெடுக்கும் ஒரே இடம் இதுதான். அதன் அடர்ந்த நிழலும், அக்கிளைகளின் இடைகளில் ஊர்ந்து இறங்கும் காற்றும் தலைகால் தெரியாத தூக்கத்துக்கு வழிகோலுபவை. அம்மா வந்து வாலைப்பிடித்து இழுக்கும் வரை ஆழ்கனவில் மிதந்து கிடப்பேன்.

அன்று கொஞ்சம் உடல் களைப்பு வேறு. படுத்து இரண்டே நிமிடங்களில் வேறொரு உலகத்தில் போய் முளைத்துவிட்டிருந்தேன். சித்ரா கிணற்றடியில் 'இது ஒரு காதல் சங்கீதம்...' எனப் பாடிக்கொண்டிருந்தது கேட்டது. கேட்டதுதான், இரண்டே நிமிடத்தில் நின்றுவிட்டது. பின்னர் பேரமைதி. தூக்கத்தின் ஜீவ தருணங்களில் உலாப் போய்க்கொண்டிருந்தேன்.

"மதன். இங்கொருக்கா வாவன்... இந்த தேங்காய ஒருக்கா உரிச்சு தர மாட்டியா..?"

அம்மா அழைத்தது சத்தியமாகக் கேட்கவில்லை. அருகிலிருந்த அப்பா தன்னுடைய ஒலிபெருக்கித் தொண்டையால் கத்தியபோதுதான் விருக்கென எழுந்து அமர்ந்தேன்.

"என்னப்பா...?"

"அம்மா கத்திறது கேக்கலியா உனக்கு...?"

அடித்துப்போட்ட தூக்கத்தோடு மல்லுக்கட்டிக்கொண்டிருக்கும் ஒருத்தனுக்கு எப்படிக் கேட்கும்? எழுந்து கைலியை முடிந்துகொண்டு சமையலறை தாழ்வாரத்தில் நின்றுகொண்டிருந்த அம்மாவிடம் போனேன்.

"இந்தத் தேங்காய கொஞ்சம் உரிச்சுக்குடன்..."

செங்குத்தாக நாட்டி வைத்திருந்த அலவாங்கில் தேங்காயைக் குற்றி அதன் காய்ந்துபோன மட்டைகளை பிரித்தெடுக்க கடும் பிரயத்தனப்பட்டுக்கொண்டிருந்தாள் அம்மா. அந்தப் பொச்சி மட்டை காய்ந்திருந்த காயலில் இந்தப் புதினம் இன்றைக்கு ஒப்பேறுமென்று தோன்றவில்லை. "ச்சைக் சனியன்... நல்லா காஞ்சுபோச்சு..." என, காய்ந்துவிடுவது தேங்காயின் பெருங்குற்றம் என்பது போல அலுத்துக்கொண்டாள் அம்மா. நெற்றியில் குமிழி கட்டிய வியர்வையைத் துடைக்க ஆரம்பிக்க நான் கைகளை நீட்டினேன்.

"விடுங்க..."

கடல் தொழிலைத் தவிர்த்துப் பார்த்தால் அடிப்படையில் நானொரு தரமான சோம்பேறி. நான் வீட்டில் வேலை செய்வதே மறுச்சுக்கட்டியில் மழை வருவதுபோலதான். அதுவும் எப்போதாவது அம்மா ஏசி எனக்கு ரோசம் பொத்துக்கொண்டு வந்தால் மட்டுமே அது நடக்கும். அல்லது நான் உண்டு, அந்தச் சாக்குக் கட்டில் உண்டென்று தேமேயெனக் கிடந்துவிடுவேன்.

ஆனால் அன்று அம்மாவைப் பார்க்க பாவமாக இருந்தது. அதைவிட கடும் பாவம் அந்தத் தேங்காய். வஞ்சனையில்லாமல் அதை

எல்லாப் பக்கமும் குத்தி வைத்திருந்தாள் அம்மா. தேங்காய்க்கும் விதி வலியதுதான். இல்லையென்றால், லோகத்தில் இத்தனையாயிரம் மனிதர்கள் இருக்கும் போது அம்மாவிடம் வந்தா சிக்கித் தொலைந்திருக்க வேண்டும்.

அலவாங்கில் ஆழமாக இறங்கியிருந்த தேங்காயை இரண்டு கைகளாலும் பிடித்து இழுத்தேன். பிகு பண்ணியது. இரண்டு மூச்சைப் பிணைத்து முறுக்கிக்கொண்டு மறுபடியும் இழுத்தேன். 'க்ரிச்' என்று கழன்று விழுந்தது. அதை எடுத்து அதே வேகத்தில் மீண்டும் 'பஜக்' என்று அலவாங்கின் நுனியில் குற்றினேன். பக்கவாட்டில் இரண்டுமுறை ஆட்டிவிட்டு மீண்டும் மேலே இழுத்தேன். மீண்டும் பஜக். மீண்டும் இரண்டு மூச்சு...

மூன்றாம் சுற்றில் கன்னிப் பொச்சு கதறிக்கொண்டு கழன்றது.

"தம்பி. எனக்கேதோ பயமாக் கிடக்குடா... நீயும் உள்ளத உள்ளபடி சொல்றாயில்லை..."

அப்பொழுதுதான் அம்மா இன்னும் அருகிலேயே நின்றுகொண்டிருப்பது புரிந்தது.

"என்னம்மா...?"

"அவங்க திரும்ப இண்டைக்கும் உன்னய தேடி வந்திட்டுப் போறாங்க..."

"எவங்க?"

"பெடியங்கதான்..."

தேங்காயோடு சேர்ந்து என்னுடைய பயமும் அலவாங்கில் பொறுத்தது. தேங்காயை அப்படியே விட்டுவிட்டு அம்மாவைப் பார்த்தேன். முகத்தில் பீதி ஊறிக்கொண்டிருந்தது.

"இண்டைக்கும் வந்தாங்களா.....?"

"ம்... காலம! இண்டைக்கும் கடவுள் காப்பாத்தினது, அவங்க வரேக்க உங்க கொப்பர் வீட்டில இல்ல. இருந்திருந்தா பேயாடியிருப்பார்... என்ன பிரச்சின தம்பி? எதுக்கு அடிக்கடி உன்னைய தேடிவாறாங்க...?"

"இல்லம்மா... பயப்பிடுறமாதிரி ஒண்ணுமில்ல..."

எனக்கா பயமில்லை?

"பயப்பிடுறமாரி ஒண்ணுமில்லயெண்டா எதுக்கு அடிக்கடி வாராங்கள்?"

மொத்தக் கோவத்தையும் நரம்புகளுக்குள் இறக்கி அடுத்த சுற்றை அலவாங்கில் இறக்கினேன். படக் என அலவாங்கில் பாய்ந்த

தேங்காயிலிருந்து தண்ணீர் பீச்சியடித்தது. “டேய் டேய் தேங்காய குத்திப்போட்டாய்டா...” அம்மா கத்தினாள்.

‘இப்பிடித்தானம்மா அந்த பொறுப்பாளரையும்...’ மனதில் அனல் பறந்தது. வெளியில் சொல்லவில்லை.

“ஏதாச்சும் சொல்லிட்டு போனாங்களா...?”

“இல்ல. நீ எங்க எண்டு கேட்டாங்க. நான் தொழிலுக்கு பொயிட்டான் எண்டன். சரி, பிறகு வாறம்னு பொயிட்டாங்க...”

உரித்த தேங்காயை அம்மாவிடம் கொடுத்துவிட்டு வேகமாக வீட்டுக்குள் போனேன். இம்முறை என்ன பழியோ என்று மனம் பதற ஆரம்பித்தது. பயத்தின் கொடுக்கு சதையில் இறங்கியது. இந்தத் தலைவலி இப்போதைக்கு என்னைவிட்டு அகலும் என்று தோன்றவில்லை. இவை அனைத்துக்கும் பின்னால் இருப்பது யார் என்பதுதான் புரிந்து தொலையமாட்டேன் என்கிறது.

என்னுடைய இத்தனை வருட பட்டக்காட்டு வாழ்க்கையில் தேவதாசைத் தவிர வேறு எவரோடும் முண்டியதில்லை. தேவதாசின் கதை வேறு. ஒரு நாள் சித்ராவை கிண்டல் செய்ததற்காக செவிட்டைப் பொத்தி வைத்ததுதான். ஆனால் அது நடந்து முடிந்து இற்றைக்கு இரண்டு வருடங்கள் கடந்துவிட்டன. அவனும் இப்போது ஊரிலில்லை. அன்பரசியைத் தள்ளிக்கொண்டு போய் பேசாலையில் குடித்தனம் நடாத்திக்கொண்டிருப்பதாகக் கேள்வி.

அப்படியென்றால் வேறு யாருக்குத்தான் நவத்துவாரம் எரிகிறது?

“இந்த முற என்னவா இருக்கும்...?” என திரும்பத் திரும்ப அதையே போட்டு அரைத்துக்கொண்டிருந்தபோதுதான் சென்ற வார ‘கருவேலம் பற்றை’ சம்பவம் ஞாபகத்துக்கு வந்தது.

என்ட கர்த்தாவே, அதையும் எவனாச்சும் போய் போட்டுக் கொடுத்திட்டானா? அட நாசமாப் போனவங்களே! இந்த கேஸுக்கு பொட்டில் வைத்தல்லவா சுடுவார்கள்.

தலையைப் பிய்த்துக்கொண்டிருந்த எனக்கு யாரோ படலையில் வந்து நிற்பதுபோல் மனப்பிராந்தி புலம்பிற்று. கண்களை கசக்கிக்கொண்டு சாளரச்சட்டையை நீக்கி படலையை வெறித்தேன். அதை மனப்பிராந்தியென்றா நினைத்தேன்? உண்மையாகவே ஒரு ஆகிருதி அசையாமல் படலையில் நின்றுகொண்டிருந்தது.

சுதாகரித்து முடிப்பதற்குள் “மதன்... மதன்...”

என்னை அழைத்துக்கொண்டிருப்பது படலைக்கு முன்னால்

நின்றுகொண்டிருக்கின்ற அந்த உருவம்தான். பச்சைநிற சிஜீ125 ஒன்று அவனுக்குப் பக்கத்தில் முறைப்பாக துணைக்கு நிற்கிறது. "இது என்ன சோதனை ஆண்டவா...?"

தலையைப் பிய்த்தபடி வெளியே வந்தேன். ஒரு வாட்டசாட்டமான இளைஞன் படலையைத் திறந்துகொண்டு உள்ளே வந்துகொண்டிருந்தான். என் நெற்றிப்பொட்டை ஒரு தடவை தடவிப்பார்த்துக்கொண்டேன். அதில் ஈரம் பிசுபிசுத்தது.

13

வளவுக்குள் இறங்கிவிட்ட அந்த உருவத்தை நோக்கி நடந்தேன். கால்கள் பின்னிக்கொள்ள ஆரம்பித்ததில் நடை தடுமாறியது. பயம் வயிற்றைக் கலக்கியது. சொருகுவதற்குத் தயாராக பின்னால் அவன் கத்தியை வைத்துக்கொண்டிருப்பது போல தோன்றியது. இத்தனைக்குள்ளும் அப்பா பார்த்துவிட்டால் என்ற பிரச்சினை மறுபக்கம்.

அந்த கடாபி பேஸை நினைத்தால் பின்னாலிருக்கும் கத்தி இப்போதே பாய்ந்துவிட்டால் தேவலைபோல் இருந்தது. பொறுப்பாளரின் அந்த முகம், வார்த்தைகள், கண்களில் இறுகிக்கிடக்கும் முரட்டுப் பார்வை...

மனிதன் பயங்கரமாக இருந்தால் சமாளித்துக்கொள்ளலாம். பயங்கரமே மனிதனாக இருந்தால் என்ன செய்வது? மலேரியாக் காய்ச்சல் பீடித்தவன்போல கிடுகிடுக்க ஆரம்பித்தது தேகம்.

என்னை இம்முறை என்ன கேட்பார்கள்? கருவேலம் பற்றைச் சம்பவம் உண்மையா என்று கேட்பார்கள். அதற்கு நான் என்ன சொல்ல வேண்டும்? உண்மைதான் என்றால் தண்டனையை உடனடியாகக் கொடுத்துவிடுவார்கள். இல்லையென்றால்? அது உண்மைதான் என்று தங்களிடமிருக்கும் சாட்சிகளை விரித்துப்போட்டு நிரூபிப்பார்கள். ஆக, எதைச் சொன்னாலும் கடைசியில் பச்சை மட்டைதான் கிடைக்கப்போகிறது.

“வணக்கம்...”

“வணக்கம். சொல்லுங்கண்ண...”

“மதன். உங்கள ஒருக்கா அண்ணர் வந்து சந்திக்கட்டுமாம்...”

“எதுக்கு...?”

“அவர்ட்டதான் கேக்கோணும்!”

சைக்கிளை எடுத்து கால்களுக்குள் வைத்துக்கொண்டு மிதிக்க ஆரம்பித்தேன். பலிபீடத்துக்கு இழுத்துச் செல்லப்படும் செம்மறிப் புருவையின் ஓலம் மூளைக்குள் கேட்கத்தொடங்கிற்று. இரத்த ஓட்டத்தின் வேகம் அதிகரித்ததில், உடல் உஷ்ணம் வியாபித்தது.

இதற்குப் பச்சைமட்டைதான் பரிசு என்றால் பரவாயில்லை, வாங்கிக் கொண்டு பிரச்சினையை முகாமுக்குள்ளேயே முடித்துக் கொண்டுவிடலாம். ஆனால் இந்தக் கதை ஊர்க்காதில் விழுந்து விட்டால்? குடும்பத்தையே நடுத்தெருவுக்கு இழுத்தல்லவா காறி உமிழும் சனம்.

சைக்கிளை பேஸ் வேலியில் சாத்தி வைத்துவிட்டு உள்ளே போனேன். நான்கு ஐந்து பேர் முற்றத்தில் இருந்தபடி தங்கள் துப்பாக்கிகளை சன்னம் சன்னமாகப் பிரித்துப்போட்டு அவற்றைத் துணியால் துடைத்துக்கொண்டிருந்தார்கள். சிறு துணியொன்றை எண்ணெயில் தோய்த்து கழற்றி வைத்திருக்கும் இரும்புத் துண்டுகளை ஒற்றியெடுக்க அவை சூரிய ஒளியில் மின்னிப் பிரகாசித்தன.

என்னமோ தெரியவில்லை, துப்பாக்கிகளைப் பார்க்கும்போதெல்லாம் இயக்கத்துக்குப் போகவேண்டும் என்ற ஆசை அநிச்சையாகத் தொற்றிக்கொண்டுவிடுகிறது. துப்பாக்கிகளுக்கென்று ஒரு வசீகரம் உண்டு. அதன் ஈர்ப்பு அலாதியானது.

கூட்டத்தின் நடுவில் உட்கார்ந்திருக்கும் பிறைநிலவனை எனக்கு நன்கு தெரியும். இந்த பேஸின் மீன் மார்க்கட் போகும் பொறுப்பு பிறைநிலவனுடையது. ஒவ்வொரு நாளும் வெள்ளை உரப்பையைத் தூக்கிக்கொண்டு கடற்கரைக்கு வருவான். காசு வாங்காமல் பருத்த மூன்று நான்கு மீன்களை எடுத்து “இது எங்கட பங்களிப்பு...” எனச் சொல்லி பிறைநிலவனிடம் கொடுப்போம். திவ்யமான புன்னகையொன்றை பதிலுக்கு நீட்டுவான். பங்களிப்பை விட்டாலும், பிறைநிலவனுடைய அந்தப் புன்னகைக்கு ஒருபோதும் பணம் கேட்கத் தோன்றாது.

கையில் வைத்திருந்த ஏகே 47 கோதை நிமிர்த்தி வைத்து, எண்ணெய்க் குழியல் செய்து, ட்ரிகரை பட் பட் என அடித்துக்கொண்டிருந்த பிறைநிலவன் என்னைக் கண்டதும் “என்ன அண்ணை இந்த பக்கம்...”

என்றான். “அண்ணர் வரச்சொன்னவராம்...” என்றபோது வீட்டின் பின்புறத்திலிருந்து பொறுப்பாளர் வெளிப்பட்டார். எனக்குள் சரக்கென்று ஏதோ அறுந்தது போலிருந்தது.

அருகில் வந்து என்னை நிமிர்ந்து பார்த்தார் பொறுப்பாளர். என்னுடைய உடல் எட்டாய் மடிந்து அண்ணரின் பாதாரவிந்தத்தில் விழுந்துவிடத் தயாராயிருந்தது. இன்று என்னை முறைப்பாகக் கவனிப்பார் என எண்ணிய பொறுப்பாளரின் முகத்தில் மருந்துக்குக்கூட முறைப்பில்லை. தவிர, வாய் முழுவதும் பற்கள் தெரிய பளிச்செனச் சிரித்தார். எனக்கு ஆச்சரியம் தாழவில்லை.

நரசிம்மராவ் பொசுக்கென்று சிரித்துவிட்டால் எப்படியிருக்கும்?

பொறுப்பாளருடைய சிரிப்பு வினோதமாக இருந்தது. இயேசுவிடம் பிலாத்து நீட்டிய அதே கேளிக்கைச் சிரிப்பு. அதிகார அகம்பாவத்தைக் கேளிக்கையாகக் கொண்டாடும் சிரிப்பு வினோதமானதுதான். உலகில் பாதிப்பேருக்குத்தான் சிரிக்கத் தெரிகிறது. அதிலும் அரைவிழுக்காடு இப்படி வினோதமாகத்தான் சிரித்துக்கொண்டு திரிகிறது.

“உள்ள வா மதன்...” என தன் அறைக்குள் அழைத்தார் பொறுப்பாளர்.

பொறுப்பாளரின் மேசைக்கு முன்னாலிருந்த தேக்கு மரக் கதிரையில் இவ்வுலகின் கடைசி அப்பாவிபோல் உட்கார்ந்தேன். நாடி நரம்பெல்லாம் ரைப்படித்தது. “ச்சே. இருந்தாலும் அந்தப் பத்தைக்குள்ள கயலோட... ம்ஹ! தப்புத்தான்...” பொறுப்பாளர் ஆரம்பிப்பதற்கு முன்னரே என் மனசாட்சி தன் வேலையைக் காட்ட ஆரம்பித்தது.

முன்னால் ஆசுவாசமாக அமர்ந்துகொண்டு அருகிலிருந்த வோக்கிடோக்கியின் இரைச்சல் சத்தத்தைக் குறைத்துக்கொண்டிருந்தார் பொறுப்பாளர். மௌனம் வலுத்தது. அண்ணருக்கு எப்படி ஆரம்பிப்பது என்ற குளப்பமோ என்னவோ.

இத்தனை கலவரத்திற்குள்ளும் சுவரிலிருந்த மீசையில்லாத தலைவர் என்னைப்பார்த்துச் சிரித்துக்கொண்டிருந்தார்.

“எப்பிடி இருக்கிறா மதன்...”

“நல்லா இருக்கண்ண...”

நடுக்கழுத்தில் அரிவாளை வைத்துக்கொண்டு ஒருவனிடம் சுகம் விசாரிப்பதற்கு எவ்வளவு பெரிய மனசு வேண்டும். பிரமாதமான கவனிப்பு.

“எதுக்கு உம்மக் கூப்பிட்டிருக்கிறனெண்டு தெரியுமோ?”

“...”

“உம்மப்பத்தி பெரிய முறைப்பாடொண்டு வந்திருக்கு...”

வராவிட்டால்தானே ஆச்சரியம்! இல்லையென்றால், பந்தி போட்டு பிரியாணி பரிமாறவா பொறுப்பாளர் ஒருத்தனை ஆள் அனுப்பி பேசுக்கு அழைப்பார்?

அமைதியாக வைத்த கண் வாங்காமல் பொறுப்பாளரையே பார்த்துக்கொண்டிருந்தேன். மனுசன் கையிலிருந்த பேனாவால் மேசையில் தாளம் போட்டுக்கொண்டிருந்தது. ஐந்து நாழிகை கழித்து வாயைத் திறந்தது.

“ஒரு முக்கியமான விசயம் மதன். கொஞ்சம் சீரியசானதும் கூட...”

அவர் இழுத்த இழுவையில் எனக்கு மூச்சு வாங்கிற்று.

“மதன் இங்க பாரு. நாங்க பட்டக்காட்டில எல்லைப்படைய அங்குரார்ப்பணம் செய்ய உத்தேசித்திருக்கிறம். அதுக்கு முதல் உங்க இருக்கிற எல்லா பெரியாக்களையும் கூப்பிட்டு ஒரு கூட்டம் வைக்க வேணும். அது சம்மந்தமா கொஞ்ச பெரியாக்களோட ஏற்கனவே கதச்சும் வச்சிருக்கிறன். அவங்கள் முழு ஒத்துழைப்பும் தாறதெண்டு சொல்லியிருக்கினம். ஆனா ஆர்டிஎஸ்ல கதைக்கச் சொல்றாங்கள். அதிலதான் ஒரு சிக்கல் இருக்கு...”

அதுவரை கதிரையின் நுனியில் தொங்கிக்கொண்டிருந்த நான், பின்னால் நகர்ந்து ஆசுவாசமாக அமர்ந்துகொண்டேன். காலுக்குமேல் கால் போட்டுக்கொள்ளலாமா என்றுகூடத் தோன்றியது. கடந்த மணித்துளிகள் கொடுத்துக்கொண்டிருந்த சொல்லொண்ணா பயத்தையும் பாரத்தையும் இப்பொழுது கொஞ்சம் நிம்மதியாய் இறக்கிவைத்தது பொறுப்பாளருடைய முன்னுரை. இத்தனைக்கும், வெள்ளைச் சட்டையில் கரியால் கிறுக்கியதுபோல ஒன்று மட்டும் தெளிவாய்ப் புரிந்தது.

‘நானும் கயலும் அண்டைக்கு கருவேலங் காட்டுக்குள்ள சந்திச்சதப் பத்தி பொறுப்பாளருக்கு இன்னும் தகவல் வரல. அது எப்பிடி சாத்தியம்? அண்ணரின் சீடர் படை வேறொரு சமூகப் பிரச்சினையில் பிஸியாக இருக்கிறது போல...’

பெருமூச்சொன்றை ஆசுவாசமாக விட்டுக்கொண்டு மீண்டும் அண்ணரை நோக்கினேன்.

“சிக்கல் என்னண்டு உனக்குப் புரிஞ்சிருக்கும். ஆர்டிஎஸ் எண்டா ஜோசப் மாஸ்டர். அவருக்கு என்ன கண்டாலே ஆகுதில்ல. அந்தப் பள்ளிக்கூட காணிப் பிரச்சினயோட அந்தாளுக்கு என்னக் கண்டாலே கொதிப்பெழும்பிடுது. இந்த விசயத்தில ஆர்டிஎஸ் இன்ட ஆதரவு

இல்லாமை ஒண்ணும் செய்ய ஏலாது. இதுக்கு முதல்ல மனுசன் ஆமோதிக்கணும். இந்த விசயத்திலை நீர்தான் எங்களுக்குக் கொஞ்சம் உதவணும்".

இந்த பொறுப்பாளரே என்னிடம் உதவி கேட்டு வரும்படியான ஒரு காலம் இத்தனை சீக்கிரத்தில் மலருமென்று கனவில்கூட நினைத்ததிருக்கவில்லை. அதிகாரத்தின் கை நம்மிடமும் எதையோ தேடிக்கொண்டு நீளும்போது நமக்குள் ஒரு நிகரற்ற திமிர் நம்மைய றியாமலேயே உருக்கொண்டுவிட ஆரம்பித்துவிடுகிறது. அதுவும் பெயரைக் கேட்டாலே தொடைகளெல்லாம் நடுங்கும் ஓர் அதிகாரத்தின் கை அதுவென்றால் எப்படியிருக்கும்.

"என்னண்ண சொல்லுறிங்க... எங்க அப்பாவ பத்தி உங்களுக்கு தெரியும்தானே. இதில நான் என்னத்த உதவுறது. இயக்கத்த பத்தி பேசினாலே காண்டாகிடும் மனுசன்."

என்னுடைய அப்பா கடுமையான புலி எதிர்ப்பாளர் இல்லையென்றாலும் அவ்வப்போது இயக்கத்தை வெளிப்படையாக விமர்சிக்கக்கூடிய தைரியம் படைத்த மனுசன். ஈழப்போராட்டம் வன்முறையையே உருவாக்குகிறது என நிகழ்காலப் போராட்ட வடிவத்தையும், சம்பவங்களையும் வைத்து விவாதம் செய்பவர். ஆரம்ப காலப் போராட்டத்தில் திலீபனின் இறப்பு அவரை அதிகம் பாதித்த நிகழ்வுகளில் ஒன்று. திலீபனைக் கொன்றது இந்தியப் படையல்ல, இயக்கம்தான் என்பது அவரது தீர்க்கமான விவாதம். தங்களுடைய சுயநலனும், மக்களை இயக்கத்தின் பக்கமாக திருப்பவேண்டும் என்கிற புலித் தலைமைகளின் கூட்டுத் தேவையுமே திலீபனைக் கொன்றொழித்தது என திலீபனின் ஒவ்வொரு நினைவு நாளிலும் அப்பா சொல்லுவார். துவக்குப் போராட்டம் எந்தவொரு தீர்வையும் பெற்றுக் கொடுக்கப்போவதில்லை என்பது அவருடைய தீர்க்கமான நிலைப்பாடாயிருந்தது.

அரசியல் என்று வந்துவிட்டால் தந்தை செல்வாவின் தீவிர பக்தன் அவர். ஆயுதத் தீர்வைவிட அரசியல் தீர்வில்தான் புலிகள் அதிகம் அக்கறை செலுத்தியிருக்க வேண்டும் என்பதே அவருடைய இன்றுவரையான தீராத ஏக்கம். அரசியல் சார்ந்து இயக்கம் முன்னெடுத்த ஒருசில முயற்சிகளில்கூட இயக்கம் மனசுத்தியோடு செயல்படவில்லை என்பார். தமிழனை கடவுள் வந்தால்கூட இனி ஒருபோதும் காப்பாற்ற முடியாது என்ற செல்வாவின் கூற்றில் இன்றுவரை பெரும் நம்பிக்கையோடு இருக்கிறார் அப்பா.

அப்பாவின் இயக்கம் பற்றியதான அத்தனை வசைகளையும் ஒரே நொடியில் தடுத்து நிறுத்தும் பக்குவமும், மனத் தைரியமும் அம்மாவைத் தவிர வேறு யாருக்கும் இருந்ததாக ஞாபகமில்லை. அப்பாவின் இந்த

வீண் பேச்சுக்கள் அவர் தலைக்கே ஒருநாள் உலை வைத்துவிடும் என சதா வயிற்றில் நெருப்பை கட்டிக்கொண்டிருந்தவர் அம்மா. ஆனாலும் இந்த விடயத்தில் சமரசம் என்பதற்கு அப்பாவிடம் இடமேயிருக்கவில்லை.

“பேய்த்தனமா கதைக்காதீங்க. கிழடு எண்டும் பாக்காம சந்தில வச்சு சுட்டுப்போடுவாங்க...” என்ற அம்மாவுடைய நாளாந்த படபடப்பு அப்பாவை எதுவுமே செய்யவில்லை. காதில் வாங்காதது போல அவ்விடத்தைவிட்டு மெதுவாக எழுந்துபோய் சாக்குக் கட்டிலில் மல்லாக்கச் சாய்வதைத்தவிர அவரிடம் எந்த எதிர்வினையும் இருக்காது.

இப்படி ஒருமுறை எங்களுடைய பொறுப்பாளருடன் அப்பாவுக்கு ஏற்பட்ட கொளுவல் மாவட்டம் வரைக்கும் போனது. அப்போது மாவட்டத் தளபதியாயிருந்த சுமன் அப்பாவை நன்கு அறிந்தவர்– அப்பாவைக் கூப்பிட்டு சமரசம் செய்தபோது “தம்பி உனக்காகப் போறன். அவைகள கொஞ்சம் யோசிச்சு கதைக்கச் சொல்லு. மடையன்கள். கையில துவுக்கு இருந்தா எல்லாருக்கும் பிரபாகரன் எண்டு நினைப்பு...” என வெடித்ததில் அந்த பேஸே திமிலோகப்பட்டுப் போனது. இயக்கத்துக்கு அவரொரு தலையிடியாக இருந்தாலும் அவரது பக்க நியாயங்கள் சிலவேளைகளில் அவருடைய விவாதங்களை வென்றுவிடவும் காரணங்களாக இருந்தன.

“ஆக மிஞ்சிப்போனா சுடுவியள். அவ்வளவுதானே... மசிர் போனா போகுது. இந்தா இப்ப இங்கவே சுடு... எங்களுக்கு நீங்கள் இயக்கத்தப் பத்தி படிப்பிக்காதீங்கோ தம்பி...” என ஒரு காணிப் பிரச்சினையில் கடாபி பேஸ் பொறுப்பாளரை அப்பா கிழிகிழியென்று கிழித்தது இன்னும் ஞாபகமிருக்கிறது. அன்று அப்பாவை சமாதானம் செய்து வீட்டுக்குக் கொண்டுவந்து சேர்க்க நானும் ராஜா மாமாவும் பட்ட பாடு கொஞ்சநஞ்சமல்ல.

அப்பாவைப் பகைத்து பட்டக்காட்டில் எதையும் செய்ய முடியாது என்ற புரிதல் பின்னாளில் பொறுப்பாளருக்கு வந்துவிட்டிருந்தது. அதற்கு முக்கியமான காரணங்களில் ஒன்று, அப்பாவிற்கிருந்த மேல் மட்டத் தொடர்புகள்.

“அண்ண. உதவினு கேட்டுட்டிங்க. நான் ஒருக்கா முயற்சித்துப் பாக்கிறன்...”

“ரொம்ப நன்றியப்பன். நீயும் உங்க வீட்டாக்களும் சொன்னா நிச்சயம் கேப்பார்...”

“நிச்சயமா அண்ண...”

இந்த விடயத்தில் எனக்கு அப்பாவின்மேல் சிறிதேனும் நம்பிக்கையிருக்கவில்லை. அதை பொறுப்பாளரிடம் சொல்ல முடியாது. மரத்துவக்கை தூக்கிக்கொண்டு ஒவ்வொரு கிழமையும் பயிற்சிக்கு வரவேண்டும் என்றால் திங்குதிங்கென்று குதிக்க ஆரம்பித்துவிடும் மனுசன். எப்படியோ, இதையெல்லாம் சமாளித்து காரியத்தைச் சாதிப்பது பொறுப்பாளரின் கெட்டித்தனம்.

“சந்தோஷம். இங்கபாரு மதன், உனக்கு எப்ப என்ன வேணுமெண்டாலம் நீ தாராளமா இங்கை வரலாம்....”

தேவை என்று வந்துவிட்டால்தான் சோளியன் குடும்பிக்குக்கூட ஆட்ட வேண்டுமென்று தோன்றும். சிரித்துக்கொண்டு அங்கிருந்து வெளியேறினேன்.

வெளியில் இரவிடம் விடைபெற்றுக்கொண்டிருந்தது பகல். ஒளியின் பிரிவில் மங்கல் வானம் உறைந்து கிடந்தது. ஆங்காங்கே மீன்வாடிகளில் பெற்றோல்மொக்ஸ்கள் மஞ்சள் நட்சத்திரங்கள் போல மின்ன ஆரம்பித்திருந்தன. மெல்லிய இருளைத் துளாவிக்கொண்டு வீடு நோக்கி மிதிக்க ஆரம்பித்தேன்.

கிணற்றடிக்கு கைகால் அலம்பப்போன என்னை இளந்தணலில் வெந்துகொண்டிருந்த கட்டாக்கருவாடு காந்தமாக இழுத்தது. வேலையை வேகமாக முடித்துக்கொண்டு குசினியை கடக்கையில் “டேய். கெதியா வா. இண்டைக்கு உன்ட ஐட்டம்...” என்றாள் சித்ரா. ஜலத்தைத் துடைத்துவிட்டு அவசரமாக அங்கே வந்தேன்.

தேங்காய்ப்பூ போட்டவித்த நீத்துப்பெட்டிப் பிட்டும், பிளியாணமும், சுட்ட கட்டாக்கருவாடும் என்றால் என்னை யார் வேண்டுமானாலும் புணர்ந்துவிட்டுப் போகலாம். அந்தளவுக்கு இந்த ஐட்டங்களின் மகா அடிமை நான். இரண்டு மூன்று கோப்பை என விழுங்கும் அளவுக்கு அதில் இன்றுவரை பெரும் இச்சையுண்டு.

ஆனால் இப்பொழுது இவற்றைப் பார்க்கவே பெரும்பாடாக இருக்கிறது. பிளியாணம் என்றாலே, ‘அது என்ன சோமாலியா ஐட்டமா?’ என்கிறாள் மனைவி. இதற்குப் பிறகு நீத்துப்பெட்டி பிட்டெல்லாம் கிடைக்கும் என்று ஏங்குவது சுத்த முட்டாள்தனம்.

சப்பாணம் கட்டி இருந்தபடி வேலையை ஆரம்பித்தேன். வசதியாக அப்பாவும் அருகில்தான் இருந்தார். சுட்ட கட்டாக்கருவாட்டு வாசத்தோடு கதையை இழுத்துக்கொண்டு போனால் சிலவேளை வெற்றி கிடைக்கலாம். கருவாட்டு ருசியின் மகிமை சிலவேளை வேலையை சாதாரணமாக முடித்துத் தந்துவிடும்.

“அப்பா கேட்டிங்களா, நம்ம ஊரிலயும் எல்லைப்படை ஆரம்பிக்கப்போறாங்களாம்...”

“...”

“அப்பா...?”

“ஓம்...”

“எல்லப்பட ஆரம்பிக்கப்போறாங்களாம்...”

“பொடியளோ?”

“ஓமோம்...”

“அதுசரி. தாங்கள் சண்டபோட்டு முடிஞ்சு இப்ப இந்த கிளடு கட்டைகளையும் கொண்டுபோய் துலைக்கோணுமாமோ?”

“ஏனப்பா அப்பிடி சொல்லுறீங்க...”

“ம்... இன்னொரு பக்கம் பாத்தா, வேல வெட்டி இல்லாத இந்தக் கிளடுகள் போய் அவங்களுக்கு ஏதும் உதவி ஒத்தாசைகள செய் யிறதிலையும் பிழையில்லத்தான்.”

இந்த இடத்தில், அப்பா இதற்கு சம்மதித்துவிடுவாரோ என்று தோன்றியது.

“இது சம்மந்தமா ஏதோ கூட்டம் வைக்கப்போறாங்களாம். சும்மா இருந்தா ஒருக்கா போய் என்னண்டு பாத்துட்டு வாங்களன்...”

“ம். பாப்பம்...”

14

"இவ்விதமாக வானமும் பூமியும், அவைகளின் சர்வசேனையும் உண்டாக்கப்பட்டுத் தீர்ந்தன. தேவன் தாம் செய்த தம்முடைய கிரியையை ஏழாம் நாளிலே நிறைவேற்றி, தாம் உண்டாக்கின தம்முடைய கிரியைகளையெல்லாம் முடித்த பின்பு, ஏழாம் நாளிலே ஓய்ந்திருந்தார். தேவன் தாம் சிருஷ்டித்து உண்டுபண்ணின தம்முடைய கிரியைகளையெல்லாம் முடித்த பின்பு அதிலே ஓய்ந்திருந்தபடியால், தேவன் ஏழாம்நாளை ஆசீர்வதித்து, அதைப் பரிசுத்தமாக்கினாரர."
– ஆதியாகமம் 2:13

பட்டக்காடு தான் ஒரு கத்தோலிக்கக் கிராமம் என்பதில் அதற்கு எப்போதுமே ஒரு திமிர் உண்டு. அதை அதன் ஒவ்வொரு போக்கிலும் அழகாகப் பார்க்கலாம். தன் நடுவில் எழுந்தருளியிருக்கும் மாதா கோவிலின் உயர்ந்த முகடுகள் அதன் மையச்சரடாயிருந்தது. இந்த அச்சை சுற்றிச் சுழலும் பட்டக்காட்டின் வாழ்க்கைமுறை அதை மாதாவின் தூய பிரபஞ்சமாகவே கருதியது.

கடவுள் சிருஷ்டித்ததுபோல ஞாயிற்றுக்கிழமைகளில் பட்டக்காடு நீட்டி நிமிர்ந்து ஓய்வெடுக்கும். அந்த ஓய்வின் பெருங்களிப்பை கிழமையில் வேறு எந்த நாட்களும் கொடுத்ததில்லை. ஞாயிறு என்பது எங்களுடைய நீண்ட நடைப்பயணத்தின் நடுவே கிடைக்கும் ஒரு புளியமர நிழல் போல வாய்க்கிறது.

காலை எட்டு மணிக்கு மரியாள் தேவாலயத்தில் ஒப்புக்கொடுக்கப்படும் திருப்பலிப் பூசையோடு அந்த நாள் ஆரம்பமாகும். அன்று நாங்கள் எவருமே கடலுக்குள் இறங்கமாட்டோம். கடலும் ஞாயிற்றுக்கிழமைகளில்

மனிதரை எதிர்பார்த்திராதவாறு பழகிக்கொண்டுவிட்டது. இப்பிரபஞ் சத்தை உண்டுபண்ணி ஏழாம் நாளில் ஓய்ந்திருந்த கடவுளைப்போல பட்டக்காடு மக்களும் அந்த ஆறு நாட்களும் மாடு போல உழைத்துவிட்டு இறுதிநாளை ஓய்வோடு கொண்டாடுவார்கள்.

ஞாயிற்றுக்கிழமையென்றால் மாட்டிறைச்சிதான் சாப்பிடவேண்டும் என்ற தர்மத்தை யுகாத்திரங்களாக காப்பாற்றிவரும் ஊர் எங்களுடையது. அன்று மட்டும் பட்டக்காட்டின் பின்புறத்தில் திறக்கப்படும் சின்னத்தம்பி இறைச்சிக்கடையை முற்பிறப்பில் நாங்கள் செய்த ஊழிப்பயன் என்றே கருதினோம். இறைச்சிகளிலேயே அதிக ருசியான இறைச்சி எது என்று கேட்டால் அது மாட்டிறைச்சிதான் என்று சொல்லிவிடுவேன். உலகிலுள்ள அத்தனை மாமிச பட்சிகளையும் ருசியால் கடாசிப் போடும் ஒரு மாமிசம் அது. எங்கள் ஊரில் ஞாயிறு திருப்பலி முடிந்ததும் அதிகமான குடும்ப ஆண்கள் நேரடியாக வந்துசேரும் இடமாக இந்த இறைச்சிக்கடையே இருந்தது.

சின்னத்தம்பியண்ணன் இரண்டு நீளமான கத்திகளை ஒன்றோடொன்று க்ரீச் க்ரீச் என உரசிக்கொண்டு தன் வாடிக்கையாளரைப் பார்த்து “என்ன தரலாம்?” என்பார். வழமையாக “அரைக்கிலோ இறச்சி போடு தம்பி. நல்ல சந்தா பாத்து வெட்டு. அதோட ஒரு இருபது ரூபாக்கு எலும்பும் போட்டுவிடன்...” என்ற டெம்ப்லேட் பதில்தான் அப்பாவுடையது. ஐந்தே நிமிடத்தில் இறைச்சி சதைத்துண்டுகளால் நிறையும் சொப்பின் பையை தூக்கிக்கொண்டு அப்பா வீடு திரும்பும்போது அதை விசேட கூட்டு வைக்க அம்மா தயாராக இருப்பாள்.

எலும்புகளைச் சேர்த்து அம்மா விசேடமாக ஆக்கும் ‘எலும்புச் சொதி’ எங்கள் ஞாயிற்றுக்கிழமையை அர்ச்சிக்கும் ஓர் அதி உன்னதமான வஸ்து. அந்தச் சொதி எலும்புகளை வாயில் வைத்து உறிஞ்சும்போது கிடைக்கும் சுகத்தை இவ்வுலகத்தில் வேறெதுவும் கொடுத்துவிட முடியாது. உறிஞ்சும் போது உள்ளுக்குள்ளிருக்கும், எலுமிச்சைப் புளியிலும் உப்பிலும் ஊறிய எலும்பு மச்சை வாயில் வந்து விழும். அதுதான் இச்சுகத்தின் உச்சம். என்னளவில் தேவிட்டாத சுகம் எதுவென்றால் மாட்டு எலும்புச் சொதி என்றுதான் சொல்லுவேன். இதை எழுதும்போதே வாய் நமநமக்கிறது.

இந்த எலும்பு சூப்பும் கலவரத்தில் அடிக்கடி உணர்ச்சிவசப்பட்டு எல்லை கடந்துவிடுவேன். அதுவரை அருகில் இருக்கும் சித்ரா “ச்சை குறுமம். மெதுவா. இங்க எல்லாம் தெறிக்குது!” என தன் கோப்பையை தூக்கிக்கொண்டு போய் அம்மாவுக்கு அருகில் அமர்ந்துவிடுவாள். அப்பொழுதுதான் என்னைத் தாண்டி பிரவாகித்த வெறித்தனம்

புரியும். புரிந்தாலும் அவ்வெறித்தனத்தை நிறுத்த வேண்டுமென்று தோன்றாது. கிழமையில் ஒரு நாள் மட்டும் கிடைக்கும் அற்ப கொண்டாட்டங்களை அக்கா என்பதற்காகவெல்லாம் என்னால் நிறுத்திக்கொள்ள முடியாது என்பேன்.

இப்போதெல்லாம் நல்ல மாட்டிறைச்சி கிடைப்பதே மகா அதிர்ஷ்டமாக இருக்கிறது. அதற்குள் மாட்டிறைச்சி வெட்டுதல் தொடர்பான புதிய அரசக் கட்டுப்பாடுகள் வேறு. இப்பொழுதெல்லாம் மாட்டிறைச்சி சாப்பிட வேண்டும்போலிருந்தால் பஸ் பிடித்து பட்டக்காட்டுக்கே போய்விடுவேன். ஏன் மன்னாரில் இல்லையா என்று கேட்பீர்கள்? மன்னாரில் ஒரு முறை அதை வாங்கிவந்து மனைவியிடம் கொடுக்க, “என்னப்பா இதுட கலரும் கொழுப்பும். இது உண்மையாவே மாட்டிறைச்சிதானா இல்ல கழுத கிழுதையா...?” எனச் சந்தேகித்ததோடு மன்னார் மாமிசத்துக்கே டாட்டா காட்டிவிட்டேன்.

மதிய உணவுக்குப் பின்னரான இந்த ஞாயிற்றுக்கிழமையின் பொழுதுகள் அவரவர் வயதுக்கு ஏற்றாற்போல் கழியும். நானும் என்னுடைய நண்பர்களும் மதிய உணவின் பின் குளக்கட்டிலிருக்கும் வியாய மரத்தடியில் அமர்ந்துகொண்டு காட்ஸ் அடிப்போம். 304, கழுதை, ரம்மி எல்லாம் அப்போது கற்றுக்கொண்டதுதான். அந்தோனி இதில் மகா சூரன். காட்ஸை வைத்து கண்கட்டி வித்தையெல்லாம் செய்து எங்களை பிரமிக்க வைப்பான்.

கொஞ்சம் பொழுது சாய, கூட்டத்தை அப்படியே கடற்கரைப் பக்கம் நகர்த்துவோம். போத்தல் வரும். அதன் பின்னர் குடி.

ராணுவக் கட்டுப்பாட்டுக் காலத்தில் எங்களுக்கு ‘அதி விசேஷம்’ நியாயமான விலையில் கிடைத்தது. பக்கத்து ஊரிலிருந்த மதுக்கடையில் நாளாந்த வியாபாரம் சக்கைப்போடு போடும். ஆனால் இயக்கத்தின் கட்டுப்பாட்டுக்குள் வந்த பிறகு அவர்கள் சந்தைப்படுத்தும் தென்னஞ் சாராயம்தான் எங்களுக்கு ஒரே கதியாய் இருந்தது. போத்தலைத் திறந்தால் ஐந்தாறு கிராமங்கள் தாண்டி நாறும். விழுங்கினால் தொண்டையை எரித்துக்கொண்டு இறங்கி வயிற்றுக்குள் கனலைக் கொட்டும். இதற்கு வடி சாராயம் தேவலை என்பான் அந்தோனி.

இப்படிப்பட்ட ஒரு கருமத்தை ஒவ்வொரு கிழமையும் குடித்துத் துலைவது எவ்வளவு பெரிய சித்ரவதையென்று யோசித்துப் பாருங்கள். இப்படி யோசித்து, ரத்தக் கண்ணீர் வடித்துக்கொண்டிருந்த போது எங்களுக்கு அறிமுகமானவர்தான் பக்கத்து ஊர் கணேஷ் மாமா. நாங்கள் படும் அவஸ்தையையும், துயரத்தையும் அவருடைய இளகிய இதயத்தால் தாங்கிக்கொள்ள முடியவில்லை. இப்படி எங்கள் மேல் கிருபைகொண்ட கணேஷ் மாமா ‘ப்ளக்கில்’ அதி விசேஷத்தை

அறிமுகப்படுத்தினார். தென்னஞ்சாராயத்தைவிட 830 ரூபாய் அதிகம். ஆனால் விலைக்கேற்ற சுகானுபவம். பின்னர், நாங்கள் அவருடைய நிரந்தர வாடிக்கையாளராகிப் போனோம்.

இந்த கணேஷ் மாமா போன்றவர்களை வசதி வாய்ப்போடு வாழ வைத்து அழகு பார்த்துக்கொண்டிருந்தது அப்போதைய ‘கடத்தல்’ வியாபாராம்தான். மன்னார், பள்ளிமுனை, பேசாலை போன்ற அரசக் கட்டுப்பாட்டுப் பகுதிகளிலிருந்து இயக்கக் கட்டுப்பாட்டுக்குள் கடத்திவரும் பல சரக்குகளில் இந்த சாராய போத்தல்களும் ஒன்று. பெற்றோல், மண்ணெண்ணெய், மின்கலம் போன்ற தடைசெய்யப்பட்டிருந்த பொருட்களுக்கு அடுத்தபடியாக சாராய போத்தல்கள் முன்னிலை வகித்தன. இது மன்னார் கடத்தல்காரர்களுக்கு எக்கச்சக்க லாபத்தைக்கொடுத்தது போல, அடுத்த பக்கத்திலிருந்த கணேஷ் மாமா போன்றவர்களையும் கையும் கனமுமாக வாழ வைத்தது.

கடத்தல் செய்தாலும் ஏன் கணேஷ் மாமாவை இயக்கத்தால் கடைசிவரை பிடிக்க முடியவில்லை என்ற கேள்விக்கு அப்போது எவரிடமும் பதில் இருக்கவில்லை. அப்பாவிடம் ஒரு தடவை கேட்ட போது ‘எல்லாம் அரசியல்தான்’ என்றார். எனக்கு ஒன்றுமே புரியவில்லை. எப்படியோ சுகபோகமாக வாழ்ந்தார் கணேஷ் மாமா. மனுசன் இப்போது கலாதியாக கனடாவில் இருக்கிறது.

போத்தலோடு கடற்கரையில் கூடும் நாங்கள், இங்கொன்று அங்கொன்றாக அடர்ந்து கிடக்கும் பற்றைகளில் ஒன்றைப் பிடித்துக்கொண்டு வளையம் கட்டி உட்காருவோம். மங்கிய மாலையும், விரிந்து கிடக்கும் நெய்தலும், காற்றும், கதகதப்பும் போதைக்கென்றே சிருஷ்டிக்கப்பட்டதாய் தோன்றும். அதிலும் கடல்காற்றின் வேகம் அளவாக இருக்கின்ற நாட்கள் அநாயாசமானவை.

கடலோடிக் கிராமங்களில் இருக்கும் இன்னுமொரு முக்கியமான சமூகப் பிரச்சனை இதுதான் என்கிறார்கள் படித்தவர்கள். அதாவது ‘இளவயது குடிப் பழக்கம்’. தவறு என்றும் சொல்ல முடியாது. அதுவும் நானெல்லாம் அதைப் பற்றி வாய் திறப்பதே அயோக்கியத்தனம். எனக்குத் தெரிந்து நான் முதன்முதல் குடிக்க ஆரம்பித்தபோது எனக்கு வயது பதினாறுதான் இருக்கும். போதை அப்படி என்னதான் செய்கிறது என்ற அதீத ஆவலில் நானும் அந்தோனியும் அரை போத்தல் சாராயம் வாங்கி, ராஜா மாமாவின் பழைய பண்ணைக்குள் வைத்துக் குடித்துக் களித்ததோம். குடித்துக் களித்தோம் என்றும் சொல்ல முடியாது. ஆளுக்கு இவ்விரண்டு மிடர் குடித்துவிட்டு வீட்டுக்கு வந்து இரவிரவாக சத்தியெடுத்து, அம்மாவிடம் திட்டு வாங்கி, அக்காவின் தலையில் அடித்துச் சத்தியம் செய்து... பெருங்கலவரத்தில் போய் முடிந்தது அன்றைய நாள்.

பின்னர் கொஞ்சம் கொஞ்சமாக எங்களை விழுங்கிய மது இச்சை, பின்னர் கடுகெட்டியாக எங்களைப் பிடித்துக்கொண்டது. கொண்டாட்டம் என்றாலும் மது தேவைப்பட்டது. துயரம் என்றாலும் மது தேவைப்பட்டது. வாழ்க்கையின் முக்கியமான அத்தனை தருணங்களிலும் மது ஒரு முக்கிய பாத்திரமாக மாறி நின்றது.

கடினமான கடல் வாழ்க்கை கொடுக்கும் அயற்சிக்கு மது ஒரு விடுதலையின் கருவியாக இருந்ததும் அதை நாங்கள் நேசிக்க இன்னுமொரு முக்கிய காரணமாக அமைந்தது எனலாம்.

இப்படியானதொரு ஞாயிற்றுக்கிழமையில்தான் அந்த வரலாற்றுச் சம்பவம் நடந்தது. எந்தச் சம்பவமா?

‘கருவேலம் பற்றை... நானும் கயலும்...’

வெள்ளையில் கறுப்புக் கட்டங்கள் போட்ட அரைக்கை சட்டையும், மெல்லிய கறுப்பு முழுக் கால்சராயும் அணிந்துகொண்டு திருப்பலிக்கு வந்த என்னை அன்று அந்தோனி ஏற இறங்கப் பார்த்தான். “மச்சான் சேட்டு சூப்பரா இருக்கு. இவ்வளவு அளகனாடா நீ...?” என்றபோது என் ஆகிருதியை நானே மீண்டும் ஒருதடவை பார்த்துக்கொண்டேன். உண்மைதான், இன்று கொஞ்சம் எடுப்பாகத்தான் இருந்தேன். “எந்தப் பிள்ளையிட கண்ணும் இவன்மேல் படாதவண்ணம் காத்துக்கொள்ளும் கர்த்தாவே...” என அந்தோனி தனகியபோது எதிரில் அம்மாவின் கையைப்பற்றியபடி கோவிலின் முகப்பு வாசலை நெருங்கிக்கொண்டிருந்தாள் கயல்.

நான் பார்வையைத் திருப்பிக்கொண்டேன். அந்தோனி அங்கேயே பார்த்துக்கொண்டிருந்தான். “கயல் இப்ப செமையா இருக்காள்டா...” என்றபோது ஆலயத்தினுள் வரவேற்புப் பாடல் ஆரம்பித்தது. அவனை இழுத்துக்கொண்டு ஆலயத்தினுள் நுழைந்தேன்.

திருப்பலி முடிந்ததும் வழமையாக அருகிலுள்ள முன்பள்ளிக் கட்டத்தினுள் நடக்கும் கத்தோலிக்க இளைஞர் ஒன்றியக் கூட்டத்துக்குப் போனோம்.

ஒவ்வொரு ஞாயிறு திருப்பலி முடிந்ததும் கத்தோலிக்க இளைஞர் ஒன்றியக் கூட்டம் நடக்கும். நான், அந்தோனி உட்பட பட்டக்காட்டின் அத்தனை இளைஞர் யுவதிகளும் இந்த இளைஞர் ஒன்றியத்தில் உறுப்பினர்களாக இருந்தோம். எங்களோடு சேர்த்து ஆண்கள் பெண்கள் என சுமார் 25 பேர்வரை இருந்தார்கள்.

நானும் அந்தோனியும் அருகருகில் அமர்ந்துகொண்டோம். கூட்டத்தை

ஆரம்பித்து கடந்த வார கூட்டறிக்கையை செயலாளர் வாசித்தான். ஒன்றியத்தில் முழு ஈடுபாட்டோடு தீயாய் உழைக்கும் ஆட்களில்லை நானும் அந்தோனியும். ஒரு பக்கம் கூட்டறிக்கை வாசிக்கட்டுக் கொண்டிருக்க மறுபக்கம் என்னுடைய காதைத் தன் பக்கம் இழுத்து தன் வழமையான பராக்கிரமங்களை ஓத ஆரம்பித்தான் அந்தோனி.

"டேய், அங்க நிரோசினியப் பாரன். புளுக்கொடியல் மாதிரி இருந்துகொண்டு பெரிய உலகழகினு நெனைப்பு. பத்தாததுக்கு கையில மருதாணி வேற. வெள்ளப்பண்டிக்கு சேறு பூசினமாரி..."

"டேய்... வாய மூடு..."

"சரி, அது கிடக்கட்டும் கழுத. என்ன மச்சான், கடைசியா நம்ம பம்மல் பாலன் கவிதாவ மடக்கிட்டானாமே. கேள்விப்பட்டியா? அடேய், தவறுதலா கவிதா கால் தடக்கி அவனுக்கு மேல விழுந்தாலே இவன் சப்பையாயிடுவானேடா. அப்புறம் எப்பிடிடா முதலிரவு, புள்ள குட்டியெல்லாம்..."

எனக்கு சிரிப்பு குப்பென்று வெடித்தது. பெரும் கடினப்பட்டு அடக்கிக் கொண்டு மீண்டும் செயலாளரின் கூட்டறிக்கைக்குத் திரும்பினேன்.

"டேய், அந்த பாமா மன்னாருக்கு படிக்கப்போயிட்டெண்டல்லோ சொன்னாங்க... இந்தா இங்க குந்திக்கொண்டிருக்கு...? அதுசரி அவளுக்குப் பின்னால நம்ம ரூபன் நாய்மாரி திரிஞ்சானல்லா?"

"ஓம்... அதுக்கென்ன?"

"ஒருமாரி போட்டுட்டானாமே!"

இம்முறை சிரிப்பை அடக்க முடியவில்லை. வாயை மூடிக்கொண்டு குப்பெனச் சிரித்தேன். அந்தோனி உம்மென்று செயலாளரைப் பார்த்துக்கொண்டிருந்தான். ஒருவாறு சுதாரித்துக் கொண்டு நிமிர்ந்தேன். முன்னாலிருந்த தலைவர் நிக்சன் என்னைப் பார்த்து பல்லைத் துருத்தி முறைத்தான்.

அப்போதுதான் தற்செயலாக மறுபக்கம் திரும்பியபோது கயலைப் பார்த்தேன். அவளும் எங்களுடைய அத்தனை கூத்துக்களையும் கவனித்துக்கொண்டுதான் இருந்தாள். என்னைப் பார்த்து முறைத்தாள். அன்று அவள் கண்களுக்கு மையிட்டிருந்தாள்.

கூட்டம் முடிந்ததும் கோவிலின் வாசலில் அந்தோனிக்காகக் காத்துக் கொண்டிருந்தேன். அந்தோனி வதனியோடு பேசிக்கொண்டிருந்தான். வதனி அந்தோனியின் நண்பி. அந்தோனியையும் ஒரு மனிதனாக மதித்து சீரியசாகப் பேசும் ஒரேயொரு ஆத்துமா அதுதான். இருவரும் நீண்டகால நண்பர்கள். பக்கத்துப் பக்கத்து வீடு. "மச்சான், பேசாம

அவளையே லவ் பண்ணன்?" எனக் கேட்டால் "இல்ல மச்சான். சில பொண்ணுங்க நாம ப்ரண்டா இருக்கிற வரைக்கும்தான் நம்மேல ஏறி இறங்கி பழகுவாளுக. பொசுக்கெண்டு லவ்கிவ் எண்டா, ப்ரண்ட்சிப்பகூட கட் பண்ணிட்டு போயிடுவாளுகள். இது அந்த ரகம்னு நினைக்கிறன். ரவுண் பக்கத்து பொடியளுக்காக காத்துக்கிட்டு கிடக்கிற கூட்டம்..." என்று அறிவு பூர்வமாக பதில் வைப்பான்.

நீண்டநேர பேச்சை முடித்துவிட்டு அந்தோனி அருகில் வந்தான். பையிலிருந்த சிறு காகிதத்தை எடுத்து மடிப்பு குலையாமல் என்னிடம் கொடுத்தான். அதை நான் ஆச்சரியத்தோடு வாங்கினேன். அவனுடைய முகத்திலும் ஆச்சரியம் கொப்பளித்தது. நான் சொன்னது போலவே சம்பவம் நிகழ்ந்துவிட்டது எனத் தோன்றிற்று. நகரத்து பையன்கள் மீதிருந்த வதனியின் ஆசையை இத்தனை வேகமாக அந்தோனி மீது திருப்புவாள் என்று நான் எதிர்பார்க்கவேயில்லை.

பக்கத்துப் பக்கத்து வீட்டில் இருந்துகொண்டும் கடிதம் எழுதியா காதலிக்க வேண்டும்?

"சரியா அப்ப... வாழ்த்துக்கள் மச்சான்."

"அது இருக்கட்டும், முதல்ல அத பிரிச்சுப் படி."

"எனக்கு எதுக்கு? நீதான் படிக்கோணும்."

"அதான் நீ விரிச்சுட்டியே. நீயே படிச்சுத் துல..."

ஆவலோடு விரித்துப் படித்தேன்.

'அன்பின் மதன், உங்களுடன் கடைசியாக ஒரு முக்கியமான விடயம் பேச வேண்டும். தயவுசெய்து வேண்டாம் என்று மட்டும் சொல்ல வேண்டாம். இதற்குப் பிறகு உங்களை நான் ஒருபோதும் தொந்தரவு செய்யப்போவதில்லை. தயவுசெய்து இன்று பின்னேரம் ஆறு மணிக்கு வீட்டுக்கு வரவும். – கயல்."

எனக்கு பகீரென்றது. அந்தோனியைத் திரும்பிப் பார்த்தேன். துலைவான் கொடுப்பிற்குள் சிரித்துக்கொண்டு நின்றான்.

மாலை ஆறு மணி. ஆலயத்தில் திருந்தாதி ஒலித்தது. இருள் வீச்சு கரைவலைபோல பட்டக்காட்டை மூட ஆரம்பித்திருந்தது. அந்த ஞாயிற்றுக்கிழமையின் கொண்டாட்டம் தணிந்துபோக அலை இரச்சல் மட்டும் காதுதேடிவரும் மதுரகானமாக ஒலித்தது.

ஆறு மணிக்கு அவளைப் போய் பார்க்கத்தான் வேண்டுமா என அடிக்கடி மனம் தடுமாறிக்கொண்டிருந்தது. இது எதற்கான

அழைப்பாக இருக்கும்? மறுபடியும் காதல் கத்தரிக்காய் என்று வீணை வாசிக்கப்போகிறாளா? இல்லை. இதுதான் கடைசிப் பேச்சு என்று திட்டவட்டமாக எழுதியிருக்கிறாள். ஏதாவது சொந்தப் பிரச்சினையாக இருக்கும். யாரிடமும் சொல்ல முடியாத ஒன்றை என்னிடம் சொல்வதற்கு ஒரு நண்பனாக என்னை அழைத்திருக்கக்கூடும்.

மன எண்ணங்களை சீர்படுத்திக்கொண்டு அவளைப் போய் பார்த்து விட்டு வருவது என முடிவெடுத்து அவளுடைய வீட்டுக்குப் போனேன்.

இளமஞ்சள் சட்டை, நீலத்தில் வெள்ளைக்கோடுகள் போட்ட குட்டப் பாவாடை, கழுத்தை வளைத்து பாதி மார்பை மறைத்திருக்கும் கருங்குழற்காடு, வாழைக்குருத்துக் கழுத்து, அதில் சுருண்டு அடிப்பள்ளத்தில் இறங்கும் நூல் சங்கிலி, இரண்டு கொவ்வம் பழப் பாதிகளை ஒன்றன்மேல் ஒன்றாய் அடுக்கிவைத்த உதடு, உயிரைப் பிய்த்து முனையில் தாங்கும் விழிகள், ஒற்றைக்காலை குறுக்காக மடித்து வாசலில் சாய்ந்து நிற்கும் மையல் கொள்ளும் சரீரம்...

முன்னால் விரிந்த காட்சியில் என் கண்கள் சிலம்பிற்று. எவ்வளவு அழகு. எத்தனை வசீகரம். இல்லையென்றாலும் சுமார் ஒரு வருடத்துக்குப் பிறகு அவளை அருகில் பார்க்கிறேன்.

என்னைப் படலையில் கண்டதும் தன் முதற்புன்னகையைப் பிடுங்கி பூங்கன்றுகளுக்கு மேலால் எறிந்தாள் கயல். அதை அப்படியே பிடித்துக்கொண்டு படலையை சத்தம் வராமல் திறந்தேன். “உள்ள வாங்க...” என நடு ஸ்தாயியில் அதிர்ந்தது குரல். அருகில் போய் தலையை நிமிர்த்தி அவள் முகத்தை ஏறிட்டேன்.

தற்செயலாகத் தன் கீழ் இதழ்களை நாவால் துடைத்தாள் கயல். பார்வையைத் திருப்பிக்கொண்டேன்.

முன்னால் நின்றுகொண்டிருந்த என்னை வரவேற்க இன்னும் அருகில் வந்தாள் கயல். அருகில் என்பது வெறும் ஐந்து சென்டிமீட்டர் இடைவெளி. எனக்கோ மெய்கூசிற்று. அவள் தொட்டுவிட்டால் நான் பற்றிவிடுவேனோ என்ற பயம் உண்டாயிற்று.

“உள்ள வாங்க மதன்...”

“ஏய் லூசாடி உனக்கு. வீட்டில ஆக்கள் இல்லையா...?” ரகசியம் பேசுபவன் போல குரலைத் தாழ்த்தி அவள் காதுக்குள் கேட்டேன். அவள் திரும்பிச் சத்தமாகப் பதில் சொன்னாள்.

“வீட்ல யாருமில்ல. அம்மாவும் அண்ணாவும் நொச்சிக்குளம் போயிட் டாங்க. அப்பா கிளிநொச்சிக்கு போயிட்டார். வர்றதுக்கு ரெண்டு நாள் ஆகும். நான் தனியத்தான் இருக்கிறன். பயப்படாம உள்ள வாங்க...”

ஒரு படபடப்பு அணைந்தது. இன்னொரு படபடப்பு பற்ற ஆரம்பித்தது. தனிமை எத்தனை பயங்கரமானது என்பதை நான் நன்கு அறிவேன்.

“இருங்களன்...” வார்த்தையை முடிப்பதற்குள்ளேயே நான் கதிரையை நிரப்பிவிட்டிருந்தேன். பேய் வீட்டில் தனித்துவிட்டவன் போல என்னுடைய வீங்கிய கண்கள் அங்குமிங்கும் அலைந்தன. கயல் முன்னாலிருந்த நாற்காலியில் மிடுக்காய் அமர்ந்தாள்.

“மதன், உங்கட்ட கொஞ்சம் விரிவா பேசணும். உங்கள மாதிரி எனக்கும் ஒரு வருசத்துக்கு முதலே நம்ம விசயத்தத் தூக்கிப்போட்டுட்டு மீதி வாழ்க்கையப் பாக்க முடிஞ்சிருந்தா பெரும் ஆறுதலா இருந்திருக்கும். ஆனா ஏதோ தெரியல, என்னால் அத அவ்வளவு ஈசியா தூக்கிப்போட முடியல. நீங்க வேண்டாம் எண்டு சொல்லி ஒரு வருசம் போன பிறகும்கூட ஏன் என்னால ஒரு தீர்க்கமான முடிவ எடுக்க முடியாம இருக்கெண்டு யோசிக்கிறன். ஆனா இத இப்பிடியே இழுத்துக்கொண்டு போறதிலயும் எனக்கு உடன்பாடு இல்ல. ஒரு வருசம் நான் பட்டபாடு போதும். கடவுளே... அது இனி வேண்டாம். இப்ப நான் ஒரு தீர்க்கமான முடிவெடுக்கிறதுக்கு எனக்கு ஒரு தெளிவு தேவையாயிருக்கு. அதான் உங்கள இண்டைக்கு வரச் சொன்னனான். இத விட்டா வேற சந்தர்ப்பம் கிடைக்குமா எண்டு தெரியல. எத்தின நாளைக்குத்தான் வீட்டில காரணத்தச் சொல்லாம கலியாணம் வேணாம் எண்டு சொல்லிக் கொண்டிருக்கிறது. அதால வீட்டிலயும் பெரிய பிரச்சின. ஆனா சத்தியமா சொல்லுறன் மதன். இண்டைக்குப் பிறகு எக்காரணத்தக் கொண்டும் உங்களத் தொந்தரவு செய்ய மாட்டன். அம்மா மேல ப்றொமிஸ்.”

“பரவாயில்ல. பேசலாம். ஆனா நாம இங்க தனிய இருக்கிறது ஏதோ எனக்கு சரியெண்டு படல. தப்பித்தவறி யாரும் வந்துட்டா தப்பாகிடும்...”

“சரி... நீங்க இப்படி பயந்து பயந்து இருந்தா என்னாலயும் வடிவா கதைக்க ஏலாது. எங்கட மற்ற காணிக்க போமா? அங்க இருந்து ஆறுதலா கதைக்கலாம். யாரும் வரமாட்டாங்க. யாருக்கும் தெரியவும் மாட்டுது...?”

கயல் தொடர்பில் என்னை எப்பொழுதுமே ஆச்சரியப்படுத்தும் ஒரு விடயம் என்றால் அது அவளுடைய தைரியம்தான். புற உலக அச்சுறுத்தல்களால் அவளுடைய ஓட்டத்தை ஒருபோதுமே தடுக்க முடியாது. தன் சுயநிலைப்பாடு சார்ந்து இறுதிவரை தைரியமாகப் போராடும் ஒரு பெருங்குணம் படைத்த பெண் அவள். எதையும் நேருக்கு நேர் எதிர்கொள்ளும் மனத்தைரியம் எல்லாப் பெண்களுக்கும் வாய்த்துவிடுவதில்லை. கயலுக்கு அது பெருங்கொடையாக அருளப் பட்டிருக்கிறது.

தவிர காதல் என்று வந்துவிட்டால், அதில் அதிகம் தைரியமானவர்கள் பெண்கள்தான் என்பது என்னுடைய அபிப்பிராயம். தங்கள் உணர்வுகள் மீதான அவர்களுடைய நேர்மையையும், மனதைரியத்தையும், உறுதியையும் எந்த ஆணிடத்திலும் நான் கண்டதில்லை. அதனால்தான் அவர்களால் லகுவாக உயிரைக் கொடுத்து நேசிக்கவும், அதே வேகத்தில் தூக்கியெறிந்துவிட்டுப் போகவும் முடிகிறது. அவர்களுக்குள் முளைக்கும் காதல், வேகமும் வலுவும் திரண்ட ஒரு காட்டாறு. காதலுக்காக எதையும் உடைத்தெறியும் வீரியம் இங்கிருந்துதான் அவர்களுக்கு ஊற்றப்படுகிறது என்று நினைக்கிறேன்.

இந்தச் சிக்கலான பிரபஞ்சத்தில் ஓர் அபத்தமான உறவைக்கூட ஓர் அழகான காதலாக உருவாக்கிக்கொள்ள பெண்களால் மட்டுமே முடிகிறது. காதல் என்ற ஒரு உன்னத வேதத்தை பெண்களே சிருஷ்டிக் கிறார்கள். உயிர் கொடுக்கிறார்கள். வாழ வைக்கிறார்கள். ஆண்களோ வெறுமனே அதை வாழ்ந்துவிட்டுப் போகிறார்கள். அவ்வளவுதான்!

“என்ன சத்தத்த காணல...”

“ஓமோம், இங்க இருந்து பேசுறத விட அது பாதுகாப்புதான். அந்தக் காணிக்கயே போவம்...”

சொல்லி முடிப்பதற்குள்ளேயே திடீரென என்னுடைய வலக்கரத்தைப் பற்றிப் பிடித்துக்கொண்டு “போவோம்...” என எழுந்தாள் கயல். எனக்கோ மின்சாரத் திரியை கையில் தந்துவிட்டது போலிருந்தது. முட்டைக்கண்ணால் அவளுடைய கையை வெறித்தபடி பின்னால் நடந்தேன். என்ன ஸ்வர்ணமயமான விரல்கள்.

இரவும் பகலும் ஒரேயிடத்தில் முயங்கிக்கொண்டிருந்த நேரம் அது. காணிக்குள் எங்கு பார்த்தாலும் கறுப்புக் கறுப்பாய் கருவேலம் பற்றைகள் நிறைந்து கிடந்தன. கூர்ந்து பார்த்தால் அவற்றின் முட்கள் வாயைப் பிளந்துகொண்டு வாவாவென அழைப்பது போலிருந்தது. அவற்றுள் உயரமான, அடியில் கூடாரமிட்டிருந்த கருவேலம் மரம் ஒன்றை நோக்கி இருவரும் நடந்தோம். அதனடியில் வெள்ளை மணல், தளம் பூசியிருந்தது. அந்த மரம் தன் மடியை நீட்ட, இருவரும் அதை நிரப்பியபடி அருகருகே அமர்ந்தோம்.

15

அடிப்படையில் நானொரு சரியான பயந்தாங்கொள்ளி என்பது உங்களுக்குத் தெரியாது. ஆனால் அவளுக்குத் தெரியும். அவளுடைய அந்த உடும்புப் 'பிடி' அதற்குத்தான் என்று நினைத்துக்கொண்டேன். அவளுடைய இறுக்கமான அந்தப் பிடி என் பயத்தின் இறுக்கத்தை ஓரளவு தளர்த்தும் என அவள் நினைத்திருக்கக்கூடும்.

பயம் தளர்ந்தால் சிக்கலில்லை, மனம் தளர்ந்துவிட்டால்?

"இந்த இடம் ஓகேயா...?"

"ஓகே."

என்னுடைய வாழ்க்கையில் இப்படியொரு சம்பவம் நடப்பது இதுதான் முதல் தடவை. ஒரு பெண்ணோடு, இருவருடைய ஏகாந்தத்தையும் அவரவர் போர்த்திக்கொண்டு...

அந்தக் கணத்தின் மூஞ்சியில் ஆயிரம் பூக்களும், ஆயிரம் முட்களும் இருந்தன.

இப்பொழுது அந்தக் கணத்தை நினைத்துப் பார்த்தால் அதைக் கன்னாபின்னாவென்று கொண்டாடித் தீர்த்திருக்க வேண்டும் என்ற விசனம் மேலெழுகிறது. ஐந்தே சென்டி மீட்டர் இடைவெளியில் ஒரு பேரழகியை வைத்துக்கொண்டு, வெறும் வானத்தையும் பூமியையும் அளந்துகொண்டிருந்தது எவ்வளவு பெரிய மடமைத்தனம்.

அவள் எதையோ பேசுவதற்குத் தயாரானாள். நான் காதுகளைக் கூராக்கிக் கொண்டேன்.

"ஹலோ. பயப்படாதீங்க மதன். இங்க யாரும் வரமாட்டாங்க..."

நிலத்தில் விழுத்திய பார்வையோடு மண்டையை மட்டும் ஆட்டினேன்.

அவளது அந்த வாக்கியத்தில் பட்டும் படாமலும் அமிழ்ந்து கிடக்கிற கடுப்பைக் கவனியுங்கள். "இங்க யாரும் வரமாட்டாங்க. சனியனே பேசித் தொல." இதுதானே அது?

அக்காலத்தில் எங்கள் ஊர் இளைஞர்களில் அனேகருக்கு தங்களுடைய மன நமைச்சல்களைத் தீர்த்துக்கொள்ள தோதான இடங்களாக இருந்தவை இந்தக் கருவேலம் பற்றைகளும் கடற்கரையும்தான். காரணம், ஒரு ஆணும் பெண்ணும் தனியே சந்தித்துக்கொள்வது மிகப் பெரிய கலாச்சாரக் குற்றமாகக் கருதப்பட்டது. என்ன ஏதென்று ஆராயாமலேயே நடு நெற்றியில் ஸ்டாம்ப் அடித்துவிடும் ஒரு சமூகம் எங்களுடையது. அதன் பிறகு யுகாந்திரமாக அந்தப் பழி நம்கூடவே வரும். ஒரு இளைஞனும் ஒரு யுவதியும் கள்ளக் கலவிக்காக மட்டுமே தனிமையில் சந்தித்துக்கொள்கிறார்கள் என்ற கிறுக்குத்தனமான சிந்தனை இன்னும் நம் கிராமியப் பெருசுகளிடம் உண்டு. அதனால் நாங்கள் இந்த விடயத்தில் படு கவனமாக இருந்தோம்.

இன்றைய நாள் எனக்கு அந்த அவப்பெயரைக் கொடுத்துவிடக்கூடாது.

வார்த்தைகளின்றி தரையில் கிடந்த வழுவழுப்பான கூழாங்கற்களை அளைந்துகொண்டிருந்தேன்.

"மதன் பேசலாமா...?"

"ம்..."

"மதன். உங்ககூட கனக்க பேசணும் எண்டு நினைக்கிறன். ஆனாலும் என்ன பிடிக்காத உங்கள இப்பிடி புடிச்சுவச்சு சித்திரவத செய் யிறதும் நல்லாயில்ல. அண்டைக்கு நீங்க உசிரோட வந்திரணும் வந்திரணுமெண்டு மண்டாடிக்கொண்டு கரையில கிடந்த எனக்கு, உங்கள பாத்தப்பிறகுதான் உசிரே வந்திச்சு. அண்டைக்கு நான் பட்ட கஷ்டத்த சொல்ல வார்த்தகைளில்ல. உங்களுக்கொண்டு நடந்திருந்தா நானும் இண்டைக்கு வரைக்கும் உசிரோட இருந்திருப்பேனா எண்டும் தெரியாது. இத எதுக்கு சொல்றன் எண்டா, உங்களுக்கு வேண்டாத நான் ஏன் அப்படி தவிச்சுப் போகணும் என்றதச் சொல்லத்தான். நீங்க இல்லாத வாழ்க்கைய தெளிவா அமைச்சுக்கொண்டு முன்னேறுறதுதானே முறை. ஆனா அண்டைக்கு ஏன் அப்பிடி கஷ்டப்பட்டன் எண்டு தெரியல. இப்ப நினைக்க வெக்கமா இருக்கு..."

அவளுடைய குரல் தளதளத்தது. என் மேலிருந்த ஒட்டுமொத்த பிரியமும் அவளுடைய வழியோரத்தில் ஜலமாய் விளிம்பு கட்டி

நின்றது. என்னால் எவ்வித எதிர்வினையையும் ஆற்ற முடியவில்லை. உண்மையில் என்மேல் கொண்ட அளவற்ற காதலுக்காக நான் வெகுண்டெழுந்து அவளை கட்டியணைத்து கண்கள் ஒழுக முத்தமிட்டிருக்கவேண்டுமென்று இப்போது தோன்றுகிறது. ஆனால் அப்போது அதை என்னால் நினைத்துக் கூட பார்க்க முடியவில்லை. பதிலுக்கு வெறித்துப்போய் பளிங்குக் கற்களில் தெரியும் வானத்தை அளைந்துகொண்டிருந்தேன்.

"மதன். நீங்க உசுரோட வந்ததுக்கு ஒவ்வொரு நாளும் கடவுளுக்கு நன்றி சொல்லுறன். ஆனா அந்த சம்பவத்துக்கு அப்புறம் எனக்கு என்ன என்னவெல்லாம் நடந்திச்செண்டு உங்களுக்குத் தெரியாது..."

இந்தக் குரல் இன்னும் அரை நொடியில் வெடித்துச் சிதறிவிடும் போலிருந்தது. தலையை நிமிர்த்தி கயலைப் பார்த்தேன். அந்தக் கண்கள் கொதிக்கும் எண்ணெயில் எறியப்பட்ட நீர்த்துளி போல இரைந்துகொண்டு கிடந்தன.

"நான் உங்கள விரும்புறன் என்றது வீட்டில எல்லாருக்கும் தெரியும். உங்கட அந்த சம்பவத்துக்குப் பிறகு அப்பா என்னைய வீட்ட விட்டு எங்கயும் போக விடுறதில்ல. ஒரு வீட்டுக்கைதி போலதான் இருக்கன். கோயிலுக்கு போனாலும் அம்மாவோட போயிட்டு அம்மாவோடவே வீட்ட வந்திடணும்..."

விழியின் ஓரத்தில் நீண்ட நேரமாக விளிம்பு கட்டி நின்ற குளம் தொபீரென வெடித்துச் சிதறியது.

"சரி அதெல்லாம் விடுங்க. அது என்ட கதை. நான் உங்கட்ட இத பல தடவ சொல்லியிருக்கன். நான் எந்தளவுக்கு உங்கள நேசிக்கிறன் எண்டு உங்களுக்கு நல்லாத் தெரியும். உங்களுக்கு என்ன பிடிக்கல என்றது எனக்கு தெரிஞ்சும் உங்கள நேசிக்கிறத என்னால நிறுத்த முடியல. மறக்கணும்னு அந்தோனியாருக்குக்கூட நேத்தி வச்சுப்பாத்திட்டன். அவரும் அலட்டிக்கிறதா தெரியல. என்ன கருமமோ மனசு எப்பவும் உங்களத்தான் சுத்தி சுத்தி வந்துகொண்டே கிடக்கு. காதல் ஒரு முரட்டு பிடிவாதந்தான். வேணாம் என்கிற இடத்திலதான் ஓடிப்போய் ஒட்டிக்கொள்ளுது. வெக்கம் கெட்டது!"

அவளுடைய ஒவ்வொரு கண்ணீர்த்துளியிலும் ஒட்டியிருந்த காதல் துணிக்கைகள் மணலில் விழுந்து அநியாயமாய்ச் செத்துக்கொண்டிருந்தன. வரப்போகும் விரகம் மீதான ஆற்றாமையை எண்ணி என் கண்களுக்கு முன்னாலேயே பற்றிக்கொண்டிருக்கும் ஒரு காட்டைப் பார்த்தேன். ஒரு மெய்க்காதலின் சிறகுகள் வானத்திலேயே பற்றிக்கொள்வதைப் பார்ப்பது கொடுமையிலும் கொடுமை. அந்தக் கனல் ஒட்டு மொத்த பிரபஞ்சத்தையும் நொடியில் அழித்துவிடும்.

காதலில் எரியுண்டவள் தன் இயலாமையின் நீர்ச்சொட்டுக்களை புறங்கைகளால் தடவி விட்டுக்கொண்டு மீண்டும் பேச ஆரம்பித்தாள்.

“ஆனா நீங்க எப்பவும் உங்க முடிவில இருந்து மாறமாட்டீங்க என்றது எனக்கு நூறு வீதம் தெரியும் மதன். காதல பிச்சை போடச்சொல்லி கேக்கிறதெல்லாம் படு கேவலம். அதேபோல காதல பிச்சையா கேட்டு வாங்கினா அதுவும் வெறும் சாபம். உங்களத் தவிர வேற யாரிலையும் நான் இவ்வளவு பாசம் வச்சதில்ல, வந்ததுமில்ல. மதன் என்ற விஷயத்தில மட்டும் ஏன் இவ்வளவு கிறுக்குத்தனமா இருக்கனெண்டு தெரியல. மதன் உன்ன எவ்வளவு நேசிக்கிறன் தெரியுமா...?”

அப்பொழுது திடீரென சன்னமாய் வெடித்து அழ ஆரம்பித்தாள் கயல். எனது கையை அவளுடைய மிருதுவான கை மெதுமெதுவாகப் பற்றியபோது என்னுடைய கையின் ஜீவன் மூர்ச்சையாகியது. அதை கொஞ்சம் அருகே இழுத்து இன்னும் நேர்த்தியாகப் பற்றிக்கொண்ட போது அதன் மேல் விழுந்த கண்ணீர்த்துளி என் கையைச் சுட்டது.

எனக்குள் அவளுடைய தொடுகையை அனுமதிப்பதா இல்லையா என்ற வாதபிரதிவாதங்களுக்குத் தேவையே இருக்கவில்லை. நினைப்பதற்கு முன்னமே அவள் பற்றிக்கொண்டாள். எடுப்பதற்கு முன்னமே அது அவளிடம் அடங்கிப்போனது. என்னுடைய மனசாட்சியும் இதயமும் எதையோ சத்தம்போட்டு விவாதித்துக்கொண்டிருப்பதைக் கேட்டேன். காதுகளை இறுகப் பொத்திக்கொண்டபோதுதான் என் ஈகோ அடங்கியது.

ஒரு நிமிட நீண்ட அமைதி எங்கள் இருவரையும் விழுங்கித் துப்பியது. பற்றைச்செடிகளின் உள்ளறைகளுக்குள்ளிருந்து “பக் பக்”, ”கீச் கீச்” என ஏகப்பட்ட ஒலிகள் கேட்டன. அத்தனையையும் விஞ்சிக்கொண்டு இதயத்தின் படபடப்பு சத்தமாய் ஒலித்தது.

அந்த அறுபது நாழிகை அமைதி அறுபட, அப்பொழுதுதான் சுயநினைவு திரும்பியதுபோல தான் பற்றியிருந்த என்னுடைய கையை திடுமென அகற்றினாள் கயல். அவளுடைய உள்ளங்கை ஏற்றி வைத்திருந்த வெம்மை என் அடித்தோல்வரை இறங்கியிருந்தது. அவளுடைய உயிர்த் தட்பம் என்னைப் பொசுக்கிப் பொசுக்கிப் புகைந்தது.

“ஓகே. உங்களுக்குக் கதைக்கிறதுக்கு ஒரு வார்த்தகூட இல்ல. நான் கேக்கணும் எண்டு கூப்பிட்ட கேள்விக்கு விடை கிடைச்சிட்டு எண்டு நினைக்கிறன். சொரி மதன்...”

அவ்விடத்தில் நிறுத்தி, மூக்கை ஒருமுறை உள்ளே இழுத்துவிட்டு, கண்ணீர்த் தாரைகள் கன்னத்தில் வழிய மீண்டும் வார்த்தைகளைப்

பிடித்தாள் கயல்.

“இப்பகூட நீங்க உங்க முடிவில உறுதியாத்தான் இருக்கிறீங்க எண்டால், இந்த நிமிஷத்தில இருந்து உங்கள இனி எந்தத் தொந்தரவும் செய்ய மாட்டன். இதக் கேக்கிறதுக்குத்தான் உங்களக் கூப்பிட்டன். இப்ப எனக்குத் தெளிவான விட கிடச்சிட்டு. நீங்க இனி நிம்மதியா இருக்கலாம். உங்கட நிம்மதியக் கெடுத்த கயல் இண்டையோட செத்துப் போயிட்டா எண்டு நம்புங்க. என்னப் பத்தி எதுவும் யோசிக்க வேணாம். நீங்க யோசிக்க மாட்டீங்க எண்டு தெரியும். இனி நீங்க என்னைய காணக்கூட மாட்டீங்க. இவ்வளவு நாளும் உங்கள தொந்தரவு செய்ததுக்கு என்னைய தயவுசெஞ்சு மன்னிச்சிடுங்க. இனி உங்க வழியில நான் நிச்சயம் வரமாட்டன். இது மாதா மேல சத்தியம்.”

என்னுடைய மௌனம் அப்பொழுதுகூட உடையவில்லை பாருங்கள். கயலுக்கு என்னுடைய அந்த வீம்புத்தனமான மௌனத்தை அடித்து நொறுக்கவேண்டும்போல் இருந்திருக்கும். இது வெறும் பாறை என நினைத்திருப்பாள். ‘இதயம் கிதயத்தையெல்லாம் இந்தப் பாறையிடம் போய் எப்படி எதிர்பார்ப்பது...?’ என எண்ணியபடி, என்னைக் கடந்துபோய்விட வேண்டும் என அவள் தீர்க்கமாக முடிவெடுத்திருப்பது தெரிந்தது.

உண்மைதான். நான் பாறையாகவோ, மரமாகவோ இருப்பதையிட்டு எனக்கும்தான் வருத்தமுண்டு. என்னசெய்வது, என்னால் இந்தக் காதலை ஒரு துளிகூட உணர்ந்துகொள்ள முடியவில்லையே? அவளுடைய கண்ணீர் என்னைச் சுடவில்லையே? அவளுடைய இத்தனை வார்த்தைகளாலும் எனக்குள் ஒரு குண்டூசியைத்தன்னும் நகர்த்த முடியவில்லையே?

இந்த லட்சணத்தில் எனக்குள் காதல் பொங்கவேண்டும் என்றால் எப்படிப் பொங்கும்?

ஒரு கல்நெஞ்சுக்காரன் மீதான வெஞ்சினம் அவள் இதயத்தைத் தழல் கொண்டு எரித்திருக்கும். தன் நிலை இழக்கும் தன் கோபத்தின் வார்த்தைகளை கடைசிவரை என்னிடம் கொட்டிவிடக்கூடாது என்பதில் அவள் அக்கறையாக இருந்தாள். காய்ந்த சுரிப்பந்து போல இறுகிக்கிடந்த முகமும், கீழிமைகளுக்குள் சுருண்டுவிட்ட விழிகளும் எனக்கு அவளை யாரோ போலக் காட்டியது.

“சரி மதன். வந்ததுக்கும், இவ்வளவு நேரம் கோவப்படாம நான் சொன்னத கேட்டதுக்கும், உங்க நீண்ட மௌனத்துக்கும் மிக்க நன்றி. உங்களுக்கு சொல்லுறதுக்கு எதுவும் இல்லயெண்டா நாம கிளம்பலாம்...”

அப்பொழுதுகூட நான் என்ன சொல்லியிருப்பேன் என்று

நினைக்கிறீர்கள்?

"ஓகே. ஒண்ணுமில்ல... கிளம்பலாம் கயல்!"

எதுவுமற்ற என்னுடைய இதயக்கூட்டை தூக்கிக்கொண்டு தரையிலிருந்து எழுந்தேன். இதற்கு மேல் என்னிடம் பேசுவதற்கு அவளிடம் எதுவுமில்லை. கண்ணீர் புரண்டோடும் தன் கண்களை ஒற்றிக்கொண்டாள்.

இருவரும் அந்த இடத்தைவிட்டு நகர்ந்து படலைக்கு வந்தோம். நான் எவ்வித சலனமும் இல்லாமல் படலையைத் திறந்துகொண்டு வெளியே வந்தேன். "வந்ததுக்கு ரொம்ப தாங்ஸ் மதன்..." என்றாள் பின்னால் நின்றுகொண்டிருந்த கயல். நான் ஒருமுறை தலையைத் திருப்பிப் புன்னகைத்து விட்டுத் தெருவில் ஏறினேன்.

தன் நிசப்தத்தின் பேரிருளில் என்னை இழுத்து விழுங்கியது தெரு.

16

அந்தோனி இன்னும் இரண்டு நண்பர்களுடன் மணல்திட்டில் காட்ஸ் அடித்துக்கொண்டிருந்தான். அருகில் போன என்னை கேள்விக்குறிப் பார்வையால் ஏற இறங்கப் பார்த்துவிட்டு கையிலிருந்த கடைசி அட்டையை முன்னாலிருந்த துவாலையில் ஓங்கி அடித்தான். அருகிலிருந்தவர்கள் குய்யோமெய்யோவெனப் பதறி எழுந்தார்கள்.

என்னுடைய கண்களிலிருந்த பதற்றம் எப்போது ஆரம்பித்தது என்றே தெரியவில்லை. என்னுடைய வாய் வரை வந்த வார்த்தைகள் அனைத்தும் அந்தோனியைச் சுற்றியிருந்தவர்களைப் பார்த்ததும் மீண்டும் தொண்டைக்குள் போய்க் குறுகிக்கொண்டன. துவாலையின்மேல் கிடந்த காட்ஸ் கூட்டத்தை அப்படியே விட்டுவிட்டு என்னை நோக்கி எழுந்து வந்தான் அந்தோனி. நிலவின் வெளிச்சம் இறுக்கமானதொரு கறுப்புத்திட்டாய் என்னை அவன் முன் எறிந்துவிட்டிருந்தது.

"என்னடா... மீட்டிங் எப்பிடி?"

பதில் சொல்லவேண்டும் என்று எத்தனித்தாலும் தொண்டையை ஏதோவொரு துயரம் இறுக்கிப்பிடித்திருந்தது.

"என்னடா சிக்கலா...?"

"இல்லடா. ஒண்ணுமில்ல."

"உன்ட மூஞ்சியப் பாத்தாலே தெரியுது. விசயத்த சொல்லு."

"கொஞ்சம் அங்கால போயிட்டு வரலாமா?" அந்தோனியின் இடது

பக்க காதுக்குள் முணுமுணுத்தேன்.

"கட்டாயம்... அப்ப செட் ஆகுவமா?"

தாமதமின்றி அதற்காகவே காத்திருந்தவன் போல "ஓமோம்" எனத் தலையை ஆட்டினேன்.

"நீ நம்ம இடத்துக்குப் போ. நான் போத்தல வாங்கிக்கொண்டு வாறன்..."

தலையைச் சொறிந்தபடி நாங்கள் வழமையாக 'செட்' ஆகும் இடத்தை நோக்கி நடக்க ஆரம்பித்தேன்.

கயலுக்கருகில் இருந்தபோது அடங்கிக்கிடந்த உணர்வுகளுக்கு அப்போது சிறகுகள் முளைத்துவிட்டிருந்தன. இறுகிவிட்டிருந்த இதயத்தை தளர்த்திக்கொள்ள எத்தனித்தபோதுதான் வலி பின்னியெடுக்க ஆரம்பித்தது. அங்குமிங்கும் திமுதிமுவென எகுறிக்குதிக்கும் நினைவுகளை ஒரு கோட்டில் குவிக்க முயன்றேன். என் மௌனத்தின் கதவைப் பெருங்கரங்கள் இரண்டு தட்டிக்கொண்டிருந்தன. வைரம் பாலித்த மனதில் கோடரி விழுந்தது. மூளை இயல்பிற்குத் திரும்பியது. பார்வை இயல்பிற்குத் திரும்பியது. உணர்வு மண்டலம் இயல்பிற்குத் திரும்பியது.

சுற்றுமுற்றும் கண்களை விரித்துக்கொண்டு பார்த்தேன்.

அன்று பௌர்ணமி. எங்கும் சௌந்தர்யம் இறைந்து கிடந்தது. முழு நிலவின் பூரண வெளிச்சத்தால் மணல் மேல் பெயர்த்துவிட்ட என் கருப்பு ஆகிருதி எனக்கு முன்னால் விழுந்து கிடந்தது. கடலின் ஆர்ப்பாட்டம் அடங்கி மூர்ச்சையாகி மணிகள் கடந்துவிட்டிருந்தன. மெல்லிய கோட்டு சுருதியில் அவ்வப்போது சிறிதாய் ஒலிக்கும் அலைப்பாட்டு இதமாய்க் கேட்டது. தெளிந்த வானத்தில் நெற்றிப் பொட்டாயிருந்தாள் நிலவு. நிலவைச் சுற்றி யாரோ கொட்டிய வெள்ளிச் சில்லறைகள் மின்னிக்கொண்டிருந்தன.

இத்தருணத்தை மனம் பூரணமாகக் கொண்டாடட்டும் என்றால் அதற்கும் வழியில்லை. இமயமலையைப் பெயர்த்துக்கொண்டு வந்து இதயத்தில் வைத்து அழுத்துவதுபோன்ற உணர்வு. மூச்சு விடுவதற்கே உடல் இளைத்தது. மூளைக்குள் திடீரென புகுந்துவிட்ட ஞாபகப் புழுக்கள் அங்குமிங்கும் ஊற ஆரம்பித்தன.

கயலுடனான பள்ளிக்காலச் சண்டைகள், அவளுடைய முதல் குருதிப்போக்கின்போது கூட இருந்த அருகாமை, அவள் சாமத்தியக் கொண்டாட்டத்தில் என்னைக் கண்டதும் அவளடைந்த லஜ்ஜை, இளைஞர் கழகக் கூட்டங்களில் ஓரக்கண்களால் வீசியடிக்கும் பார்வை,

என்மீது கொண்ட திவ்யக் காதல், அதை முதன்முதல் என்னிடம் சொன்ன அந்த மாலைச் சம்பவம், வீடு வரை வந்து காதலுக்காய் கெஞ்சிய தருணங்கள், எனக்காய் இரவிரவாய் எழுதிய கடிதங்கள், அனுப்பிய கடதாசி முத்தங்கள், உயிர் தப்பிய என்னை கரையில் கண்டுபிடித்த அந்த உன்னத இரவு, பற்றைக்குள் தன் காதலை நினைத்து அவள் வடித்த கண்ணீர், இறுதியில், 'இனி என்னால் உங்களுக்கு எந்தத் தொல்லையும் இருக்காது' என ஓங்கி வைத்துவிட்டுப் போன முற்றுப்புள்ளி...

எத்தனை எத்தனை முத்து முத்தான ஞாபகங்களை ஒரு பெண்ணால் ஆணுக்குக் கொடுத்துவிட முடிகிறது.

குறுமணலில் கால் புதைந்தது. கால்கள் சிக்கிக்கொண்டன. நடை இளைத்தது. உடல் கனத்தது. உள்ளுக்குள் ஏதோவொரு ஆற்றாமையின் ஒப்பாரி கேட்கத் தொடங்கிற்று.

எனக்கு எது தேவை என்ற ஒரு சாதாரண புரிதலை நான்தான் குழப்பியடித்து வைத்திருக்கிறேனா? என்னால் எதற்காக இப்போது யதார்த்தத்தை அடிப்படையாக வைத்துக்கொண்டு என் சிந்தனைகளைக் கட்டமைக்க முடியவில்லை? இந்த அபத்தமான முகமூடியை நான் எங்கிருந்து பிடுங்கிக்கொண்டேன்? யார் அதை என் முகத்தில் மாட்டிவிட்டு வேடிக்கை பார்க்கிறார்கள்?

“டேய் அங்க என்ன பண்றா? இங்க வா குந்துவம்...”

அருகில் போய் அமைதியாய்க் குந்தினேன்.

“டேய் கனக்க யோசிக்காம அந்த சோடாவ எடு...” எனக் கூறியபடி அந்தோனி சாராய போத்தலை எடுத்து அதன் பிட்டத்தில் அடித்தான். 'சக்' என்றது. பின்னர் மூடியைப் திருக வாய் பிளந்தது. இரண்டு கோப்பைகளையும் கொலகொலவென நிரப்பினான் அந்தோனி. நான் சோடாவை உடைத்து இரண்டு கோப்பைக்கும் 'மிக்சிங்' கொடுத்தேன். சரக்கும் சோடாவும் கலந்து இருவரது கிளாஸ்களும் வேகமாக நிறைந்தன.

அப்படியே பத்திரமாகத் தூக்கி எடுத்து “சியர்ஸ்” சொன்னபோது என்னுடைய கைகள் நடுங்குவதைப் பார்த்தேன்.

இதற்கு முன் ஒருபோதும் இப்படி கை நடுங்கியதில்லை.

அன்று வழமைக்கு மாறாக ஒரே மூச்சில் முழுக் குவளையையும் காலி செய்தேன். குடிப் பழக்கத்தை ஆரம்பித்த நாளிலிருந்து இன்றுவரை இப்படிப் பதறி விழுந்து ஒரு குடியைக் குடித்ததில்லை. வைத்து வைத்து மிடறு மிடறாகக் குடிப்பதில்தான் எனக்கு எப்போதும்

பிரியம் இருக்கும்.

மூன்று ரவுண்ட் தொடர்ச்சியாக விழுந்த பிறகும் போதை ஏறவில்லை. தவிர, உடல் வியர்த்து வியாபித்தது. மூளையில் யாரோ அழுத்துவது போல வலித்தது. உடலில் கடந்த ஒரு மணி நேரமாக பிடித்துக்கொண்ட மெல்லிய நடுக்கம் கொஞ்சம் கொஞ்சமாக அதிகரிப்பது தெரிந்தது. உள்ளுக்குள் யாரோடோ நான் விவாதித்துக்கொண்டிருப்பதுபோல் உணர்ந்த தருணத்தில் பயம் பற்றிக்கொண்டது.

அந்தோனிக்கு எதுவுமே புரியாமல் அலங்க மலங்க முழித்துக் கொண்டிருந்தான்.

பொதுவாக நாங்கள் இருவரும் இந்தக் கடற்கரையில் போத்தலோடு குந்தினால் அது பத்துமணிவரை 'சொர்க்கம் மதுவிலே...' என நீளும். வாழ்க்கையின் பேரானந்தத்தை திரவம் தீர்மானிக்க, முடிவற்ற ஆயிரம் கதைப் பிரதிகளால் எங்கள் உலகம் நிரம்பும். மூளை குத்தாட்டம் போடும். நரம்புகள் வயலின் வாசிக்கும். இளையராஜாவும் ஜேசுதாசும் சாராய போத்தலுக்குள்ளிருந்து ஒலிவாங்கியோடு வெளியே வருவார்கள். நாங்கள் கைதட்டி இசையைக் கொண்டாடுவோம்.

ஆனால் இன்று?

மது கசக்கிறது. போதை அண்ட மறுக்கிறது. காற்றடித்தும் தேகம் வியர்த்துக்கொட்டுகிறது. வார்த்தைகள் பற்களில் மோதி பரிதாபமாக நொறுங்கிப் போகின்றன. எண்ணங்கள் வானத்தில் பறந்து போய் பின்னர் கயிறுகளை அறுத்துக்கொண்டு விடுகின்றன. நரம்பு மண்டலம் வறண்டுபோய்க் கிடக்கிறது. உணர்வுகளுக்கு வார்த்தைகளை வசப்படுத்திக்கொள்ளத் தெரியவில்லை. சிரிப்புக்கூட மணலில் இரும்புச் சட்டகமாய் விழுகிறது.

இதென்ன தீராப் பிரச்சினை? இதற்கு முதல் இப்படியொரு சஞ் சலத்தை நான் அனுபவித்ததேயில்லை. என் உடல் இயந்திரத்துக்கு என்ன ஆயிற்று? என் வாழ்க்கைத் திரவம் சட்டென வற்றிவிடப் போகிறதா என்ன?

"டேய், சொல்லு. கயல் என்ன சொன்னாள்?"

"என்னத்த சொன்னாள்... இன்னும் என்னைய லவ் பண்ணிக்கொண்டுதான் இருக்காளாம்..."

"நினைச்சன்... அவள் அமைதியா திரிஞ்சாலும் உன்ன மறக்கல்ல எண்டு தெரியும்..."

"அழுதாள். என்ன அழுகை அது...! எனக்கு என்ன செய்றதெண்டே தெரியல..."

"நீ என்ன கதச்சாய்?"

"ஒண்டுமே கதைக்கல... எதையாவது கதச்சி துலச்சிருந்தாலாவது இப்ப மனசுக்குக் கொஞ்சம் ஆறுதலா இருந்திருக்குமெண்டு தோணுது..."

"என்ன, நீ ஒண்டுமே கதைக்கலியா...?"

"இல்ல!"

"பைத்தியமா உனக்கு?"

"அவளும் அப்பிடித்தான் நினச்சிருப்பாள்... இப்பதான் தோணுது. நான் எதையாவது கதச்சிருக்கணும். அந்த அழு அழுத ஒருத்திக்கு ஆறுதலுக்காவது ரெண்டு வார்த்த பேசியிருக்கணும்... ச்சைக், ஏன் இப்பிடி இருக்கனெண்டு தெரியல..."

"சரி, அது விடு. கடசியா என்ன சொன்னவள்?"

"இனி எந்தவிதத்திலும் என்னைய தொந்தரவு செய்யமாட்டாளாம்."

"ஓஹ்... அதுவும் சரிதான். பாவம் அவள், எத்தின நாளைக்குத்தான் உன்னையே துரத்திக்கொண்டு திரியிறது? லூசுப் பெட்டை, உன்னப் பத்தி தெரியாம ஒரு வருசமா அப்பிடியே இருந்து கஷ்டப்பட்டிருக்கு. உன்மேல எவ்வளவு பாசமும் அக்கறையும் இருந்திருந்தா அண்டைக்கு கடக்கரயில அந்த அழு அழுதிருப்பாள். பாவம், என்ன சொல்றதெண்டே தெரியல. அவள மாதிரி ஒருத்திய எல்லாம் இப்பிடி சித்திரவத செய்றது ஜென்ம பாவம் மச்சான். என்னைய தப்பா எடுத்துக்காத. உன்னைய பிழைனு சொல்ல வரல. அவள்ட ஆதங்கமும், லவ்வும் சரியெண்டு சொல்றன்... சரி, எல்லாம் அவள்ட தலவிதி! இனியாவது இந்தக் கொடுமைய மறந்திட்டு சந்தோஷமா இருக்கட்டும். அதுக்கு, இண்டைக்கு நீங்க ரெண்டு பேரும் சந்திச்சதும் நல்லதாத்தான் போச்சு. நீ இன்னும் உன்ட முடிவில உறுதியா இருக்கா எண்றத அவள் இண்டைக்குத் தெளிவா புரிஞ்சிருப்பாள். இனி அவள்ட வாழ்க்கய மாற்றிக்கொள்ள அவளுக்கு இது துணையா இருக்கும்..."

நிமிர்ந்து அந்தோனியைப் பார்த்தேன். அவன் பேசியதில் மிகப் பெரிய அறப்பிழை இருப்பதாகத் தோன்றியது. உடல் நடுக்கம் எல்லை மீறி விடும்போலிருந்தது. சிந்தனை குலைந்தது. இதயம் எழும்பியெழும்பித் துடித்தது.

"இல்ல... இல்ல..."

"என்ன இல்ல...?"

என்னுடைய கண்கள் இடுங்கி, கண்ணீர் கொட்ட ஆரம்பித்தது. மனம் கேவிக்கேவி அழுதது.

"டேய்... டேய் மதன், என்னடா? ஏன் அழுறாய்?"

"..."

"இங்க பாரு, நான் உன்ன குற்றவாளியாக்கிக் குத்திப்பேசனும் எண்டு பேசல. அவள்ட பக்கமும் கொஞ்சம் நிண்டு பாக்கணும் எண்டு தோணிச்சு... நான் அப்பிடியேதும் தப்பா சொல்லியிருந்தா மன்னிச்சுக்கொள்..."

"எனக்கும்தான் அவள நினச்சா பாவமா கிடக்கு. அவள் ஏன் எனக்காக இப்படி கஷ்டப்படணும்? அவள்ட வடிவுக்கு ஆம்பிள்ளைகளா கிடைக்க மாட்டாங்க? என்மேல எதுக்கு இப்படி பாசம் வச்சு சாகணும்...?"

"அதத்தான் நானும் சொல்லுறன். அந்தளவுக்கு உன்ன விரும்புறாள் அவள். உன்மேல அவள் வச்சிருக்கிறது சாதாரண பாசமில்ல. சாதாரண அக்கறையில்ல. சொல்றனெண்டு குற நினைக்காத மச்சான், அவளவிட உனக்குப் பொருத்தமான ஒரு பெட்டை இந்த உலகத்தில எங்க போனாலும் கிடைப்பாளெண்டு தோணல... ஒரு விசயத்த கவனமா புரிஞ்சுக்கோ, உனக்கு பிரச்சின அவளில்ல! அவள்ட அப்பன்."

"ம்..."

"ஆனா இது அவள்ட வாழக்க... அவளுக்கு எது தேவையெண்றதில, அவள்ட அப்பா எதிர்த்தும்கூட, எவ்வளவு தெளிவா இருக்கிறாள் பாத்தியா? ஒரு பொண்ணுக்கு இந்த தைரியம் எப்ப வருமெண்டா, இவனவிட என்ன சந்தோசமா வச்சிருக்க இந்த உலகத்தில வேற எவனாலயும் முடியாது என்ற ஒரு உறுதியான நம்பிக்க வரேக்கதான். அந்த நம்பிக்கயும் தெளிவும் அவளுக்கு வந்திட்டுது. இல்ல, தெரியாமத்தா கேகிறன், அவ அப்பன் மேல இருக்கிற பகைய, கடுப்ப எதுக்கு இந்த பெட்ட மேல காட்டுறாய்? அவ அப்பன்ட வேசத்தனத்துக்கு, அவனத்தானே நீ பழிவாங்கணும்? சம்மந்தமேயில்லாம எதுக்கு இந்தப் பொண்ண போட்டு சித்திரவத பண்ணிக் கொண்டிருக்கிறா...?"

என்னால் அழுகையைக் கட்டுப்படுத்த முடியவில்லை. வாழ்க்கையில் இப்படி உடலை வருத்தி, மனதைப் பிழிந்துகொண்டு நான் அழுதது இல்லை.

"அந்தோனி, அவள விட்டுப்போட்டு என்னால நிம்மதியா இருக்க முடியும் எண்டு தோணலடா. நீ சொன்னது போல அவளப் போல ஒரு அன்பு, அக்கறை, பாசம் இதெல்லாம் வேற யாரிட்டயும் கிடைக்காது. அவள்ட அவ்வளவு உண்மையான லவ்..."

மூக்கை இழுத்துக்கொண்டு, கால்களை நீட்டி அமர்ந்தேன். மனதை

அழுத்திக் கொண்டிருக்கும் பாரம் இளகுவதுபோலிருந்தது. எங்கோவொரு வான்மேட்டில் முளைத்த ஒளிக்கீற்று என் மனவெளியெங்கும் வியாபித்தது. தலையில் இருந்த வலி குறைந்து குறைந்து கால்களை நோக்கி இறங்கியது.

"அதில எந்த சந்தேகமும் இல்ல மதன்..."

"நான் அவள லவ் பண்றன்டா!"

அதைக் கேட்டதும் அந்தோனிக்கு முகத்தில் ரத்தம் குத்திற்று. கண்கள் பருத்தன. பெரும் புன்னகை அவன் உதட்டில் நெளிந்து முகம் பூராவும் விகசித்தது. என்னுடைய அடுத்த 'பெக்' வேகமாக நிறைய, மணலில் குத்திட்டு நின்ற 'அதி விசேஷம்' காலியானது.

"டேய்! என்னடா சொல்லுறா...?"

அந்தோனி கையிலிருந்த குவளையை மணலில் வைத்துவிட்டு ஆச்சரியமாகப் பார்த்தான். கையிலிருந்த இறுதி மிடறையும் இழுத்துவிட்டுப் பேச ஆரம்பித்தேன்.

"நான் அவள லவ் பண்றேன்!"

"மதனாடா நீ!"

அந்தோனி அரை மணித்தியாலமாகப் பார்த்துப் பார்த்து ஏற்றிவைத்த மப்பை நான் ஒரே அடியில் சர்ரென இறக்கினேன். அண்ணர் என்னிடமிருந்து இதைக் கொஞ்சம்கூட எதிர்பாரத்திருக்கவில்லை.

"டேய், உண்மையாவா சொல்றா...?" மறுபடியும் ஓவெனத் தாடைகளை விரித்தான் அந்தோனி.

ஒரு நிமிடம் அமைதியாக இருந்துவிட்டு, தொண்டையைச் செருமிக்கொண்டு அந்தோனி கேட்டான்.

"அம்மாவாண...?"

"அம்மாவாண!"

அவன் வெடித்துச் சிரித்தான். திடீரென எழுந்து மணல் மேட்டில் உதைத்துக் கத்தினான். கண்களில் எண்ணமுடியாத சந்தோஷக் கோடுகள் பிரகாசித்தன. முகத்தில் பெரும் கொண்டாட்டம் வெடித்தது. பெரும் நிம்மதி வியாபித்து மூடியது.

என்னைவிட அவனுக்குத்தான் இதில் மட்டற்ற மகிழ்ச்சி!

காதலும் போதையும் ஒன்றோடொன்று முயங்கிக்கொள்ளும்

இடம் அற்புதமானது. இப்பொழுது போதை தன் முதல் கோட்டை பின்மூளையின் கீழ்ப்பக்கச் சுவரில் கீறியது. ஒரு புதிய பிரபஞ்சம் என்னுடைய கண்களுக்கு முன்னால் விரியத் தொடங்கியது. அந்தோனி புன்னகைத்தபடி என்னைப் பார்த்தபோது அக்கணத்தில் எனக்குள் “அது யாரது யாரது அங்கே என் காதல் தேவதையா...” என கார்த்திக் நக்மா டூயட்டில் பின்னியெடுக்க ஆரம்பித்திருந்தார்கள்.

‘அட போதும் அம்மம்மா நம் கைகள் இணைவோமா...’

சரியாக எந்தக் கணத்தில் எனக்குள் மாற்றம் ஆரம்பித்தது எனத் தெரியவில்லை. எப்போது என் சுயநிலைப்பாடு வெடித்துச் சிதறியது என்று ஞாபகமில்லை. ஆனால் இப்புதிய உணர்வு எனக்குள் புதுப்பகலாய் புலர்ந்துவிட்டது.

அந்த கடற்கரை மாலை என்னுடைய திவ்யக் குவளையில் இன்பத்தை ஊற்றியது. அமைதியை விழுங்கி அசைவற்றுக் கிடக்கும் கடற்கரை, உரோமத்தைக் கடந்து மயிர்த்துளையில் இறங்கும் மெல்லிய காற்று, அது கொண்டுவந்து செல்கள் பூராகவும் விட்டெறியும் இங்கிதமான குளிர், டியூப் லைட் வெளிச்சம் கொடுக்கும் முழுநிலா, அதை அடிக்கடி அணைத்துப்போகும் கட்டாக்காலி மேகம், தூரத்தில் கேட்கும் ஆட்காட்டிக் குருவியின் அரைகுறைக் கீச்சல், கொஞ்சம் போதை, கொஞ்சம் நிதானம், மனம் பூராவும் கயல், அருகில் ஒற்றையாய் ஓர் உண்மையான நண்பன்.

ஆஹா. எனக்கு இப்படியே இந்த முழு இரவும் யுகாந்திரமாய்க் கழிந்துவிடாதா என்ன?

“என்ன மாப்பு. லவ்வு பத்தி எரியுதா...?” அந்தோனி நக்கலைப் போட்டபோது நான் மணற்தாரைகளை அளைந்துகொண்டிருந்தேன். என்னுடைய பார்வை மணலில் கிடந்தது. மனம் முழுவதும் காதலாகி யிருந்தது.

“அவள்ட கெதியா போய் லவ் யூ சொல்லிடணும்...”

“ஓமோம். நிச்சயமா! சியர்ஸ்.”

“சியர்ஸ்.”

வெற்றுக் குவளைகளை மோதி காதலின் பெயரால் சியர்ஸ் அடித்துக் கொண்டோம்.

தலையில் போதை. மனம் பூராகவும் கயல். அந்த மாலை மங்களகரமா யிருந்தது. எனக்குள் வரிந்து கட்டிக்கொண்டு வரும் ஒரு வகை அபூர்வ உணர்வைக் கொண்டாட ஆரம்பித்திருந்தேன். வருடக்கணக்கில்

கண்ணெட்டாத் தூரத்தில் பிகு பண்ணிக்கொண்டு நின்ற காதலா இந்த அரை மணித்தியாலத்திற்குள் என்னை கபக்கெனக் கவ்வி பாடாய்ப் படுத்துகிறது.

“அந்தோனி, ஒரு பாட்டுப் படியன்...”

அந்தோனியிடம் இசை ஞானம் மருந்துக்கும் கிடையாது. ஆனால் இப்படி உன்னதமான போதையேறிய தருணங்களில் மட்டும் அவனுக்கு அந்த திவ்யஞானம் எங்கோவிருந்து கிட்டிவிடும். இடைக்கால சினிமாப் பாடல்களில் புகுந்து விளையாடுவான் மனுசன். சினிமாப் பாடல்கள் மட்டும் என்று சொல்ல முடியாது, போதை ஜாஸ்தியாகிவிட்டால் தீட்சிதர் கிருதிகளைக்கூட வரி விடாமல் பாடக்கூடிய ஞானமுண்டு அவனுக்கு.

அவனுடைய குரலைப் பற்றி சொல்லியே ஆகவேண்டும். அவனுடைய குரலையும் மொட்டை ராஜேந்திரனுடைய குரலையும் மாறிமாறிக் கேட்டால் குழம்பிப் போய்விடுவீர்கள். அப்படியொரு ஒற்றுமை. ஆனால் மப்பில் ராஜேந்திரனுக்கும் ஜேசுதாசுக்கும் வித்தியாசம் புரியாது என்பதால் அது எனக்கு பிரச்சினையாகவே இருந்ததில்லை.

இப்படி மப்பில் எனக்காக எக்கச்சக்க பாடல்களைப் பாடித்தள்ளி யிருக்கிறான் என் நண்பன். மொத்தமும் ஜேசுதாஸ், எஸ்பிபி பாடல்கள். அவற்றிலும் அதிகமானவை ‘தேவதாஸ்’ ரக காதல் தோல்வி ஒப்பாரிகள். ஆனால் இன்று மகிழ்ச்சியின் நாள். ஒப்பாரி வேண்டாம் என்றபோது தலையை சுழற்றிக்கொண்டு ஒரு நிமிடம் யோசித்தான்.

“நெஞ்சுக்குள்ளே இன்னாருண்ணு... பரவாயில்லையா...?”

“ஹாஹா... சூப்பர். ஆரம்பி...”

அவனுக்கு மிகவும் பிடித்தமான சினிமாப்பாடல் அது. ஒவ்வொரு வரியையும் அழுத்திப் பாடுவான்.

“நெஞ்சுக்குள்ளே இன்னாருண்ணு சொன்னா புரியுமா அது கொஞ்சிக் கொஞ்சி பேசுறது கண்ணில் தெரியுமா...”

அந்த நிசப்தமான கடற்கரையில் அந்தோனி எஸ்.பி.பி.யாக மாறிக் கொண்டிருந்தான். இளையராஜாவின் அந்த வருடும் ஆர்மோனிய ஆரம்பம் இல்லையென்றாலும், ஸ்ருதி பிறளாமல் ஆரம்பித்து, பின்னர் நடு ஸ்தாயியில் முட்டி நடுக்கமின்றி இழுத்தான். “உண்ணாமல் உறங்காமல் உன்னால் தவிக்கும் பொன்னுமணி...” என அந்தோனி முடிக்க டைமிங் பிசகாமல் எனக்குத் தெரிந்த சங்கீத ஞானத்தை வைத்து என் பங்கிற்கு இழுத்தேன். “நெஞ்சுக்குள்ளே இன்னாருண்ணு சொன்னால் புரியுமா...”.

மது, மப்பு, காதல், கடல், இளையராஜா. இதைவிடவுமா வாழ்க்கையில் ஒருவனுக்குக் கொண்டாட்டம் வேண்டும்?

நேரம் பதினொன்றை நெருங்கவே, நானும் அந்தோனியும் வீடுகளுக்குக் கிளம்ப ஆரம்பித்தோம். என்னுடைய சைக்கிள் என் பேச்சையும் மீறி வீதி முழுவதும் கோலம் போட்டுக்கொண்டே போனது. நான் நேராகவே வீட்டுக்குள் போய் விரித்திருந்த பாயில் தொம்மெனச் சரிந்தேன். அப்பொழுதுதான் தலைக்குள் போதை கணகணத்தது.

நீண்டநாட்களுக்கு பின்னர் அன்று நிம்மதியான தூக்கமொன்று என்மேல் கவிந்துகொள்வதை உணர்ந்தேன். கனவு அங்குமிங்கும் கண்டபடி அலைமோத ஆரம்பித்தது. கனவிலும் அந்த ‘நெஞ்சுக்குள்ளே இன்னாரென்று...’ கேட்காமலேயே ரிவைன்ட் ஆனது. ஆனால் இம்முறை காட்சியோடு வந்தது.

‘காஞ்சிப்பட்டு ஒண்ணு நான் கொடுப்பேனே...’ என நான் முடிக்க ‘ஓ ஹோஹோ ஓ ஹோஹோ ஹொய் ஹொய்’ என கோரஸ் கொடுத்தாள் கயல். மீண்டும் ‘காலமெல்லாம் உன்னை நான் சுமப்பேனே’, நான் விட ‘ஹா ஹஹஹா ஹா ஹஹஹா ஹாய் ஹாய்’ என கயல் தன் பாவாடை நுனியைப் பிடித்தபடி என்னைச் சுற்றிச் சுற்றிச் சுழன்றாள். பின்னர் ‘மாமன் உன்னைக் கண்டு...’ என கயல் அந்த சிவப்புத் தாவணியில் மிடுக்காய் நெருங்கி வந்து, இதழைக்கடித்து, ரசத்தைக் கொட்ட...

“டேய். எழும்புடா. நாலரையாச்சு. தொழிலுக்கு போற நினைப்பில்லையா உனக்கு...” என தோளில் தொம்தொம்மென அடித்தாள் அம்மா. விழித்துக் கொண்டு சுற்றுமுற்றும் பார்த்தேன். அம்மா அறைவாசலைக் கடந்து வெளியே போய்க்கொண்டிருந்தாள்.

17

அன்று முதல் என்னைச் சுற்றி நடந்த அத்தனையும் புதுமையாகவே யிருந்தது. அன்றைய நாளுக்குப் பின்னர் என்னுடைய ஒட்டு மொத்த வாழ்க்கையும் தலைகீழாய் மாறிப்போனது. புதுப் பார்வை, புது மூச்சு, புதுப் பேச்சு, புது வானம், காற்று, கடல், அடிக்கடி தன்னிலையில் உடையும் புன்னகை, காரணமின்றி வரும் கோவம், அதை மறைக்க முனையும் வெட்கம், வானம் சொல்லும் கதை, மேகம் எழுதும் கவிதை, கடல் பாடும் சங்கீதம், பூத்துக் குலுங்கும் அலை, தலைகோதும் சுகம், கண்ணாடி பார்க்கும்போது கிடைக்கும் இதம், நகம் கடிக்கையில் பிறக்கும் மனோரம்மியம், நடையில் தொற்றிய மிடுக்கு, முகத்தில் வந்தமர்ந்த சவரித்த மீசை, வாயில் வளைய வரும் இளையராஜா, விரல்களில் துள்ளும் ராஜேஸ் வைத்யா, இத்யாதி இத்யாதி...

இப்படி என்னுடைய பிரபஞ்சத்தை அப்படியே மாற்றிப்போட்டிருந்தது காதல். அன்றைய நாளுக்குப் பின்னரான ஒவ்வொரு இரவையும் மாபெரும் கொண்டாட்டமாகவே கழித்தேன். எதையோ தேடித் தேடி இரவு பகலாக ஓடினேன். பசி பிடித்த எலியைப்போல மூலை முடுக்கெல்லாம் இரை தேடி அலைந்தேன். என்னுடைய தேவைகள், தன்னுடைய வேலைகள் என அத்தனையையும் கடாசிவிட்டு கயல் வந்து என் முழு மண்டைக்குள்ளும் நிரந்தரமாக அமர்ந்துகொண்டாள்.

அப்பப்பா, காதல் வெறும் அபத்தமென்றா நினைத்தேன்?

காதல் வினோதமானது. தனிமை இறுக்கிக்கொண்டிருக்கும் ஒருவனுக்கு எஃப்எம் ரேடியோ கொடுக்கும் இன்பம் அது. தொழுநோய்க்காரனின் முதுகை மயிலிறகு கொண்டு வருடும் சுகம், சர்க்கரை வியாதிக்காரனுக்கு

ஒரு ஐஸ்கிரீம் கொடுக்கும் பரபரப்பு.

இப்படி காதலொரு பெருந்திருவிழாவாகிப் போனது எனக்கு. காதல் தனிமையைப் பற்றியெரிய வைத்தாலும் அதுவொரு முடிவற்ற இசையாய் நீண்டு இனித்தது. தூக்கத்தை என்னிடமிருந்து தவணைமுறையில் பறித்துக்கொண்டு போகும் சில்மிஷ சேஷ்டையைக் கூட நான் ஆதரிப்பது ஆச்சரியத்தையளித்தது.

இப்படியான என்னுடைய கொண்டாட்ட மனநிலையை அந்தோனி பார்க்கும்போதெல்லாம் அவனுக்கு சிரிப்பு பொத்துக்கொண்டு வரும். தலையை உயர்த்தி ஹாஸ்யம் கேட்டுவிட்டதுபோல சிரிப்பான். ஒரு நாள் காதல் பித்தில் எதையெதையோவெல்லாம் உளறிக்கொட்டிக்கொண்டிருந்த போது அந்தோனி இடையில் மறித்துக் கேட்டான்.

"என்னடா இரண்டே நாள்ல இப்பிடி ஆயிட்டா...?"

"என்னத்தச் சொல்ல. ஏதோவொரு வித்தியாசமான பீலிங்ஸ் மச்சான்... மனசு முழுக்க கொண்டாட்டமாவே இருக்கு... நிறுத்த முடியல..."

"நாசமாப் போச்சு! அதாகப்பட்டது மிஸ்டர் மதன், காதல் என்றது ஒரு மாதிரியான சொறிச்சல் வருத்தம் பாரும். அது உள்ளுக்குள் பிறாண்டிக்கொண்டேதான் கிடக்கும். உம்ம மட்டுமில், கூட இருக்கிற என்னப்போன்ற அப்பாவி பொதுமக்களையும் அது சும்மா விடாது. அத உம்மாலயும் லேசுல நிப்பாட்ட முடியாது. இல்ல, நிப்பாட்டணும் எண்டா அதுக்கொரு நல்ல மருந்து இருக்கு..."

"என்ன மருந்து?"

"ஒவ்வொரு நாளும் அரப்போத்தல ராவா அடிச்சுப்போட்டு, மல்லாக்கப் படுத்து, மறுநாள் எழும்பினா சரியாகிடும்..."

இப்படியொரு அறுந்துபோவானை அருகில் வைத்துக்கொண்டா நம்மால் காவியத்தனமாக காதல் செய்ய முடியும்?

18

கனவுக்குக் காலை வந்ததுகூட கருத்தில் இல்லை. கயல் கலைந்து போகாமல் கண்களுக்குள்ளேயே நின்றுகொண்டிருந்தாள். மாதா கோவில் ஒலிபெருக்கியில் ஆண் குரலொன்று மனப்பாடம் செய்த காலைச்செபத்தை அட்சரம் பிசகாமல் ஒப்புவித்துக்கொண்டிருந்தது. காக்கைகள் அடித்தொண்டையில் இரைந்தன. கிலுகிலுப்பைகள் கீறிட்டுப் பறந்தன. இருள் கொஞ்சம் கொஞ்சமாகத் தன்னைப் பகலிடம் தொலைக்க ஆரம்பித்திருந்தது.

“திங்ககிழும ஆழிக்குப் போய் வல இறக்கினாத்தான் சரி. இல்லையெண்டா செவ்வாக்கிழும ரோலர்க்காரங்க வந்துடுவாங்க...” என சென்ற வாரம் ராஜா மாமா சொன்னது நன்றாகவே ஞாபகமிருந்தது. நான் எழுந்து அவசர அவசரமாகப் புறப்பட, அம்மா வாசலில் தேநீரோடு வந்து நின்றாள். ஊதி ஊதிப் பருகியபோது அதிகாலைக் குளிர் தேகத்திலிருந்து கழன்று விழுந்தது. படலையைக் கடந்து கடற்கரையை நோக்கி நடக்க ஆரம்பித்தேன்.

தன்னுடைய முழுப்பலத்தையும் வலக்கையில் இறக்கி எங்கள் கிழட்டு எஞ்சினை ஸ்டார்ட் செய்ய கடுமையாகப் போராடிக்கொண்டிருந்தார் ராஜா மாமா. புகையைத் துப்பிக்கொண்டு ‘க்ர்ர்...’ என ஆரம்பிப்பதும் பிறகு சிலம்பனேயில்லாமல் மூர்ச்சையாவதுமாய் அது மாமாவுக்கு விளையாட்டுக் காட்டிக்கொண்டிருந்தது.

அந்த இயந்திரத்தை இயக்குவதென்பது யானைக்கு ஜிம்னாஸ்டிக் கற்றுக்கொடுப்பதைப் போன்றது. கீழே காபரேட்டருக்குக் கொஞ்சம்

பெற்றோலைக்காட்டிவிட்டு, கயிற்றைப் போட்டு இழு இழுவென்று இழுத்தால் ஒரு இருபதாவது தடவை வெற்றி கிட்டும். அதுகூட அன்றைய நாளில் நமக்கு குரு உச்சத்தில் இருந்தால் மட்டுமே சாத்தியம்.

ராஜா மாமாவைத்தவிர வேறு எவராலும் அந்த இயந்திரத்தை இயக்க முடியாது. அப்படிப்பட்ட ஒரு பழைய சாமான் அது. இந்தா அந்தாவென்று இருக்கும் அந்தக் கிழட்டு இயந்திரத்தை நம்பியே எங்களுக்குத் தொழில் செய்யவேண்டியிருந்தது. அப்போதெல்லாம் புது இயந்திரம் வாங்குவதற்கு எங்களில் அதிகமானோரிடம் பணபலம் இல்லை. இருந்தாலும், இயக்கக் கட்டுப்பாட்டுக்குள்ளிருந்துகொண்டு அதை வாங்குவதென்பது குதிரைக்கொம்பு. அவர்களுக்கு இரண்டு மூன்று மடங்கு வரி செலுத்த வேண்டும். அல்லது மாவீரர் குடும்பமாகவோ, இல்லை, தளபதி ஒருவரின் தமயனாகவோ இருக்க வேண்டும். அப்படி எதுவுமே இல்லையென்றால் சாகபரியந்தமும் நம்மிடமிருக்கும் கிழட்டு இயந்திரத்தோடு மல்லுக்கட்டிக்கொண்டிருப்பதுதான் ஒரே வழி.

சுமார் பத்து ரவுண்டுகள் போன பிறகு போத்தல் மூடியிலிருந்த பெற்றோலை காபரேட்டர் மூக்கில் காட்டிவிட்டு ராஜா மாமா மூச்சுப்பிடித்துக் கயிற்றை இழுக்க 'ப்ர்ர்...' என இயந்திரம் கதற ஆரம்பித்தது. இடத்தை மறந்து நானும் அந்தோனியும் கைதட்டி ஆர்ப்பரித்தோம். மாமாவுக்கும் முகத்தில் பெரும் சந்தோஷம் வெட்டியது.

படகின் கூர்ப்பகுதி சலனமற்றுக்கிடந்த நீர்மேட்டைப் பிளந்துகொண்டு பறக்க ஆரம்பித்தது. வேகம் கூடக்கூட அணியத்தின் சிறகு விரிந்தது. எதிர்கொண்டு வந்த மெல்லிய அலைகள் படகில் மோதி நுரையாய் தெறித்தன. தூரத்தில் கிழக்குப் பக்கமாக தண்ணீருக்குள்ளிருந்து எழுந்து வந்த வானம் தன் நீலக்கோதைப் பிளந்துகொண்டு செம்மஞ்சள் ஒளிக்கீற்றைக் கக்கியது. அணியத்தில் இருந்த நானும் அந்தோனியும் எதிர்கொண்டு வந்த ஆழியை வரவேற்றுக்கொண்டிருந்தோம். படகு வடக்கை அறுத்து மேற்குப் பக்கமாகத் திரும்பியது.

அது சுருக்குவலைக்கான நாள். தண்ணீருக்குள் கூட்டமாக நிற்கும் மீன்களை இலக்கு வைத்து, அவற்றிற்கு மேலாக அகன்ற வட்ட வடிவில் இருக்கும் வலையை வீசி, அதன் கீழ்ப்புறத்திலிருக்கும் சுருக்கை கெட்டியாக இழுத்து இறுக்க வேண்டும். அவ்விடத்திருக்கும் அத்தனை மீன்களும் அதற்குள் சிக்கிவிடும். பின்னர் ஒரே இழுவையாக இழுத்துப் படகில் போட்டுக்கொண்டால் சரி. அவ்வளவுதான் இந்தச் சுருக்கு வலையின் வித்தை.

ஆனால் இதற்குப் போதுமான அனுபவம் இருக்க வேண்டும். கையில் இருக்கும் வலையை வட்ட வடிவில் எறிந்து, முடிந்தளவு பரந்த

பிரதேசத்தை மூட வேண்டும். பின்னர் சரியான நேரத்தைப்பார்த்து சுருக்கை இறுக்க வேண்டும். நேரம் பிந்தினால் உள்ளே வரும் மீன்கள் சுதாகரித்துக்கொண்டு வெளியே பாய்ந்துவிடும்.

கூடவே வலையைச் சிலாகி வீசுவதற்கு நமக்கு வலுவான புயமும் இருக்க வேண்டும். கையில் வலுவற்றவர்களுக்கு இந்த வேலை அனுகூலமாக இருக்காது. ராஜா மாமா இதில் படு கில்லாடி. அவர் வலையை எறியும் போது பார்ப்பதற்கு சுவாரஸ்யமாகவும் வசீகரமாகவும் இருக்கும்.

பொதுவாக சூரை மற்றும் கானாங்கத்தி மீன்கள் சுருக்குவலைக்கென்றே பிறப்பெடுத்து வந்த ஜென்மங்கள். காரணம், கும்பல் மனநிலை கொண்ட மீன்கள் இவை. போகுமிடமெல்லாம் கூட்டம் கூட்டமாகவே சுற்றிக்கொண்டிருக்கும். ஆதலால் சுருக்குவலையே இம்மீன்களின் மிகப் பெரிய உயிர் அச்சுறுத்தலாக இருக்கிறது.

சென்ற வாரம் சுருக்குவலை எங்களை பெருமளவில் ஏமாற்றிவிட்டதால் இம்முறை நானும் அந்தோனியும் அணியத்தில் நின்றபடி மீன் கூட்டத்தை கவனமாகத் தேடிக்கொண்டிருந்தோம். மேலே நீங்கள் படித்துப் புரிந்துகொண்டது போல, சுருக்குவலையின் மையச்சரடே மீன்கள் கூட்டமாக இருக்கும் இடத்தைக் கண்டுபிடித்து அதை 'லொக்' செய்வதுதான். அதுவும் பெரும் எண்ணிக்கையிலிருக்கும் மீன் கூட்டத்தை இலக்கு வைக்க வேண்டும். எறிந்து அள்ளினால், ஆகக்குறைந்தது இருபது கிலோவாவது தேற வேண்டும். இல்லையென்றால் நேர விரயம். லாபமும் இல்லை.

ஆனால் தண்ணீருக்குள் நிற்கும் மீன் கூட்டத்தைக் கண்டுபிடித்து, அதற்கு மேல் வலையைப் போட்டுச் சுருக்குதல் என்பது லேசுப்பட்ட காரியமா? அது ஒரு கடினமான, நுண்ணறிவைக் கோரி நிற்கும் வித்தை. ஆம், அதை 'வித்தை' என்றுதான் என்னால் சொல்ல முடியும். காரணம், அதற்கு அனுபவமும், திறமையும் முக்கியம். வலையெடுத்தவன் எல்லாம் சுருக்கு வலைக்காரனாக மாற முடியாது.

அதுசரி, தண்ணீருக்குள் இருக்கும் செறிவான மீன்கூட்டங்களை படகில் இருந்துகொண்டு எப்படிக் கண்டுபிடிப்பது என்றுதானே கேட்கிறீர்கள்? அதற்கென்று சில பிரத்தியேகமான வழிமுறைகள் உண்டு.

தண்ணீரின் மேற்பரப்பில் மழைத்துளிகள் விழும்போது உண்டாகும் பொருமல்களைப்போல கடலின் ஒரு குறித்த இடத்தில் பொருமல்கள் தென்பட்டால் அதற்குக் கீழ் மீன் கூட்டம் நிற்கிறது என்று பொருள். அதேபோல அலையற்றுக் கிடக்கின்ற தண்ணீரின் மேற்பரப்பில் குறித்தவொரு இடத்தில் மட்டும் மெல்லியதொரு அலையோட்டம் தென்படுமேயானால் அதுவும் அங்கு மீன்கள் கூட்டமாக நிற்பதற்கான

அறிகுறிதான். நீருக்கடியில் மீன் கூட்டம் வேகமாக அசையும்போது நீரில் உண்டாக்கப்படும் பௌதீக விளைவுதான் மேலே தெரியும் இந்த நுண்அலைகள்.

அதைவிட கடலின் சில இடங்களில் நீர் மேற்பரப்புக்கு மேலாக மீன்கள் அடிக்கடி குதித்துப் பாயும். இதை தூரத்தில் வரும்போதே படகிலிருந்து இலகுவாகக் கண்டுகொண்டு விடலாம். இதுவும் அவ்விடத்தில் மீன்கள் கூட்டமாக நிற்கிறது என்பதன் அறிகுறிதான்.

இன்னொன்று தண்ணீரின் மேற்பரப்பின் குறித்த இடத்தில் மாத்திரம் ஒரு மெல்லிய நிழல் விழுவது போன்ற தோற்றம் தெரியும். அதாவது வழமையான நீரின் நீல நிறம், குறித்த இடத்தில் மட்டும் கொஞ்சம் செறிவாக இருக்கும். அப்படியெனின் அங்கும் மீன்கூட்டம் இருக்கிறது என அடித்துச் சொல்லிவிடலாம்.

இவற்றைவிட இன்னுமொரு சுவாரசியமான முறையும் உண்டு. மீன்கூட்டம் அதிகமாக இருக்கும் இடங்களுக்கு மேலாக காவா மற்றும் புல்லு என அழைக்கப்படும் இரு பறவையினங்கள் வட்டமடித்துக்கொண்டிருக்கும். மனிதர்களைவிட இப்பறவைகளுக்கு புலன்கள் மிகக் கூர்மையானவை. அவை அடிக்கடி தண்ணீரில் வீழ்ந்து மீன்களைத் தங்கள் அலகுகளில் அள்ளியபடி மீண்டும் மேலே பறக்கும். இப்படி காவா, புல்லு போன்ற பறவைகள் விழும் இடங்களும் மீனவர்களுக்கு அங்கு மீன்கூட்டமொன்று நிற்கிறது என்ற செய்தியைச் சொல்லிவிடும்.

ஆனாலும் இதிலொரு முக்கியமான சிக்கல் உண்டு. இக்கடல் பறவைகள் விழும் இடங்களில், மேலே கூறிய இரண்டு பறவை இனங்களிலும் எது அதிகமாக தண்ணீரில் வீழ்ந்து எழுகிறது என்பதைக் கவனிக்க வேண்டும். எதற்கு? அங்குதான் விஷயம் இருக்கிறது!

காவா பறவைகள் எப்பொழுதும் இறந்த மீன்களையே உண்ணுபவை. அவற்றிற்கு உயிருடன் இருக்கும் மீன்கள்மேல் வாஞ்சையிருக்காது. அதனால் காவா அதிகமாக விழும் இடங்களை நாடிப்போவது கடலோடிகளுக்கு பயனற்றது. ஆகவே, புல்லு விழும் இடங்கள்தான் மீனவர்களுக்கு இந்திரலோகம்.

“மாமா. கொஞ்சம் அங்கால திருப்புங்கோ...”

திடீரென அணியத்திலிருந்த நான் கிழக்குப் பக்கமாக வரல்களைச் சுட்டிக் கூப்பாடு போட்டேன். ராஜா மாமாவுக்கு சந்தோஷம் பெருக்கெடுத்தோடியது. பார்வை மின்னியது. பழுப்பேறிய பற்கள் முகம் முழுவதும் முளைத்தன. மீன்கூட்டம் இருக்கும் இடத்தை நான் கண்டுபிடித்து விட்டேன் என்பதைப் புரிந்துகொண்டார் மாமா.

இவ்வித்தையில் நான் சூடிகையாக இருந்தபடியால் மாமா ஒருபோதும் என் பேச்சை அசட்டை செய்ததில்லை. என்னிடம் இரண்டு கழுகுக்கண்களும், ஒரு அர்ச்சுனன் மூளையும் இருப்பதாக ராஜா மாமா அடிக்கடிச் சொல்லுவார்.

“நல்ல பாடா?”

“அப்பிடித்தான் தெரியுது... பெருசா நிழல் விழுது.”

வேகத்தைக் குறைத்த மாமா மெதுமெதுவாக என்னுடைய கை அசைவைப் பிடித்துக்கொண்டு நான் காட்டிய பக்கம் படகைச் செலுத்தினார். நானும் அந்தோனியும் அன்றைய ஆட்டத்துக்கு எங்களைத் தயார்ப் படுத்திக்கொண்டோம்.

“சரி சரி... நிப்பாட்டுங்க மாமா.”

என்னுடைய சைகையைப் பார்த்து கிழட்டு இயந்திரம் மூச்சிரைத்து நின்றது. அந்தோனியும் மாமாவும் படகிலிருந்த சுருக்கு வலையை தயாராக கைகளில் எடுத்துக்கொண்டார்கள். அணியத்தில் நின்றுகொண்டிருக்கிற நான் கட்டளையைப் பிறப்பிக்கும்போது, என்னுடைய சுட்டுவிரல் காட்டும் இடத்தைத் துல்லியமாக வலையால் எறிந்து மூடவேண்டும். அதற்காக பெருத்த அந்தோனியின் புயங்கள் தயாராக நின்றன.

சரியான இடத்தைக் கண்டுபிடிப்பது போல, சரியான இடத்தில் வலையை எறிவதும் முக்கியம்.

மீன்பிடி என்பது பல நுணுக்கங்களின் சங்கிலிச் செயற்பாடு. ஒன்று பிசகினாலும் அடுத்தது படுத்துவிடும். ஒவ்வொரு படிநிலைகளையும் துல்லியமாகத் திட்டமிட்டுக் கடக்கவேண்டும்.

இரண்டே நிமிடங்களில் என்னுடைய கட்டளை கிடைத்தது. நான் காட்டிய இடத்தை வலையால் எறிந்து மூடினான் அந்தோனி.

சுருக்கு வலையின் விளிம்புகளில்தான் ஈய உருண்டைகள் கட்டப் பட்டிருக்கும். ஆகவே அந்த மீன்கூட்டத்தை வலையால் எறிந்து மூடியதும் வலையின் முனைகள் ஈயத்தின் பாரத்தினால் கீழ்நோக்கி இறங்கும். பின்னர் விளிம்புகளில் ஓடும் கயிற்றை இழுக்க, மீன்களை தனக்குள்ளே அள்ளிக்கொண்டு வலை விளிம்புகள் தண்ணீருக்கடியில் சுருங்கி இறுகிக்கொள்ளும்.

“மாமா... இழுங்க.” அந்தோனி சைகை காட்டினான். மாமா தன்னிடமிருந்த மொத்த வித்தையையும் இறக்கி அந்தோனியோடு சேர்ந்து வலையை இழுக்க ஆரம்பித்தார். வலையின் கனம் அவர் புயத்தில் தட்டியது. மீன் அதிகம் பட்டிருக்கிறது என்பதற்கான முதல்

நம்பிக்கை வெளித்தது. நான் உடனே கடலில் பாய்ந்து வலையைக் கீழிருந்து தள்ளிக்கொடுத்தேன். சொல்லும்படியான கனம்! இன்றைய நாள் பச்சைத் தாள்களால் நிறையப்போகிறது என எண்ணியபோது எனக்குள் உற்சாகம் சிலிர்த்தது.

அப்போது இரண்டு மாதங்களுக்கு முன்னர் எங்கள் வலையில் சிக்கிய 120 கிலோ கடல்பன்றியோடு மல்லுக்கட்டிய சம்பவம் ஞாபகத்துக்கு வந்தது. அன்று அதை இழுத்து படகினுள் போடுவதற்குள் எங்களுக்குப் போதும் போதும் என்றாகிவிட்டது. இப்பொழுது கடல்பன்றிகளை வேட்டையாடுவது இலங்கையில் முற்றாகத் தடைசெய்யப்பட்டிருக்கிறது.

"மாமா, இல்ல எண்டாலும் இண்டைக்கு ஒரு 200–300 கிலோ தேறும்போல..."

"சீ வாய மூடு சனியனே! கண் வச்சுத் துலச்சிடாத..." என மாமா குண்டுமணிச் சிரிப்போடே முகவிளிம்பில் முறைத்தார்.

ஒரு கடலோடியின் அதிக பட்ச சந்தோஷம் என்பது இதுதான். இதற்காகத்தான் அத்தனை உடல் கஷ்டங்களையும் அவர்கள் விரும்பித் தாங்கிக்கொள்கிறார்கள். மீன் சந்தைக்குப் போய், அவற்றை பேரம் பேசி அடிமட்ட விலைக்கு வாங்கிக்கொண்டுவந்து, எச்சில் வடிய வடிய ருசித்துச் சாப்பிடும் மனிதர்களுக்கு அந்த மீனை கரைவரை கொண்டுவந்து சேர்த்த மனிதர்களின் உழைப்பு புரியாது. அவர்கள் பட்ட வேதனை தெரியாது. அதைப் பற்றி அவர்கள் ஒருநாள்கூட யோசித்ததில்லை.

அன்று உச்சி வெயில் கடந்துபோகும் நேரத்தில் எங்கள் வேலை முடிந்தது. நானும் அந்தோனியும் கடலினுள்ளே நின்றபடி தூரத்தில் நின்றுகொண்டிருக்கும் எங்கள் நண்பர்களுக்கு மேற்சட்டையைக் கழற்றிக்காட்டி இந்தப் பக்கம் மீன்கூட்டம் அதிகமாக இருக்கிறது என்ற தகவலை அனுப்பினோம்.

தங்களுக்குக் கிடைத்த லாபம் மற்றவர்களுக்கும் கிடைக்கவேண்டும் என்ற நற்பண்பு எங்கள் மீனவர்களிடம் எப்போதும் இருக்கும். தங்களுக்குக் கடலில் நன்மை கிடைத்தாலோ, ஆபத்து நேர்ந்தாலோ, அதை கடலில் கிடக்கும் மற்றைய மீனவர்களுக்கும் உடனே தெரியப்படுத்திவிடுவோம். இதனால் அவர்களுக்கும் லாபம் உண்டு. அல்லது பெரும் அபாயத்திலிருந்து தப்பித்துக்கொள்ள வழியுண்டு.

அன்றைய நாள் எங்களுக்குப் பூரணமாகியிருந்தது. இன்னும் சில மணிகளில் எங்கள் மடிகளில் பணம் கொட்டிக் கனக்கப் போகிறது. இந்தப் பரம திருப்தியோடு என்னுடைய சட்டையை மீண்டும் கொழுவிக்கொண்டு படகு பக்கம் திரும்பும் போதுதான், எமன்

தன்னுடைய கோடரியைத் தூக்கி என் நடு மண்டையில் போட்டான்.

தண்ணீருக்குள் என்னுடைய காலை ஏதோ திடீரெனக் கவ்விப் பிடித்ததுபோலிருந்தது. வலியில் "ஐயோ அம்மா..." எனக் கத்த ஆரம்பித்தேன். வலியென்றால் அது உயிரிழை அறுபடும் வலி. எனக்கு விலாவிற்குள் கம்பியைக் குற்றித் தெண்டுவது போலிருந்தது.

படகில் இருந்த ராஜா மாமாவுக்கு மண்டை கலங்கிற்று.

"டேய் டேய் என்னடா?" படகில் நின்ற அந்தோனி பதகளிப்புற்று கடலில் குதித்தான். என்னுடைய கண்களில் அபாயம் தெறித்தது. வலி உயிரையெடுத்தது. பயம் என்னுடைய தொண்டையை நசுக்க மீண்டும் மீண்டும் தொண்டையைப் பிளந்து கத்தினேன். "அம்மா...!"

"டேய் நீ இங்க வராத. வராத" என அந்தோனியைப் பார்த்து கூக்குரலிட்டபடி நான் வேகமாக வலித்து படகினுள் தொற்றிக்கொள்ள முயன்றேன். அந்தோனியும் மாமாவும் என்னை அவசர அவசரமாகப் படகினுள் தூக்கிப் போட்டார்கள். என்னுடைய வலப்புறக் கீழ்க்காலிலிருந்து ரத்தம் குபுகுபுவென பாய்ந்துகொண்டிருந்தது. ரத்தத்தை துடைத்துப் பார்த்தால், என் குதிகாலை இறுக்கிப் பிடித்துக்கொண்டிருந்தது ஒரு சொறி மீன்.

"சொறி. சொறி மாமா. ஐயோ. அந்த சாக்க எடுங்க". மாமா அவசரமாக எடுத்துப்போட்ட சாக்கை தன் கைகளில் சுற்றிக்கொண்டு என்னுடைய காலிலிருந்த சொறியை பெரும் கடினப்பட்டு இழுத்தெறிந்தான் அந்தோனி. என் தோல்களினுள் வலுவாக ஊன்றியிருந்த அதன் நூற்றுக் கணக்கான பற்கள் பிய்ந்தும் பிய்யாமலும் வெளியில் வந்து விழுந்தன. ரத்தம் நிறுத்தமில்லாமல் குபுகுபுவெனக் கொட்டியது.

"கெதியா போட்ட எடுங்க மாமா. ஐயோ கடவுளே..."

என்னை தன் மடியில் கிடத்தியபடி அந்தோனி கத்திக்கொண்டிருப்பது எனக்குக் கேட்டது. என்னுடைய புலன்கள் கொஞ்சம் கொஞ்சமாக கழன்று விழுந்துகொண்டிருப்பதை உணர்ந்தேன். வலி உயிரைப் பிழிந்தது. கண்களிலிருந்த ஒளி மங்கிக்கொண்டிருக்க, காட்சிகள் ஒன்றன் பின் ஒன்றாக நூரத்தொடங்கின. இதயம் எம்பியெம்பித் துடித்தது. உடல் உணர்வற்றுச் சோர, என்னுடைய கண்கள் மெதுவாக மூடிக்கொண்டன.

19

கண்களைத் திறந்தபோது கீறல்கள் படிந்த பார்வையில் உலகம் சாம்பல் நிறத்தில் தோன்றியது. கண்களின் இடுக்குகளில் வலி கிண் கிண்ணென்று இடித்தது. கண்களை உருட்டி உருட்டி பார்வையைச் சரிபார்த்துக் கொண்டேன். பார்வையின் வீச்சு தன்னைக் கொஞ்சம் கொஞ்சமாய் பெருப்பித்துக்கொண்டது. சாம்பல் நிறம் வெளுத்து, வெள்ளொளி பார்வை பூராவும் படர்ந்தது.

கால்களைத் தவிர அத்தனை உடலுறுப்புக்களையும் தடவிப் பார்த்துக்கொண்டேன். அத்தனையும் அதற்குரிய இடங்களில் அப்படியே இருந்தது. தவிர, உடலை சரித்து மெதுவாக அசைத்தபோது ஒரேயொரு கால் மட்டும் அசைந்தது. என்னிடம் இரண்டு கால்களல்லவா இருந்தன? மற்றையதையும் அசைக்கும்படி உடலை அழுத்தித் தள்ளினேன். அசைவிற்குரிய எவ்வித சாத்தியக்கூறும் தென்படவில்லை. வலது காலின் இருத்தலே காணாமல் போய்விட்டிருந்தது. வலப்பக்க உணர்வு இடுப்பிற்குக் கீழ் துண்டிக்கப்பட்டுவிட்டதுபோல் தோன்றியது. அல்லது உயிரைக் காப்பாற்றவேண்டும் என்ற முஸ்தீப்பில் மரத்தின் ஒருபக்க வேரை தறித்துவிட்டார்களோ என்னவோ? தலையை இலேசாக நிமிர்த்திக் கீழே பார்த்தேன். அதிர்ச்சி முகத்தில் விளாசிற்று. இல்லை, அதை அதிர்ச்சியென்று சொல்லிவிட முடியாது. பெரும் நிம்மதி மனம் பூராவும் பரவிற்று.

வலக்காலில் வெள்ளைப் போர்வையைச் சுற்றி கட்டிவைத்தது போல் கட்டு போட்டிருந்தார்கள். பார்த்தவுடனேயே நெஞ்சுவலி வந்துவிடக்கூடிய பருத்த கட்டென்றாலும், காலைத் தறிக்காததுவரை

நிம்மதி. பெருவிரல் நுனியிலிருந்து ஆரம்பித்த கட்டு முழங்கால் வரை நீண்டு கிடந்தது.

கால் மயக்கம் இன்னும் எடுபடவில்லை என்று யாரோ சொன்னது காதில் விழுந்தபோதுதான், என்னைச் சுற்றி மனிதர்கள் இருக்கிறார்கள் என்ற ஸ்மரணை வந்தது. தலையைப் பக்கவாட்டில் அசைத்து மூலையில் கிடந்த மேசையைப் பார்த்தேன். அதில் இரண்டு செவிலியர்கள் என்னைப் பார்த்துக்கொண்டே தங்கள் தீவிர சம்பாசனையில் மூழ்கியிருந்தார்கள். பேச்சு சுவாரசியத்திலிருந்த கவனத்தை திடீரென நிறுத்திவிட்டு பச்சாதாபப் பார்வையை முகத்தில் ஏந்திக்கொண்டு அருகில் வந்தார்கள். அதில் ஒருவர் "என்ன செய்யுது...?" என்றார். நான் என்னுடைய வலக்காலைக் காண்பித்து பார்வையில் பதில் வைத்தேன். "மதப்பு இன்னும் எடுபடல தம்பி... கொஞ்ச நேரத்தில சரியாப் போயிடும்..." என்றுவிட்டு, எழுந்து வந்த குற்றத்திற்காக என்னுடைய நெஞ்சில் ஒட்டியிருந்த வயர்களில் ஒன்றைக் கழற்றி மீண்டும் ஒட்டிவிட்டு தங்கள் நாற்காலிகளில் போய் அமர்ந்தார்கள்.

அப்போது வெள்ளைத்துணி விரிக்கப்பட்ட அகன்ற கட்டிலொன்றில் படுத்துக்கொண்டிருந்தேன். தலைமாட்டிலும் பக்கவாட்டிலும் கலர் கலராய் மின்சார விளக்குகள் மின்னி மின்னி எரிந்துகொண்டிருந்தன. நீட்நீட், டக்டக், ட்ர்ர் ட்ர்ர் என அறை முழுவதும் ஏகப்பட்ட விஞ் ஞான ஒலிகள். ஏதோவொரு இரசாயனத்தில் குளித்துக் காய்ந்திருந்த தரையின் மணம் நாசியின் மேற்சுதையில் முட்டி எரிந்தது. என் தலைமாட்டில் இருந்த இலத்திரனியல் திரைகளில் மஞ்சள், பச்சை, சிவப்பு, நீலம் என கோடுகள் நகர்ந்துகொண்டிருந்தன. எப்போதாவது அதன் நகர்தல் நின்றுவிட்டால், அடுத்த கணமே என்னை வெள்ளைத்துணியால் மூடி அறை மூலையில் போட்டுவிடுவார்கள் என்பது தெரியும். அப்படி நாளைக்கே என் பிராணன் போய்விட்டால், இவ்வுலகில் தவறுதலாகப் படைக்கப்பட்டு, எதற்கும் பயனற்றுக் கிடந்து அழிந்துபோன பொருட்களின் பட்டியலில் போய் என்னுடைய உடலும் சேர்ந்துகொண்டுவிடும்.

மூக்கிற்குள்ளிருந்து புறப்பட்டு வரும் சிறிய பிளாஸ்டிக் குழாய் அருகிலிருந்த ஒரு சிறிய வெள்ளைப் பெட்டியில் பொருத்தப் பட்டிருந்தது. இதயப்பகுதியின் மூன்று நான்கு இடங்களில் ஒட்டி வைத்திருந்த வயர்களை தலைமாட்டிலிருந்த ஒரு சிறு இயந்திரம் விழுங்கிக்கொண்டிருந்தது. உயரத்திலிருந்து சொட்டுச் சொட்டாய் வடியும் திரவம், குழாயில் விழுந்து கைகளுக்குள் இறங்குவதை வெறித்துப் பார்த்துக்கொண்டிருந்தேன்.

அப்பொழுதுதான் மூளையின் இழைகளில் நினைவு மெல்லியதாய்த் துளிர்க்க ஆரம்பித்தது. சொறி மீன் கடித்ததும், ரத்தம் கொட்டியதும்,

அந்தோனி பரிதவித்ததும் பளிச் பளிச்சென்று தோன்றி மறைந்தது. அந்த சொறி மீனின் அழகிய வண்ணமும் பருத்த உடலும் ஞாபகம் வந்தது. அதை அந்தோனி பிடுங்கி வீசிய ஆவேசம் ஞாபகத்தில் உதித்தது. மாமாவின் கண்களிலிருந்த சாவு மீதான பயமும், அந்தோனியின் பதட்டமும், எனக்குள் குவிந்துவிட்ட இறப்பின் நிச்சயமும் மூளையின் முகடுகளில் தெளிவாய்த் தெரிந்தன. இன்னும் இன்னுமென்று மூளையைத் திருகினேன். வலிந்து ஞாபக இடுக்குகளைக் கிண்ட முயற்சித்தேன். பயனில்லை, அதன் பின் நடந்த எந்த சம்பவமும் நினைவில் வர மறுத்தது.

தலைக்குள் பாதி நினைவு துளிர்த்ததுபோல், இப்போது வலக்காலின் பாதி உணர்வும் திரும்ப ஆரம்பித்தது. காலில் உணர்ச்சி திரும்புவதுபோல கூடவே வலியை மூடி வைத்திருக்கும் கருப்புத் திரையும் விலகியது.

வலி காலிலிருந்து மேல் நோக்கி ஏறி மூளையில் போய் குவிந்தது. என்ன குரூரமான வலி! வாழ்க்கையில் அப்படியொரு வலியை நான் இதுவரை அனுபவித்ததில்லை. நடுக் குரல்வளை காரப்பொடி தேய்த்த கூரிய கத்தியால் மெதுமெதுவாக அறுபடும் வலி. வீறிட்டுக் கத்தினேன்.

அருகில் வந்த செவிலியர் ஒருவர் என்னுடைய கையை நீட்டச்சொல்லி கொண்டு வந்த ஊசி மருந்தை ஏற்றினார். ஊசியை உருவிவிட்டு, இனி வலி தெரியாது என்றாவாறே பற்கள் தெரியச் சிரித்தார்.

ஒரே நிமிடத்தில் வலி குறைய ஆரம்பித்தது. கண்கள் இடுங்க, அயர்ந்து தூங்கிப்போனேன்.

ஆழ்ந்த தூக்கம். சுமார் மூன்று மணிநேரம் தூங்கியிருப்பேன். கணுக்காலில் திடீரென முளைத்த வலிதான் மீண்டும் என் தூக்கத்தைக் கெடுத்தது. கண்களைத் திறப்பதற்கு முன்னரே என்னுடைய கையை இன்னுமொரு கை பற்றிவைத்திருப்பதுபோல் உணர்ந்தேன். பெரும் துயரமும், அக்கறையின் மேலீடும், பாதுகாப்பின் பெருஞ் சுவர் கொடுக்கும் கதகதப்பும் அந்தப் பிடியிலிருந்து கசிந்து என் தோலில் ஊறியது. கண்களை முழுவதுமாக விழித்துப் பார்த்தேன். ஆச்சரியமில்லை, அது அம்மாதான்!

நான் கண்களைத் திறந்ததும் வெடித்து அழ ஆரம்பித்தாள் அம்மா. அதுவரை அம்மாவை இறுக்கிப் பிடித்திருந்த பயம் என்ற கண்ணாடிக் கயிறு சலீரென தரையில் விழுந்து நொறுங்கியது. மனம் இளகி, பெருமூச்சு உடைந்தது.

அப்பாவின் கண்களில் தெறித்த ஒளி என் மேல் விடுதலையின் நம்பிக்கையாய் விழுந்தது. மனிதர்களின் முடிவு விதிப்பயன் சார்ந்தது என்ற அப்பாவின் நம்பிக்கை, இப்போது என்னைப் பார்க்கும்போது

எப்படி இருக்குமோ என்று தோன்றியது. நான் உயிர் பிழைத்தது தன்னுடைய விதியா, தன் மனைவியுடைய விதியா, இல்லை, அவர் வம்சத்தில் எவரோ செய்துவைத்த பெரும் புண்ணியத்தின் பயனா?

அப்பாவின் கண்களில் உலகின் மிகப் பெரும் பயங்கரத்தைத் தோற் கடித்து மீண்டுவிட்ட துருதுருப்பு. முகத்தில் போதாமை விட்டெறிந்த காயங்களை மயிலிறகு கொண்டு வருடிக்கொண்டிருக்கும் ஆனந்தம்.

எதையாவது பேச வேண்டும் என்று முயன்றபோதும், அதற்கு என்னுடைய நாவு ஒத்துழைக்கவில்லை. காலில் கடிபட்டால் கால் மட்டும்தானே வலிக்க வேண்டும்? எனக்கு நாவுகூட வலிக்கிறதே.

அம்மா அழுகையை நிறுத்திக்கொண்டு பேச ஆரம்பித்தாள். முகத்தில் அவ்வப்போது புன்னகையும் புரண்டு விழுந்தது. இனி தன் பிள்ளையின் உயிருக்கு ஆபத்தில்லை என்ற தீர்மானமான முடிவின் அக்களிப்பு அது. அன்று வார்த்தைக்கு வார்த்தை எத்தனை தடவைகள் கடவுளுக்கு நன்றி சொன்னாள் என்று தெரியவில்லை. அவள் பேசிய அத்தனை வசனமும் கடைசியில் கடவுள் ஸ்தோத்திரத்திலேயே முடிந்தது. கூடவே, அடிக்கடி என் நெற்றியில் முத்தம் வைத்து மகிழ்ந்தாள். நானும் உலகின் முதற்தர வலி நிவாரணிபோல அதை வாங்கிக்கொண்டேன். முத்தத்தின் ஈரம் காய்வதற்குள்ளேயே காலின் வலியும் குறையத் தொடங்கியது.

காலை, மாலை, இரவு என்ற மூன்றும் ஐசீயூவிற்குள் கிடக்கும் ஒருவனுக்கு ஒன்றேதான். அதற்குள் கிடப்பவர்களுக்கு எப்பொழுது உலகம் விடிகிறதென்று தெரியாது. எப்பொழுது உலகம் உறங்கப் போகிறதென்றும் தெரியாது.

ஒவ்வொரு நாளும் இறப்புகள் நிகழ்ந்துகொண்டிருக்கும் ஒரு அறையில் எதற்குத்தான் பகல்? இரவே போதும். அதுவே சௌகரியமானது.

எனக்கும், இங்கிருக்கும் மூன்று சகாக்களுக்கும் பகலும் இரவும் எங்கள் எங்கள் நிலைமையைப் பொறுத்தே நிகழ்கிறது. விழித்தால் பகல். தூங்கினால் இரவு. தவிர, பகலின் மூன்று மடங்காக இரவு இருக்க வேண்டும் என்ற நோயாளியின் பிரயாசைக்கு ஏற்றாற்போல் இருக்கிறது இங்கு நிலைமை. அதேபோல புற உலகின் ஒரு சிறு ஒளிக்கீற்றைத்தன்னும் தனக்குள் அனுமதிக்காத வண்ணம் கட்டப்பட்டிருக்கிறது இந்த அறை.

இரண்டு நாட்களாக காலம் விரித்திருந்த மரணப்படுக்கையை, சாவிலிருந்து கிடைத்த பாதி விடுதலை கொஞ்சம் கொஞ்சமாக சுருட்ட ஆரம்பித்திருந்தது. அதற்கு இன்னுமொரு முக்கிய காரணம், அம்மா, அப்பா, அந்தோனி என்கிற மூன்று உன்னத ஜீவன்களின் அரைமணி நேர பிரசன்னம். இது அவசர சிகிச்சைப் பிரிவு என்பதால், இங்கு

சதா அரை மணிநேரம் மட்டுமே நோயாளர்களைப் பார்க்க அனுமதிக்கிறார்கள். அதுவும் ஒவ்வொருவராகத்தான் உள்ளே வரவேண்டும்.

நான் ஐசீயூவில் இருந்த நாட்களில், என்னுடைய பெற்றோரும் அந்தோனியும் சதா கொண்டுவந்து கொடுத்த நேசத்தை ஒத்த பிரியம் இந்த லோகத்தில் வேறெதுவுமில்லை என்று தோன்றுகிறது. எனக்கு ஏற்பட்ட விபத்தில் என்னைவிட அதிகம் உடைந்து போனவர்கள் அவர்கள்தான். நான் வலியில் துடித்தபோது அவர்கள் நொறுங்கிப் போனார்கள். நான் தன்னிலையிழந்து சரிந்தபோது பிடிமானமாக இருந்தார்கள். மருத்துவம் கொடுத்த பாதுகாப்பைவிட மூவருடைய அருகாமை கொடுத்த பாதுகாப்புதான் எனக்கு வலுவாக இருந்தது. மீண்டு வரத் துணை புரிந்தது.

மூன்றாம் நாள் திடீரென்று என்னை மறுபடியும் சத்திர சிகிச்சை அறைக்குள் அழைத்துப் போனார்கள். காலை ஏழு மணியிலிருந்து அதற்கான ஏற்பாடுகள் பரபரப்பாக நடந்துகொண்டிருக்கும்போதே எனக்கு மூளையில் தட்டியது. அப்போதிருந்தே பீதி பிடித்துக் கிடந்தேன். வைத்தியர் வந்ததும் என்னை இன்னுமொரு கட்டிலுக்கு மாற்றி, சகல உபகரணங்கள் சகிதம் என்னை அங்கு அழைத்துப்போனார்கள். அருகில் வந்த தாதிய உத்தியோகத்தரிடம் “ஏன்?” என்று கேட்டேன். உள்ளுக்குள் செலுத்தப்பட்ட நூற்றுக்கணக்கான சொறிமீனின் பற்களை முதல் நாள் சத்திர சிகிச்சையில் அகற்றினார்களாம். ஆனால் உடலில் தொடர்ந்தும் நச்சுப்பதார்த்தத்தின் (நிமரோசிஸ்ட்) கசிவு இருந்துகொண்டிருப்பதால், கட்டை அவிழ்த்து இன்னும் தோலுக்கடியில் அதன் ஈறுகள் இருக்கின்றவா என்று பார்க்கப்போகிறார்களாம் என்றாள்.

காலையில் பிளைப்பேன் என்று உதித்த நம்பிக்கையில் பெரும் சரிவு விழுந்தது. ஜெல்லி மீன் கடித்த பின்னர், அது நமக்குள் செலுத்திவிட்டிருக்கும் நூற்றுக்கணக்கான ஈறுகளை ஒன்றுவிடாமல் துளாவி அகற்றுவதென்பது அத்தனை இலகுவான காரியமில்லை. நவீன மருத்துவத்திற்கு சவால் விடும் வேலை. கடைசியில் அகற்றப்படாமல் தவறவிடப்பட்ட ஒரேயொரு சிறு ஈறுகூட வேலையைக் காட்டிவிடலாம்.

கடலில் கிடக்கும் ‘சொறி மீன்’ அல்லது ‘கடல் சொறி’ அல்லது ‘இழுது மீன்’ எனக் கடலோடிகளால் அழைக்கப்படும் ஜெல்லி மீன்கள் மிகவும் உயிராபத்தானவை. கடலிலேயே உள்ள உயிரினங்களில் மிகவும் வசீகரமிக்கதும் அதேபோல பயங்கர ஆபத்தானதுமான விலங்கு இந்த சொறி மீன்கள்தான். இது கடலில் வாழும் ஒரு சுவாரசியமான முதுகெலும்பிலிக் குடும்பத்தைச் சேர்ந்தவை. இரண்டாயிரத்துக்கும் மேற்பட்ட சொறி மீன் வகைகள் கடலில் காணப்படுவதாக சொல்லப்பட்டாலும், நம்முடைய கஷ்டகாலம் அதில் அதிகமானவை

இந்து சமுத்திரத்தில்தான் காணப்படுகின்றன.

இந்த சொறி மீன்களின் உடலில் தூரிகை போன்ற ஒரு வகை நச்சுத்தன்மைகொண்ட அங்கம் அல்லது பற்கள் உண்டு. ஒரு சொறி மீனில் இப்படி நூற்றுக்கணக்கான கூரிய பற்கள் இருக்கும். சொறி மீன் நம் உடலைத் தாக்கும்போது அதன் அத்தனை பற்களையும் ஒரே நேரத்தில் நம் தோலினுள் செலுத்தி நஞ்சினைப் பாய்ச்சிவிடுகிறது.

இதில் சிலவகை சொறிமீன்கள் வெறும் ஊறுகளையும் வலியையும் மட்டுமே உண்டுபண்ணக்கூடியவை. ஆனால் சில சொறி மீன்கள் அப்படியல்ல. நொடிப்பொழுதிலே மூச்சடைப்பை ஏற்படுத்தி இதயத்தை செயலிழக்க வைக்கக்கூடியவை. இந்த வகை சொறி மீன்களின் நஞ்சு, மனிதனை வெறும் முப்பது நொடிகளுக்குள் கொன்றுவிடக்கூடியது என்கிறார்கள் ஆராச்சியாளர்கள்.

அண்மையில் இப்படியொரு துயரச் சம்பவம் மன்னாரில் நிகழ்ந்திருக்கிறது. இரண்டு மாதங்களுக்கு முன்னர் மன்னார்த்தீவிலுள்ள பனங்கட்டிக்கொட்டு என்ற கிராமத்தைச் சேர்ந்த வெலிங்டன் என்ற இளைஞன் கடலில் வலையிழுத்துக்கொண்டிருந்தபோது இந்த சொறி மீனினால் தாக்கப்பட்டிருக்கிறான். அவனை அவசர அவசரமாகக் கரைக்குக் கொண்டுவர முயற்சித்திருக்கிறார்கள் அவனோடு கூட இருந்த கடலோடிகள். ஆனால், பெரும் துயரம், வெலிங்டன் கரையை அடைவதற்கு முன்னரே பரிதாபமாக இறந்துபோனான்.

நீங்கள் நினைப்பது போல கடல் வெறும் ரம்மியத்தின் இடம் மட்டுமல்ல, அது கோரப் பற்கள் கொண்ட ஒரு கொடூர விலங்கினத்தின் வனம்.

20

நேற்று மீண்டுமொருமுறை சத்திர சிகிச்சை செய்தார்கள் என்று சொன்னபோது அம்மாவின் முகம் பெருத்துச் சிவந்துவிட்டது. என்னால் முடிந்தளவு அதை விபரித்தும் அவளால் அழுகையை நிறுத்த முடியவில்லை. அவளுக்குள் தீர்மானமாக எழுந்துவிட்ட நம்பிக்கையில் இப்பொழுது சிறு கீறல் விழுவதை அவளால் தாங்கிக்கொள்ள முடியவில்லை.

இன்னும் எத்தனை தடவைகள்தான் அதே காயத்தையும், அதே தசையையும் கிழித்துக் கிழித்து சொறி மீனின் ஈறுகளைத் தேடிக்கொண்டிருப்பார்கள் என்று தெரியவில்லை. துயரத்தையும் வலியையும் விட, வாழ்க்கை மகத்துவமானது. அதற்காகவேதான் இத்தனை கஷ்டங்களையும் தாங்கிக்கொள்ள வேண்டியிருக்கிறது.

அம்மா இருக்கும்போதே வைத்தியர் அருகில் வந்து என்னிடம் காலில் அசாதாரணமாக ஏதாவது தெரிந்தால் அதை உடனடியான சொல்லிவிட வேண்டும் என்றார். அம்மா வைத்தியரைக் கூர்மையாகப் பார்த்தபோது, இரண்டு வார்த்தைகள் பேச வேண்டும்போலிருந்தது அவருக்கு. அவர் ஒரு சிங்கள வைத்தியர். இளம் ரத்தம். மாத்தறை என்ற இடத்திலிருந்து, ஏதோவொரு புண்ணிய கிருபையால் உந்தப்பட்டு மன்னார் பொது வைத்தியசாலையில் வந்து பணிசெய்து கிடக்கிறார்.

“புதாட ஹொந்தாய். நீங்க கவல வேணாம்... சரியா?” என அப்போது அம்மாவிடம் அவர் சொல்லியிருக்காவிட்டால், அவளுடைய பிராணன் சீக்கிரமே வற்றித் தீர்ந்திருக்கும். அவை அம்மாவின் மனதை

அர்ச்சித்து சொஸ்தப்படுத்திய அருள் நிறைந்த வார்த்தைகள். "ரொம்ப நன்றி ஏசப்பா..." என அந்த வெள்ளைச் சட்டை அணிந்திருந்த சிங்களக்கடவுளை இரண்டு கைகளையுமெடுத்து நமஸ்கரித்தபோது எனக்குக் கண்கள் கசிந்தன.

சொறி மீனைக் கொண்டு அடிக்குமளவுக்கு காலத்துக்கு என்மீது அப்படியென்ன சினம், என இப்போதுகூட அடிக்கடி யோசிப்பதுண்டு. அதுவும் ஐந்நூறு மீனவர்களில் ஒருவருக்குத்தான் இந்த அகோரம் கிட்டுகிறது என்கிறார்கள். அவ்வளவு துர்வதிஷ்டமான மனுசனா நான்?

அழகாயிருக்கும் ஒன்றின் பின்னாலுள்ள ஆபத்து பற்றி இவ்வுலகம் அதிகம் அலட்டிக்கொள்வதில்லை. ஜெல்லி மீன் என்ற ஒரு சிருஷ்டியைப் பாருங்கள். உலகின் எத்தனை கோடி மனிதர்களின் கவனத்தை ஈர்த்து வைத்திருக்கிறது இந்த அழகிய உயிரினம். தொலைக்காட்சிகளில் எவ்வளவு வசீகரமாகத் தோன்றி பார்ப்பவர்களின் கண்களைப் பறிக்கிறது.

ஆனால், அதன் அழகில் மயங்கும் மனிதர்களுக்கு அதன் வில்லங்கம் புரிவதில்லை.

அந்த அழகிய உயிரிதான் இப்பொழுது என் வாழ்க்கையைக் கொஞ்சம் கொஞ்சமாய் விழுங்கிக்கொண்டிருக்கிறது. வைத்தியர்களால் என் முழு உயிரையும் காப்பாற்றியெடுக்கமுடியும் என்பதற்கு இதுவரை உத்தரவாதமில்லை. முடிந்தாலும், மீண்டும் ஒரு பரிபூரண தேக ஆரோக்கியத்துக்கு மீள எடுக்கப்போகும் காலம் அதிகமானது. அந்தக் கொடிய பயணம் மாதங்களையும் வருடங்களையும் விழுங்கக்கூடியது. அதேவேளை, இதன் விளைவு தனி மனிதனாக என்னை மட்டும் சீரழிக்கக்கூடியதல்ல.

"மதனுக்கு மட்டும் ஏதாச்சும் நடந்தா நான் உசுரோடவே இருந்திருக்க மாட்டன் அப்பு..." என அம்மா சொன்னதாக அந்தோனி சொன்ன போது, என்னுடைய மரணம் நிகழ்த்தப்போகும் பேரழிவை நினைத்து கண்ணீர்விட்டு அழுதேன்.

ஐந்து நாட்கள் கழித்து, சாவின் தொண்டைக்குள்ளிருந்து உயிரை மீட்டெடுத்த வைத்தியர்கள் என்னை ஐசீயூவிலிருந்து விடுதிக்கு மாற்றினார்கள்.

உயிர் தப்பிவிட்டது என்றாலும் என்னுடைய காலிலும், உடம்பு பூராக வியாபித்துக்கிடக்கும் நோவிலும் பெரும் முன்னேற்றமில்லை. விழுங்கக் கொடுக்கும் மாத்திரைகள் உடலில் சேருகிறதா என்றுகூட நான்

அடிக்கடி சந்தேகப்பட்டுக் கொள்வதுண்டு. ஒவ்வொரு வேளையும் எத்தனை வில்லைகளை விழுங்கித்தொலைக்க வேண்டுமென்று நினைக்கிறீர்கள்? வெள்ளையாய் ஐந்து, இளஞ்சிவப்பு நிறத்தில் மூன்று. மொத்தமாக எட்டு வில்லைகள். அப்படியெனின் ஒரு நாளைக்கு 24, வாரத்துக்கு 168. அவற்றில் ஒன்றை இப்போதுகூட ஒவ்வாமை ஏற்பட்டுவிட்டால் எடுத்துக்கொள்ள வேண்டுமென்று கூடவே கொண்டு திரிகிறேன்.

மறுபுறம் சதா என்னைப் பார்க்கவரும் வைத்தியரிடம் இந்தத் துன்பக்கலம் என்னைவிட்டு எப்போது நீங்குமென்று கேட்பேன். அதற்கு அவரிடம் ஒரு தீர்க்கமான பதில் இருக்காது. கூடவே எரிச்சலூட்டும் பார்வையொன்றைப் பார்த்துவிட்டு அடுத்த நோயாளியை நோக்கி நகருவார். வைத்தியரிடமே இல்லாத பதில் இனி யாரிடம் இருக்கப்போகிறது என்று தலையில் அடித்துக்கொண்டு கட்டிலில் சாய்வேன்.

ஒரு வாரத்திலேயே வலி, துயரம், மாத்திரைகள், ஆஸ்பத்திரி வாடை, சிரிக்கத் தெரியாத மனிதர்கள், சதா நிகழும் மரணங்கள், அதே மனிதர்கள் என வாழ்க்கை காய்ந்துவிட்டிருந்தது. மாற்ற முடியாத வலியையும், சுவாரசியமற்ற வாழ்க்கையையும் சகித்துக்கொள்ளும்படியான ஒரு மனநிலையை உருவாக்கும் பொருட்டு என்னை தினமும் வருத்திக்கொள்ள ஆரம்பித்தேன். அது அத்தனை இலகுவாக எனக்குள் நிகழ்ந்து முடியுமென்று தோன்றவில்லை. எப்படியோ, அக்கரையில் வப்பாட்டி வைத்திருப்பவன் நீச்சல் கற்றுக்கொண்டுதானே ஆகவேண்டும்.

அவ்வப்போது முழுக்காலையும் கவ்விப் பிடித்திருக்கும் வலி திடீரென அதிகரித்து, எல்லை மீறி, பேயாட்டம் போட ஆரம்பித்துவிடும். நான் சுயநிலையிழந்து வனாந்தர விலங்கு போல மாறிப்போவேன். புரளுவேன். கூக்குரலிடுவேன். கட்டிலில் கைகளால் அடித்துக் கத்துவேன். அந்த நேரம் யாரையாவது பிடித்து நடுக் குரல்வளையில் கடித்துக் குதறினால் தேவலை போலிருக்கும். காலைத் தூக்கி சுவரில் அடிக்கத் தோன்றும். ஜன்னல் கம்பியைப் பிடுங்கி நடுமார்பில் குத்திக்கொண்டு சாகத்தோன்றும். ஒவ்வொரு தடவை "ஐயோ அம்மா..." என வீறிட்டுக் கத்தும்போதும் என்னைப் பிடித்து, சாந்தமாக்கி, தடவி, ஆறுதல் சொல்லி மீண்டும் படுக்க வைப்பான் அந்தோனி. பக்கத்திலேயே அமர்ந்துகொண்டு காலை வருடிவிட்டபடி ஏதேதோவெல்லாம் புலம்புவான். தலையைக் கோதுவான். கண்ணீரைத் துடைப்பான். தாதியிடம் ஓடிப்போய் குளிசை வாங்கிக்கொண்டு வந்து குடிக்கக் கொடுப்பான்.

ஆஸ்பத்திரியின் ஒவ்வொரு நாட்களும் நரக வேதனையின் உச்சத்தைக்

காட்டிக்கொண்டிருந்தன. அதுவேறு, வலியின் பெரும் வினையால் தூக்கம் அண்டாது. பசி முளைக்காது. இரவிரவாக கூரையைப் பார்த்தபடி வெறித்துக்கொண்டே கிடப்பேன். வலப்புறத்துக் காலை அங்குலத்தில்கூட அசைக்க முடியாதென்பதால் முழு இரவையும் கல்லில் செதுக்கப்பட்டவன் போல ஒரே நிலையிலேயே படுத்துக் கழிக்கவேண்டும். உடலைத் திருப்பும்போது தப்பித்தவறி கால் தட்டுப்பட்டுவிட்டால் கதை முடிந்துவிடும். வலியில் முழு வைத்திசாலையும் விழிக்கும்படி கத்துவேன்.

இன்னும் இரண்டு மூன்று வாரங்கள் இப்படியே கடந்தால் என்னை தூக்கிக்கொண்டுபோய் பைத்தியக்கார ஆஸ்பத்திரியில் போட்டுவிடுவதைத் தவிர வேறு வழியில்லை அவர்களுக்கு.

இவை அனைத்தையும் விட இன்னுமொரு மகா துயரமும் இருந்தது. அதாவது, மலம் கழிப்பது.

அதை நினைக்கும்போதே எரிச்சல் உச்சத்துக்கு ஏறிவிடும். இரண்டு கால்களையும் அசைக்காமல் பிடித்துக்கொண்டு எப்படி மலம் கழிக்க முடியும் சொல்லுங்கள்? தவிர வலியில் உயிர் ஊசலாடிக்கொண்டிருக்கும் போது 'நீ போ ராமா போ' என்றால் அது போகவா போகிறது? இக்கடூழியத் தண்டனையை எதிர்கொள்ள வேண்டாம் என்பதற்காகவே சாப்பாட்டைக் குறைத்துக்கொண்டேன். சாப்பாட்டைப் பார்த்ததுமே மறுநாள் காலையில் பட இருக்கும் வதைதான் ஞாபகத்தில் வரும். இந்த லட்சணத்தில் சாப்பாட்டில் எப்படிப் பிரியம் ஒட்டும்?

சாப்பாடு குறையக் குறைய என்னுடைய தேக இயந்திரமும் இளைக்க ஆரம்பித்தது. களைப்பு உடல் பூராவும் குந்திக்கொண்டு வன்மம் செய்தது. பேசுவதற்கே மூச்சு வாங்கியது. உடல் மெலிந்து போவதாகவும், கடந்த ஒரு வாரத்தில் என்னுடைய நிறை பாரிய வீழ்ச்சியைக் கண்டிருப்பதாகவும் வைத்தியர் சொன்னபோது எனக்கு வியாகூலமாயிருந்தது. வலி சொஸ்தப்பட்டு, சாதாரணமாக மலத்துக்குப் போகும் ஒரு நிலை ஏற்பட்ட பின்னர் உடல் நிறையைப்பற்றி கவலைப்பட்டுக்கொள்ளலாம் என்றேன் சாவதானமாக. சுற்றியிருந்த அத்தனைபேரும் என்னை ஏககாலத்தில் திட்டினார்கள்.

அப்போதெல்லாம் சாவு என்பது எனக்குப் பிரியமான ஒன்றாகவே தோன்றியது. அது எனக்கு அருகில் வந்து படுத்துக்கொண்டது. நாவால் என் முகத்தைத் துடைத்துச் சிரித்தது. நானும் அதை அணைத்துக்கொள்ள ஆரம்பித்தேன். அதன் கணகணப்பு இதமாக இருந்தது. இந்த வலியோடு தினம் தினம் அடிபட்டுச் சாவதை விட சாவு ஒன்றும் கொடியதல்ல என்று தோன்றிற்று. மரணம் மட்டுமே என் அத்தனை வலிகளுக்குமான ஒரேயொரு விடுதலையாக இருக்க

முடியும் என்று நம்பினேன்.

ஆஸ்பத்திரியில் நாட்கள் ஆமைபோலத்தான் நகர்ந்தன. என்னுடைய உடல்நிலையில் நாளுக்கு நாள் முன்னேற்றம் தென்படுவதாக வைத்தியர்கள் சொன்னார்கள். அவர்களாகத்தான் சொல்லிக்கொண்டார்களே தவிர, எனக்கு அப்படியொன்றும் நிகழ்வதாய்த் தெரியவில்லை. என்னிடம் இருப்பதெல்லாம் ஒன்றே ஒன்றுதான். வலி, வலி, வலி! எனக்கு இந்த வைத்தியர்கள் மீதும் மாத்திரைகள் மீதும் இருந்த நம்பிக்கை கொஞ்சம் கொஞ்சமாய் அற்றுப் போய்க்கொண்டிருந்தது. இனி இவர்களால் எனக்கு வலியற்ற வாழ்க்கையொன்றைக் கொடுக்க முடியுமா என்ற அச்சம் உள்ளுக்குள் விரவி பீதியை உண்டாக்கியது.

என்னைப் பார்ப்பதற்காக அடிக்கடி வைத்தியர்கள் ஷிப்டில் வந்து போனார்கள். ஒவ்வொரு வைத்தியரும் வந்து, தன் பங்கிற்கு என் காலை அழுத்தும்போது "அம்மா..." என கூக்குரலிட்டு பக்கத்து நோயாளியின் தூக்கத்தை கெடுத்துவிடுவேன். "இப்பிடி அமத்தினா எவனய்யா தாங்குவான்...?" என்பதுபோல வைத்தியரின் முகத்தைப் பார்த்தால், அவரோ அலட்சியமற்று அடுத்த பக்கத்தை நசித்துப் பார்க்க ஆரம்பிப்பார். மீண்டும் வாய் பிளந்து கூப்பாடு போடுவேன்.

தொடர்ந்து முதல்நாள் கேட்ட அதே கேள்விகளை மீண்டும் கேட்பார் வைத்தியர். கேள்விகளின் வரிசைகூட பிசகாமல் இருக்கும். நானும் முதல்நாள் சொன்ன அதே பதில்களையே மறுபடியும் ஒப்புவிப்பேன். அவர் நம்பிக்கையைக் கெடுத்துவிட்டதுபோல அவருடைய முகம் இறுகும். கண்களை விரித்து, சுரத்தை அழுத்தி "உண்மையச் சொல்லணும்!" என்பார்.

வலித்தால் வலிக்கிறது என்றுதானே ஐயா சொல்லவேண்டும்!

அந்த விடுதியில் வாட் சிஸ்டரின் நேரடிக் கண்காணிப்பில் வைக்கப் பட்டிருந்த நோயாளி நான். காரணம், என்னுடைய வியாதியின் சிக்கல்தன்மை. என்னுடைய லப்டப் எந்த நொடியில் வேண்டுமானாலும் கம்பு நீட்டிவிடலாம் என்ற பயம். அதனால் கண்களில் எண்ணையை ஊற்றிக்கொண்டு என்னுடைய காலில் நடக்கும் ஒவ்வொரு மாற்றங்களையும் அசூர கவனமாகப் பார்த்துக்கொண்டிருப்பார்கள். "உடம்புக்கு ஏதும் செய்தா உடனே சொல்லிடணும், சரியா...?" என தாதியர்களின் ஏற்ற இறக்கமற்ற சுரம் அடிக்கடி என் காதுகளில் விழுந்துகொண்டேயிருக்கும்.

நான் வைத்தியசாலையில் இருந்த நாட்களில் எனக்கிருந்த ஆயிரத்தெட்டுப் பிரச்சினைகளில் கடைசிப் பிரச்சினை அங்கிருந்த சிரிக்கத் தெரியாத செவிலியர்கள். இருக்கிற பிரச்சினையில் இதுவொன்றுதான் குறை என்று நினைப்பீர்கள். இல்லை, ஒரு நோயாளியின் தேக ஆரோக்கியத்தில்

அவனுடைய உடலைப்போல மனமும் முக்கியமானது. மருத்துவம் இவை இரண்டையும் சேர்த்தே சொஸ்தப்படுத்த வேண்டும். ஒன்று தவறினாலும் வியாதி மாறாது. அது இன்னுமோர் வடிவில் உடலினுள் சுற்றிக்கொண்டேயிருக்கும்.

அப்படிப்பட்ட சில தாதிய உத்தியோகத்தர்களைப் பார்த்தால் ஆச்சரியமாக இருக்கும். எப்படித்தான் இருபத்து நான்கு மணி நேரமும் தங்களுடைய மூஞ்சிகளை தேவாங்கு போலவே இடுக்கிக்கொண்டு திரிய முடிகிறது என்று தெரியவில்லை. அவர்களுடைய முகத்தைப் பார்த்தாலே "மருந்தும் வேணாம் மயிரும் வேணாம், இங்கிருந்து ஓடித் தப்பினாப் போதும்!" என்கிற எண்ணம் வரும். அத்தனை கொடூரமான முகமும், பாவமும் கொண்டவர்கள். ஏற்கனவே சொல்லொணாத் துன்பங்களை அனுபவித்துக்கொண்டிருக்கும் நோயாளிகளுக்கு இவர்களுடைய பேச்சு, நடத்தை இன்னுமொரு வியாதியின் தொடக்கமாக அமைந்துவிடுகிறது. ஜீவனோபாயத்திற்காக மட்டுமே வெள்ளைச் சட்டையைக் கொளுவிக்கொண்டு திரியும் இவர்களிடம் ஜீவகாருண்யம், பரிவு, அக்கறை போன்ற குணங்கள் மருந்துக்கும் கிடைக்காது.

அம்மாவும், அப்பாவும், அந்தோனியும் என்னை அடிக்கடி பார்க்கவருவது என்னுடைய அந்தக் கொடுமையான ஆஸ்பத்திரிப் பொழுதுகளை வேகமாகக் கடந்து போக உதவியது. இங்கு வந்து மூன்று வாரங்கள் எப்படித் தீர்ந்ததென்றே தெரியவில்லை. வலியும், துயரமும், மருந்தும் மட்டுமே வாழ்க்கையாக மாறிப் போன அந்த மூன்று வாரங்களை நினைத்தால் இப்போதுகூட உடல் சிலிர்க்கிறது.

21

என்னுடைய ஆஸ்பத்திரி நாட்களில் எனக்கு ஆசுவாசமாயிருந்த இன்னுமொருவர் என்றால் அது பக்கத்துக் கட்டிலில் இருந்த சோமு ஐயாதான். வெடவெடத்த தேகம், முதுமை அப்பியிருக்கும் முகம், நீண்டு ஏறிய நெற்றி, நரைமயிர் விளிம்பு கட்டிய வழுக்கைத் தலை, எலும்புகள் துருத்திக்கொண்டு நிற்கும் கழுத்து, சுருக்கம் விரவிக் கிடக்கும் தோல், அறுபது தாண்டாத தேகம், நீண்டு வளைந்து கிடக்கும் கை கால்கள் இப்படித்தான் பக்கத்துக் கட்டிலில் சோமு ஐயா படுத்துக்கொண்டிருப்பார்.

மறந்துவிட்டேன், இவற்றோடு அவருடைய இன்னும் இரண்டு பராக்கிரமங்களையும் சேர்த்துக்கொள்ளவேண்டும். மனிதரைப் படித்த கண்கள், உலகத்தை விழுங்கும் கதை!

நான் அந்த விடுதிக்குப் போய் இரண்டாம் நாளே பக்கத்துக் கட்டிலுக்கு வந்து சேர்ந்தவர் சோமு ஐயா. அவர் எதற்காக ஆஸ்பத்திரியில் வந்து இழுத்துக்கொண்டு கிடக்கிறார் என்றால் அது ஒரு தனிக்கதை.

சோமு ஐயா ஒரு முதிர்ந்த கடலோடி. சொந்தமாக போட்எஞ்சின் வைத்து இன்னும் இரண்டு உறவுமுறைப் பையன்களோடு தொழில் செய்பவர். மன்னார் தீவில் இருக்கும் பிரபலமான மீன்பிடிக் கிராமமொன்றில் பிறந்த ஐயாவை அங்கு தெரியாதவர்களென்று யாருமே இருக்க முடியாது. அவருடைய அறப்படித்த கதைகளும், தூசண அடுக்கு மொழிப் புலமையும் அவரை அங்கு அனைவருக்கும் தெரிந்ததொரு 'ஆளுமையாக' உருவாக்கி வைத்திருந்தது.

வழமைபோல அன்றும் தன் சேனையை அழைத்துக்கொண்டு தொழிலுக்குப் போயிருக்கிறார் சோமு ஐயா. படகில் தொற்றும்போதே “ஐயா இண்டைக்கு காத்து பயங்கரமாக கிடக்கிறமாரியிருக்கு...?” என கூட இருந்த பையன்களின் ஒருவன் ஐயாவிடம் சொல்லியிருக்கிறான். “மயிரு. வர விருப்பம்னா வா, இல்லனா மூடிட்டுப் போ...” என அவனுடைய வாயை சக்கை வைத்து அடைத்திருக்கிறார் சோமு ஐயா. அந்தப் பையனும் மேலே எதுவும் பேச எண்ணாமல், பொத்திக்கொண்டு படகில் ஏறியபோது தூரத்தில் காற்று சுழற்றிச் சுழற்றி அடித்துக்கொண்டிருந்தது. கிடுகிடுத்த ஈரக்குலையை கையில் பிடித்துக்கொண்டார்கள் பையன்கள்.

ஆழியை நோக்கி வேகமாக ஓடிக்கொண்டிருந்த படகின் அணியத்தில் அமர்ந்திருந்தான் அந்தப் பையன். எதுவும் பேசத் தோன்றவில்லை. “இந்த சோமுப் புண்டைக்கு பைத்தியம் கியத்தியம் ஏதும் புடிச்சிருக்கா...” என்ற கேள்வியும், பயமும் அவனை விடாமல் அலைக்கழித்துக்கொண்டிருந்தன. மற்ற பையனுடைய மண்டைக்குள்ளும் இதுதான் ஓடிக்கொண்டிருக்கும் என நினைத்துக்கொண்டு அவனைத் திரும்பிப்பார்த்தான். அப்போதுதான் அந்த பேரிடர் அவர்களுடைய படகைத் தாக்கியது.

கரையிலிருந்து புறப்பட்டுப்போய் சுமார் 20 நிமிடங்களிலேயே அந்த சுழல்காற்றின் பிடிக்குள் சிக்கிக்கொண்டது படகு. பையன்கள் கூச்சலிட ஆரம்பித்தார்கள். படகின் முனைகளுக்கு வீசப்பட்டு கத்தினார்கள். சோமு ஐயாவின் கையில் மட்டும் ‘முடியும்’ என்ற நம்பிக்கையிருந்தது. இயந்திரத்தின் பிடியை காற்றுக்கும், பேரலைகளுக்கும் ஏற்றாற்போல் அங்குமிங்கும் திருப்பி ஓட்டினார். இயந்திரம் முறுகியது. படகு பெருங்காற்றில் சிக்கிப் பட்டம் போல அலைந்தது. ஒரு கட்டத்தில் இயந்திரத்தின் பிடியைப் பறித்துக்கொண்டு படகு தண்ணீரில் கவிழ்ந்தது.

அவர்களின் நல்லூழ், ஒருவாறு மூவரும் வலித்து வலித்து கரைக்கு வந்து சேர்ந்திருக்கிறார்கள். ஆனால் சோமு ஐயாவின் உயிர் மட்டும் கரையில் இந்தா அந்தாவென்று இழுத்துக்கொண்டு கிடந்திருக்கிறது. கரையில் நின்றவர்கள் சோமு ஐயாவை அவசர அவசரமாக முச்சக்கர வண்டியொன்றில் ஏற்றி வைத்தியசாலைக்குக் கொண்டுவந்தால், “சரியான நேரத்தில கொண்டுவந்திருக்கிறீங்க. இன்னும் அஞ்சு நிமிசம் பிந்தியிருந்தா ஆள் முடிஞ்சிருக்கும்” என்றாராம் அங்கிருந்த வைத்தியர்.

சோமு ஐயாவின் பொண்டாட்டி செய்த புண்ணியம், மனுசனை அன்று வைத்தியர்கள் காப்பாற்றிவிட்டார்கள். இரண்டு நாட்கள்

அவசர சிகிச்சைப் பிரிவில் இருந்துவிட்டு இப்போது வந்து பக்கத்துக் கட்டிலில் பல்லிளித்துக்கொண்டு கிடக்கிறது மனுசன்.

'கடலுக்குள் இறங்கும்போதே காற்று பலமாகத்தானே இருந்திருக்கிறது, பிறகென்ன மயிருக்கு இந்த சோமு கிழவனுக்கு வீங்கின வேலை?' என்று நீங்கள் கேட்பீர்கள். பாருங்கள், இங்குதான் மனிதர்களின் அற்பத்தனம் வேலையைக் காட்டுகிறது.

எங்கள் கடலில் பொதுவாக இரண்டு வகை பருவக்காற்றுகள் உண்டு. ஒன்று, வாடைக்காற்று; மற்றையது, சோளக்காற்று. கடலில் வாடைக்காற்று கார்த்திகை மாதம் ஆரம்பித்து சித்திரை வரை இருக்கும். அத்தனை விகாரமற்ற காற்று. பெரிய உயிர்ப்பயங்கள் இல்லை. அளவான காற்று எங்களை எவ்வித பயமுமின்றி கடலில் போய் வர வழி சமைத்துக் கொடுக்கும்.

ஆனால் சோளக்காற்று பயங்கரமானது. இது வைகாசி தொடங்கி புரட்டாதி வரை இருக்கும். இப்பருவத்தில் கடலில் ராட்சத அலைகள் எழுந்து பொங்கும். காற்று பிசாசு போல வேகம் பிடித்து ஆடும். கடலின் பயங்கரத்தை மீனவர்களுக்கு ஞாபகப்படுத்தும் இன்னுமொரு கொடிய விலங்கு இந்த சோளக்காற்றுதான்.

ஆனால் இந்த பயங்கரமான சோளக்காற்றிலிருக்கும் சுவாரசியமான விடயமொன்றைத்தான் நாம் கவனிக்கவேண்டும். இவ்வாறான அதிபயங்கரமான காற்றுக் காலத்தில்தான் மீன்பாடு சிலாக்கியமாக இருக்கும். காரணம், காற்றின் வேகத்தால் வீரியமாக எழும்பி ஓடும் அலைகள் ஆழியின் நடுப்பகுதியிலிருக்கும் எக்கச்சக்கமான மீன்கூட்டங்களை தன்மேலே அள்ளிக்கொண்டு கரைப்பக்கமாக வரும். இதனால் வழமையாக தொழில் செய்யும் இருபது மைல் தூரத்தில் என்றுமில்லாததுபோல் அதிகமான மீன்கள் காணப்படும். சாதாரண நாட்களில் நூறு இருநூறு கிலோ எனக் கிடைக்கும் லாபம் இவ்வகையான காற்றுக்காலங்களில் ஆயிரம் இரண்டாயிரம் வரை எகிறும்.

இப்பொழுது புரிகிறதா சோமு ஐயாவின் சிறுமைத்தனம்? காற்றை கருத்தில் எடுக்காமல் கடலில் போய் உயிர் அடிபட்டு உளைக்க வேண்டும் என்ற பிரயாசை எத்தனை பேடிமைத்தனமானது. பிரயாசையும் பணத்தின் மீதான அதீத மோகமும் மனிதர்களை எப்படி முட்டாள்களாக்குகிறது என்பதற்கு இதைவிட ஒரு உதாரணத்தைச் சொல்லிவிட முடியாது.

முதல் முறை சோமு ஐயாவின் கதையைக் கேட்டபோது என்னையறியாமலேயே "உங்களுக்கு பைத்தியமாய்யா...?" எனக்

கேட்டேன். பதிலுக்கு அவரிடமிருந்து வெறும் அவமானத்தையும் சிறுமைத்தனத்தையும் விழுங்கியிருந்த ஒரு பார்வை கிடைத்தது. பின்னர் நிமிடக்கணக்கான அற்ப அமைதி.

நானும் வார்த்தைகளைத் நிறுத்திவிட்டு அவர் கண்களையே பார்த்துக் கொண்டிருந்தேன். அவருடைய தலைக்கு மேலே தொங்கிக்கொண்டிருந்த சேலைன் குழாய், பாதி வற்றிவிட்டிருந்த அவருடைய தேகத்திற்குள் ஜீவனை நிறைத்துக்கொண்டிருந்தது. அவருடைய உயிர்மேல் விழுந்த அந்த அடி, இனியாவது சோமு ஐயாவை கொஞ்சம் புத்தியின்பால் அழைத்துவரட்டும்.

மனிதர்களுடைய அற்பத்தனத்தையும், பேடிமைக்குணத்தையும் அவர்களுக்கு அடித்துப் புரியவைப்பதில் இந்த வைத்தியசாலைகளின் பங்கு மகத்தானது.

ஒரு நாள் இரவு நான் தூக்கமின்றி அல்லல்பட்டுக்கொண்டிருந்த போது பக்கத்துக் கட்டிலிலிருந்த சோமு ஐயா "என்னடா மதனு நித்திர வரலையா?" என்றார். சுதாரித்துக்கொண்டு அவர் பக்கம் திரும்பிப் பார்த்தபோது அவருடைய கையில் ஒரு புத்தகம் விரிந்து கிடந்தது. சோமு ஐயாவுக்கும் புத்தகத்துக்கும் என்ன சம்மந்தம் என நான் அற்பத்தனமாக யோசித்ததை பிடித்துக்கொண்டதுபோல ஒரு தினுசாகப் பார்த்துவிட்டு, "புத்தகம் வாசிப்பியா...?" என்றார்.

"ம்... எப்பவாச்சும் இருந்திட்டு..." என்று மனசாட்சியே இல்லாமல் அடித்துவிட்டு பாதி உதட்டில் சிரித்தேன். நல்லவேளை, 'கடைசியாக என்ன புத்தகம் வாசித்தாய்' என்று கேட்கவில்லை. கேட்டிருந்தால் மொத்த அவமானமும் கெக்கலித்திருக்கும்.

காற்றின் பெருஞ்சீற்றத்தைக்கூட தன் வலக்கையால் சமாளிக்க முடியும் என்று நம்பிக்கொண்டிருந்த ஒரு முட்டாளுக்குள் தீவிரமான வாசிப்பு ஆன்மாவொன்றும் இருக்கும் என்று எப்படி என்னால் ஊகித்துக்கொள்ள முடியும்?

பதின்ம வயதுகளில் புத்தகத்தைக் கண்டாலே குதிகால் தெறிக்க ஓட்டம் பிடிக்கும் ஆள் நான் என்பதை ஏலவே சொல்லியிருக்கிறேன். ஆறாம் ஆண்டு விஞ்ஞானப் புத்தகமும், ஏழாம் ஆண்டு சமூகக்கல்விப் புத்தகமும் செய்த சித்திரவதைகளை இன்றுவரை என்னால் மறக்க முடியாது. ஆசிரியர்களும் புத்தகங்களும் அப்போதெல்லாம் எனக்கு ஜென்ம சத்துராதிகளாகவே இருந்தார்கள்.

ஆனால் சோமு ஐயாவால்தான் அந்த மேன்மையான மெஜிக் என் வாழ்க்கையில் நிகழ வேண்டும் என்றிருந்திருக்கிறது. நம் வாழ்க்கை பற்றிய நம்முடைய தீர்மானங்களை காலம் ஒருநாள் நிச்சயமாக

புரட்டிப்போட்டுவிடும் என்பதற்கு நான் கண்ட அதி சிறந்த உதாரணம் சோமு ஐயா.

“இந்தா இந்தப் புத்தகத்த வாசி...” என ஒரு புத்தகத்தைத் தூக்கி என் கைகளில் கொடுத்துவிட்டு, “வாசிப்பதனால் மனிதன் பூரணமடைகிறான்...” என்ற புராதன தலைப்பை, தத்துவசாரம் ஒழுக சுமார் முப்பது நிமிடங்கள் அளந்து தள்ளி முடித்தபோது என் காதுகளுக்குள் ரத்தம் கட்டிவிட்டிருந்தது. ஜெல்லி மீனால் கடிபட்டு வைத்தியசாலையில் கிடப்பது ஒரு சித்ரவதையென்றால், இந்த சோமு ஐயாவினுடைய அள்ளல் கொள்ளல் கதைகளைக் கேட்பது அதனிலும் பெரிய சித்ரவதை.

ஆனாலும் அவரை வெறும் ‘அலம்பல்’ என்று சொல்லிவிட முடியாது. எப்போதும் நமக்குத் தெரியாத இரண்டு, மூன்று விடயங்களாவது அவருக்குத் தெரிந்திருக்கும். உதாரணங்கள் என்றால், கடல் தொழிலையும் புத்தகங்களையும் சொல்லலாம். அதுவும் நவீனத்துவத்தோடு போட்டி போட்டு உதைபட்டுக் கொண்டிருக்கும் மீன்தொழில் பற்றி அவர் பேசுவது ஊன்றிக் கேட்கும்படி இருக்கும்.

அவர் நீட்டிய புத்தகத்தை ‘தந்து தொலையும்’ மனதோடு வாங்கினேன். இதற்குப் பதில் ஒரு ‘ப்ரியா’வை நீட்டியிருந்தால் நான் குதூகலித்திருப்பேன். என்னுடைய வாசிப்புலகம் ‘ப்ரியா’ வகை ஆபாசப் பத்திரிகையில் வரும் படங்களைப் பார்த்து, கதைகளைப் படித்து, தொடைகளைத் தடவிக்கொண்டதோடு முடிந்துவிட்டது.

அது தி.ஜானகிராமன் எழுதிய ‘மலர் மஞ்சம்’. புத்தகத்தைக் கையில் வாங்கியபோது என் நிலை எனக்கே வியாகூலமாயிருந்தது. கையில் இருந்த புத்தகத்தை அங்குமிங்கும் புரட்டிப்பார்த்துவிட்டு சோமு ஐயாவை சந்தோஷப்படுத்துவதற்காகவே புன்முறுவலுடன் “நன்றி ஐயா” என்றேன். அதை பெருமையாகச் சூடிக்கொண்ட சோமு ஐயா புத்தகக் கதையை நிறுத்திவிட்டு சடாரென அரசியல் பக்கம் தாவினார்.

அரைமணித் தியாலமாக அரசியல் பேசிக்கொண்டிருந்த சோமு ஐயாவின் பேச்சு நின்று சில நாழிகை கழிந்த பின்னர்தான் அவரைத் திரும்பிப்பார்த்தேன். வாய் பிளந்து குறட்டை போய்க்கொண்டிருந்தது. நம் காதுகளுக்குள் ரத்தக் குளத்தை உண்டுபண்ணிவிட்டு, தாங்கள் பேச வந்த விடயம் தீரும் முன்னரே அசந்து தூங்கிவிடும் மனிதர்கள் கொள்ளை அழகு. ‘அப்பாடா!’ என மறுபக்கம் திரும்பியபோது இரவின் புளுக்கம் என் பின்முதுகில் கசிந்துகொண்டிருந்தது.

சோமு ஐயா கொடுத்த புத்தகத்தைப் பிரித்துப் பார்க்கவேண்டும் என்ற ஆர்வமே இல்லாமல் கட்டிலில் புரண்டுகொண்டிருந்தேன்.

வலி நிவாரண மாத்திரைகளின் அசதியில் பகல் பூராகவும் ஆழ்ந்து தூங்கியதில் இரவு தனிவெளியாய் நீண்டுவிட்டிருந்தது. பக்கத்துக் கட்டில்களிலிருந்து விதம் விதமாகக்கேட்கும் குறட்டைச் சத்தங்கள், தூக்கத்தைத் தொலைத்துவிட்டு வலியின் உத்தரிப்பில் சுருண்டுகொண்டிருப்பவர்களின் துயர அனுங்கல்கள், தூரத்தில் கேட்கும் தொலைக்காட்சிப் பெட்டியின் தட்டையான இரைச்சல், எங்கோ ஒருவர் இழுத்து விட்டுக்கொண்டிருக்கும் இறுதி மூச்சு, சவ அறையில் சுற்றிக்கொண்டிருக்கும் ஆவிகளின் ஆர்ப்பரிப்பு என என்னுடைய இன்னுமொரு உபத்திரவமான இரவை கடும் பிரயத்தனப்பட்டுக் கடந்துகொண்டிருந்தேன். அப்பொழுதுதான் வேறு வழியில்லாமல் சோமு ஐயா கொடுத்த புத்தகத்தை விரித்து நேரத்தைப் போக்காட்டினால் தேவலை என்று தோன்றியது.

ஒரே மூச்சில் நாற்பத்து நான்காவது பக்கத்தைத் தட்டியபோது மணி அதிகாலை நான்காக இருந்தது. அமைதியாய்க் கிடந்த காலின் வலி மெல்ல மெல்ல மீண்டும் துளிர்ப்பதுபோலிருக்க, புத்தகத்தை அருகில் வைத்துவிட்டு உறங்க ஆரம்பித்தேன்.

என்னுடைய வாழ்க்கையில் முழுவதுமாக படித்து முடித்த முதலாவது புத்தகமென்றால் அது மலர் மஞ்சம்தான். செய்வதற்கு ஒன்றுமேயில்லை என்ற நிலையில் கிடைக்கும் புத்தகம் ஒரு உன்னத கேளிக்கையின் பேரண்டமாக மாறிவிடுகிறது. உன்னத ஜீவனை நமக்குள் பாய்ச்சி குதூகலிக்கப்பண்ணுகிறது. இன்னுமொரு நாள் ‘ஆச்சி பயணம் போகிறாள்’ என்றொரு புத்தகத்தைக் கொண்டுவந்து நீட்டினார் சோமு ஐயா. அதையும் வாங்கிப் படித்தேன். அதில் பகடியும், நகைப்பும், மொழி நளினமும், யாழ்ப்பாண பாஷையும் என செங்கை ஆழியான் போட்ட போடு ரகளையாக இருந்தது. அன்றிலிருந்தது அவருடைய மிகப் பெரிய விசிறியாக மாறிப்போனேன்.

அந்த இரண்டு வாரங்களும் சோமு ஐயா கொடுத்த புத்தகங்களின் பட்டியல் இந்த அரணைப்புத்திக்கு இப்போது ஞாபகமில்லையென்றாலும், ஆகக் குறைந்தது மூன்று நான்கு புத்தகங்களையாவது முழுமையாக வாசித்து முடித்தேன். தனிமையையும், மன உளைச்சலையும், வலியையும் போக்குவதில் இந்தப் புத்தகங்கள் பெரும் பங்காற்றின. இப்படி புத்தகம் என்னுமோர் பெருவெளியை எனக்கு அறிமுகம் செய்தவர் சோமு ஐயாதான்.

இப்படி என்னை வனப்புமிக்க புதியதோர் உலகத்துக்குள் கையைப் பிடித்து அழைத்துக்கொண்டுபோன சோமு ஐயா திடீரென ஓர் அதிகாலையில் மூச்சுப் பேச்சின்றிக் கிடந்தார். அவருடைய வலக் கண்ணில் கடித்துக்கொண்டிருந்த இரண்டு எறும்புகளைப் பார்த்ததும் எனக்கு மூளை விறைக்க ஆரம்பித்தது. உடனடியாக அவ்விடத்துக்கு

வந்த தாதி அங்குமிங்கும் தன் விரலை வைத்துப் பார்த்துவிட்டு, இறப்புப் பற்றிய எவ்வித சலனமும் இல்லாமல் 'முடிஞ்சுது' என்றாள்.

என்னுடைய கண்களில் பொங்கிய கண்ணீரைத் துடைத்தபடி சதைகள் சுருங்கிக் கிடந்த அந்த முகத்தையே வெறித்துப் பார்த்துக்கொண்டிருந்தேன். வாழ்க்கையில் நாம் சந்திக்கும் ஒரு நிமிட மனிதர்கள்கூட நம்மட்டில் எவ்வளவு பெரிய தாக்கத்தைச் செலுத்திவிட்டுப் போய்விடுகிறார்கள். சோமு ஐயாவுக்காக கண்ணீர் விட்டு அழுவதற்கும், நிறுதமற்று ஒப்பாரி வைப்பதற்கும் அவருடனான வெறும் இரண்டு வார சகவாசமே போதுமானதாயிருந்தது.

சோமு ஐயா இனி ஒருபோதும் என்னை அருகிலிருந்து 'மதனு' என்று அழைக்கப் போவதில்லை. நடுநிசிவரை கதைகள் பேசி என் விழிப்பின் கடும்துயரைத் துடைக்கப்போவதில்லை. புத்தகம் புத்தகமாக எடுத்து வந்து என்னை வாசி வாசியென்று நச்சரிக்கப்போவதில்லை. மொட்டைத் தலையைச் சொறிந்தபடி வாழ்க்கையென்கின்ற அடர்காட்டின் சூட்சும வெளிகளைப் பற்றி விளக்கப்போவதில்லை.

மனம் வீங்கி வெடித்துவிடும் போலிருந்தது.

காலத்தின் விளையாட்டு எவ்வளவு விசித்திரமானது பாருங்கள். புத்தகமும் படிப்பும் மருந்துக்குக்கூட அண்டாத ஒருவனை வெறும் இரண்டே வாரங்களில் புதுமைப்பித்தன் வரை கொண்டுபோய்ச் சேர்க்க இரண்டு வாரங்கள் மட்டுமே கூட இருந்த ஒரு சாதாரண கடலோடியால்தான் முடிந்திருக்கிறது. சோமு ஐயா மட்டும் என் வாழ்வில் குறுக்கிட்டிருக்காவிட்டால் நானும் என் சகாக்களைப் போலவே எந்த வித வாசிப்பும் இல்லாமல்தான் இருந்திருப்பேன். இதெல்லாம் நடந்து கொண்டிருந்த காலத்தில் எங்கள் ஊரில் இலக்கிய வாசிப்பு என்பது அறவே இல்லை. பள்ளிக்கூடத்தில் கூட ஐந்தாம் வகுப்பு வரைதான் இருந்தது. பதினோரு வயது வரை படித்து விட்டு கடல் தொழிலுக்கோ அல்லது விவசாயம் பார்க்கவோ சென்று விடு வார்கள். அப்படியான ஒரு ஊரில் வாசிப்பு என்றால் அது அரிதாகக் கிடைக்கும் பத்திரிகைகள்தான். அதையும் தாண்டி இலக்கியம் அல்லது எழுத்தாளர் என்று தெரிந்திருந்தது சுஜாதாவை மட்டும்தான்.

இவ்வுலகின் பெரிய பெரிய மாற்றங்களையெல்லாம் எப்போதும் அசாதாரணங்கள்தான் நிகழ்த்துகின்றன. எதிர்பார்ப்பு என்பதை உடைத்தபடி நட்டுநடு பயணத்தில் திடுமென நம் வாழ்க்கையை மாற்றிப்போட்டு விடுகிறது காலம்.

ஒன்றை கவனித்தீர்களா? நம்முடைய வாழ்க்கையில் அதிகபட்ச

மாற்றங்களை நிகழ்த்த திராணி படைத்த மனிதர்களால் நம்மோடு அதிக காலம் சேர்ந்திருக்க முடிவதில்லை. நினைவுகளைச் சுமந்துகொண்டு திரி என நட்டுநடுக் காட்டில் விட்டுவிட்டு திடீரென மறைந்துவிடுவார்கள்.

அன்றைய பகல் பூரணமாய் விரிந்ததும் சோமு ஐயாவின் உடலை அப்புறப்படுத்தினார்கள் வைத்தியசாலை ஊழியர்கள். அந்த உடல் என் கண்களைவிட்டு அகலும்வரை கண்கள் ஊற்றிக்கொண்டே யிருந்தன. ஒரு முட்டாள் மீனவனுக்குப் படிக்கச் சொல்லிக்கொடுத்து, அதில் வெற்றியும் கண்ட ஒரு மகான், இனியொருபோதும் என் அருகாமையில் இருக்கப்போவதில்லை என நினைத்தபோதுதான் அழுகை வெடித்துச் சிதறியது.

நேற்று வரை நமக்கு சந்தோஷம் கொடுத்தவர்கள் இனி இல்லையென்று ஆகிறபோதுதான் வாழ்க்கையின் கொடூரம் புரிய ஆரம்பிக்கிறது. மனித உறவுகளின் வீரியத்தை காலத்தின் அளவு ஒருபோதும் தீர்மானிப்பதில்லை. முப்பது வருடங்கள் கூட இருந்த ஒருவர் விட்டுச்செல்லும் அதே இடைவெளியைத்தானே வெறும் இரண்டே வாரங்கள் கூட இருந்த சோமு ஐயாவும் விட்டுச்சென்றிருக்கிறார்.

இந்த மனிதர்கள்தான் நமக்குத் தேவை என தீர்மானிக்கும் போதுதான், அவர்களை நம்மிடமிருந்து அவசர அவசரமாகப் பிடுங்கி எடுத்துவிடுகிறது காலம்.

22

சம்பவம் நடந்த நாள் தொட்டு கூடவேயிருந்த அந்தோனி, கடந்த இரண்டு நாட்களாக ஊருக்குப் போய் அன்றுதான் திரும்பி வந்தான். அவன் இல்லாத அந்த இரண்டு நாட்களும் ஒரு நத்தையாகவே மாறிவிட்டிருந்தது.

எனக்காக இத்தனை துன்பங்களையும் பெருமனதோடு தாங்கிக்கொள்ளும் அந்தோனி போன்றதொரு நண்பன் எனக்குக் கிடைத்தது என் நல்லூழ் என்றே சொல்லவேண்டும். அவ்வப்போது எனக்குத் தேவையா யிருந்த பாதுகாப்பையும், துணையையும், தன்னம்பிக்கையையும், மன வலுவையும் அள்ளியள்ளிக் கொடுத்துக்கொண்டிருந்தவன் அவன்தான். “இந்தக் கடன நான் எப்படிடா உனக்கு திருப்பி அடைக்கப்போறன்...?” என நான் மனம் துயருற்றுக் கேட்டால், “கடன அடைக்கணும்னா எனக்கு ஒரு ஃபிகர செட் பண்ணிக் குடு...” என்பான்.

எதற்கும் அடித்துப் பிடித்து சீரியசாக நடந்துகொள்ளாத இந்த ‘போனாப் போகுது’ மனநிலைதான் அவனை எனக்கு மிகவும் பிடித்துப்போவதற்குக் காரணமாய் இருந்தது என்று நினைக்கிறேன்.

“இண்டைக்கு எப்பிடிடா இருக்கு...?”

“பரவால்ல. ஆனா இந்த மயிரத்தான் இன்னும் அசைக்க முடியல...” என்று சொல்லி காலைக் காட்டினேன்.

“ம்... அண்டைய நாள நினைச்சாலே நெஞ்சுக்குள்ள திக்னு இருக்குடா. ஏதோ தலயோட போகவேண்டியது தலப்பாகயோட போயிற்று.”

“இல்லயெண்டா இத்தனைக்கும் ஆறடிக் குழிக்குள்ள பல்லக்காட்டிக்கிட்டு கிடந்திருப்பன் என்ன...?”

“அந்தப் பாக்கியம்தான் எங்களுக்குக் கிடைக்கலியே...”

“அப்புறம் பட்டக்காடு எப்பிடியிருக்கு? எல்லாரும் நல்லா இருக்காங்களா?”

“அதுக்கென்ன குறச்சல்...”

“எல்லாரும்...?”

“ஓமோம், எல்லாரும் குறச்சலில்லாம கிடக்காங்க...”

“அதாவது எல்லாரும்...?”

“என்னடா இழுக்கிறாய்?”

“சரி. சரி. கயலக் கண்டியா? எப்பிடி இருக்காள்?”

“அட்ரா சக்கெண்டானா. என்ன மன்னா, இந்த ரணகொடூரத்திலும் தங்களுக்குக் கிளுகிளுப்பு கேட்கிறதோ...?”

“சொல்லன்டா... கண்டியா?”

“ஓமோம். நேத்துக்கூட கோயில்ல கண்டன்.”

“என்னைய பத்திக் கேட்டாளா?”

“மூச்சுக்கூட விடல!”

“என்னடா சொல்றா...?”

“மூச்சுக்கூட விடல எண்டன்.”

“அடச்சீ, ஏன் என்னபப்பத்திக் கேக்கல?”

“எதுக்குக் கேக்கணும்?”

எனக்குக் காலில் நின்ற வலி இதயம் நோக்கி ஏறியது. இதைக் கொஞ்சம்கூட நான் எதிர்பார்க்கவில்லை. சரிதான், அதில் என்ன ஆச்சரியம் வேண்டிக்கிடக்கிறது? அவள் கடைசியாகச் சொன்னது போல, என்னைப் பரிபூரணமாக தலை முழுகி, வீட்டாட்கள் பார்த்துக்கொண்டிருக்கும் மாப்பிள்ளைக்கு சரி சொல்லியிருப்பாள். அதைத்தானே அன்று அழுத்தந்திருத்தமாகச் சொல்லிவிட்டுப் போனாள். அவள் மேல் எனக்குக் காதல் வந்த கதையெல்லாம் பின்னால் நடந்தது. அதைப் பற்றி அவளுக்கு எப்படித் தெரியும்?

முட்டாள்! அடுத்த நாளே அவளிடம் போய் காதலைச் சொல்லி

யிருக்கவேண்டும். அவள் நிச்சயம் ஏற்றுக்கொண்டிருப்பாள். நிலைமை கைகூடியிருக்கும். ஆனால் இப்போது? கண்கள் கெட்டுவிட்டன. சூரிய நமஸ்காரம் கைநழுவிப் போய்விட்டது. யார் தவறு?

கயல் விஷயத்தில் அத்தனை தவறும் என் பக்கம்தான் இருந்தது. நான்தான் எல்லாவற்றையும் போட்டுக் குழப்பியடித்து வைத்திருந்தேன்.

“மதன், அதப்பத்தி எல்லாம் ஜோசிக்காத. இப்ப அது உனக்கு முக்கியமில்ல. உன்ட உடம்பு தேறணும். அதுதான் முக்கியம்.”

“...”

“என்ன சத்தத்தக் காணல?”

“இல்ல, அவள் என்னய உண்மையா மறந்துட்டா எண்டு நினைக்கிறியா?”

“இனி உண்ம என்ன பொய் என்ன. அவள் மறந்துட்டனெண்டு உன்னட்ட தெளிவா சொல்லிட்டாளல்லோ... பிறகென்ன குழப்பம்? பொண்ணுங்களப்பத்தி உனக்கு தெரியாது, விழுந்து விழுந்து லவ் பண்ணுவாளுக. கண்ணே மணியேனு தூக்கி மடியில வச்சி கொஞ்சு வாளுக. ஆனா பிடிக்கலண்ணு மறந்திட்டாளுங்களெண்டு வை. சான்சே இல்ல. நீ அடுத்த நாளே போய் விசயத்தச் சொல்லி கதைச்சிருக்கணுமா இல்லையா? உங்களுக்கு இப்பதான் லவ் வந்திருக்கெண்டா அது அவளுக்கு எப்பிடித் தெரியும். இதில அவள் மேல எந்தப் பிழையும் இருக்கிறதா எனக்குத் தெரியல...”

“நான் அவளோட பேசணும்...”

“சரி வரும்னு எனக்குத் தோணல மாப்ள...” என அந்தோனி தலையைச் சொறிந்துகொண்டிருந்தபோது, முட்டைக்கண்களோடு அருகில் வந்து நின்றாள் கமலாம்பிகை மிஸ். கையில் மாத்திரை இருந்தது.

வாங்கி, தொண்டைக்குள் போட்டு விழுங்கி தண்ணியைக் குடித்துவிட்டு மீண்டும் அந்தோனியிடம் திரும்பினேன்.

“டேய்... அவளப் பாக்கணும்!”

“இதென்ன உவத்திரவமாப் போச்சு. இப்ப நான் என்னதா பண்ணணும்னு எதிர்பாக்கிறா?”

அந்தோனியின் முகத்தில் எரிச்சல் மண்டிக் குமைந்தது.

“சரி சரி... நீ ஒரு மயிரும் புடுங்க வேணாம். நான் பாத்துக்கிறன்...”

தலையை திருப்பிக்கொண்டு பக்கவாட்டில் சரிந்து படுத்தேன். விரக்தியின் நாவு முகத்தை அழுத்தி நக்கியது. எரிச்சலில் மண்டை விறைக்க, கண்களில் இருள் திரை விழுந்தது. மனம் கயல் மீது

போய் ஒட்டிக்கொண்டு நினைவுகளை பசைபோல் இழுத்தது. மொத்த இயலாமையின் பெரும் சலனமும் உள்ளுக்குள் ஆத்திரமாய் எழுந்து வருவதைப் புரிந்துகொண்டேன். கைகளை முறுக்கி இரும்புக்கட்டிலின் சட்டங்களை பெயர்த்து விடாதபடி உடலுக்கடியில் வைத்து அழுத்திக்கொண்டேன்.

அந்தோனி மறுபக்கம் திரும்பி எதிர்ச் சுவரிலிருந்த 'திருதிருமதி சந்திரபோஸ் குடும்பத்தினரால் அன்பளிப்பு செய்யப்பட்ட' கலர் டீவியைப் பார்த்துக்கொண்டிருந்தான். ஏதோ விஜய், ரம்பா தோன்றும் பாடல். தொலைக்காட்சியின் ஒலிபெருக்கும் சாதனத்தில் ஏற்பட்ட ஏதோவொரு தொழில்நுட்ப கோளாறினால் அந்தத் தொலைக்காட்சியில் வரும் உரையாடலையோ பாடல்களையோ நம்மால் தெளிவாகப் புரிந்துகொள்ள முடியாது. கூடவே அதை மிஞ்சிக்கொண்டு கேட்கும் ஒரு இரைச்சல் நம்மை சினமூட்டி மன அழுத்தத்தை ஏற்படுத்திவிடும்.

'ஒலியும் ஒளியும்' போகும் நாட்களில் மட்டும் இத்துன்பக் கலத்தைத் கொஞ்சம் சிரத்தையெடுத்து தாங்கிக்கொள்ள முயற்சிப்பேன். ஆனாலும் அம்முயற்சி அதிக பட்சம் இரண்டு நிமிடங்களைத் தாண்டாது. காதைக் கிழிக்கும் இரைச்சல் சித்ரவதையாக மாறும் தருணத்தில் சகிப்புத்தன்மை பெரும் வியாதியாக மாறிவிடும். தலைமாட்டிலிருக்கும் சுடுதண்ணி ஃப்ளாஸ்கை எடுத்து தொலைக்காட்சி மேல் வீசவேண்டுமென்று தோன்றும். வன்முறை முற்றிவிடுவதற்குள், அடுத்த பக்கம் திரும்பிப் படுத்துவிடுவேன்.

ஆனால் அந்தோனியின் காதுகள் உலோகத்தால் செய்யப்பட்டவை. இரைச்சலும் கிரைச்சலும் அவனை ஒன்றும் செய்யாது. தேமேயென இரைச்சலைக்கூட திவ்யமாக ரசிக்கத்தெரிந்த மகான் அவன். மணிக் கணக்கில் அதையே பார்த்துக்கொண்டு இருப்பான்.

அப்படி அந்தோனி ஆவென்று ரம்பாவை ரசித்துக்கொண்டிருந்த போதுதான் சடாரென்று மின்சாரம் போனது. இருள் முழு விடுதியையும் விழுங்கிவிட, எனக்கு மூச்சு முட்டுவது போலிருந்தது. சிலர் கூக்குரலிட்டார்கள். சில வயதானவர்கள் பயத்தில் அனத்தினார்கள். அமைதியாக இருக்கும்படி ஆஸ்பத்திரிப் பணியாளர் ஒருவர் தடித்த சுரத்தில் கத்தினார். மின்சாரத்துக்கு என்ன ஆயிற்று என்று இன்னொரு பணியாளரிடம் கமலாம்பிகை மிஸ் கேட்டாள்.

இத்தனை கலவரத்திற்குள்ளும், அந்தோனிக்கு முழுத் 'தொடையையும்' பார்க்கக் கிடைக்கவில்லையே என்ற கவலை.

இந்த 'கரண்ட கட்' என்ற மாறா வியாதி மன்னாரான்களுக்குப் புதியதல்ல. முற்சந்ததியில் யாரோ பண்ணி வைத்த பெரும் வினைப்பயன் என்று நினைக்கிறேன். சீரான மின்சார வினியோகம் என்பது எங்கள்

ஊரில் மிகவும் அபூர்வமாக நடக்கின்ற ஒரு சம்பவம். ஒரு நாள் மின்சாரம் தடைப்படாமல் இருந்தால் எங்களுக்குக் கை கால் நடுங்க ஆரம்பித்துவிடும். உடனே மின்சார சபைக்கு அழைப்பெடுத்து "என்ன சேர், மறந்திட்டீங்களா? எத்தின மணிக்கு கரண்ட வெட்டுவீங்க?" என படு தீவிரமாகக் கேட்போம். மறுமுனையிலிருப்பவர் சந்ததி சந்ததியாக கிண்டியெடுத்துத் திட்டுவார்.

அது என்ன மாயமோ தெரியவில்லை. சனிஞாயிறு மற்றும் பொது விடுமுறைகள், சாதாரணஉயர்தரப் பரீட்சைக்கு முதல் வாரம் அல்லது முதல் நாள், தேர்தல் முடிவு வெளியாகிக்கொண்டிருக்கும் கடைசித்தருணம், ஒலிம்பிக் அல்லது சர்வதேச உலகக் கிண்ணப் போட்டிகளின் கடைசி நாட்கள் என மனிதர்களின் பொன்னான தருணங்களாகப் பார்த்துத்தான் மின்சாரம் துண்டிக்கப்படும். கேட்டால் கடலுக்குள் நிற்கிற மின்சாரக் கம்பங்கள் வேலையைக் காட்டிவிட்டது என்பார்கள்.

இல்லையென்றில்லை. அது உண்மையாகக்கூட இருக்கலாம். கடல் சூழ்ந்திருக்கும் ஒரு தீவுக்குள் வெளியிலிருந்து மின்சாரத்தைக் கொண்டு வந்து சேர்ப்பதென்பது அவ்வளவு இலேசுப்பட்ட காரியமில்லை. கடலுக்குள்ளும் கடல் சார்ந்த சதுப்பு நிலத்திற்குள்ளும் மின்கம்பங்களை நட்டு வைத்துத்தான் இந்தப் பெரும் சாதனையை நிகழ்த்த வேண்டும். உப்பு நீரும், உப்புக் காற்றும் இந்த இரும்புக் கம்பங்களை சும்மா விடாது. குறைந்த காலத்திலேயே துருவேறி அவற்றின் ஆயுளை முடித்துவிடும். இதனால் அக்கம்பங்களை கவனமாகப் பராமரிக்க வேண்டும். அவ்வப்போது இரும்புத் துண்டங்களை மாற்ற வேண்டும்.

மன்னார் ஒரு உப்புநீர் சூழ்ந்த தீவாக இருப்பதன் பெரும் வதையை அனுபவித்துக்கொண்டிருக்கும் ஒரேயொரு பாவப்பட்ட சமூகம் இந்த மின்சார சபைதான்.

நின்றுபோன மின்சாரம் அரைமணிநேரம் கழித்து மீண்டும் வந்தது. மின்சாரத்தோடு செய்தியொன்றும் சேர்ந்தே வந்தது.

"டேய் கேட்டியாடா... கன்னாந்திட்டி பக்கமா ஆமி இறங்குறானாம்."

"என்னடா சொல்லுறா...?"

"இந்தா ரூபவாகினி செய்தில சொல்றாங்க..."

"..."

"அடேய் கோதாரி... கன்னாந்திட்டி எண்டா, அடுத்தது புதுவெளி. அதுக்கடுத்தது பட்டக்காடு!"

இருவருக்குள்ளும் பயச்சுவாலை பற்றிக்கொண்டது. கண்கள் பருத்தன. தலை வேகமாகச் சுழன்றது.

சண்டை என்பது எங்கள் தலைமுறைக்குப் புதிதல்ல என்றாலும் இதுவரை அப்படியானதொரு கடும் சமரொன்றைப் பட்டக்காடு எதிர்கொண்டதில்லை. போராட்டத்தில் உயிர்த் தியாகம் செய்த வீர மறவர்களின் வித்துடல்களையும், கடலில் செத்து கரை வரும் உப்பிய பிரேதங்களையும் பார்த்திருக்கிறோமே தவிர, குண்டடிபட்டு கண்களுக்கு முன்னால் விழும் சாவைப் பார்த்ததில்லை.

அன்றிரவு அந்தோனி என்னோடு வாட்டில் தங்க வேண்டியிருந்தது. காரணம், அன்று சொல்லாமல் கொள்ளாமல் திடீரெனப் பருத்துப் பேயாட்டம் போட ஆரம்பித்திருந்தது கால். நேற்று அதிகாலை தொடங்கிய வலி. இன்று வைத்தியர் வந்து, கட்டை அவிழ்த்துப் பார்த்தபோதுதான் அது கிருமித்தொற்றென்று தெரிந்தது. அப்போது என்னுடைய கால் இருந்த லட்சணத்தில், தொற்று என்ற ஒரு விஷயத்தை என்னால் நினைத்துக்கூட பார்க்க முடியாது. ஒரேயொரு சிறு தொற்றுக்கூட என்னை மீண்டும் சாவின் தொண்டைக்குள் புதைத்துவிடும்.

அதனால், அந்தோனியை அன்றிரவு என்னோடு தங்கிக்கொள்ளுமாறு விடுதிக்குப் பொறுப்பாயிருந்த தாதி கேட்டுக்கொண்டார். அப்பாவும் அம்மாவும் வேறு நீண்ட நாட்களுக்குப் பின்னர் ஊருக்குப் போ யிருந்தார்கள். தப்பித் தவறி இன்றிரவே என்னுடைய உயிர்த்தண்ணீர் வற்றிவிட்டால் என்னுடைய சவத்தை இழுத்துப்போடும் மகாபாக்கியமும் அந்தோனிக்குத்தான் கிடைக்கப்போகிறது.

மறுநாள் பொலுபொலுவென விடிந்தது. இராக்கடமையை நிறைவுசெய்த தாதிமார் பூமியிலிருந்து பிடுங்கியெடுத்த கிழங்கு போன்ற உக்கிர முகங்களைத் தூக்கிக்கொண்டு புறப்படத் தயாராகிக்கொண்டிருந்தார்கள். பவுடர் அப்பிய புதிய முகங்கள் பகல் கடமைக்காக விடுதிக்குள் நுழைந்துகொண்டிருந்தன. சுத்திகரிப்புப் பணியாளர்கள் க்ளோரோபோம் ஜலத்தால் பளிங்குத் தரையை கழுவிக்கொண்டிருந்தார்கள். அப்பொழுது தான், தரையில் விரிக்கப்பட்டிருந்த பிளாஸ்டிக் விரிக்கையை சுருட்டிக்கொண்டு அந்தோனி எழுந்தான். அடிக்குடல் தெரியும்வரை கொட்டாவி விட்டான்.

சிறிது நேரத்தில் பார்வையாளர்களுக்காக நோயாளர் விடுதி திறக்கப்பட்டது. குபுகுபுவென பிரதான வாயிலூடாக உள்ளே வந்த பார்வையாளர்கள் விடுதியை நிறைத்துக்கொண்டிருந்தார்கள். அத்தனை தலைகளுக்கும் பின்னால் ஒரு வழுக்கைத் தலை தன் நுனிக்காலில்

எக்கி நின்றபடி யாரையோ தேடிக்கொண்டிருந்தது.

நான் கையை உயர்த்தி "ராஜா மாமா... இங்க!" என்றேன். முகம் முழுக்க பற்கள் தெரிய அருகில் வந்து நின்றார் ராஜா மாமா.

"எப்பிடிடா இருக்கிறா மதன்...?"

குரலில் பெருஞ்சோகம் அப்பியிருந்தது.

உடனடியாகவே மாமாவின் கண்கள் கலங்கின. பார்வை தடுமாறியது. கைகளில் வேகம் பற்றிக்கொள்ள, என் கால்களைத் தடவிப் பார்த்துக்கொண்டார்.

இச்சம்பவம் நடந்த முதல் நாளிலிருந்தே சிறு குற்ற உணர்வு மாமாவை சஞ்சலப்படுத்திக்கொண்டுதான் இருக்கிறது. அவ்விபத்தை தன்னால் தடுத்திருக்க முடியும் என்ற நம்பிக்கையின் கணகணப்பு அவரிடம் எப்போதும் இருந்தது.

கடலோடியின் ஜீவனோபாயப் போராட்டத்தில் இதுபோன்ற ஆபத்துக்களெல்லாம் தவிர்க்க முடியாதவை. வாழ்வா, சாவா என்ற தெளிவான ஆபத்துக்குள் சுழன்றடித்துக்கொண்டிருக்கும் ஒரு வாழ்வாதாரம்தான் கடல் தொழில். இதைப் புரிந்துகொள்ளாதவர்கள் எங்கள் சமூகத்தில் எவருமில்லை. உயிரை ஊசி முனையில் தாங்கிக்கொண்டு வயிற்றுக்காகப் போராடும் ஒரு சபிக்கப்பட்ட கூட்டம், வேறெப்படித்தான் இருக்கும்?

ஆதலால், உயிராபத்துக்களுக்கு அஞ்சி எங்கள் வயிறுகளை நடுத் தெருவில் கிழித்துப்போட்டுவிட முடியாது. இதுதான் எங்களுக்குக் அருளப்பட்டிருக்கிற வாழ்க்கை. இதுதான் எங்கள் தலையில் எழுதப் பட்டிருக்கிற பயணம்.

"அண்டைக்கு நானும் கொஞ்சம் கவனமில்லாமத்தான் இருந்திட்டன்டா தம்பி..."

"என்ன மாமா லூசு மாதிரி கதைக்கிறீங்க? அதுக்கு நீங்க என்ன செய்யிறது? தலைக்கு வந்தது தலப்பாகயோட போயிட்டெண்டு நினச்சுக்கொண்டு நடையக் கட்டவேண்டியதுதான்..."

ஏற்கனவே கசிய ஆரம்பித்திருந்த மாமாவின் கண்கள் இப்பொழுது நிறைந்திருந்தன. தோளிலிருந்த துவாலையை எடுத்து கண்களை ஒற்றிக்கொண்டார். ஆனால் அவருடைய சிந்தனை மட்டும் அவரது அங்கலாய்ப்பைச் சுற்றியே வளையம் வந்துகொண்டிருந்தது.

என்னுடைய விபத்துக்குப் பின்னரான பட்டக்காட்டின் சோகம் பற்றி மாமா கதை கதையாக இறக்கிக்கொண்டிருந்தார். இவ்விபத்துக்குப் பின்னர் கடலுக்குப் போகும் மீனவர்களின் எண்ணிக்கை

குறைந்துவிட்டதாகவும், கடல் மீதான பயம் மீனவர்களை புகை மூட்டம்போல் சூழ்ந்திருப்பதாகவும் சொன்னார். பட்டக்காடும் அதன் அத்தனை குடிகளும் சதா என்னைப் பற்றியே சிந்தித்துக் கொண்டிருக்கிறதாம்.

என்னதான் நம்மைச் சுற்றி பிரிவினை வேலிகளை போட்டுக்கொண்டு திரிந்தாலும், ஒருவனுக்கு ஆபத்தென்று வருகிறபோது அவனைச் சுற்றியே ஒட்டுமொத்த கிராமத்தின் உபசாரமும் கவனம் பெற ஆரம்பித்துவிடுகிறது. கிராமத்து வாழ்வியலின் மகா கிருபை இதுதான்.

சிறிது நேரத்தில் பின் கதவு வழியாக உள்ளே நுழைந்த காக்கிச் சட்டைக்காரன் “நேரம் சரி, பாக்க வந்த ஆக்களெல்லாம் போங்க...” என கட்டளையிட ஆரம்பித்தான். ராஜா மாமாவின் முகத்தில் ‘இன்னும் கொஞ்ச நேரம்’ என்ற கெஞ்சல் வழிந்தது. காக்கிச்கட்டைக்காரன் இன்னும் தடித்த தொனியில் “சொன்னது கேக்கலியா?” என்றான்.

“சரி தம்பி, உடம்ப கவனமா பாத்துக்க. நம்ம ஊர் பக்கமும் இப்ப நிலமைகள் சரியில்ல. கெதியா குணப்படுத்திக்கொண்டு ஊருக்கு வந்து சேர்ந்திடு. சரி, நான் வரட்டாப்பு?”

“சரி மாமா. பொயிட்டு வாங்க...”

“அட கோதாரி, இத மறந்துட்டனப்பு. இந்தா கயல் புள்ள தந்துவிட்டுது...” என தன் கையிலிருந்த சொப்பின் பையை அவசரமாக என் மடியில் வைத்தார் மாமா.

என்னுடைய கண்களில் பக் எனச் சுவாலை பற்றியது. தலைக்குள் ஆச்சரியக்குறி பெருத்து அசைந்தது. உள்ளுக்குள் இனிய குழப்பம். மனதுக்குள் புத்தம்புது கிளர்ச்சி. அடிவயிற்றிலிருந்து பொருமிக்கொண்டு வந்த உருண்டை, தொண்டைக்குழியில் பொறுத்துக் கனத்தது.

ஸ்தம்பித்துவிட்ட சுய உணர்வை விலக்கிக்கொண்டு நிமிர்ந்தபோது மாமா வாசலைக் கடந்து போய்க்கொண்டிருந்தார்.

“ம், அப்புறமென்ன... இனி வாழ்க்க கொண்டாட்டம்தான்!”

அந்தோனி கடைவாயில் நகைத்தபடி அருகில் கிடந்த நாற்காலியில் அமர்ந்தான். நான் உலகின் மிக நீண்ட பெருமூச்சை இழுத்து விட்டுக்கொண்டேன்.

கரங்களில் அவசரமான தேடல் பற்றியது. பையைத் திறந்தேன். அதற்குள் இரண்டு தோடம் பழங்களும், ஒரு குளுக்கோஸ் பெட்டியும், ஒரு நெஸ்டோமோல்ட் பேணியும் இருந்தன. அவற்றை ஆசையாசையாக வெளியே எடுத்தேன். எடுத்த வேகத்தில் உள்ளேயிருந்த காகிதமொன்று கீழே விழுந்தது.

“அட கடிதம்...” என்றபடி அதை எடுத்து என் கையில் கொடுத்தான் அந்தோனி. ஆச்சரியம் இரட்டிப்பாய் கொதித்துப் பொங்கியது. நான்காக மடித்திருந்த காகிதத்தைப் பிரித்துப் பார்த்தேன். அந்த வெள்ளைக் காகிதத்தில், கயலின் அழகிய கையெழுத்து க்ரிஸ்மஸ் பல்புகள் போல மின்னிக்கொண்டிருந்தன.

23

அன்பின் மதனுக்கு,

எப்படி இருக்கிறீர்கள்? உடல் நிலை சீக்கிரம் குணமடைய இறைவனைப் பிரார்த்திக்கிறேன்.

மிகப் பெரிய ஆபத்தொன்றைக் கடந்து வந்திருக்கிறீர்கள். இவ்வாறான கொடூரமான கடல் ஆபத்துக்களில் எவருமே சிக்கிவிடக்கூடாது. உடம்பைக் கவனமாகப் பார்த்துக்கொள்ளுங்கள். உங்களுடைய உடல்நிலை இப்பொழுது முன்னேற்றம் அடைந்துவருவதாகக் கேள்விப்பட்டபோது சந்தோஷமாக இருந்தது. அம்மா உங்களுடைய அம்மாவைக் கோவிலில் கண்டு கதைத்ததாகச் சொன்னார். விரைவில் நீங்கள் குணமடைய நானும் கடவுளிடம் மன்றாடுகிறேன்.

ஊரிலிருந்து அதிகம்பேர் உங்களை வந்து பார்த்துவிட்டு வருகிறார்கள். நான் வருவது முறையல்ல, விருப்பமுமல்ல. நான் உங்களையும், நீங்கள் என்னையும் தொந்தரவு செய்யாமல் இருப்பதே நாம் ஒருவருக்கொருவர் செய்துகொள்ளக்கூடிய அதிகபட்சமான நன்மைத்தனம். அதை யோசித்துத்தான் இந்தக் கடிதத்தை மட்டும் அனுப்பி வைக்கிறேன். விரைவில் நீங்கள் நலம் பெற்று மீண்டும் வீடு திரும்பி சந்தோஷமாக வாழ கடவுள் துணை புரியட்டும்.

அன்புடன்
கயல்விழி.

அந்தக் கடிதத்தை நிறைத்திருந்த பிரியமற்ற தொனியும், அந்நியமாய் என்னை நிறுத்திவிட்டிருக்கும் சொல்லாடலும் எனக்குள் எரிச்சலைக் கிளப்பியது. அக்கறைகூட எழுத்துக்களில் அனாதரவாய்க் கிடப்பது

பெரும் அபத்தமாக இருந்தது. தான் தன்னுடைய முடிவில் தீர்மானமாக இருப்பதை நிரூபிப்பதற்குத்தான் கயல் அக்கடிதத்தை எழுதியிருக்க வேண்டும்.

ஒன்று மட்டும் தெளிவாய்ப் புரிந்தது. இப்பொழுது அவளிடம் காதல் இல்லை. என் மீதான ஈடுபாட்டில் துளியும் மீதமில்லை. நெருக்கம், பிரியம், ஆசை, ஆகர்ஷணம் தொலைந்துவிட்டது. என்னுடைய வட்டத்தின் வீச்சத்திலிருந்து தூரமாய்ப் போய் ஒரு எட்டாப் புள்ளிபோல தனித்து நிற்கிறாள் கயல்.

ஆனால் இடறி இடறித் துடிக்கும் இந்த முட்டாளின் இதயம்தான் பரிதாபத்திற்குரியது. இல்லாமையொன்றிலிருந்து ஏதோவொன்றைப் பிடுங்கியெடுக்க பிரயத்தனப்பட்டுக்கொண்டிருக்கிறது இந்த இதயம். முடிந்துவிட்ட இலக்கியத்தில் தவறவிடப்பட்ட வார்த்தை ஒன்றிற்காய் ஏங்கிக்கொண்டிருக்கிறது.

வாழ்க்கையில் வேண்டாமென்று எதைப் புறக்கணித்துவிட்டு வருகிறோமோ அதுதான் கடைசியில் வாழ்க்கையின் அத்தனை சந்தோஷங்களையும் தீர்மானிக்கும் சக்தியாக மாறிவிடுகிறது. வாழ்க்கைதான் எவ்வளவு பெரிய அபத்த நாடகம்.

இருப்பதை ஏற்றுக்கொண்டு திருப்தியடையும் பக்குவம்தான் வாழ்க்கையில் நிலையானது என்றான் அந்தோனி. அதை என்னால் ஒருபோதும் நெருங்க முடியாது என்று தோன்றுகிறது. இல்லாமல் போய்விட்ட ஒன்றிற்காக சுயத்தை நிந்திக்கும் பெரும் குற்றம் மனதைக் குடைய ஆரம்பித்துவிட்டது. இருப்பதைக் கொண்டாடிக்கொண்டு, அதற்கு மட்டுமே வாழ்க்கையை இயைபாக்கிக்கொண்டு முன்னேறும் ஞானம் எனக்கு அருளப்பட்டால்தான் என்னை மீண்டும் செம்மையாக்கிக் கொண்டு எழுந்திருக்க முடியும்.

மனிதர்கள் எப்போதும் எண்ணற்ற, போலியான, பேராசை கொண்ட ஒரு இச்சை போதையிலேயே மயங்கிக் கிடக்க விரும்புகிறார்கள். நமக்குக் கிடைக்காமல் போன ஒன்றுதான் இவ்வுலகில் அதி உன்னதமான சிருஷ்டிப்பாகத் தோன்றுகிறது. மனித குலத்தின் அத்தனை இன்பங்களையும் அது சுவீகாரப்படுத்தி வைத்திருக்கிறது. காதல் என்பதுதான் எத்துணை விசனகரமான அவலம். தேவையான இடத்தில் ஒட்ட முடியாமலும், தேவையற்ற இடத்தை விட்டு நகர முடியாமலும் தவித்துக்கொண்டிருக்கிறது.

எனக்குள் புறக்கணிப்பின் பெருஞ்சலனம் சுவாலை கட்டி எரியத் தொடங்கிற்று. என்னுடைய இயலாமையின் கொதிப்பை ஆசுவாசப் படுத்திக்கொள்ள முடியவில்லை.

"நான் அவள பாக்கணும்டா. மனம் விட்டு பேசணும்..."

அந்த அரைக்காகிதத்தை என் கைக்குள் திணித்துக் கசக்கியபடி, அருகில் இருந்த அந்தோனியின் கையைப் பற்றினேன். உஷ்ணத்தில் தேகம் கொதிக்கிறது என்றான் அந்தோனி.

"டேய். காச்சல் காயிது..."

அந்தோனி தாதியிடம் போய் விசயத்தைச் சொல்ல, கமலாம்பிகை மிஸ் குளிசையோடு ஸ்தலத்துக்கு வந்தார். அருகில் வந்து குளிசையைக் கொடுப்பதற்கு முன், அடுத்த கையிலிருந்த தேமாமீட்டரை நீட்டி "ம்..." என்றார். தொனியில் கொஞ்சம் 'தொல்லை கொடுக்கிறியே!' என்கிற அயர்வு இருந்தது. வாயைப் பிளந்து, வாங்கி, உதட்டு மூலையில் வைத்து அழுத்திப் பிடித்துக்கொண்டேன். சில நிமிடங்கள் கழித்து வெளியே உருவி, ஆராய்ந்துவிட்டு, காய்ச்சல்தான் என்றார்.

ரசம் 103இல் முட்டிக்கொண்டு நின்றது. பேய்க் காய்ச்சல்!

இரண்டு வாரங்களாக முன்னேறிக்கொண்டிருந்த என்னுடைய உடல்நிலை கடந்த இரண்டு நாட்களாக அதகளம் பண்ண ஆரம்பித்திருந்தது. எல்லாம் எங்கோவிருந்து எனக்கென்று பிறந்து வந்த அநியாயமான கிருமிகள். எவ்வளவுதான் ஜாக்கிரதையாக இருந்தாலும் இந்தத் கிருமிகள் போடும் சதித்திட்டத்தை மட்டும் என்னால் வெற்றி கொள்ள முடியவில்லை. தொற்றைவிட பெரும் வலியை உண்டு பண்ணுவது, அது கொடுக்கும் உயிர்ப்பயம். உயிர் மீதான பெரும் கவலையே உயிரைக் கொஞ்சம் கொஞ்சமாக முடித்துவிடும் போலிருக்கிறது.

"டேய், நான் செத்துக்கித்து துலஞ்சிட மாட்டேனே...?"

"அந்த அருமையான சந்தர்ப்பத்ததான் மிஸ் பண்ணி துலச்சிட்டியே. பேசாம மூடிக்கிட்டு கிட!"

"அது இருக்கட்டும், கயலல்ட போய் மதன் உங்கள லவ் பண்றான்னு சொன்னா நீயென்ன குறஞ்சா போயிடுவா...?"

"அதான் நீ இதுக்கு லாயக்கில்லண்டு கைகழுவி விட்டுட்டாளே. பிறகெதுக்கு இங்க கிடந்து ஒப்பாரி வச்சுக்கொண்டு கிடக்கிறா... இப்ப அவள்ட அப்பன் வேற அவளுக்கு எவனையாவது பாத்து சோலிய முடிச்சிருப்பான்..."

"என்னடா லூசுத்தனமா கதைக்கிறா?"

"லூசுத்தனம் இல்ல மச்சான், எல்லாம் உன்ட கோதாரி எடுப்பு செய்த வேல. கதைக்க வேண்டிய நேரத்தில மூடிக்கொண்டு கிடந்து

போட்டு, இப்ப வந்து முட்டுது புடுங்குதெண்டா... ஏன்டா உனக்கே இது கொஞ்சம் அதிகமா தோணலியா? அவ அப்பன பத்தி நமக்கு நல்லா தெரியும். எங்கண்டு இருந்தான். நீயே சிலவில்லாம சம்பவத்த நடத்திக் குடுத்திட்டா. இப்ப அழுது என்ன பண்றது...?"

"ஓத்த ஆள்டா நான்!"

"புரிஞ்சா சரி. சரியானத செய்றதில்ல மச்சான் கெட்டித்தனம். அத சரியான நேரத்தில செய்யணும். நம்மட எல்லாத்தையும் கடைசில தீர்மானிக்கிறது வேறொண்டுமில்ல, டைம்தான். அந்த 'சரியான' டைம் நமக்கு அடிக்கடி கிடைக்கிறதுமில்ல. அப்பிடி கிடைக்கேக்க அத கபக்கெண்டு பிடிச்சுக்கொள்றவன்தான் புத்திசாலி. மச்சான், சடார்னு நம்மட கையில் வந்து விழுற சந்தர்ப்பத்த ஒரு நாளும் தவற விட்டுடக்கூடாது. அந்த ஒரு சந்தர்ப்பம்தான் நம்ம வாழ்க்கையில எல்லாத்தயும் சரியா மாற்றிவைக்கிற மஜிக்கா இருக்கும். அத மிஸ் பண்ணிட்டா, வாழ்க்க பூரா இப்பிடியே கிடக்க வேண்டியதுதான். இங்க பாரு மச்சான், நமக்கு எது தேவ, எது தேவையில்ல எண்றத புரிஞ்சுக்க நாமெல்லாம் நிறைய காலத்த எடுத்துக்கிறம். காலம் அங்கயே நிண்டு நமக்காக காத்துக்கொண்டிருக்குமெண்டு நினைக்கிறம். இல்ல மச்சான். கடைசில ஒண்ணும் கிடைக்காம, கிடைக்கிறத பிடிச்சுக்கொள்ளுவம் எண்ற பரிதாப நிலைக்குத்தான் அது நம்மள கொண்டுவந்து விடும்."

"உண்மதான். அப்ப இத மறந்திடணுமெண்டு சொல்றியா?"

"வேற வழி இல்ல..."

"டேய், ஏதாவது ஐடியா குடுடா புண்ணியம் கிடக்கும்..."

"ஒண்டு செய்... நாம இனி எப்ப ஊருக்குப் போவமெண்டு தெரியல. இனி சுணங்கிற ஒவ்வொரு நாளும் அவள் உனக்குக் கிடைக்காம போறதுக்கான சான்ஸ்தான் கூடிக்கொண்டே போகும். அதால ஒரு கடிதம் எழுது. நளைக்கு உன்ன பாக்க வர்ர யாரிட்டயும் குடுத்துவிடலாம்..."

அவனே தாதியர் அமர்ந்திருக்கும் மேசைக்குப் போய் ஒரு கடதாசியும் பேனாவும் வாங்கிக்கொண்டு வந்தான். அவனுடைய முகத்தில் அவன் கொடுத்த திட்டம் ஜெயிக்கும் என்ற மனவுறுதி நிழலாடியது. முகமும், பரபரப்பும் தீர்மானமாக இருந்தன.

குமுதா மிஸ் கேள்வி கேட்காமல் எடுத்துக் கொடுத்த கடதாசியை விரித்து கயலுக்குக் கடிதம் எழுத ஆரம்பித்தேன்.

அன்பின் கயல்,

"டேய் அதுக்காக ஓவரா வழியாத என்ன..."

“நீ கொஞ்சம் வெளில பொயிட்டு வர்ரியா?”

மீண்டும் முதலிலிருந்து ஆரம்பித்தேன்.

அன்பின் கயல்,

“டேய் எதுக்கும் கடைசி வரில மறக்காமக் கேளு, அவ புருசன் இதுக்கு சம்மதிப்பானாண்டு...”

“ஓப்பாய்! நீ இன்னும் போகலயா?”

“நான் போறது இருக்கட்டும், இப்பவும் போட்டு இழு இழுவெண்டு இழுக்காம விசயத்த நேரடியா சொல்லித்துல...”

அன்பின் கயல்,

உன்னுடைய கடிதம் கிடைத்தது. மிக்க நன்றி. கடந்த வாரத்தோடு ஒப்பிட்டால், இப்போது கால் எவ்வளவோ தேறியிருக்கிறது. அடுத்த கிழமை மட்டில் இன்னும் தேறிவிடுமென்று நினைக்கிறேன். பூரணமாகச் சுகம் பெற குறைந்தது இரண்டு மாதங்களாவது பிடிக்கும் என்கிறார் வைத்தியர். எது எப்படியிருந்தாலும் சீக்கிரம் வீட்டுக்கு வந்துவிட வேண்டும் என்பதுதான் என் ஒரே சிந்தனையாக இருக்கிறது. ஆஸ்பத்திரி வாழ்க்கையின் கொடுமைகளை வார்த்தைகளால் விபரிக்க முடியாது. அதை இனியும் என்னால் தாங்கிக்கொள்ள முடியுமென்று தோன்றவில்லை.

கடைசியாக உன்னைச் சந்தித்துப் பேசிவிட்டு நான் எங்கு பேசினேன், நீதான் பேசினாய் வந்ததிலிருந்து எனக்குள் ஏகப்பட்ட வினோதங்கள் நிகழ்ந்து முடித்துவிட்டன. அன்று கடைசிவரை நான் மௌனமாக இருந்ததற்கும், உன் அன்பையும் பாசத்தையும் புரிந்துகொள்ள முடியாமற்போன அசட்டுத்தனத்துக்கும் சேர்த்து கடந்த சில வாரங்களாக நன்றாக அனுபவித்துக்கொண்டிருக்கிறேன். அப்போது என்னிடமிருந்த குறுகிய, ஆக்கவளமற்ற எதிர் பார்ப்புக்களை நினைத்துப் பார்த்தால் இப்போது சினம் சினமாக வருகிறது. அந்தளவுக்கு இப்போது என் சுய முடிவுகள் மாற்றம் கண்டுவிட்டன. குறித்த காலத்தில் எனக்குள் சகலதும் தலைகீழாக மாறிப்போய்விட்டதாய்த் தோன்றுகிறது. மனம் இளகி, தெளிவான யோசனை வருகிறது. சுய முடிவுகளை மீள் பரிசீலனை செய்து, ஒருபாற்கோடான தளத்தில் வைத்துப் புரிந்துகொள்ள முடிகிறது. வாழ்க்கையின் சரியான போக்கிற்குள்

இப்பொழுதுதான் என்னைக் கொண்டுவந்து சேர்த்திருக்கிறேன்.

இப்படியெல்லாம் தூபம் போட்டுக்கொண்டிருந்தால் உனக்கு எப்படிப் புரியும். சரி, சொல்ல வந்ததை நேரடியாகச் சொல்லிவிடுகிறேன்.

நான் உன்னை உயிருக்கு உயிராகக் காதலிக்கிறேன். உன்னைப் போன்ற ஒருத்தியை மனைவியாக அடைவ தென்பது இவ்வுலகில் எனக்குக் கிடைக்கக்கூடிய அதிகபட்ச வெகுமானமென்று நம்புகிறேன்.

மேலேயிருக்கும் வரிகளை படித்து முடித்த பின் உன்னுடைய மன வெளிப்பாடு எப்படியிருக்குமென்று தெரியவில்லை. என்ன நினைப்பாயென்றும் தோன்ற வில்லை. ஒன்றை மட்டும் ஞாபகப்படுத்திக்கொள் கயல். எதையும் மேலோட்டமாக பார்த்து முடிவுகளை எடுக்கும் ஆள் அல்ல நான். என்னுடைய ஒரு முடிவிற்கு பின்னால் எவ்வளவு ஸ்தூலமான நம்பிக்கையும், உறுதிப்பாடும் இருக்கும் என்பதையும் நீ அறிவாய். ஆதலால் என் காதலை நீ ஏற்றுக்கொள்வாய் என்று நம்புகிறேன்.

கயல், ஐ லவ் யூ.

மறுபக்கம் இது உன்னை மிகப்பெரிய வியப்பிற்குள் தள்ளலாம். என்னடா இத்தனை வருடம் வராத காதல் இப்போது மடையுடைத்துப் பாய்கிறதே என்று நினைக்கலாம். ஒவ்வொன்றின் எழுச்சிக்கும் தகுந்த காலம் அவசியமாயிருக்கிறது கயல். மனத்திறப்புக்களை காலம் அதற்குரிய நேரத்தில்தான் நிகழ்த்துகிறது. காதல் என்ற ஒரு பேரண்டத்தை சுவீகரித்துக்கொள்ள எனக்கு நீண்ட காலம் தேவைப்பட்டுவிட்டது. இனியும் என்னால் அதைத் தள்ளிவைக்க முடியாது. என்மேல் உனக்கிருந்த பிரியத்தையும் பாசத்தையும் எவ்வளவு கீழ்மைப்படுத்தியிருக்கிறேன் பார். உன்னளவுக்குப் பேரன்பைப் பொழிய இங்கு எவளால் முடியும்?

கயல், என் அத்தனை அசட்டுத்தனங்களையும் மன்னிக்கும் பக்குவம் உனக்குத் தாராளமாக உண்டு. உன்னுடைய உலகில் பரிபூரணமாக வெறுத்துத் தள்ளக்கூடிய ஒரு ஜீவனாக நான் இருக்க மாட்டேன் என்று தீர்க்கமாக நம்புகிறேன். என்னை மன்னித்துக்கொள். நடந்தவற்றை மன்னித்து என்னை ஏற்றுக்கொள். இப்போது நீ இல்லாத

ஒரு வாழ்க்கையை என்னால் கற்பனை செய்துகூட பார்க்க முடியவில்லை. புரிந்துகொள்வாயென்று நம்புகிறேன்.

இன்னும் சில வாரங்களில் ஊருக்கு வந்துவிடுவேன். நேரில் பார்க்கும்போது என் நிலை உனக்கு இன்னும் தெளிவாகப் புரியும். அந்த நாளுக்காக பேராவலோடு காத்துக்கொண்டிருக்கிறேன்.

ஐ லவ் யூ கயல்.

அன்புடன்
மதன்.

இதயத்தை அழுத்திக்கொண்டிருந்த பாறையை டைனமைட் வைத்துத் தகர்த்தெறிந்தது போலிருந்தது எனக்கு. ஏதோ அவளிடமே நேராகப் போய், கரங்களைப் பற்றி, கண்களைப் பார்த்து "ஐ லவ் யூ" எனச் சொன்னதுபோன்ற உணர்வு.

உள்ளத்தை நெருடிக்கொண்டிருக்கும் அத்தனை மசமசப்புக்களையும் சம்மந்தப்பட்டவரிடம் போய் கொட்டித் தீர்த்தப் பிறகு கிடைக்கும் மன அமைதி அலாதியானது. கடும் கட்டுக்களிலிருந்து விருக்கென அவிழ்த்துவிடப்படும் விடுதலை அது. மனம் தற்பொழுது கொஞ்சம் வெளித்திருப்பதாய் தெரிந்தது. இதயம் இளகியது. மூச்சு சீராக வந்தது. அத்தனை சுகமும் ஒரே கணத்தில் எனக்குள் கொட்டிவிட்ட களிப்பில் மிதக்க ஆரம்பித்தேன்.

கடிதத்தை மடித்துத் தலையணைக்குக்கீழ் வைத்துவிட்டு நிமிர்ந்தபோது எதிரிலிருந்த டீவியில் ரூபவாஹினியின் மாலைநேர செய்தியறிக்கை போய்க்கொண்டிருந்தது. ஆஸ்பத்திரிக்கு வந்து மூன்றே நாட்களில் தன் கம்பீரக் குரலால் என்னை முழுவதும் வசீகரித்துக்கொண்ட அஷ்ரப் சிஹாப்தீன் அச்செய்திகளைப் படித்துக்கொண்டிருந்தார். அவர் படித்த கடைசிச் செய்தி என்னுடைய மண்டைக்குள் ஆணிபோல் இறங்கியது.

"இலங்கை இராணுவத்தினர் வடக்கின் பல பகுதிகளிலும் எதிரிகளுக்கு பலத்த சேதத்தை உண்டுபண்ணி வேகமாக முன்னேறிக்கொண்டிருப்பதாக அங்கிருந்து வரும் செய்திகள் தெரிவிக்கின்றன. மேற்கே மன்னார் மாவட்டத்தின் பட்டக்காட்டிற்கு கிழக்கே சுமார் 5 கிலோமீட்டர் தொலைவிலுள்ள புலிகளின் நிலைகள் மீது உக்கிரமான தாக்குதல் நடைபெற்றுக்கொண்டிருப்பதாக எமது மன்னார் பிராந்தியச் செய்தியாளர் தெரிவிக்கிறார்."

என்ட கடவுளே... டேய் அந்தோனி!

24

அன்று காலையில் ரவுண்ட்ஸுக்கு வந்த வைத்தியர் என்னை டிக்கட் வெட்டி வீட்டுக்கு அனுப்பிவிட்டதாய் முதல்நாள் இரவு சொப்பனம் கண்டேன். ஆனால் அன்று விழித்துப் பார்த்தால் அதே சுவர், அதே பூச்சு, அதே மனிதர்கள். எதுவும் மாறியிருக்கவில்லை.

இனி ஒருபோதும் இந்த ஆஸ்பத்திரி உவத்திரவங்களை என்னால் தாங்கிக்கொள்ள முடியாது. நான்கு கிழமைகள் கடினப்பட்டு போக்காட்டிய என்னுடைய பொழுதுகள் இப்போதெல்லாம் ஒரு மில்லிமீட்டர்கூட நகரமாட்டேன் என்கிறது. வதையென்றால் பெரும் வதை.

சரியாக எட்டு மணியைக் கடிகாரம் காட்ட நீலக்கலர் ரையோடு ரவுண்ட்ஸ் வர ஆரம்பித்தார் வைத்தியர். கூடவே இயேசுவின் இரண்டு கள்வர்களைப்போல அவருடைய இரு பக்கத்தையும் இரண்டு தாதியர்கள் நிரப்பியிருந்தார்கள். வைத்தியர் மட்டும் நட்டு நடுவில் சிலுவையைப் போல தெரிந்தார்.

எனக்கு முதலிருந்த அத்தனை நோயாளர்களையும் பரிசோதித்து, தாதி கொடுத்த கோவையில் குறித்து வைத்துவிட்டு, என்னிடம் புன்னகையோடு வந்தார்.

“மதன் எப்பிடி இருக்கு?”

“இப்ப பறவால்ல டொக்டர்.”

தலையிலிருந்த கண்ணாடியை மூக்கிற்கு இறக்கிவிட்டு என்னுடைய

காலை மேலும் கீழுமாகத் தடவினார் வைத்தியர். பின்னர் அதைச் சரித்துப் பார்த்தார். வீக்கமேட்டில் அழுத்திப் பார்த்தார். பின்னர் எழுந்து நடக்கச் சொன்னார். என் நடையை உலகின் எட்டாவது அதிசயம்போல ஆவென்று பார்த்தார். எங்கெங்கெல்லாம் வலிக்கிறது என்று கேட்டுக் குறித்துக்கொண்டார்.

இறுதியில், "சரி, சிலவேள நாளைக்கு வீட்டுக்குப் போகலாம்" என மறுபடியும் அதே ஆப்பை நடுமண்டையில் சொருகினார்.

இன்றே இந்த வதைமுகாமிலிருந்து விடுதலை பெற்றுவிடுவேன் என்றிருந்த எதிர்பார்ப்பில் இம்முறையும் மண்தான் விழுந்தது. "எனக்கு இங்கு இருக்க பிடிக்கல டொக்டர்..." என காலைப்பிடித்து கதறினால் என்னவென்று தோன்றியது. கதறி எதைக் கிழிக்க முடியும்? என்னைச் சுற்றி நடப்பவை எல்லாம் என் சுய விருப்பத்தின்படியா நடந்து தொலைகிறது?

பேசாமல் முகத்தை இறுக்கிக்கொண்டு மறுபக்கம் திரும்பிப் படுத்தேன்.

அப்போதுதான் சிற்றுண்டிச்சாலையிலிருந்து வந்து சேர்ந்தான் அந்தோனி.

"என்னவாம்டா டொக்டர். டிக்கட் வெட்டினதா?"

"இல்ல! நாளைக்காம். அதுவும் சிலவேளதானாம்"

"சரியாப்போச்சா! அப்ப இன்னொருநாள் இங்க கிடக்கணுமா??"

"ம்..."

"சரி அது இருக்கட்டும். இப்ப சிக்கல் என்னண்டா, நம்ம ஊரில இருந்து எல்லாரையும் எழும்பச்சொல்லி அறிவிச்சிற்றாங்களாம். ஆமி அங்கால மூவ் எடுக்கப்போறான்போல..."

"என்னடா சொல்ற..."

"ம்... சரியா தெரியல கன்டீன் அண்ணதான் சொன்னவர்."

"அப்ப இண்டைக்கு அப்பா வாரனெண்டாரே?"

"அததான் நானும் யோசிக்கிறன். சரி, அப்பா வாறாரோ இல்லையோ. நாம நாளைக்கு என்ன பண்றது?"

அப்போது ராணுவத்துக்கும் இயக்கத்துக்குமிடையே நடந்த சண்டைகள் வெறும் மணித்தியாலச் சண்டைகளாக முடிந்துவிடவில்லை. அவை நாட்கள், வாரங்கள் என நீண்டு, மூர்க்கத்தனமாக நடந்தன. இம்முறை ராணுவம் ஆரம்பித்திருக்கும் சண்டை, இயக்கத்தை அடியோடு அழித்துவிட்டு, வடக்கு நிலத்தை பூரணமாகக் கைப்பற்றிவிடவேண்டும்

என்ற எத்தனிப்புப் போலதான் தோன்றியது.

'இம்முற கொஞ்சம் மூர்க்கமாதான் இருக்கிறாங்கள்' என்று ஆஸ்பத்திரியில்கூட மனிதர்கள் பேசக் கேட்டிருக்கிறேன்.

ஆனாலும் இதைப் பற்றி பக்கத்துக் கட்டிலில் கிடக்கும் பேதுரு ஐயாவிடம் மட்டும் கேட்டுவிடக்கூடாது.

"அடேய் அப்பன், இந்த வேசமக்கள் தடல்புடல்னு முன்னேறலாம். பொடியள அடிச்சுப் பின்னுக்குத் தள்ளலாம். ஆனா இருந்து பாரு, அதிக பட்சமா இவனுங்களால மல்லாவி – கிளிநொச்சி வரைக்கும்தான் போக முடியும். அதுவும் கிளிநொச்சில கால வைக்கேக்கதான் பொடியள்ட உண்மையான ப்ளான் என்னண்டு சிங்களவனுக்குப் புரியும். இதெல்லாம் சண்ட வியூகம் அப்பன். இந்த பொக்ஸ் அடி கேள்விப்பட்டிருக்கிறியோ? இந்த பொக்ஸ எல்லாம் கணக்கா செட் பண்ணி வச்சுக்கொண்டுதான் பொடியள் பின்னுக்குப் போறாங்கள். அவங்கள் பின்வாங்கினாலே அதுக்கு ஆயிரத்தெட்டு காரணம் இருக்குமடா. நீ இருந்து பாரன்!" எனச் சொல்லி ஹாஸ்யம் பேசி விட்டதுபோல கக்க பெக்கவென சிரிப்பார். அந்தோனிக்கு வரும் கோவத்தில் "முதல்ல இத பொக்ஸுக்க போட்டு கொழுத்தோணும்டா" என்பான்.

பத்தே நிமிடத்தில் 'ஆர்மி வேகமா முன்னேறுறானாம்' என்கிற செய்தி வைத்தியசாலை முழுவதும் நாற்றம் போல பரவிற்று. எல்லோருடைய முகங்களிலும் பீதி. பேச்சுக்களில் படபடப்பு. நடைகளில் அவசரம். சண்டை நிலவரம் பற்றிய மேலதிக செய்திகளைத் தேடி மனிதர்கள் அங்குமிங்கும் அலைந்துகொண்டிருந்தார்கள்.

நான்காம் வாட்டில் தலையைப் பிய்த்துக்கொண்டிருந்த எனக்கும் அந்தோனிக்கும் வயிற்றைக் கலக்கியது. பட்டக்காட்டை ஆமி கைப்பற்றிவிட்டால் எங்கள் நிலை என்ன? எங்கு போய் தஞ்சம் தேடிக்கொள்வது? இங்கு நம்மை ஆதரிப்பதற்கு யார் இருக்கிறார்கள்? யார் சாப்பாடு போடுவார்? யார் உயிர்ப்பிச்சை தருவார்? மனம் முழுவதும் கேள்விகள் குவிந்தன. கேள்விகள் மட்டுமல்ல, ஒவ்வொரு கேள்வியின் கனமும், அது உள்ளுக்குள் உருவாக்கும் அச்சுறுத்தலும் உடலை வெடவெடக்கச் செய்தன.

மன்னாரில் எங்களுக்குத் துணையென்று சொல்லிக்கொள்ள யாருமில்லை. போக்கிடம் தெரியாது. சொந்த பந்தமென்று ஒரு மனித ஜென்மம் இல்லை. திக்கற்ற அடர்ந்த காட்டில் ஏதிலிகளாக எறியப்படப் போகும் துயரம் தொண்டையை அழுத்தத் தொடங்கியது.

மறுபுறம் எனக்காகத் தன் குடும்பத்தை நடுத்தெருவில் விட்டுவிட்டு

என்னோடு வந்துவிட்ட அந்தோனியை நினைத்தபோது குற்றவுணர்ச்சி படுத்தி எடுத்தது. "திடீர் இடப்பெயர்வெண்டா பாவம் தனியே இருக்கின்ற உன்ட அம்மாவும் தங்கச்சிகளும் என்னடா செய்வாங்க?" வெடிக்கும் மனச்சுமையை அடிக்கடி அந்தோனியிடம் நீட்டினேன். பதிலுக்கு அவனிடம் எதுவுமில்லை. அவனுடைய மௌனமும், அவனைக் கவ்விக்கொண்டிருக்கும் துயரமும் என்னை இன்னும் இன்னும் பெரும் உவத்திரவத்திற்குள் தள்ளியது.

"என்னைய மன்னிச்சுக்கொள் மச்சான். என்ட காலம்தான் கெட்டுப்போச்சு... நீயும் எதுக்கு இப்பிடி என்கூடவே கஷ்டப்படணும்!" என நான் ஈனச்சுரத்தில் அரற்றினேன்.

"ச்சி. என்னடா நீ... அதுக்கு என்ன செய்யிறது. ஒவ்வொருத்தருக்கும் ஒவ்வொரு கஷ்டம். நாம என்ன விரும்பியா இதெல்லாத்தையும் சுமந்துகொண்டு திரியிறம்?"

எதற்கும் லாயக்கற்ற ஒரு எளிய ஆன்மாவுக்கு ஒரு நண்பனால் அதிகபட்சமாகச் செய்யக்கூடிய அத்தனையையும் அந்தோனி எனக்கு ஐந்தே வாரத்துக்குள் செய்து முடித்துவிட்டான். உண்மையில் என்னுடைய அத்தனை அழிச்சாட்டியங்களையும் பெரும் மனதோடு பொறுத்துக்கொண்டு இத்தனை ஆண்டுகள் அவன் எனக்கு நண்பனா யிருப்பது என் நல்லூழ் என்றே சொல்லவேண்டும்.

அன்று இரவு ஒரு மணியிருக்கும். கண்களுக்குள் நித்திரை இறங்கவில்லை. பயத்தின் கோரப்பற்கள் மூளையின் சுவர்களை அரித்துக்கொண்டிருந்தன. கைகளில் முளைத்துவிட்ட நடுக்கம் கிடுகிடுத்தது. திரும்பித் திரும்பிப் படுத்தும் ஆற்றாமை குறையவில்லை.

முழித்துக்கொண்டு கிடப்பதைப் பார்த்துவிட்டு கடமையிலிருந்த கங்காணி செல்வம் ஐயா அருகில் வந்தார். அவருடைய முகத்திலும் இறுக்கம் விரவிக்கிடந்தது. பதற்றத்தோடு எழுந்து கட்டிலில் அமர்ந்தேன்.

"தம்பி கேள்விப்பட்டியா? உங்க ஊரை ஆமி புடிச்சிட்டாங்களாம்..."

"என்ன ஐயா சொல்லுறீங்க?"

"இப்பதான் கேள்விப்பட்டன்."

"அப்ப சனங்கள் எல்லாம்...?"

"வழமமாரியே இயக்கக் கட்டுப்பாட்டுப் பக்கம் இடம்பெயர்ந்து போயிருப்பாங்க..."

"என்ட கடவுளே, அப்பிடியெண்டா இனி நாங்க ஊர் பக்கம் போறது சாத்தியமில்ல. ஊருக்குப் போன அப்பாவும் திரும்பி வர மாட்டேர்.

இங்க நாங்க என்ன பண்ணப்போறமெண்டு தெரியல்லய்யா? நாளைக்கு வேற டிக்கட் வெட்டுவாங்க போலகிடக்கு. எங்களுக்குத் தெரிஞ்ச ஆக்களெண்டும் மன்னாரில யாருமில்ல!"

அதற்குள் அவரை குமுதா மிஸ் அழைத்தாள். "கொஞ்சம் பொறுங்க தம்பி வாரன்" என்றுவிட்டு செவிலியர்களின் மேசையை நோக்கி நடந்தார்.

தரையில் படுத்திருந்த அந்தோனி எழுந்து உட்கார்ந்தான். அவனுடைய கண்கள் செய்தியைக் கேட்டு பருத்துப் புடைத்தன. தலையைச் சொறிந்துகொண்டு வாசல் நோக்கி வெறுமை பிடித்து நடந்தான்.

"என்னடா செய்யிறதிப்ப...?"

கடவுளுக்கும் தெரியாத பதிலை யோசித்துக்கொண்டு மீண்டும் கட்டிலுக்கு வந்தான். முகம் கறுத்திருந்தது. நரம்புகள் கேள்விக்குறியாய்ப் புடைத்திருந்தன.

"அதான் எனக்கும் தெரியல. இப்படி இங்க வந்து மாட்டிட்டமே. ச்சே... நாளைக்கு எங்கதான்டா போறது? டிக்கட்ட வேற வெட்டிடுவாங்க."

எனக்குத் தலை சிதறிவிடும்போல் இருந்தது.

"ம்... அந்தக் கங்காணி ஐயாட்ட உதவி கேப்பம். அவர் நல்ல மனுசன். கட்டாயம் செய்வார். நமக்கு இங்க யாருமில்ல எண்றது அவருக்கு வடிவாத் தெரியும்..."

இத்தனை பிரளயத்திற்குள்ளும் கணக்கேயில்லாமல் புலர்ந்து விட்டிருந்தது இன்னுமொரு நாள். பயம், ஏக்கம், கவலை, குழப்பம் என அத்தனையும் சேர்ந்து வயிற்றைக் கலக்கிக்கொண்டிருந்தது.

வழமைபோல வைத்தியர் வந்தார். சுற்றுமுற்றும் பார்த்தார். கேள்விகளைக் கேட்டார். கருணையற்று டிக்கட்டை வெட்டினார். இனி சிக்கலில்லாமல் நடக்க முடியும் என்றுவிட்டு அடுத்த கட்டிலுக்குப் போனார்.

நடக்க முடியும், எதை நோக்கி நடப்பது?

நானும் அந்தோனியும் வெட்டிய டிக்கட்டோடு திக்கற்றவர்களாக வீதிக்கு வந்தோம். எங்கள் முழு நம்பிக்கைக்கும் பாத்திரமான செல்வம் ஐயாவும் வீதிவரை கூடவே வந்தார். அவர் கொடுத்த அந்த நம்பிக்கையின் வெகுமதி பற்றி இப்போது யோசித்துப் பார்த்தாலும், மனுசனை உடனடியாகத் தேடிப்போய் காலில் விழுந்து ஸ்தோத்தரிக்க வேண்டுமென்று தோன்றுகிறது. கொடூரமும், தன்னலமும் நிறைந்து

கிடக்கின்ற ஒரு சமூகத்தில், இன்னும் எளிய மக்களுக்கான நம்பிக்கைக் கீற்றுக்களாகச் சிலர் இருக்கத்தான் செய்கிறார்கள்.

"அப்பன், எதுக்கிடா யோசிக்கிறீங்க... அதான் ஃபாதர் ஹெல்ப் பண்ணுறனெண்டு சொல்லிப்போட்டாரே... பயப்பிடாதீங்க, அவர் கட்டாயம் உதவி செய்வார். ஆள் தங்கமான மனுசன்."

அதைச் சொல்லிவிட்டு ஆஸ்பத்திரிச் சந்தியில் நின்ற முச்சக்கர வண்டியொன்றைக் கையை அசைத்து அழைத்தார் செல்வம் ஐயா. அருகில் வந்ததும், "இவங்கள பெரிய கோயல்ல விட முடியுமா?" என்றார். முச்சரக்கர வண்டியின் சாரதி தலையை ஆட்டினான். நானும், அந்தோனியும் உள்ளே தொற்றிக்கொண்டோம். "பாத்துப் போங்கடா தம்பி, ஃபாதர் அறையிலதான் இருப்பார். சந்தியுங்க. அவர் நிச்சயம் உங்களுக்கு உதவுவார். நான் எல்லாம் சொல்லியிருக்கிறன்..." என்றுவிட்டுப் பின்னால் நகர, நான் இரண்டு கைகளையும் கூப்பி நன்றி சொன்னேன். முச்சக்கரவண்டி முறுக்கிக்கொண்டு புறப்பட்டது.

வாழ்க்கையில் முதல் தடவையாக போகும் இடம் பற்றிய தெளிவற்ற பயணமொன்றில் தொற்றிக்கொண்டிருக்கிறேன். இப்பெரிய கோவில் பற்றி கேள்விப்பட்டிருக்கிறேனே தவிர, அது பற்றிய எவ்வித அறிவும் இல்லை. செல்வம் ஐயா சொன்ன சுவாமி தப்பித்தவறி கைகளை விரித்துவிட்டால் எங்கள் வாழ்க்கையின் ஜீவன் அவ்விடத்திலேயே அறுந்துவிடும்.

காலம் கொடுக்கும் முதல் அடியை மன்னாரில்தான் வாங்க வேண்டுமென்றிருந்தால் என்ன செய்ய முடியும்?

ஐந்தே நிமிடத்தில் முச்சரக்கவண்டி அப்பிரமாண்ட ஆலய வளவினுள் நுழைந்தது. வானளவாக நிமிர்ந்து நிற்கும் கோபுரங்களைத் தாங்கி நின்றது அகன்ற அடி கொண்ட ஆலயம். நிறப்பூச்சு தேய்ந்திருந்தாலும், பிரமாண்டம் என்ற விம்பம் குறைப்பட்டுக் கொள்ளா வண்ணம் பார்த்துக்கொள்கின்றன அப்பெருஞ் சுவர்கள். படிகள் நீண்டு பெருத்து, மனிதக் கூட்டத்திற்காக வாய் பிளந்து கிடந்தன. ஒரு திவ்ய அமைதி மொத்தச் சன்னிதியையும் நிறைத்துக் கிடந்தது.

ஆலயத்தின் பின்புறத்தில் இருந்தது பாதிரியாருடைய வீடு. அங்குதான் செல்வம் ஐயா சொன்ன சுவாமியை சந்திக்கவேண்டும். நானும் அந்தோனியும் அவ்வீட்டின் முகப்பு வாசலில் ஏறி, சுவாமியுடைய அறையைத் தேடினோம். வலப்பக்கம் இரண்டு அறைகளும், இடப்பக்கம் இரண்டு அறைகளும், நடுவில் நீண்டு பெருத்த ரேழியின் முடிவில் இன்னுமொரு கதவும் இருந்தது. ரேழியின் ஒற்றைக் கதவைத் தவிர மற்ற அத்தனை கதவுகளும் சாத்தியிருந்தன. சுவரில் தொங்கிக்கொண்டிருந்த பல் வண்ணப் புகைப்படங்களில் பார்வை விழுந்தது.

இரண்டு நிமிடங்கள் கழித்து ரேழியின் முடிவில் ஒரு வயதான அம்மா வெளிப்பட்டார். எங்களைப் பார்த்ததும் அவருடைய பார்வை பருத்தது. கையில் இருக்கும் பைகளில் அவருடைய கவனம் மொய்த்தது. உடுப்புப் பையோடு வந்திருப்பவர்கள் சுவாமியுடைய உறவினர்களோ என்ற தோரணையில் சுதாரித்துக்கொண்டு புன்னகைத்தார்.

சுவாமி வெளியில் போய்விட்டதாக அந்த அம்மா சொன்னார். நானும் அந்தோனியும் அருகிலிருந்த நாற்காலிகளைப் பிடித்து அமர்ந்துகொள்ள, வந்த வழியில் திரும்பி உள்ளே போய் மறைந்தார்.

இருபது நிமிடங்கள் கழித்து வேகமாக வந்த 'லோட் நைன்ரி' ஒன்று சர்ரென நிலத்தில் உரசிக்கொண்டு மூர்ச்சையாகியது. நானும் அந்தோனியும் திடும் என நாற்காலியிலிருந்து எழுந்தோம். மோட்டார் சைக்கிளிலிருந்து பரபரப்பாக இறங்கிய அந்த மனிதர் தன்னைப் போர்த்தியிருந்த கறுப்பு மேற்சட்டையை விலக்கியபோதுதான் அது சுவாமி என்று புரிந்தது.

அருகில் வந்து "என்ன தம்பி?" என்றார்.

என்ன அற்புதமான முகம். அந்த வதனத்தின் மேல் ஒற்றை மெழுகுவர்த்தியாய் ஓர் புன்முறுவல். புத்தனையும் வெட்கப்படச் செய்யும் ஒரு சாந்தம். பரிவும், கனிவும் அலையடித்துக் களிநடனம் போடும் கண்கள். ஏதொவொரு பிரகாசம் அவருடைய கண்களில் அடித்தது.

"வணக்கம் ஃபாதர், ஆஸ்பத்திரியில வேலபாக்குற செல்வம் அண்ண அனுப்பினவர்..."

"ஆஹ், ஓமோம்... சொன்னவர், சொன்னவர். உள்ள வாங்க."

சுவாமி ஒரு அறையைத் திறந்துகொண்டு உள்ளே போக, நாங்களும் பின்தொடர்ந்தோம். அறைக்குள் இருந்த மேசையொன்றில் அமர்ந்து கொண்டு எங்களை முன்னாலிருந்த கதிரைகளில் அமரச் சொல்ல நாங்களும் அமர்ந்தோம்.

ஃபாதர் பெருமூச்சை இழுத்துவிட்டுக்கொண்டு பேச ஆரம்பித்தார்.

பல கேள்விகள். பல புரிதல்கள். பல திறப்புக்கள். கொடிபோல் பேசிக்கொண்டுபோய், முடியும் இடங்களில் அரைப்புள்ளியில் புன்னகைத்தார். மீண்டும் பாலைவனத்தில் குளிர் நீர் கொட்டுவது போல இதமான வார்த்தைகளைக் கொட்டினார். முடிவில், நாங்கள் எதிர்பார்த்து வந்ததைவிட பெருங்கருணை கொண்ட ஆசீர்வாதத்தைப் பொழிந்தார்.

ஃபாதர் அருகில் இருந்த மேசை மணியை அழுத்த அரைக் கால்சராய் அணிந்த இருபது ஏறாத உருவமொன்று அருகில் வந்து நின்றது.

“கமல், இவங்க ரெண்டுபேரையும் இப்போதைக்கு நம்ம பின்னால இருக்கிற ரூமில தங்க வை. சாப்பாடு எல்லாத்தையும் பாத்துக்க. கொஞ்ச நாளைக்கு இவங்க நம்மோடதான் இருக்கப்போறாங்க...”

கமல் ‘ஆகட்டும்’ என தலையை அசைத்துக்கொண்டே என்னைப்பார்த்து இதமாக புன்னகைத்தான்.

“இப்போதைக்கு ரெண்டு பேரும் இங்க தங்கிக்கங்க. மத்த எல்லாத்தையும் பிறகு பாத்துக்கலாம்”

சவரிக்காத தாடி, அடர்ந்த கேசம், தவாளிப்பான சருமம் இயேசுநாதரையே பிரதியெடுத்து வைத்தது போன்ற உருவம்.

முன்னாலிருந்த கண்ணாடி அணிந்த இயேசுவை கையெடுத்து வணங்கினோம். எங்களைப் பார்த்து “கோட் ப்ளஸ் யூ” எனச் சொல்லிவிட்டு மீண்டும் அந்த லோட் நைன்டியில்போய் தொற்றிக் கொண்டது கடவுள்.

ஒரு வாரத்திலேயே எங்கள் வாழ்க்கை சௌகரியமாய் மாறிக்கொண்டது. தனிமையும், அநாதைகள் என்ற பெரும் சலனமும் உள்ளுக்குள் நிறைந்து கிடந்தாலும் அப்புறச்சூழல் எங்களுக்கு எந்தக் குறையையும் வைக்கவில்லை. ஃபாதரின் நேசம் பெரும் ஆறுதலாய் இருந்தது.

நானும் அந்தோனியும் ஃபாதரின் வலது இடது கரங்களை வெற்றிகரமாகக் கைப்பற்றிக்கொண்டோம். எதற்கெடுத்தாலும் நானும் அந்தோனியும் அவருடைய கால் வளையத்திற்குள்ளேயே சுழன்றுகொண்டு நிற்பது ஃபாதருக்கும் அனுகூலமாகவே இருந்தது. காலையிலிருந்து மாலை வரை நூறு தடவைகள் மதன், மதனென அழைப்பார். நானும் நாய்க்குட்டி போலக் காலடியிலேயே சுற்றிக்கொண்டு நிற்பேன். எங்கள் மேல் அவர் வைத்த நம்பிக்கையின் அஸ்திவாரம் நாளுக்கு நாள் இறுகிக்கொண்டே போனதே. அதனால் எங்களுக்குப் பிறிதொரு பிரச்சினையும் உண்டானது.

அந்தக் கோவிலில் கடந்த இரண்டு மூன்று வருடங்களாகக் கமல்தான் ‘சுவாமிப் பொடியனாக’ இருக்கிறான். சுவாமியின் அத்தனை வேலைகளுக்கும் அவரின் ஒரே நம்பிக்கையாய் புகழ் பூத்துக்கொண்டிருந்த ஆள் அவன். ஆனால் நாங்கள் வந்த பிறகு அவனுடைய அந்தஸ்து சரிந்துவிட்டதாய் வருத்தப்பட ஆரம்பித்தான். அல்லது அந்த அந்தஸ்தை எங்களோடும் பகிர்ந்துகொள்ள வேண்டி

ஏற்பட்ட நிர்ப்பந்தம் அவனுக்கு சதா துன்பத்தைச் சேர்ப்பிக்கின்ற காரியமாக இருந்தது. கமல் என்ற பெயருக்குப் பதிலாக மதன் என்றும் அந்தோனியென்றும் ஒலிக்கும் ஃபாதரின் குரலால் அவன் நோகடிக்கப்பட்டான். ஃபாதரின் சில தனிப்பட்ட வேலைகளைக்கூட சில வேளைகளில் என்னிடம் ஒப்படைக்கப்படும்போது அவனுடைய மனம் உடைந்து சிதறியது. இதனால், எங்கள் மீதான வெறுப்பும், பொறாமையுணர்வும் அவனுக்குள் சுவாலை கட்டி எரிய ஆரம்பித்தது.

அவன் மேல் எந்தத் தவறையும் போட்டுவிட முடியாது. அவனுடைய காலில் நான் நின்றுகொண்டிருந்தாலும் இப்படித்தானிருப்பேனோ என்னவோ. பின்னால் வந்தது முன்னால் வந்ததை மறைப்பது அயோக்கியத்தனம்.

இங்கு வந்ததிலிருந்து, எனக்கு ஃபாதர் ஜேம்ஸ் இன்னுமொரு ஜோசப் மாஸ்டராய் மாறிப்போனார். இன்னுமொரு தாயாய், அக்காவாய், பட்டக்காடாய், சொந்தமாய், உறவாய், கடவுளாய் இப்படி அனைத்துமாய் மாறிப் போய் எங்களுக்கு இருட்டில் கிடைத்த பேரொளியாய் மிளிர்ந்தார்.

நடுக்கிணற்றில் தத்தளித்துக்கொண்டிருந்த எங்களுக்கு தகுந்த நேரத்தில் கிடைத்த பிடிகயிறு ஃபாதர்.

மறுபுறம், மன்னாருக்கு வடக்கேயும் கிழக்கேயும் ராணுவம் கடுகதியாய் முன்னேறிக்கொண்டிருந்தது. ஒவ்வொரு ஊராய்க் கைப்பற்றியபடி நகர்ந்த சண்டை ஏதோவொரு புதிய பயங்கரத்தை வன்னியில் உண்டுபண்ணப் போவதுபோல் தெரிந்தது. அண்ணன்மாரின் கால்கள் கொஞ்சம் கொஞ்சமாய் வெடவெடத்துப் பின்னோக்கி நகர்ந்தன. வலுவிழந்து, சோகை பற்றியது போலிருந்தது அவர்களுடைய இருத்தல்.

“இப்பிடியே போய்கிட்டிருந்தா கடைசில புதுக்குடியிருப்பில வந்து ஆமி சிரிச்சுக்கொண்டு நிக்கப்போறான்” என கோவிலறையின் சமையல்கார ஐயா அடிக்கடி புறுபுறுப்பார். எனக்கும் கோவம் கோவமாய் வரும். கோவம் என்றால், தமிழர்களிடம் திடீரென ஒட்டிக்கொண்டுவிட்ட தோல்வி மீதான இயலாமையின் வெளிப்பாடு. ஆனால் அந்தோனி மட்டும் “வரட்டும் வரட்டும் எங்கள்ட ப்ளான் இருக்கு!” என முகத்தை அஷ்டகோணலாக்கி சிரிப்பான். அது பகடி பண்ணக்கூடிய விஷயம் அல்ல என்றால், முகத்தை இறுக்கிக்கொண்டு “இல்ல மச்சான், சீரியஸாதான் சொல்றன்!” என்பான். இந்த விஷயத்தில் மட்டும் அவனுடைய பகடிக்கும், உண்மைக்கும் வித்தியாசம் விளங்காது. என்னவோ, கடைசியில் அவன் சொல்வது மட்டும் உண்மையாக இருந்துவிட வேண்டுமென்று பிரார்த்தித்துக்கொள்வேன்.

அதுவரை நடந்த சண்டையில் யாருமே எதிர்பார்த்திராதவாறு

ராணுவத்தினருக்கு ஏகப்பட்ட வெற்றிகள் குவிந்தன. விடுதலைப்புலிகள் தோற்றுக்கொண்டிருக்கிறார்கள் என்ற செய்தியை சர்வதேச ஊடகங்கள்கூட ஆச்சரியமாக ஒலிஒளிபரப்புச் செய்தன. அதைக்கேட்டு சர்வதேசம் விழி பெருத்து விறைத்து நின்றது.

ஒவ்வொரு நாளும் ராணுவத்தினர் கொண்டுவந்த வெற்றிகளைக் கண்டு தெற்கு குதூகலித்தது. கொடியிலிருந்த சிங்கம் கர்ஜித்து ஆடியது. ஊமை பற்றியிருந்த சிங்கள தேசத்தில் நாலா பக்கமும் எக்காளம் முழங்கியது.

இது அவர்களுக்குக் கிடைத்த பாரிய வெற்றிதான். ஆண்டாண்டுக் காலமாக செய்து வந்த நீண்ட தவத்தின் பலன் கிட்டிவிட்டது. தொண்டைத் தண்ணீர் வற்றும் வரை கொண்டாடித் தீர்க்கட்டும்.

அதேவேளை வடக்கில் அப்பாவித் தமிழர்களை நோக்கி சாவு துரிதமாக முன்னேறிக்கொண்டிருந்தது. ஆயிரக்கணக்கில் தமிழர்கள் தங்கள் வீடுகளைத் தொலைத்து பாதுகாப்புத் தேடி அலைய ஆரம்பித்தார்கள். காடு, வயல், மலை, குளம் என அனைத்தும் தமிழர்களின் தற்காலிக வாழ்விடங்களாயின. பாடசாலைகள், கோவில்கள், மரங்கள் என அத்தனையும் மனிதர்களால் நிறைந்து வழிந்தன.

25

மன்னாரில் ஃபாதர் ஜேம்ஸுடனான வாழ்க்கைப் பயணம் படிக்கப்பட வேண்டிய ஒரு முக்கிய அத்தியாயமாய் எங்கள் முன் விரிந்து கிடந்தது. வாழ்க்கையில் மிகப் பெரிய ஞானியொருவர் நம் வாழ்க்கையின் ஒட்டு மொத்த நம்பிக்கையாகவும், இருத்தலுக்கான அடிப்படைப் பிடிமானமாகவும் வாய்க்கப்பெறுவது நமக்குக் கிடைக்கக்கூடிய மிக உன்னதமான கொடை. அதற்கு நாம் மகா பாக்கியசாலிகளாக இருக்கவேண்டும். நாங்கள் பாக்கியசாலிகள்.

துன்பங்கள்கூட சிலவேளைகளில் நம்மை அதிர்ஷ்டசாலியாக மாற்றுவதில் பெரும் பங்காற்றிவிடுகிறது.

எங்களுடைய குடும்பங்களைப் பிரிந்திருத்தலைத் தவிர்த்துப் பார்த்தால் எங்களுக்கு இந்த வாழ்க்கையில் எவ்விதக் குறையுமில்லை. ஃபாதருடைய மனம் ஒரு மஹால். அள்ளியள்ளிக் கொடுத்துக்கொண்டேயிருக்கும். அதைத் தாண்டியும் ஒரு குருவானவரோடு ஒரு தெய்வ சந்நிதியில் வாழ்வதெல்லாம் மிகப் பெரியதொரு ஆசீர்வாதம் என்றே கருதினோம். ஆலயத்துக்குள் வரும்போதெல்லாம் அதற்காக கடவுளுக்கு நன்றி சொன்னோம். 'இந்த அநாதைப் பயணத்தில் ஃபாதர் மட்டும் இல்லாமல் போயிருந்தால்' என்று யோசிக்கும்போதெல்லாம் ஈரக்குலை புக் எனப் பற்றிக்கொண்டுவிடும். குடும்பம், ஊர், உறவுகள் என அனைத்தையும் இழந்து நின்ற எங்களுக்கு ஃபாதர் ஜேம்ஸ் ஒரு பேரொளியாகத் திகழ்ந்தார்.

அங்கு எங்களுடைய நாட்கள் வேகமாக ஓடிக்கொண்டிருந்தன.

ஒருநாள் காலையில் விழித்தெழுந்து பார்த்தபோது நாங்கள் அங்கு வந்து இரண்டு மாதங்கள் தீர்ந்திருந்தது. இருவருக்கும் நேற்றுத்தான் நான்காம் வாட்டிலிருந்து மூன்று சொப்பின் பைகளோடு ஃபாதரிடம் வந்துசேர்ந்த ஞாபகம்.

தினமும் காலையில் ஐந்து மணிக்கு இருவரும் விழித்துக்கொள்வோம். ஆலயத்தில் தினமும் காலையில் நடக்கும் ஆறு மணி பூசைக்கு சுவாமிப் பொடியனோடும், மெலிஞ்சியாரோடும் சேர்ந்து ஆயத்தங்களைச் செய்யவேண்டும். தொடர்ந்து திருப்பலி. திருப்பலி முடிந்ததும் கோயில் வீட்டு தோட்டங்களை கவனிப்பது, பூ மரங்களுக்குத் தண்ணீர் ஊற்றுவது, அறை வீட்டைப் பெருக்கித் துப்பரவாக்குவது என சிறு சிறு வேலைகள். நாங்கள் வந்ததிலிருந்து சந்தைக்குப் போய்வரும் பெரும்பணியைக்கூட நாங்களே பார்த்துக்கொண்டோம். அது கோக்கி ஐயாவுக்கும் மிகப் பெரும் ஆறுதலாக இருந்தது.

மாலையில் தேவைப்பட்டால் சிறு தூக்கம், பின்னர் கோவில் மைதானத்தில் நண்பர்களோடு கால்பந்து ஆடுவது, மாலையில் ஃபாதர் கொடுக்கும் சின்னச் சின்ன வேலைகளைச் செய்வது, மாலை திருப்பலி யிருந்தால் அதன் ஆயத்த வேலைகளில் ஈடுபடுவது. இவ்வளவுதான் எங்கள் தினசரி அட்டவணை.

ஆனாலும் நாட்கள் கழியக் கழிய அந்த 'எந்திர' வாழ்க்கை அலுப்படிக்கத் தொடங்கியது. பணத்துக்கு எப்போதும் ஃபாதரையே எதிர்பார்த்து நிற்கும் கையாலாகாத நிலை பெரும் அவமானமாக தலைக்குள் தேங்கி நின்றது. கையில் பணம் இல்லை என்பதும், எங்கள் அனைத்துத் தேவைகளுக்கும் இன்னொருவருடைய பையைப் பிடித்துத் தொங்கிக்கொண்டிருக்க வேண்டும் என்பதும் எங்களுடைய சுயகௌரவத்துக்கு ஏற்றதாகத் தோன்றவில்லை. "எங்காவது கூலி வேலை எண்டாலும் பரவாயில்லை ஃபாதர்..." என ஒரு நாள் பாதரிடம் சொன்னபோது அவர் அனுக்கமாகச் சிரித்துவிட்டு "பார்க்கலாம்..." என்றார்.

அன்று மாதத்தின் இறுதி வெள்ளிக்கிழமை. ஆலயத்தில் மாலை ஆராதனைக்கான ஏற்பாடுகளைச் செய்வதில் நாங்கள் பரபரப்பாய் இருந்தோம். ஆலயத்தின் வளாகத்தைத் துப்புரவு செய்யும் வேலையை சில பொதுநிலையினரோடு சேர்ந்து அந்தோனி கவனித்துக்கொண்டிருந்தான். நான் பலிப்பீடத்தைத் தயார் செய்துகொண்டிருந்தேன்.

வெள்ளை நிற விரிப்பை எடுத்துக் குலைத்து பலிப்பீடத்தை போர்த்தினேன். இரண்டு மூலையிலும் அழகான இரண்டு பூச்செண்டுகளை வைத்தேன். முன்னால் போய்ப் பார்த்தபோது

அழகாக இருந்தது. திருப்பலிப் புத்தகம், அதை ஏந்தி நிற்கும் மரப்பீடம், அறிவித்தல் கொப்பி என்பவற்றை எடுத்து பீடத்தின் மேல் உரிய இடத்தில் வைத்தேன். பின்னால் வந்த மெலிஞ்சியார் ஒலிவாங்கியை எடுத்து நடுவில் வைத்துப் பரிசோதித்துப் பார்த்தார். பீடத்துக்கு அருகிலிருக்கும் சிறிய மேசையில் திருப்பலிக்குத் தேவையான நீர், வைன் பாட்டில், அப்பக் கிண்ணங்கள், துடைக்கும் துணி, வைன் கோப்பை, தட்டு போன்றவற்றை ஒழுங்காக அடுக்கி வைத்தேன்.

"அண்ணா, உங்கள ஃபாதர் வரட்டாம்..." அருகில் வந்த சுவாமிப்பொடியன் என் கவனத்தைக் கலைத்தான்.

"பூசைக்கு நேரம் ஆயிற்று. இன்னும் உடுப்பு எடுத்து வைக்கல. துருவிலுக்கு சிரட்ட எரிக்கணும். இத டக்கொண்டு முடிச்சுப்போட்டு வாரன்."

"இல்லண்ண. நீங்க போங்க நான் பாத்துக்கிறன்."

"சரி, சுவாமி உடுப்பு எடுத்து வச்சிரு. இண்டைக்குப் பச்ச நிறம். துருவிலுக்குப் பின்னால சிரட்ட போடணும். மறந்திடாத. நான் என்னண்டு கேட்டுட்டு ஓடி வந்திர்றன்."

வெளியில் கிடந்த செருப்பைக் கொழுவிக்கொண்டு ஃபாதரின் அறையை நோக்கி ஓடினேன்.

இந்தச் செருப்புக்கும் ஜீவன் முடியும் காலம் நெருங்கிவிட்டது. குதிப்பக்கம் தேய்ந்து விழ ஆரம்பித்திருக்கும் ஓட்டை வேலையைக் காட்டுவதற்குள் புதுச் செருப்பொன்றை வாங்கிவிட வேண்டும். ஆனால் அடுத்த செருப்புக்கும் ஃபாதரிடம் போய் கையேந்திக்கொண்டு நிற்கப்போவதை நினைத்தால்தான் அவமானமாக இருக்கிறது. அதையாவது சொந்த உழைப்பில் வாங்கினால் பெரும் நிம்மதியாக இருக்கும்.

ஃபாதரின் அறையை அடைந்தபோது ஃபாதர் திருப்பலி பிரசங்கத்துக்கு ஆயத்தம் செய்துகொண்டிருப்பது தெரிந்தது. ஒரு வெள்ளைத்தாளும், கறுப்புப் பேனாவும், சிவப்பு கவர் போட்ட சிறிய விவிலியமும் அவர் முன்னால் கிடந்தன. விவிலியத்தின் வார்த்தைகளுக்குள் அவருடைய பார்வை இறங்கி துளாவிக்கொண்டிருந்தது.

இந்த இடத்தில் ஜேம்ஸ் ஃபாதருடைய திருப்பலிப் பிரசங்கம் பற்றிச் சொல்லியே ஆகவேண்டும். இவரைப் போன்றதொரு கனமான பேச்சாளரை இதுவரை நான் கண்டதேயில்லை. புத்திக்கூர்மையும், குரல் அலைக்குறிப்பேற்றமும் உன்னதமாக இருக்கும். பேச்சை இசைவாக ஆரம்பித்து, அறிவார்ந்த கருத்தியலை நகைச்சுவை முலாம் பூசி, ஒவ்வொன்றாய் அடுக்கி, குரலை சுருதி இடறாமல் ஏற்றி இறக்கி,

விடயத்தை நச் என்று அடித்து, உச்ச ஸ்தாயியில் முடிவை வைக்க ஆலயமே உறைந்துபோய்க் கிடக்கும். அப்படியொரு சுவாரசியமான பேச்சுத்திறமை அவருக்கு வாய்க்கப் பெற்றிருந்தது. என்ன அறிவாற்றல், என்ன சொற்சுத்தம், எவ்வளவு இசைவான ஏற்ற இறக்கங்கள். தேர்ந்த அறுவை சிகிச்சை நிபுணரின் கத்தி போல, அவர் எடுக்கும் அத்தனை தலைப்புகளையும் நேர்த்தியாகப் பிரித்து, ஆராய்ந்து, தலைக்குள் இறக்குவார்.

கத்தோலிக்கத் திருச்சபையில் பிரசங்கம் என்ற பெயரில் வாந்தி வாந்தியாக எடுக்கும் பலரிடமிருந்து மாறுபட்டு ஒரு தனித்துவ உதாரண புருஷராக ஜொலிக்கிறார் ஃபாதர் ஜேம்ஸ்.

உண்மையிலேயே ஃபாதர் ஜேம்ஸ் ஒரு பேச்சுப் பொறி. பேச்சுப் பொறியா அவர், அமானுஷ்யம்! ஆலயத்தில் கூடும் அத்தனை பேரும் கேட்டு வியக்கும் அமானுஷ்யம். 'எத்தனை அறிவுபூர்வமான பேச்சு' என ஆலயத்துக்கு வரும் பலர் வியந்து பேசுவதைக் கேட்டிருக்கிறேன். இத்தனைக்கும் பல குருவானவர்களைப்போல அவரைத் திருச்சபை இத்தாலி, ஜேர்மனி, சுவிஸ் என்று அனுப்பிப் படிப்பித்ததில்லை. வெறும் இலங்கைக் குருமடப் படிப்பிலேயே முழுமை கண்ட சுவாமி.

அதற்குப் பின்னர் இன்றுவரை, அப்படியானதொரு மதுர பிரசங்கத்தை நான் கேட்டேனில்லை. எத்தனையோ ஆலயங்களையும், திருப்பலிகளையும், பாதிரியார்களையும் கடந்து வந்து விட்டேன். ஒரு தடைவகூட அந்த அதிர்ஷ்டம் கிட்டியதில்லை. ஜேம்ஸுக்களுக்கு திருச்சபையில் கடுமையான தட்டுப்பாடு நிலவுகிறது போலிருக்கிறது.

விவிலியத் தாள்களில் மூழ்கியிருந்தஃபாதரை சலனப்படுத்த விருப்பமற்று வாசலிலேயே அமைதியாக நின்றேன். இரண்டு நிமிடத்தில் அழைப்புக் கிடைத்தது.

"ஃபாதர்..."

"ஓமோம். வா வா..."

"வரச்சொன்னீங்களாம்..."

"ம். உனக்கொரு குட் நியூஸ் இருக்கு... என்ன பாக்குற... ஹெஸ் பண்ணு?"

26

ஆயிரம் பல்புகள் எரிய ஆரம்பித்துவிட்ட முகத்தில் கண்கள் மட்டும் படக்படக்கென அடித்தன. அந்த 'ஹெஸ்' என்னுடைய மண்டைக்குள் நீண்டதொரு பட்டியலை இழுத்துப் போட்டது.

"என்ன மதன். எனி ஹெஸ்?"

"ம்ஹூம்... தெரியல ஃபாதர்."

"டேய், உன்ட அப்பாகிட்ட இருந்து கடிதம் வந்திருக்குடா..."

"என்ன ஃபாதர் சொல்லுறீங்க... எப்பிடி?"

என்னுடைய பரபரப்பின் கீச்சுரம் அதிர்ந்தது. உடல் முழுவதும் புளகாங்கிதம் பரவிற்று. கண்கள் சட்டெனப் பருத்தன. புருவம் உயர்ந்து நெற்றியோடு பொருந்திக்கொண்டது. ஒட்டுமொத்த முகத்திலும் ஒளிக்கீற்றுகள் சுழன்றடித்தன. நாவினால் வார்த்தைகளை வரிசையாகக் கோர்க்க முடியவில்லை. மொழி குலைந்தது. அடுத்த வரியைப் பேச முடியாமல் தவித்துக்கொண்டிருந்தேன்.

எத்தனை மாதங்கள்... ஒவ்வொரு இரவும் தவறாமல் வந்து, இரண்டே நொடியில் சிகரட் புகையாய் மறைந்து போகிற கனவல்லவா அது? இன்று மட்டும் எப்படி நிஜமானது?

மார்புக்குள் விம்மி விம்மி பெரும் சந்தோசம். உடம்பு கொள்ளாத பூரிப்பு. நிலைகொள்ளாத பரவசம்.

"ஃபாதர்!"

"ம்... ஆஸ்பத்திரிக்கு வந்த யாரிட்டையோ அப்பா உனக்குக் கடிதம் குடுத்துவிட்டிருக்கிறார். நீ இங்க இருக்கிறது ஆஸ்பத்திரியாக்களுக்குத் தெரியும்தானே. அதுதான் அத நேரடியா இங்கவே குடுத்து அனுப்பி யிருக்கிறாங்கள். இந்தா... கோட் ப்ளஸ் யூ... படிச்சுப் போட்டு எங்க, எப்பிடி இருக்கிறாங்களெண்டு எனக்கும் சொல்லு..."

அப்பொழுது எனக்குள் ஏற்பட்டிருந்த சந்தோஷப் பிரவாகம் ஒரு போதையாக மாறிவிட்டிருந்தது. தொண்ணூறுகளில் பிறந்த ஒரு பெண்குழந்தைக்கு கென்டோஸ் கொடுக்கும் போதை போல. என்ன நடந்தாலும், எங்கு போனாலும், நான் கடவுளின் பாதுகாப்பு விசைக்கைக்குள் பரிபாலிக்கப்படுகிறேன் என்பதை மீண்டுமொருமுறை ஆழமாக உணர்த்தியது அந்தக் கடித உறை.

"நன்றி கடவுளே..." என அறைக்குள் ஓடி வந்த நான் உறையைப் பிரித்து கடிதத்தைப் படிக்க ஆரம்பித்தேன்.

"அன்பின் மதன்,

எங்க இருக்கிறாய்? இன்னும் ஆஸ்பத்திரியில்தானா? கால் சுகமாகி விட்டதா? தம்பி, நீயும் அந்தோனியும் அங்கு என்ன செய்வீர்களோ என்றுதான் அல்லும்பகலும் யோசித்துக்கொண்டு கிடக்கிறோம். ஆஸ்பத்திரியில் இருந்தாலும் பரவாயில்லை, ஆனால் அங்கிருந்து டிக்கட் வெட்டி அனுப்பிவிட்டால் எங்கு போவீர்கள், யார் உங்களை அரவணைக்கப் போகிறார்? இதையெல்லாம் யோசித்தால் செத்துவிடலாம் போலிருக்கிறது. அநாதையாக உன்னை விட்டுவிட்டு இங்கு எங்களால் ஒன்றும் செய்ய முடியவில்லை.

நாங்கள் இடம்பெயர்ந்து வந்து இப்போது மல்லாவியில் இருக்கிறோம். நான் உன்னைப் பார்க்க வருவதற்கு முதல்நாள்தான் எங்களை ஊரைவிட்டு எழும்பும்படி சொன்னார்கள். உன்னை ஆஸ்பத்திரியில் தனியாக விட்டுவிட்டு எங்களால எப்பிடி எங்கையாவது போக முடியும்? வேற வழியும் தெரியவில்லை. கடவுள்மேல பாரத்தை போட்டுட்டு ஊரில் இருந்து வெளிக்கிட்டு இங்கு வந்துவிட்டோம்.

நாங்கள் மல்லாவி பள்ளிக்கூடத்துக்கு பக்கத்தில் இருக்கிற இரண்டாம் ஒழுங்கைக்குள், சர்வேசுவரன் என்பவருடைய காணியில்தான் இப்போதைக்கு இருக்கிறோம். இப்ப இங்கால நிலமையும் திறமில்லை. எனக்கு என்னவோ நீயும் அந்தோனியும் அங்கையே

இருக்கிறதுதான் சரியெண்டு தோணுது. அதுசரி, அங்க எங்க ரெண்டுபேரும் இருக்கிறீங்க? ஆஸ்பத்திரியில இருந்து டிக்கட் வெட்டின நாளில இருந்து எங்க போய் எப்பிடி பிளச்சிருப்பிங்கள் எண்டு நினைச்சு ஒவ்வொரு நாளும் அழுற நாங்கள். உனக்கும் மன்னார் பரீட்சயமில்ல. ஆனாலென்ன, நீங்க ரெண்டு பேர் எண்டபடியால ஆளாளுக்கு உதவி ஒத்தாசையா இருப்பீங்கள் எண்டு நினைக்கிறன். அந்தோனிட குடும்பமும் இங்க மல்லாவில எங்க வீட்டுக்குப் பக்கத்திலதான் இருக்கிறாங்க. அவங்களும் சுகமாக இருக்கிறாங்கள் எண்டு அந்தோனி யிடம் சொல்லிவிடு.

இங்க இருந்து எவரையும் பொயின்டைக் கடந்து இராணுவக் கட்டுப்பாட்டுக்குள்ள வர அனுமதிக்கிறாங் களில்லை. நானும் எல்லாரையும் பிடித்து கதைத்துப் பார்த்திட்டன். இப்ப இருக்கிற நிலமையில அம்மாவையும் சித்ராவையும் இங்க தனிய விட்டுப்போட்டு நான் அங்கால வாரதும் புத்திசாலித்தனமில்ல. என்ன செய்வதென்றே தெரியவில்லை. கடவுள்தான் நம்மைக் காப்பாற்ற வேணும். யாராச்சும் இங்காலப் பக்கம் வந்தா கடிதம் குடுத்துவிடு தம்பி.

அன்புடன்,
அப்பா, அம்மா, அக்கா.

கடவுள் எனக்குச் செய்த அற்புதங்களில் ஜெல்லி மீனிடமிருந்து தப்பியதற்குப் பிறகு அப்பாவிடமிருந்து வந்த இக்கடிதம் மிக முக்கியமானது. ஒரு பயங்கர மர்மத்தின் தேடல் இப்போது ஓரளவேனும் வெளித்திருப்பது மிகப் பெரும் நிம்மதிக்கு வழிகோலியது. வாழ்க்கையில் தொலைந்த அத்தனையும் மீண்டு வந்துவிட்டதான ஒரு பரபரப்பு. கூப்பாடு போட்டு கத்திக்கொண்டே தரையில் அமர்ந்தேன். தரையில் அமர்ந்தேனா, இல்லையே. தரையில் புட்டியைப் பதிக்காமல் எப்படி அமர்ந்துகொள்ள முடியும்? என் புட்டிக்கும் தரைக்கும் இடையில் ஒரு சூறாவளியே கடந்து போவதுபோல் இருந்தது. அப்படியெனின் நான் காற்றில் மிதந்துகொண்டிருக்கிறேன் என்றுதானே அர்த்தம்.

என்னுடைய இதயத்தை இறுக்கியிருந்த வெறுமையும், படபடப்பும் காற்றில் விட்டெறிந்த ஊதுபத்திப் புகைபோல மெதுமெதுவாய் மறைந்துகொண்டிருந்தது. எங்களுடைய குடும்பம் இடம்பெயர்ந்து போனாலும் பாதுகாப்பாக, இன்ன இடத்தில் இருக்கிறார்கள் என்ற தகவல்கள்தான் எங்கள் தேடலின் மிகப் பெரிய மறைபொருளாக இருந்தது. அது இப்போது வெளித்துவிட்டது பெரும் மனநிம்மதியாய்

இருந்தது.

மறுபுறம் என்றுமேயில்லாதவாறு பசி வயிற்றைத் துளாவியது. அந்தோனியை அழைத்துக்கொண்டு அன்று ஏழு மணிக்கே சாப்பாட்டறையை நோக்கி ஓடினேன். அங்கே மேசையிலிருந்த அரிசிமா பிட்டும், கோழிக்குழம்பும், கத்தரிக்காய் பிரட்டலும், விரால் மீன் பொரியலும் எங்களைப் பார்த்து ஆவி பறக்க முகமன் வைத்தது. கதிரையை இழுத்துப்போட்டு வந்த வேலையை தடல்புடலாக ஆரம்பித்தோம். உள்ளுக்குள் பசி ஏறி இறங்கி அதகளம் பண்ணியது.

அருகிலிருந்த இன்னுமொரு மேசையில் ஃபாதருக்கான ஐட்டங்களை காத்தும் கருப்பும் அண்டிவிடாமல் கவனமாக மூடி வைத்திருந்தார் கோக்கியார்.

தான் வெஜிட்டேரியன் என்றாலும் சாப்பாட்டில் தன்னுடைய சேனைக்கு வஞ்சகம் செய்பவரல்ல ஃபாதர். மாமிசங்களை வகைவகையாகக் கொட்டி எங்கள் இன்பத்தில் பேரானந்தம் கொள்ளும் மகான். நாங்களும் தினுசு தினுசாக ஆக்கிப்போடும் மச்சங்களைத் தின்று தின்று உடல் வளர்த்தோம். நிணம் பெருத்தோம். ஆனால் ஃபாதர்தான் பாவம், வெறும் பச்சைக் காய்கறிகளோடே காலத்தை ஓட்ட வேண்டிய வாழ்க்கை. அது அவருடைய அழைப்பு. நாங்கள் என்ன செய்ய முடியும்?

இந்த வெஜிட்டேரியன் என்ற ஒரு கூட்டம் ஆச்சரியமானது. சதா வெறும் இலை, குழை, காய்கறிகளோடு மட்டுமே எப்படி சீவியம் நடாத்துகிறார்கள் என்று தெரியவில்லை. என்னுடைய தகப்பனாருக்கு ஒரு நாளைக்கு மீன் வருவல் இல்லையென்றாலே அண்டம் கெட்டுவிடும். குசினியறையில் தொம் தொம்மென்று குதிப்பார். அவர் வழி வந்த எனக்கு ஒரு வாரத்தில் ஒரு முறையாவது இறைச்சியைக் காட்டவில்லையென்றால் தலைக்குள் பித்துப் பிடித்து ஆட்டத் தொடங்கிவிடும். மச்சம் என்பதும் ஒரு போதையென்றே நினைக்கிறேன். இப்படி மச்சத்தையும், சதைகளையும், எலும்புகளையும் தின்று பழகிய மனிதர்களுக்கு காய்கறி என்ன ஆசுவாசத்தைக் கொடுக்கப்போகிறது? இனி நீ மரக்கறி மட்டும்தான் சாப்பிடவேண்டும் என்றால் நானெல்லாம் ஒரே வாரத்தில் பரலோகம் எய்திவிடுவேன்.

இப்போதுகூட வெள்ளிக்கிழமை என்றால் எனக்கிருக்கும் ஒரே நிம்மதி, மன்னார் பேருந்து தரிப்பிடத்திலிருக்கும் ஹாஜியார் கடைதான். ஹாஜியாரின் மட்டன் பிரியாணியும் கோழிக்கால் வருவலும் திவ்யம். (வெள்ளிக்கிழமைகளில் வீட்டில் மரக்கறிதான் சமைப்பாள் மனைவி!)

எங்களுடைய கோக்கி, சிவபாதம் ஐயா சமையற்கலையில் படு கில்லாடி. ஒலிமடுவில் ஃபாதர் பங்குத் தந்தையாக இருந்தபோது

அதிர்ஷ்டவசமாகக் கண்டெடுத்த விலைமதிப்பற்ற முத்து. ஃபாதர், அப்போதிருந்தே மனுசனைக் கெட்டியாகப் பிடித்துக்கொண்டுவிட்டார். அதன் பிறகு ஃபாதருக்கு வந்த அத்தனை பணிமாற்றமும் சிவபாதம் ஐயாவுக்கும்தான் என்றாகிவிட்டது. மச்சத்தை க்ளாசாக சமைக்கும் சமையல்காரர்களை விட இரண்டாம் முறை கேட்டு வாங்கிச் சாப்பிடுமளவுக்கு மரக்கறி சமைக்கத் தெரிந்தவர்களே உன்னதமான சமையல் கில்லாடிகள். சிவபாதம் ஐயா இந்த ரகம். கத்தரிக்காய் பிரட்டலைக்கூட உடும்புக்கறி பிரட்டல் அளவுக்குப் படைக்கத் தெரிந்த வித்துவான்.

அவர் செய்யும் சமையல் வித்தைகள் கணக்கில்லை. சமையலில் அவர் நிகழ்த்தும் புத்தாக்க ஆராய்ச்சிகள் வெறித்தனமானவை. இவற்றையெல்லாம் பார்த்துவிட்டு கிழமையில் இரண்டு தடவையாவது "கோக்கியாருக்கு சாஷ்டாங்க நமஸ்காரம் போட்டால்கூட வீண் இல்லை மச்சான்" என்பான் அந்தோனி.

"டேய். இப்பதான்டா மனசு நிம்மதியா கிடக்கு..." என அந்தோனி முதல் பிடி பிட்டை வாயில் திணிக்கும்போது நான் பெருமூச்சை விழுங்கினேன். என்னுடைய ஆன்மா ஒரு தவிப்பின் ஆழத்திலிருந்து மிதந்து வந்துகொண்டிருப்பது போலிருந்தது.

"ம்... சரீ இப்ப அடுத்தது என்ன? மல்லாவிக்குப் போறதா, இல்ல. இங்கையே இருக்கிறதா? ஆனா அப்பா நம்மள அங்க வரவேணாம் எண்டு சொல்லியிருக்கார் எண்டனீ. ஏனாம்?"

"எதுக்கெண்டு தெரியல..."

"சரி, கனக்க யோசிக்க வேணாம். என்ன செய்யிறதெண்டு ஃபாதர்ட்டயே கேப்ப."

"என்ன இண்டைக்கு ரெண்டு பேரும் நேரத்துக்கு...?"

அந்த நேரம் பார்த்து பிடிபடாத தொந்தியைத் தடவிக்கொண்டு சாப்பாட்டறைக்குள் நுழைந்தார் ஃபாதர். நாங்கள்கூட அவ்வளவு நேரத்தோடு அவரை இராவுணவுக்காய் எதிர்பார்த்திருக்கவில்லை. இது வழமையாக அவர் தனிமையில் ஜெபம் செய்யும் நேரம். பசி என்ற சாத்தான் நட்டுநடு ஜெபத்தில் புகுந்து ஆளை இங்கு தள்ளிக்கொண்டு வந்துவிட்டதோ என்னவோ.

"ஓம் ஃபாதர். இண்டைக்குக் கடும் பசி..."

"என்னவாம் அப்பா. எங்க இருக்கிறாங்களாம்?"

"மல்லாவிலயாம். அவங்க நல்லா இருக்கிறதா எழுதியிருக்கிறார்..."

“ஓஹோ... அப்ப உங்க ப்ளான் என்ன?”

“என்ன செய்யிறதெண்டு தெரியல. அப்பா எங்கள அங்கால வர வேணாமாம். ஏதோ நிலமைகள் மோசமாம் எண்டு எழுதியிருக்கிறார் ஃபாதர். நீங்க என்ன நினைக்கிறீங்க?”

“அததான் நானும் சொல்ல வந்தன். இப்பத்தைய நிலமையில நீங்க அங்கால போறது எனக்கென்னவோ புத்திசாலித்தனமாத் தெரியல. அங்க இருக்கிற ஆக்களெல்லாம் கட்டுப்பாட்டுப் பகுதிக்குள்ள வர ட்ரை பண்ணிக்கொண்டு இருக்கேக்க நீங்கள் அதுக்குள்ள போய் மாட்டுப்படுறது. ம்ஹூம். முட்டாள்தனம். இனி என்ன நடக்குமெண்டும் யாருக்கும் தெரியாது. ஐ மீன் நாட்டு நிலம. என்னட்ட கேட்டா கொஞ்ச நாளைக்கு இங்காலயே இருந்து பாக்குறது பெட்டர்னு சொல்லுவன். நான் ரெண்டு மூணு பேர்ட்ட உங்களுக்கு வேலைக்கும் சொல்லியிருக்கன்.”

பதிலுக்குக் கொஞ்சம் கூட யோசிக்காமல் நானும் அந்தோனியும் கோவில் மாடுகளைப்போல தலைகளை ஆட்டிக்கொண்டோம். எதுவாக இருந்தாலும் ஃபாதருடைய அறிவுரையை மீறி நடக்கும் வலுவோ, சிந்தனையோ எங்களிடம் ஒருபோதும் இல்லை. தன்னுடைய மந்தைகளைக் காத்து, பெருவாழ்வழிக்கும் தீர்க்கமான திட்டம் அவரிடம் உண்டு. நாங்கள் இருக்கும் இலட்சணத்தில், அதை எப்படி எங்களால் கேள்வி கேட்க முடியும்?

எங்கள் இருவருக்கும் அன்றைய இராத்தூக்கம் நிம்மதியாய்க் கூடியது. பாடாவடியான கனவுகள் இல்லை. கிலியூட்டும் காட்சிகள் இல்லை. அச்சுறுத்தும் மனிதர்களில்லை. வழமைபோல் குடும்பத்தில் யாராவது ஒருவர் நடுக்காட்டில் நின்று கொண்டு என்னை நோக்கிப் போடும் ஒப்பாரிக் கூப்பாடு அன்று கேட்கவில்லை.

அன்று அந்தோனியின் ‘இசுசு எஞ்சின்’ கூட என்னைத் துளிதேனும் அலைக்கழிக்கவில்லை.

27

ஃபாதர் வாங்கிக் கொடுத்த வேலையின் முதல் நாள் அன்று. ஃபாதரின் சிபாரிசில் மன்னார் பேருந்து தரிப்பிடத்தின் மூலையில் இருந்த 'பிரமிளா ஸ்டோர்ஸில்' எங்கள் இருவருக்கும் வேலை கிடைத்தது. பெரிய கடை. நல்ல மனிதர்கள். இதமான பொழுதுபோக்கு. இத்தனைக்கும் மேலாக மாதம் ஐயாயிரம் ஊதியம்.

மன்னாரில் அப்போதிருந்த மிகப் பெரிய பலசரக்குக்கடை அதுதான். அரிசி, மாவு, சீனி போன்ற அத்தியாவசியப் பொருட்களை மற்ற கடைகளிலும் பார்க்க இரண்டு ரூபாய் குறைத்து விற்று பல வீடுகளில் சூப்பர் ஸ்டாராக புகழ் பூத்தவர் இந்த பிரமிளா ஸ்டோர்ஸின் முதலாளி சண்முகம். அவருடைய வியாபார புத்தியும், தளுக்கான பேச்சும் வாடிக்கையாளர்களை தன்னைவிட்டு ஓடிவிடாத வண்ணம் பிடித்து வைத்திருந்தது. மதவாச்சிமன்னார் சாலை மூடியிருந்த காலத்தில்கூட கற்பிட்டி கடல் மார்க்கமாக காலம் தவறாமல் அவருக்கு சரக்கு வரும். இதனால் அத்தியாவசியப் பொருட்களுக்குத் தட்டுப்பாடு என்ற கட்டை உடைத்தெறியும் வெடிபொருள் மன்னாரில் சண்முகம் ஐயாவிடம் மட்டுமே இருந்தது.

அன்று நானும் அந்தோனியும் பிரமிளா ஸ்டோர்ஸ் திறப்பதற்கு முன்னரே அங்கு சென்றுவிட்டிருந்தோம். சரியாக காலை எட்டு மணிக்கு 125 பென்லி ஒன்று எடுப்பாக வந்து கடைக்கு முன்னால் தரித்து நின்றது. அதிலிருந்து இறங்கிய வெள்ளை வேட்டி, தன் திறப்புக் கொத்தை சரி பார்த்தபடி எங்களைப் பார்த்து நுனி உதட்டில் சிரித்தது. பாதி முகத்தை மறைத்திருந்த மீசையை நீவிக்கொண்டு வந்த புன்னகையில் முதலாளிக்கான தனிமணம் வீசியது.

“வணக்கம் ஐயா.”

“வணக்கம் வணக்கம்.”

“ஃபாதர் ஜேம்ஸ் அனுப்பினார்.”

“ஓமோம். நீங்களா அது. ஃபாதர் கதைச்சவர். கொஞ்சம் இருங்க அப்பன் வாறன்.”

வீங்கிப் பெருத்த பொத்தான்களைப் போல கடைக்கதவில் தொங்கிக்கொண்டிருந்த எட்டு பூட்டுகளையும் பெரும் பிரயத்தனப்பட்டு திறந்து முடித்தார் முதலாளி. அந்தப் பூட்டுகளில் முதுமை ஏறி விட்டிருந்தபடியால் அவை பற்களை விரித்துக்கொள்ள சற்று முரண்டு பிடித்தன.

கதவு விலக, அண்டத்தில் புலர்ந்துவிட்ட புதுவெளிச்சம் அடித்துப் பிடித்துக்கொண்டு கடைக்குள் புகுந்தது. வாசலில் சம்பா அரிசி மூட்டையொன்று தன் மேல்சட்டையைக் கிழித்துக்கொண்டு அரை நிர்வாணமாய்க் கிடந்தது. நான் முழுக் கடையையும் கண்களை விரித்துத் துடைத்தேன். எவ்வளவு பெரிய கூடம்? ஒரு கலியாண மண்டபத்தையே சண்முகம் ஐயா கடையாக்கியிருக்கிறார். கடையின் ஒட்டு மொத்த இடத்தையும் நூற்றுக்கணக்கான பொருட்கள் நிறைத்திருந்தன. பட்டக்காட்டு சுகந்தன் கடையுடன் ஒப்பிட்டால் இது பத்து மடங்கு விசாலமானது.

அந்தக் கடையைப் பார்த்த மாத்திரத்திலேயே எங்கள் இருவருக்கும் அந்த வேலையில் ஒரு பிடிப்பு வந்து ஒட்டிக்கொண்டது. மீசைக்கார முதலாளி உள்ளே சென்று ‘வாங்க தம்பி’ என்று அழைக்கும்வரை வாசலில் தேவிடு காத்துக்கொண்டிருந்தோம்;.

உள்ளே போனதும் தனது மஞ்சள் நிற கைப்பையை மேசை மேல் வைத்துவிட்டு பூசாரி வேடத்தைக் கொழுவிக்கொண்டார் முதலாளி. தேவாரம், மஞ்சள் தண்ணி, ஊதுபத்தி, குமஞ்சான் என கடை சிவன் கோவில் கர்ப்பக்கிருகம் போல் மாறியது.

மறுபுறம் கடைச் சிப்பந்திகள் ஒவ்வொருவராக பணிக்கு வர ஆரம்பித்திருந்தார்கள். “இவ்வளவு பேர் இங்க வேல பாக்குறாங்களாடா?” என வாயைப் பிளந்துகொண்டு என்னைப் பார்த்தான் அந்தோனி. “இங்க மட்டுமில்ல, இந்தக் கடைக்கு இன்னொரு இடத்தில ஸ்டோரும் இருக்காம். கொஞ்சப்பேர் அங்கையும் வேல செய்யிறாங்க” என்றபோது அவனுடைய புருவம் எழுந்து நிமிர்ந்தது.

“தம்பியாக்கள் இங்க வாங்க” என உள் அறைக்குள்ளிருந்து அழைப்பு வந்ததும் நாங்கள் பரபரப்பாக உள்ளே நுழைந்தோம். அப்பொழுதுதான்

நீலக்கலர் கைப்பையோடு கசியர் மேசைக்கு வந்து பரபரப்பாய் எதையோ தேடிக்கொண்டிருந்த பச்சை சுடிதாரைக் கவனித்தேன். திடீரென்று தலையை எங்கள் பக்கம் திருப்பி அதிசயமாய்ப் பார்த்தது. பார்த்தது என்று சொல்ல முடியாது, கண்களை இடுக்கி முறைத்தது. “தேவாங்குக்கெல்லாம் ஒரு லிப்டிக்ஸ்” என அந்தோனி முணுமுணுத்தான். நான் வாயைப் பொத்திக்கொண்டு வந்த சிரிப்பை அடக்கிக்கொண்டேன்.

என்னையும் அந்தோனியையும் உள் அறைக்குள் அழைத்துப்போன முதலாளி வெள்ளிச் சட்டம் அடித்த பிள்ளையார் படத்தின் கீழிருந்த கண்ணாடி மேசையில் அமர்ந்துகொண்டார். எங்களைப் பார்த்து மேலும் கீழுமாக அசைந்த அவருடைய கைகள் ‘உட்காருங்கள்’ என்று முன்னாலிருந்த இரண்டு கதிரைகளையும் காட்டியது. நான் பரம மரியாதையோடு நுனிக் கதிரையில் குந்திக்கொள்ள, பக்கத்துக் கதிரையில் றோயல் தியட்டருக்கு பிட்டுப்படம் பார்க்க வந்தவன் போல நீட்டி நிமிர்ந்து ஹாயாக அமர்ந்தான் அந்தோனி.

பதினைந்து நிமிடங்கள் நிறுத்தமில்லாமல் பேசினார் முதலாளி. ஃபாதர் ஜேம்ஸில் தனக்கிருக்கும் அளவு கடந்த மரியாதை, அவருடைய சேவையைப் பார்த்து தான் அடைந்த ஆச்சரியம், மன்னாரிலிருக்கும் சைவ சமய மக்களோடு அவருக்கிருக்கும் நல்லுறவு, ஆளுமை, அடக்கம், பிறர் நலம் என நீண்ட அந்தப் பேச்சு ஒரு கட்டத்தில் எங்களுக்குள் சலிப்பையே உண்டுபண்ணியது. ஃபாதர் ஜேம்ஸைப் பற்றி எங்களுக்குத் தெரியாதது என்ன? இப்போதுகூட சொல்கிறேனே, என்னுடைய இந்த முப்பத்து ஐந்து வருட வாழ்க்கையில் அவரைப் போன்றதொரு உன்னத ஆளுமையை, சேவையாளனை இதுவரை நான் கண்டதேயில்லை.

அந்தப் பேருரையை முடித்துக்கொண்டு “சரி, அதெல்லாம் இருக்கட்டும், இங்க உங்களுக்கு என்ன வேலை எண்டால்...” என்று இழுக்க நீண்ட நேரமாக நுனிக்கதிரையிலேயே நட்டு வைத்திருந்த என்னுடைய முள்ளந்தண்டு சுள்ளென்று வலித்தது. கருமம், ஒரு வேலைக்காக இத்தனை வதைகளையெல்லாம் தாங்கிக்கொள்ள வேண்டியிருக்கிறதே என நினைத்துக்கொண்டேன். என்னுடைய நிலையே இப்படியென்றால், பாவம் அந்தோனியின் நிலை...? கடைக்கண்ணால் அருகிலிருந்த அந்தோனியை நோட்டமிட்டேன்.

மண்விழுவான், முதலாளிக்கு முன்னாலேயே காண்டா மிருகம்போல கொட்டாவி விட்டுக்கொண்டிருந்தான்.

ஒருத்தரிடம் வேலைகேட்டு வந்த முதல் நாளே விட்டத்தைப் பார்த்துக் கொட்டாவி விட்டுக்கொண்டிருந்தால் எப்படி வேலை கிடைக்கும்?

புது இடத்தில் எப்படி நாகரீகமாக நடந்துகொள்ள வேண்டும் என்ற பொதுப்புத்திகூடவா இந்த அந்தோனிக்கு இல்லை? அன்று மட்டும் வேலை கிடைக்காமற் போயிருந்தால், அம்மா சத்தியமாக அந்தோனியை தொலைத்துக் கட்டியிருப்பேன்.

நல்லவேளை முதலாளி அதைப் பொருட்படுத்தவில்லை. மூச்சை ஒரு முறை இழுத்து விட்டுக்கொண்டு விடயத்துக்கு வந்தார்.

"தம்பி நீங்க... உங்க பேரென்ன சொன்னீங்க?"

"மதன்."

"ஓமோம், மதன், இண்டையில இருந்து உங்களுக்கு இங்க கடையில வேல. மற்றத் தம்பிக்கு எங்கட ஸ்டோர்ஸ்ல. வேலையில கண்ணும் கருத்துமா இருக்கணும். எல்லாத்தையும் விட எனக்கு முக்கியம் நேர்ம. அது இல்லெண்டா உடனே வேலையில இருந்து நிப்பாட்டிப் போடுவன். காலையில எட்டு மணிக்கு வந்திரணும். இரவு எட்டு மணிவரைக்கும் வேல. ஞாயித்துக்கிழம லீவு..."

அப்பொழுதே எழுந்து சண்முகத்தாரின் கால்களில் சாஸ்டாங்கமாக விழுந்துவிட வேண்டும் போல் இருந்தது எனக்கு. இது எங்கள் 'அநாதை' வாழ்க்கையின் மிக முக்கியமான திருப்புமுனை என்பதை மறுக்க முடியாது. திறக்கப்படும் இப்புதிய வாசல் வாழ்க்கையில் காணாமல் போன பல வாய்ப்புக்களை மீண்டும் எங்களிடம் கொண்டுவந்து சேர்க்குமென்று நம்பினேன்.

"சரிதானே?" என முதலாளி கேட்டுவிட்டு இருவரையும் கடைக்குள் அழைத்துக்கொண்டு போனார். அன்றைய நாள் வியாபாரத்தை ஆரம்பிப்பதற்காக வேகமாக இயங்கிக்கொண்டிருந்த அத்தனை சிப்பந்திகளையும் ஒரு நிமிடம் இடைமறித்து எங்கள் இருவரையும் அறிமுகம் செய்து வைத்தார். எங்களால் முடிந்தவரை பற்களைக் காட்டி பவ்வியமாகச் சிரித்தோம். ஆனால் அந்தக் கசியர் சுடிதார் மட்டும் கண்களை உருட்டி உருட்டி முறைத்துக்கொண்டிருந்தது.

நான் கடையிலும், அந்தோனி ஸ்டோரிலும் எங்கள் எங்கள் பொறுப்புக்களில் கடும் கரிசனையாக இருந்தோம். தினம் தினம் பணத்துக்கு அழுதுகொண்டிருக்கும் தண்டத்துக்கு ஒரு விடிவு பிறந்துவிட்டது என்ற நிலையை அடைந்தபோது வாழ்க்கை கொஞ்சம் ரசிக்கும்படி மாறிவிட்டிருந்தது.

கிழமையில் ஆறு நாள் வேலை. காலை எட்டு மணிக்கு ஆரம்பிக்கும் வேலை இரவு எட்டு மணிக்குக் கொழுவப்படும் கடைசிப் பூட்டோடு

முடிவுக்கு வரும். கடையில் மொத்தமாக நாங்கள் ஆறு சிப்பந்திகள் இருந்தோம். நான்கு பையன்கள், இரண்டு பெண்கள். ஒவ்வொருவருக்கும் ஒவ்வொரு பொறுப்புக்கள். சிட்டை எழுதுவதற்கு ஒருவர், கல்லாப் பெட்டியில் ஒருவர் அதுதான் அந்த சுடிதார், சிட்டையைப் பார்த்து பொருட்கள் வழங்க நான்கு பேர்.

நம்முடைய வாழ்க்கையில் நல்ல மனைவி வாய்க்கிறதோ இல்லையோ, நல்ல முதலாளி வாய்த்துவிட வேண்டும். இல்லையென்றால் வாழ்க்கை பல்லிளித்துவிடும். அதிர்ஷ்டவசமாக சண்முகம் முதலாளி அந்த ‘நல்ல’ ரகம். அவருடைய பருத்த தேகத்தில் அழகியதொரு இதயமும் இருந்தது. வியாபாரம் என்பதற்காக மனிதாபிமானத்தைத் தொலைத்துவிடக்கூடாது என்ற வைராக்கியத்தைத் தலைமேல் காவிக்கொண்டு திரியும் மனுசன்.

தன்னுடைய வேலையாட்களை மனிதாபிமானத்தோடு நடாத்தவேண்டும் என்பதில் எப்போதும் கரிசனையாக இருப்பார். எங்களுக்கு ஏற்படும் அத்தனை பிரச்சினைகளையும் தயக்கமின்றி அவரிடம் போய் கலந்துரையாடக்கூடிய ஒரு சுதந்திர வெளி எப்போதும் இருந்தது. மேட்டுக்குடித்தனத்தின் கீழ்மையான அழிச்சாட்டியங்களை அவரிடம் நான் ஒருபோதும் கண்டதில்லை. அதேபோல எங்களுடைய பஜாரில் அவருக்கு எதிரிகள் என்றோ அல்லது பிடிக்காதவர்கள் என்றோ யாரும் இருந்ததாக எனக்கு ஞாபகமில்லை. அத்தனை பேரையும் அனுசரித்து, தன் காரியத்தைச் சாதிக்கும் பக்குவம் அவரிடம் தாராளமாக இருந்தது.

ஆனால் பாருங்கள், ஒருவன் எவ்வளவு தங்கமான மனிதனாக இருந்தாலும் இயற்கையின் நியதிப்படி, அவனுடைய வாழ்க்கையில் தலைபோகிற அளவுக்கு ஒரு பிரச்சனை இருக்கும். அப்படி எங்களுடைய தங்கமான முதலாளிக்கிருந்த ஒரேயொரு தலைபோகிற பிரச்சினை, அவருடைய பொண்டாட்டி !.

கிழமையில் ஒருதடவையாவது முதலாளி ஐயாவின் ‘தலைபோகிற பிரச்சினை’ எங்கள் கடைப்பக்கம் ஊர்கோலம் வரும். அந்த நேரத்தில் நட்சத்திர பகவான் ஏழரையில் ஏறி எங்கள் தலைக்குள் நாற்காலி போட்டுக் குந்திவிடுவான். கோவத்தையும், மூர்க்கத்தனத்தையும் மட்டுமே குழைத்து சிருஷ்டிக்கப்பட்ட அந்த உருவம் மீண்டும் கடை யிலிருந்து கிளம்பிப் போவதற்குள் அங்கு ஒரு யுத்த காண்டமே நடந்து ஓய்ந்திருக்கும்.

எங்களுடைய வழக்கமான வாடிக்கையாளர்களுக்குக்கூட அந்த அம்மாவின் அத்தனை பராக்கிரமங்களும் வடிவாகத் தெரியும். கடைக்கு வரும்போது தப்பித்தவறி கசியர் மேசையில் முதலாளி அம்மாவைப்

பார்த்துவிட்டால் 'யூ' ரேன் போட்டு குதிகால் பிட்டத்தில் அடிக்க ஓடிவிடுவார்கள்.

எங்களைத்தான் விடுங்கள், தொழில் அடிமைகள். வாடிக்கையாளர்களோடு பேசும்போதாவது பேச்சில் கொஞ்சம் நைச்சியம் இருக்க வேண்டாமா இல்லையா?

முதலாளி அம்மா கடைக்கு வரும் நாட்களில் யாரோ ஒருவரோடாவது வில்லங்கத்துக்கு ஏறி விழுந்தால்தான் அவருக்கு அன்றைய ஆகாரம் செரிக்கும். அவருடைய வார்த்தைகளில் நாகரீகம் என்பது மருந்துக்கும் இருக்காது. திட்டுவதைக் காது கொடுத்துக் கேட்டால் நமக்கு மெய் கூசும். எங்களை ஒருமையில் அழைப்பதும், விலங்குகளோடு ஒப்பிட்டுத் திட்டுவதும் அவருக்கு மிகவும் பிடித்தமான காரியங்கள்.

இந்த அம்மையாரோடு இத்தனை வருடங்கள் குப்பை கொட்டிக்கொண்டிருக்கும் அந்த அப்பாவி முதலாளியை நினைத்தால்தான் எங்களுக்குப் பரிதாபமாக இருக்கும். இவ்வண்டத்தில் திருமணம் என்ற பெயரில் அதிகமான கரடிக் குகைகளுக்குள் தள்ளப்பட்டுவிடுகிறார்கள்.

அடுத்த ஜென்மத்திலாவது இந்த முதலாளிக்கு ஒரு மனித ஜென்மம் மனைவியாகக் கிடைக்க வேண்டும் என்பது எங்கள் அனைவரினதும் மன்றாட்டமாக இருந்தது.

ஒருநாள், நான் நீண்ட நாட்களாக எதிர்பார்த்துக்கொண்டிருந்த அந்தக் கலவரம் நடந்தது. அன்று முதலாளியின் மனைவி காலை ஒன்பது மணிக்கே கடைக்கு வந்து, கல்லாப் பெட்டியில் குந்திக்கொண்டார். நான் அரிசி மூட்டையில் குஜாலாக அமர்ந்துகொண்டு, அந்த அம்மாவின் வாய்க்குள் கடப்பாரையை விட்டு குடைந்துகொண்டிருப்பதாய் கனவு கண்டுகொண்டிருந்தேன். அப்போது திடீரென "டேய் விசரா, கனவு காணாம ஒரு கிலோ சீனி போடு இந்த அம்மாக்கு..." எனக் கத்தினார் பெண் முதலாளி.

நான் திடுக்கிட்டு விழித்தபோது முதுமையின் சுருக்கம் அப்பிய கையில் ஒரு சிட்டையை வைத்துக்கொண்டு என்னையே வெறித்துக் கொண்டிருந்தார் ஒரு வயதான அம்மா.

இரண்டு கிலோ சீனியை அளந்து போட்டுவிட்டு அவர் கையிலிருந்த பற்றுச்சீட்டை வாங்கிப்பார்த்து, கிழித்து மீண்டும் அதை அவரிடமே கொடுத்தேன்.

அந்த அம்மா கடையிலிருந்து சென்றதும் கசியர் மேசையிலிருந்த

முதலாளி அம்மா என்னைப் பார்த்து சத்தம் வைக்க ஆரம்பித்தார்.

"அந்த அம்மாக்கு எத்தின கிலோ சீனி போட்டனீ?"

விருக்கென்று எழுந்து "ரெண்டு" என்றேன்.

"விசரா. பில்ல ஒழுங்கா பாக்கமாட்டியா. ஒரு கிலோக்கல்லா பில் போட்டிருக்கன். செம்மறி!"

முதலாளியின் மனைவி கதிரையிலிருந்து ஆவேசமாக எழுந்தபோது எனக்கு மண்டையோடு சிதறியதுபோல் இருந்தது. பதற்றத்தில் தலைக்குள் கருப்புப் புகை பரவி மூடியது.

கடையிலிருந்த அத்தனை கண்களுக்குள்ளும் நான் இழுத்துக் கட்டப்பட்ட அன்றைய பலிக்கடாவாகக் குவிந்தேன். 'ஒன்றுக்கு' பதிலாக 'இரண்டு' போட்டுவிட்டேன் என்ற தவறை உணர்ந்தபோது இரண்டு கிலோச் சீனிப் பையுடன் பேருந்துகளுக்குள் மறைந்துகொண்டிருந்தார் அந்த வயதான அம்மா.

பிறகென்ன, அன்றைய பலிப்பூசை மேளதாளங்களோடு ஆரம்பித்தது. அம்மையாருக்கு மட்டும் இந்த மெய்கூசும் வார்த்தைகள் எப்படி ஒரு நீர்வீழ்ச்சிபோல சீராகக்கொட்டுகிறதென்று ஆச்சரியப்பட்டேன். அன்று வாங்கியதில் ஒரு வசை மட்டும் இப்போதும் 'பசுமையாக' ஞாபகத்திலிருக்கிறது.

"சனியனே, ஒண்டு ரெண்டு தெரியாத கழுதைகளையெல்லாம் வேலைக்கு எடுத்து வச்சு நாசமாப் போப்போது இந்த லூசு மனுசன்."

நான் நாணிக்குறுகி அறுவைக்குப் தயாரான செம்மறி போல நின்றுகொண்டிருந்தேன். என்னுடைய சிரம் அவமானத்தின் பளுவில் தரைநோக்கி வீழ்ந்திருந்தது. மண்டைக்குள் நீர்க்குமிழிகள் வெடித்தன. கடையில் திடீரென பரவியிருந்த பேரமைதி என்னுடைய பயத்தீயில் இன்னும் இன்னும் திராவகத்தைத் தெளித்தது. நான் செய்வதறியாது தரையையே வெறித்துக்கொண்டிருந்தேன். நிலத்தைப் பிளந்துகொண்டு கால்களுக்குள் முளைத்த விசப்பாம்புகள் காலைச் சுற்றி சுருள்சுருளாய் ஊர்ந்தன.

அப்பொழுதுதான் தூரத்தில் பென்லியின் பரிசுத்த சுரம் கேட்டது. அது முதலாளியின் பென்லியாக இருந்துவிட்டால் இங்கு நடக்கப்போகும் ஒரு தேவையற்ற உயிர்ப்பலி தடுக்கப்படும். இந்தக் கிளட்டுப் பெண் முதலையின் காவிப் பற்களுக்குள்ளிருந்து என்னை பத்திரமாய் வெளியே இழுத்தெடுக்கக்கூடிய ஒரே கருவி முதலாளியிடம்தான் இருக்கிறது.

"என்ன பிரச்சின. என்ன..." கையிலிருந்த செக் புத்தகத்தை மேசையில் போட்டுவிட்டு பத்திரகாளியாய் மாறிப்போன தன் ஆசை மனைவியைப்

பார்த்தார் முதலாளி. ஆயிரம் விறகுத்துண்டங்களை தன் கண்களுக்குள் போட்டு எரித்து, எழுந்த சுவாலையை முகத்தில் பூசிக்கொண்டிருந்தது அந்த உருவம்.

கடையில் வேலைசெய்யும் அத்தனை கண்களிலும் அடுத்தது என்ன நடக்கப்போகிறது என்கிற ஆசங்கிப்பு. சூழ்நிலையை வேகமாக சுதாரித்துக்கொண்ட முதலாளி அவசர அவசரமாக தன் 'தலை விதியை' அழைத்துக்கொண்டு அறைக்குள் போனார். போய் ஐந்தே நிமிடத்தில் எனக்கு அழைப்பு வந்தது.

"இங்க பார்ரா மதன். இங்க வேல செய்யிற பொடியங்களுக்க நீ ரெம்ப வித்தியாசமானவன். கடமைக்கு அல்லது சம்பளத்துக்கு வேல செய்யிற ஆள் இல்ல நீ. மனம் வச்சி வேலை செய்யிற ஆள். அதாலதான் உனக்கு நிறைய பொறுப்புக்களக் குடுத்திருக்கன். இப்பிடியொரு பிழைய நீ எண்டைக்கும் விட்டதில்லையே?"

"விடல எண்டு யாருக்குத் தெரியும். நீங்கதான் கண்ட கண்ட சனியன்களயெல்லாம் தலைல தூக்கி வச்சி ஆடுறீங்கள்."

திடீரென நிமிர்ந்த மனைவியின் வாலை முதலாளியினால் பிடிக்க முடியவில்லை. அப்பொழுதுகூட எனக்கு என்னைப்பற்றிய எவ்வித வியாகூலமும் இல்லை. எல்லாமே என்னுடைய முதலாளியின் மனித வாழ்க்கை பற்றிய கவலைதான். 'பாவம், போயும் போயும் ஒரு புள்ளைப்பூச்சிக்கு அனக்கொண்டாவையா கட்டிவைப்பார்கள்?'

"நீங்க கொஞ்சம் பொறுங்க..." என மனைவியைப் பார்த்து பயபக்தியோடு கையசைத்துவிட்டு என்னைப் பார்த்துத் தொடர்ந்தார் முதலாளி. "மதன் இங்க பாரு. இண்டைக்கு உனக்கு என்ன நடந்தது. எனக்கு தெரிஞ்சு இப்பிடி கவனயீனப் பிழ விடுற ஆள் இல்லயே நீ."

"உங்க மனுசியக் கண்டாலே எனக்கு மட்டுமில்ல, இங்க வேல செய்யிற அத்தன பேருக்கும் மண்ட காஞ்சிடுது ஐயா. அவ உள்ள வந்தாலே எங்களுக்குக் கையும் ஓடமாட்டேங்குது காலும் ஓடமாட்டேங்குது. சடார்னு பேதி போயிடுது. இந்த மரக்குரங்க இங்காலப் பக்கம் வர விடாமப் பண்ணினா இங்க எல்லாம் ஒழுங்கா நடக்கும் ஐயா..." என்று நான் சொல்ல நினைத்தேன். எப்படிச் சொல்ல முடியும்?

அப்பொழுதும் அந்த அனக்கொண்டா என்னையே பார்த்து தன் முட்டைக்கண்களை விருக்விருக்கென உருட்டியது. உள்ளுக்குள்ளே பொங்கிக்கொண்டிருந்த ஆத்திரத்தில் மேலும் கீழுமாய் ஏறியிறங்கிய கிளட்டு மார்பகங்களைப் பார்க்க அருவருப்பாய் இருந்தது. பார்வையை முதலாளியின் பக்கம் திருப்பி "ஏதோ தெரியாம நடந்துட்டுது. என்ட பிழதான். மன்னிச்சுக்கோங்க ஐயா. இனி இப்பிடி நிச்சயமா நடக்காது.

அந்த 32 ரூபாய என்ட இந்த மாத சம்பளத்தில..." என இழுத்தபோது முதலாளி தடல் புடலாக குறுக்கே வந்தார்.

"இங்க பாரு. எல்லாரும் பிழை விடுறதுதான். இந்த ஒரு கிலோ சீனியால எனக்குக் கோடி நஷ்டம் வந்திடப்போறதில்லே. சரி. இனி இப்பிடி நடக்காமப் பாத்துக்க. போய் வேலயைப்பாரு."

எனக்கு மிகக் கொடியதொரு ஆபத்திலிருந்து தப்பிப் பிழைத்ததான நிம்மதி.

இப்பொழுதெல்லாம் பிரச்சினைகளின் கூரான ஆணிகளில் உரசிக் கொண்டு திரிவதே எனக்கு வாழ்க்கையாகிப் போய்விட்டது.

அடித்துப் பிடித்துக்கொண்டு வந்த பெருமூச்சை காற்றில் எறிந்துவிட்டு முதலாளியின் மனைவியை நிமிர்ந்து பார்த்தேன். அந்தக் கண்கள் முதலாளி வைத்த தீர்ப்பில் சமாதானம் கொள்ளவில்லை. இன்று வீட்டில் முதலாளிக்கு நடக்கப்போகும் கும்பாபிஷேகத்தை கற்பனை செய்துகொண்டே வெளியே வந்தேன்.

அதுவரை உள்ளே என்ன நடக்கிறது என காதுகளைக் கூர்மையாக்கிக் கொண்டிருந்த அனைவரும் நான் வெளியே வந்ததும் திடீரென தங்கள் பார்வைகளை மறுபக்கம் திருப்பிக்கொண்டு தங்கள் வேலையில் மும்முரமாக இருப்பது போல பாசாங்கு பண்ணினார்கள். ஆனால் எல்லோருடைய கண்களிலும் எனக்கான பரிதாபமும், பச்சாத்தாபமும் ஒளிர்ந்ததைப் பார்த்தேன். விமல் அருகில் வந்து "விடு மச்சான். அந்த புண்டயப் பத்தி தெரியும்தானே...." என ஆறுதல் சொன்னான். மீதிப் பேரின் அத்தனை கண்களும் என் காயத்தை மயிலிறகு கொண்டு வருடி விட்டன.

ஆனால் அந்த கல்லாப் பெட்டி சுடிதாரின் தலையில் மட்டும் மன்மோகன் சிங்கின் முகம்.

28

ஒரு கிழவிக்கு சீனி போட்ட விடயத்தில் நான் குற்றவாளியாக நிறுத்தப்பட்டு முதலாளியின் மனைவியால் புரட்டியெடுக்கப்பட்ட சம்பவமே பிரமிளா ஸ்டோரில் சுமார் இரண்டு வாரம் 'ரொப் வன்' பேசுபொருளாக இருந்தது. மூன்று வாரங்கள் ஓடிக்கடந்த பின்னரும்கூட அந்த சம்பவத்தையும், முதலாளியின் மனைவியையும் என்னால் மறந்து தொலைக்க முடியவில்லை. அதை நினைக்கும்போதெல்லாம் அடிவயிற்றில் அமிலம் ஊறும். தலைக்குள் நரம்புகள் புடைக்கும். பெருமூச்சு படையெடுத்து வரும்.

அந்தச் சம்பவம் அங்கு வேலைசெய்யும் அத்தனை பேருக்கும் ஒரு சிறப்பான பாடமாக அமைந்திருந்தது.

அதற்குப் பின்னர் நானும் என்னுடைய வேலைகளில் அதிகபட்ச சிரத்தை எடுத்துக்கொண்டேன். சம்பளம், நல்ல பெயர் என்பவற்றுக்கு அப்பால் ஃபாதருடைய நற்பெயரையும் காப்பாற்றியாக வேண்டும் என்ற தேவை தினம் தினம் என் மூளையை அழுத்திக்கொண்டிருந்தது. நாட்கள் அதன்பாட்டில் வேகமாக நகர்ந்தன. முதலாளிக்கு என்மேலுள்ள நம்பிக்கையை இச்சம்பவம் துளிக்கூட பாதிக்கவில்லை என்பது மட்டுமே எனக்கு மிகப் பெரும் ஆறுதலாக இருந்தது.

உண்மையிலேயே மன்னார் நகர வாழ்க்கை எனக்கும் அந்தோனிக்கும் ஒரு கடினமான காலகட்டமாகவே இருந்தது. ஒவ்வொரு நாளும் ஒவ்வொரு கொடும் நிகழ்வுகளைக் கடந்து வரவேண்டியிருந்தது. ஒரு பக்கம் அதை அனுபவமாக எடுத்துக்கொண்டாலும், சதா "இண்டைக்கு

என்ன வில்லங்கம் ரெடியா இருக்கோ?" என்கிற கேள்விக்குறியோடு நாளை ஆரம்பிப்பது சுபமாக இருக்கவில்லை.

தங்குவதற்கு ஆசுவாசமான இடம், கவனித்துக்கொள்ள அன்பான ஃபாதர், மாத வருமானத்துக்கு ஒரு வேலை என்ற பட்டியல் எங்கள் ஒட்டுமொத்த வாழ்க்கையையும் தாங்கிப் பிடித்திருந்தாலும், காலஓட்டத்தில் வெறும் அலுப்பைச் சம்பாதிக்கும் பயணமாகவே அது இருந்தது. வாழ்க்கையின் மிக முக்கியமான தருணங்களையும், வளர்ச்சிகளையும், வெற்றிகளையும் தொலைத்துவிட்டதாய்த் தோன்றியது. இந்த சுவாரசியமற்ற அலுப்பு வாழ்க்கையே எங்களது இறுதிக்காலம்வரை நீட்சிபெற்றுவிடுமோ என அஞ்ச ஆரம்பித்தேன். மாற்றம் ஒன்றை விரும்பினாலும் அதைத் தேடி ஓடும் திராணி அப்போது எங்களிடம் இருக்கவில்லை. எங்கள் வீட்டாட்களிடமாவது போய்ச் சேர்ந்துவிடலாம் என்றால் அதுவும் இப்போதைக்கு நடக்கக்கூடிய காரியம் இல்லை.

அதுவொரு சனிக்கிழமை. காலை விடிந்த பின்னும் வானம் பாதித்தூக்கத்தில் அனத்திக்கொண்டு கிடந்தது. மப்பும் மந்தாரமும் மேகங்களின் கூரையில் தாரை தாரையாக ஒட்டியிருந்தன. காற்றில் ஏறிவந்த குளிர் தேகத்தில் மோத ரோமங்கள் விருக்கென விறைத்தன. உடலைப் படுக்கையிலிருந்து தூக்க முயற்சித்தபோதெல்லாம் போர்வை என் வாலைப்பிடித்து இழுத்தது.

பிரமிளா ஸ்டோர்ஸ் போன்ற பலசரக்குக் கடைகளுக்கு சனிக்கிழமை என்பது மிகவும் முக்கியமானதொரு நாள். கிழமை நாட்களில் படுத்துவிடும் வியாபாரம் சனிக்கிழமைகளில்தான் சூடு பிடிக்கும். சனிக்கிழமை ஓய்வு நாள் என்பதாலும், ஞாயிற்றுக்கிழமை கடை மூடியிருப்பதாலும் அதிகமான வாடிக்கையாளர்கள் அன்றுதான் தங்கள் நீண்ட பட்டியலைக் காவிக்கொண்டு வருவார்கள். காலையில் ஆரம்பிக்கும் ஓட்டம் இரவு கடையின் கடைசிக் கதவு தாழிடும்வரை தொடரும். நாள் பூராகவும் நின்று நின்று வீங்கிய கால்கள் இரவு வீடு வந்து கட்டிலில் சாய்ந்ததும் விண் விண்ணென்று வலிக்கும். அத்தோடு முள்ளந்தண்டு வலியும் சேர்ந்துகொண்டு வதைக்கும். எங்கள் மன்னார் வாழ்க்கையில் விண்டோஜன் இல்லாத சனிக்கிழமை இரவுகளை நாங்கள் கண்டதேயில்லை.

அன்றும் அப்படித்தான். கடையில் ஒரு நிமிடம்கூடத் தரிக்க முடியாத வேலை. முதலாளி வேறு அன்று கடையில் இல்லை. காய்ந்துகிடந்த நாவை நனைக்கக்கூட ஒரு நாழிகை இல்லை. ஆனால் அந்த ஓட்டம் வழமைக்கு மாறாக அன்று நண்பகலோடு படுத்துவிட்டது. மதியம்

கொட்ட ஆரம்பித்திருந்த கடும் மழை அதற்குக் காரணமாக இருக்கலாம்.

மூன்று மணி கழிய ஒவ்வொருவராக எங்கள் மதிய உணவுப் பொட்டலங் களைத் தூக்கிக்கொண்டு சாப்பிடப் போனோம். சனிக்கிழமைகளில் இப்படி அரிதாகத்தான் சாப்பிடுவதற்கு நேரம் கிடைக்கும். அதிகமான சனிக்கிழமைகளில் மதிய ஆகாரத்துக்கு நேரம் இருக்காது.

முதல் ஆளாக அலுவலை முடித்துவிட்டு வெளியே வந்த நான் கடையின் வாசலிலிருந்த ஒற்றைக்கதிரையில் அமர்ந்துகொண்டேன். சுவரில் தொங்கிக்கொண்டிருந்த மணிக்கூடு சோம்பல் முறித்தபடி மூன்றரையில் வட்டம் அடித்துக்கொண்டு நின்றது. பேருந்து நிலையத்தினுள் வந்துபோகும் பேருந்துகளை விறைத்துப் பார்த்தபடி ஒவ்வொரு விரல்களாக மடக்கி டக்டக்கென முறித்துக்கொண்டேன். அப்பொழுது திடீரென பின்னாலிருந்து “மதன் மதன்” என பெண்குரல் ஒன்று அழைத்தது.

திரும்பிப் பார்த்தால் யாருமில்லை. நான் மறுபக்கம் திரும்பிக்கொள்ள அதே குரல் மீண்டும் ஒலித்தது. பின்னறைக்குள்ளிருந்துதான் யாரோ என்னை அழைக்கிறார்கள் என நினைத்துக்கொண்டு அறையை நோக்கி நடந்தேன்.

ஏனோதானோவென தொங்கிக்கொண்டிருந்த அழுக்குச் சீலையை நீக்கிக்கொண்டு சாப்பாட்டறையினுள் காலை வைக்கவும் என் கன்னத்தில் ‘பளார்’ என அறை விழவும் சரியாய் இருந்தது.

அறை வாங்கிய என்னுடைய இடக்கன்னம் அரை நொடியிலேயே சிவப்பாய் மாறி வலிக்க ஆரம்பித்தது. “ஆஹ்...” என்று கன்னத்தில் என் கையை வைத்துப் பொத்தியபடி அருகிலிருந்த சுவரோடு சாய்ந்தேன். அந்த உருவம் இரண்டடி பின்னால் நகர்ந்து மூச்சு வாங்கியது. கன்னத்தைத் தடவிவிட்டபடி மூடிய கண்களை மெதுவாகத் திறந்து அந்த உருவத்தைப் பார்த்தேன்.

அகன்ற விழிகளில் ஆத்திரம் குமிழியிட, அழுத்தமான மூச்சில் பருத்த மார்பகங்கள் வீங்கிச் சுருங்க, இரண்டு கைகளையும் இடுப்பில் ஊன்றியபடி முன்னால் நின்றுகொண்டிருந்தாள் அப்பெண்.

29

அவளுடைய விரல்களின் தடம் என் கன்னத்தில் கொதித்தது. அந்தக் 'கல்லாப்பெட்டிச் சுடிதாரின்' கைகளுக்கு ஏன் இத்தனை அவசரம்? பதிலுக்கு என் கையும் புறப்பட்டுப் போக நேரமா எடுக்கும்? என்ன, ஒரு பெண்ணிடம் போய் வீரத்தைக் காட்டுமளவுக்கு என் மொண்ணைத்தனம் இன்னும் முத்திவிடவில்லை. எனக்குள் சர்ரென ஏறிய கோவத்தை பெரும் சிரமமப்பட்டு இறக்கினேன். கைகள் நடுங்கியது. நரம்புகள் கொதித்தன. அவள் கண்களை ஆவேசத்தோடு பார்த்தேன். அவளும் அழுத்தமாக முறைத்தாள்.

"நிவேதா, ஏன் இப்ப அடிச்சனீங்க? உங்களுக்கென்ன பைத்தியமா? அப்பிடி நான் என்ன செய்துபோட்டன்?" தொனி சன்னமாக வெடித்தாலும் என்னுடைய வார்த்தைகளில் நாகரீகத்தைக் கெட்டியாய்ப் பிடித்துக்கொண்டேன்.

"என்ன நான் உன்ன துரத்தித் துரத்தி லவ் பண்றன்னு சொன்னியாம்? இடியட்! என்ன வேணும் உனக்கு. என்னது, நான் உனக்கு லவ் லெட்டர் குடுத்தேனா? அத ஒருக்கா எனக்குக் காட்டு பாப்பம்? மனசில என்ன பெரிய ஜெயம் ரவின்னு நினைப்பா?"

வார்த்தை நாகரீகத்தை உடைத்துக்கொண்டு கொட்டிய அத்தனை வார்த்தைகளையும் சடசடவென ஒரே மூச்சில் அடித்து முடித்தாள் நிவேதா. இதற்கு முதல் அவளை இத்தனை அசிங்கமாகப் பார்த்தேனில்லை.

பெண்களின் அழகு, அவர்களுடைய திருவாய் திறபடும் வரைதான். அடியும் புரியவில்லை நுனியும் தெரியவில்லை எனக்கு.

“நீங்க பேசுறது எனக்கு சத்தியமா புரியல நிவேதா?”

“சூப்பரா நடிக்கிறீங்க மதன்.”

“இல்ல, நான் உண்மையாதான் சொல்லுறன். எதுக்காக அடிச்சீங்க. என்ன லவ்வு, லவ் லெட்டரு...?”

“நீ யாரிட்ட எல்லாம் சொன்னியோ அவங்கட்டையே போய் கேளு சொல்லுவாங்க. ஏதோ நல்லவன்னு நினைச்சு சகஜமா பழகினா இப்பிடிதான் உங்க நாய்ப்புத்திய காட்டுவீங்களா? ச்சை. குப்பைகள்!”

வார்த்தைகளை வேகமாகக் கொட்டிவிட்டு சடாரென திரைச்சீலையை நீக்கிக்கொண்டு கடைக்குள் மறைந்தாள் நிவேதா. நான் எதையும் கிரகிக்க முடியாமல் ஸ்தம்பித்துவிட்ட மூளையோடு சுவரில் சாய்ந்தேன். என்னைச் சுற்றி அந்தக் கணத்தில் நடக்கும் அத்தனையும் ஒரு அபத்த நாடகத்தின் முதல் காட்சிபோல தோன்றியது.

எவ்வளவு முயன்றும் நிவேதா போட்டுப்போன புதிரை என்னால் அவிழ்க்க முடியவில்லை. அவளுக்குக் கோவம் உண்டாகி, அதுவும் என்மேல் கை வைக்கும் அளவுக்கு, விஷயம் நிச்சயம் பாரதூரமானதாகத்தான் இருக்கவேண்டும்.

முகத்தைத் துடைத்துக்கொண்டு, கண்களின் பரிதவிப்பை மறைத்துக் கொண்டு, அந்த அறையிலிருந்து வெளியே வந்தபோதுதான் விஷயம் மூளையில் தட்டியது. எதிரிலே அரிசியை தராசில் போட்டுக் கொண்டிருந்த ரங்கன் என்னைப் பார்த்து தன் உதட்டு மூலையில் நகை வெட்டச் சிரித்துக்கொண்டிருந்தான்.

‘ஓஹ். நீதானா அந்த வேசமவன்?’

இரண்டு வாரங்களுக்கு முன்னர் கடையிலிருந்து இரண்டு மாப்பக் கட்டுகளை ரங்கன் ஆட்டையைப் போட்டுக்கொண்டு போனதை நான்தான் முதலாளியிடம் போய் போட்டுக்கொடுத்தேன். எனக்குக் களவு பரம சத்ரு. களவைப் பார்த்துவிட்டு எச்சிலை விழுங்கிக்கொண்டு மௌனமாகக் கிடக்கும் அயோக்கியத்தனத்தையெல்லாம் என்னால் ஒருபோதும் செய்ய முடியாது. அதுதான் அன்று நேராக முதலாளி யிடம்போய் அவனை முறையாக போட்டுக்கொடுத்தேன். அதற்கான அவனுடைய பழிவாங்கல் ஒபரேஷன்தான் இது. பிரமாதம்!

பழிவாங்கும் இச்சை மனிதர்களுக்கு உண்டானதுதான். அதற்காக போயும் போயும் ஒரு பெண்ணிடம் கொழுவி விட்டா உதைபட வைப்பது? ஒரு பெரிய தாதாவுக்கான அத்தனை தகுதிகளும் ரங்கனுக்கு உண்டு. நான் அவனைப் பார்த்தபோதெல்லாம் தன் மூலை உதட்டில் நக்கலைத் தூக்கிவைத்துச் சிரித்தான். எனக்குள் உண்டான சினத்தை

என்னால் கட்டுப்படுத்த முடியவில்லை. இப்பொழுதே பாய்ந்து அவன் குரவளையை கடித்துத் குதறவேண்டும் போலிருந்தது. என் கைகள் முறுகின. கண்களுக்குள் ரத்தம் குத்தியது.

குதி. அவனைக் கண்டபடி தாக்கு. முதுகில் ஏறியிருந்து நடு எலும்பை உடை. என்னால் கொதித்துக்கொண்டிருக்கும் மூளையைக் கட்டுப்படுத்த முடியவில்லை.

ஆனால் ரங்கனுக்கு எதிராக அந்த நொடியில் எதுவும் பண்ண முடியாதவாறு சூழ்நிலை என்னை சுருட்டி வைத்திருந்தது. இன்றைக்கென்று காலம் அவனுக்குச் சாதகமாய் முட்டுக்கொடுத்துக் கொண்டு நிற்பதைப் பார்க்க ஆத்திரமாக வந்தது. கர்த்தாவே, இந்த நேரம் பார்த்தா கடையில் மக்கள் கூட்டம் அள்ளவேண்டும்?

“நீ எல்லாம் ஒரு ஆம்பிள்ள...” நான் அருகில் போய் பற்களைத் துருத்தியபடி அவன் காதுக்குள் உறுமினேன். “வீட்டுக்குப் போய் வின்டோஜன் போடுங்கண்ண. பொம்பிள கையில்லோ. ரொம்ப வலிக்கும்” என்றான் பதிலுக்கு ரங்கன். எவ்வளவு பெரிய அயோக்கியத் தனம்? என்ன வக்கிரமான பேச்சு? தலையைப் பிய்த்துக்கொண்டு அவ்விடத்திலிருந்து அகன்றேன்.

கரைவலை இழுத்து முறுக்கிகேறிய ஓர் கையின் வைரபலத்தை அந்த நாய் அறிந்திருக்க வாய்ப்பில்லை. ஒன்று போட்டாலே போதும், முகம் உருக்குலைந்து சிதறிவிடும்.

”கடவுளுக்கு நன்றி சொல் புண்டமவனே. காலம் உன்னக் காப்பாத்திப் போட்டுது!” வேண்டுமென்றே மீண்டும் அருகில் போய் பச்சை வசைகளால் திட்டிவிட்டு வெளியே நடந்தேன்.

பாலா அண்ணனுடைய ரீக்கடையின் பின்புறத்துக்கு வந்து இரண்டு சிகரட் குச்சிகளோடு அமர்ந்தேன். சிகரட் தீப்பற்றி எரிய என்னுடைய அகநிலையின் கிளர்ச்சி கொஞ்சம் கொஞ்சமாய் அடங்குமாப்போலிருந்தது. “இவள் போயும் போயும் ரங்கன் வேசமன்ட கதைய நம்பி....” சிகரட் நான்கே இழுவையில் உதட்டைச் சுட்டபோது கடைக்கார பாலா அண்ணன் ப்ளேன் டீயுடன் வந்தார். “என்ன தம்பி பயங்கர டென்சனா இருக்கிறாப்போல...?”

கிராமத்திலிருந்து வருபவன் சுத்தமான அசடு என்றா இங்கிருப்பவர்கள் நினைத்துக்கொண்டிருக்கிறார்கள்? மனித நுண்குணங்களும், மானிட தர்க்க நெறிகளும் கிஞ்சித்தும் இல்லாத இவர்களிடம் வேறு எதைத்தான் எதிர்பார்க்க முடியும்? காலில் தீண்டிவிடாமல் நாம்தான் இவர்களை மெதுவாகத் தாண்டிப்போக வேண்டும் என்கிறது மனது. ஆனால் சுயகௌரவம் என்றொன்று இருக்கிறதே. அதைத் தாரைவார்த்துவிட்டு

அமைதியாய் இரு என்றால் எப்படி முடியும்?

இதனால்தான் சொல்லுகிறேன், இந்த நகரத்து வாழ்க்கை பொல்லாதவர்களுக்கு மட்டுமே சௌகரியத்தைக் கொடுக்கிறது. இங்கு அனைவரும் திருடர்களாகவும் அயோக்கியர்களாகவுமே இருக்கிறார்கள். தங்கள் தக்கனப் பிழைத்தலுக்காகக் என்ன பாவத்தையும் சுயபிரக்ஞையற்று செய்யக்கூடிய வக்கிர புத்தி இவர்களிடம் நிறைந்து கிடக்கிறது. இவர்களுடைய மனதுக்கும், நாறும் குப்பைத்தொட்டிக்கும் பெரிதாக வித்தியாசமொன்றுமில்லை. உள்ளுக்குள்ளே மலத்தை நிறைத்து வைத்துக்கொண்டு வெளியே நயமாக இளித்துக்கொண்டுதிரியும் மகா கொடியவர்கள் வாழும் ஊர் இது.

அறிமுகமில்லாத இந்த நகரத்தில் இந்த ரங்கன் போன்ற பல துர்விலங்குகளை நான் மிகவும் ஜாக்கிரதையோடு கடந்துபோக வேண்டியிருந்தது. யுத்தம் என்னைக் கொன்றாலும் கவலையில்லை, நான் மீண்டும் எனது பட்டக்காட்டுக்கே போய்விடவேண்டும் என அடிக்கடி மன்றாடிப் புலம்பிக்கொண்டிருந்தேன். காசு, ஆசை, போலி அந்தஸ்து, செத்துப் போன மனிதாபிமானம் என இந்த நகர வாழ்க்கையை என்னால் இனி ஒருபோதும் ஜீரணித்துத் தொலைக்க முடியாது. இங்கு ஒவ்வொருவரும் ஒவ்வொரு முகமூடியோடு அலைந்துகொண்டிருக்கிறார்கள். இவர்கள் சந்தர்ப்பங்களுக்காய் காத்துக்கிடக்கிறார்கள். அச்சந்தர்ப்பங்கள் வாய்த்துவிட்டால் போதும், தங்கள் ஈனச்செயல்களை நிகழ்த்தி தங்கள் பிரயாசைகளைத் தீர்த்துக்கொண்டுவிடுகிறார்கள்.

சூது, சுத்துமாத்து, பொய், அபாண்டம், தந்திரங்களையெல்லாம் இவர்களிடமிருந்து கற்றுக்கொண்டால்தான் உண்டு.

அருகில் படுத்திருந்த அந்தோனி “டேய் இன்னும் நீ தூங்கலியா?” என கேட்கும்வரை அந்த இரவு, தன் இரண்டாம் சாமத்தைக் கடந்துகொண்டிருக்கிறது என்பதை நான் அறியவில்லை. மறுநாள் காலையில் எழுந்து கடையில் நடந்த அத்தனை அயோக்கியத் தனங்களையும் அந்தோனியிடம் சொன்னேன். அந்தோனிக்கு முகத்தில் ரத்தம் குத்திற்று. அந்தக் கடை, ரங்கன், நிவேதா, அரிசி, மாவு, சீனி, மாப்பக்கட் எதையுமே எனக்குப் பிடிக்கவில்லை என்றேன். தொடர்ந்து இங்கிருந்தால் எவனையாவது போட்டுத்தள்ளிவிட்டு சிறைக்கைதியாகிப் போவேனோ என அஞ்சுவதாகச் சொன்னேன். கிராமத்து மனுசன் இளிச்சவாயன் என்கிற இவர்களது கேணத்தனத்தை நினைத்தாலே மண்டை பத்திக்கொண்டு வருகிறது என்றான் அந்தோனி. என்னுடைய ஆன்மாவில் பற்றியெரிந்த தீ வழிந்து அந்தோனியின் கண்களுக்குள்ளும் கொட்டியது. “இந்த நாய்களுக்கெல்லாம் அவங்கள்தான்டா சரி.”

அக்காலத்தில் நான் வாழ்க்கை என்ற புத்தகத்தின் இன்னுமொரு கடினமான பக்கத்தை கொஞ்சம் கொஞ்சமாகப் படிக்க ஆரம்பித்திருந்தேன். ஒரு கிராமம் கொடுக்காத ஆயிரம் அனுபவங்களையும் துயரங்களையும் இந்த நகர வாழ்க்கை கொடுத்துக்கொண்டிருந்தது. அங்கு உண்மையான மனிதர்களைப் பார்ப்பது அபூர்வமாக இருந்தது. எல்லோருடைய மூளையிலும் ஒரு பித்தலாட்டப் பொறி எப்போதும் தயாராகவே இருக்கிறது.

கொலைகாரன் பரிவோடு சிரிக்கிறான். களவாணி முன்வந்து உபகாரம் செய்கிறான். எரிச்சல் படுபவன் ஆஹா ஓஹோ என்று புகழ்மாலை சாற்றுகிறான். பொறாமை பிடித்தவன் நலமா என கைகளைப் பிடித்து சுகம் விசாரிக்கிறான். அடுத்தவன் மனைவியோடு கலவி கொள்பவன் புதுமாப்பிள்ளைக்கு ஒழுக்கம் சொல்லிக்கொடுக்கிறான். சாதி வெறியன் ஆலயத்தில் முன்வரிசையில் நின்றுகொண்டு அல்லேலூயா பாடுகிறான். பக்கத்து வீட்டில் பசியோடு கிடக்கும் குழந்தைக்கு ஒரு பிடி சாதம் நீட்டாதவன் எங்கோ இருக்கும் அகதிமுகாமுக்கு வீடு வீடாய் திரிந்து அரிசி சேகரித்துக்கொண்டிருக்கிறான். தனது பக்கத்து வீட்டுக்காரன் மேல் கொலைவெறியோடு அலைபவன் ஊர்ச்சந்தியில் நின்றுகொண்டு வடக்கில் செத்துக்கொண்டிருக்கும் அப்பாவி மக்களுக்காய் இரங்கல் கூட்டம் நடாத்திக்கொண்டிருக்கிறான்.

இந்த மனித ஜென்மம்தான் எத்தனை புதினமான படைப்பு.

அன்று கடையில் தலைக்கு மேல் வேலைகள் குவிந்துகிடந்தன. கடைமுடிந்து கோயிலறைக்கு வந்தபோது ஒரு பக்கத் தலை வலித்தது. கால்கள் மன்றாடின. உடல் சோர்ந்து இளைத்திருந்தது.

துவாலையைக் கழுத்தில் சுருட்டியபடி குளியலறையை நோக்கி நடக்கும் போது ஃபாதர் எதிரில் வந்தார்.

“மதன்.”

“ஓம், சொல்லுங்க ஃபாதர்.”

“வேலையெல்லாம் எப்பிடிப் போகுது...”

“போகுது... ஃபாதர்.”

“என்ன இழுக்கிறாய்...?”

“ச்சே ச்சே, அப்பிடியெல்லாம் இல்ல ஃபாதர். நல்லாப் போகுது.”

“சரி இங்கே, நான் சொன்னது போல உனக்கும் அந்தோனிக்கும் எனக்கு தெரிஞ்ச ஆக்கள்ட வீட்டில ஒரு ரூம் பாத்திருக்கிறன்.

ரெண்டு பேருக்கும் மூவாயிரமாம் வாடக. அதுவும் எனக்கெண்டதால குறச்சுச் சொன்னவங்கள். உங்கட பொலிஸ் ரிப்போட், ஆமி ஐடின்டிகார்ட் எல்லாம் சீக்கிரம் வந்திடும். அதால பாதுகாப்ப் பிரச்சின ஒண்ணும் இருக்காது. ஜீ.எஸ்.ஸுக்கும் சொல்லிப்போட்டடன். பதிவுப் பிரச்சினைகளும் இருக்காது. உங்களுக்கு எப்ப வேணுமோ அப்ப அங்க மூவ் பண்ணிக்கொள்ளலாம்...”

“தாங்ஸ் ஃபாதர். இததான் நானும் ஒருக்கா உங்களுக்கு ஞாபகப்படுத்தோணுமெண்டு நினைச்சன். உங்களுக்கு ஓகேயெண்டா நாங்க நாளைக்கே அங்க மாறிடுறம் ஃபாதர்...”

“உங்க விருப்பம்.”

“இல்ல ஃபாதர், நாளைக்கே மாறிட்டா சோலி முடிஞ்சிடும்.”

“வீடுதான் மாறுறீங்க. மற்றப்படி கனக்க எல்லாம் யோசிக்கக்கூடாது. உங்களுக்கு எப்ப என்ன தேவயெண்டாலும் நான் இருக்கன். நேரம் கிடைக்கிறப்பெல்லாம் இங்க வந்துடுங்க. மற்றது மறக்க வேணாம், அங்க போனப்பிறகும் கோயில் வேலயெல்லாத்தையும் விமலோட சேர்ந்து நீங்கதான் தொடர்ந்து பாத்துக்கணும்...”

“நிச்சயமா ஃபாதர்...”

ஃபாதர் வலப்பக்கம் போக நான் இடப்பக்கமிருந்த குளியலறைக்குள் போய் குழாயைத் திறந்து தலையைக் கொடுத்தேன். குபுகுபு என தலையில் விழுந்த ஜலம் மொத்த உடலையும் ஸ்பரிசித்து குதிகாலில் தேங்கியது.

குளிரின் சிலுசிலுப்பு தேகத்திலிருந்து வற்றும் முன்னமே யாரோ கதவைத் தட்டினார்கள். “யாரு?” என்றேன்.

“அண்ணா, விமல்.”

“என்னடா?”

“உங்களத் தேடி ஆமிக்காரங்க வந்திருக்காங்க...”

30

கோவில் வளவினுள் நின்றுகொண்டிருந்த நான்கு சீருடைக்காரர்களைப் பார்த்ததும் உடல் பயந்து, நடுங்கிச் சிலம்பிற்று.

"நான் பட்டக்காடு வேற, என்ன நிச்சயம் ஒருநாள் விசாரணையெண்டு கூட்டிக்கொண்டு போவாங்க..." என்கிற பெரும் பீதி என்னை நீண்ட நாட்களாக உலுப்பிக்கொண்டிருந்தது. கடைசியில், அந்தச் சம்பவம் நிகழ்வதற்கு இன்னும் இரண்டு நிமிடங்கள் மாத்திரமே மீதம் இருக்கிறது. நடுக்கத்தை இறுக்கிப் பிடித்துக்கொண்டு அவர்களை நோக்கி முதல் அடியை எடுத்து வைத்தேன். இரண்டாவது அடி சறுக்க, மூன்றாவதை நிதானமாகப் பிடித்துக்கொண்டேன்.

ஆமிக்காரன் என்றாலே கைலாசம் கிடுகிடுக்க ஆரம்பித்துவிடும் எனக்கு. அன்றும் அப்படித்தான். தப்பத்தவறி களிசானோடு போக வேண்டி வந்தாலும் சமாளித்துக்கொள்ள வேண்டும் என இரண்டு தொடைகளையும் நெருக்கமாகப் பிடித்து இறுக்கிக்கொண்டேன்.

இந்த ஊரில் இன்னும் ஆமிக்காரனிடம் மட்டும்தான் வதைபடவில்லை. இன்றோடு அந்தக் குறையும் தீர்ந்துவிடப் போகிறது என்றது உள்மனது.

"ஒயா நேத மதன்?"

"மதன் சேர்... மதன்!"

"உபன்கம பட்டக்காடு நேத?"

அதில் எனக்கு பட்டக்காட்டைத் தவிர வேறு எதுவும் புரியவில்லை. விழிகள் பிதுங்கி அவர்களுக்கு முன் பேந்தப் பேந்த முழித்துக்கொண்டு

நின்றேன். அந்த ரத்தம் உறையும் நொடியில் கடவுளின் உதவிக்கரம் கிட்டாதா என பரிதவித்துக் கொண்டிருந்தபோதுதான் தெய்வாதீனமாக அவ்விடத்தில் திடும் எனக் கோக்கியார் முளைத்தார்.

மனுசனுக்கு எட்டுக் கண்கள். நூறு ஆண்டுகள் ஆயுள். அவரைக் கண்ட பின்னர்தான் என் வறண்ட மார்புக்கூட்டுக்குள் குளிர் ஜலம் சொட்டுச் சொட்டாய் விழ ஆரம்பித்தது.

கோக்கி மாமா சிங்களம் திறமாகப் பேசுவார். காரணம், அவரது பூர்வீகம் மலைநாடு. தொழில் தேடி வன்னிப்பக்கம் வந்தபோது தெய்வானை அம்மாவில் சறுக்கி விழுந்து ஒலுமடுவில் செட்டில் ஆகியவர்.

"கொச்சற தவசத மெஹாட எவித்?" என ஆமிக்காரன் கேட்க "நீ எவ்வளவு நாள் இங்கால வந்து?" என்று கேட்கிறான் என கோக்கி மாமா மொழி பெயர்த்தார்.

"நாலு மாசம் ஆகுது!" "மாச ஹதரக் வெனவா!"

"ஒயாஹாவ ஆமி ஐடேன்டிகாட் தியனவாத?" "உன்னட்ட ஆமி ஐடின்டிகாட் இருக்கானு கேக்குறான்?"

"இன்னும் எடுக்கல, ஃபாதர் பதிஞ்சு இருக்கார்." "தாம கத்தே நே. ஃபாதர் லியா பதிஞ்சு கரலா தியனவா."

"ஒயாவ விபாக கரண்ட ஓனே, ஹெட்ட கேம்ப் எகட எண்ட புளுவங்த?" "உன்னைய விசாரிக்கணுமாம், அவங்கட கேம்புக்கு நாளைக்கு வர முடியுமா?"

"எதுக்கு சேர்?" "மொஹுடத சேர் கியல அகனவா?"

"பயவென்ட எபா மல்லி, ஆமி ஐடேன்டிகார்ட் எக்கட்ட தமா." "பயப்பிட வேணாமாம், ஆமி ஐடின்டிகாட்டுக்குத்தானாம்."

"என்டனி கியன்னெக்கெனாத் ஒயாத்தெக்கத இன்னே?" "அந்தோனி எண்டு ஒராள் உன்னோடயா இருக்கார்?"

"ஓமோம். என்னோடதான் இருக்கான்" "ஒவ், எயா மெயாத்தெக்க தமாய் இன்னே."

"சரி வாரன்" என தலையாட்டியதும் சைக்கிளில் வந்த நான்கு சிப்பாய்களும் கிளம்பிப் போனார்கள். எனக்கு நடுக்கம் நிற்கவில்லை. கோக்கி மாமா தோளில் கையை வைத்து என் நடுக்கத்தைப் பிடிக்க முயன்றார். இதில் பயங்கொள்வதற்கு ஒன்றுமில்லையென்றும், ராணுவ

அடையாள அட்டை எடுப்பதற்கு விசாரணைக்கு அழைப்பது சாதாரண விடயம்தான் என்றும் சொன்னார். மனதின் உஷ்ணம் மெலிந்து தணிந்தது.

மறுநாள் முழுவதும், இரண்டு நாட்களில் வரப்போகும் ஐந்தாம் ஆண்டு புலமைப்பரிசில் பரீட்சைக்காக உயிரைக்கொடுத்து உழைக்கும் குழந்தைகளைப்போல ராணுவ விசாரணைக்காக எங்களைத் தயார்ப்படுத்தத் தொடங்கினோம். எதிர்பார்க்கப்படும் வினாக்கள் என தன் கற்பனைக்குள் உதித்த அத்தனை கேள்விகளையும் ஒன்றன் பின் ஒன்றாக அடுக்கிக்கொண்டிருந்தான் அந்தோனி.

“இயக்க ரெயினிங் எடுத்திருக்கீங்கதானே?” இல் ஆரம்பித்து “பட்டக்காடு இயக்க பேஸின்ட் பொறுப்பாளர்ட பேர் என்ன?” என்பது வரை அத்தனை கேள்விகளுக்கும் பொருத்தமான விடைகளைத் தேடிப்பிடித்து தலைக்குள் குற்றிக்கொண்டோம். மேலதிக வினாக்களை கடவுளிடம் விட்டுவிடலாம் என்றான் அந்தோனி.

“பயப்பிடாம, பதட்டப்படாம பதில் சொல்றததான்டா முக்கியம். அப்பதான் டவுட்டு வராது. அதவிட்டுட்டு ஆந்தமாரி முழிச்சம் எண்டா அவ்வளவுதான் கத. ஆட்டம் க்ளோஸ்!” என இறுதியில் அந்தோனி எச்சரிக்க நான் பூம்பூம் மாடுபோல தலையை ஆட்டிக்கொண்டேன். தைரியம் வந்தாற்போல் தலை ஆடினாலும் இதயம் பக் பக் என்று பதறியது.

இது நாங்கள் எதிர்கொள்ளப்போகும் ராணுவத்தின் முதல் விசாரணை! ஒரு மணிநேரப் பேச்சில் ஒட்டுமொத்த வாழ்க்கையைக்கூட ஓரம் கட்டிவிடக்கூடிய விசாரணை. பயக்கலக்கத்தில் இராப்பசி வற்றி விட்டிருந்தது.

மறுநாள் காலை ஒன்பது மணியிருக்கும். ஃபாதரை அழைத்துக்கொண்டு நானும் அந்தோனியும் ராணுவ முகாமுக்குப் போனோம். நான் என்னையறியாமலேயே அடிக்கடி பரமண்டல பிரியத்தம் ஓதிக்கொண்டேன். உலகின் அதிஉச்சத் தண்டனையே ஒருவனுக்குள் உயிர்ப் பயத்தை எரியப்பண்ணிவிடுவதுதான். அப்பயமே அவனை கொஞ்சம் கொஞ்சமாய் அழித்துவிடும்.

அப்பயம் அப்போதே எங்களை அழிக்கத் தொடங்கியிருந்தது.

அந்தப் பெரிய வளவினுள் நுழைந்தபோது எங்கள் தேகம் கிடுகிடுக்க ஆரம்பித்தது. முன்னால் பீரங்கியோடு நின்றுகொண்டிருந்த பவல் வாகனமும் அதன்மேல் நின்றுகொண்டிருந்த ஆமிக்காரனின் அடித்து இறுக்கிய முகமும் எங்களுக்குள் அச்சத்தையும், கட்டற்ற கற்பனைகளையும் கூட்டிவிட்டன.

உள்ளே நுழைந்து வலப்பக்கம் திரும்பியபோது அறையொன்றின் வாசலில் தொங்கிக்கொண்டிருந்த 'மக்கள் தொடர்புக் காரியாலயம்' கண்ணில் பட்டது. அதன் வாயில் இருந்து ஆரம்பித்த மனிதச்சங்கிலி இருநூறு மீட்டர்களையும் தாண்டி நீண்டு கிடந்தது. அதில் நின்றிருந்த ஒவ்வொருவருடைய கையிலும் ஏராளாமான காகிதங்கள் இருந்தன. சில பெண்கள் அவற்றை கோவைகளுக்குள் பத்திரப்படுத்தி அதைத் தங்கள் நள்ளிரவுப் புருஷனைப்போல மார்போடு அணைத்துக் கொண்டிருந்தார்கள். ஆண்களுக்கோ தங்கள் கைகளிலிருக்கும் காகிதங்கள் பற்றிய அக்கறை துளிதன்னும் இருப்பதுபோல் தெரிய வில்லை. அத்தனையும், அவர்கள் கேட்கப்போகும் கேள்விகளுக்கு பாதகமில்லாமல் பதில் சொல்லவேண்டும் என்கிற தீவிர சிந்தனை.

நானும் அந்தோனியும் ஃபாதரும் அந்த வரிசையின் கடைசி ஜீவன்களாகப் போய்ச்சேர்ந்தோம். ஐந்து நிமிடங்கள் கழித்து அங்கே வந்த ராணுவப் பெண்ணொருத்தி ஃபாதருக்கு வணக்கம் வைத்துவிட்டு எங்களை வரிசையின் ஆரம்பத்திற்கு அழைத்துக்கொண்டு போனாள். அங்கிருந்த அத்தனை பேரும் எங்களை இறும்பூது போல பார்த்தார்கள்.

அவ்வரிசையில் மணிக்கணக்கில் நின்றுகொண்டிருக்கும் முதியவர்கள், பெண்கள் பற்றிய அக்கறை அவளுக்கு இருந்ததாகத் தெரியவில்லை. நம் ஊரில் மனிதாபிமானம் என்பதில்கூட முன்னுரிமை மதம் சார்ந்தேதான் இருக்கிறது.

எங்களுடைய முறை வந்தபோது நாங்கள் முன்னாலிருந்த ஒரு தனி அறைக்குள் அனுப்பப்பட்டோம். உள்ளே மூன்று சீருடைக்காரர்கள் தலைகளைத் தொங்கவிட்டபடி வெள்ளைக் காகிதங்களில் எதையோ தீவிரமாக எழுதிக்கொண்டிருந்தார்கள். அது எங்களைப் போன்ற ஏதொவொரு எளிய மனிதனுடைய வாக்குமூலமாகக்கூட இருக்கலாம். மூலையில் வோக்கி டோக்கி ஒன்று கறபுற என கூடிக்குறைந்து இரைந்துகொண்டிருந்தது. இடையிடையே அதில் யாரோ ஒருவன் புரியாத மொழியில் எதையெதையோ உளறிக்கொண்டிருந்தான். இடப்பக்கச் சுவரில் 'அமைதி காக்கு' என கொட்டை எழுத்துக்களில் எழுதியிருந்தது.

"கடவுள் காக்க! அது காக்கு இல்ல ஐயா, காக்க!" என்று அங்கு ஓரமாய் சுற்றுக்கதிரையில் அமர்ந்திருந்த பெரியவரிடம் போய் சொல்லிவிட்டு வாருங்கள் என்றேன் ஃபாதரிடம். ஃபாதர் என்னைப் பார்த்து முறைத்தார். முறைத்தலின் அர்த்தம் புரிந்து அமைதியாக இருந்தேன்.

மறுபுறம் வெள்ளைச் சேட்டுடன் நின்ற ஒருவன் கொச்சைத் தமிழில் ஃபாதரை வரவேற்றான். அவன் இடுப்பிலிருந்த பிஸ்டல், சேட்டை

தள்ளிக்கொண்டு வெளியே தெரிந்தது. ஃபாதருக்கு பின்னால் வந்த நான் "அட ஆமிக்காரனுக்கெல்லாம் தமிழ் தெரியுதுடாப்பா" என வாயைப் பிளந்துகொண்டு நானும் தமிழிலேயே வணக்கம் வைத்தேன். அவன் பதிலுக்கு "வனக்கம்" என்றான்.

இரண்டு நிமிடத்தில் என்னை அங்கிருந்து இன்னுமொரு அறைக்குள் அழைத்துப்போனார்கள். அதுதான் விசாரணை அறை. அதாவது கத்தி, கசாப்புக் கடைக்கு போகும் முன்னர் தீட்டப்படும் அறை. எனக்கு அந்த மங்கல் இருட்டில் மனம் பதறியது. தலைக்குள் முளைக்கும் வியர்வை கண்களுக்குள் வழிந்துவிடாதபடி பார்த்துக்கொண்டேன். அப்போதுதான் அந்தோனி சொன்ன மந்திர ஆலோசனை நினைவுக்கு வந்தது.

"பயப்பிடாம, பதட்டப்படாம பதில் சொல்றததான்டா முக்கியம். அப்பதான் டவுட்டு வராது. அதவிட்டுட்டு ஆந்தமாரி முழிச்சம் எண்டா அவ்வளவுதான் கத. ஆட்டம் க்ளோஸ்!"

அம்மாடி! ஆந்தைக் கண்களை உடனடியாகச் சுருக்கிக்கொண்டேன்.

பிளாஸ்டிக் கதிரையில் என்னை அமர வைத்து அந்த வெள்ளைச் சட்டைக்காரன் தன் கேள்விகளை அடுக்க ஆரம்பித்தான்.

"உங்க வூட்டிலே புலியிலே யாரும் இரிக்கா?"

"ஐயோ அப்பிடி யாரும் இல்ல சேர்."

"பொய் சொல்லே கூடாதூ."

"இல்ல சார். மடு மாதா சத்தியமா யாரும் இல்ல."

"சரி, இங்கே எதக்கு வந்ததூ?"

"ஆஸ்பத்திரிக்கு வந்தாப்போல பாதை மூடுப்பட்டுட்டு சேர். போய்க்க ஏலாம போயிற்று. அதான் ஃபாதரோட இருக்கன்."

"சரி. சரி. எங்கெ வேலே பாக்குறதூ?"

"பஸ்ராண்ட்ல இருக்கிற பிரமிளா ஸ்டோர் கடையில சேர்."

இப்படி ஆயிரத்தெட்டுக் கேள்விகள். அத்தனைக்கும் ஆண்டவன் கருணையால் என்னிடம் பதில்கள் இருந்தன. இறுதியில், "ஓங்களுக்கூ புலியோடே கணக்ஷன் இரிக்கித்தானே?" என்று ஒரே போடாய் போட்டான் வெள்ளைச் சட்டைக்காரன். எனக்கு பகீரென்றது. "அட அம்மா சத்தியமா இல்ல சேர்" என கதிரையிலிருந்து எழுந்து தலையில் அடித்து சத்தியம் செய்ததைப் பார்த்தபோது வெள்ளைச் சட்டைக்காரனுக்கே சிரிப்பு வந்தது.

“ஓகே ஓகே. இதில சைன் வச்சிட்டு போங்கோ” எனச் சொல்லி மெல்லிய கோட்டில் சிரித்தபோது, அவனிடம் கேள்விகள் தீர்ந்துவிட்டன என்று நினைத்துக்கொண்டேன்.

“ரொம்ப நன்றி சேர்” என அசடு வழிய சிரித்துவிட்டு கையொப்பமிட பேனாவை எடுத்தபோது விரல்களின் நடுக்கம் குறைந்திருந்ததை அவதானித்தேன். பயத்தின் கோரப்பிடி கொஞ்சம் கொஞ்சமாய் இளகிக்கொண்டிருப்பது போலிருந்தது.

கையொப்பமிட்ட பேனாவை மேசையில் வைத்துவிட்டு நிமிர்ந்தபோது முன்னால் நின்றுகொண்டிருந்த வெள்ளைச்சட்டைக்காரன் பிரியமாகத் தெரிந்தான். அவன் இடுப்பிலிருந்த பிஸ்டல் இம்முறை என்னை எதுவும் செய்யவில்லை. மனம் தன் கட்டுக்களை அவிழ்த்து இயல்பாகியது.

என்னதான் பெரிய ராணுவ விசாரணை என்றாலும், மனிதர்களைப் பிடித்துவைத்து அவர்களை எப்படி கேள்விகளால் மடக்குவது என்ற வித்தையே இவர்களுக்குத் தெரியமாட்டேன் என்கிறது. இவர்களையெல்லாம் பிடித்து மூன்று மாதத்துக்கு ‘அவர்களிடம்’ அனுப்பி பயிற்சி கொடுத்தால்தான் தேறுவார்கள்.

தவிர, ஒவ்வொரு நாளும் இப்படி எத்தனையாயிரம் அப்பாவிகளை இந்த வெள்ளைச்சட்டைக்காரன் கடந்து வரவேண்டியிருக்கிறது. எந்தளவிற்கு இவர்களால் நம்முடைய அப்பாவித்தனத்துக்கும், புரளித்தனத்துக்குமான இடைவெளியைச் சரியாகப் புரிந்துகொள்ள முடிகிறது என்று தெரியவில்லை.

என்னைத் தொடர்ந்து அடுத்ததாக அந்தோனி உள்ளே அழைக்கப் பட்டான்.

அந்தோனியிடமும் அதே கேள்விகள்தான் கேட்கப்பட்டன. அந்தோனி தன் உதட்டில் புன்னகை வழிய அந்த அறையைவிட்டு வெளியே வந்தபோதுதான் எனக்குள் நிரந்தர நின்மதி கவிந்தது. கடைசியில் சுமுகமாக முடிந்து போனாலும், ஆரம்பத்தில் அந்த விசாரணை எங்களுக்குள் ஏற்படுத்திப்போன பதற்றம் கொஞ்ச நஞ்சமல்ல. ஏதோ ஃபாதருடன் போயிருந்ததால் தலை தப்பியது என நினைத்துக்கொண்டேன்.

என்னையும் அந்தோனியையும் சுற்றியிருக்கும் ஃபாதரின் பாதுகாப்பு வளையம் மிகவும் வலுவானது என்பதை மீண்டுமொருமுறை அடித்து உணர்த்தியது அந்த ராணுவ முகாம்.

எங்களுடைய விசாரணையின் முடிவில், ஃபாதரிடம் ஒரு கொப்பியைக் நீட்டி எங்கள் இருவரின் பெயர்களுக்குக் கீழேயிருந்த ‘பாதுகாவலர்’ என்கிற பெட்டிக்குள் கையொப்பமிடுமாறு கேட்டார்கள். ஃபாதர்

குனிந்து கையொப்பமிட அதை முன்னாலிருந்த ராணுவ அதிகாரி ஆச்சரியம் திளைக்கப் பார்த்தான்.

வேறென்ன, ஒரு கிறீஸ்தவ பாதிரியார், அதுவும் ஜேம்ஸ் என தன் பெயரை ஆங்கிலத்தில் வைத்துக்கொண்டு, கையொப்பத்தை மட்டும் சுத்த தமிழில் வைத்தால் எப்படியிருக்கும்?

வெளியில் வந்ததும் "அவங்கள விட இவங்க ரொம்ப நல்லவங்களா இருக்காங்களேடா?" என காதுக்குள் இரைந்தான் அந்தோனி. அது ஃபாதருக்குக் கேட்டுவிட "போகப் போகத் தெரியும்" என்றார் அவர்.

"என்னடா உடம்பெல்லாம் கண்டபடி வேர்த்திட்டு போல?" ஃபாதர் சிறு புன்னகையோடு கேட்டார்.

"மறுகா என்ன ஃபாதர். உள்ள போக விரலெல்லாம் டைப்படிக்க தொடங்கிற்று. அப்பப்பா..." என்றபோது அநதோனியும் சேர்ந்து தலையை ஆட்டினான்.

"சரி, அது இருக்கட்டும். முதல்ல நீங்க போட்டிருக்கிற டவுசர கொஞ்சம் மாத்துறீங்களாடா? இத பாத்தாலே போதும், நீங்க அவங்கதான்னு புடிச்சு உள்ள போட்டுடுவாங்கள். முதல்ல இங்கத்தைய பஷனுக்கு கொஞ்சம் மாறுங்கோடா."

ஃபாதர் விடயத்தை தமாசாக இழுத்து நடு மண்டையில் நச்சென அடிப்பது புரிந்தது. இருவரும் திடும் எனக் குனிந்து கால்களைப் பார்த்தோம்.

அது தொடைப்பக்கத்தில் அகன்று அடிப்பக்கம் ஒடுங்கிப்போய் பாதத்திலிருந்து ஐந்தங்குலம் தூக்கிக்கொண்டு நின்றது. உண்மைதான், இது 'இயக்க பஷன்' களிசான். எங்களைத்தவிர மன்னாரில் யாரும் இப்படியொரு டவுசர் அணிந்து நான் பார்த்ததில்லை.

"உண்மதான் ஃபாதர். முதல்ல இந்த டவுசர மாத்தோணும்!"

31

இன்னுமொரு புதிய நாள் பரவசத்தை கிளப்பிக்கொண்டு மடிகளில் வந்து விழுந்தது. இது நானும் அந்தோனியும் புது அறைக்குக் குடிபுகும் நாள். பெட்டி படுக்கைகளை காவிக்கொண்டு வாசல்வரை வந்த என்னை கோக்கி ஐயா விழுந்த முகத்தோடு எதிர்கொண்டார்.

"அப்பு, அடிக்கடி இங்கால வந்திட்டுப் போங்கோ என்ன..." என்றபோது அவருடைய கண்களில் ஈரம் கட்டியது. நான் அவருடைய தோளை வருடி "எங்கதான் போனாலும் இதுதான் ஐயா எங்க வீடு!" என்று கரகரத்த குரலில் சொன்னேன். கண்களைத் துடைத்துவிட்டு "நீங்க நல்ல பிள்ளைகள்டா. எங்கபோனாலும் நல்லா இருப்பீங்க..." என்பதை நம்பிக்கை கலந்து அழுத்திச் சொன்னார் கோக்கியார்.

கோக்கியாரின் அந்த 'நல்ல பிள்ளைகள்' என்ற வார்த்தைகளைக் கேட்டபோது அகம் சிலிர்த்தது. வாழ்க்கையில் எதுவுமே கைகூடாமல் போனாலும் இப்படி அவ்வப்போது கிடைக்கும் சுயம் பற்றிய அரிதான பாராட்டுகள்தான் வாழ்க்கையை ஒரு சராசரி திருப்தியோடு இழுத்துக் கொண்டுபோகிறது.

அது எனக்கும் அந்தோனிக்கும் சஞ்சலம் பூத்த நாள். அந்தப் பாதுகாப்பான கூட்டைவிட்டு அகன்றுபோவதில் மனதுக்கு ஒரு துளிகூட ஒப்புதல் இல்லை. இந்தப் பயணம் எங்களை எங்கு கொண்டுபோய் நிறுத்தப்போகிறது எனத் தெரியாது. யார் யார் வந்து இந்த அநாதைகளின் பாதுகாப்புச் சுவரில் சுத்தியலை வைக்கப் போகிறார்கள் எனத் தெரியாது. எந்த சூழ்நிலை எங்கள் இருப்பை சந்தேகத்திற்குள்ளாக்கப் போகிறது எனத் தெரியாது.

அதற்காக எத்தனை நாட்களுக்குத்தான் ஃபாதருடைய அறையிலேயே தண்டத்துக்குக் குத்திட்டு இருக்க முடியும்?

செய்வதறியாது ஏதோவொரு நம்பிக்கையை மட்டும் கெட்டியாய்ப் பிடித்துக்கொண்டு வெளியே நடந்தோம். ஃபாதரும் தன் கறுப்புப் பட்டியை அதன் அடுத்த முனையில் ஒட்டிக்கொண்டு வெளியே வந்தார்.

“என்ன ரெடியா? போவமா?”

எனக்கு ‘எங்கள இங்கையே வச்சுக்கொள்ளுங்களன் ஃபாதர்’ என ஃபாதருடைய காலைப்பிடித்துக் கெஞ்சினால் என்னவென்று தோன்றிற்று. அதற்கு சாத்தியமில்லை. இது கோவில் அறை. வாடகை வேறு கொடுப்பதில்லை. ஓசியில், ஒருவாரம் இருந்தால் பரவாயில்லை. மாதக்கணக்கில் சிங்கி அடித்துக்கொண்டிருந்தால்? நியதிப்படி வேறொரு வாழ்விடத்தைக் கண்டடைவதைத் தவிர எங்களுக்கு வேறு வழி இருக்கவில்லை.

ஃபாதர் எங்களுக்கு எடுத்துக் கொடுத்த வாடகை அறை சுவாமி வீட்டு அறையை விட விசாலமானது. இரண்டு கட்டில்கள் போடக்கூடிய அகன்ற அறையின் நடுவில் ஒரேயொரு தேக்குக் கட்டில். மூலையில் முதுமை தட்டிய ஒரு மேசை. அதன் கால்களுக்கிடையில் துருவேறிய ஒரு இரும்புக் கதிரை. அண்மையில்தான் நிலத்திற்கு சிவப்பு மை பூசியிருக்க வேண்டும். தரையின் தெளிந்த சிவப்புப் பிரகாசம் கண்களை உறுத்தியது. ஆனால் வெள்ளைச் சுவர்களின் மூலை இடுக்குகளில் பந்து பந்தாய் தொங்கிக்கொண்டிருக்கும் ஐந்து கால் பூச்சிகளுக்கு மட்டும் இதுவரை யாரும் தீங்கு விளைவிக்கவில்லை. ஜீவகாருண்யம் படைத்த வீட்டுக்காரர்கள்.

வடக்குச் சுவரின் நடு நெற்றியிலிருந்த சீனக் குழந்தையின் படம் அழகாய் இருந்தது. அது தன்னளவேயான ஒரு பொமேரேனியன் குட்டியுடன் சிரித்துக்கொண்டிருந்தது. என்ன வழுவழுப்பான தேகம் அந்தக் குழந்தைக்கு. குறுணிக் கண்களில் மட்டும் ஓவியங்களாத் திரளும் சிரிப்பு. அருகில் போய் அதையே சில வினாடிகள் வெறித்துக்கொண்டு நின்றேன். திரும்பியபோதுதான், இடது மூலையில் இரண்டு செவ்வரத்தம் பூக்களுக்குப் பின்னால் தனிமையில் ஜீவித்துக்கொண்டிருந்த இருதய ஆண்டவரைக் கண்டேன். “கர்த்தாவே, உம் கைகளில் எங்கள் பாவப்பட்ட ஆத்துமாக்களைக் கையளிக்கிறோ.”

உண்மையில் அப்படியொரு அறை எங்களுக்குக் கிடைத்தது மிகப் பெரிய அதிர்ஷ்டம் என்றே சொல்ல வேண்டும். எனக்கும் அந்தோனிக்கும் சொல்வதற்கு எந்தக் குறையும் இல்லை.

"என்ன, அந்தோனி வீடு ஓகேயா?"

"ஓமோம்... தாங்ஸ் ஃபாதர்"

"மதன்?"

"ஓம்... ஓகே ஃபாதர்."

"ஆன்டி, இண்டையில இருந்து இவங்களுக்கு நீங்கதான் பொறுப்பு. ஏதாச்சும் குழப்படி கிளப்படியெண்டா உடனே எனக்கு போன் பண்ணுங்க. நான் வந்து மிச்சத்தப் பாத்துக்கொள்றன்..." எனச்சொல்லிவிட்டு நம்பியார் போலச் சன்னமாய் சிரித்தார் ஃபாதர்.

வீட்டுக்கார அம்மாவுக்குக் கண்களில் லேசாக பயம் பற்றியது போலிருந்தது. சுதாகரித்துக்கொண்ட ஃபாதர் முகத்தை பதுமையாக்கி "நான் பகிடிக்கு சொன்னன் ஆன்டி. இவங்க நல்ல பையன்கள். ஒரு சோலி சுரட்டும் இல்ல. வீடு, வேல, கோயில்னு இருப்பாங்க. உங்களுக்கு ஒரு தொந்தரவும் குடுக்க மாட்டாங்க..." என்றுவிட்டு என்னையும் அந்தோனியையும் பார்த்து "உண்மைதானே?" என்றார் ஃபாதர். வேறு வழி, இருவரும் கோவில் மாடுகளைப்போல "ஓம் ஓம்" என தலைகளை ஆட்டிக்கொண்டோம்.

"என்ன ஃபாதர் சொல்லுறீங்க. உங்க பசங்க எண்டதாலதான் ரூம் தாரதுக்கு உடனே ஓம் எண்டனான். இவர் ஸ்ரிக்ட்டா சொல்லிப் போட்டார், வேற யாருக்கும் ரூம் குடுக்கிறதில்ல எண்டு. இப்பத்தய நிலமைகள் தெரியும்தானே. தெரியாதவங்களுக்கு ரூமக் குடுத்துப்போட்டு அப்புறம் ஒண்ணுணா நாலாம் அஞ்சாம் மாடிக்கெல்லாம் எங்களால ஏறி இறங்க முடியுமா ஃபாதர்..." எனச் சொல்லிவிட்டு ஏதோ விகடம் பேசிவிட்டதுபோல கக்கபெக்கே எனச் சிரித்தார் வீட்டுக்கார அம்மா.

"டேய், ஆன்டி சொல்லுறது கேட்டதுதானே..." என ஃபாதர் என்னையும் அந்தோனியையும் கண்டிப்பாய்ப் பார்த்தபோது மறுபடியும் நாங்கள் தலைகளை ஆட்டிக்கொண்டோம்.

"தலைய ஆட்டுறது சரி. ஆன்டிட்ட இருந்து ஏதாவது கம்ப்ளைன் கிம்ளைன் வந்திச்செண்டு வைங்க, அப்புறம் தெரியும்தானே?" எனக் கேப்டன் ஸ்டைலில் முகத்தை முறுக்கியபடி ஃபாதர் உரிமையோடு சொல்லியது எங்களுக்குப் பிடித்திருந்தது.

பின்னர் வீட்டுக்கார ஆன்டி தன்னுடைய 15 நிமிட வெளியீட்டுரையை ஆரம்பித்தார். எனக்கோ இலக்கியக் கூட்டமொன்றில் தவறுதலாக நுழைந்துவிட்டது போல் இருந்தது. 'கக்கூசில்' தொடங்கிய உரை 'தண்ணி – சிகரட்டில்' வந்து நின்றது.

"தம்பி, உங்கட கக்கூஸ் பின்னால இருக்கு. நீங்கதான் அத கழுவி நீட்டா வச்சிருக்கணும். ஏன்டா அத நீங்க மட்டும்தான் பாவிக்கபோறீங்க. எங்களுக்கு உள்ளுக்குள்ள அட்டச் பாத்ரூம் இருக்கு. அந்தக் கிணத்தில குழிக்கலாம். ஆனா கிணத்துக்கட்டில சோப் வைக்கப்படாது. கிணத்து வாளியில முகம் அலம்பக் கூடாது. அதுக்கு தனிய ஒரு ப்ளாஸ்டிக் வாளியொண்டு வாங்கி வச்சுக்கொள்ளுங்க. தேவை எண்டா பக்கத்தில வக்கும் இருக்கு. அத நிரப்புறதுக்கு மோட்டர பாவிக்கலாம். மோட்டர் ஸ்விட்ச் கிச்சின் சுவரில இருக்கு. மோட்டர் பாவிச்சுக் குழிச்சா கரண்ட் பில்லில பாதிய நீங்க தந்திடணும். மற்றது வெளியாக்கள எக்காரணம் கொண்டும் வீட்டுக்குள்ள கூட்டிக்கொண்டு வரக்கூடாது. எட்டு மணிக்கு கேட்ட பூட்டிப்போடுவன். எல்லாத்தையும் விட முக்கியமா இந்தத் தண்ணி, சிகரட், பார்ட்டி இதெல்லாம் ரூமில இருக்கவே கூடாது. அதுகள கண்டா எனக்குக் கெட்ட கோவம் வந்துடும்."

இதுதான் அந்த அம்மாவினுடைய நீண்ட உரையின் சுருக்கம்.

நானும் அந்தோனியும் ஆளையாள் பார்த்துக்கொண்டு சம்மதம் என மறுபடியும் தலைகளையாட்டிக்கொண்டோம். அன்று எங்களுடைய நிலைமை ஒரு 'தலையாட்டியை' விட மோசமாயிருந்தது. ஆன்டி தண்ணி, தம் என்றெல்லாம் எங்களைக் குறித்து ஃபாதருக்கு முன்னால் அழுத்தந்திருத்தமாகச் சொன்னது எங்களுக்குக் கொஞ்சம் பரிசுகேடாய் இருந்தது. அந்த இடத்தில் நான் அந்தோனியைக் கமுக்கமாகக் கவனித்தேன். அவனுடைய பார்வை "அப்பிடியெண்டா இங்கயும் திருட்டு தம்தானாடா? ச்சே!" என்றது சோகமாக.

நானும் அந்தோனியும் எங்கள் தம்தண்ணிப் பழக்கங்களை வருடக்கணக் காக பரம ரகசியமாகவே காத்து வந்திருக்கிறோம். ஆனாலும் அந்தப் பரம ரகசியத்தின் மீது அவ்வப்போது சிலர் டோர்ச் அடித்துவிட்டுப் போவதும் உண்டு. உதாரணத்துக்கு இந்தக் கதையைக் கேளுங்கள்.

அன்று வேலை முடிந்து சுவாமி அறைக்கு வந்ததும் ஒரு தம் அடித்தால் சட்டப்படி இருக்கும் என்றான் அந்தோனி. என்னுடைய உதட்டின் நமநமப்பும் லேசாக சிரத்தைத் தூக்கிக்காட்டியது. கொஞ்சம் கூட யோசிக்காமல் மண்டையை ஆட்டிவிட்டேன்.

சுவாமி அறையிலேயே சிகரட் பிடிக்குமளவுக்கு எங்களுக்குள் ஏற்பட்டிருந்த துணிவை இப்போது நினைத்துப் பார்த்தால் ஆச்சரியமாக இருக்கிறது. பாதகங்கள் பற்றி அலட்டிக்கொள்ளாத வயது இல்லையா?

நேரம் இரவு ஒன்பது மணி இருக்கும். அறைச் சுவரின் பிரடிப்பக்கத்தில் கும்மிருட்டு கவிந்து கிடந்தது. "ஆமா எங்க நிண்டுடா அடிக்கிறது?" என்று கேட்டதற்கு ஏலவே பதிலை யோசித்து வைத்திருந்தவன்போல

“கோயில் வீட்டு ஸ்டோருக்குப் பின்னால” என்றான் அந்தோனி. அந்தோனி என்னும் மகானுக்குத் தெரியாதது ஒன்றுமில்லை. எனக்கும் அந்த இடம் கள்ள தம்முக்குச் சிக்கலில்லை என்றுதான் தோன்றியது. இருவரும் ஆளுக்கொரு சிகரட்டுக்களை எடுத்துக்கொண்டு அந்த ஸ்டோருக்குப் பின்னால் பதுங்கினோம். கும்மிருட்டு முகத்தில் அறைந்தது. எனக்கோ இருட்டில் கள்ள தம் அடிக்க வந்து பாம்பு கீம்பு சாரத்துக்குள் புகுந்துவிட்டால் என்ற பயம். ஜட்டியை வேறு கழற்றி வைத்துவிட்டு காற்றோட்டமாய் வந்திருக்கிறது இந்த ஜீவன்.

அந்தோனி என் வாயிலிருந்த சிகரட்டைப் பற்றவைக்க முதல் இழுவையை இதமாக இழுத்தேன். சொர்க்கம் நுரையீரலில் முளைப்பது தெரிந்தது. இரண்டாவது இழுவையை அழுத்தி இழுத்துவிட்டு நிமிர்ந்தேன். தூரத்தில் யாரோ எங்களை நோக்கி வந்துகொண்டிருப்பது புரிந்தது.

அது ஃபாதர்தான்!

“யார்டா அது?” என்று ஃபாதர் வைத்த சத்தத்தில் பயந்து நடுங்கி உடல் சிலம்பிற்று. அடுத்த கணமே தென்பட்ட திசையில் ஒரேயோட்டமாய் ஓடத்தொடங்கினோம். இருள் என்றாலும்கூட சிகரட்டின் தலை யிலிருக்கும் தணல் பற்றி சிரத்தையோடல்லவா இருந்திருக்க வேண்டும்.

ஸ்டோர் சுவருக்கும் மதிலுக்கும் இடையில் ஒடுக்கமான இடைவெளி யொன்று உண்டு. அச்சிறு ஓடைக்குள் இறங்கினால் யாருக்கும் தெரியாமல் கோவிலின் முன்பக்கத்தில் வந்து ஏறலாம். அப்பொழுது அங்கிருந்து தப்பிக்க எங்களுக்கிருந்த ஒரேயொரு வழி அது மட்டும்தான். ஆனால் அந்த சிறு ஓடையை டக்கென கடந்து போய்விட முடியாது. காரணம், அதன் ஒடுக்கம். உடலை சுவர்ப்பக்கமாகத் திருப்பிக்கொண்டு ஊர்ந்து ஊர்ந்து நகரவேண்டும். தவறுதலாக உடலைத் திருப்பிக் கொண்டோமேயானால், அது இரண்டு சுவர்களுக்கும் நடுவில் பொறுத்துக்கொண்டுவிடும்.

ஆதலால் அந்த வழியை இலகுவாகப் பயன்படுத்தித் தப்பிக்க வேண்டுமானால் நாம் தமன்னா சைஸில் இருக்கவேண்டும். நான் பரவாயில்லை, அந்தோனியோ நமீதா சைஸ். மாதத்துக்கு ஒரு சுற்று பெருத்துக்கொண்டே போகும் ராசிக்காரன்.

ஃபாதரின் குரல் கேட்டதும் நான் விழுந்தடித்து அந்த ஒடுக்கமான ஓடையை நோக்கி ஓட ஆரம்பித்தேன். நான்கு ஐந்து நிமிடங்கள் ஊர்ந்து ஊர்ந்து கோவிலின் முன்பக்கத்தை அடைந்தபோது மூச்சு வாங்கியது. அப்போதுதான் திரும்பிப் பார்த்தேன், பின்னால் அந்தோனியைக் காணவில்லை.

பாவம், அவனால் அவ்வளவு இலகுவாக அப்பாதையைக் கடந்துவிட

முடியாது என்பது எனக்குத் தெரியும். ஆனால் ஆள் கஜகெட்டி என்பதால் அவன் மேல் ஒரு பிடி நம்பிக்கையிருந்தது. பத்து நிமிடங்கள் அந்தப் பாதையையே வெறித்துக்கொண்டு நின்றேன். சிலம்பனில்லை. எனக்கு தேகம் வியர்க்க ஆரம்பித்தது. சுவர்களுக்குள் பொறுத்துக்கொண்டுவிட்டால் இவ்விரவில் என்ன செய்வது? அல்லது ஃபாதர் கையும்மெய்யுமாகப் பிடித்துவிட்டாரோ என்னவோ?

கடைசிவரை அந்தோனி அங்கு வரவேயில்லை. எனக்கு முழு அண்டமும் வியர்த்து, பெரும் பயம் வாட்டியது. தொடை நடுக்கத்தைப் பிடித்துக்கொண்டு அறைக்குப் போனேன். கதவைத் திறந்தேன். படுபாவி, முப்பத்திரண்டையும் காட்டிக்கொண்டு நடு அறையில் கலாதியாக அமர்ந்திருந்தான்.

"என்னடா ஆச்சு? நீ எப்பிடி இங்க வந்தா?"

"உசிர விட மசிர், கௌரவம் ஒண்ணும் முக்கியமில்ல மச்சான். அந்த ஓடைக்குள்ளால ஓட ட்றை பண்ணி பொறுத்துச் சாவுறதுக்கு, புடிச்சா புடிக்கட்டும் எண்டு அங்கையே இருந்துட்டன். இருட்டல்லோ. அவரும் கூப்பிடு கூப்பிடெண்டு கூப்பிட்டுப் பாத்தார். நானும் மூச்சுக்காட்டல. அப்புறம் ஓடிட்டாங்கள் எண்டு நினைச்சு அவராவே அங்கருந்து போயிட்டார். நான் நைஸா இங்கால வந்து சேந்துட்டன்."

"நல்லவேள, ஃபாதர்ட கையில டோர்ச் லைட் இருக்கல..." என்றேன்.

"அட, ஓமடா!" என்று தலையில் கையை வைத்துக்கொண்டு தரையில் சாய்ந்தான் அந்தோனி.

அந்தப் பிரளயத்தின் பரபரப்பு முற்றாக ஓய்ந்து முடிவதற்குள் அறைக்கு வந்த சுவாமிப்பொடியன் என்னைப்பார்த்து "அண்ணா ஃபாதர் வரட்டாம்" என்றான். கழன்ற பயம் மீண்டும் தலையில் ஏறிக் குந்திக்கொண்டது. மலைபோல அழுத்தியது. விரல்கள் நடுங்கின.

ஃபாதர் குற்றவாளிகளைச் சரியாகப் பிடித்துவிட்டார் என்றே தீர்மானமாகத் தோன்றியது. அந்தோனி தயாராக வைத்திருந்த கொய்யா இலையை வாய்க்குள் போட்டு நன்றாக அரைத்து விட்டு பாதரின் அறையை நோக்கி நடந்தோம்.

"மதன் நாளைக்கு காலம பூச இல்ல. நான் குழியண்டி கோவிலுக்கு பூசைக்கு போகணும்."

"சரி ஃபாதர்."

"அதான் சொல்லிட்டு போவம் எண்டு உங்க ரூமுக்கு வந்தனான். நீங்கள் இல்ல. அதோட ஸ்டோருக்கு அங்கால யாரோ சிகரட் புடிச்சுக்கொண்டு நிண்டாங்கள். சத்தம் போட்டன் ஓடிட்டாங்கள்

களிசறைகள்...”

“அதுக்குள்ள யார் ஃபாதர் வாறது...” இது அந்தோனிக்குத் தேவை யில்லாத கேள்வி. இவனாகவே சிக்கிக்கொண்டுவிடுவான் போலிருந்தது.

நானோ அநியாயத்துக்கு நல்லவன் போல பிள்ளைப்பூச்சி மூஞ்சியை நீட்டினேன். ஃபாதருக்கும் அதைக் கண்டுபிடிப்பதில் அவ்வளவு ஆர்வம் இருப்பதாகத் தோன்றவில்லை. போதாதற்கு அந்தநேரம் பார்த்து இன்னொரு போடு போட்டான் அந்தோனி. எனக்கு பகீர் என்றது.

“வேற யாரு கோக்கியாராத்தான் இருக்கும்!”

ஃபாதருக்கும் அவனுடைய வஞ்சக புத்தி பிடிபடாததுபோல “இருக்கலாம்...” என்றுவிட்டு கதிரையிலிருந்து எழுந்து கோவில் பக்கமாக நடக்க ஆரம்பித்தார்.

பொய்யைவிட அயோக்கியத்தனமானது உண்மையை மறைப்பது. தவறிழைத்தாலும் நம்முடைய நேர்மையை எவரும் கேள்விக்குட்படுத்தி விடக்கூடாது என்ற பரிதவிப்பில்தான் அதிகமான உண்மைகள் மறைக்கப்படுகின்றன.

எனக்குள் மனசாட்சி தன் சுவர்களை பிறாண்ட ஆரம்பித்தது. என்னுடைய வாழ்க்கையில் ஒரேயொரு மன உறுத்தலால் இரண்டு நாட்கள் தூக்கத்தைத் தொலைத்த சம்பவம் அது. இப்படியொரு சூழலை காலம் இன்னொரு தடவை என் வாழ்க்கையில் திணித்துவிடக்கூடாது என்று மன்றாடிக்கொண்டேன்.

அன்றிலிருந்து எக்காரணத்தைக் கொண்டும் இனி தம்மடிப்பதில்லை எனச் சத்தியம் வைத்தேன். “இதோட நூற்றி எட்டாவது தடவ சிகரட்ட விட்டிருக்கிறீங்க சேர்” என்றான் அருகிலிருந்த அந்தோனி.

சரி, மீண்டும் வீட்டுக்கார ஆன்டியின் உரைக்கு வருவோம்.

“இல்ல ஆன்டி. இவங்களுக்கு அந்தக் கெட்ட பழக்கமெல்லாம் இல்ல. நல்ல பையன்க...” என முந்திக்கொண்டு எங்களுக்குச் சான்றிதழ் கொடுத்த ஃபாதரைப் பார்க்க பரிதாபமாக இருந்தது. குப்பென எழுந்த சிரிப்பை கடும் பிரயத்தனப்பட்டு அடக்கிக்கொண்டேன். மன உறுத்தலை மட்டும் அடக்க முடியவில்லை. அந்தோனி மறுபக்கம் திரும்பி கடைவாயில் எதையோ போட்டுக் குடைந்துகொண்டிருந்தான். “இன்னுமாடா நம்மள நல்லவங்கண்டு நினைக்கிறாங்க?”

சுமார் ஐந்து வருடங்களுக்கு மேலாக புகைபிடித்துக்கொண்டு, எல்லோரிடமும் நல்ல பிள்ளை என்ற பெருங் கீர்த்தியையும் தக்கவைத்துக்கொண்டு திரிவதற்கு நிச்சயம் ஓர் அசாத்திய திறமை

வேண்டும். "த்தூ, இதெல்லாம் ஒரு புளைப்பு?" என்றுதானே கேட்கிறீர்கள். என்ன செய்வது, புறத்தில் எது வெளிப்படுகிறதோ அதை வைத்துத்தானே இந்த உலகம் நம் நன்னடத்தையைத் தீர்மானிக்கிறது.

மறுபுறம், முப்பது நாழிகைகள் வாயைப் பொத்திக்கொண்டிருந்தால் செத்துவிடும் ஒரு ஜந்துவைப் போல "ஃபாதர் ஃபாதர்" என இடைவெளி விடாமல் தொணதொணத்துக்கொண்டேயிருந்தார் ஆன்டி. அதைப் பார்த்து எனக்கு ஏற்பட்ட எரிச்சலில் ஒரு சிறங்கைகூட ஃபாதருக்கு ஏற்பட்டதாய்த் தெரியவில்லை. அல்லது அதை அவர் காட்டிக்கொள்ளவில்லை.

எப்படித்தான் சில மனிதர்களுக்கு மட்டும் உடலே வாயாகப் படைக்கப்பட்டிருக்கிறதோ தெரியவில்லை.

சகிப்புத்தன்மை நீர்த்துப்போவதற்குள் "சரி, நான் கிளம்புறன் ஆன்டி..." என கதிரையிலிருந்து எழுந்தஃபாதரை "டீ குடிச்சிட்டு போங்க ஃபாதர்" என மீண்டும் கதிரையில் அமர்த்தினார் ஆன்டி. ஃபாதர் தன்னுடைய கசியோ மணிக்கூட்டைப் பார்த்தார். "இல்ல இல்ல கன நேரம் எடுக்காது. டீ ஊத்தி முடிஞ்சு. இப்ப வந்துடும்" என்றபோது படிகளில் யாரோ ஏறிக்கொண்டிருந்தார்கள்.

"சொல்லல... இந்தா டீ வந்துட்டுது."

பால் நுரை விளிம்பில் தட்ட, மூன்று வெண்ணிறக் குவளைகளை சில்வர் தட்டில் ஏந்திக்கொண்டு அறையினுள் நுழைந்தாள் ஆன்டியின் மகள். நான் நிமிர்ந்து அந்த முகத்தைப் பார்த்தேன். தேகம் உதறி பகீரென்றது. "என்ட கடவுளே... இவளா?"

முகத்தை வேகமாக மறுபக்கம் திருப்பிவிட்டு, நாழிகை கழித்து மீண்டும் திரும்பினேன்.

ஃபாதரிடம் சிரித்துக்கொண்டு முகமுன் சொல்லிக்கொண்டிருந்தது அந்தப் பெண்.

32

நிவேதா தேனீர்த்தட்டை ஏந்திக்கொண்டு ஃபாதருக்கு அருகில் நின்றுகொண்டிருந்தாள். எனக்கு இரண்டு மாதங்களுக்கு முன்னர் கன்னத்தில் அறைந்த அதே நிவேதா. அவளைப் பார்த்ததிலிருந்து அந்த 'பளாரைத்' தவிர வேறு எதுவுமே எனக்கு ஞாபகத்தில் இல்லை. அவள் என்னிடம் தேநீரை நீட்டியபோது கைகள் உதறத்தொடங்கின. அடங்கியிருந்த கன்னத்தில் மீண்டும் வலி துளிர்ப்பது போலிருந்தது.

பிரமிளா ஸ்டோரில் நடந்த அவ்வன்முறைச் சம்பவத்துக்குப் பின்னர் நிவேதாவோடு பேசுவதை நான் முற்றுமுழுதாக நிறுத்திக்கொண்டேன். ஒரே கடையில் வேலை செய்தாலும், நாங்கள் இருவரும் கடைசியாகப் பேசி இற்றைக்கு இரண்டு மாதங்கள் இருக்கும். அவள் நிதானமற்று, அசட்டுத்தனமான ஆத்திர மேலீட்டால், அவசரமாக என்மீது சுமத்திய பெரும் பழியை என்னால் ஒருபோதும் மறக்க முடியாது. உண்மை துலங்கிய ஒரு நாளில் எங்கள் கடையில் சிப்பந்தியாக இருக்கும் இன்னொரு பெண்ணிடம் நிவேதா மன்னிப்பு கேட்டுத் தூது அனுப்பியிருந்தாள். நிவேதா பற்றிய எவ்வித உரையாடலிலும் எனக்கு ஈடுபாடு இல்லையென்றும், அது தொடர்பாக என்னுடைய நேரத்தின் ஒரு துளியைக்கூட விரயம் செய்ய முடியாது என்றும் இறுக்கமாக சொல்லியனுப்பினேன். செய்த தவறை உணர்ந்து மன்னிப்புக் கேட்கும் ஒரு மனித ஜென்மத்தை அவமதிப்பது பாவம் என்றாள் அப்பெண். இருந்துவிட்டுப் போகட்டும். மன்னிப்பை விடுங்கள், அவளை ஒரு மனித ஜென்மமாக மதிப்பதே என் நிலையில் சாத்தியமற்றதொன்று என்றேன்.

ஒரு நாள் மாலையில் நானும் நிவேதாவும் கடையில் தனிமையில் இருக்கவேண்டிய நிர்ப்பந்தம் உண்டாகியது. வழமைபோல அவள் கல்லாப்பெட்டியில் அமர்ந்திருந்தாள். நான் வாசலின் ஓரத்திலிருந்த பிளாஸ்டிக் கதிரையில் அமர்ந்துகொண்டு பேருந்துகளையும் அதில் ஏறியிறங்கும் மனிதர்களையும் கவனித்துக்கொண்டிருந்தேன். அப்போது திடீரென அருகில் வந்த நிவேதா "சொறி மதன், ப்ளீஸ்" என்று உரையாடலை ஆரம்பித்தாள். எனக்கு சேற்றில் காதுகளைத் முக்கியெடுப்பது போலிருந்தது. அவளுடைய உரையாடலைத் தீர்க்கமாகத் தவிர்த்தேன். அவளோ அருகில் அமர்ந்தாள். நான் எழுந்து பின் அறையை நோக்கி நடந்தேன்.

மீண்டும் வெளியே வந்தபோது நிவேதா அழுதுகொண்டிருந்தாள். எதற்காக அழுகிறாள் என்பதைப் புரிந்துகொள்ள முயற்சிக்கவில்லை. எதற்காக முயற்சிக்க வேண்டும்? அது என்னளவில் தேவையற்ற விடயம். வெளியில் இறங்கி பக்கத்துக்கடைக்கு முன்னால் நின்றுகொண்டிருந்த சுமனோடு பேசினேன். அவள் முகத்தை மனவெளியிலிருந்து பிடுங்கியெடுத்து தூர எறிந்துவிட வேண்டும் என்பதில் உறுதியாய் இருந்தது மனம்.

'வாழ்க்கையில் இவளை மட்டும் மீண்டும் எதிர்கொண்டு பார்க்கும் ஒரு துர்வாய்ப்பு எனக்கு ஏற்பட்டுவிடக்கூடாது' என உள்ளுக்குள் சொல்லிக்கொண்டேன். இன்றுவரை அதைத்தான் மீண்டும் மீண்டும் சொல்லிக்கொண்டிருக்கிறேன்.

மறு முனையில் எனக்குள் நடந்துகொண்டிருக்கும் கலவரம் பற்றிய எவ்வித பிரக்ஞையுமற்று ஆன்டியுடன் இளித்து இளித்து அரசியல் பேசிக்கொண்டிருந்தார் ஃபாதர்.

"அம்மா, இவங்கள எனக்கு நல்லாத் தெரியும்."

எனக்கு பக் என்றிருந்தது.

"என்னடி சொல்ற, உண்மையாவா?"

"நான் அடிக்கடி சொல்லுவேனே என்கூட கடையில வேல பாக்கிற ஃபாதர்ட ரெண்டு சொந்தக்கார பொடியங்க எண்டு... மதன்னு சொல்லுவன்... இவர்தான் அது. மற்றது அந்தோனி, அவர் எங்கட ஸ்டோர்ல வேல செய்யிறார்."

அழுத்தந்திருத்தமாக விழுந்தது அறிமுகம்.

கதை முடிந்தது. மூத்திரம் முட்டிக்கொண்டு வர தொடைகளை இறுக்கிப் பிடித்துக்கொண்டேன். அந்த 'பளார்' சம்பவத்தையும் அம்மாவிடம் ஒப்பேற்றியிருப்பாள் என்று தோன்றியது.

"ஓ அப்பிடியா. அட நல்லதா போச்சு. இது எனக்குத் தெரியாம போச்சே…" இது ஃபாதர்.

"குட். அப்ப நல்ல விஷயம். வீட்டுக்கு வெளியாலயும் இவங்கள கவனிச்சுக்கொள்ள ஆள் இருக்கு ஃபாதர். சோ, நீங்க பயப்பிடத் தேவையில்ல…"

நிவேதாவுடைய அம்மாவின் கண்களில் திடீரென வெளிச்சம் பிரகாசித்தது. ஏதோ ஹாஸ்யம் பேசிவிட்டது போல சிரித்த அவரை ஃபாதர் திரும்பிப் பார்த்து "ஓமோம்" என்றார். எங்களுக்கோ, 'கவுதாரி பொந்துக்குள் தலையை விட்ட கதை' ஆகியிருந்தது வாழ்க்கை.

ஃபாதர் புறப்பட்டார். அவரைத் தொடர்ந்து வீட்டுக்கார ஆன்டியும் – மகளை முன்னால் அனுப்பிவிட்டு – எங்களிடம் உத்தரவு வாங்கிக்கொண்டு நடந்தார். நானும் அந்தோனியும் "அப்பாடா!" எனத் தரையில் சாய்ந்தோம்.

"என்னடா மன்னார்ல இவ்வளவு இடமிருக்க இங்க வந்து சிக்கியிருக்கிறம்?" என்றான் அந்தோனி.

எனக்குப் பின் தலை வலிக்க ஆரம்பித்தது.

உபகதை:

"புவனாவும் பொமேரேனியனும்"

இந்தக் கதையை நான் உங்களிடம் சொல்லியே ஆகவேண்டும். இதற்கு முதல் அத்தியாயத்தில் வரும் சீனக்குழந்தையும் நாய்க்குட்டியும் எனக்கு அடிக்கடி ஞாபகப்படுத்துவது புவனாவையும் அவளுடைய அழகான பொமரேனியனையும்தான். என் மனதுக்குள் இற்றைவரை முள்போல மிதிபட்டுக்கொண்டிருக்கும் ஒரு துயர ஞாபகம் அது.

அப்பொழுது நான் கோவில் அறைக்கு வந்து சில மாதங்களேதான் ஆகியிருந்தது. வெளியில் எங்கேயுமே போய்க்கொள்ள முடியாமல் கோவில் வளாகமே தஞ்சமெனக் கிடந்த காலம் அது. ஃபாதர் எங்களுக்கு பிரமிளா ஸ்டோரில் வேலை வாங்கிக்கொடுப்பதற்கு முன்னர் நானும் அந்தோனியும் முழு நேர வெட்டி முண்டங்களாக இருந்தோம். நேரத்துக்கு நேரம் சாப்பாடு கிடைக்கும். அதை மூக்கு முட்டும்வரைக் கொட்டிவிட்டு அங்குமிங்கும் தேமேயென அலைந்து திரிவோம். ஃபாதர் வளர்த்த ஜேர்மன் ஷெப்பேர்ட் கூட அவ்வப்போது எங்களைப்பார்த்துக் கேவலமாகச் சிரித்து வைத்திருக்கிறது.

புவனா அவ்வளவு உயரமுமில்லை கனமுமில்லை. கவிதை எழுதி மெச்சும்படி அழகில்லையென்றாலும் சொல்லும்படியான முகவதனம். கடும் கறுப்பில் முக்கியெடுத்த அடர்ந்த கேசம். வசியம் செய்ய முயற்சிக்கும் கண்கள். பருவமெட்டாத மார்பகங்கள். இருபத்து நான்கு வயது. ஆனால் பதினாறென்று சொல்ல எத்தனிக்கும் முகம்.

அவளுடைய வீடு எங்கள் கோவிலுக்குப் பின்னால்தான் இருந்தது. கோவிலின் பின்புற மதிற்சுவரை தாண்டிக் குதித்தால் புவனாவின்

வாசல்படியில்தான் விழவேண்டும். அவ்வளவு பக்கம் என்பதால் ஒவ்வொரு நாளும் மாலையில் தன் பொமேரேனியன் நாய்க்குட்டியை இழுத்துக்கொண்டு கோவில் பக்கம் வருவாள். எதற்காக இங்கு வருகிறோம் என்ற பிரக்ஞையே இல்லாமல் அந்த நாய்க்குட்டியும் தன்பாட்டிற்கு லோலோவென்று அலைந்துகொண்டு வரும். அவள் கோவிலினுள் போய் ஜெபம் செய்ய நினைத்தால் அதுவும் கூட அமர்ந்தபடி அங்கும் இங்கும் தலையைத் திருப்பி புதினம் பார்க்கும். தூரத்தில் இருந்தபடி நான் அதன் ஒவ்வொரு அசைவுகளையும் தவறவிட்டுவிடாமல் கவனித்துக்கொண்டிருப்பேன்.

இவ்வளவு அழகான நாயையோ அல்லது நாய்கூட இவ்வளவு அழகாக இருக்கும் என்பதையோ நான் இதுவரை பார்த்ததில்லை. ஒரு பட்டக்காட்டுப் பதருக்கு பொமேரேனியன் பற்றி தெரிந்திருந்தால்தானே ஆச்சரியப்பட வேண்டும்.

அந்த நாயைப் பார்ப்பதற்காகவே ஒவ்வொருநாளும் குறித்த நேரத்துக்குக் கோவில் முகப்பில் பிரசன்னமாவேன். கண்களை அகட்டிக்கொண்டு வாயிலைப் பார்த்தபடி தவம் கிடப்பேன். சரியாக 5.30 தாண்டி இரண்டு மூன்று நிமிடங்களில் புவனாவும் ஜிம்மியும் வாசலைக்கடந்து கோவில் வளவினுள் நுழைவார்கள். நான் ஜிம்மியைக் கவனித்தபடி அசடு வழிய கோவில் படிகளில் அமர்ந்திருப்பேன். ஆனால் அந்த ஜிம்மிக்கோ அல்லது புவனாவுக்கோ என்னை ஒரு முறையாவது திரும்பிப்பார்க்கவேண்டுமென்று தோன்றாது. கர்வம் கண்களில் திரையாகக் கிடக்கும். நடையில் மிடுக்கு முளைத்திருக்கும்.

பரவாயில்லை, எனக்குத்தானே ஜிம்மியைப் பிடித்திருக்கிறது. அது ஏன் என்னை சட்டை செய்யவேண்டும்?

எங்கள் ஊர் 'நாட்டு' நாய்களோடு ஒப்பிடும்போது இந்த ஜிம்மிகள்தான் எத்தனை வசீகரமானவை. இவற்றைப் பார்த்த மாத்திரத்திலேயே நமக்கு அவற்றின் மேல் பெருங்காதல் பொங்கிவிடுகிறது. அவற்றின் அழகும், கேசமும், நளினமும் நம்மை அவற்றைச் சுற்றியே வளையம் வர வைத்துவிடுகின்றன. என்னை வளர்ப்பு நாய்களின் மிகப் பெரிய விசிறியாக மாற்றிய பெருமை ஜிம்மிக்குத்தான் உண்டு.

ஒருநாள் ஜிம்மியைப் பார்ப்பதற்காக கோவிலின் படிக்கட்டில் காத்துக்கொண்டிருந்தேன். 5.35 மணி. அந்த வசீகர தேவதை, புவனா என்ற ஒரு மனுசியுடன் கோவில் வளவுக்குள் நுழைந்துகொண்டிருந்தது. பார்வையைத் தீட்டிக்கொண்டேன். என்னையறியாமலேயே முகத்தில் புன்னகை வழிவதை உணர்ந்தேன். ஜிம்மி அருகில் வந்தபோது சட்டை செய் என யாசித்தேன். கணக்கில்லை. அதன்பாட்டில் கடந்து போய் கடைசிப் படியைத் தாண்டி ஆலய வராந்தாவில் ஏறியது.

புவனாவின் பிரார்த்தனை முடிந்து வெளியே வர ஜிம்மியை மீண்டும் அருகிலிருந்து ஆவலோடு பார்த்தேன். என்ன அதிசயம், இம்முறை தன் தலையைத் திருப்பி அதன் முகமே கண்களாய் விகசிக்க என்னைப் பார்த்தது. அடுத்த கணமே கண்களை உருட்டி புவனாவைப் பார்த்தது.

ஜிம்மியின் அந்த இரண்டு செக்கன் பார்வையே போதுமென்று தோன்றிற்று. நம் ஏக்கத்தை அவமதிக்காத பார்வையை யாருக்குத்தான் பிடிக்காமல் போகும்?

அப்பொழுது படிக்கட்டில் இறங்கிக்கொண்டிருந்த புவனா, திடீரென என் பக்கம் திரும்பி "எக்ஸ்கியூஸ் மீ, உமக்கு என்ன பிரச்சின?" என்றாள். எனக்கு பக் என்றிருந்தது. அதைக் கொஞ்சம்கூட எதிர்பார்க்கவில்லை. அவளுடைய மூக்கின் நுனியில் கோவம் விளிம்பு கட்டித் திரண்டது. நான் பதுமையாக "ஒண்ணுமில்லையேஞ்" என்றேன். நக்கல் பிடித்த ஜிம்மி வாலை ஆட்டியது. "இல்ல, நானும் கனநாளா பாத்துக்கொண்டுதான் வாரன். நான் கோவிலுக்கு வர்ற நேரமெல்லாம் நீங்களும் வரீங்க. பிறகு என்னையே பாத்துக்கொண்டிருக்கிறீங்க. என்ன லவ்வா?" என்றாள் புவனா அகங்காரத் தொனியில்.

இந்த நகரத்துப் பெண்களுக்குத்தான் எவ்வளவு வெளிப்படையாகவும் நேர்படவும் பேசத் தெரிந்திருக்கிறது. மனதில் கேட்க வேண்டுமென்று தோன்றுவதை, அப்படியே பச்சையாகக் கேட்டுவிடுகிறார்கள். இங்கு பெண்களுக்குக்கூட தங்கள் வார்த்தைகள் மட்டில் ஸ்மரணையில்லை. தங்கள் மூளை பேச விளைவதை அப்படியே கொட்டிவிடுவது அவர்களுக்கு ஏதொவொரு சௌகரியத்தைக் கொடுக்கிறது. ஆனால் எங்கள் ஊர்களில் அப்படியில்லை. முன்பின் தெரியாதவர்களுடன் பேசும்போது வார்த்தைகளுக்கு இனிப்பு முலாமிட்டு அக்கறையோடு பேசுவோம். பேச்சில் நைச்சியமும், நிதானமும், நாகரீகமும் இருக்கும். கொஞ்சம் பழகிவிட்டால் அது வேறு கதை.

எனக்கு புவனா சொன்னதைக் கேட்டதும் குப்பென்று சிரிப்பு வெடித்தது. வாயில் கையைக் குவித்துக்கொண்டு வானத்தைப் பார்த்தேன். கைக்குள் சிரிப்பு உதிர்ந்து கெக்கலித்தது.

இந்த ஜென்மத்தில் தங்களுக்குப் பின்னாலும் ஒருவன் லோலோவென அலைவான் என்ற நம்பிக்கை, சில பெண்களை எவ்வளவு அகங்காரமிக்கவர்களாக மாற்றிவைத்திருக்கிறது பாருங்கள்?

முகத்தைக் கொஞ்சம் இறுக்கிக்கொண்டு "இல்லை. ஒண்ணுமில்ல..." என்றேன். சிரிப்பு மறுபடியும் உடைந்தது. கலகலவெனச் சிரித்தேன். அவளுடைய முகத்தில் நீறு பூத்த நெருப்பு கனன்றது.

"என்ன நக்கலா? ஃபாதர்ட்ட போய் சொல்லவா?"

இருபது வினாடி அமைதி. என்னுடைய பதிலுக்காகக் காத்திருக்கிறாளோ என்னவோ. மீண்டும் ஆரம்பித்தாள்.

“இன்னொருக்கா இப்பிடி என்ன ஃபளோ பண்ணினா கட்டாயம் ஃபாதர்ட்ட போய் சொல்லிப்போடுவன். புரியுதா?”

இதற்கும் பதில் சொல்லவில்லை. காரணம், அப்போது அவளுடைய முதல் கேள்விக்கு எழுத்துக்கூட்டி பதில் கண்டுபிடித்துக் கொண்டிருந்ததுதான்.

“ஹலோ, நான் சொன்னது கேட்டுதா?”

“நான் உங்கள ஃபளோ பண்ணல. நான் இங்க ஃபாதரோடதான் இருக்கிறன். உங்க நாய்க்குட்டிய எனக்கு ரொம்பப் பிடிக்கும். அதப் பாக்கிறதுக்குத்தான் வார்றனான். மற்றும்படி உங்க மேல... ச்சே ச்சே! அப்படியெல்லாம் சத்தியமா ஒண்டுமில்ல.”

திடீரென பரந்து வெளுறியது அவளுடைய முகம். கண்கள் வெட்கத்தில் மருண்டு ஒடுங்கின. எனக்கு அந்த உருவத்தைப் பார்ப்பதற்கு வியாகூலமாக இருந்தது. ஏதோ என்னில்தான் மொத்தத் தவறும் என்பதுபோல முகத்தை தூக்கிவைத்துக்கொண்டு என்னையே வெறித்தது ஜிம்மி.

இப்படியொரு கேவலங்கெட்ட அவமானத்தை அவள் இதற்கு முதல் சந்தித்திருப்பாளோ தெரியவில்லை. அவளை அவமானப்படுத்த வேண்டும் என்பதல்ல அடியேனின் ஏக சித்தம். இது அவளுடைய கோபமும், அவசரமும் எல்லை மீறியதன் விளைவு. அவ்வளவுதான்.

அன்றிலிருந்து ஜிம்மி காணாமல் போனது. புவனா தன்னந்தனியாக ஆலயத்துக்கு வந்துபோனாள். ஒரு நாள் சிநேகமாகச் சிரித்தாள். மறுநாள் உரையாடலை ஆரம்பித்தாள். இரண்டே வாரத்தில் நான் நல்ல நண்பனென பெருமை பேசினாள். மாத முடிவில் அவளும் காணாமல் போனாள்.

பின்னர் குடும்பத்தோடு இந்தியா போய்விட்டதாக தெரிந்தவர்கள் சொன்னார்கள்.

மூன்று வருடங்கள் கழித்து ஒரு முறை சுவாமிப் பொடியனை பெரிய கோவிலில் பார்த்தபோது நீண்ட நாட்களுக்குப் பின்னர் புவனா பற்றிக் கேட்டேன். முகத்தைத் திடும் என சுருக்கிக்கொண்டு மூன்று மாதங்களுக்கு முன்னர் கொடிய வீதி விபத்தொன்றில் சிக்கி புவனாவும் அவளுடைய கணவனும் இறந்து போன கதையைச் சொன்னான்.

எனக்கு விலாவில் மாட்டுக்கொம்பால் குற்றியது போலிருந்தது. மூளைக்குள் இருள் கவிந்து தலை சுற்றியது. அவளுடைய ஆரம்பகால

கோவமும் பின்னைய நாள் நேசமும் எனக்குள் பெரும் சுமைகளாக மாறி அழுத்தத் தொடங்கின.

உரையாடலை மௌனித்துவிட்டு கோவிலின் படிக்கட்டில் அமர்ந்தேன். புவனாவின் குரல் வாடைக் காற்றில் மணப்பது போலிருந்தது.

33

அன்று கடையிலிருந்து கொஞ்சம் தாமதமாக வந்த என்னையும் அந்தோனியையும் வீட்டுக்கார ஆன்டி வாசலில் வைத்து மறித்தார். 'தாமதம்' அப்படியொன்றும் இரண்டாம் சாமத்தை எட்டிவிடவில்லை. ஒரு எட்டு, எட்டரை மணிதான் இருக்கும். தவிர, வாடகை சட்டதிட்டத்தின் பிரகாரம் இரவு ஒன்பது மணிவரை எங்களை வீட்டுக்குள் அனுமதிக்க முடியும். பிறகென்ன பிரச்சினை இவருக்கு?

அருகில் போய் நிமிர்ந்தபோதுதான் கவனித்தேன். ஒரு தினுசான பரபரப்பும், பயமும் ஆன்டியின் கண்களில் நிறைந்திருந்தன. பரக்க பரக்க எங்களைப் பார்த்துவிட்டு நடுங்கும் குரலில் பேசினார்.

"தம்பி கட மூடியாச்சா...?"

"ஓம் ஆன்டி. ஏழு அரைக்கே மூடியாச்சு" – இது நான்.

"ஏன் ஆன்டி. ஏதும் சிக்கலா...?" – இது அந்தோனி.

"நிவேதாவ இன்னும் காணல...?"

"வழமையா நிவேதா ஆறு மணிக்கே கடையில இருந்து வெளிக்கிட்டிரு வாங்களே ஆன்டி..."

"அதான் தெரியல மதன். இப்ப எட்டரையாகுது. ரோட்டில ஆமிக்காரனத் தவிர ஒரு மனிசர் இருக்க மாட்டாங்க. இவரும் கோயில்ல ஏதோ கண்டறியாத கூட்டமெண்டு போனார், ஆளக்காணல."

"ஆன்டி, எதுக்கும் நாங்க ஒருக்கா கடைக்குப் போய் பாத்துட்டு வந்திரவா?"

"ரொம்பப் புண்ணியம் கிடைக்கும் மதன். ஒருக்கா பாத்துட்டு வாங்களன் ப்ளீஸ்."

இருவரும் சைக்கிளை எடுத்துக்கொண்டு இடுங்கிய தெரு இருளில் கரைந்தோம்.

நிவேதா வேலை முடிந்ததும் நேராக வீட்டுக்கு வந்து நான்கு சுவர்களுக்குள் தன்னை அடைத்துக்கொண்டுவிடும் பட்சி. என்னதான் பெரிய கோவக்காரி என்றாலும் ஒழுக்கம், கட்டுப்பாடு என்று வருகிறபோது அவளை எவராலும் கேள்வி கேட்க முடியாது. வீட்டில் அம்மாவிடம் நிவேதாவுடைய அப்பா வாங்கும் திட்டில் பாதிகூட அவளுக்கு விளாது. அந்தளவுக்கு சமத்தான பிள்ளை.

எங்களுடைய சைக்கிள் பிரமிளா ஸ்டோரை அடைந்தது. சைக்கிளின் கரியரில் இருந்து தொபீரெனக் குதித்த அந்தோனி கடையை நோக்கி நடந்தான். கடையின் கதவுகள் மூடித்தான் கிடந்தன. மனது ஆற்றாமல் மூடிய கதவில் பலமுறை தட்டினான். உள்ளிருந்து எவ்விதச் சிலம்பனுமில்லை. எனக்கு பயம் தொற்றியது. தொண்டை காய்ந்து வறண்டது. எங்குதான் போயிருப்பாள் இவள்?

பட்டக்காட்டில் ஒரு பையனோ அல்லது பெண்ணோ காணாமல் போய்விட்டால் எங்களுக்குப் பட்டவர்த்தனமாக விசயம் புரிந்துவிடும். பெற்றோர்கள் நேராகவே இயக்க முகாமுக்குப் போய் வாசலில் கிடந்து ஒப்பாரி வைக்க ஆரம்பித்துவிடுவார்கள். அவர்களுடைய ஊகம் பெரும்பாலும் பிசகாது. ஆனால் மன்னாரில் நிலைமை அப்படியல்ல. மன்னார் தீவிலிருந்தெல்லாம் பெரும் எண்ணிக்கையில் பெண்கள் இயக்கத்துக்குப் போக ஆரம்பித்திருந்தால், தமிழீழப் போராட்டம் வேறு மாதிரி ஆகியிருக்கும். ஆதலால் மன்னாரிலிருக்கும் பெற்றோருக்கு அந்தக் கவலையில்லை. ஆனால் இவர்களுக்கு அதைவிட துயரமான கவலையொன்று இருந்தது.

மன்னார் போன்ற ராணுவக் கட்டுப்பாட்டுப் பகுதிகளில் இளைஞர்கள் காணாமல் போவதற்கு இரண்டே இரண்டு காரணங்கள்தான் இருந்தன. ஒன்று, ராணுவம்; மற்றது, காதல். அது என்ன காதல்? ராணுவம் பிடித்துக்கொண்டு போய்விட்டதாக நம்பப்பட்ட யுவதி ஒருவர் ஆறு மாதங்கள் கழித்து வயிற்றில் மகவோடு திரும்பி வந்த சம்பவமும் மன்னாரில் நடந்திருக்கிறது.

பெற்றோருடன் பேசி, அவர்களை சம்மதிக்க வைப்பதற்குப் போதாமையாக இருக்கும் துணிவு, கூட்டிக்கொண்டு ஓடுவதற்கு மட்டும் எப்படி பெரும் துணை புரிகிறது என்று அடிக்கடி யோசித்திருக்கிறேன்.

ஆக, எங்கிருந்தாலும் அக்காலம் எங்களுக்கு மகா உயிர்ப் பயத்தின்

காலமாகவேயிருந்தது. எங்கள் கைகளில் அருளப்பட்டிருந்தது, எது எப்பொழுது வேண்டுமானாலும் நடக்கலாம் என்ற அற்பகால வாழ்க்கைதான். மன்னார் போன்ற ராணுவக் கட்டுப்பாட்டுப் பிரதேசங்களிலிருந்த மக்கள் சதா 'சந்தேகத்தின் பேரில்' என்ற ஒரு உயிரச்சம் பற்றித்தான் எச்சரிக்கையாக இருந்தார்கள். வெளியில் சென்றுவிட்ட தங்கள் இளம்பிள்ளைகள் உயிரோடு வீடு திரும்பும்வரை அவர்களுடைய பெற்றோர்கள் உத்தரித்த மரண அவஸ்தைகளை எழுத வார்த்தைகள் இல்லை.

நிவேதா இல்லாமல் வெறுங்கையோடே வீடு திரும்பினோம். எவ்வளவு மூளையைத் திருகிப் பார்த்தும் ஒரு பொருத்தமான அனுமானத்தைக்கூட கண்டுபிடிக்க முடியவில்லை. நிவேதா கடையில்தான் கடும் வேலையாக இருக்கிறாள் என்ற ஆன்டியின் மன அமைதியை எப்படிக் குலைக்க முடியும்?

"என்ன மதன்... கடையில...?"

"இல்ல ஆன்டி. கட மூடியிருக்கு. அங்க யாரும் இல்ல..."

ஆன்டி சன்னமாக வெடித்து அழ ஆரம்பித்தார்.

மன்னாரின் பாதுகாப்புச் சூழல் சதா தேய் தேயென்று தேய்ந்து கொண்டிருந்த காலம் அது. குண்டுவெடிப்புக்களுக்கும், சுற்றி வளைப்புக்களுக்கும் பஞ்சம் இருக்காது. அதைவிட மன்னாரின் முகப்பில் இருந்த அந்த ஐந்து மாடிக் கட்டடம். அங்கு சந்தேகம் விசாரணை என்று அழைத்துப்போன மனிதர்கள் வருடங்கள் கடந்தும் திரும்பவேயில்லை. முகாமில் போய்க் கேட்டாலும் தாங்களுக்குத் தெரியாதென வாய் கூசாமல் சொல்லிவிடுவார்கள். பின்னர் அவர்களுடைய குடும்பங்கள் மாடிமாடியாக ஏறியிறங்கவேண்டும்.

இப்படி எப்பொழுது எது வேண்டுமானாலும் நடக்கலாம் என்ற பயங்கரமான சூழலில் ஒரு இளம்பெண் எட்டு மணி கடந்தும் வீடு திரும்பவில்லையென்றால் என்ன அர்த்தம். நிவேதா பற்றிய தேடல் எங்கள் அனைவரின் மூளைக்குள்ளும் வெள்ளமாகப் பரவி ஓடியது.

"ட்ரிங் ட்ரிங்..."

வீட்டின் முன்னறையிலிருந்த ஆங்கிலேயர் காலத்துத் தொலைபேசியின் சத்தம் அது. நிவேதாவின் அம்மா ஓடிப்போய் செவிக்குழலைத் தூக்கினார். நானும் அந்தோனியும் விறாந்தையிலிருந்து கொண்டு தொலைபேசி ஏதாவது தகவல் தருகிறதா எனப் பார்த்துக்கொண்டிருந்தோம்.

"ஹலோ."

"..."

"யாரு...?"

"..."

"எங்கடி இருக்கா சனியனே?"

"..."

"வீட்ட வா உன்ட கால முறிக்கிறன்!"

அவ்வளவுதான். மனுசி பத்திரகாளியாக மாறி, படாரென தொலை பேசியை வைத்துவிட்டு விறாந்தைக்குள் வந்து மூச்சு இழுக்க நின்றது. கன்னத்தில் புடைத்த நாளங்களில் ரத்தம் குவிந்தது. மூச்சு மேலும் கீழும் வாங்க மேசையிலிருந்த தண்ணீரை எடுத்து மடக்மடக்கெனக் குடித்தார். இரண்டு கைகளையும் தலையில் வைத்துக்கொண்டு யன்னலைப் பார்த்தார். என்னைப் பார்த்தார். பின்னர் அந்தோனியைப் பார்த்தார். தலையைப் பின்பக்கமாக சாய விட்டு பெருமூச்சுக்குள் வார்த்தைகளைச் சொருகிக்கொண்டு "கடவுளே..." என்றார்.

எதுவும் புரியாமல் நாங்கள் 'அணில் ஏறவிட்ட நாய் போல' முழித்துக் கொண்டிருந்தோம்.

"கேட்டீங்களாப்பன், அவள் அவட ப்ரண்ட் வீட்ட பேர்த்டே பாட்டிக்கு போய் நிக்கிறாளாம். அரளகிரள பேந்துபோச்சா இந்த எரும மாட்டுக்கு... ச்சை!"

எவ்வளவு மதிகெட்ட குழந்தை இது? இப்படியெல்லாமா ஒரு ஜீவனின் தலை அசடு பத்திப் போய்க் கிடக்கும்?

பாவம் பிள்ளை, ஒரு வாரத்துக்கான சரக்கு அம்மாவிடம் தாராளமாகச் சிக்கியிருக்கிறது. எப்படித்தான் அடியையும் உதையையும் தாங்கிக் கொள்ளப் போகிறாளோ தெரியவில்லை. மறுபடியும் ஆரம்பித்து, திட்டித் தீர்த்துவிட்டு, மீண்டும் சாப்பாட்டு மேசையிலிருந்த மீதித் தண்ணீரை எடுத்துப் பருகினார் ஆன்டி.

"இல்ல, இவள்ட ஆட்டத்த பாருங்க தம்பி. பேர்த்டே பார்ட்டிக்கு போற டைமா இது? இவள என்ன செய்யிறது கடவுளே. வரட்டும் இண்டைக்கு கால உடைச்சு வீட்டுக்குள்ளயே போடுறன். இந்த பயங்கரமான நாட்டு நிலமைக்குள்ள அப்பருக்கு என்னண்டா பத்து மணிவரைக்கும் கோயில்ல உத்தியோகம், புள்ளைக்கு பேர்த்டே பார்ட்டி. ரெண்டுக்கும் மண்டைக்குள்ள என்ன கிடக்குதெண்டு தெரியல. ரெண்டுக்கும் கால தறிச்சு வீட்டுக்குள்ள போட்டாதான் என்ட ஜீவன் நிம்மதியா கிடக்கும்!"

"மதன், எனக்கு ஒரு உதவி செய்ங்கோவன்."

"சொல்லுங்க ஆன்டி..."

"அவள் இப்ப தனிய வந்துக்காம நிக்குறாளாம். இவரையும் இன்னும் காணல. ஒருக்கா போயி அந்த கழுதைய கூட்டிட்டு வர்றீங்களா?"

"ஓமன்டி. எதுக்குகிட்ட வீடெண்டு சொல்லுங்க."

"இந்த பெட்டா இரண்டாம் குறுக்குத்தெரு இருக்குத்தானே. உங்களுக்கு அந்த மணிகண்டன் கட தெரியுமில்லா? அதுக்கு பக்கத்தால போற ஒழுங்கைக்க வலப்பக்கம் இருக்கிற ரெண்டாவது வீடு..."

"சரி ஆன்டி. நாங்க போய் கூட்டிக்கொண்டு வாறம்."

நான் சைக்கிளை எடுத்து திருப்பி வீதியில் ஏற்றினேன். இருள் முகத்தில் சுண்டியது. பிரதான வீதிக்கு வந்து, எட்ட எட்ட நிற்கும் விளக்குக் கம்பங்களின் மங்கிய ஒளியில் வேகத்தைப் பிடித்தேன். இருளில் வழியைத் தடவி ஓட்டும்போது லேசாக ஆமிப் பயம் தலைக்குள் ஊற ஆரம்பித்தது. பின்னால் வந்துகொண்டிருந்த அந்தோனியை அடிக்கடி திரும்பிப் பார்த்துக்கொண்டேன். அவனும் என்னுடைய வேகத்துக்கு ஈடு கொடுத்து விரைந்துகொண்டிருந்தான்.

வழமையாக நாங்கள் கடைக்குப் போகும் வழியில் பெற்றா இரண்டாம் குறுக்குத்தெரு சந்தி கழிய இடப்பக்கத்தில் ராணுவக் காவலரண் ஒன்று வரும். நான்கு பக்கமும் மண் மூட்டைகளால் எழுப்பப்பட்ட மங்கிய அறைக்குள் இருவர் கமுக்கமாக அமர்ந்திருப்பார்கள். சுவருக்கும் கூரைக்கும் இடையிலிருக்கும் சிறிய நீவலை பழைய வலை கொண்டு மூடியிருப்பார்கள். அது புலிகள் அவர்களை நோக்கி எறியும் கைக் குண்டுகளிலிருந்து தங்களை ஓரளவு பாதுகாத்துக்கொள்வதற்கான தடுப்பு. அந்த சிறு வலைத்துண்டைக்கூட நாம் குறைத்து மதிப்பிட்டுவிடக் கூடாது. அது தக்க தருணத்தில் மொத்த உயிரையுமே காப்பாற்றிக்கொள்ளக்கூடிய துரும்பு. யோசித்துப் பாருங்கள், அந்த வலை இல்லையென்றால் என்ன நடக்கும்? புலிகள் எறியும் குண்டுகள் அதற்குள்ளிருக்கும் சிப்பாய்களின் மடிகளில்தான் போய் விழும்.

எப்பொழுது வேண்டுமானாலும் ஆபத்து வந்துவிடலாம் என்ற பேரச்சம் அவர்களுடைய முகத்தில் எப்போதும் இருந்துகொண்டேயிருக்கும். கண்களில் கசியும் உயிர்ப் பயத்தின் பசபசப்பு முகத்தில் வழிந்து, கன்னங்கள் உப்பிப் போயிருக்கும். வீதியால் போகும் நாம் திடீரென அவர்கள் பக்கம் திரும்பிவிட்டாலே உசாராகிவிடுவார்கள். அதிலும் மிக முக்கியமாக அந்த நேரம் பார்த்து நாம் கட்கத்தில் சொறிவது, இடுப்பில் குடைவது, குனிவது போன்ற உடற்கருமங்களைத் தவிர்த்துக்கொள்ள

வேண்டும். உயிரச்சத்தில் கிடப்பவனுக்கு நாம் கட்கத்தில் சொறிவதுகூட கிரனைட்டை உருவுவதுபோல்தான் இருக்கும்.

பயம் என்கிற மிகப் பெரிய பலவீனமே உடல் பூராவும் பரவி பதைபதைத்துக்கொண்டிருக்கும் இவர்களைப் பார்த்தால் நமக்கே சித்த வியாகூலம் அப்பிக்கொண்டுவிடும். முகங்களில் உயிர் என்ற திரி எப்போது வேண்டுமானாலும் பற்றிக்கொள்ளத் தயாராய் இருப்பதுபோலவே தோன்றும். தூரத்தில் ஊர்ந்துகொண்டிருக்கும் சாவு தங்களை எப்போது வந்தடையும் என்ற அங்கலாய்ப்பு அவர்கள் கண்களில் நிழலாடும். வயிறு காய்ந்து பசியின் நிகங்கள் கன்னத்தசைகளில் இழுத்திருக்கும் நீண்ட கரிய கோடுகள் தெளிவாகத் தெரியும். வாழ்க்கை பற்றிய பிடிப்பு அவர்களிடமிருந்து நிரந்தரமாகவே காணாமல் போய்விட்டது. அடுத்த தடவை தங்கள் தாயையும் தந்தையையும் மனைவியையும் பிள்ளைகளையும் உசுரோடு பார்க்கவேண்டும் என்ற ஏவலைத் தவிர அவர்களிடம் லட்சியமென்று சொல்லிக்கொள்ள எதுவுமில்லை.

இப்படி உயிரைக் கொண்டுபோய் கத்தியில் ஏற்றி வைத்துக்கொண்டு பணம் சம்பாதிக்கும் ஒரு தொழில் காலியிலோ மாத்தறையிலோ அனுராதபுரத்திலோ எத்தனை குடும்பங்களை வாழவைத்துக் கொண்டிருக்கும்? ஒரு இனம் அழிந்து இன்னொரு இனத்துக்குச் சோறு போட்டுக்கொண்டிருக்கும் வினோதத்தை இங்குதான் பார்க்க முடியும்.

இப்பொழுது நிவேதா மீதான என்னுடைய மனப்பயம் கொஞ்சம் கொஞ்சமாய் அகன்றுகொண்டிருப்பது தெரிந்தது. அவசரப்பட்டு நம்மை எறிந்துவிட்டுப் போன மனிதர்களுக்கு நாமே ஒருநாள் பிடிமானமாய் மாறிப்போகும் வாழ்க்கை சுவாரசியமானது. அந்த வாய்ப்பை இப்போது எனக்குக் கொடுத்து அழகு பார்க்கிறது காலம்.

அத்தெருவிலுள்ள இரண்டாவது வீட்டைக் கண்டுபிடித்து வாசலில் போய் நின்றோம். “நிவேதா” என இரண்டாம் முறை சத்தம் வைத்தபோது பவள இதழ்கள் அசைத்தபடி வெளியே வந்தாள் நிவேதா. அவள் செய்த தவறு விழி முனையில் ஈரம் கட்டி நின்றது. படியில் இறங்கி படலைக்கு வந்தபோது “போகலாமா?” என்றேன். பதிலுக்கு சாவதானமாகப் பெருமூச்சொன்றைக் கொடுத்தாள். தன்னுடைய சைக்கிளை எடுத்துக்கொண்டு அவள் முன்னே செல்ல நான் அமைதியாக அவளைப் பின் தொடர்ந்தேன்.

ஏனென்று தெரியவில்லை, அப்பயணத்தில் அவள் எதையாவது பேச மாட்டாளா என்று தோன்றிக்கொண்டேயிருந்தது எனக்கு. சரி நானாவது பேசலாம் என்றால் சுயகௌரவம் வாலைப் பிடித்து இழுத்தது. கடைசியில், பெட்டா சந்தியைக் கடந்ததும் அவளுக்கே

பேச வேண்டுமென்று தோன்றியது.

"என்னைய கூட்டிப்போக வந்ததுக்கு தாங்ஸ்."

"பரவால்ல..."

நன்றியை சாட்டாகப் பிடித்துக்கொண்டு உரையாடலுக்குக் கயிற்றை வீசினேன்.

"அதுசரி, எதுக்கு அம்மாட்ட சொல்லாம வந்தீங்க? பாவம், நாங்க கட முடிஞ்சு போகேக்க அழுது அழுது தேடிக்கொண்டு இருந்தாங்க..."

"ஓமோம். பிழதான். இப்பிடி அம்மாட்ட சொல்லாம ஒரு நாளுமே எங்கையும் போனதில்லை. இண்டைக்கு அம்மாக்கு சொல்ல முடியாம போயிட்டு..."

"இப்ப மன்னார் நிலமயும் திறம் இல்லதானே..."

"ம்... அம்மாட்ட சொல்லணுமெண்டுதான் நினைச்சுக்கொண்டிருந்தன், பிறகு சொல்லக் கிடைக்கல. அம்மா செம ஆத்திரத்தில இருப்பா எண்டு நினைக்கிறன்...?"

"கொஞ்சம் அப்பிடித்தான்..." உடைந்துவிட்ட கால் புள்ளிச் சிரிப்பை அவள் பார்த்துவிடுவதற்குள் மூலை உதட்டுக்குள் மறைத்துக்கொண்டேன்.

"கடவுளே..." அம்மா மீதான பயம் அவளை மலைப்பாம்பு போல சுற்றிப்பிடிக்க ஆரம்பித்திருந்தது.

சந்தர்ப்பத்தைப் பிடித்துக்கொண்டு அவளிடம் இன்னுமொன்றையும் கேட்டுவிடலாமா என நினைத்தேன்.

"சரி நிவேதா. நீங்க கோவிச்சுக்காட்டி உங்கட்ட ஒண்டு கேக்கட்டா? கோவத்தில மறுபடியும் கன்னத்தில அறஞ்சிட மாட்டீங்களே?"

அவளுக்கு என்னுடைய அதிகப்பிரசங்கித்தனத்தில் ஈடுபாடில்லை. தலைக்குள் அம்மா போடப்போகும் களிநடனத்தின் ஒத்திகை போய்க் கொண்டிருந்தது. சாவதானமாக திரும்பிப் பார்த்தாள். பொல்லாப்பை ஓசியில் வாங்கிக் கட்டிக்கொள்ளும் தொழிலை யுகாந்திரங்களாக செய்துவரும் அபூர்வ பரம்பரை என்னுடையது.

கேட்கத்தான் வேண்டுமா என யோசித்துக்கொண்டு ஒரு நிமிடம் அமைதியாக இருந்தேன்.

"என்ன? கேளுங்க..."

வேகமாக வார்த்தைகளை எழுத்துக்கூட்டி அடுக்க ஆரம்பித்தேன். மூச்சை இழுத்து விட்டபோது நுனி மூக்கு கணகணத்தது. அவளுடைய தற்போதைய மனநிலை, இடம், பொருள், ஏவல் என்று எது பற்றியும்

கவலையில்லை எனக்கு. அவளுக்கோ தலை முழுவதும் அம்மா பற்றிய பெரும் பயம்.

இந்த சிக்கலில், இதை இப்போதே கேட்டுவிடத்தான் வேண்டுமா? நினைத்ததைக் கேட்காவிட்டால் மனம் இரவு பூராவும் புரளி பண்ணும்.

இன்னொருமுறை அறைவிழுந்தாலும் பரவாயில்லை, கேட்டே விடலாம்.

“அது வந்து நீங்...”

“என்ன பாதியிலேயே முடிச்சிட்டீங்க...?”

“இல்ல. பயமா இருக்கு. நீங்க என்ன நினைப்பீங்களோ தெரியாது. அதான்...”

“ஐயோ... இப்ப நான் இருக்கிற நிலமையில நீங்க வேற கட்டுர வாசிச்சுக்கொண்டு... டக்கெண்டு கேளுங்க!”

“ஓகே. நான் உங்கள விரும்புறன் நிவேதா. ஐ லவ் யூ.”

34

என்னுடைய கணக்கு தப்பவில்லை. நான் அதைத்தான் சொல்லப் போகிறேன் என தான் தீர்மானமாக நம்பியிருந்ததாகப் பிறிதொரு நாளில் நிவேதா சொன்னாள். சொன்னபோதே ஏமாற்றத்தின் லஜ்ஜை அவளுடைய கன்னங்களில் பளபளத்தது. தலையைக் குனிந்துகொண்டு கமுக்கமாகச் சிரித்தாள். ஏன் அப்படி நினைத்தாய் எனக் கேட்டபோது, பெரும் உண்மையொன்றைப் போட்டுடைத்தாள். "அப்பேக்க என்ட மனசில உனக்கு உத்தம வேசம் இருக்கல! பொறுக்கி எண்டுதான் நினைச்சன்."

சரிதான், மனசில் பொறுக்கியென்று நினைத்துவிட்டால், 'மெல்லிய நீவலைக் கண்டாலே அதை கபக்கெனப் பிடித்துக்கொண்டு உடனே ஐ லவ் யூ சொல்லிவிடுவார்கள் ஆண்கள்' என்றுதானே அதிகமான பெண்கள் நினைத்துக் கொண்டிருக்கிறார்கள்.

ஆண்களின் துரதிர்ஷ்டம், நம் ஊரில் பல பெண்களுக்கு பொறுக்கி என்ற சொல்லின் சரியான வரையறையே தெரியவில்லை. காதலில் அச்சொல்லின் வகிபாகம் புரியவில்லை. அது ஆண்கள் மீது கட்டவிழ்த்துவிடும் தீவிர உளவியல் தாக்கம் பற்றிய அக்கறையில்லை. நிவேதாவும் அதே சராசரி ரகம்தான்.

ஆனால் நீங்கள் மேலே படித்ததுபோல எங்கள் உரையாடல் அமைய வில்லை. மாறாக, அவளுடைய எதிர்பார்ப்பை நான் உடைத்தெறிந்து பொறுக்கி என்ற பழிச்சொல்லுக்கு சாந்தி தேடிக்கொள்ளும் ஒரு வாய்ப்பாக அந்த உரையாடலைப் பயன்படுத்திக்கொள்ள நினைத்தேன்.

இதுதான் உண்மையாக நடந்த அந்த உரையாடல்.

"அது வந்து நீங்...."

"என்ன பாதியிலேயே முடிச்சிட்டீங்க...?"

"இல்ல. பயமா இருக்கு. நீங்க என்ன நினைப்பீங்களோ தெரியாது. அதான்..."

"ஐயோ... இப்ப நான் இருக்கிற நிலமையில நீங்க வேற கட்டுர வாசிச்சுக்கொண்டு... டக்கெண்டு கேளுங்க!"

"இல்ல நிவேதா, இப்ப வன்னியில நம்ம சனம் கொஞ்சம் கொஞ்சமா செத்துக்கொண்டு கிடக்கு. இலக்க அடிக்கிறம் இலக்க அடிக்கிறம் எண்டு அப்பாவிச் சனங்கட மண்டையிலதான் குண்டுகளக் கொண்டு போய் கொட்டிக்கொண்டு இருக்கிறாங்க. நம்ம சனங்களுக்கு இனி ஓடுறதுக்கும் இடம் இல்ல. இப்பிடி நம்ம நிலம இருக்கேக்க இங்க மன்னாரில என்னடாண்டா பர்த்டே கொண்டாட்டம், சாமத்தியக் கொண்டாட்டம், கலியாணம் எண்டு ஊரக்கூட்டி படு ஜோரா கேளிக்க. இல்ல, தெரியாமத்தா கேக்குறன், உங்களுக்கெல்லாம் சுரண எண்டுற சாமானே கிடையாதா? நாங்க ராணுவக் கட்டுப்பாட்டுக்குள்ள இருக்கிறம் எண்டதுக்காக அங்க நடக்குற நம்ம போராட்டம், சாவு, அவமானம், அடக்குமுற இது எதப்பத்தியும் கவலப்பட மாட்டீங்களா? எப்பிடி இந்த நிலமையிலயும் இந்த மன்னார் சனத்துக்கு இப்பிடிக் களியாட்டம் பண்ண மனசு வருதெண்டு தெரியல. இண்டைக்கு பர்த்டேனு ஆயிரங்கள கொட்டி ஆரவாரம் பண்ணி ஜொலி பண்ணுறீங்க, ஆனா அங்க எத்தின சனத்துக்கு ஒரு பிடி கஞ்சியில்லாம செத்துக்கொண்டிருக்கு தெரியுமா? மன்னிக்கணும், இத உங்களுக்கு மட்டும் சொல்லல. ராணுவக் கட்டுப்பாட்டுக்குள்ள இருந்துகொண்டு கூத்தடிக்கிற எல்லா சனத்துக்கும் சேத்துத்தான் சொல்லுறன்."

சொல்லி முடித்ததும் எனக்கு மூச்சு வாங்கியது. பின்முதுகில் வியர்வை கட்டியது. என்னுடைய உரைக்கு அவள் ஆற்றப்போகும் எதிர்வினையை ஆவலோடு எதிர்பார்த்துக்கொண்டே அவளுக்குப் பின்னால் வந்தேன். அதற்குள் வீடு வந்துவிட்டது.

நான் சொன்ன வார்த்தைகளைச் சுற்றி அவளுடைய சிந்தனைப் பட்சி பறக்க வேண்டும் என விரும்பினேன். என்னதான் இருந்தாலும் இரண்டு நிமிடம் தம் கட்டிப் பேசியதற்கு ஒரு வார்த்தையாவது திரும்பிப் பேசி பரிகாரம் செய்திருக்கலாம். பரவாயில்லை, நான் சிலம்பத்தைக் கையில் எடுத்த நேரம் தவறானது. அப்பொழுது அவள் இருக்கும் மனநிலையில் நான் பேசும் அரசியலில் அவளுக்கு நாட்டம் வராது. ஆகக் குறைந்தது, நான் பேசியது அவளுக்கு ஒரு வாரம் வரை ஞாபகத்தில் நின்றாலே அது எனக்குப் பெரும் வெற்றிதான்.

கம்பி கேட்டைத் திறந்து பிடித்தபடி உள்ளே வா என சைகை காட்டினேன். நிவேதாவுடைய தேகத்தில் நடுக்கம் முளைத்துவிட்டிருந்தது. சாளரத்திற்குள்ளால் பார்த்துவிட்டு வீட்டுக்குள்ளிருந்து பேய் போல வேகமாக வந்த அம்மாவைக் கண்டதும் நிவேதா என் முதுகிற்குப் பின்னால் ஒதுங்கினாள். கண்கள் உடைந்து ஒழுக "அம்மா..." என்றாள். அந்த ஈனச்சுரம் மறையும் முன்னமே என்னைத் தள்ளிவிட்டு, அவளுடைய கன்னத்தில் முதல் அறை அறைந்தாள் அம்மா. இரண்டாவது அறையில் நிவேதா அருகிலிருந்த பூஞ்சட்டியின் மேல் போய் விழுந்தாள். எனக்கு பக் என்றிருந்தது. உடம்பு நடுங்கியது. நிவேதா கதறவில்லை. ஆனால் கண்கள் ஒழுகி ஓடியது அவளுக்கு. எனக்கு தர்மசங்கடமாய்ப் போக, என்னை அவ்விடத்திலிருந்து பிடுங்கிக்கொண்டு போய் எங்களுடைய அறைக்குள் முளைப்பித்தேன். "என்ன சனியன்டா இது?" என்றான் சாளரத்திற்குள்ளால் கீழே பார்த்துக்கொண்டிருந்த அந்தோனி.

அன்று இரவு நிவேதாவுக்கு சாதம்கூட கிடைக்காமல் போயிருக்கலாம். நாவும், வயிறும், மனமும் வறண்டு இரவை துயரப்படுத்தியிருக்கலாம். இவற்றிற்கும் மேலாக கணக்கில்லாமல் வாங்கிக்கட்டிய தேகம், இளைத்து, வலியெடுத்திருக்கலாம்.

அன்றிரவு பதினொரு மணிவரை நிவேதாவினுடைய அம்மாவின் கர்ச்சனை மேல் அறை வரை கேட்டுக்கொண்டேயிருந்தது. ஒரு பெண் இன்னொரு பெண்ணைக் கேவலமாக வசைபாடுவதை பட்டக்காட்டில் கேட்டிருக்கிறேன். ஆனால் நகரத்தில் கேட்கத் தூக்கலாக இருக்கிறது. எத்தனை வகை வகையான சொல்லாடல்கள், அழுத்தமான அர்த்தங்கள். நம்முடைய மொழியின் இன்னுமொரு சிறப்பு, நம்முடைய ஆத்திரத்துக்கு ஏற்றாற்போல் அதுவும் தன்னை வீரியப்படுத்திக் கொண்டு விடுகிறது.

மறுநாள் நிவேதாவை கடையில் பார்த்தேன். முகம் கை கால் வீங்கி யிருக்கிறதா என ஒவ்வொன்றாய்க் கவனித்தேன். அப்படி எதுவுமில்லை. எனக்கு சிரிப்பு பொத்துக்கொண்டு வந்தது. ஆச்சரியம், ஒன்றும் நிகழாததுபோல் இம்முறை அவளாகவே முதற் சிரிப்பை உதிர்த்தாள். சிநேகமாய்ப் பார்த்தாள். எழுத்துக் கூட்டி காலை வணக்கம் சொன்னாள். ஏன், ஆறு மாதம் சோமாலியக் கடலில் தண்ணி வென்னியில்லாமல் கிடந்துவிட்டு வந்தவனைப் போல அக்கறையோடு பார்த்து "எப்படி சுகம்?" என்றாள். அவளுடைய மாற்றம் எனக்கு ஆச்சரியமாயிருந்தது.

நான் சிரித்துவிட்டு, "ராத்திரி சாமம் வர பூச போல..." என சம்பவத்தைக் குடைந்தேன். "எல்லாம் மேல கேட்டிச்சா...?" என நாக்கை உதட்டு

மூலையில் தள்ளிப் பிடித்துக் கடித்தபடி வியப்போடு கேட்டாள். “உன்ன புடிச்சு இந்த வருசமே ஒருத்தனுக்குக் கட்டி வைக்கிறன் பாரு...” என்று திட்டியதுகூட கேட்டது என்றேன். “ஐயையோ...” என கைகளை தன் தலையில் வைத்தபடி முகத்தைத் திருப்பிக்கொண்டு தன் இருக்கையில் போய் அமர்ந்துகொண்டாள்.

அன்று கடையில் வியாபாரம் திடீரெனப் படுத்தது ஏனென்று தெரியவில்லை. ஒவ்வொரு வாடிக்கையாளரும் சொல்லிவைத்தது போல ஒவ்வொரு மணி நேர இடைவெளியில் வந்து போய்க்கொண்டிருந்தார்கள். சிப்பந்திகள் அலுப்பைத் தவிர்த்துக்கொள்ளும் பொருட்டு இருவர் மூவராகக் கூடிப் பேசிக்கொண்டிருந்தார்கள். நான் மட்டும் எனக்குப் பிரியமான அரிசி மூட்டை நாற்காலியில் தன்னந்தனியே அமர்ந்துகொண்டு பேருந்துகளைக் கவனித்துக்கொண்டிருந்தேன். அங்கு வந்த நிவேதா பின்னாலிருந்த இரும்பு நாற்காலியை இழுத்துப்போட்டு அருகில் அமர்ந்தாள். “என்ன கடுமையான யோசின...?” என அவள் ஆரம்பித்தபோதே என்னுடன் பேச வேண்டும் என்ற அவளுடைய ஆர்வம் புரிந்தது. நேற்றைய நாளோடு என் மேலிருந்த அத்தனை பழி பாவங்களும் மறைந்துவிட்டதுபோல் உணர்ந்தேன்.

அன்று இருவரும் நீண்ட நேரம் பேசிக்கொண்டிருந்தோம். வீட்டுக் கதையில் ஆரம்பித்து அவளுடைய பள்ளிக் காலத்திற்குள் இறங்கி கடைசியில் இயக்கம் மற்றும் போராட்டத்தில் வந்து நின்றோம். தன்னுடைய போராட்டம் பற்றிய சொற்ப அறிவையெண்ணி அடிக்கடி வெட்கித்துக்கொள்வதாக சொன்னபோது, நான் முதல் நாள் மூச்சுப் பிடித்துப் பேசியது சப்பரம் ஏறிவிட்டது என்று நினைத்தேன்.

“எங்களுக்கெல்லாம் டீவில பாக்கிறது மட்டும்தான் ஈழப் போராட்டம் மதன். நான் பிறந்ததில இருந்து இண்டைக்கு வர ஆமிக் கட்டுப்பாட்டுக்குள்ளதான் இருக்கிறன். வன்னி, கிளிநொச்சி, முல்லத்தீவு ஏன் யாழ்ப்பாணம் எண்டு எங்கயும் போனதில்லை. இயக்கம் எண்டா எப்பிடி இருப்பாங்க எண்டுகூட அடிக்கடி கற்பன பண்ணிப் பாப்பன். ஆமி மாதிரி, பச்ச யூனிபோமோட, ஆயுதத்தோட, இறுகின முகத்தோட.... இப்பிடி கற்பனையில மட்டுந்தான் அவங்கள என்னால பாக்க முடிஞ்சிது. இதவிட வீட்டில இதப்பத்தி எங்க அம்மா அப்பா பேசுறதே இல்ல. எனக்கு இதப்பத்தி எதையும் சொல்லிக்குடுக்கக் கூடாது என்றதுதான் அவங்க லட்சியமா இருக்கிறது போல. ஆமிக்குள்ள இருந்தாலும் நாங்களும் தமிழங்கதானே மதன். தங்க தங்க பிள்ளைங்களுக்கு நம்ம இனத்தின்ட போராட்டம் பத்தி சொல்லிக் குடுக்கிறதில என்ன தப்பிருக்கெண்டு விளங்கல. இப்பிடித்தான் எங்கட வாழ்க்க இங்க. இதுக்குள்ள நீங்க சொன்ன விடுதல, போராட்டம், அடக்குமுற, இடப்பெயர்வு, அவமானம்,

வீரச்சாவு எண்றதெல்லாத்தையும் எங்க புரிஞ்சுகொள்றது. ஆனா நீங்க நேத்துச் சொன்னதில நூறு சதவீதம் உண்ம இருக்கு மதன். இங்க எங்களுக்குக் காசு, வசதி, படிப்பு, பகட்டு எண்டு இவ்வளவும் இருந்திட்டா போதுமெண்டு நினைக்கிறம். எங்க முழு ஓட்டமும் இதுக்காக மட்டும்தான். ஓடியோடி சம்பாதிக்கிறம். எங்க பகட்டுக்குக் குறைச்சல் வந்திடக்கூடாது எண்டு கவனமா பாத்துக்கிறம். ஊருக்குக் காட்டி பெருமப்பட்டுக்கொள்ள தேவையான பவுசத் தேடி அலையோ அலையெண்டு அலையிறம். விடுதல, தமிழீழம், தாயகம் இதெல்லாம் இயக்கத்துக்கும் வன்னில இருக்கிற சனத்துக்கும்தான் மதன். இப்பிடிதான் டவுன் குழந்தைகளுக்கு புரியவைக்கப்பட்டிருக்கிறது."

நிவேதாவின் வார்த்தைகள் என்னைக் கலங்கடித்தது. இதைப்பற்றி நான் அறியாமலில்லை என்றாலும் இதை ஒரு நகரத்துப் பிள்ளை சொல்லும் போது இன்னும் வியாகூலமாக இருக்கிறது. புரட்சியின் விருட்சம் பரந்தன் சந்தியிலோ அல்லது புதுக்குடியிருப்புக் காட்டுக்குள்ளேயோ தான் முளைக்கவேண்டும் என்றில்லை. அது மன்னார் நகரத்திலும் முளைக்கலாம். முளைக்க வேண்டும்.

நிவேதா சொன்னது போல அக்காலத்தில் ராணுவக் கட்டுப்பாட்டுப் பெருநகரங்களில் வசித்த அரைவிழுக்காட்டிற்கும் மேலான தமிழர்களைப் பார்க்கும்போது எங்கோ வாசித்த இந்தக் கவிதைதான் எனக்கு அடிக்கடி ஞாபகத்துக்கு வரும்.

ஊரில் பற்றிய தீ
தன் சட்டையில் பற்றும்வரை
எவரும்
சப்தமிடுவதில்லை.

இன்னுமொரு விடயத்தையும் இவ்விடத்தில் போட்டுடைக்காமல் போனால் அறம் கெட்டுவிடும்.

ஃபாதர் ஜேம்ஸோடு இருந்த நாட்களில் மன்னாரிலுள்ள ஒரு பிரபல தேவாலயத்தின் வருடாந்தத் திருவிழா வந்தது. வழமைபோலவே பெரும் எடுப்பில் அதன் ஆயத்தங்கள் தொடங்கின. ஆயத்த நாட்கள் தீர்ந்து திருவிழா நெருங்கி வந்தபோது அத்தேவாலயத்தின் சுவாமி 'இவ்வருடத் திருவிழாவை வழமைபோல பெரும் எடுப்பில் கொண்டாட வேண்டாம்' எனத் தொண்டை கிழிய அறிவித்திருந்தார். காரணம், வன்னியில் லகரத்தில் சவம் விழ ஆரம்பித்திருந்த காலம் அது. ஆனால், பக்தகோடிகள் விட்டார்கள் என்றா நினைக்கிறீர்கள். அவர்களுடைய திருநாள் கொண்டாட்டத்தில் தினையளவுகூட மாற்றமிருக்கவில்லை.

சனம் கடைகடையாக ஏறி 'ரோஜாக்கூட்டம்' சேலை வாங்கியது. ஆண்கள் புது கிப்ஸ் சாரமும் என்வோய் சட்டையும் வாங்கினார்கள்.

சிறுவர்களுக்குப் பிடித்தாற்போல் கலர் கலராக சட்டையும் சப்பாத்தும் கிடைத்தது. திருவிழா அன்று சுவாமியின் இறைஞ்சலை மீறியும் பட்டாசு வெடித்தது. வான வேடிக்கை சுழன்றது. புத்தாடை கட்டி, பெரும் பண்டம் பண்ணி திருவிழா படாடோபமாகக் கொண்டாடப்பட்டது. சரி, கோவில் திருவிழாதானே, போய்த் தொலையட்டும் என்றால், அந்த வருடம் வந்த நத்தார் திருவிழாவும், புதுவருடப் பெருவிழாவும்கூட இப்படித்தான் கொண்டாடப்பட்டது.

இவற்றையெல்லாம் நேராகப் பார்த்து அனுபவித்தபோதுதான் 'தமிழனுக்குத் தமிழீழம் நிச்சயம் கிடைக்கும்' என்கிற நம்பிக்கை வந்தது. ஆமாம், அது நிச்சயம் கிடைக்கும்!

இதை ஒரு தடவை சாப்பாட்டு மேசையில் வைத்து ஃபாதரிடம் சொன்னேன். 'நம்மட சனம் என்ன போராட்டத்த நிராகரிக்க ஆரம்பிச்சிட்டுதா? இல்ல, இந்த சனத்துக்கு அங்கால நாங்கள் குடுத்துக்கொண்டிருக்கிற சாவுகளின்ட விலை தெரியலியா...' என தன்னிடமே ஒரு கேள்வியைக் கேட்டு, பெருமூச்சில் முடித்தார்.

35

தூரத்தில் தொடர்ச்சியாகக் கேட்டுக்கொண்டிருந்த தோட்டாச் சத்தங்களோடே அன்றைய நாள் புலர்ந்தது. குண்டுகளின் அகோர ஒலியை நிராகரித்து செவிகளைப் பொத்திக்கொள்ளும் வலு மன்னாருக்கு இல்லை. அதை வெறும் ஒலியாக மட்டுமே மன்னார் வாங்கிக்கொள்ளும். ஆனால் அந்தப் பரபரப்பான காலையில் எத்தனை மனிதர்கள் தங்கள் உயிரைப் பிடித்துக்கொண்டு ஓடிக்கொண்டிருப்பார்கள் என்பதை அது அறியாது. ஆனால் எனக்கோ அத்தனை வேட்டுக்களும் என் இதயத்தின் சுவர்களில்தான் மோதி வெடிப்பதுபோல் இருந்தது.

ஐந்தே முக்கால் வெறிற்றாஸ் செய்திகளைப் போட்டுக்கொண்டு அறையின் வாசலில் உட்கார்ந்திருந்தேன்.

அந்தப் போராட்ட காலங்களில் பிபிஸியும் வெறிற்றாஸும்தான் நாங்கள் கேட்கும் பிரதான செய்தி ஊடகங்களாக இருந்தன. எங்கள் தலைமுறை அதிகம் செவிமடுத்த வானொலிகளும் அவைதான். அவற்றில்தான் அன்றைய மொத்த சாவுகளின் கணக்குப் பட்டியலை ஓரளவு சரியாகத் தருவார்கள். மக்கள் இடம் பெயர்ந்து போய்க்கொண்டிருக்கும் பாதையை ஒவ்வொன்றாக ஒப்புவிப்பார்கள். குறித்த இருபத்து நான்கு மணி நேரத்தில் எங்கெங்கெல்லாம் விமானப்படை குண்டு மழை பொழிந்தது என்ற விபரத்தை வாசிப்பார்கள். ராணுவம் கைப்பற்றிய இடங்கள் பற்றிய ஓரளவு நடுநிலையான தகவலை இவர்களிடமிருந்துதான் கேட்டுத் தெரிந்துகொள்ள முடியும்.

அப்போது பிபிசியில் ஆனந்தி மற்றும் மாணிக்கவாசகரின் குரல் களையும், வெறிற்றாஸில் அருட்தந்தை ஜெகத் கஸ்பாரின் குரலையும்

கேட்காமல் போனால் அன்றைய நாள் முழுவதும் எதையோ தீனமாகத் தொலைத்துவிட்டுத் திரிவதுபோல் இருக்கும். நகரத்திலிருந்த ஒரு தலைமுறைக்கு 'பொன்மாலைப் பொழுதும்', 'ஒலியும் ஒளியும்' கொடுத்த பெருங்களிப்பை எங்களுக்குக் கொடுத்தது இந்த மூன்று மனிதர்களின் தேன்மொழிதான்.

முன்னரெல்லாம் பட்டக்காட்டில் எங்கள் சைக்கிளை தலைகீழாகப் போட்டு, டைனமோ பொருத்திய பின்பக்கச் சில்லை சுழற்றினால்தான் என் பிரியத்திற்குரிய ஆனந்தியும், மாணிக்கவாசகரும், ஜெகத் கஸ்பாரும் பேச ஆரம்பிப்பார்கள். அவர்களுடைய பேச்சு முடிவதற்குள்ளேயே நமக்கு பாதி கை தேய்ந்து விடும். ஆனால் அது பற்றி ஒருபோதும் சலித்துக்கொண்டதில்லை. காரணம், அந்தக் குரல்களில் நான் கொண்டிருந்த நேசம். அவர்கள் சொல்லும் செய்திகளில் எனக்கிருந்த அக்கறை.

ஆனால் பாருங்கள், இப்போது இந்த மன்னாரில் டைனமோ சுற்றும் கஷ்டம் இல்லை. வயரின் தலையை சுவரில் இருக்கும் அந்த மூன்று ஓட்டைகளில் சொருகிவிட்டால் போதும். ரேடியோ கலகவெனப் பேச ஆரம்பித்துவிடுகிறது.

அன்று ஜெகத் கஸ்பார் மல்லாவிக்கு 25 மைல் தெற்கே நடந்து கொண்டிருக்கும் சண்டைபற்றி காலைச் செய்தியறிக்கையில் பேசிக்கொண்டிருந்தார். வார்த்தைக்கு வார்த்தை அவர் முன்னேற எனக்கு மன அழுத்தம் அதிகரித்துக்கொண்டிருந்தது.

"டேய், இன்னும் ஒரு கிழமைக்குள்ள மல்லாவியின்ட கதையும் முடிஞ் சிடும் போல கிடக்கு."

"என்னடா சொல்லுற?"

"இந்தா செய்தியக் கேளன்..."

கட்டிலில் சுருண்டுகொண்டிருந்த அந்தோனிக்காக ரேடியோவின் சத்தப் பொத்தானை வலஞ்சுழியாகத் திருகிவிட்டேன்.

அதற்குள் கீழ் வீட்டிலிருந்து நிவேதா அழைத்தாள். குழைந்து இனிக்கிற அதிகாலைக் குரல். எழுந்து சுவரில் தொங்கிக்கொண்டிருந்த டீசர்ட்டை எடுத்து மாட்டிக்கொண்டு வெளியே வந்தேன். படிக்கட்டின் கீழ்முனையில் நீண்ட இளஞ்சிவப்பு இரவு உடையை தன் இடப்பக்க இடையில் சொருகிப் பிடித்தபடி சித்திரம்போல் நின்றுகொண்டிருந்தாள். அதிகாலைக் கூந்தல் அவள் காதோரமாய்த் திரண்டு கிடந்தது. சீவாமல் கலைத்துப் போட்டால்கூட சீமாட்டியின் கூந்தல் பேரழகுதான். வகிடு இழுத்துக் கட்டிய கேசம் அவளுக்கு அழகென்றால், குலைந்து கிடக்கும் இந்த சவுந்தர்யக் காடு பேரழகு.

தன் நைட்டியின் கழுத்தை இழுத்து இழுத்து நாடகம் போடாமல் விட்டிருந்தால் அவள் உள்பாடி அணியவில்லை என்பதைக் கண்டுபிடித்திருக்க மாட்டேன். தவிர, கூட என்ன அசௌகரியமோ, அவள் இடுப்பு பக்கவாட்டில் நெளிந்து நெளிந்து அசைந்தது. கைகள் அடிக்கடி கழுத்துப் பள்ளத்தைச் சுற்றியே வளையம் போட்டன. முகத்தில் துயிலுரியப்பட்டவள் போன்ற வெட்கம். கண்களில் தான் காட்சிப்பொருளாய் மாறிப் போன நெருடல்.

“ஃபாதர் கோல். லைன்ல நிக்குறார்...”

முன்னால் சென்ற நிவேதாவைப் பின்தொடர்ந்து போனேன். கண்களை என்னால் கட்டுப்படுத்த முடியவில்லை. எவ்வளவு அழகான உருண்டு திரண்ட குசங்கள்.

அறைக்குள்ளிருந்த தொலைபேசியை எடுத்து காதில் வைத்தேன்.

“ஹலோ ஃபாதர்.”

“மதனா?”

“ஓம் ஃபாதர்.”

“குட் மோனிங். வேலைக்குப் போறதுக்கு முதல் என்ன ஒருக்கா வந்து பாத்துட்டுப் போறியா?”

“ஓம் ஃபாதர். வந்திட்டுப் போறன்...”

“ஓகே. பாய்.”

“சரி ஃபாதர். பாய்.”

எதற்காக ஃபாதர் காலையிலேயே அழைக்கிறாரென்று தெரியவில்லை. தொலைபேசியைத் துண்டித்துவிட்டு அறைச்சீலையை நீக்கிக்கொண்டு வராந்தாவுக்கு வந்தேன். எதிரிலுள்ள சாய்வு நாற்காலியில் சாய்ந்தபடி தேனீர் குவளையை உதட்டில் உரசிக்கொண்டிருந்தாள் நிவேதா. இரவு உடை அங்குமிங்கும் கலைந்து கிடந்தது.

பவுடர் சேராத முகம், ஈர்த்து இழுக்கும் கேசம், பளிங்கு நெற்றி, இடுங்கிய கண்கள், மயக்கும் பார்வை, போதை இதழ்கள், வாழைத்தண்டு கழுத்து, மாமிசச் செறிவான தனங்கள், நைட்டிக்குள் நெருங்கித் திணறிய தொடைகள், ரோமம் மழிக்கப்பட்ட கீழ்க்கால்கள், பியானோக் கட்டை நகங்கள்...

இத்தகைய பேரதிர்ச்சிகளைத் தாங்கிக்கொள்ளும் பொருட்டா என்னுடைய இதயம் படைக்கப்பட்டிருக்கிறது?

திடீரென சுதாரித்துக்கொண்டு தலையைத் தாழ்த்தினேன். அது சுயநாகரிகத்தை வலுப்படுத்திக்கொள்ளும் முனைப்பு. இதுபோன்ற தருணங்களில் கண்களையும், மூளையையும் கட்டுப்படுத்தத் தெரிந்து கொண்டாலே போதும். ஒரே நாழிகையில் அத்தனை ஆண்களாலும் நீதிமான்களாக மாறிவிடமுடியும்.

நல்லவேளை, அன்று மட்டும் அவள் "இப்பிடி இருங்க மதன்" என்று விட்டிருந்தால் கிழிந்திருக்கும். அவளுக்கு முன்னால் என்னுடைய ஒட்டு மொத்த நாகரிகத்தையும் காப்பாற்ற முடியாமல் சிதறிச் செத்திருப்பேன்.

அதுவரைக்கும் எனக்கிருந்த ஒரேயொரு கவலை இதுதான். அவள் தேனீரில் வைத்திருந்த முழுக்கவனத்தில் ஒரேயொரு சிறங்கையையாவது தொடைகளை விலத்திக் கிடக்கும் நைட்டியின் முனைகளில் வைத்திருந்திருக்கலாம். ஒரு சபிக்கப்பட்ட ஆன்மா அதிகாலையிலேயே அலைக்கழிக்கப்படாமல் காப்பாற்றப்பட்டிருப்பான்.

'என்ன படைப்புடா இது ஆண்டவா...' எனக் கைலியை ஒதுக்கியபடி வெளியே நடந்தேன்.

36

நானும் அந்தோனியும் சுமார் பதினைந்து நிமிடங்கள் அவருடைய அறைக்கு முன்னால் தேவிடு காத்துக் கொண்டிருந்தோம். ஃபாதர் எதற்காக அழைத்திருக்கிறார் என்ற கேள்வி எனது மூளையைக் குடைந்து கொண்டேயிருந்தது. அன்று காலை தொலைபேசியில் கேட்ட அவருடைய தொனியும் சொல்லும்படியில்லை.

ஃபாதர் தனது வெள்ளை அங்கியுடன் இடுப்பில் கறுப்புப்பட்டியை இழுத்து ஒட்டியபடி வெளியே வந்தார்.

"குட் மோர்னிங் ஃபாதர்."

"ஆஹ் குட் மோர்னிங், குட் மோர்னிங். எப்பிடி போகுது வேலையெல்லாம்?"

"நல்லா போகுது ஃபாதர்."

"சம்பளம் எல்லாம் ஒழுங்கா குடுக்கிறாரில்ல உங்க பொஸ்?"

"ஓமோம் ஃபாதர். அதில எந்தக் குறையும் இல்ல."

"சரி, நான் எதுக்கு கூப்பிட்டன் எண்டா..."

இந்த இடத்தில் ஃபாதர் ஏன் நிறுத்த வேண்டும்? கூடவே எங்களை ஏறிட்டுப் பார்க்காத ஒரு நிமிட மௌனம். சிறு கீறல் புன்னகையை விழுங்கிக்கொண்டார் ஃபாதர். தென்றலை மனுசன் புயலாக மாற்றிக் கொண்டிருக்கிறாரா என்ன?

இடைவெளியை அடைத்துவிட்டு ஃபாதர் தொடர்ந்தார்.

“நீங்க வீட்டாக்கள போய் பாத்துட்டு வாறதுக்கு பாஸும் கிளியரன்ஸும் கிடச்சிற்று. வாற திங்கக்கிழம நீங்க போகலாம். ஆனா என்ன, நீங்க ஒரு கிழமைக்குள்ள இங்கால திரும்பி வந்திடணும்...”

கடவுள் சத்தியமாகச் சொல்லுகிறேன், “டேய்...” என ஃபாதர் அதட்டும் வரை அதுவொரு சொப்பனம் என்றேதான் நினைத்துக்கொண்டிருந்தேன்.

அனைத்தையும் தொலைத்துவிட்டுக் கிடக்கும் ஓர் அநாதையிடம் போய் திடீரென்று 'நாளைக்கு நீ உன் அம்மா, அப்பாவைப் பார்க்கப் போகிறாய்' என்றால் எப்படி இருக்கும்? இதற்குப் பெயர்தான் தலைகால் புரியாத சந்தோசம் போலிருக்கிறது. நீண்ட நாட்களாக இறுகிக்கிடந்த மனம் குலைய ஆரம்பித்தது. மகிழ்ச்சி தேகம் பூராகவும் வழிந்து ஈரலித்தது.

இப்படியொரு களிப்பின் வெளிச்சத்தை ஃபாதரால் மட்டுமே சிருஷ்டிக்க முடியும். இரண்டு கைகளையும் எடுத்து ஃபாதைரைக் கும்பிட்டபோது கண்ணீர் பொலபொலவெனக் கொட்டியது.

“ரொம்ப தாங்ஸ் ஃபாதர். உங்களுக்கு எப்பிடி நன்றி சொல்லுறதெண்டே தெரியல...”

“அது இருக்கட்டும். ப்ராய்ஸ் த லோட். நீங்க பத்திரமா பொயிட்டு கட்டாயம் திரும்பி வந்திடோணும். நீங்க திரும்பலயோ என்னையப் புடிச்சு உள்ள போட்டுடுவாங்க...”

“ஐயோ ஃபாதர். கட்டாயம் திரும்பி வருவம். நீங்க எங்களுக்காக எவ்வளவு செய்யிறீங்க... உங்கள எங்களால சங்கடப்படுத்த முடியுமா...?” கண்களைத் துடைத்துக்கொண்டு அவரை இன்னும் நெருங்கினேன்.

“அதோட அங்க இருந்து திரும்பவும் இங்கால வாறதுக்கு அவங்கட்ட பாஸ் எடுக்கோணும். அதுக்கு நான் ஒரு கடிதம் தாறன். ஸோ, அது பிரச்சினையா இருக்காது.”

“சரி ஃபாதர்”

ஃபாதர் தனது நீல நிறக் கோவைக்குள்ளிருந்த ஆர்மி பாஸை எடுத்து எங்கள் இருவரிடமும் நீட்டினார். எங்களுக்கு விளக்க முடியாத சந்தோஷம் முகங்களில் வழிந்துகொண்டிருந்தது. இருவரும் மாறி மாறி சிரித்துக்கொண்டோம், அழுதுகொண்டோம், கட்டியணைத்து கூக்குரலிட்டுக்கொண்டோம்.

“ஓல் ரைட். ஸோ, கவனமா பொயிட்டு வாங்க. கடவுள் உங்களோட எப்பவும் துணையா இருப்பார். திங்கக்கிழம போறதுக்கு முதல்

என்னட்ட வந்து சொல்லிட்டுப் போங்க. ஐ வில் ப்ரே போர் யூ. கோட் ப்ளஸ் யூ போத்...”

எங்கள் இருவரது முகத்திலும் குளிர்ச்சி தட்டியது. வார்த்தைக் கோடுகள் சந்தோஷ அகளிக்குள் சிக்குண்டு சிதறின. காலம் கைம்மாறோடு எங்கள் முன் வந்து நிற்பதைப் பார்க்க ஆச்சரியமாக இருந்தது.

நானும் அந்தோனியும் அந்த ஆர்மி பாஸை கையில் ஏந்திக்கொண்டு கூடு திறந்த பெலிக்கன்களைப்போல குதூகலமாகப் பறந்தோம். எங்கள் கடையை அடைந்தபோது “என்ன மதன், முகமெல்லாம் ஒரே ஆரவாரமா கிடக்கு?” என்றாள் கசியர் மேசையில் இருந்த நிவேதா. “நாங்க அம்மா அப்பாவப் பாக்கப்போறம்!” என கையில் இருந்த ராணுவ அனுமதிப் பத்திரத்தைக் காட்டி துள்ளிக் குதித்தேன். ஒட்டுமொத்த கடையே என்னைப் பார்த்து புருவங்களை உயர்த்தியது. மகிழ்ச்சியின் உச்ச நிலையைக் கண்டிராத ஒரு கூட்டம் வாயடைத்துப்போய் நின்றது. “வாவ். வாவ்...” என நிவேதா தனக்குத் தெரிந்த ஆங்கிலத்தில் ஏதோ சொன்னாள். கண்ணாடிபோல அவளுடைய முகத்திலும் என்னுடைய மகிழ்ச்சி பிரதிபலித்தது.

அன்றிலிருந்து நானும் அந்தோனியும் நாட்களை ஒவ்வொன்றாக எண்ண ஆரம்பித்தோம். அவற்றில் வேண்டுமென்றே முளைத்த சில நீண்ட இரவுகள் எரிச்சலைக் கொடுத்தன. பகல்கள் வேகமாகத் தீர வேண்டும் என கடவுளாரிடம் விண்ணப்பம் வைத்தோம். வீட்டாட்களைப் பார்க்கப் போகிறோம் என்ற கொண்டாட்டத்தைத் தவிர அந்த ஐந்து நாட்களும் மூளைக்குள் வேறெந்த சிந்தனையும் தரிக்கவில்லை. செவ்வாய், புதன், வியாழன் என நாட்கள் மாறிக்கொண்டிருந்தன. ஆன்மாவைக் களிப்பூட்டப்போகும் அந்தத் திங்களுக்கு இன்னும் சில நாட்கள் காத்திருக்க வேண்டும். சிலவேளைகளில் ‘சில’ என்பதுதான் உலகில் மிக நீண்ட காலமாக இருக்கிறது.

சனிக்கிழமை கடை முடிந்து நானும் அந்தோனியும் வீட்டுக்குப் புறப்படத் தயாரானோம். கடிகாரம் எட்டு மணியில் வட்டம் அடித்துக்கொண்டு நின்றது. சைக்கிளில் தொற்றும் போது பின்னாலிருந்து வந்த குரலைக் கேட்டு திரும்பிப்பார்த்தேன்.

“மதன் மதன்... வெயிட் வெயிட், நானும் வாறன்” என்றபடி உள் அறைக்குள்ளிருந்து வெளியே வந்த நிவேதா, தன் கைப்பையினுள் எதையோ அவசரமாகத் தேடிக்கொண்டிருந்தாள்.

“நிவேதா, நீங்க இன்னும் வீட்டுக்குப்போகலயா?”

“இல்ல. நாளைக்கு ஞாயிற்றுக்கிழமையல்லோ. கணக்கு வளக்குகள முடிக்க கொஞ்சம் லேட் ஆகிட்டுது... இந்த லூசு மனுசன் வேற

நாளைக்கு எங்கயோ போகுதாம். லெட்ஜர பலன்ஸ் பண்ணிட்டு வாரன்...”

“சரி, அதெல்லாம் முடிஞ்சா இப்ப. போகலாமா?”

“ஓமோம்...”

மூன்று சைக்கிள்களும் வீதி விளக்குகளின் மஞ்சள் வெளிச்சத்தில் வீடு நோக்கி ஊர ஆரம்பித்தன. அந்தோனிக்குக் கொஞ்சம் மெச்சும்படியான நாகரிக புத்தி உண்டு. கொஞ்சம் வேகமாக சைக்கிளை மிதித்து ஒரு கஜ தூரத்தில் எங்களுக்கு முன்னால் போய்க்கொண்டிருந்தான். பின்னால் நானும் நிவேதாவும் சமாந்தரமாக எங்கள் சைக்கிள்களை ஓட்டிக்கொண்டு போனோம்.

“மதன்...”

“சொல்லுங்க. ஏய், பாத்து கவனம். விழுந்திடாதீங்க.”

“...”

“என்ன, ஏதோ சொல்ல வந்தீங்க...”

“இல்ல. நீங்க எப்ப மல்லாவி போறீங்க?”

“நாளைக்கு நிண்டு...”

“சரி...”

“என்ன சரி. எதுக்கு?”

“சும்மாதான்!”

“நான் திரும்ப உசுரோட வந்திடக்கூடாதின்னு கடவுள்ட்ட வேண்டுதல்கள் ஒண்ணுமில்லையே?”

“லூசா உங்களுக்கு?”

“ஹாஹா...”

“மதன். கட்டாயம் திரும்பி வந்துடுவீங்கதானே?”

“ஐயையோ. நாங்க விரும்பியோ விரும்பாமலோ திரும்பி வந்துதான் ஆகணும். இல்லயெண்டா ஃபாதர புடிச்சு உள்ள போட்டு பென்ட நிமித்திடுவாங்க.”

“...”

ஹாஸ்யம் சொன்னால் சிரிக்க வேண்டுமா இல்லையா? நிவேதா அமைதியானாள். முகம் கொஞ்சம் விறைப்பாக இருந்தது. பார்வை

நேர் கோட்டிலிருந்து அகலவில்லை.

பொதுவாகவே நிவேதா எப்பொழுது எதை யோசிப்பாள் என்பதை யாராலும் ஊகித்துக்கொள்ள முடியாது. அது அப்படியொரு விசித்திரமான பிறவி. விசித்திரம் என்றும் சொல்ல முடியாது, தனித்துவம். இப்படி பல சந்தர்ப்பங்களில் மாட்டிக்கொண்டு எனக்குத் தலைகால் புரியாமல் மண்டை விறைத்திருக்கிறது. இப்பொழுதுகூட எதற்காக அந்தக் கேள்வியைக் கேட்டாள் என்று தெரியவில்லை. பின்னர் எதற்கு அமைதியானாளென்றும் தெரியவில்லை. சுயத்தை இப்படியுமா இறுக மூடிவைத்துக்கொண்டு திரிவார்கள் மனிதர்கள்?

"சரி, எதுக்கு நீங்க திரும்பி வந்திடுவீங்கதானேண்டு கேட்டீங்க?"

"சும்மா..."

இந்த 'சும்மா' என்ற வார்த்தையை மட்டும் மொழியிலிருந்து பிடுங்கி விட்டால் பெண்களுக்கு பேசுவதற்கு வார்த்தைகளே இருக்காது போலிருக்கிறது.

அந்த 'சும்மாவைக்' கண்டுபிடிப்பதற்குள்ளேயே வீடு வந்து சேர்ந்து விட்டது. பெருமூச்சோடு படலையைத் திறந்து உள்ளே போனேன். அவளும் என்னைத் தோற்கடித்துவிட்ட விடுகதையாய் வீட்டுக்குள்ளே நகர்ந்து மறைந்தாள்.

அந்தத் திங்கள்கிழமை புலர்ந்துவிட்டது. நானும் அந்தோனியும் நான்கு மணிக்கே எழுந்து குளித்து சட்டையை மாட்டிக்கொண்டாயிற்று. இன்று அப்பாவை, அம்மாவை, அக்காவை, அதைவிட முக்கியமாக என்னுடைய கயலை பார்க்கப் போகிறேன். வலித்து வலித்து காலத்தைக் கடத்தியவனுக்கு இது எவ்வளவு பெரிய வியப்பின் தருணம்.

இருபத்து மூன்றாம் திகதி வந்தால் அவர்களை கடைசியாகப் பார்த்து ஒன்பது மாதங்கள் ஆகிவிடும். என்னைப் பொறுத்தவரை இப்படியொரு நீண்ட இடைவெளியை நான் இதுவரை சந்தித்ததே யில்லை. வாழ்க்கையில் பிரிவும், தனிமையும் என்னை அண்டியது இப்போதுதான்.

மிகப் பெரிய எதிர்பார்ப்போடு காத்திருந்த அந்தப் பயணம் கடைசியில் நிகழ ஆரம்பித்திருப்பது பெரும் களிப்பைக் கொடுத்தது. நிகழப்போவது மல்லாவி நோக்கிய வெறும் பயணமல்ல. தொலைக்கப்பட்ட ஒட்டுமொத்த நிம்மதியைத் தேடியதான ஓர் உன்னத யாத்திரை.

"மச்சான், கயல கட்டாயம் பாப்பன்தானே...?"

“டேய் பொறம்போக்கு. ஃபாதர் இவ்வளவு கஷ்டப்பட்டு பாஸ் எடுத்து குடுத்தது கயல் மயிர பாக்கப் போறதுக்கா? நீயெல்லாம் திருந்தவே மாட்டாடா பேப்புண்ட!”

“விர்ரா. அதுக்காக கயல பாக்காமத்தான் வரணும் எண்டு சட்டமா?”

“அது இருக்கட்டும். தயவு செய்து சொல்றன், மறுபடியும் லவ்வு கிவ்வுனு ஆரம்பிச்சு தொலச்சிடாத. அண்டைக்கு விழுந்து விழுந்து கவிதனு கத எழுதிக்கொண்டு கிடக்கும்போதே நெனச்சன்...”

“கயல்தான் என்ட பொண்டாட்டினு எப்பவோ முடிவாச்சே மச்சான். அதில என்ன சந்தேகம் உனக்கு?”

“ஓஹ். இப்பவுமா? அதெல்லாம் முடிஞ்சு போச்செண்டல்லோ நினச்சன். இன்னும் அந்த எழவு உள்ளுக்குள்ள இருந்துக்கிட்டுதானா இருக்கு. அடக் கருமமே. சரி வா, போய் அவட புருசன்ட்ட கதச்சுப் பாப்பம்...”

“என்ன ஜோக்கா?”

“ச்சே நான் சொன்னது ஜோக்கில்ல. நீதான் உலகத் தரமான கொமடி பண்ணிக்கிட்டு கிடக்கிறாய். சேர், நீங்க ஆஸ்பத்திரியில வச்சு அவளுக்கு எழுதின, அதான் உங்க லவ்வ சொல்லி எழுதினீங்களே ஒரு கடிதம், அத இண்டைக்கு வரைக்கும் நீங்க அவளுக்கு அனுப்பவே இல்ல. இன்னும் உங்க பெட்டிக்குள்ளதான் கிடக்கு. அப்புறம் என்ன மயிர்னு அவ உங்களுக்காக காத்துக்கிட்டு கிடப்பான்னு நினைக்கிறீங்க? எனக்கு என்னமோ கயலுக்குக் கலியாணம் முடிஞ்சிருக்கும் எண்டுதான் தோணுது.”

“அவ்வளவு சீக்கிரமா நடந்திருக்கும் என்றியா?”

“இப்ப ஒம்பது மாசமாச்சு!”

“ச்சே, அப்பவே நான் ஓகே சொல்லியிருக்கணும்...”

“விட்ரா. அவ இல்லன்னா என்ன. இன்னொண்டு மடியாமலா போயிடும்.”

“இல்ல மச்சான். அவள் யாரையும் கட்டியிருக்க மாட்டாள்...”

“நான் உன்ன லவ் பண்ணல எண்டு சொல்லிப்போட்டு வந்ததுதான் நீ அவள சந்திச்ச கடசி சந்திப்பு. அதுக்குப் புறகு நீ அவள சந்திக்கவுமில்ல பேசவுமில்ல. இப்ப ஒம்பது மாசமாச்சு. நீ உன்ட பாட்டுக்கு மனச மாத்திக்கொண்டு இப்ப அவள மாஞ்சு மாஞ்சு லவ் பண்றது அந்தப் புள்ளைக்கு தெரியாது சகோதரம்... அடம் பிடிக்காம யதாரத்தத்தப் புரிஞ்சுக்கோ!”

“நீ சொல்றதும் சரிதான்... சரி பாக்கலாம். ஆனா மச்சான், அப்பிடி

அவள் கலியாணம் கட்டியிருந்தா கூட...”

“டேய் என்னடா, பறவால்ல வச்சுக்குலாம்னு சொல்ல வாறியா?”

“ச்சைக் ஒப்பாய்! இல்லடா, ஒருக்கா அவள பாத்துட்டாவது வந்திடணும்னு சொல்ல வந்தன்...”

”ஓஹ். அம்புட்டு லவ்வு. நீ எல்லாம் எங்க உருப்பட்டு...”

கண்டக்டர் படிகளில் நின்றுகொண்டு தொண்டை கிழியக் கத்திக்கொண்டிருந்தான்.

“பொயின்ட் வந்துட்டு. எல்லாரும் உங்க உங்க பேக்குகள எடுத்துக் கொண்டு இறங்குங்க. பஸ்ஸுக்குள்ள ஒரு சொப்பின் பேக் கூட இருக்ககூடாது...”

பேருந்துக்கு வெளியே ஓமந்தை செம்மஞ்சளாய்த் தெரிந்தது. இங்கிருக்கும் பிரதான சோதனைச்சாவடி. இலங்கையின் ஆளுகைப் போரில் மிகவும் முக்கியமான இடம். ராணுவக் கட்டுப்பாட்டு நிலத்தையும், விடுதலைப் புலிகளின் கட்டுப்பாட்டு நிலத்தையும் இரண்டாகக் கூறுபோட்டுப் பிளந்து வைத்திருக்கும் கோடு இங்குதான் உண்டு. ஓர் இனத்தின் சொந்த மண்ணை இப்படி இரண்டாகப் பிளந்து வைத்து துரோகம் இழைக்கிறோமே என்ற மனத்துயர் ஓமந்தையின் முகத்தில் எப்போதும் சோகமாய்ப் படிந்திருக்கும்.

நானும் அந்தோனியும் எங்கள் பாஸையும் அடையாள அட்டையையும் கையில் வைத்துக்கொண்டு வரிசையில் காத்திருந்தோம். மலைப்பாம்பு போல பருத்திருந்த வரிசையில் முன்னுக்கும் பின்னுக்கும் நூற்றுக்கணக்கான மனிதர்கள் காத்துக் கொண்டிருந்தார்கள். வெயில் ஒருவகை வெறித்தனத்துடன் மண்டையைப் பிளந்துகொண்டிருந்தது. கைக்குழந்தைகள் வெக்கை தாளாமல் வீறிட்டுக் கத்தின. முதியவர்கள் உடல் முடியாமல் நிலத்தில் அமர்ந்து அமர்ந்து நகர்ந்தார்கள்.

அப்பொழுது முன்னாலிருந்த ஓலைக் கொட்டிலினுள்ளிருந்து ஒரு சிங்களக் குரல் வெளிப்பட்டது. எங்கள் பார்வை குரல் வந்த திசையில் படிந்தது. சீருடைக்காரன் ஒருவன் கையை நீட்டி எதையோ சொல்லி சத்தமாகத் திட்டிக்கொண்டிருந்தான். அவனுடைய இறுக்கமான முகத்தில் அதிகாரத்தின் கூரிய ஊசிகள் நீட்டிக்கொண்டிருந்தன. வெயில் வெக்கையில் அவனுடைய பார்வை இன்னும் தழலாய்க் கொதித்தது. இரண்டு நிமிடம் அமைதியாக நின்றுவிட்டு அருகில் வந்து மீண்டும் கத்தினான்.

“ஹரியட போலியெங் என்ட கியப்பு எக்க எஹுன் நெத்த?” (ஒழுங்கா வரிசையில வரச் சொன்னது கேக்கலியா?)

37

எங்களுடைய ஆர்மி பாஸ்களை கடும் சிரத்தையோடு புரட்டிப் புரட்டிப் பார்த்தார்கள். ஒவ்வொரு சொற்களாக எழுத்துக் கூட்டிப் படித்தார்கள். அதிலிருந்த படத்தை எங்கள் முகத்தோடு ஒட்டி வைத்து சரி பார்த்துக்கொண்டார்கள். பின்னர், ‘அறிவுபூர்வமான’ சில கேள்விகளைக் கேட்டார்கள்.

“பேர் என்னா?”

“மதன்.”

“எங்க போறது?”

“மல்லாவி.”

“எங்க இருந்து வாறது?”

“மன்னார்.”

“எப்ப திரும்பி வாறது?”

“13ஆம் திகதி.”

“எதுக்கு மல்லாவி போறது?”

“அம்மா அப்பாவப் பாக்க.”

கேள்விகள் தீர்ந்து போனதும் எங்களை இன்னுமொரு கட்டடத்துக்குள் அனுப்பிவைத்தான் அந்த ராணுவச் சிப்பாய். அது பைகளைச் சோதனை செய்யும் இடம். அங்கு எங்களுடைய உடுப்புப் பையை முன்னாலிருந்த மேசையில் கொட்டச்சொல்லி ஒவ்வொன்றாய் எடுத்து

அழுத்திப் பார்த்தார்கள். ஒவ்வொரு பைக்குள்ளும் கையை விட்டுக் குடைந்து எதையோ ஆவலோடு தேடினார்கள். முழு மேசையையும் பொருட்களால் நிரப்பிவிட்டு, பின்னர் அத்தனையையும் பொறுக்கி பைக்குள் திணிக்குமாறு சொன்னார்கள். மறுபேச்சுப் பேசாமல் அப்படியே செய்தேன்.

பின்னர் உடல் சோதனை நடைபெறும் அறையை நோக்கி நடந்தேன்.

உள்ளே பிறிதொரு சிப்பாய் இறுகிய முகத்தோடு நின்றுகொண்டிருந்தான். இரண்டு நாட்கள் ஆகாரமின்றிக் கிடந்தவன் போல இருந்தது அவனுடைய முகம். என்னை உள்ளே அழைத்து தலை முதல் கால் வரை ஒவ்வொன்றாய்ச் சோதனை செய்தான்.

என்னைத்தொடர்ந்து உள்ளே போன அந்தோனி இறுக்கமாக வெளியே வந்தான். காதுக்கு அருகில் வந்து மச்சா, விட்டா கையோட ப்ளோஜொப்பையும் முடிச்சுப்போடுவான் போல கிடக்கு' என்றான். ('ப்ளோஜொப்' என்றால் என்ன என்று கேட்டேன். விசயத்தைச் சொன்னான். இவனுக்கு இதெல்லாம் எப்படித் தெரியும் என்று யோசித்துப் பார்த்தேன். பின்னர்தான் வெளித்தது. எல்லாம் மன்னாரிலிருக்கும் "அஜய் மினி"யின் நள்ளிரவுக் காட்சி செய்த வேலை.)

இந்த உடல் சோதனை என்கிற கொடுமையை அனுபவிக்காத வாசகர்களுக்காக 'பொடி செக்' என்றால் என்ன என்பதைக் கொஞ்சம் தெளிவாகச் சொல்லி விடுகிறேன்.

செய்முறை நம் கழுத்திலிருந்து ஆரம்பிக்கும். நம்மைச் சோதனை செய்பவன் தன் இரண்டு கைகளாலும் நம்முடைய சட்டைக் காலரை அழுத்தி, கழுத்தைச் சுற்றி இரண்டு தடவைகள் வளையம் போட்டு சம்பவத்தை ஆரம்பிப்பான். பின்னர் கழுத்திலிருந்த தன் இரண்டு கைகளையும் கீழ் நோக்கி இறக்கி, நம் இரண்டு கைகளையும் உடலுக்கு செங்குத்தாக நீட்டச்சொல்லி, அக்குளில் ஆரம்பித்து கையின் நுனி விரல் வரை அழுத்தி தடவிக்கொண்டு போவான் நீங்கள் அணிந்திருப்பது அரைக்கைச் சட்டை என்றால் அவனுக்குப் பாதி வேலை மிச்சம். இரண்டு கைகளும் முடிந்த பின்னர் அவனுடைய கை அப்படியே நம்முடைய இடுப்பு நோக்கி இறங்கும்.

நம் இடுப்பை அவன் கைகளால் அழுத்தமாகத் தடவி இரண்டு மூன்று தடவைகள் வளையம் இழுக்கும்போது தற்செயலாக நம்முடைய டவுசர் வார் தட்டுப்பட்டுவிட்டால், உடனே நம் சேட்டைத் தூக்கி சுற்றுமுற்றும் வெறிப்பான். டவுசர் வாரின் முன்னாலிருக்கும் கம்பியை உற்றுப் பார்ப்பான். கையால் அழுத்திப் பார்ப்பான். அப்போது திடீரென கண்களில் படும் நம் தொந்தியைப் பார்க்க நமக்கே லஜ்

ஜையாக இருக்கும்.

இடுப்பு முடிந்ததும் அவனுடைய கை மெதுவாகக் கீழ்நோக்கி இறங்கும். முன்பக்கமாக ஜட்டியின் மேல் – ஒரு முறை தடவிப் பார்ப்பான். சந்தேகம் முற்றினால் நம்முடைய 'பொருளை' மெதுவாக அழுத்திப் பார்ப்பான். காரணம், ஒரு சோடி சிறிய ரக மின்கலங்களையும் ஜட்டிக்குள் மறைத்து வைத்து கடத்திக்கொண்டு போகலாம் இல்லையா?

அது முடிந்ததும், செங்குத்தாகப் பிடித்த அவனுடைய உள்ளங்கையை நம் இரண்டு கால்களுக்கும் நடுவில் விட்டு, மேலே நகர்த்தி, லேசாக இரண்டு தட்டுத் தட்டிப்பார்ப்பான். அதற்கு வசதியாக நம்முடைய இரண்டு கால்களையும் விரித்துப் பிடித்துக்கொண்டு நிற்க வேண்டும். அதன் பின்னர் அப்படியே கீழிறங்கி, நம் இரண்டு தொடைப் பகுதிகளையும் அழுத்திப் பார்த்து, பின்னர் அப்படியே தடவிக்கொண்டு பாதம் வரை போய்விட்டு – எதுவும் கிடைக்கவில்லையென்றால் "ஓகே போகலாம்" என்பான். இதுதான் அந்த "பொடி செக்".

இத்தனை சம்பவமும் நடந்து முடிவதற்குள் நமக்கு சலக்கடுப்பே வந்துவிடும்.

இந்த உடல் சோதனையில் இன்னுமொரு உபபகுதியும் உண்டு. அதாவது சப்பாத்துச் சோதனை.

நல்லவேளை, அன்று நானும் அந்தோனியும் அணிந்திருந்தது வெறும் பாட்டா செருப்புகள் என்பதால் தப்பித்தோம். இல்லையென்றால் நம்முடைய சப்பாத்தைக் கழற்றச் சொல்லி, அதனுள் தங்கள் கையைப் போட்டுத் துழாவு துழாவென்று துழாவுவார்கள்.

அந்தப் பிரளயத்தை முடித்துக்கொண்டு சோதனைச் சாவடியின் அடுத்த பகுதிக்கு வந்தோம். எங்களுக்கு முன்னால் ஐயப்ப சாமிபோல நின்றுகொண்டிருந்த ஒருவரின் அடையாள அட்டையைப் பார்த்தபடி ஒரு சிப்பாய் நீண்ட நேரமாக விசாரணை செய்துகொண்டிருந்தான்.

"ஏன் வன்னிக்கு போறாய்?"

"மனைவி அங்கதான் இருக்கிறா சார். அவவ பாக்கப் போறன்."

பதிலைக் கொஞ்சம்கூட உள்வாங்கிக்கொள்ளாமல், பழக்க தோசத்தில் மனனம் செய்த அடுத்த கேள்வியைப் போட்டான்.

"ஏன் பாக்கப்போறாய்?"

அட தரித்திரமே! இப்படியுமா பொதுவெளியில் வைத்து ஒரு ஆணை அசிங்கப்படுத்துவார்கள்.

கையில் துவக்கு இருக்கிறது என்பதற்காக ஒருத்தன் எதற்காகத் தன்னுடைய பொண்டாட்டியைப் பார்க்கப் போகிறான் என்பதைக் கூடவா சொல்லித் தொலைக்க வேண்டும். அந்த ஆள் சொல்லப்போகும் பதிலைக் கேட்க ஆவலோடு காத்துக் கொண்டிருந்தேன். மனுசன் அங்குமிங்கும் பார்த்துவிட்டு அவனைப் பார்த்து அப்பாவியாய் சிரித்து வைத்தது. பதில் சொல்லவில்லை.

நானாக இருந்திருந்தால் காரணத்தை விலாவாரியாகச் சொல்லி யிருப்பேன்.

அதைக் கடந்து இரண்டு மீட்டர் நடந்து போய் இன்னுமொரு வரிசையில் சேர்ந்துகொண்டோம்.

பதிவு! பெயர், வயது, வந்த முகவரி, போகும் முகவரி, திரும்பி வரும் நாள், அடையாள அட்டை இலக்கம் என நீண்டதொரு அட்டவணையை பதிவேட்டில் போட்டுக்கொண்டு ஐந்தாறு பெண் பொலிசார் வரிசையில் அமர்ந்திருந்தார்கள். முகங்களில் அப்பிய பவுடர் களராமல் இருந்தது. ஆனால் முகங்களில் மட்டும் மனோகரமில்லை. அதில் நடுவிலிருக்கும் ஒருத்தி சிரிக்கும்போது அசின் போல இருக்கிறாள் என்றான் அந்தோனி. எனக்கோ அந்த அசினைப் பார்க்க குமட்டியடித்துக்கொண்டு வந்தது. சரி, கருமத்தை ரசித்துத் தொலை என விட்டுவிட்டு நான் மறுபக்கம் திரும்பி தூரத்தில் நின்றுகொண்டிருந்த இன்னொரு சீருடை போட்ட தேவதைமேல் கண்களைப் பதித்தேன். அவளுடைய கண்கள் அழகாயிருந்தன.

அனைத்தையும் முடித்துக்கொண்டு இருபுறமும் கயிறு கட்டி யிருந்த ஒடுங்கிய பாதை வழியாக கடைசி ராணுவக் காவலரணை அடைந்தோம். அங்கிருந்து 'மனிதர்கள் அற்ற பகுதி' ஊடாக எங்கள் வன்னியைத் தேடி நடந்தோம். வானம் அருகில் வந்துவிட்டது போன்ற உணர்வு உள்ளுக்குள் சிலிர்த்தது. தலைக்குள் பட்டாம்பூச்சிகள் பறக்க ஆரம்பித்தன. ஈழத்தாய் கைகள் தொடும் தூரத்தில் நின்றுகொண்டு வா வா என்றாள்.

இருபது நிமிடங்களில் எங்களை ஏற்றிக்கொண்டு வந்த பேருந்து புளியங்குளம் இயக்க சோதனைச்சாவடிக்குள் நுழைந்தது. நானும் அந்தோனியும் எங்கள் பைகளைத் தூக்கிக்கொண்டு கீழே குதித்தோம்.

"ஒருமாரி மலைப்பாம்பிட்ட இருந்து தப்பி வந்தாச்சு. இனி நல்ல பாம்பு!" என்றான் அந்தோனி.

38

எனக்கோ அவர்களிடத்திலிருந்த பயம் இவர்களிடத்தில் இல்லை. அந்தோனிக்கோ மறுதலை. “இவங்கதான் பிடுங்குவாங்க மச்சான்” என்றான். அவனுடைய முகம் கறுத்திருந்தது.

சோதனைச்சாவடியில் இறங்கியபோது ஏதோ முப்பது ஆண்டுகள் கழித்து சொந்த மண்ணில் காலடி வைப்பது போன்ற பிரமிப்பு. பெருமூச்சொன்றை ஆசுவாசமாக விட்டுக்கொண்டு உள்ளே நுழைந்தோம். முன்னால் “உளவாளிகள் கவனம்” என்ற பெயர்ப்பலகை எங்களை வரவேற்றது.

சந்தேகம், சோதனையென்று வந்துவிட்டால் எல்லோருடைய இலட்சியங்களும் ஒன்றாகத்தான் இருக்கிறது. வரிசையில் வா, பையைத் திற, பொருட்களை எடுத்து வெளியே போடு, பொடி செக்கிங்கு போ, அக்குளைக் தூக்கு, அண்டவெயாரக் காட்டு, இத்யாதி, இத்யாதி. சுயகௌரவத்தை ஒரு உலுப்பு உலுப்பிவிடுகின்ற இந்த சோதனைச்சாவடிகளின் முகம் எங்கு போனாலும் ஒன்றாகத்தான் இருக்கிறது.

உடல் மற்றும் பைகளின் சோதனைகளை முடித்துக்கொண்டு உள்வரவு அட்டையைப் பெறுவதற்காக வலப்பக்கமிருந்த கொட்டிலுக்குள் நுழைந்தோம். முதலில் விசாரித்த போராளி எங்களை மேலதிக விசாரணைக்காக “இ” கொட்டிலுக்குள் அனுப்பினார். “இ” கொட்டிலுக்குள் இருந்த போராளியைப் பார்க்க பொறுப்பாளர் போல இருந்தது. கருமை மின்னும் மீசை. கோடு பிசகாமல் இஸ்திரி

போட்ட வெள்ளைச்சட்டை. பார்வையில், வேண்டியதைப் பிடுங்கிவிட முடியும் என்ற நம்பிக்கை. எங்களைப்போல பல இளைஞர்கள் எதற்காக அழைக்கப்பட்டிருக்கிறோம் என்ற பிரக்ஞையே இல்லாமல் அந்த அறைக்கு முன்னால் அமர்ந்திருந்தார்கள். என்னுடைய முறை வந்த போது எழுந்து அறைக்குள் போனேன்.

மேசையில் ஒரு பேனா, திறந்து கிடக்கும் 100 தாள் கொப்பி, ஒரு வோக்கி டோக்கி, மத்தியில் ஒரு புலிக்கொடி, சுவர்களில் தனித்தமிழில் பிரின்ட் செய்யப்பட்ட நாட்காட்டிகள், இடையிடையே வீரவணக்க புகைப்படங்கள் என அறை ஜொலித்தது. அத்தனைக்கும் முதலாய், சுவரில் மீசை மழிக்கப்பட்ட தெய்வீகப் புன்னகையுடன் அண்ணர் இருந்தார். என்னவொரு வசீகரிக்கும் பார்வை.

அந்த அறையைப் பூரணமாக ஒற்றி முடிப்பதற்குள் விசாரணையை ஆரம்பித்தார் முன்னாலிருந்த அண்ணர்.

என்னிடம் கேட்கப்பட்ட அதிகமான கேள்விகளுக்கு வைக்க வேண்டிய விடைகளை நான் ஏலவே தயாராக எடுத்து வந்திருக்கவில்லை. "மன்னாரில உங்க ரூமில ஒரு பையனுக்கு ரெண்டு நாளைக்குத் தங்க இடம் கொடுக்க முடியுமா?" என்ற அவருடைய கடைசிக் கேள்வி வந்தபோது எனக்குத் தொண்டை அடைத்தது.

"இல்ல அண்ண... அது வந்து..."

தங்கள் வேண்டுகோளை உதாசீனம் செய்ய வழிதேடும் ஜீவன்களை அவர்களுக்கு ஒருபோதும் பிடிக்காது. ஏன், நமக்குக் கூட நாம் விரும்பிக் கேட்கும் ஒன்றைத் தர மறுக்கும் ஒருத்தன் மேல் சடாரென்று கோவம் வருமா இல்லையா?

அண்ணர் 'அரசியல்' அறிவுரையை ஆரம்பித்தார்.

"தம்பி, நம்மடை விடுதலைப் போராட்டத்துக்கு தமிழர்கள் எல்லோருமே தங்கள் தங்கள் பங்களிப்பைச் செய்ய வேணும். அதுக்காக எல்லாரும் துவக்கு தூக்கித்தான் போராடணும் எண்டில்லை. அவரவருக்கு எப்பிடி முடியுமோ அப்பிடி பங்களிக்கலாம். உங்களுக்கு இது சரியான வாய்ப்பு. உத உங்களால நிச்சயம் செய்ய முடியும் எண்டு நினைக்கிறன். நாங்க எல்லாரும் சேர்ந்து கைகோர்த்து பயணிச்சால்தான் நம்மடை தமிழீழக் கனவ வெண்டடைய முடியும்."

தமிழீழக் கனவு... கேட்பதற்கே அவ்வளவு குதூகலமாய் இருந்தது.

"அண்ண. எனக்குப் புரியுது. நான் மன்னாருக்குள்ள எப்பிடி போய் மாட்டுப்பட்டன் எண்றத இப்பதான் உங்களுக்கு விலாவாரியாச் சொல்லிமுடிச்சன். பட்டக்காட்டில இருந்த காலத்தில எங்களால

எவ்வளவு முடியுமோ அவ்வளவு பங்களிப்ப இந்தப் போராட்டத்துக்குக் குடுத்திருக்கிறம். கிட்டத்தட்ட ஒவ்வொரு நாளும் அங்க இருந்த அண்ணன்மாருக்குத் தேவையாயிருந்த எல்லா உதவிகளையும் பாத்துப் பாத்து செய்து குடுத்த ஆக்கள் நாங்கள். இப்ப நான் இருக்கிற சூழல் வேற. மன்னாரில நாங்க நடுரோட்டில நிண்டப்ப ஃபாதர் ஒருவர்தான் எங்களுக்கு வாழ்க்க குடுத்தவர். இப்பவும் குடுத்துக்கொண்டு இருக்கார். அவருக்கு நம்பிக்கத் துரோகம் செய்ய முடியாதுண்ண. தயவுசெய்து குற நினைக்காதீங்க. இது எங்களுக்கு வாழ்க்க குடுத்த ஃபாதரையும் பிரச்சினைக்குள்ள கொண்டுபோய் தள்ளிப்போடும். இத நீங்க புரிஞ்சுகொள்ளுவீங்க எண்டு நினைக்கிறன்."

நான் சொன்னதை பொறுப்பாளர் புரிந்துகொள்வார் என நம்பினேன். "சரி, நீங்க போகலாம்" என பதில் அழுத்தமான சுரத்தில் அதிர்ந்த போதுதான் என்னுடைய எதிர்பார்ப்பு வீண் என்று புரிந்தது. அவருடைய உள்ளுணர்வு "இவங்களெல்லாம் ஒரு மனுசர்..." என்று எங்கள் மேல் காறி உமிழ்ந்திருக்கும். எங்களுக்கோ அப்போது கொடுப்பதற்கு எதுவும் இருக்கவில்லை. ஏலவே யாசகம் கேட்டுக்கொண்டு அலைபவனிடம் போய் எதைப் பிடுங்கியெடுக்க முடியும்? நான் மன்னாரில் உயிர் வாழ்வதே ஃபாதர் போட்டுக்கொண்டிருக்கும் பிச்சை. பிச்சையை வாங்கிவிட்டு பரிகாரமாக எப்படி வில்லங்கத்தைக் கொண்டுபோய் நீட்ட முடியும்?

நான் அங்கிருந்து எழுந்து மெதுவாக வெளியே வந்தபோது "அடுத்தாள்" என்றது அதே குரல். நான் அந்தோனியை பச்சாதாபத்தோடு பார்த்தேன். அந்தோனி திரைச்சீலையை நீக்கிக்கொண்டு உள்ளே போனான்.

அந்தோனி வரும்வரை வாசலிலேயே காத்துக்கொண்டிருந்தேன். என்னுடைய மூளையின் வெள்ளைத் திரையில் யாரோ எடுத்த திகில் திரைப்படம் போல பல காட்சிகள் விரிந்துகொண்டிருந்தன. ஒரேயொரு கேள்விக்கு அந்தோனி தடுமாறி தலையை ஆட்டிவிட்டாலும் எங்களுடைய வாழ்க்கை இளித்துவிடும். அவன் விவேகமானவன் என்றாலும் தமிழீழக் கனவு என்றால் தன்னுணர்வை இழந்துவிடக்கூடிய ஆள். இருபது நிமிடங்கள் கழித்து அவனை வாசலில் பார்த்தபோதுதான் எனக்குள் படபடப்பு தணிந்தது.

அந்தோனியிடமும் பொதுவாக அதே கேள்விகள்தான் கேட்கப் பட்டிருக்கின்றன. தவிர "உங்க ஐடின்டி காட்ட வச்சு ரெண்டு போன் சிம்காட்டுகள் எடுத்து தர முடியுமா?" என அண்ணர் கேட்டிருக்கிறார். அதற்கு அவன் முடியாது என்றுதான் பதில் சொல்லியிருப்பான் என நினைத்துக்கொண்டே "என்ன பதில் சொன்னாய்?" என்றேன். "தமிழீழ

கனவை விட ஃபாதருக்கு செய்யும் துரோகம் கொடியது. அதுக்கு என்ன வில குடுத்தாலும் அத என்னால செய்ய முடியாது" என்றான். எனக்கு மனக்குழப்பம் இயல்பாகியது. மூச்சு நீண்டு எழுந்தது. "நீங்கள் எல்லாம் திருந்த மாட்டீங்கள்!" என்று பொறுப்பாளர் சொன்ன கடைசி வசனத்தை திரும்பத் திரும்பச் சொல்லிக்கொண்டே வந்தான் அந்தோனி. அவனுடைய மூளையின் ஓர் புள்ளியில் அது ஒட்டி பசபசத்துக்கொண்டிருப்பது புரிந்தது. எனக்கும் அதைக் கேட்கக் கேட்க ஏதோவொன்று மனதுள் தீனமாக நெருடியதுதான்.

சோதனைச் சாவடிக்குள் முடிக்க வேண்டிய அத்தனை காரியங்களையும் முடித்துவிட்டு வெளியே வந்தோம். எதிரிலே ஒரு உணவகம் தெரிந்தது. "பசிக்குதுடா. மிதிவெடியொண்டும் பிளேன் டீ ஒண்டும் அடிச்சா சட்டப்படி இருக்கும்" என்றான் அந்தோனி. ஏன் இருக்காது? எத்தனை நாட்களுக்குப் பிறகு இந்த மிதிவெடி கண்ணில் படுகிறது. நாவு நமநமக்கிறது. தொடாமல் கடந்து போவது நாவுக்குச் செய்யும் துரோகம்.

இருவரும் ஆளுக்கொரு மிதிவெடியை வாங்கி ஒரு கட்டு கட்டிவிட்டு சூடான தேநீரை உறிஞ்ச, காய்ந்து கிடந்த வயிற்றின் அனுக்கம் சத்தமில்லாமல் அடங்கிற்று.

உணவகத்துக்கு முன்னால் உள்ள திடலில் 'தமிழீழப் போக்குவரவுக் கழகம்' என மஞ்சள் பூச்சின் மேல் எழுதப்பட்டிருந்த பேருந்துகள் வரிசையாக நின்றன. முன்னால் நின்றுகொண்டிருந்த முதியவர் எங்களைப் பார்த்து "தம்பிகளா, எங்கையண போறீயள்?" என்றார். அந்தோனி "மல்லாவி" என்றான். அந்த வரிசையில் மூன்றாவதாக நின்றுகொண்டிருந்த பேருந்தைக்காட்டி "அதில போய் ஏறிக்கோங்க" என்றார்.

அங்கிருந்து மல்லாவிக்கு மூன்று மணித்தியால பஸ் ஓட்டம். வன்னியின் மூன்று முனைகளிலும் பெரும் போராட்டம் வெடித்துக்கொண்டிருந்த காலம் அது. நாங்கள் மீண்டும் மன்னாருக்குத் திரும்பும்வரை இப்போது திறந்திருக்கும் இந்த ஒரேயொரு பாதையும் அடைபடாமலிருக்க வேண்டும். ஆனால் தூரத்தில் கேட்கும் வெடிப்பொலிகளுக்கு அத்தனை பொறுமை இருப்பதாகத் தெரியவில்லை.

நடத்துனரிடம் காசைக் கொடுத்தபோது பற்றுச்சீட்டோடு இரண்டு ரூபாய் மீதிப் பணமும் கிடைத்தது.

நாங்கள் இருக்கும் நகரங்களில் இந்த உன்னதக் காட்சியைக் காணமுடியாது. ஒன்று, நம்முடைய கையில் முழுத்தொகைக்கும் அளவாக சில்லறை இருக்கவேண்டும்; இல்லையென்றால் கிடைப்பதை

வாங்கிக்கொண்டு நடையைக் கட்டிவிட வேண்டும். நடத்துனரிடம் மீதி இரண்டு ரூபாயைக் கேட்பதெல்லாம் ஸ்ரீலங்காவில் தேசியக் குற்றம்.

பேருந்து மல்லாவியை நோக்கி உறுமிக்கொண்டு புறப்பட்டது. மெதுவாக நகர்ந்து செம்மண் வீதியில் ஏறி முன்னேறியபோது மனதின் இறுக்கம் கொஞ்சம் கொஞ்சமாய் இளகுவது போலிருந்தது. பேருந்து யன்னல்கள் வன்னிக்காற்றை விழுங்கி முகத்தில் துப்பியதில் குதூகலம் துளிர்த்தது. எதிர்த்திசையில் ஓடிக்கொண்டிருக்கும் மரங்களுக்கு மூச்சு வாங்குவதுபோல் தெரியவில்லை. நிலங்களில் ஏதோவொரு வெறுமை அப்பியிருந்தது. வன்னிக்காடு தன் பேரழகின் மிடுக்கில் கொஞ்சம் குறைபட்டுவிட்டதுபோல் தோன்றியது.

ஆங்காங்கே தங்களுடைய பயணங்களை எதிர்பார்த்து மஞ்சள் பேருந்துகளுக்காக மக்கள் வீதிகளில் காத்துக்கொண்டிருந்தார்கள். அண்ணன்மாரையும் அக்காமாரையும் சுமந்துகொண்டு பச்சை மோட்டார் சைக்கிள்கள் அங்குமிங்கும் பறந்துகொண்டிருந்தன. நாளை தமிழீழம் நிச்சயம் மலரும் என்ற பெரும் நம்பிக்கை வீதியின் மருங்கில் நின்றுகொண்டிருக்கும் போராளிகளின் கண்களில் மிளிர்ந்தது.

என்னுடைய அகவெளிக்குள் திரும்பும் இடமெல்லாம் சந்தோஷத் திருவிழா. யாரோ கூடை கூடையாக புஷ்பங்களை அள்ளிக் கொண்டுவந்து தலைமேல் கொட்டிக் கொண்டிருக்கிறார்கள். வானம் தன் இதயக்கூட்டைத் திறந்து பனித்துகள்களை என்மேல் சொரிந்து கொண்டிருக்கிறது. வெளியில் மண்டையைப் பிளக்கும் வெயில் என்றாலும் உள்ளுக்குள் எனக்குப் பனிக்காலம். மனம் சிலிர்க்கிறது. உடல் குளிர்ந்து சுகத்தில் மிதக்கிறது.

நம் மண்ணும், மொழியும், குடும்பமும் கொடுக்கும் பெருங்களிப்பை இந்த உலகில் வேறெதுவும் கொடுக்க முடியாது. இன்னும் ஒரு மணிநேரத்தில் அம்மாவையும் அப்பாவையும் அக்காவையும் கட்டியணைத்து முத்தமிடப்போகிறேன். கதைகள் பேசி மகிழப்போகிறேன்.

இதைக் காட்டிலுமா பிறிதொரு கொண்டாட்டம் இவ்வுலகில் இருந்து விடப்போகிறது?

மூளையின் இன்னுமொரு பாதி காதல் மயக்கத்தில் அலைந்து கொண்டிருந்தது. தலைக்குள் கயல் நளினம் தெறிக்க கண் சிமிட்டி, கன்னம் நிறைய ஸ்பரிசமிட்டு, செல்ல வார்த்தைகள் பேசிக் கொஞ் சிக்கொண்டிருந்தாள். கயல் கொடுத்த அழகிய ஞாபகங்கள் பின்னால் வரும் கிரவல் புகைபோல என்னைத் துரத்திக்கொண்டு வந்தது. பேருந்துக்குள்ளேயே அவளிடம் காதலைச் சொல்லி, டூயட் பாடி, தாலி கட்டி, பெண்பிள்ளை பெற்று, பாடசாலைக்கு அனுப்பி, கொண்டாட்டம் நடாத்தி, திருமணம் செய்துவைத்து...

அப்பப்பா, கற்பனைகள்தான் எத்தனை உயிரோட்டமானவை. அவற்றுக்கு வரையறைகள் என்று எதுவும் கிடையாது. சுதந்திரத்தை முழுவதுமாக அனுபவிக்கும் ஒரே ஆன்மா நம் மனதுதான். அது நிகழ்த்தும் கற்பனைகளை எவராலும் தடுக்க முடியாது. பிடுங்க முடியாது. அழிக்க முடியாது. அத்தனையும் நாம் பிரியப்படும்படியே நிகழும். எது வேண்டுமோ, அது எதுவாகவேண்டுமோ அத்தனையும் ஒரே நொடியில் சாத்தியமாகிவிடுகிறது.

'மல்லாவி உங்களை அன்புடன் வரவேற்கிறது.'

பார்வையை விரித்துக்கொண்டேன். கற்பனைக் காட்டாற்றுக்கு அணை போட்டு பூமிக்கு இழுத்து வந்தேன். பேருந்தில் இருக்கையின் நுனிக்கு இடம்பெயர்ந்தேன். அம்மாஅப்பாவைப் பார்ப்பதற்கு இன்னும் சில நிமிடங்கள் மட்டுமே உண்டு. எதுவும் அவகாசம் எடுத்துக்கொள்ளாமல் நிகழ்ந்துவிடும் உலகத்தில் இந்தக் கடைசி நிமிடங்கள் மட்டும் எவ்வளவு நீளமாக இருக்கின்றன.

பேருந்து தரித்து, மூச்சை விட்டதும் நானும் அந்தோனியும் எங்களுடைய பைகளை எடுத்துக்கொண்டு கீழே இறங்கினோம். பாடசாலையில் கடைசி மணியைக் கேட்டுவிட்ட குழந்தைபோல கால்கள் குதித்தன. முகங்களில் பேரொளி பிரகாசித்தது. இதயம் தலையால் குதித்து தகிடுதத்தோம் போட்டது.

நானும் அந்தோனியும் எங்கள் வீட்டாக்கள் இருப்பதாக அப்பா கடிதத்தில் குறிப்பிட்டிருந்த இடத்தைத் தேடிப் புறப்பட்டோம்.

பத்து நிமிடங்களுக்கு மேல் மல்லாவி வீதியில் பேந்தப் பேந்த முழித்துக் கொண்டு அலைந்த எங்களை அங்கு எவருமே கண்டுகொள்வதாய்த் தெரியவில்லை. கடைசியில் கையில் ரப்பர் பந்தோடு ஒழுங்கை முடுக்கில் நின்று எதையோ தீவிரமாக திட்டம் தீட்டிக்கொண்டிருந்த சிறுவன் ஒருவனிடம் உதவி கேட்டோம். நாங்கள் சொல்வதைக் கூர்மையாகக் கேட்டுவிட்டு நாங்கள் போய்ச்சேர வேண்டிய வழியைச் சொன்னான். கேட்ட மாத்திரத்திலேயே புரிந்துவிடும் பாஷையல்ல அவனுடையது. உனக்காவது புரிந்ததா என்று அந்தோனியைப் பார்த்தேன். அந்தோனி கையை விரித்தான்.

"எங்கள கூட்டிக்கொண்டு போய் விடமாட்டியா?" எனக் கெஞ்சிய அந்தோனியை சில நொடிகள் உக்கிரமாகப் பார்த்தான் சிறுவன். சிறுவனின் பார்வையில் எகத்தாளம் தெரிந்தது. அந்தோனி மீண்டும் இறைஞ்சினான். அதிகம் யோசித்துவிட்டு கடைசியில் 'சரி வந்து துலை...' என்பது போல முன்னால் நடந்த சிறுவனை நாங்கள் பின்தொடர்ந்து போனோம்.

அவன் போன திசையெல்லாம் நாங்களும் நடந்தோம். திரும்பிய முடுக்குகளிலெல்லாம் நாங்களும் திரும்பினோம். ஓரிடத்தில் அவனையறியாமலேயே நிறுத்தம் போட்டு அருகிலிருந்த ஒழுங்கைக்குள் கண்களைக் கூர்மையாக்கி நோட்டம் விட்டான். நானும் எட்டிப் பார்த்தேன். ஒரு வீட்டுக்கு முன்னால் சனக்கூட்டம் அள்ளியது. நான் திரும்பி சிறுவனைப் பார்த்தேன். “அரசியல் செயலகம்ண்ண” என்றான் சிறுவன்.

“எதுக்கு இங்க சனமாக் கிடக்கு?”

“இண்டைக்கு அஞ்சு பொடி வருதாம்...”

அவனுடைய சாவு பற்றிய சாவதானமான பேச்சு என்னைப் பெரிதும் பாதித்தது. அவனை ஆச்சரியம் பொங்கப் பார்த்தேன். அவனுடைய நிர்மலமான மனதில் சாவு பற்றிய எவ்வித சஞ்சலமும் இல்லை. அவனுடைய முகத்தில் சாவு கொடுக்கும் பயம் பற்றிய எவ்வித படபடப்புமில்லை. மனிதர்களின் இறப்பு இப்பொழுது சிறுவர்களைக்கூட அலைக்கழிப்பதாயில்லை. வாழ்க்கையைப் பற்றிப் படிப்பதற்கு முன்னரே ஒரு தலைமுறை சாவுகளைப் பற்றி தீர்க்கமான முடிவுகளுக்கு வந்து கொண்டிருக்கிறது.

பிள்ளைகளை களத்துக்கு அனுப்பிவிட்டு நாளும் பொழுதும் வயிற்றில் நெருப்பைக் கட்டிக் கொண்டிருக்கும் மனிதர்கள்தான் அந்த அரசியல் செயலகத்துக்கு முன்னால் நின்றுகொண்டிருக்கும் கூட்டம். என்னுடைய பிள்ளையும் இன்று வரும் வித்துடல்களில் ஒன்றாய் இருப்பானோ என்று சதா காத்துக்கொண்டிருக்கும் அம்மக்களை நினைத்துப் பார்க்கவே தலை விறைத்தது. “அடக் கடவுளே...” என நான் முணுமுணுத்தபோது “என்ன அண்ணை... வெளிநாட்டில இருந்து வாறியளே?” என கண்களை சிமிட்டி எகத்தாளமாகக் கேட்டான் சிறுவன். நான் அவசரமாக வார்த்தைகளை விழுங்கிக்கொண்டு நடக்க ஆரம்பித்தேன்.

மூன்றாவது திருப்பத்திலும் எதுவுமே சொல்லாமல் சடாரெனத் திரும்பினான் சிறுவன். இரண்டு எட்டு வைத்து அவன் நுழைந்த ஒழுங்கைக்குள் நாங்களும் இறங்கினோம்.

மரங்கள் முகடு கட்டியிருக்கும் ஒழுங்கை. வீதியின் இருபுறமும் கயிறு வைத்து இழுத்த வேலிகள். அதன் பின்னால் ஒவ்வொரு அளவுகளில் சிறு சிறு குடிசைகள். நடுவில் ஒரு பெரிய கல் வீடு. அதுதான் இந்தக் காணியின் சொந்தக்காரருடைய வீடாக இருக்க வேண்டும்.

இதில் ஏதோவொரு குடிசையில் இப்பொழுது அம்மா அப்பாவுக்கு தேநீர் ஆற்றிக்கொண்டிருப்பாள். சித்ரா பாயில் கிடந்தபடி ஈழநாதம்

படித்துக்கொண்டிருப்பாள். அப்பாதான் பாவம், அரசியல் பேச ஆட்கள் சிக்கியிருக்காவிட்டால், மனமுடைந்துபோய் தனக்குத்தானே பேசிக்கொண்டிருப்பார்.

வேகத்தை சடாரென நிறுத்திய சிறுவனைக் கவனிக்காது தொடர்ந்து நடந்தேன். "அண்ணை இதான் நீங்க தேடுற வீடு!" என்று வாலைப் பிடித்து இழுத்து நிறுத்தினான் சிறுவன்.

"அண்ண. அண்ண..." படலையில் நின்றபடி சத்தம் வைத்தோம். கறுப்பில் வெள்ளைக் கோடுகள் இழுத்த நாய்க்குட்டியொன்று வீட்டு வாசலில் வெளிப்பட்டது. இன்னுமொரு முறை சுரத்தைக் கூட்டி "அண்ண..." என்றேன். அது என்னைக் கவனித்துவிட்டு "வவ் வவ்" என்றது. அதிகமான வீடுகளில் நாம் எதிர்கொள்ளும் முதல் ஜீவன் நாயாகத்தான் இருக்கிறது. என்னுடைய சத்தம் பத்தாது என மூன்றாவது முறை அந்தோனி கூப்பிட்டான். வீட்டிற்குள்ளிருந்து மனிதக் குரலொன்று "யாரது?" என்றது.

"ஜோசப் மாஸ்டரெண்டு, பட்டக்காட்டில இருந்து இடம்பெயர்ந்து வந்தவங்க, இங்கையா இருக்கினம்?"

"அடடா..." என வாய்நிறைந்த புன்னகையோடு வெளியே வந்து படலையைத் திறந்தார் பெரியவர்.

"அடேய் ஜோசப், இங்க வாவன். யாரு வந்திருக்கானெண்டு பாரு..." அந்த வீட்டுக்கார முதியவர் போட்ட சத்தத்தில் நான்காவது குடிசைக் குள்ளிருந்து ஜோசப் மாஸ்டர் வெளியே வந்து மூக்குக் கண்ணாடியைச் சரிசெய்துகொண்டு படலையைப் பார்த்தார்.

"இங்க பாரு பாக்கியம்... தம்பி வந்திருக்கிறான்!"

கால்கள் பறிய, அப்பாவை ஓடிச்சென்று கட்டியணைத்துக் கொண்டேன். கைகளில் தூக்கி ஒரு வளையம் வந்தேன். கன்னத்தில் பொச்சுப் பொச்சென்று முத்தம் கொடுத்தேன். அப்பா ஏதேதோவெல்லாம் சொல்லி அழ ஆரம்பித்தார்.

அந்தக் கணத்தைக் கொண்டாடுவதற்கு வார்த்தைகள் தேவையில்லை. வெறும் கண்ணீரும் மௌனமுமே போதுமானது. அம்மாவைக் கண்டதும் எனக்கும் அழுகை வெடித்தது. அம்மாவைக் கட்டிப்பிடித்ததும் அவள் ஓவென அழ ஆரம்பித்தாள். சத்தம் வைத்து கடவுளுக்கு நன்றி சொன்னாள். என் கன்னங்களில் அழுத்தமாகப் பிடித்து முத்தம் தந்தாள். முகத்தை மீண்டும் நிமிர்ந்து பார்த்து மறுபடியும் ஓவெனக் கத்தினாள். ஒட்டுமொத்த தென்னந்தோட்டமும் விழித்துக்கொண்டு ஆச்சரியமாய் பார்த்தது.

இதே பரிதவிப்பும், இதே பறகடிப்பும், இதே கொண்டாட்டமும் அருகிலிருந்த இன்னுமொரு குடிசையிலும் நிகழ்ந்து கொண்டிருந்தது. ஆனால் இந்தச் சந்தோசத்தைவிட அது இன்னும் இன்னும் உன்னிப்பாக. அந்தோனியின் அம்மா அவ்வளவு சீக்கிரத்தில் அழுகையை நிறுத்திவிடப் போவதில்லை. அவனுடைய தங்கச்சிமாரும் விடார்.

“என்ட மண்டாட்ட கடவுள் கேட்டுட்டார். என்ட பொக்கிசத்த திரும்பவும் பத்திரமா கொண்டு வந்து குடுத்துப் போட்டார். நன்றி ஆண்டவரே நன்றி ஆண்டவரே.”

அம்மாவால் கடவுள் புகழை நிறுத்த முடியவில்லை.

“என்னப்பா, இப்பிடி மெலிஞ்சு போயிட்டீங்க?”

“அது என்ன மகன், நானும் மூணு வேளையும்தான் கொட்டிக்கிறன். கட்டைக்கு வயசு போவுதல்லோ...”

“அம்மா, அக்கா எங்க...?”

“இண்டைக்கு நிறுவனமொண்டு சாப்பாட்டு சாமாங்கள் குடுக்க வந்திருக்கிறாங்களாம். அதுதான் அந்தோனிட தங்கச்சியோட பள்ளிக்கூட க்ரவுண்ட்டுக்கு போயிருக்காள். காலம போனவள இன்னும் காணல. அதெண்டா கொஞ்சச் சனமா இப்ப இங்க வந்து கிடக்கு...”

நான் வீட்டுக்குள்ளிருந்து வெளியே வந்து சுற்றுமுற்றும் அளந்தேன். அந்த பெரிய வளவு ஒரு குட்டி அகதி முகாமை ஒத்திருந்தது. சுமார் ஆறேழு குடிசைகள் அங்குமிங்கும் தலைதூக்கி நின்றன. நடுவிலிருந்த பொதுக்கிணற்றில் கூட்டம் அள்ளியது. எதிரில் இருந்த புங்கை மரநிழலில் சிறுவர்கள் கிளித்தட்டு அடித்துக்கொண்டிருந்தார்கள். திரும்பும் இடமெல்லாம் பட்டக்காட்டு சனம். பரிச்சயமான முகங்கள். பழக்கப்பட்ட புன்னகைகள். தலையை விரித்துப்போட்டு சோளக்காற்றில் சலார் சலாரென ஆடிக்கொண்டிருந்த தென்னை மரங்களை நிமிர்ந்து பார்த்தேன். “பம்பர் அடியில இருந்து தப்பிக்கிறதுக்கு சரியான இடம்!”

எங்களுடைய கொட்டிலிலிருந்து மூன்றாவதாக இருந்தது அந்தோனியாக்களுடைய கொட்டில். அந்தோனியை அவனுடைய அம்மா எப்படி எதிர்கொண்டிருப்பாள் என அடிக்கடி நினைத்துப் பார்த்துக்கொண்டேன். ஒவ்வொரு தடவை அதை நினைக்கும் போதும் குற்றவுணர்ச்சி ஜெல்லி மீனாய் மாறி என் இதயத்தைச் சப்பியது. அதுவும் அந்தோனிக்கு அப்பா இல்லை. அம்மாவுக்கும், இரண்டு தங்கச்சிகளுக்கும் இருந்த ஒரே ஆண் துணை அந்தோனிதான். இப்போது அதை வேறு நான் பறித்துக்கொண்டுபோய் மன்னாரில் வைத்துக்கொண்டிருக்கிறேன். இப்படி இக்கட்டான ஒரு காலத்தில்

ஆண் துணையற்ற மூன்று பெண்களின் வாழ்க்கை எவ்வளவு கொடியதாக இருக்கும்?

மத்தியானம் சமைத்த பருப்புக் கறியையும் கருவாட்டுப் பிரட்டலையும் சிவப்புச் சோற்றோடு குழைத்து ஊட்டிவிட்டாள் அம்மா. உள்ளுக்குள் காய்ந்து கிடந்த ருசி நரம்புகள் மீண்டும் பல்லிளிக்க ஆரம்பித்தன. அம்மாவினுடைய கண்கள் அடிக்கடி கலங்கி பின்னர் வற்றிக்கொண்டிருப்பதை அவதானித்தேன். அவள் ஊட்டிய சாப்பாட்டோடு அவ்வப்போது வரும் பெருமூச்சுகளையும் சேர்த்தே விழுங்கவேண்டியிருந்தது எனக்கு. அப்பா ஜெல்லி மீன் கடித்த என்னுடைய காலின் தழும்பை வருடியபடி மௌனமாக இருந்தார்.

இரண்டு நிமிடங்கள் கழித்து அப்பா பேச்சை ஆரம்பித்தார்.

“எப்பிடி தம்பி மன்னார்ல சமாளிச்சிங்கள்? எனக்கெண்டா என்ன செய்யிறது எண்டே தெரியல. எவ்வளவு கஷ்டப்பட்டும் அங்கால வாறதுக்கு பாஸ் கிடைக்கல. இப்பத்தய நிலமையில இதுகள இங்க தனிய விட்டுப்போட்டு நான் அங்கால வாறது படு முட்டாள்தனமான வேல. எப்படியெண்டாலும் உங்களுக்கு ஒரு வழி பிறந்திருக்கும் எண்டு நம்பினன். எப்பிடிடா? ஆசுப்பதிரில இருந்து வெளிக்கிட்டு எங்க போனிங்கள்?”

இரண்டு பைகளோடு ஃபாதர் ஜேம்ஸிடம் வந்து தஞ்சம் புகுந்தது முதல், இப்பொழுது பிரமிளா ஸ்டோரில் வேலை பார்க்கும் வரை முழுக்கதையையும் வேகமாகச் சொல்லி முடித்தேன். அப்பாவுக்கு புருவங்கள் உயர்ந்தன. அம்மா ஒவ்வொரு வசனத்துக்கும் இடையில் தன் பங்கிற்கு “நன்றி ஆண்டவரே” என்றாள்.

உண்மையில் மன்னாரில் எங்களுக்கு நடந்த கதையை வார்த்தைகளால் ஒப்புவிக்கும் போதுதான் புரிகிறது, நாங்கள் எத்தனை கொடுத்து வைத்தவர்கள் என்று. ஃபாதர் ஜேம்ஸ் என்ற ஒரு தேவனை மட்டும் நாங்கள் கண்டிருக்காவிடில் எங்கள் வாழ்வு எப்படிப் போயிருக்கும்? நினைக்கவே பயங்கரமாய் இருந்தது.

“ஆனாலும் தம்பி நல்லதுதான் நீ அங்கால மாட்டுப்பட்டது. துப்பித்தவறி எங்களுக்கு ஒண்டு நடந்தாலும் நீயாவது உசுரோட இருந்திருப்பாய்... அதுசரி, திரும்பிப் போறதெண்டுதானே வந்திருக்கிறியள்?”

“ஓமப்பா.”

“அதான். கட்டாயம் திரும்பி போயிடணும். சண்ட மல்லாவிக்குக் கிட்டயும் வந்திட்டுதாம் எண்டு கதைக்கிறாங்கள். இன்னும் எத்தின நாளைக்குத்தான் கடவுள் காப்பாத்துவார், கடவுள் காப்பாத்துவார்

எண்டு கிடக்கிறதோ தெரியல..."

"என்னப்பா இந்த முற இவ்வளவு வேகமா முன்னேறுறாங்க? போற போக்கில இன்னும் ரெண்டு மாசத்தில கிளிநொச்சில வந்து நிப்பாங்கள் போல கிடக்கு..."

"இங்கால நம்ம பட்டக்காட்டுப் பக்கமெல்லாம் கடும் சண்ட நடந்தமாதிரித் தெரியல. ஆமிக்காரன் கொஞ்சம் அடிக்கவே பொடியள் பின்னுக்கு வந்துடுறாங்கள். என்ன நடக்குதெண்டு தெரியல. கடைசில சனத்தின்ட பாடுதான் பெரும் திண்டாட்டமா போச்சு. போற போக்கில சனத்தயெல்லாம் சாகக்குடுத்துப் போட்டுத்தான் தமிழீழம் புடிப்பாங்கள் போல கிடக்கு..."

எரிச்சல் குமிழிவிட ஆரம்பித்த அப்பாவின் கதையைத் திசை திருப்பும் முனைப்போடு கதையை வேறு பக்கம் இழுத்துக்கொண்டு போனேன். பேரிடரை எதிர்கொண்டு நிற்கும் இயக்கத்தை வசை பாடுவதெல்லாம் குறித்த காலத்துக்குப் பொருத்தமான காரியமாகத் தோன்றவில்லை. விமர்சனங்களைத் தாண்டி இக்காலத்தில் அவர்களுக்கு ஆதரவாக இருப்பதுதான் தர்மம் என்று தோன்றியது. அதுதான் நம் கடமையும்கூட.

அப்பொழுது திடீரென படலைச் சத்தம் கேட்டது. பார்வையை படலை நோக்கி வீசினேன். ஒரு பெண் உருவம் படலையைத் தாண்டி வளவுக்குள் இறங்கிக்கொண்டிருந்தது. உருவம் என்றா சொன்னேன், உருக்குலைந்து, இளைத்துப்போய், எலும்புகள் துருத்திக்கொண்டு நிற்கும் ஒரு அலங்கோலம். அவளைப் பார்த்ததும் தொண்டை அடைத்துக்கொண்டு வந்தது. மூச்சு புகைந்து பற்றியது. இது என்ன கோலம் கடவுளே!

39

சித்ரா அக்கா இரண்டு சாக்கு மூட்டைகளை பிரயத்தனப்பட்டு சுமந்தபடி எங்களை நோக்கி வந்துகொண்டிருந்தாள். அந்த வெள்ளைப் பைகளில் 'உலக உணவுத் திட்டம்' என கொட்டை எழுத்துக்களில் எழுதப்பட்டிருந்தது. அவளுடைய தோற்றத்தைப் பார்த்ததும் எனக்கு உடல் அதிர்ந்து நடுங்கிற்று.

இது என்ன அலோங்கலம். இவள் சித்ராதானா என மீண்டும் ஒரு முறை அழுத்திப் பார்த்தேன். அவளேதான். விலா எலும்புகள் துருத்திக்கொண்டு வெளியே எட்டிப்பார்க்கும் அளவுக்கு அவளுடைய தேகம் இளைத்துப்போயிருந்தது. ஒட்டி உலர்ந்து, கிள்ளக்கூட தசையில்லாமல் கிடந்தது அவளுடைய கன்னம். முகம் சோபையிழந்து, சதையெல்லாம் வற்றிக் கறுத்திருந்தது. அவளுடைய ஒட்டு மொத்த அழகும் குலைந்துபோய், கீழ்க்கரை கிழிந்து தொங்கும் பாவாடையோடு நடக்க முடியாமல் வந்துகொண்டிருந்தாள்.

என்னைப் பார்த்ததுமே அவளுடைய கண்களில் அழுகை ஊற்றத் தொடங்கிற்று. இந்த நாசமாய்ப்போன சண்டையும் இடப்பெயர்வும் எங்களை எப்படியெல்லாம் உருக்குலைத்து வைத்திருக்கிறது பார் என்பது போல எனக்கு முன்னால் வளைந்தபடி நின்றாள் சித்ரா. கட்டியணைத்தபோது என்னுடைய கைகளுக்குள் சிறுபிள்ளைபோல சுருண்டுகொண்டாள். எனக்கு அழுகையைக் கட்டுப்படுத்த முடியவில்லை.

"எப்ப வந்த நீ?" சித்ரா கைகளை உதறிக்கொண்டு பேச ஆரம்பித்தாள்.

அவளுடைய குரலில் அந்த பழைய இதமான சுருதி இல்லை. தொண்டை கட்டியிருந்தது. கைக்குட்டைத் தடையையும் தாண்டி கண்களில் ஈரம் கசிந்தது. “இப்பதான் வந்தன். என்னக்கா நீ இப்பிடி இருக்கிறாய்?” அவளுக்கு அதற்கு விடை தெரியவில்லை, அல்லது சிறுபுன்னகையொன்றால் தன் முழுப் பதிலையும் முடித்துக்கொள்ள முனைந்தாள்.

கஷ்டம், வறுமை, விரக்தி, துயரம் என அத்தனை அபத்தங்களும் அவளுடைய தேகத்தைக் கண்டபடி உழுது போட்டிருந்தது. இந்தக் கிழிந்த சட்டையை மாற்றுவதற்குக்கூட அவளிடம் மாற்றுத்துணி இருக்கிறதா எனத் தெரியவில்லை. எனக்குள் பெரும் மலையொன்றை இறக்கி அழுத்தினாள் சித்ரா.

இத்தனை துயரத்திலா என் குடும்பத்தை அந்தரிக்க விட்டுவிட்டு நான் மட்டும் மன்னாரில் போய் சுகபோகமாகக் கிடக்கிறேன்?

அருகில் வந்த அம்மா என்னைப் போய் அந்தோனியின் அம்மாவைப் பார்த்துவரும்படி சொன்னாள். எனக்குள் சுவாலையாய் எரிந்துகொண்டிருக்கும் குற்ற உணர்ச்சியை மறைத்துக்கொண்டு எப்படி அந்தோனியின் அம்மாவைப் போய் பார்க்க முடியும்? எப்படிச் சமாளிக்கப்போகிறேன் என்கிற ஸ்மரணையற்று அந்தக் குடிசையை நோக்கி நடந்தேன்.

‘என்னக் கண்டா அந்தோனிட அம்மா முகம் குடுத்து பேசுமா? இல்ல, உன்னாலதான் எங்க குடும்பத்துக்கு இந்த நிலம எண்டு தலையில அடிச்சுக்கொண்டு ஒப்பாரி வைக்குமா?’ தெரியாது.

இப்பெரும் பழியை நான் எதைக்கொண்டு கழுவிக்கொள்ளப் போகிறேன்? அல்லது இக்குற்றவுணர்ச்சி என் கழுத்தைச் சுற்றிப் பிடித்தபடி சாகபரியந்தம் என்கூடவே வரப்போகிறதா?

“எதுவானாலும் பரவாயில்ல. அந்தோனிட அம்மாவுக்கு எப்பிடி தோணுதோ அப்பிடியே நடந்துகொள்ளட்டும். என்ன வருதோ அதயே பேசட்டும். பழிகாரன் நான், எது நடந்தாலும் ஏற்றுக்கொள்ளத்தானே வேணும்!” என திடகாத்திரமாக என்னைத் தயார் செய்துகொண்டு வாசலை நெருங்கினேன்.

“மதன் அண்ணா எப்பிடி இருக்கிறீங்க... வாங்க, உள்ளுக்க வாங்க...” என முகம் மலர்ந்து வரவேற்றாள் வாசலில் நின்ற அந்தோனியின் மூத்த தங்கச்சி. மனதில் கொஞ்சம் துணிவும், நம்பிக்கையும் அதிகரித்தது.

உள்ளே போக மனமில்லாமல் வாசலிலேயே தரித்து நின்றேன்.

அப்போதுதான் கண்களைத் துடைத்தபடி அந்தோனியின் அம்மா வெளியே வந்தார். எனக்கோ அவர் முகத்தை நிமிர்ந்து பார்க்கத் திராணியில்லை. உடல் வியர்த்தது. மூச்சு இரட்டிப்பாக இழுத்தது. ஜென்ம பாவம் ஒன்றைச் செய்துவிட்டவன் போல கூனிக்குறுகி அவர் முன்னால் நின்றேன்.

“வா மதன். என்ன வாசல்லயே நிண்டுட்டாய்? எப்பிடி அப்பு, இப்ப காலெல்லாம் நல்ல சுகமாகிற்றா...?”

“ஓம் அம்மா. இப்ப சுகமாகிற்று.”

அருகில் வந்து என்னைக் கட்டியணைத்து நெற்றியில் முத்தம் தந்தார் அம்மா. நான் இரண்டு கைகளையும் எடுத்து, ஒன்றாக வைத்து “என்ன மன்னிச்சுங்கோங்க அம்மா...” என்றேன். எனக்கு வார்த்தையோடு சேர்த்து கண்ணீரும் பொலுபொலுவெனக் கொட்டியது.

“இதென்ன சின்னப்புள்ள மாதிரி... அழாத மதன். இப்ப எதுக்கு அழுறாய் எண்டு சொல்லு...”

“இல்லம்மா, என்னாலதானே நீங்க இங்க தனியக் கிடந்து கஷ்டப்படுறீங்க. இல்லையெண்டா அந்தனி உங்களோட இருந்திருப்பானல்லா...”

மறுபடியும் இறுக அணைத்து கன்னத்தில் முத்தமிட்டார் அந்தோனியின் அம்மா. எனக்கு அழுகை வெடித்துக்கொண்டேயிருந்தது. அந்தோனியும் என் தோள்களைப் பற்றிக்கொண்டு “அழுகைய நிப்பாட்டப் போறியா இல்லையா...?” என்றான் கண்டிப்பாய்.

எந்தத் தவறும் செய்யாத ஒரு ஜீவனை நம்மோடு சேர்ந்து நம்முடைய தண்டனையையும் அனுபவிக்க நிர்ப்பந்திப்பதெல்லாம் எவ்வளவு பெரிய குரூரமான செயல்? சதா நம் தலையை அந்தப் பழி குடைந்துகொண்டேயிருக்கிறது. அதன் கூரிய நிகங்களால் நம் முழுத் தேகத்தையும் பிறாண்டிக்கொண்டேயிருக்கிறது. இதெல்லாம் அந்தோனிக்கு எப்படிப் புரியும்?

“உள்ள வா அப்பு” என்று என் கைகளைப் பிடித்து இழுத்துக்கொண்டு உள்ளே போனார் அநதோனியின் அம்மா. அவரையும் அவர்கள் இருக்கும் கொட்டிலையும் பார்த்தபோது என்னுடைய குடும்பத்தின் வறுமை ஒன்றுமேயில்லை என்று தோன்றிற்று. இந்த வயதில் ஆண் துணையின்றி வீட்டுக்குள் இரண்டு பெண் பிள்ளைகளையும் வைத்துக்கொண்டு அவர் படும் பாட்டை எவராலும் கற்பனை செய்துகூடப் பார்க்க முடியாது. சதா எத்தனை இடர்களையும், ஆபத்துகளையும் சந்திக்க வேண்டியிருக்கும் இந்தத் தனிமைப்படுத்தப்பட்ட வாழ்க்கையில். அந்தோனியை மீண்டும் மன்னாருக்கு அழைத்துப் போவதில்லையென தீர்க்கமாக முடிவெடுத்துக்கொண்டேன்.

“அதுக்கு என்ன அப்பு செய்யிறது. அவன் உன்கூட இருந்ததும் உனக்குப் பெரியதொரு உதவிதானே. இல்லையெண்டா நீ தனிய எவ்வளவு கஷ்டப்பட்டிருப்பாய்? அதெல்லாம் ஒண்ணும் பிரச்சின இல்ல. நாங்கள் சமாளிப்பம். எல்லாத்தையும்விட இப்பத்தய நிலமை யில இவன் அங்கால இருக்கிறதாலதான் நானும் இங்க நிம்மதியா கிடக்கிறன். நீ கவலப்படாத மதன்...”

அந்தோனியுடைய அம்மாவின் வார்த்தைகள் எனக்குள் கனன்று கொண்டிருந்த பெருந்தீயை அணைத்தது. மனத்தின் கனம் குறைந்து ஈரக்காற்றின் ஆசுவாசம் அதன் இழைகளில் படிவதுபோல் உணர்ந்தேன். கடவுள் இந்தக் குடும்பத்தை நிறைவாக ஆசீர்வதிக்க வேண்டும். பேரருளால் நிறைக்க வேண்டும். இவர்கள் எதிர்கொள்ளப்போகும் பெரும் சத்துராதிகளிடமிருந்து தங்களை விடுவித்துக்கொள்ளும்படியான உள, உடல் வலுவை அவர்களுக்குக் கிடைக்கப் பண்ணவேண்டும்.

இந்தக் குடும்பத்துக்கு நான் பட்ட நன்றிக்கடனைத் தீர்த்துக்கொள்ள இன்னும் எத்தனை ஜென்மங்கள் தேவைப்படுமோ தெரியவில்லை.

அந்தோனியின் தங்கச்சி தேனீரோடு வந்தாள். அவள் உடம்பு கறுத்து மெலிந்திருந்தது. இதுவும் பட்டக்காட்டில் நாங்கள் பார்த்த அந்த செழுமையான உருவமல்ல இப்போது. என்ன பயங்கரம்? இங்கு மனிதர்களின் தோலும் நிணமும் சதா உருகிக்கொண்டேதான் இருக்கிறது. எலும்புகள் துருத்திக்கொண்டு பயமுறுத்துகின்றன.

இங்கு மனிதர்களுக்கு வாழ்க்கை பற்றிய எந்த ஈடுபாடும் இருப்பதாகத் தெரியவில்லை. ஒப்பிற்குத் தங்கள் உயிர்களைக் கைகளில் பிடித்துக்கொண்டு வாழ்க்கையை வலிந்து ஓட்டிக்கொண்டிருக்கிறார்கள். இந்த மக்கள் படும் துயரங்களைப் பார்த்தால் நம் ஊரில் இருக்கும் அத்தனை கோவில்களும் வீண் என்று தோன்றுகிறது.

40

மல்லாவியில் கழிந்த ஒவ்வொரு நாட்களும் என்னுடைய மன அழுத்தத்தைக் அதிகரித்துக்கொண்டேயிருந்தன. பார்ப்பவை எல்லாம் பெரும் எடுப்பில் துயரத்தையே கோரி நின்றன. கேட்கும் கதைகளெல்லாம் வலியையே கூட்டின. இவ்வுலகில் இனி தமிழர்கள் அனுபவிக்காத அவஸ்தையென்று இருக்கவே போவதில்லை என்று நினைத்துக்கொண்டேன். ஒட்டுமொத்த வாழ்க்கையையும் அச்சம், அடக்குமுறை, வருத்தம், பசி, சோர்வு, விரக்தி என்ற வதைகள் இறுக்கிப் பிடித்திருந்தன. அங்கு ஒவ்வொரு நாளும் மனிதர்கள் உயிரோடு சுற்றிக்கொண்டிருப்பதே பெரும் அதிசயமாக இருந்தது.

எனக்கோ ஆமிக்காரன் வழங்கியிருந்த ஒரு கிழமை என்னும் காலக்கெடு போகுமிடமெல்லாம் பிரடியிலேயே தட்டிக்கொண்டு வந்தது. வாழ்வோ சாவோ இந்த சரீரத்தை இங்கேயே உத்தரிக்க விட்டுவிட்டால் தேவலை போலிருந்தது. இவற்றுக்கு நடுவில் அப்பாவின் எரிச்சலூட்டும் அறுவுறுத்தல்கள் மறுபக்கம்.

“தம்பி. கண்டபடி வெளில திரியவேணாமப்பு...”

“ஏனப்பா?”

“சொன்னா கேளு. அதெல்லாம் ஒரு கிழமை வன்னிக்குள்ள வந்து நிக்கிற உனக்கு விளங்காது. நீ அங்கால திரும்பிப் போறவரைக்கும் எனக்கு படபடப்பாவே இருக்குது...”

“ஏனப்பா அப்பிடி சொல்றீங்க?”

“சொல்லுறதக் கேளப்பு. இங்கத்தைய நிலம அப்பிடித்தானிருக்கு...”

என்னவென்றே சொல்லாமல், சொல்வதைக் கேள், சொல்வதைக் கேள் என நச்சரித்துக்கொண்டிருந்தால் எனக்கு எப்படி விளங்கும்? நான் இயக்கத்துக்குப் போய்விடுவேன் என்று பயப்படுகிறாரா அப்பா?

“சும்மா கோவிக்காம அப்பா சொல்றத கேளு. இப்ப இங்கால இயக்கம் ஒரே கூட்டம் கூட்டமெண்டு வைக்கிறாங்க. ஆட்சேர்ப்பிக்கிறதுக்கு. போன கிழமைக்கு முந்தின கிழமதான் அந்த மூலக்கட வீரசிங்கம் அண்ணையின்ட மகன் இயக்கத்துக்கு போனவனாம். போனானா இல்ல இழுத்துக்கொண்டு போனாங்களா எண்டு தெரியல. இழுத்துக்கொண்டு போனவங்க எண்டுதான் அவன்ட அம்மா சொல்லி அழுதா. அதுக்குள்ள முந்தநாள் பாக்க அவன்ட பொடிய கொண்டுவந்து குடுத்திட்டுப் போறாங்கள். இதுகளுக்காகத்தான் அப்பா பயப்படுறார்...” என ‘உலக உணவுத் திட்ட’ பருப்பை தண்ணீரில் அலம்பிக்கொண்டிருந்த அம்மா சொன்னாள். எனக்குத் தூக்கிவாரிப்போட்டது.

“சண்டைக்கு ஆக்கள் போதாதாமெண்டு சொல்லுறாங்கள். ஆமியும் வேகமா முன்னேறிக்கொண்டு வாறான். இயக்கமும் அடிப்பமெண்டில்லாம பின்னாலயே வந்துகொண்டிருக்கு. நிலம எப்பிடி போகுமெண்டு யாருக்கும் தெரியல. நாங்க இலுப்பக்கடவை யில இருந்துட்டு நிலம மோசமாப் போக, நேரா மல்லாவிக்கே வந்துட்டம். நாங்க வந்து ரெண்டு நாளில இலுப்பக்கடவையின்ட கதையும் முடிஞ்சு போச்சு. இந்த வேகத்தில போய்க்கொண்டிருந்தா நாளைக்கே ஆமி கிளிநொச்சியயும் பிடிச்சிடுவான் போல கிடக்கு. சனத்தின்ட நிலமதான் பரிதாபம்...”

கூறிமுடித்த அம்மாவின் முகத்தில் பயம் கோடுகளை இழுத்திருந்தது.

“இயக்கம் என்ன மயிரப் புடுங்கிக்கொண்டிருக்கு...?”

மன்னார் பட்டிணத்தில் சௌகரியமாக இருந்துகொண்டு, வெறும் ஒரு கிழமை விடுமுறைக்கு வன்னியில் வந்துநிற்கும் இந்த ‘மானத் தமிழனுக்கு’ இக்கேள்வியைக்கேட்க என்ன அருகதை இருக்கிறது? நானெல்லாம் இது பற்றி வாய் திறப்பதே பெருங்குற்றம்.

“சண்டைக்கு ஆக்கள் போதாதெண்டா அவங்கள்தான் என்ன செய்வாங்க...” என நான் என்னைத் திருத்திக்கொண்டு கேட்க, எங்கள் முழு சம்பாசனையையும் முற்றத்திலிருந்து கேட்டுக்கொண்டிருந்த அப்பா, “அப்புறமென்ன, இருக்கிற பெடியங்க பெட்டைகள் எல்லாரையும் புடிச்சுக்கொண்டு போய் சண்டைக்கு விடவேண்டியதுதான். முப்பது வருசத்துக்கு முன்னால அங்கோலாவில என்ன நடந்ததோ அதுதான் இங்கையும் நடக்கப்போகுது...” என்று குரல் தழதழக்க, உறுதியாக

முற்றுப்புள்ளியை வைத்தார் அப்பா.

“சனத்த கட்டாயப்படுத்தி இழுத்துக்கொண்டு போய் களமுனையில விடுற ஒரு ஈனத்தனமான நிலம நம்ம போராட்டத்துக்கு நிச்சயம் வராதுப்பா” என நான் எகத்தாளமாகச் சொல்ல அப்பா சன்னமாகச் சிரித்தார். அந்தச் சிரிப்பின் அர்த்தம், இறுதியில் நம்முடைய சனம் முள்ளிவாய்க்கால்வரை வந்து ராணுவத்திடம் உயிர்ப் பிச்சை கேட்டுக்கொண்டு நின்றபோதுதான் எனக்குப் புரிந்தது.

“எங்கட போராட்டாம் நிச்சயம் வெல்லும்” என்பது எனக்குள் காலாகாலமாக இருந்துவருகின்ற ஒரு ஸ்தூலமான நம்பிக்கை. அதன் உறுதித்தன்மையை என் மனம் ஒருபோதும் கேள்விக்குட்படுத்த முனைந்ததில்லை. அதற்கான சந்தர்ப்பமும் ஏற்பட்டதில்லை. ஆனால் இப்போது நடந்துகொண்டிருக்கும் பிரளயங்களைப் பார்த்தால், ஆயிரமாயிரம் மக்களைப் போல என்னுடைய நம்பிக்கையும் கண்ணாடித் துகள்களாக வெடித்துச் சிதறிவிடும் போலிருக்கிறது. அதற்கும் மனம் ஒவ்வாமல் மறுபடியும் எங்கள் கனவுகள் நிச்சயம் வெற்றிவாகை சூடும் எனப் பிடிவாதமாக நம்பினால், அப்போதுதான் அப்பா இப்படி அங்கோலா, ருவாண்டா என வரலாற்றுக் கதைகளைச் சொல்லி பீதியைக் கிளப்புவார்.

மறுநாள் மாலை அந்தோனி எங்கள் வீட்டுக்கு வந்தான். அவனுடைய மொத்தக் கபாலமும் கேள்விகளாலும், அமானுஷ்யங்களாலும் நிறைந்திருப்பதுபோல் இருந்தது. தலையைச் சொறிந்துகொண்டு “கொஞ்சம் வெளியால பொயிட்டு வருவம்...” என்றபோது நானும் சுணக்கமின்றி சம்மதித்தேன்.

அந்த மல்லாவியின் கடைத்தெருக்களில் ஒரு அமானுஷ்ய அமைதி விரவிக்கிடந்தது. எங்களைப் போன்ற மன்னார்வாசிகளால் புரிந்துகொள்ள முடியாத அமைதி. நடு மூளையில் பயங்கரமான கேள்விகளை உண்டு பண்ணுகிற அமைதி. மனிதர்கள் தங்கள் தங்கள் காரியங்களில் வேகமாக இருந்தார்கள். மண்ணில் ஊன்றி நடக்கும் அத்தனை கால்களையும் ஒரு பயங்கொண்ட வேகம், அவசரம், பரபரப்பு சுற்றிப் பிடித்திருந்தது. காற்று உடம்பில் மோதும்போதெல்லாம் யாரோ பின்னாலிருந்து நம் கையைப் பிடித்து இழுப்பதுபோல் தோன்றியது.

தூரத்தில் கேட்கும் தோட்டாச் சத்தங்கள் இவர்களை ஒன்றுமே செய்யவில்லை. ஒன்றுமே செய்யவில்லை என்றும் சொல்லிவிட முடியாது, அது அவர்களுடைய புற இயக்கங்களை அதுவரையில் அலைக்கழிக்கவில்லை, அவ்வளவுதான். சில முதலாளிகள் தங்கள் கடைகளின் பாதிக்கதவை மட்டுமே திறந்து வைத்திருந்தார்கள்.

எப்போது வேண்டுமானாலும் ஓடத் தயாராக இருக்கவேண்டும் என்ற எச்சரிக்கையா அது? ஆனால் வியாபாரம் வழமைபோல நடந்துகொண்டிருந்தது.

அப்பொழுதுதான் காலையில் சித்ரா சொன்னது ஞாபகத்திற்கு வர முன்னாலிருந்த பலசரக்குக் கடைக்குள் நுழைந்தேன்.

காலையில் குளிப்பதற்காக பொதுக்கிணற்றுக்குப்போன போது அக்கா சவர்க்கார டப்பாவை எடுத்துக்கொண்டு வந்து என்னிடம் நீட்டினாள். சவர்க்காரத்தோடு ஒரு அறிவுறுத்தலும் சேர்ந்தே வந்தது.

"இந்த லக்ஸ் சோப்ப முகத்துக்கு மட்டும் போடு. இங்க இது சரியான வில. கிழமைக்கொண்டு வாங்க முடியாது. உடம்புக்கு இந்த சண்லைட்ட சமாளி..."

நான் அவளைப் பரக்கப்பரக்கப் பார்த்தேன். "இது வன்னி சேர். உங்க மன்னாரில்ல..." என்றுவிட்டு தன் கூர்முனை உதட்டில் சிரித்துக்கொண்டு திரும்பி நடந்தாள்.

கடைத் தெருக்களைப் பார்த்தபோது அம்மாவிடம் கொடுத்தது போக மீதமிருந்த பணத்தில்; சித்ராவுக்கு இரண்டு லக்ஸ் சவக்காரங்கள் வாங்கிக்கொண்டு போகலாம் என்று தோன்றியது. அக்கடையின் மரத்தட்டில் அடுக்கி வைத்திருந்த லக்ஸ் சவர்க்காரத்தை காட்டிவிட்டு பணத்தை எடுக்க, கடைக்காரர் "270 ரூபா தம்பி" என்றார்.

"இல்ல அண்ண, ரெண்டு சோப்தான்" என்றபோது கடைக்காரர் என்னை இறும்பூது போலப் பார்த்தார். அப்போதுதான் சித்ரா சொன்ன வன்னியின் விலைவாசி புரிந்தது.

யுத்தம் மற்றும் பொருளாதார முடக்கம் ஆகிய இரண்டு பேரிடர்களையும் ஒரு இனத்தின் மேல் சமாந்திரமாகத் திணிப்பதன் மூலம் அவ்வினத்தை இலகுவாக அழித்துவிட முடியும். உலகின் மிகவும் பாரதூரமான இன அழிப்புத் தந்திரோபாயம் இதுதான். இதைத்தான் உலகின் அத்தனை இனப்படுகொலை வரலாறுகளும் தெளிவாகக் காண்பிக்கின்றன. இலங்கையின் கசாப்புக்கடை கூட்டம்கூட இதைச் சரியாகக் கற்று வைத்திருக்கிறது.

அப்பா சொல்வது போல, இந்த அழிவு எங்குபோய் முடியப் போகிறது என்றுதான் தெரியவில்லை.

"என்னடா இங்க சாமாங்கள் இந்த வில...?"

"ம்... என்ன பண்றது! இப்ப இங்க இருக்கிற நிலமையில சாமான்கள வானத்தால கொண்டுவந்து கொட்டினாத்தான் உண்டு. ஒண்ட கவனிச்சியா, காசு கனக்க எண்டாலும் இப்ப வரைக்கும் சாமான்கள்

கிடைக்குது. அதுவே பெரிய விசயம். எதனால எண்றா? கடத்தல்! அதுவும் இல்லையெண்டா இங்க இருக்கிற சனத்துட நிலமைய யோசிச்சு பாரு. மற்றது இப்ப ஒரு பாதயாச்சு துறந்திருக்கு. அதுவும் அடபட்ட பிறகுதான் நிலம படு மோசமாப் போகப் போகுது"

"ரோட்டில ஓடித் திரியிற வாகனங்கள பாரு, இயக்கத்திண்ட வாகனங்கள் மட்டும்தான் ஓடித் திரியுது..."

"வேற, யாரு 2500 ரூபா குடுத்து மண்ணெண்ண வாங்கி ஊத்தி வாகனம் ஓட்டுறது?"

"வெறும் நாலு மாசம்... வன்னி எப்பிடியெல்லாம் மாறிப்பொயிட்டுது பாத்தியா? இந்த நிலமைய அப்பிடியே இன்னொரு ஆறு மாசம் பிடிச்சுக்கொண்டா போதும், சிங்களவன் ஈசியா தன்ட லட்சியத்த அடஞ்சு போடுவான்."

அப்பாவின் அருகாமை கூடவே இருந்தாலும் அந்த இரவுகளால் என்னைச் சமாதானமாகத் தூங்க வைக்க முடியவில்லை. ஏதோவொன்று உடலை அழுத்திக்கொண்டேயிருந்தது. சுமைகளை ஏற்றியேற்றி நசுக்கியது. மனப்பிறழ்வு கண்டுவிடுவேனோ என்ற அச்சம் மூளை பூராவும் கசிந்து பசபசத்தது. உயிர் இப்பொழுதே, இந்தப் படுக்கை யிலேயே எடுத்துக்கொள்ளப்பட்டு விடுமோ என மனம் அரற்றிக் கொண்டிருப்பதை நிறுத்த முடியவில்லை.

'நான் மன்னாருக்குத் திரும்பிப் போகத்தான் வேண்டுமா?' என்ற கேள்வி அப்போதெல்லாம் என்னை அடிக்கடி அலைக்கழிக்க ஆரம்பித்துவிட்டது. இந்த இக்கட்டான, வாழ்க்கை பற்றிய பூச்சிய உறுதிப்பாடுடைய சூழலில், குடும்பத்தை விட்டுவிட்டு நான் மன்னாருக்குள் ஓடித் தப்புவதென்பது மகா அயோக்கியத்தனம் என்று நம்பினேன்.

இத்தனை துயரம் போதாதென்று கயல் வேறு.

நான் இங்கு வந்து மூன்று நாட்கள் ஆகியும் கயல் பற்றிய எந்தத் தகவலும் கிடைக்கவில்லை. இந்த ஒட்டுமொத்த வளவையும் சல்லடை போட்டுத் தேடி முடித்தாயிற்று. அவள் இங்கு இல்லை. கிளிநொச்சியில் அவளுடைய மாமா வீடு இருக்கிறது. அங்கு போயிருக்கக்கூடிய வாய்ப்புக்களும் உண்டு. இதைப் பற்றி சித்ராவிடமும் வாய் திறக்க முடியாது. அதை நிச்சயம் அம்மாவிடம் போய் பற்றி வைப்பாள். அம்மாவோ ஜின் தொற்றிக்கொண்டது போல தொம்தொம்மென்று குதிப்பாள்.

ஆனால் அவள் எங்கிருந்தாலும் ஒருநாள் என்னைத் தேடி நிச்சயம் வருவாள் என்று சினிமாப்பாணியில் அரற்றிக்கொண்டே கிடந்தது மனது. பல நம்பிக்கைகள் இப்படித்தான், நினைப்பதற்கு அகடவிகடமாக இருக்கும். ஆனால் அதுதான் நமக்கு போதையைக் கொடுக்கும். நம்மைத் தொடர்ந்து இயக்கிக்கொண்டிருக்கும்.

மல்லாவியில் இருந்த பல பட்டக்காட்டு சொந்தக்காரர்கள் என்னை வந்து பார்த்து, சுகம் விசாரித்துவிட்டுப் போனார்கள். என்னுடைய ஒட்டு மொத்த சோலியையும் ஜெல்லி மீன் முடித்துவிடும் என அங்கலாய்த்தவர்களுக்கு நான் முழு உருப்படியாக முன்னால் வந்து நின்றது விசித்திரமாக இருந்தது. பலரால் அந்த அதிசயத்தை நம்ப முடியவில்லை. சிலர் அதை வெளிப்படையாகவே சொன்னார்கள். "அதில இருந்து தப்புவா எண்டு நாங்க நினைக்கவே இல்ல மதன்."

அன்று ராஜா மாமா வந்தார். எங்களுக்கு அடுத்த தெருவில்தான் இருக்கிறாராம். படலையில் வரும்போதே "மதன்..." எனத் தொண்டை கிழியக் கத்திக்கொண்டு வந்தவரை ஓடிச்சென்று அணைத்து அமைதிப்படுத்தினேன். மனுசன் மூச்சு வாங்கியது. என்னை மீண்டும் கண்டதன் பரவச எழுச்சியை அவரால் அடக்கிக்கொள்ள முடியவில்லை. என் மேல் எவ்வளவு பிரியம் இந்த மனுசனுக்கு? வாழ்க்கையில் அவரைப்போல ஒரு பாசக்கார மாமா கிடைத்தது என் ஆகூழ் என்றே சொல்லவேண்டும்.

"அப்புறம், எப்பிடி இருக்கிறீங்க?"

"ஏதோ கடவுளின்ட புண்ணியத்தில கிடக்கிறம்டா. உன்ன திரும்பவும் பாத்தது எவ்வளவு சந்தோசமா இருக்கு தெரியுமோ?"

"ஓமோம், தெரியும் தெரியும்..."

"நம்ம பவான் குடும்பமும் நாங்க இருக்கிற வீட்டுக்குப் பக்கத்திலதான் இருக்குதுகள்... நீ வந்திருக்கிறியாமெண்டு அவன்தான் சொன்னான். அப்பிடியே நேரா இங்க ஓடி வந்துட்டன்..."

"நீங்க வந்திருக்காட்டிலும் நான் கட்டாயம் வந்து உங்களப் பாத்திட்டுத்தான் போயிருப்பன்."

"புறகு மன்னார் பக்கம் சிக்கலில்லத்தானே? அதுசரி, எதுக்கடா இங்கால வந்த நீங்கள், மடச்சாம்பிறாணிகளா? எல்லாரும் அந்தப் பக்கம் போயிடோணுமெண்டு அலஞ்சுகொண்டிருக்கிறாங்கள், நீங்க என்னெண்டா, விசரங்கள் மாதிரி இங்கால வந்து மாட்டியிருக்கிறீங்கள்?"

"இல்ல மாமா... வார கிழம போயிடுவம்!"

"என்னது போயிடுவீங்களோ? போக விட்டுடுவாங்களா இவங்கள்?"

“பாஸ் கிடச்சிட்டுது மாமா...”

“ஓஹ், அப்ப சரி. மதன்... அட காதக் கொஞ்சம் குடன். எக்காரணத்தக் கொண்டும் இப்போதைக்கு இங்காலப் பக்கம் நிரந்தரமா வர்றதப் பத்தி யோசிச்சுப் போடாதீங்க. எப்படியெண்டாலும் அங்காலயே இருந்துக்கப் பாருங்க. அதுதான் உங்களுக்குப் பாதுகாப்பு. விளங்குதல்லோ?”

“இதத்தான் மாமா அப்பாவும் சொல்லுறார். எனக்கெண்டா குடும்பத்த இங்க விட்டுப்போட்டு நான் அங்க கிடக்கிறதெல்லாம் சரியா வருமெண்டு தோணல. இங்க குடும்பமே கஸ்டப்பட்டுக்கொண்டு கிடக்கேக்க அங்க இருந்துகொண்டு என்னால நிம்மதியா இருக்க முடியுமோ?. அப்பிடியொரு வாழ்க்க இருந்தென்ன போயென்ன...”

“அட கிறுக்கா... இங்க நடக்குறதுகள் எல்லாத்தையும் அப்பா சொல்லியிருப்பாரெண்டு நினைக்கிறன். அட கிட்ட வாயன். இதெல்லாம் பெரிசா கதைக்கிற விசயமில்ல. இங்கால இப்ப புதுப் பழக்கமொண்டு ஆரம்பிச்சிருக்கு. இளம் பிள்ளைகள போஸ் பண்ணி கூட்டிக்கொண்டு போறதா கத அடிபடுது. சொல்லுறது விளங்குதோ...”

“ம்... அப்பாவும் சொன்னவர்.”

“பிறகென்ன விசரன் மாதிரி அலம்பிக்கொண்டு கிடக்கிறாய். அதால மரியாதையா மன்னாருக்குத் திரும்பிப் போற வழியப் பாரு. இப்ப போறதோட சரி, இனி இங்கால பக்கம் தல வச்சும் படுத்துடாத. விளங்குதா சொல்றது?”

“இத நினைக்கவே கேவலமா இருக்கு மாமா. இது எப்பிடித் தெரியுமா இருக்கு? உங்க புள்ளைகள பத்திரமா அரசாங்கக் கட்டுப்பாட்டுக்குள்ள அனுப்பிடணும். ஆனா உங்களுக்குக்காக இன்னொருத்தன்ட புள்ள உசுரக்கொடுத்து சண்ட புடிக்கணும்...”

“விசரன் மாதிரி கதையாத. இந்த சண்ட இப்போதைக்கு முடியப் போறதில்ல. காலாகாலமா சண்ட புடிச்சுக்கொண்டுதான் கிடக்கிறம். என்ன கிடச்சது? ஏதாச்சும் மாற்றம் வந்திச்சோ. என்ன மாவீரர் மயானம்தான் நிறஞ்சு வழிஞ்சுக்கொண்டு கிடக்குது. அது வேற யுத்த நிறுத்த காலத்துக்குப் பிறகு நம்ம பொடிகளுக்கு சண்ட செய்யிற ஆச வேற குறஞ்சுபோச்சு. சமாதான காலத்த வடிவா பயன்படுத்தி வாழ்க்கயோட சுகமான பக்கத்த அரசாங்கம் இவங்களுக்குக் காட்டிப் போட்டுது பாரு. பெடியளும் மனிசர்தானே. ஆச இருக்காதா? அவங்கள்ட தலைகளுக்குள்ள முந்திய போல போராட்டம் மட்டுமில்ல, இப்ப ஆயிரத்தெட்டு விசயங்கள் வந்துட்டுது. போராட்டத்த மட்டுமே தலைக்குள்ள கொண்டு திரியிற நேரம்தான் பெடிகளுக்கு வெற்றி கிடச்சிது. இனி அதெல்லாம் மறுபடியும் நடக்குமெண்டு நினைக்கல.

சரி அத விடு. இப்ப நீங்கள் ரெண்டு பேரும் பேய்க்கத கதையாமல் சொல்றதக் கேட்டு உருப்படுற வழியப் பாருங்கோ...”

அப்பாவிடமும் மாமாவிடமும் இதைத் தவிர வேறு எதையும் எதிர்பார்க்க முடியாது. இவர்கள் தங்களுடைய விவாதங்கள் வெற்றி பெற வேண்டும் என்பதற்காகவே ஆயிரத்தெட்டு வியாக்கியானங்களை தலைக்குள் சுமந்துகொண்டு திரிபவர்கள். இவர்களோடு விவாதிப்பதெல்லாம் சுத்த நேர விரையம்.

எது எப்படியோ, ஒரு விடயத்தில் மட்டும் மனம் தெளிவாக இருந்தது. இந்த உக்கிரமான மனித அவலத்துக்குள் சுயநலமாக உயிரைப் பிடித்துக்கொண்டு மன்னாரில் “பொன்மாலைப் பொழுது” பார்த்துக் கொண்டிருப்பதெல்லாம் அதிகபட்ச அயோக்கியத்தனமான வாழ்க்கை. மனசாட்சியுள்ள எவராலும் இப்பெரும் பழியைக் கடந்துபோக முடியாது.

“சண்டைக்கு ஆக்கள போஸ் பண்ணிச் சேக்கிறது உண்மையா இருந்தா மாமா, இந்தப் போராட்டம் கடைசில தோத்துத்தான் போகும்... நிச்சயம் வெல்லாது. ஒரு வரலாற்றுப் புரட்சிய எப்பிடி மாமா ரெண்டே நாளில ஒருத்தனுக்குள்ள புகுத்த முடியும்?”

அதை ஏற்றுக்கொண்டது போல மாமாவின் புருவங்கள் அசைந்தன. கண்களை நேராகப் பார்த்து “சரியாச் சொன்னாய்!” என்றார்.

நான் சிறு வயது முதல் தீவிரமாக ஆதரிக்கும் ஈழப் போராட்டத்தையும் இயக்கத்தாரையும் இப்படியெல்லாம் சிறுமைப்படுத்திப் பேசுவது அல்லது யாரும் பேசக் கேட்பது, என்னை நானே மலத்தால் பூசிக்கொள்வது போலிருந்தது. கடந்த சில ஆண்டுகளாக இயக்கத்தின் சில நடவடிக்கைகள் மீது எனக்கும் விமர்சனம் இருந்ததுதான். ஆனால், ஒரு இனத்தின் இலட்சிய அமைப்பாக அதன் அவசியம், அர்ப்பணிப்பு சார்ந்து எனக்கிருக்கும் உடன்பாட்டை அது ஒருபோதும் சமரசம் செய்துகொண்டதில்லை. அவ்விமர்சனங்கள்கூட தனிப்பட்ட சில இயக்கத் தலைமைகள் மீதானதேயொழிய இயக்கம் என்ற ஒரு அமைப்பு மீதானதல்ல. ஒட்டு மொத்த இயக்கத்தையும் பொதுமைப்படுத்தல்கள் மூலம் விமர்சித்துக் களங்கப்படுத்தும் மனநிலையை நான் ஒருபோதும் ஆதரித்ததில்லை. இனியும், அல்ல, எப்போதுமே அதை ஆதரிக்கப்போவதில்லை. சுயநலமின்றி தங்கள் உயிர்களைத் துச்சமென மதித்து மக்களுக்காக உயிர் நீத்த ஆயிரமா யிரம் இளைஞர்களுடைய கனவுகளிலும், தியாகத்திலும் மலத்தை அள்ளியெறியும் கீழ்த்தரமான காரியத்தை எப்படி மனசாட்சியும் தன்னுணர்வும் உள்ள ஒரு தமிழனால் செய்ய முடியும்?

விடுதலைப் போராட்டம் என்பது எங்களுடைய வாழ்க்கை. எங்களின் தேசிய வகிபாகத்தையும், இருப்பையும் வலுவாக உயர்த்திப்பிடித்து உலகுக்குக் காட்டிய நெம்புகோல். ஒரு இனத்தின் உரிமையையும் அதன் பொருட்டு எங்களுக்கிருந்த சலுகைகளையும் ஆட்சியாளர்களின் நடு உச்சியில் அடித்துச் சொல்லிய சம்மட்டி. ஆயுதம் ஏந்திய கைகளால்தான் எங்களுடைய இருத்தலை இந்தளவிற்காவது தக்கவைத்துக்கொள்ள முடிந்தது என்றால் அதை யார் எதிர்ப்பார்? (ஆயிரக்கணக்கான தமிழர்களுக்கு 'காட்' கிடத்ததும் அதனால்தான் – அந்தோனி.)

ஆனால் என்ன, எப்போது ஒரே விரிப்பில் படுத்துறங்கியவனே நமக்கெதிராகத் தாயத்துக் கட்ட ஆரம்பித்தானோ, அப்போதே சரிய ஆரம்பித்துவிட்டது நம்முடைய வரலாற்றுக் கனவு. அவர்களுடைய சுய இச்சைகளின் பொருட்டு களங்கப்படுத்தப்பட்டது வெறும் போராட்டம் அல்ல. ஒரு இனம் முப்பது ஆண்டுகளுக்கு மேலாக கட்டிக்காத்த மிகப் பெரிய இலட்சியமும்தான்.

துரோகிகளை கூடவே வைத்திருந்து ஊட்டியூட்டி வளர்த்த பெரும் பழியை நம்மால் ஒருபோதும் கழுவிக்கொண்டுவிட முடியாது.

ஆனால் விசித்திரத்தைப் பாருங்கள். அத்தாயத்து கோஷ்டிதான் இப்பொழுது புலிகளுக்கும், ஒட்டுமொத்த தமிழ் சமூகத்துக்கும் புத்திமதி சொல்ல புறப்பட்டு வருகிறது. இயக்கம் விட்ட தவறுகளையும், தமிழர்கள் ஈட்டிய குற்றங்களையும் பட்டியலிட்டு அதற்குப் பரிகாரம் பண்ணும்படி நீலிக்கண்ணீர் வடிக்கிறது. இன்று வரை அவர்களுடைய அகராதி அபூர்வமானது. அதில் துரோகம் என்பது புத்திசாலித்தனம். ஈனத்தனம் என்பது விவேகம். காட்டிக்கொடுப்பு என்பது தக்கனப்பிழைத்தல்.

என்ன செய்வது, கரப்பான் பூச்சிக்கெல்லாம் கொடுக்கு முளைத்த விசித்திரம் நம்மினத்தில்தான் நடந்து தொலைந்திருக்கிறது.

அன்று ராஜா மாமாவைப் போல இன்னும் பலர் என்னை சுகம் விசாரித்துப் போக வந்தார்கள். அத்தனை பட்டக்காட்டு குடும்பங்களுக்கும் மல்லாவிதான் மடி விரித்திருக்கிறது போலிருந்தது, கயலுடைய குடும்பத்தைத் தவிர. ஒவ்வொரு தடவை படலைச் சத்தம் கேட்கும்போதும் அது கயலாக இருக்க வேண்டும் என மனசு துடிக்கும். பிரயாசை கிடந்து தவிக்கும். வெறித்துக்கொண்டு படலையைப் பார்த்தால் வெறும் ஆத்திரம் மட்டும்தான் மிஞ்சும். எச்சில் உருண்டையை விழுங்கிவிட்டு அடுத்த படலைச் சத்தத்துக்காகக் காத்துக்கொண்டிருப்பேன்.

இறுதியில், கயல் வீட்டாட்கள் மல்லாவியில் இல்லை என்பது தெளிவாகப் புரிந்தது. அவளை இனி ஒருபோதும் நீ கண்டடைய மாட்டாய் என்றது சம்சயம். அப்படி நினைப்பு வரும்போதெல்லாம்

மனம் பெரும் தவியாய் தவிக்கும். உடலின் மயிர்த்துளைகளில் வெந்நீர் கொப்பளிக்கும். உண்மையைச் சொன்னால், அப்பொழுதெல்லாம் அவள் இல்லாத ஒரு வாழ்க்கையை என்னால் கற்பனை செய்துகூடப் பார்க்க முடியவில்லை. அந்த விரகதாபம் எனக்குள் சதா அனலை மூட்டிக்கொண்டேயிருந்தது. அவளை நான் நிச்சயம் கண்டடைவேன் என்ற நம்பிக்கை ஒவ்வொரு நாளும் தூரப்போய்க்கொண்டிருந்தது. கயல் எனக்காக எங்கோ காத்துக்கொண்டிருக்கிறாள் என அடிக்கடி அரற்றிக்கொண்டிருந்த அசரீரியும் மௌனித்தது. அவள் இல்லாத பிரபஞ்சம் ஒன்று எனக்கு இன்னும் சிருஷ்டிக்கப்படவில்லை என எண்ணங்களைக் குழப்பியடித்துக்கொண்டிருக்கும் மூளையைச் சமாளிக்க முடியவில்லை.

அன்று அற்புதமான ருசியில் அம்மா ஒரு மீன் குழம்பு வைத்தாள். விரால் மீன். நீண்ட நாட்களாக செத்துக்கிடந்த நாவில் பெருங்களிப்பு துள்ளிற்று. கடந்த ஒரு வருடமாக மன்னாரின் மட்டமான சாப்பாட்டுக் கடைகளில் ஈடு வைத்தருந்த நாவை பத்திரமாக மீட்டெடுத்தது போலிருந்தது அந்தச் சுவை.

அந்த மீன் முள் அடி நாக்கில் தைப்பதற்கு முன்னமே மூன்று நடுத்துண்டுகளை விழுங்கிவிட்டிருந்தேன். “பாருங்கம்மா, அங்க காஞ்சு கிடந்ததுக்கு இங்க வந்து என்ன கட்டு கட்டுறானெண்டு...” அருகிலிருந்த சித்ராவால் அதை ஜீரணித்துக்கொள்ள முடியவில்லை. வித்தைகள் புரியும் அம்மாவின் கைகளிலிருந்து அவளைப் பிடுங்கிக்கொண்டுபோய் சமையலே தெரியாத சாப்பாட்டுக் கடைகளால் நிறைந்திருக்கும் ஒரு நகரத்தில் இரண்டு வாரங்கள் போட்டுவிட்டால்தான் அதன் தவிப்புப் புரியும்.

வெட்கத்தையும் கௌரவத்தையும் சாப்பாட்டில் காட்டுமளவுக்கு என்னுடைய புத்தி இன்னும் பழுதடைந்துவிடவில்லை. ருசியான சாப்பாடு என்றால் உலகமே எனக்கு அந்நியமாய்ப் போய்விடும். அருகிலிருக்கும் மனிதர்கள் பற்றிய பிரக்ஞை செத்துவிடும். முழு வயிறும் நிரம்பி வழியும்வரை நான் ஒரு காட்டின் ஏக ராஜாவாக இருப்பேன். இந்த லட்சணத்தில் சித்ராவின் வார்த்தைகளா என்னைத் தொந்தரவு செய்துவிடும்?

கடைசி மீன் துண்டையும் முடித்துவிட்டு வாயைச் சப்பிக் கொண்டிருந்தேன். அதைப் பார்த்துவிட்டு தன்னுடைய தட்டிலிருந்த பாதி மீன் துண்டையும் தூக்கிக் கொடுத்தாள் அம்மா. சித்ராவுக்கு முகம் வெளிறிற்று.

“சித்ரா சும்மா இரு. பாவம் கண்ண வைக்காத. அங்கையும் ஒரே

கடச் சாப்பாடு. ஆசைக்கு சாப்பிட்டுட்டுப் போகட்டும்…” என சித்ராவைப் பார்த்து மென்மையாகச் சொன்னாள் அம்மா.

“தம்பி. நம்ம ஃபாதருக்குதான் என்ன கைம்மாறு பண்ணப்போறம் எண்டு தெரியல.”

அருகிலிருந்த அப்பா ஆரம்பித்தார்.

“ஓமப்பா. அவர் மட்டும் இல்லையெண்டா எங்கட நிலமய நினச்சும் பாக்க முடியாது. என்ட வாழ்க்கையில இப்பிடியொரு மனுசன, அதுவும் ஃபாதர, நான் சந்திச்சதேயில்லப்பா…”

“ம்… நீயென்ன, நானும்தான். கடவுள்ட சரியான தெரிவு. மக்களுக்குத் தேவையான சேவையாளன். இப்படி அத்தின சுவாமிமாரும் இருந்துட்டா நமக்கு என்ன குற இருந்திடப்போகுது?”

இயக்கத்தைப்போல சுவாமிமார் மேலும் அவ்வப்போது தன் கூரிய கத்தியைக் கீறி இழுக்கும் மரபை தொடர்ந்து காப்பாற்றிக்கொண்டே வருகிறது இந்த மனுசன். வழமைபோல அம்மா சத்தம் வைக்காவிட்டால் அந்தக் கீறல் சீராக இழுபட்டுப் போய் பெரும் காயத்தில் முடிந்துவிடும். யாராக இருந்தாலும் தன் மன நமைச்சலைக் கொட்டித் தீர்த்துவிடுவதில் பின்னிற்பவரல்ல அவர்.

“சரியான சிம்பிள்ளான மனுசனப்பா ஜேம்ஸ் ஃபாதர். அந்த ஓட்ட லோட் நைன்டி, தேஞ்ச செருப்பு, ஒரு பக்கம் கெளிச்சுக்கொண்டு நிக்கிற டப்பா கண்ணாடி, பொத்தல் விழுந்த கசக்… இப்பிடியொரு சுவாமிய இப்ப எல்லாம் காணக் கிடைக்காதப்பா. ஏன்னம்மா முளுசுறிங்க? அதுக்காக எல்லா சுவாமிமாரும் பொத்தல் கசக்கோட திரியணும் எண்டு சொல்லல. ஒரு சுவாமிக்கு கொஞ்சமாச்சும் துறவிக்குரிய போக்கு இருக்கணுமெண்டு சொல்றன்…”

“…”

“அதபோல தன்ட கடமைகளிலயும் அவ்வளவு கவனமப்பா அவர்… அர்ப்பணிப்பு எண்றத அவர்ட்டதான் படிக்கோணும். அதவிட அவர்ட பிரசங்கம் இருக்கே. சொல்லி வேலயில்ல. நீங்க எல்லாம் கேட்டா கோயிலே தஞ்சமெண்டு கிடந்துடுவீங்க…”

அப்பா சிரித்தார். அம்மாவின் பார்வை அந்த சுவாமியை ஒரு தடவையேனும் பார்க்கக் கிடைக்காதா என்று ஏங்கியது.

“அந்த மனுசன் நீண்ட ஆயுசோட இருக்கணும். இவரமாரியெல்லாம் இனியும் சுவாமிகள் வருவாங்களா எண்டு தெரியல. இப்பயும், இல்ல இனியும், வரப்போறதில்ல. இந்தக்காலத்து சுவாமிமாருக்கு என்ன, புது மோட்டடசைக்கிள், விதம் விதமான தாடி மீச, முடியிழுப்பு…”

இப்பொழுது அம்மா குறுக்கிடுவார் என்று எதிர்பார்த்தேன். என்னுடைய கணக்கு தப்பவில்லை.

"எல்லா சுவாமிமாரும் ஒரே மாதிரி இருக்க முடியுமா அப்பா, உங்கட விசர் கத. உங்களுக்கு அவங்க மேல தொத்தாட்டி நித்திர வராது. நமக்கு என்னத்துக்கு இந்தத் தேவயில்லாத கதைகளெல்லாம். அதெல்லாம் கடவுளுக்குத் தெரியும். நீங்க யாரயும் தீர்ப்பிட வேணாம். மேல இருக்கிறவர் பாத்துக்கொள்ளட்டும். உண்மதான் தம்பி. ஃபாதர் ஜேம்ஸ் இல்லேண்டா உங்க ரெண்டு பேரின்ட நிலமையும் என்ன ஆகியிருக்கும்... கடவுளுக்குத்தான் நன்றி சொல்லோணும்" – இது அம்மா.

"கடவுள விட்டுப்போட்டு முதல்ல போய் அந்த மனுசனுக்கு நன்றியச் சொல்லு!"

அப்பாவின் கோவத்துக்குப் பின்னாலிருக்கும் அறம் புரிந்தது. இந்த விடயத்தில் அம்மாவுக்கும் அப்பாவுக்கும் இருவேறு பாஷைகள் உண்டு. ஒருவருடைய பாஷை இன்னொருவருக்குப் புரியாது.

மல்லாவியின் நான்காம் நாளும் முடிவின் விளிம்பில் நின்றது. நானும் அப்பாவும் முற்றத்தில் பாயை விரித்துக்கொண்டு படுத்தோம். அப்பாவின் தலைமாட்டில் டோர்ச் லைட்டும் ரேடியோவும் துணைக்குக்கிருந்தது. நான் கால்களை நீட்டி விரித்து மல்லாக்கக்கிடந்தேன்.

தூக்கம் அண்டவில்லை. மேலே தன் பிரம்மாண்டத்தைப் பரப்பிக் கிடந்தது வானம். முனைகளைக் கூராக்கிக்கொண்டு வளைந்த கத்திபோல ஔிர்ந்தது நிலவு. தெளிந்த நீலத்திரையில் மின்னும் வெள்ளைப் பொட்டுகளைக் கொட்டிவிட்டதுபோல் நட்சத்திரங்கள். இப்போதெல்லாம் மனிதர்களால் அதிகம் ரசிக்கப்படாமல் விடப்பட்ட ஒரு ஆச்சரியம் இந்த இராக்காலத்து வானம்தான். ஔி பிடுங்கப்பட்ட இரவில் எவ்வளவு ரம்மியமாக ஜொலிக்கிறது இந்த வானம்.

அந்த இரவின் அமானுஷ்யத் திரையில் தூரத்தில் கேட்கும் வெடிப்பொலிகள் பொத்தல்களாக விழுந்துகொண்டிருந்தன. நிமிடத்திற்கொருமுறை ஏவப்படும் ஷெல் என்னுடைய பயக்குளத்தில்தான் தொபீரென விழுந்து வெடித்தது. சின்னாபின்னமாகத் தெறிக்கும் பயத்தின் பசபசப்பில் தேகம் ஒட்டி வழுக்கியது.

இந்தப் பிரச்சினையெல்லாம் அப்பாவுக்கு இல்லை. அப்பா தூக்கத்தின் பிள்ளை. வெடிச்சத்தங்களால் கூட அவருடைய குறட்டையை ஒன்றும் செய்ய முடியாது.

எனக்கு மேலே விரிந்து கிடந்த வானத்து விஸ்மிதங்களுக்கு நடுவில் கயல் திடீரெனத் தோன்றினாள். நட்சத்திரங்களின் முகடுகளில் மாறி

மாறி அமர்ந்துகொள்ளும் அவளுடைய கண்களில் உலகப் பிரபஞ் சத்தை உண்டாக்கியவளின் கர்வம் பளபளத்தது. நிலவைச் சுற்றி ஆடையாக அணிந்திருந்தாள். விண்மீன்கள் அவள் கூந்தலில் சிறு சிறு புஸ்பக் கட்டுக்களாகத் தொங்கின. அவளுடைய கன்னங்களின் பிரகாசிப்பு இப்பிரபஞ்சத்தை ஒளி வெள்ளத்தால் நிரப்பியது.

இந்தப் புதினங்களுக்குக் கட்டுப்பட்டு சஞ்சாரம் செய்துகொள்ளும் நிலையில் என்னுடைய மனம் இல்லை. தேடலும் ஏக்கமும் குவிந்து கிடக்கும் மனதில் தேவதைகள் உலாப்போகும் காட்சிகளை ஒட்ட வைக்க முடியவில்லை.

அன்பே கயல், இந்த வானமும் அதன் சேனைகளும் கிடந்துவிட்டுப் போகட்டும். ஒன்றை மட்டும் தெளிவாகச் சொல்லிவிட்டுப் போ. இந்த பூலோகக்காட்டில் கார்க்கோடன்களிடம் அடிபட்டுச் சாகும் இந்த பாகுகனை எப்போது வந்து மீட்டுக்கொள்வாய்?

மறுநாள் காலை. இரவைத் துரத்திவிட்டு அவ்விடத்ததை கபக்கெனப் கவ்விக் கொண்டது வெளிச்சம். காலை தேநீருடன் வந்த அம்மா என்னை எழுப்பியபோதுதான் சூரிய ஒளி என் பிருட்டத்தில் கணகணப்பது புரிந்தது. இல்லையென்றாலும் நேரம் எட்டுமணியை நெருங்கியிருக்கும். "தம்பி குளிச்சிட்டு வா. அப்பம் சுடுறன் உனக்கு" என என்னை பாயிலிருந்து நெம்புகோல் வைத்துக் கிண்டி கிணற்றடியை நோக்கித் தள்ளிவிட்டாள் அம்மா.

அப்பாவின் மஞ்சள் துவாலையை தோளில் போட்டுக்கொண்டு, பற்பொடியை விரலில் தொட்டு பற்களில் உரசியபடி கிணற்றடியை நோக்கி நடந்தேன். சிறுபிள்ளையாக இருந்தபோது எனக்கு மிகவும் பிடித்தமான சாப்பாடு பற்பொடிதான் என்பாள் அம்மா. கோபால் பற்பொடியில் பட்டும் படாமலும் தெறிக்கும் மெல்லிய இனிப்புச் சுவைக்கு அடிமையாய்க்கிடந்த அந்த வாழ்க்கை பற்றி அம்மா பேசும்போது இனிப்பாக இருக்கும். பற்பொடியை ருசிக்காத குழந்தையென்று யாருண்டு?

நானாவது பரவாயில்லை, என் அடிமைத்தனம் பற்பொடியோடு போய்விட்டது. ஆனால் சித்ராவின் நிலைமையோ படுமோசம்.

"மண் தின்றது எண்டா போதும். அவள் உலகத்தயே மறந்துடுவாள்..." என அம்மா சொன்னால் "அதுதான் இப்பயும் என்ட பொண்ணு மண்சிலமாரியே இருக்கு" என்பார் அப்பா. தனக்கு மூளையில்லை என்பதைத்தான் அப்பா பொடிவைத்துச் சொல்லுகிறார் என்பதைக்கூட புரிந்துகொள்ள முடியாத சித்ரா பல்லிளித்துக்கொண்டுபோய்

அப்பாவுக்கு முத்தம் வைப்பாள்.

இளஞ்சிவப்பாய் மாறிவிட்ட பற்களைத் தேய்த்துக்கொண்டு பொதுக் கிணற்றடிக்கு வந்தேன். அங்கு இரண்டு மூன்று ஜீவன்களைத்தவிர வேறு ஆட்களில்லை. ஒரு பக்கமாக ஒதுங்கி வந்த வேலையை ஆரம்பித்தேன்.

உடலில் முதல் வாளி ஜலம் கொட்டியதும் விலா எலும்பு உலுக்கிற்று. கிணற்றுத் தண்ணீர் இப்படி சில்லென்றிருக்குமென்று நான் எதிர்பார்க்க வில்லை.

மீண்டும் மீண்டும் வாளியை நிறைத்து தலையில் ஊற்றினேன். குளிர் மிதந்து காய்ந்துபோனது. சுகம் ஊற்றும் ஜலத்தின் ஒவ்வொரு சொட்டும் புத்துணர்ச்சியைக் கிளறியது. குளியலை நிறுத்திவிட்டு சவர்க்காரத்தை எடுத்தபோதுதான் “மதன்...” என சித்ரா அழைப்பது கேட்டது.

எதற்காக இத்தனை அவசரத் தொனியில் கத்துகிறாள் இவள்? என் கண்மடல்களிலிருந்த நீர்த்தாரைகளைத் துடைத்துக்கொண்டு “என்னக்கா...?” என்றேன்.

“இந்தா உன்னப் பாக்குறதுக்கு ஒராள் வந்திருக்கு. கெதியா வா”

“யாரு...?”

“...”

நான் கிணற்றடியை மறைத்திருந்த கிடுகுக் கற்றையை நீக்கிப் படலையைப் பார்த்தேன். பகீரென்றது.

அங்கே கயல் நின்றுகொண்டிருந்தாள். கூர்ந்து கவனித்தேன். இடுப்பில் பிஸ்டல் தொங்கிக்கொண்டிருந்தது.

41

இப்போது என் உடலில் வழிந்துகொண்டிருப்பது தண்ணீரா, இல்லை, வியர்வையா?

கைகள் நடுங்க ஆரம்பித்தன. படலையில் பார்த்த காட்சி என் கண்களுக்குள் அப்படியே உறைந்துவிட்டிருந்தது. அது வெறும் காட்சிப்பிழையாக இருந்துவிடக் கூடாதா என்ற பரிதவிப்பில் மீண்டும் கிடுகு ஓட்டைக்குள்ளால் படலையைப் பார்த்தேன். அது காட்சிப் பிழையல்ல, பிழையற்ற காட்சி!

வேலியில் கிடந்த துவாலையை எடுத்து அவசரமாக இடுப்பில் கட்டிக்கொண்டு படலையை நோக்கி ஓட முயன்றேன். எதுவோ என்னை ஓட விடாமல் பிடரிப்பக்கம் பிடித்து இழுத்தது. கால்கள் பின்னி நடை குலைந்தது. இதயத்துடிப்பின் வேகம் எகுறிப் பாய்ந்தது.

ஆண்டவா, இப்பொழுது நான் என்ன செய்ய வேண்டுமென்று எதிர்பார்க்கிறாய்? எதற்காக தூக்க முடியாத பளுவை கால்களில் ஏற்றிவிட்டிருக்கிறாய்?

வீட்டுக்குள் சென்று ஆணியில் தொங்கிக்கொண்டிருந்த சேட்டை எடுத்துக் கொழுவிக்கொண்டு படலைக்கு வந்தேன். இப்பேரண்டத்தில் இதுவரை சந்தித்திராத ஒரு மனிதனை முதல் முறை எதிர்கொள்வது போலிருந்தது அவளுடைய பார்வை. இரண்டு வினாடி கழித்து, பார்வையைத் தாழ்த்தி, ஒரு கஞ்சல் புன்னகையைக் கொடுத்தாள்.

என்னுடைய கண்களுக்கு அத்தனை சகிப்புத்தன்மை கிடையாது. அவை பெருத்து பிதுங்கத் தொடங்கின. அரை நொடியில் ஒட்டுமொத்த

தேகத்தையும் அளந்தேன். அவளுடைய ஒட்டுமொத்த உருவத்திலும் கூரிய அம்புகள் முளைத்திருந்தன. பார்வையை விலக்கிக்கொண்டேன். விரல்கள் தீப்பற்றின. சதையெல்லாம் உஷ்ணம் ஏறிக் கொதித்தது. தலை கிறுகிறுத்தது.

ஆண்களைப்போல் ஒட்டையாய்க் கத்தரிக்கப்பட்ட முடி, குச்சிகள் இறுக்கப்பட்ட தோட்டுத் துவாரங்கள், கழுத்தில் கறுப்பு நூல், கறுப்புக் கோடுகளால் கட்டங்கள் போட்ட வெள்ளைச் சேட்டு, கீழே துடையில் அகன்று பாதத்தில் ஒடுங்கி நிற்கும் கறுப்பு ஜீன்ஸ், சேட்டை வெளியில் விட்டு குறுக்காக இடுப்பில் கட்டப்பட்டிருக்கும் கரும்பச்சை நிற இடுப்புப்பட்டி, அதில் வலப்பக்கமாய் பச்சைப் பையினுள் தொங்கிக்கொண்டிருக்கும் பிஸ்டல், பாதங்களில் பாட்டா செருப்பு, புருவங்களில் போராட்ட வேட்கை!

இது என்ன அபத்தமான கோலம்? இதை அபத்தம் என்று சொல்வது சரியா? அவள் என் காதலி என்றால், சரிதான்!

என்னுடைய சர்வாங்கமும் நொடியில் அடங்கித் தீர்ந்துவிடும் போலிருந்தது. அவள் சிரிக்கிறாள்தான். எனக்கோ வியர்த்துக்கொட்டுகிறது. இது எங்ஙனம் ஆகும்? கயலுக்கே உரித்தான அந்தக் குறும்புத்தனம் இந்தப் பெண்ணிடம் இல்லை. பட்டக்காட்டு கயலின் செங்கமல விழிகள் நூர்ந்துவிட்டன. செவ்விய இதழ்கள் காய்ந்து கிடக்கின்றன. சிவப்புக் கன்னத்தில் அசதியின் கோடுகள். காந்தர்வப் புருவங்களில் களைப்பின் கருநிழல்.

இந்த அபத்தத்தை என்னால் ஜீரணிக்க முடியாது. வார்த்தைகளற்ற உரையாடலை நிறுத்திவிட்டு பாயை எடுத்து மாமர நிழலில் போட்டு அமரும்படி சொன்னேன். என்னுடைய இப்போதைய அவஸ்தையையும், மனப்பேதலிப்பையும் அவளால் புரிந்துகொள்ள முடிகிறதா எனத் தெரியவில்லை. நான் இதை ஒருபோதும் எதிர்பார்த்திருக்க மாட்டேன் என்பதை அவள் நிச்சயம் அறிந்திருப்பாள். பிறகெதற்கு இந்த வியப்பூட்டும் வருகை, திகைப்பூட்டும் நாடகம்?

“எப்பிடி இருக்கிறீங்கள் மதன்?”

“...”

“மதன், உங்களத்தான். எப்பிடி இருக்கிறீங்கள் எண்டு கேட்டன்...”

“நல்லா இருக்கன். நீ, சொரி, நீங்க...?”

“நீயெண்டே கூப்பிடலாம். எதுக்கு பயப்பிடுறியள்? சுட்டுப்போடுவன் எண்டா? ஹா ஹா...”

"..."

"இங்க எப்ப வந்த நீங்கள்? எங்கட பேஸ் இங்காலதான் இருக்கு. மல்லாவிக்குத்தான் சாமான் வாங்க வாறனாங்கள். கடையில ராஜா மாமாவக் கண்டன். அவர்தான் சொன்னவர் நீங்கள் வந்திருக்கிறியளெண்டு. அதான் ஒருக்கா பாத்திட்டு போவமெண்டு வந்தனான்..."

"கயல்..."

"தமிழரசி!"

'ஓஹ். சொரி. தமிழ.ர.சி..."

"ம். இப்ப சரி! நன்றி."

"அப்ப கயல்...?"

"கயலா? யாரது? ஓஹ், அந்த பட்டக்காட்டு பைத்தியக்காரப் பெட்டையா... அது செத்துப்போய் இப்ப ஒரு வருஷம் ஆச்சே மதன். நெத்திப்பொட்டில ரைபிள வச்சு ஒரே போடா போட்டுத் தள்ளிட்டன். டூமீல்! ஹா ஹா..."

"எப்பிடி இருக்கிறீங்க த.மி.ழ.ர.சி?"

"பாக்க தெரியலியா? எனக்கென்ன குற... ரொம்ப நல்லா இருக்கன். அக்காக்கள் என்னைய நல்லா கவனிச்சுக்கிறாங்கள். பாருங்க, இப்ப சதகூட எக்கச்சக்கமா போட்டிருக்கு."

தோளை நிமிர்த்தி, வலப்பக்கம் கொஞ்சம் மார்பை சாய்த்து, இடுப்புச் சதையைப் பிடித்துக்கொண்டு கொடுப்பில் சிரித்தாள் கயல். இறுகிக்கிடக்கும் என்னுடைய புலன்களுக்கு சதை போட்டது எப்படி விளங்கும்? என்னுடைய கண்கள் பார்ப்பது நிஜமல்ல என்றே அப்பொழுதும் தோன்றிற்று. பாய் நடுவில் அமர்ந்து குதூகலம் பொங்கப் பேசிக்கொண்டிருக்கும் அந்தப் பெண் போராளியை கண்கள் பூராகவும் ஆச்சரியம் வழிய பார்த்துக் கொண்டிருந்தேன்.

"கயல். சொரி, தமி..ழரசி... ச்சைக், மன்னிக்கணும் நான் கொஞ்சம் கயல் எண்டே கூப்பிடவா?"

"ஹாஹா... பாக்க பாவமா இருக்கு. சரி சரி, கயலெண்டே கூப்பிடுங்க."

இதற்கும் சிரிப்புத்தானா தமிழரசி? இரண்டு நிமிடங்களாய் வார்த்தைகளை வைத்துத் தடுமாறிக் கொண்டிருக்கும் என்னைப் பார்க்க சிரிப்பாகவா இருக்கிறது உனக்கு? இல்லை, நீ சந்தோஷமாகத்தான் இருக்கிறாய் என்பதைக் காட்ட போடும் பிரயத்தனமா?

"கயல்..."

"ஐயோ... எதுக்கு மதன் இத்தன கயல். மேல பேசுங்க..."

"எதுக்கு நீ... இப்பிடியொரு முடிவு...?"

"மன்னார் எப்பிடி இருக்கு மதன்?"

"அது இருக்கட்டும். எதுக்கு இப்பிடியொரு கோலம்?"

"உங்ககூட அந்தோனியும் வந்திருக்கிறதா ராஜா மாமா சொன்னேர்."

"கயல், நான் கேக்கிறது உனக்குப் புரியுதா இல்லையா?"

"மதன். அதப்பத்தியெல்லாம் இப்ப எதுக்கு?"

"எதுக்காக இப்பிடியொரு முடிவெடுத்தனீ?"

"இதயெல்லாம் தெட்டத்தெளிவா விளங்கப்படுத்துற நிலமயில நான் இப்ப இல்ல மதன். அத உங்களுக்கு விளங்கப்படுத்தோணும் எண்ட தேவையும் எனக்கு இல்ல. இப்ப எனக்கு மண்டைக்குள்ள இருக்கிறதெல்லாம் ரெண்டே ரெண்டு விசயம்தான் மதன். ஒண்டு, நான் முடிவெடுத்த என்ட கொள்கையில கடைசிவர உறுதியா இருக்கணும். ரெண்டு, எதையாவது பெருசா சாதிச்சுப்போட்டு பெருமையா வீரச்சாவடையணும்."

"லூசா கயல் உனக்கு?"

"நீங்க கேக்கிறத பாக்க சிரிப்புதான் வருது. எங்களப் போல பெண்டுகள் நிறைய குழப்பத்தில இருக்கேக்க நீங்களெல்லாம் நல்ல தெளிவா இருப்பியள். அல்லது தெளிவா இருக்கிறது போல காட்டிக்கொள்ளுவியள். அதுதான் உங்களுக்கு எப்பவுமே சௌகரியமாயிருக்கும். ஆனா எங்களுக்கும் ஒரு கட்டத்தில சரியான தெளிவு பிறக்கும் என்றத நீங்கள் நம்பமாட்டீங்கள். எங்களுக்கும் வாழ்க்கயில எத நோக்கி ஓடுறம், எதுக்காக ஓட வேணும் என்ற தீர்க்கமான புரிதல் வரும் மதன். உங்க லச்சியங்களுக்கு தோதான லச்சியம், ஏன், அதவிட மேலான லச்சியம் எங்ககிட்டயும் இருக்கு... ஐயோ கடவுளே, எதுக்கு இப்ப தேவயில்லாம உளறுறன். அத விடுங்கோ. எப்ப மன்னாருக்கு திரும்பி போறியள்? ஓஹ், மறந்துட்டன். காலப் பாப்பம்? இப்ப சுகமாகிட்டுத்தானே?"

அவசரமாகத் தன் பார்வையைத் திருப்பி என் பாதங்களில் குவித்தாள் கயல்.

அப்போது அம்மா அங்கே தேனீரோடு வந்தாள். கயல் எழுந்து "எப்பிடி அம்மா இருக்கிறீங்க?" என அம்மாவைக் கட்டியணைத்தாள். "நல்லா

இருக்கன்மா...” என அம்மா பதில் சொல்லியபோது அம்மாவினுடைய பார்வை அவள் கழுத்தில் தொங்கிக்கொண்டிருந்த சையனைட் கயிற்றிலேயே இருந்தது. அம்மாவுக்கு என்ன தோன்றியதோ, எங்களைத் தனிமையில் விட்டுவிட்டு அவசர அவசரமாக அவ்விடத்திலிருந்து கிளம்பிப் போனாள்.

ஒவ்வொரு முறை கயலின் முகத்தைப் பார்த்த போதும் எனக்கு வெடித்து அழவேண்டும் போலிருந்தது. எவ்வளவு பெரிய முட்டாள் நான்? அவளை அப்போதே புரிந்துகொண்டிருந்தால் இப்படியொரு கொடிய தண்டனையை நான் அனுபவிக்கவேண்டி வந்திருக்காது.

அவள் தன் விழிகளிலும், இதழ்களிலும் குதூகலம் பொங்கப் பேசிக்கொண்டிருந்தாள். பொருந்தாத இடத்தில் ஹாஸ்யம் வைத்தாள். சிரிக்கத் தேவையற்ற இடத்தில் சத்தமிட்டுச் சிரித்தாள்.

கழுத்தில் சாவைச் சுமந்துகொண்டு, எப்படி இத்தனை சந்தோஷமாக இருக்க முடிகிறது இவர்களால்? இதுதான் போராளிகள் என்ற அசாதாரண மனிதர்களின் பேராற்றல், இறுக்கமான மனபலம். இலட்சிய வேட்கை என்ற பெரும் ஆற்றில் நீச்சலடித்துக்கொண்டிருக்கிறது அவர்களுடைய மனம். இனி தங்களால் ஒருபோதும் வெளியே வர முடியாது என்றாலும், அது பற்றி அவர்களுக்குத் துளியும் கவலை யில்லை. சதுரத்திற்குள் வாழ்க்கையின் அத்தனை தேவைகளையும் குறுக்கிவிடும் ஆற்றல் கொஞ்ச நாட்களிலேயே அவர்களுக்குப் படிந்துவிடுகிறது.

“அப்புறம், சொல்லுங்க மதன். வந்ததில இருந்து நான்தான் லொடலொடண்டு அலட்டிக்கொண்டிருக்கிறன். பேசுங்களன். ஆனா ஒண்டு மதன். என்ட வாழ்க்கையில உங்கள திரும்ப சந்திப்பன் எண்டு கொஞ்சம் கூட நினைச்சுப் பாக்கல. ரொம்ப சந்தோஷமா இருக்கு...”

“கயல். என்னால பேச முடியல... உன்னப் பாத்தது அதிஷ்டமா, இல்ல துர்வதிஷ்டமா, எனக்கு சரியா புரிமாட்டேங்குது”

“மதன். எதுக்கு இந்த லூசுத்தனமான குழப்பமெல்லாம். உண்மய சொன்னா ஆம்பிளைகளுக்குத் தேவையான நேரத்தில தேவையான தெளிவு பிறக்கிறதில்ல எண்டு நினைக்கிறன். நீங்கள் மாற்றங்களையெல்லாம் குழப்பமாகவே கற்பிதம் பண்ணிக்கொள்ளுறியள். இதில குழப்பிக் கொள்றதுக்கு என்ன இருக்கு? நீங்க உங்களுக்கு வேண்டிதுபோல உங்க வாழ்க்கய அமைச்சுக்கொண்டிங்க, நான் எனக்கு வேண்டியதுபோல என்ட வாழ்க்கைய அமைச்சுக்கொண்டன். இதில குழம்புறதுக்கு ஒண்டுமேயில்ல. என்ன, பொம்பிளப்பிள்ளைகளாலயும் தங்களுக்குத் தேவையான வாழ்க்கய தாங்களாகவே சுகந்திரமா அமைச்சுக்கொள்ள முடியும் என்றத தெரிஞ்சுக்க எனக்கு 21 வருசம்

எடுத்திருக்கு. மதன், எப்பவுமே தேவைகள் குறைவாயிருக்கேக்கத்தான் வாழ்க்கையில ஒரு திருப்தி வரும், சந்தோசம் கிடைக்கும். இப்ப பாருங்க. எனக்கெண்டு தேவைகள் எதுவுமில்ல. என்ட மனம் பூரா திருப்தி நிறஞ்சு கிடக்கு. சந்தோஷமா இருக்கிறன்."

பிரமிக்க வைக்கிறது இவளுடைய இந்தத் திடீர் ஞானம். இந்தப் பட்டக்காட்டுப் பெட்டைக்கு என்ன ஆயிற்று? இந்தப் பேச்சு இவளுடையதல்லவே. அவர்களுடையது!

"என்ன சொல்றாய் கயல். இப்பிடிதான் உன்ட வாழ்க்கைய அமச்சுக் கொள்ளணுமா?"

"மண்ணுக்குத்தான் நான் லாயக்கெண்டா என்ன பண்றது?"

"லூசு மாரி... சொரி. ஆனா இப்பிடியொரு முடிவெடுக்க நானுந்தானே காரணம்?"

"என்ட கடவுளே! நானா லூசு? இங்க பாருங்க மதன், நீங்க அதப்பத்தி கதைக்கணும் எண்டா நான் ஒண்ட தெளிவா சொல்லிப்போடுறன். உங்களுக்கும் எனக்குமான எல்லா வகையான உறவும் எப்பவோ முடிஞ்சு போச்சு. இப்பகூட தெரிஞ்ச ஒருத்தர் மன்னாரில இருந்து வந்திருக்கிறார், எட்டி பாத்துட்டுப் போவம் எண்டுதான் வந்தேனே தவிர வேற ஒண்டுமில்ல. இது என்ட வாழ்க்க. நான்தான் முடிவெடுக்கோணும். இதில நீங்க சம்மந்தப்படவே முடியாது. புரியுதா?"

"கயல். நான் எதுக்காக இங்க வந்தன் எண்டு தெரியுமோ?"

"தெரிஞ்சுகொண்டு நான் என்ன செய்ய...?"

"ஏன் இப்பிடியெல்லாம் குதர்க்கமா பேசுறா கயல்? நீ நிறய மாறிட்டாய்."

"உண்மதான். மாறணும் மதன். கட்டாயம் மாறணும். ஒருவகையில நான் எடுத்த இந்தப் பெரிய முடிவுதான் என்னைய இண்டைக்கு வரைக்கும் உசுரோடயும் சந்தோசத்தோடயும் வச்சிருக்கெண்டு நம்பிறன். மாற்றங்கள் எப்பவுமே தொடக்கத்தில ஈசியா இருக்கிறதில்ல. ஆனா அது நிச்சயம் நமக்குத் தேவ மதன். ஒரு துன்பத்த முடிவுக்குக் கொண்டுவர நாம விரும்பியோ விரும்பாமலோ இன்னொரு பெரிய மாற்றத்தத் தேட வேண்டியிருக்கு. கொஞ்சம் யோசிச்சு பாருங்க, இப்பிடியொரு மாற்றம் மட்டும் என்ட வாழ்க்கயில நடக்கேலயெண்டா என்ட வாழ்க்க என்ன ஆகியிருக்கும்? வெறும் முட்டாள் பொம்பிளையா லவ் லவ்வெண்டு தற்கொல பண்ணி துலச்சிருப்பன். அந்த விசயத்தில நான் எவ்வளவு தீவிரமா இருந்தனான் எண்டு உங்களுக்கு நல்லாத் தெரியும்."

என்னுடைய கண்களில் கண்ணீர் கட்டியது. பெருமூச்சு சூடாய் விழுந்து மடி நிறைந்தது.

“என்னாலதானே...?” கண்கள் ஒழுக, அவளுடைய கண்களைப் பார்த்து மெதுவாகக் கேட்டேன்.

“மதன், இங்க பாருங்க. இதப்பத்தி நான் கனக்க கதைக்க விரும்பல. ஒண்ட மட்டும் நல்லா புரிஞ்சுக்கோங்க. என்ட தனிப்பட்ட வாழ்க்கையில நான் எடுத்த மிக முக்கியமான முடிவு இந்தப் போராட்டம். வாழ்க்கையில ஒரு நாளும் குறையாத வேட்க நிறைஞ்ச மனுசியா இருக்க விரும்புறன். இப்ப இந்த உறவு, குடும்பம், காதல், கத்தரிக்காய் எண்ட எந்தப் பைத்தியக்காரத் தனத்தாலயும் என்னய அலைக்கழிக்க முடியாது. எல்லார்ட வாழ்க்கையிலயும் அவங்கட நல்ல கெட்ட மாற்றத்துக்கு யாரோ ஒருத்தராவது காரணமா இருக்கத்தான் வேண்டியிருக்கு. அத நம்மால தவிர்க்க முடியாது. அதுபோல நான் போராளியானதுக்கு நீங்கள்தான் காரணம்னு நினச்சா, மறுபடியும் சொல்லுறன் அப்பிடியெண்டு நீங்க நினைச்சா நினச்சுட்டுப் போங்க. அது மிகப் பெரிய உன்னதமான காரியம். அத நினச்சு நீங்க நிச்சயம் பெருமப் படணும். எனக்குப் பிடிச்ச, சந்தோசமான ஒரு வாழ்க்கைய அடைய நீங்க உதவி பண்ணியிருக்கிறீங்க. சுத்தப் பைத்தியக்காரியா யிருந்த ஒருத்திய ஒரு புரட்சிக்காரியா மாத்தியிருக்கிறீங்க. மதன், இங்க என்னப் பாருங்க. போராட்டத்த நான் எந்தளவுக்கு நேசிக்கிறன் எண்றத நீங்க அறியமாட்டீங்கள். சொல்லுறன் எண்டு குற நினைக்காதேங்க, அப்ப உங்கள எந்தளவுக்கு நேசிச்சனோ அத விடப் பத்து மடங்கு, இல்ல, நூறு மடங்கு இப்ப இந்தப் போராட்டத்த நேசிக்கிறன். இது எங்களின்ட வாழ்க்க. எங்கட சனத்தின்ட வாழ்க்க. அதுக்காக என்ன விலைய கொடுக்கவும் நான் தயாரா இருக்கன். உண்மையா நான் வாழ்க்கையில இப்பதான் நல்ல சந்தோசமா இருக்கனெண்டு விளங்குது. இந்தத் துவக்கு இப்ப எனக்கு ஒரு அப்பாவா, அம்மாவா, அண்ணாவா, ஏன் ஒரு காதலனா, கணவனா, எல்லாமாவும் இருக்கு மதன். இது எனக்குப் போதும். இப்பதான் ஒண்டு நல்லா விளங்குது, இந்தாத்துண்டு ரவுண்ஸ் பட்டா பொட்டெண்டு போயிற வாழ்க்கயில இந்தக் காதல் கத்தரிக்காய் எல்லாம் வெறும் பைத்தியக்காரத்தனம். அது அதிகமான பெட்டைகள கோழைகளாயும், பைத்தியக்காரிகளாயும்தான் ஆக்குது. நானும் ஒரு காலத்தில அந்தப் பெயரால நாசமா போக கங்கணங்கட்டிக்கொண்டு நிண்ட ஆள்தான். ஏதோ கடவுள்ட புண்ணியத்தில நீங்க என்ன காப்பாத்தினீங்க. ஆனா இப்ப நான் சந்தோசமா இருக்கன் மதன். நாளைக்கு எனக்கு வீரச்சாவு வந்தாலும் அத ஏத்துக்கொள்ள பேராவலோட இருக்கன். இதுதான் என்ட வாழ்க்க. இது இனி ஒருபோதும் மாறப்போறதில்ல. சரி, இதப் பத்தி இனி கதைக்க வேணாம். அதுசரி, எப்ப கலியாணம்? வீட்டில பாத்திருப்பாங்களே?”

“அதுக்குதான் இங்க வந்தன்.”

"ஓஹ். பொண் இங்க வன்னிலயா?"

"ஆமா."

"என்ன பேர்...?"

"கயல்விழி. இப்ப தமிழரசி!"

"என்ட அந்தோனியாரே! இப்பிடி ஜோக் அடிச்சா அண்ணாவாண மூஞ்சிலயே குத்திப்போடுவன். மன்னார்ல நிறைய சினிமா படம் பாக்கிறீங்க போல...?"

"உன்னைய எவ்வளவு லவ் பண்ணுறன் தெரியுமா கயல்?"

"அடடடா... மதன், தயவுசெய்து இந்தக் கன்றாவிய நிப்பாட்டுங்க. எனக்குக் கோவம் வேற வருது. இல்ல தெரியாமத்தான் கேக்கிறன், உசுருக்கு உசுரா காதலிச்சு, பின்னாலயும் முன்னாலயும் வெக்கத்த விட்டு நாய் மாதிரி, இல்ல, நாய விடவும் கேவலமா அலைஞ்சுதிரிஞ்ச ஒரு பெட்டைய விரட்டியடிச்ச நீங்களா இப்பிடியெல்லாம் கதைக்கிறது?"

"உண்மதான் கயல். நீ என்னைய லவ் பண்ணினப்ப எனக்கு அதில ஈடுபாடு இருக்கல. அதுட அரும தெரியல. உன்ட மனச புரிஞ்சுக்கல. ஆனா நாம கடசியா சந்திச்சு எப்ப நீ 'சரி, இனி உங்கள தொந்தரவு செய்யமாட்டன்' எண்டுவிட்டுப் போனியோ, அண்டையில இருந்து இண்டைக்கு வரைக்கும் ஒவ்வொரு நாளும் செத்துக்கிட்டு இருக்கன் கயல்..."

"என்னது செத்துக்கிட்டா...? இதுக்கெல்லாமா போய் சாவீங்க? அடக் கடவுளே. எங்கூட ஒருக்கா வாரீங்களா? இதில இருந்து கனக்க, இல்ல, வெறும் பத்து கிலோமீட்டர் தூரத்தில உங்கள கொண்டுபோய் காட்டுறன். அங்க பாருங்க சாவுனா என்னெண்டு தெரியும். அதுதான் மதன் சாவு. பெருமையோட விழுற சாவு! எதுக்கு இவ்வளவு சின்னப்பிள்ளைத்தனமா இருக்கிறீங்க எண்டு புரியல. வாழ்க்க என்றது எங்கையோ இருக்கு மதன். உங்க சின்னி விரல மட்டும் நீட்டிப் புடிச்சுக்கொண்டு அது மட்டும்தான் கைனு நினச்சுக்கொண்டிருக்கிறியள். தயவுசெய்து உங்க குறுகிய, மட்டமான எதிர்பார்ப்புக்கள உடச்சுக்கொண்டு வெளில வாங்க. அப்பதா வாழ்க யின்ட எல்லா பக்கமும் தெளிவாத் தெரியும்."

"எதப்பற்றியும் எனக்குக் கவல இல்ல கயல். நீ வேணும், அவ்வளவுதான்."

விசர் முற்றிய தெருநாய் போல என்னை லோல் பட வைத்துவிட்டு அவள் அம்மா கொண்டுவந்து கொடுத்த தேனீரை ஆயாசமாக உறிஞ்சிக்கொண்டிருந்தாள். படைத்தவனே, என் பெருந்துயரை இவள் அறிந்திருக்கிறாளா இல்லையா?

இடையில் மூச்சை நீளமாக இழுத்து விட்டுக்கொண்டு மீண்டும் ஆரம்பித்தாள்.

“மதன், நீங்க இப்ப சொல்றதெல்லாம் உண்மையா இருக்கக்கூடாதுன்னு கடவுள வேண்டிக்கிறன். ஆம்பிள்ளைகள் எல்லாம் எப்பவுமே பெட்டர் பெட்டர்னு தேடி ஓடிக்கொண்டிருக்கிற ஒரு கூட்டம். இத விட அது பெட்டர், அத விட இன்னொண்டு பெட்டர் எண்ற ஓட்டம். இப்பிடி ஓடி ஓடி கடைசில எதுவுமே கிடைக்காம, கண்ண கசக்கிக்கொண்டு நிக்கிறப்பதான் உங்களுக்கு உலகம் புரிய ஆரம்பிக்குது. பக்கத்தில இருக்கிற வைரத்த விட்டுப்போட்டு எங்கையோ கிடக்கிற கூழாங்கல்லத் தேடி ஓடுற முட்டாள்கள்தான் இந்த ஆம்பிளைங்க எண்டு என்ட ப்ரண்ட் அடிக்கடி சொல்லுவா. குற நினைக்காதீங்க. நீங்களும் அப்பிடித்தான். என்னவிட பெட்டரா ஒருத்தி கிடைப்பானு அப்ப நீங்க நினைச்சிருக்கலாம்... வேண்டாம். சொரி மதன். கெஞ்சிக் கேக்கிறன் இந்த விழல் கதைகள இதோட நிப்பாட்டிக்கொங்க. இதப்பத்தி இனி பேச வேணாம். வேற ஏதாச்சும் சொல்லுங்க...”

“கயல். சொல்றதுக்கு வேறொண்டும் இல்ல. திரும்பவும் தெளிவா சொல்லுறன். நீதான் வேணும்!”

மனநலம் பாதிக்கப்பட்டவன் போல அதையே திரும்பத் திரும்பச் சொல்லிக்கொண்டு இரு கைகளையும் பின்பக்கம் ஊன்றி அமர்ந்தேன். எங்கள் இருவருக்கும் பின்னால் யாரோ நின்றுகொண்டிருப்பதுபோல தோன்றிற்று. திரும்பிப் பார்த்தேன். அங்கே வீங்கிய கண்களோடு அம்மா நின்றுகொண்டிருந்தாள்.

42

அவ்விடத்தில் வைத்து அம்மா எங்களிடம் ஒரு வார்த்தைகூட பேசவில்லை. வெறுமையாய்க் கிடந்த எங்கள் தேனீர்க் குவளைகளை எடுத்துக்கொண்டு கொட்டில் நோக்கித் திரும்பி நடந்தாள். நாங்கள் பேசியவை அல்லது நான் கடைசியாக உச்சரித்த வார்த்தைகள் அவள் காதுகளில் நிச்சயம் விழுந்திருக்கும். அம்மாவின் தலைக்குள் இப்பொழுது என்ன ஓடிக்கொண்டிருக்கும் என்பதைக்கூட யோசித்துப் பார்க்க அவகாசம் இல்லை. ஆனால் அவளுடைய கண்களிலிருந்த ஆச்சரியத்தையும், கலக்கத்தையும் தெளிவாகப் பார்த்தேன். அவள் பக்க நியாயங்களைப் புரிந்துகொள்ளும் சந்தர்ப்பம் சீக்கிரம் என்னைத்தேடி வரும். அதை அப்பொழுது பார்த்துக்கொள்ளலாம்.

என்னுடைய கண்கள் தொடர்ந்தும் அருகிலிருந்த கயலையே வெறித்துப் பார்த்துக்கொண்டிருந்தன. “என் காதலே மீண்டும் என் கூடு வந்து சேர்...” என என் இதய பீடத்தில் முழந்தாளிட்டு இறைஞ்சிக் கொண்டிருந்தேன். அம்மா, கடைசியில் வழிக்கு வந்துவிடுவாள். இப்பொழுது அதுவல்ல பிரச்சினை. ஆனால் ஒரு விடுதலைப் போராளியால் காதல் என்ற ஒரு ஜீவ தரிசனத்தைக் கண்டடைய முடியுமா இல்லையா? அது மட்டும் இப்போது வெளித்தால் போதும்.

கேட்டதும் தங்கள் இதயத்தை இந்தா என்று பிடுங்கிக் கொடுத்துவிட்டுப் போகும் இளகிய மனிதர்களாக அவர்கள் இல்லை. வேண்டுமானால் ஒரு போராளியோடு சொப்பனத்தில் டூயட் பாட முடியும். நிஜத்தில், விழல் கதை. தமிழீழக் கனவோடு வாழ்க்கையையே அர்ப்பணித்துவிட்டுத் திரியும் அவர்களிடம் போய் காதல் என்று புலம்பித் தள்ளுவதெல்லாம் கடைந்தெடுத்த முட்டாள்தனம் என்றே தோன்றியது. சுய விருப்பு

வெறுப்புகளுக்கு இடம் வைக்காமல், விடுதலைப் வேட்கை மட்டுமே பெருஞ்சுவாலையாக எரிந்துகொண்டிருக்கின்ற ஒரு மனிதக் கூட்டத்தில் நான் மட்டும் அற்பமாக முளைத்துவிட்டதாக கயலுக்குத் தோன்றி யிருக்கலாம்.

அருகிலிருந்த கயல் அமைதியாக ஓலைப்பாயின் விளிம்புகளை நோண்டிக்கொண்டிருந்தாள். கயலுக்கு அம்மாவைப் பார்த்ததும் பெரும் தர்மசங்கடமாய்ப் போய்விட்டது. அவமானம் விளாசியது. அவளுடைய முகம் நொடியில் கறுத்து இறுகிப்போனது. நஞ்சையும், துப்பாக்கியையும், வேட்கையையும் தன் தேகத்தில் சுமந்துகொண்டிருக்கும் ஒரு பெண் போராளி, ஒரு ஆணுடன் தனிமையில், அதுவும் 'காதல்' கதை பேசிக்கொண்டிருப்பதெல்லாம் போராட்ட வேதத்தில் சாவான பாவம் என அவள் நினைத்து வருந்தியிருக்கலாம். அப்படியானதொரு குற்ற உணர்ச்சி அவளை அரிக்க ஆரம்பித்துவிட்டதை முகத்தில் பார்த்தேன்.

என்ன செய்வது, நம் வாழ்க்கையின் பழைய பக்கங்களில் சேர்த்து வைத்துவிட்டு வந்த அத்தனை குப்பைகளையும் நாம்தானே ஒருநாள் கூட்டிப் பெருக்கி சுத்தம் செய்ய வேண்டியிருக்கிறது.

அறியப்படாத ஆயிரம் விசப் புளுக்கள் அவள் முகத்தில் ஊற ஆரம்பித்தன. பேசப் பிரியப்படாத வார்த்தைகளை தொண்டைக்குள் மறைக்க எத்தனிக்கும் அவளைப் பார்த்து அழுத்தமாக "ஐ லவ் யூ கயல்" என்றேன். அத்தோடு நிறுத்திக்கொண்டிருந்தாலாவது என்னுடைய கௌரவம் காப்பாற்றப்பட்டிருக்கும். அவள் எதிர்பாராத நொடியில் அவளுடைய இரு கரங்களையும் பற்றிப் பிடித்தேன். அப்போதுதான் அவளுடைய முகத்தில் பக்கென சுவாலை பற்றியது.

என்னுடைய கரத்தை வேகமாக இழுத்தெறிந்துவிட்டு பற்களை நறுக்கிக்கொண்டாள். கண்களில் ரத்தம் கசிந்தது. மீதத்திற்கு சுரத்தை உயர்த்தி "இது என்ன அசிங்கம். இவ்வளவு சொல்லியும் உங்க மண்டைக்க ஏறலியா?" என என்னைப் பார்த்துக் கத்தினாள். கையை நீட்டி அறையாத குறையாக எழுந்தாள். அல்லது துவக்கை எடுத்துச் சுடாத குறை. அவள் முகத்தைப் பார்க்க முடியவில்லை. எனக்கு பயம் எகுறியது.

சவம் பிடித்த வாழ்க்கை!

உலகமறியாத, யதார்த்த அறிவு கிஞ்சித்தும் இல்லாத ஒரு முட்டாளின் கனவு என என்னுடைய காதலை அவள் நினைத்தால், தாராளமாக நினைத்துவிட்டுப் போகட்டும். அவள் போராளி என்பதற்காக அவள் மீதான என்னுடைய காதலை ஒரே நொடியில் சமரசம் செய்துகொண்டுவிட முடியாது. கடந்த ஒன்பது மாதங்களாக நீண்டதொரு தணல் பாதையில் நடந்துவந்த பயணம் அது. மூளையின்

ஒவ்வொரு செல்லிலும் ஆழமாய் இறங்கிவிட்ட நினைவுகளை ஒரே நாளில் பிடுங்கி எறிந்துவிடு என்றால் அது எப்படி முடியும்?

அவளுடைய புரட்சி துவக்கில் கிடந்துவிட்டுப் போகட்டும். என்னுடைய புரட்சி காதல்தான்! கயல் மீதான காதல்! என்னிலிருந்து புறப்பட்டு அவளைத் துரத்திக்கொண்டு வரும் கனவை எந்த ஆயுதத்தாலும் அழித்துவிட முடியாது.

"ச்சீ. இப்பிடி நீங்க அநாகரீகமா நடந்துகொள்ளுவீங்க எண்டு தெரிஞ்சிருந்தா இந்தப் பக்கம் தல வச்சுக்கூடப் படுத்திருக்கமாட்டன். உங்களெல்லாம் ஒரு மனுசனெண்டு மதிச்சு வீடு தேடி வந்தேன் பாருங்க, என்னத்தான் செருப்பால அடிக்கணும். இந்தக் காதல் கருமத்துக்கெல்லாம் மன்னார்ல மினுக்கிக்கொண்டு நிறைய பெட்டைகள் திரிவாளுக, அவளுகளோட வச்சுக்கொங்க. ச்சீ!"

அவள் வைத்த சத்தத்தில் குலை நடுங்கிற்று. உலகின் மிகப் பெரிய குற்றத்தை இழைத்தவன் போல அவள் முன்னால் கூனிக் குறுகி நின்றேன். கயலுடைய நாவில் முட்கள் முளைத்துவிட்டன. அவளுடைய மொழியில் இனி ஒருபோதும் இனிமை இருக்கப்போவதில்லை. நாகரீகம் ஒட்டப்போவதில்லை. இப்போதைக்கு நான் மூடிக்கொண்டிருப்பதே என் கௌரவத்தைக் காப்பாற்றிக்கொள்வதற்கான ஒரே வழி.

மனிதர்கள் 'அளவில்லா அன்பு' என்று சொல்லுகிறார்களே, அதுவொரு சுத்தப் பொய். அன்புக்கு அளவு வேண்டும். அதன் ஒவ்வொரு பகிர்விலும் சரியான அளவும் நிதானமும் இருக்க வேண்டும். அளவற்ற அன்பு மடமையில் முடிந்துவிடும். நீங்கள் உங்கள் உயிரையே ஏற்றி வைத்திருக்கும் ஓர் ஆன்மா அதை 'போ நாயே' என உதறித் தள்ளிவிட்டுப் போகும் போதுதான் நான் சொல்வது உங்களுக்கு என்னவென்று புரியும்.

அடிக்கடி படலையையே பார்த்துக்கொண்டிருந்த அவளுடைய எதிர்பார்ப்பு சீக்கிரத்தில் நிறைவேறியது.

"அக்கா போவமா?"

படலையில் இரண்டு மோட்டார் சைக்கிள்களில் வந்திறங்கிய மூன்று பெண் போராளிகள் கயலை அழைத்தார்கள்.

என்னைக் கடைசியாக ஒருமுறை நிமிர்ந்து பார்த்துவிட்டு, தான் இறுதியாக சொல்ல வைத்திருந்த வார்த்தைகளை எழுத்துக்கூட்டிப் படித்தாள்.

"இண்டையோட தயவுசெய்து இந்த விசர்க் கதைகளையும் சிந்தனைகளையும் நிப்பாட்டிடுங்க. உங்கள இண்டைக்கு சந்திச்சிருக்காட்டி நான்

கட்டாயம் சந்தோசப்பட்டிருப்பன். உங்கள இனி மறுபடியும் பாக்கிற வாய்ப்பு எனக்குக் கிடைக்கக்கூடாது. அப்படியொரு வாய்ப்பு கிடைக்க இருந்தா, அண்ணாவாண அதுக்கு முதல் நான் வீரச்சாவடைஞ்சிடணும். நான் வாறன்."

அன்று அவள் என்னை உதறித்தள்ளிவிட்டுப் படலையை நோக்கி நடந்துபோன காட்சிதான் எனக்குள் அவளது கடைசி விம்பமாக பதிந்து கிடக்கிறது. வானத்தை வெறித்துப் பார்த்துக்கொண்டு அவ்விடத்திலேயே கிடந்தேன். வெறுமை வியாபித்துக் கிடக்கும் ஓர் இருண்ட அறைக்குள் என்னை யாரோ முதுகில் பிடித்துத் தள்ளிவிடுகிறார்கள். இருள் முகத்தில் அறைகிறது. கருமை விழி நரம்புகளை நெரிக்கிறது. ஒளியை இழந்துவிட்ட பார்வை கருப்புத் திரையில் மோதிச் சாவுகிறது. சாவான பாவத்தை செய்துவிட்டு, தீர்ப்பு நாளில் தலைகுனிந்து நிற்கும் உலகின் கடைசிப் பாவியைப்போல மனம் பதகழிக்கிறது.

கழுத்தில் அவள் ஏற்றிவிட்டுப் போன கயிறு என்னை மெதுமெதுவாய் இறுக்க ஜீவன் பீறிட்டுத் துடித்தது.

43

வாழ்க்கை கொடுக்கும் அதீத நம்பிக்கைகளில் கட்டுண்டு கிடக்கின்ற நமக்கு யதார்த்தம் கொடுக்கும் மிகப் பெரிய அடி இப்படித்தான் வந்து விழுகிறது. அதை எதிர்பார்க்கவும் முடியாது; தடுக்கவும் முடியாது. ஒரு பட்டக்காட்டு வெகுளிப் பெட்டை காலங்களை நிராகரிக்கக்கூடிய ஒரு மனுசியாக மாறுவதென்பது எவ்வளவு பெரிய நிலைமாற்றம். இது குறுகிய காலத்தில் எப்படி சாத்தியமாகியது என்றுதான் இன்றுவரை எனக்குப் புரியவில்லை. வாழ்க்கையின் ஒவ்வொரு நொடியும் நம்முடைய அனுமதியின்றியே நம் நிகழ்காலத்தைத் தீர்மானித்துவிட்டுப் போய்விடுகின்றன. அந்த மர்மமான நாட்கள் நம் மடியில் வந்து விழும்வரை நம் கண்களை கருப்புத் துணியால் இறுகக் கட்டிவைத்து விடுகிறது காலம்.

“ச்சீ, கயல சந்திச்சிருக்கவேகூடாது!” என நிமிடத்துக்குப் பத்துத் தடவைகள் சொல்லிக்கொண்டேன். இது என் வாழ்க்கையில் நடந்த மிகப் பெரிய துர்விபத்து.

மறுபுறம் “கயல், என்னிடம் வந்துவிடு. உனக்குப் போராட்டம் எல்லாம் தேவையில்லை. தமிழீழத்தை அவர்கள் பார்த்துக்கொள்ளட்டும்...” என்ற ஒரு தன்னலம் சார்ந்த சிந்தனைக்குள் நான் கொஞ்சம் கொஞ்சமாக அமிழ்ந்து போய்க்கொண்டிருப்பது அருவருப்பாக இருந்தது. போராட்டம் என்ற தியாகம் நம்மிடமிருந்தும் ஆரம்பிக்க வேண்டும் என்று வருகிறபோதுதான் நமக்குள் இருக்கும் தன்னல மனிதன் வெளியே வர ஆரம்பிக்கிறான். சுயநலத்தை அந்த மனிதனால் அவ்வளவு இலகுவாகக் கடந்துபோய்விட முடிவதில்லை. யார் யாரோவெல்லாம் சதா களத்தில் மாண்டுகொண்டிருப்பது பற்றி

நாம் பெருமை பாராட்டிக்கொண்டுத் திரிந்தாலும் அது நம்முடைய அக்கா, தங்கை, காதலி என்று வருகிறபோது போராட்டத்தின் அவசியத்தைக் கேள்விக்குள்ளாக்கி விடுகிறோம். இதுதான் பாதித் தமிழர்களை ஆட்டுவித்துக்கொண்டிருக்கின்ற பெரும் நோய்.

முடிந்துவிட்ட காதலைத் தள்ளி வைத்துவிட்டு, அவள் பிரியப் படுவதுபோல அவளுடைய மாற்றத்தையும், போராட்டம் பற்றிய வீரியப் போக்கையும் கொஞ்சம் கொஞ்சமாகப் புரிந்துகொள்ள வேண்டும் என்று விரும்பினேன். அவள் சொல்லிப்போன அந்த குறித்த வார்த்தைகள் மட்டும் மீண்டும் மீண்டும் என் காதுகளுக்குள் ஒலித்துக்கொண்டேயிருந்தன.

“போராடுவது எனக்கு பிடித்திருக்கிறது மதன். அது என்னை சந்தோஷப்படுத்துகிறது. பெருமை கொள்ள வைக்கிறது. தமிழினத்துக்கு நானும் ஒரு பயன்மிக்க பிறவிதான் என்று உணர வைக்கிறது.”

“டேய் தேத்தண்ணியக் குடிடா. ஆறப்போகுது!” முற்றம் பெருக்கிக் கொண்டிருந்த சித்ரா அதட்டிய போதுதான் முனங்கிக்கொண்டு தேநீர்க்கோப்பையை கையில் எடுத்தேன். முதல்நாள் கயல் என் முகத்தில் உமிழ்ந்துவிட்டுப்போன ‘ச்சீ’ தேநீரில் வட்டம் கட்டி மிதந்துகொண்டிருந்தது.

“தேத்தண்ணிய கொண்டுவந்து வச்சு ஒரு மணித்தியாலமாச்சு. உலகத்தில நடக்காததெல்லாத்தையும் போட்டு சும்மா யோசிச்சுக்கொண்டு கிடக்கவேண்டியது...”

அடுப்படியிலிருந்து அம்மாவின் குரல் கேட்டது. அம்மாவின் அந்த வார்த்தைகளிலிருந்த கோவத்தையும், விரக்தியையும் நான் நன்கு அறிவேன். “அம்மா ஆரம்பிச்சிட்டா. இனி இது எங்க போய் முடியப்போகுதோ ஆண்டவா?” என நினைத்துக்கொண்டு கைலியை எடுத்து இடுப்பில் முடிந்துகொண்டு எழுந்தேன்.

“இந்தக் கூத்து எத்தின நாளா நடக்குது? அப்பருக்குத் தெரிஞ்சா என்ன நடக்கும் எண்டு தெரியும்தானே. ச்சே, உன்னள்ள நாங்க எவ்வளவு நம்பிக்க வச்சிருந்தம். நாங்க இங்க படுற பாட்டில உனக்குக் காதல் கேக்குதா. கொஞ்சமாச்சும் வெக்கமா இல்லையா உனக்கு?”

அம்மா ஆரம்பித்துவிட்டாள். இதற்குப் பிறகும் வார்த்தைகளைப் பொத்தி வைத்துக்கொண்டு அமைதியாக இருப்பதில் அர்த்தம் இல்லை. மெதுவாக எழுந்து சமையலறைப் பக்கம் வந்தேன். அம்மாவிடம் இதைப்பற்றி வெளிப்படையாகப் பேசிவிட்டால் தேவலை போலிருந்தது.

எவ்வித முன் தீர்மானமுமில்லாமல் அம்மாவை நெருங்கினேன். அடுப்படியில் குந்திக்கொண்டிருந்த அம்மாவைப் பார்த்தபோதே

தலைக்குள் சர்ப்பம் ஊர்ந்தது. வார்த்தைகளைப் பொறுப்போடும், கண்ணியத்தோடும் நகர்த்த வேண்டும் என்ற சத்தியத்தை உதடுகளில் குத்திக்கொண்டு நெருங்கினேன்.

"அம்மா..."

"மதன் நீ எதுவும் பேச வேணாம்..." என அம்மா முகத்தைத் திருப்பிக் கொண்டபோதுதான் அப்பா வீட்டிற்குள் அமர்ந்திருப்பது புரிந்தது.

"என்னடா பிரச்சின...?" சுதாகரித்துக் கொள்வதற்குள்ளேயே அப்பாவின் முதல் வெடி விழுந்தது.

"ஒண்ணுமில்லப்பா..."

"உங்க மகனுக்கு காதலாம். அதுவும் யார்கூட எண்டு கேளுங்க. ரொம்ப சந்தோசப்படுவீங்க!"

"என்னடி உளர்றா?"

"நான் உளறல. அதான் அப்பா கேக்கிறார்ல. வாயத் திறந்து சொல்லன்."

"மன்னிச்சிக்கோங்கப்பா. நான் நம்ம ஊர் கயல்விழிய விரும்புறன். ஒரு வருசமா..."

"அவதான் இயக்கத்துக்கு பொயிட்டாளேடா...?"

"அது இப்பதானேப்பா எனக்குத் தெரியும்..."

"இங்கேருங்க. நேத்து அந்த கயல் வந்து இவன பாத்துட்டுப் போகுது."

"தம்பி உனக்கேதும் லூசு கீசு புடிச்சிட்டுதா? அதுதான் இயக்கத்துக்கு போயிட்டுதல்லோ. பிறகென்ன...?"

"..."

"சரி, அதுக்கு இப்ப என்னதான் பண்ணப்போறதா உத்தேசம்?"

அப்பாவின் கேள்விக்கு என்னிடம் பதில் இல்லை என்பது அவருக்குத் தெரியும். தவிர, என்னை ஸ்திரீ தாகம் வாட்டிக் கொண்டிருப்பதாகவும் அவர் நினைத்திருக்கக்கூடும்.

"தெரியலப்பா..."

"தயவுசெய்து இந்த மசிர் மண்ணாங்கட்டி எல்லாத்தையும் தூக்கி எறிஞ்சுபோட்டு ஒழுங்கா மன்னாருக்கு போய்ச் சேருற வழியப் பாரு. மனுசன் படுற பாட்டில சும்மா தேவையில்லாத பிரச்சினைகள இழுத்துக்கொண்டு வராம... நமக்கு இருக்கிற துன்பம் போதும்... பாக்கியம் நான் செல்வம் கட வரைக்கும் ஒருக்கா பொயிட்டு வாறன்..."

அப்பா தன் முடிவைக் கொஞ்சம்கூட குழப்பமேயில்லாமல் அடித்துக் கூறிவிட்டு துவாலையைச் சுற்றி தோளில் போட்டுக்கொண்டு வெளியே நடந்தார்.

அன்று என்னுடைய விருப்பு வெறுப்புகளை கணக்கில் எடுக்காமல் என்னுடைய வாழ்க்கை பற்றி அப்பா சுயமாக முடிவெடுத்துக்கொண்டது பெரும் கோவத்தை உண்டுபண்ணியது.

நம்முடைய சமூகத்தில் தங்கள் பிள்ளைகள் எதை உடுத்தவேண்டும், எப்படி தலை சீவிக்கொள்ள வேண்டும், யாரோடு நட்பு பாராட்ட வேண்டும், யாரை வெறுக்க வேண்டும் என ஆரம்பித்து இறுதியில் யாரைத் திருமணம் செய்துகொள்ள வேண்டும் என்பது வரை அத்தனையையும் பெற்றோர்களே தீர்மானித்துவிடுகிறார்கள். பிள்ளைகள் அத்தனைக்கும் தலையையாட்டிக் கொண்டு திரிந்தால் மட்டுமே நல்ல பிள்ளை என்ற தூய நாமம் கிடைக்கிறது. தறுதலை என்பதை சமூகம் இலகுவாக தீர்மானித்துக் கொள்வது இவற்றிலிருந்து ஒரு பிள்ளை வெளியேறி சுயமாக இயங்க ஆரம்பிக்கும் போதுதான்.

இப்படி பெற்றோர் ஆதிக்கப் பிள்ளை வளர்ப்பு முறை நவீன சமூகக்கட்டமைப்பிலும், சுயவிருத்திச் சிந்தனைத் தளத்திலும் ஏற்புடையதல்ல. அதை அறிவியல் மற்றும் உளவியல் தளங்களில் பொருத்திவைத்துப் புரிந்துகொள்ள நம்முடைய சமூகம் தயாராக இல்லை. சுயாதீன சிந்தனைப் போக்கையும், நீதி நியமங்களையும், அறத்தையும், நவீனத்துவத்தை சமாளிக்கும் மேம்பட்ட சுயதிறனையும், ‘கலாச்சாரம்’ என்ற புராதன கோட்பாட்டிலிருந்து பிரித்துப் பார்த்துக்கொள்ள தெரியாமல் திண்டாடிக்கொண்டிருக்கிறது நம்முடைய சமூகம். ஓர் அறிவார்ந்த தலைமுறையை, இச்சமூகம் தன் பழமைவாதக் கலாச்சார கட்டுகளுக்குள் முடக்கி வைத்துக்கொண்டிருப்பது எத்துணை துயரமானது.

೪೪

மஞ்சள் வெயில் மல்லாவியெங்கும் ஊர்ந்துகொண்டிருந்தது. அன்று தூரத்தில் கேட்கும் துப்பாக்கிச் சத்தங்களும் ஓய்ந்திருந்தன. நான் வீட்டுக்கு முன்னாலிருந்த புளிய மரத்தடியில் ரேடியோப் பெட்டியை திருகியபடி அமர்ந்திருந்தேன்.

"தம்பி, இந்தா ப்ளேன் டீ...?"

இரண்டு நாட்களாக அம்மாவின் குரலிலிருந்த வீக்கம் தணிந்திருந்தது. கோவமும், வெறுப்பும் குறைந்துவிட்டிருந்தன. நான் திரும்பி தேநீர்க் குவளையை வாங்கினேன். கூடவே அவித்துக் கொண்டுவந்திருந்த சக்கரவள்ளிக் கிழங்கையும் முன்னால் வைத்துவிட்டு அங்கேயே அமர்ந்துகொண்டாள் அம்மா.

"மதன், அது உனக்கு வேணாம். அது சரிவராது எண்டு அப்பாவே திட்ட வட்டமா சொல்லிப்போட்டார். நானும்தான் சொல்றன், அது சரியே வராது. அதால அத தயவுசெய்து மறந்திடு..."

அம்மா பாவம், என்னை நிச்சயம் சமரசம் செய்துவிடலாம் என்ற பெரும் நம்பிக்கையோடு களம் புகுந்திருக்கிறாள். அவளுடைய கண்களில் கலக்கம் தெரிந்தது. குரலில் கார்வையும் கொஞ்சம் நடுக்கமும் தொற்றியிருந்தது.

"அம்மா... எனக்கு எல்லாம் விளங்குது. நான் இங்க வரும் வரைக்கும் அவள் இயக்கத்துக்கு போன கத எனக்குத் தெரியாது..." இசைத்துக் கொண்டிருக்கையில் அறுந்த தந்திபோல சரிந்தது என்னுடைய குரல்.

"நாங்க ஊரில இருந்து வெளிக்கிட்டு இலுப்பக்கடவ வந்த நேரமே

அவள் இயக்கத்துக்குப் போயிட்டாள். முதல் நாள் கூட சித்ராவோட நல்லாத்தான் கதச்சுக்கொண்டு வந்தவளாம். எப்பிடி மனம் மாறினாளெண்டு தெரியல."

"அவ இயக்கத்துக்கு போயிருக்காட்டி நீங்க சம்மதிச்சிருப்பீங்களாம்மா...?"

அம்மா முற்றிலும் எதிர்பாராத கோணத்தில் விழுந்த கேள்வி அது. அம்மா பசப்புவாள் என்று எதிர்பார்த்தேன். ஆனால் பதிலைத் தெளிவாக வைத்தாள்.

"இல்ல!"

"ஏனம்மா?"

"அத விடு. அதுதான் நடக்காத விசயமெண்டு சொல்லிட்டனே..."

"இல்லம்மா... ஏன் இல்லயெண்டு சொல்லுங்க."

"நாங்க சம்மதிச்சாலும் ஒரு வெள்ளாளன் கரையானுக்குப் பிள்ளையத் தூக்கிக் குடுப்பானோ?"

எனக்கு சுளீரென்றது. கூடவே பேரதிர்ச்சி! அம்மாவை ஆச்சரியமாகப் பார்த்தேன். இதற்கு முன்னர் அம்மா சாதிப் பெயர்களை உச்சரித்து நான் கேட்டதேயில்லை. ஆத்திரம் பிடித்து ஆட்டும்போது மட்டும் அப்பாவின் வாயிலிருந்து அது கொட்டும். ஆனால், அம்மாவின் நாவு ஒருபோதும் நாகரீகம் தவறியதில்லை.

எவ்வளவுதான் நம் பிரியத்திற்குரிய மனிதர்களாக இருந்தாலும், சாதியைப் பற்றி பேசும் போது மட்டும் அவர்கள் எவ்வளவு அருவருப்பானவர்களாக மாறிவிடுகிறார்கள்.

"என்னம்மா சொல்றீங்க?"

"..."

அம்மா திட்டமிட்ட மௌனத்தோடு தரையை வெறித்துக் கொண்டிருந்தாள்.

"ஏனம்மா குடுக்கக்கூடாது? அதில என்ன பிழ இருக்கு?"

"விசரன் மாதிரி பேசாத. நம்மளால அவங்களுக்குக் கிட்டவும் போக ஏலாது. அதுவும் கலியாண சம்பந்தமெண்டா கதையே இல்ல..."

வார்த்தையில் ஊறிக்கிடக்கும் இயலாமையின் மணம் புரிந்தது. சுவாரசியமான நவீன உலகத்தை நாம் எப்படி குறுக்கி ஒரு சிறிய சட்டகத்துக்குள் அடைத்து வைத்திருக்கிறோம். இதற்குள் நாங்கள்தான் இவ்வுலகின் முதலான கலாச்சாரத்தின் தேவன்கள் என்ற பகட்டும்,

பெருமையும் வேறு.

“இதெல்லாம் என்னம்மா? எனக்கு சத்தியமா விளங்கல. தாங்களெல்லாம் பெரும் கத்தோலிக்கக் குடி எண்டல்லவோ பீத்திக்கொண்டு திரியுறாங்கள். யேசுவும் வெள்ளாளரோ? இப்பிடியொரு பெரும்பாவத்த செய்துகொண்டு கோயில் பீடத்தில போய் நிக்கிறதுக்கு மனசாட்சி விடுமா? கயல்ட அப்பாவல்லோ நம்மட கோயில்ட நிர்வாக சபைத் தலைவர்? அடக்கடவுளே.”

அம்மா ஒரு நீண்ட அமைதிக்குள் தன்னைப் புதைத்துக்கொண்டாள். அந்த அமைதி நான் சொல்வதை ஆமோதிப்பது போலிருந்தது.

“நம்மட சனம், குண்டு விழுந்து செத்துப்போனாலும் இந்த சாதி மசிர மட்டும் விட்டுத் தொலையாதுகள்...”

எனக்கு இந்த உரையாடலை இழுத்துக்கொண்டு போவதில் ஈடுபாடு இருக்கவில்லை. பொதுவாகவே சாதி பற்றிப் பேசுபவர்களைப் பார்த்தாலே எனக்கு இரத்தக் கொதிப்பு வந்துவிடும். தேடிச்சென்று உடல்நிலையைக் கெடுத்துக்கொள்வது நமக்குத்தான் கேடு. மண் கட்டியிலிருந்து மனிதன் உருவாகினான் என்று விவிலியம் சொன்னாலும், ஒரேயொருத்தன் மட்டும் மலத்திலிருந்தும் உருவாகியிருக்கிறான் பாருங்கள். அவனுடைய வழித்தோன்றல்கள்தான் இந்தச் சாதியைத் தலையில் தூக்கிக்கொண்டு திரிகிற கூட்டம்.

அங்கிருந்து எழுந்து அந்தோனியின் வீட்டுக்குப் போனேன். சொல்லொண்ணாத் துயரத்தை மடியில் கட்டிக்கொண்டிருக்கும் அத்தருணத்தில் அந்தோனியின் அருகாமை கொஞ்சம் தேறுதலாக இருக்குமென்று தோன்றியது. என்னைப் பெரும் துயரம் ஏறி மிதிக்கும் தருணங்களிலெல்லாம் மனதுக்கு ஆசுவாசத்தைக் கொடுக்கக்கூடிய ஒரே ஆன்மா அவனாகத்தான் இருந்தான்.

“வாடா... என்ன இந்த நேரத்தில. உள்ள வா...”

“என்னடா செய்யிறாய்? கொஞ்சம் வாவன் கடப்பக்கம் போயிட்டு வருவம்...”

“என்னடா... மூஞ்சி இப்பிடியிருக்கு? ஏதும் பிரச்சினையா...?”

“ம்... நீ வாவன் சொல்றன்.”

“இரு வாறன்.”

வீட்டுக்குள் போய் மேல் சட்டையை மாட்டிக்கொண்டு வெளியே வந்தான் அந்தோனி. காரணம் புரியாமலேயே அவனுடைய விழிகள் படபடத்து உருண்டன.

"டேய், தம் அடிக்கணும்!"

"என்னது தம்மா? பிரச்சின பெருசா இருக்கும் போலயே. இங்க எங்கடா தம் அடிக்கிறது? அங்க போல இங்கெல்லாம் கள்ளத்தம் அடிக்கிறது அவ்வளவு புத்திசாலித்தனமில்ல மச்சான். மாட்டினா சோலிய முடிச்சிடுவாங்க."

"வா பாத்துகலாம்..."

மாலை சாய்ந்து இருள் மெல்ல மெல்ல பகலை விழுங்கிகொண்டிருந்தது. திருட்டு தம்முக்கு அசலான நேரம்தான். அங்கு 'கோல்ட் லீப்' கிடைக்கவில்லை. 'பிறிஸ்டல்தான்' கிடைத்தது. அதுவும் பேய் விலை. இரண்டு குச்சிகளை வாங்கிக்கொண்டு பிரதான வீதியின் அடுத்த பக்கத் திலிருந்த வயல் வெளிக்குள் இருந்த பற்றையைப் பிடித்து ஒதுங்கினோம். சுற்றிவர வெளி என்றாலும் நிலத்தில் அமர்ந்துவிட்டால் நம்மை மூடி மறைத்துவிடும் அளவுக்குச் சுற்றிலும் நீண்ட கால்களைக் கொண்ட புற்கள். நல்ல வசதி. ஆனாலும் நெருப்புக் கங்கு புற்களில் பற்றி விடாமல் பார்த்துக்கொள்ள வேண்டும். மற்றும்படி கள்ளத்தம்முக்கு சோக்கான இடம்.

சிகரட்டின் தலையில் நெருப்பை மூட்டினேன். நெருப்பு பழுக்கப் பழுக்க புகையை அடி வயிறுவரை இழுத்து ஊதினேன். இதயம் படபடக்கும் ஓசை வெளியில் கேட்டது. கயலைப் பார்த்தேன் என்றேன். இழுத்த புகை அந்தோனிக்கு சிரத்தில் அடித்தது.

"என்னது, கயல் வந்தாளா? என்னடா சொல்லுறா...?"

"ம்... நேத்து வந்தாள். இடுப்பில பிஸ்டல். இயக்கம்டா!"

"இயக்கமா?"

அந்தோனியுடைய விரிந்த கண்கள் அப்படியே நிலைத்து நின்றன. அவனால் அதை நம்ப முடியவில்லை. கயலை துவக்கோடு பொருத்திப் பார்க்க முயற்சித்தும் முடியாமல் போயிற்று. மிரண்டுபோன கண்களை அங்குமிங்கும் உருட்டியபடி அடுத்த கதைக்காக காதுகளை கூராக்கிக்கொண்டு நிமிர்ந்தான்.

"சரி, கடைசியா என்ன சொல்லிப்போட்டுப் போறாள்?"

"நான் லூசாயிட்டனாம். முட்டாள்தனமா காதல் கத்திரிக்காயெண்டு அலையிறனாம். ஏதோ ஏதோ எல்லாம் சொன்னாள் மச்சான். கடைசில ச்சீயெண்டு காறித் துப்பிப்போட்டுப் போறாள்..."

அந்தோனி மௌனித்தான். அம்மௌனத்தின் மெல்லிய இழைகளை என்னால் பிடித்துக்கொள்ள முடியவில்லை. முன்னால் நின்ற புற்களின்

தலையைப் பிய்த்துக் கொண்டிருந்தான். இரண்டு நிமிடங்கள் அப்படியே இருந்துவிட்டு திடீரென நிமிர்ந்து என்னைப் பார்த்தான். அவனுடைய முகம் வியர்க்க ஆரம்பித்திருந்தது. அவனுடைய ஒரு கண்ணில் எனக்கான கழிவிரக்கமும், மறு கண்ணில் அவள் மீதான வெறுப்பும் அலைந்து கொண்டிருப்பதாக நினைத்துக் கொண்டேன்.

“மதன். சரி, நடந்தது போகட்டும். இனி என்ன செய்யிறதா உத்தேசம்?”

“இதில்ல மச்சான், அவள் இயக்கத்துக்குப் போனதுக்கு நான்தானே காரணம்?”

“அடேய், எல்லாம் அதுபாட்டில நடந்து முடிஞ்சு போச்சு. இப்ப வந்து அதுக்கான காரணங்கள் என்னெண்டு ஆராயத் தேவையில்ல. அந்த ஆராச்சியின்ட கண்டுபிடிப்புக்கள் உனக்கு எந்தவிதத்திலயும் உதவப்போறதுமில்ல. அத விட்டுப்போட்டு இனி என்ன செய்யப்போறாய் எண்றத யோசி.”

“தெரியலடா...” கண்கள் கலங்கியதைப் பார்த்துவிட்டு அந்தோனி இன்னும் அருகில் வந்தான்.

“ஒரு விசயத்த கவனிச்சியா மதன்? வாழ்க்க எண்றது ஒரு சர்க்கஸ் மாதிரில்ல? எங்கையாச்சும் தவறு நடக்கும் மட்டும் ஜாலியா ஓடிக்கொண்டிருக்கும். ஒரு மில்லிமீட்டர் தவறிச்செண்டா மொத்தக் கதையும் காலி. எனக்கென்னமோ அவள் இயக்கத்துக்குப்போனது இந்தக் கதைக்கு முற்றுப்புள்ளி வைக்கத்தான் எண்டு தோணு. ஆகவே இந்தக் கதைய இதோட முடிச்சுக்கொள்றதுதான் நல்லம்.”

“நீ சொல்றது சரி... கதைய முடிச்சுக்கொள்றதுதான் ஒரே வழி. ஆனா அந்தக் குற்ற உணர்ச்சிய என்ன செய்யிறது? இப்ப அவள் என்னைய லவ் பண்ணல எண்றதவிட அந்தக் குற்ற உணர்ச்சிதான் மச்சான் என்னைய போட்டுப் படுத்திக்கொண்டிருக்கு...”

“என்ன பெரிய குற்ற உணர்ச்சி. அவளுக்கு அது பிடிச்சிருக்கு, சந்தோசமா இருக்கிறாள் எண்டியே. பிறகென்ன? அப்பிடியெண்டா நீ அவளுக்கு நல்லதுதானே செய்திருக்கிறாய். உலகத்தில நாம விரும்பியோ விரும்பாமலோ எல்லாமே அதுபாட்டில அந்தந்த நேரத்தில நடந்துகொண்டுதான் இருக்கும் மதன். அதுக்கு நீ காரணம் நான் காரணம் எண்டு உரிம கோர்றதெல்லாம் முட்டாள்தனம். அதெல்லாம் காலம் எடுக்கிற முடிவு. அவளுக்கெண்டு மூள இருக்கு. சிந்தன இருக்கு. தனக்கு எது தேவ, எது தேவயில்ல எண்ற சுய நிலைப்பாடு இருக்கு. இதுக்கு மேலயும் உன்ன வச்சுத்தான் தன்ட வாழ்க்கை யின்ட மிக முக்கிய கட்டத்த முடிவு பண்ணுவாள் எண்டா, பாவம். அது அவள்ட பிழ, இயலாமை. அவ்வளவுதான் என்னால சொல்ல

முடியும். மதன், எப்பிடியோ இந்த பிரச்சினைக்குள்ள இருந்து நீ மீண்டுதான் ஆகணும். சரி, மிச்சத்த மன்னார் போய் பேசிக்கலாம். இப்ப கெளம்பு போவம். நாளைக்கு அஞ்சு மணிக்கு இங்க இருந்து வெளிக்கிடணும். அப்பதான் டைமுக்கு பொயின்ட கடக்கலாம்...”

எதிலும் மனம் ஒப்பவில்லை. அது விஷம் தின்ற நாய்போல புரண்டு புரண்டு துடித்தது.

அன்று காலை ஐந்து மணிக்கு இருவரும் மல்லாவியிலிருந்து புறப்பட்டோம். அம்மா தேமித்தேமி அழுதாள். அக்காவும் அழுதாள். அப்பாவின் முகத்தில் மட்டும் பெரும் நிம்மதி தெரிந்தது. தன் வாரிசை பாதுகாப்பாக காத்துக்கொள்ள கிடைத்த வாய்ப்பின் பொருட்டு அவருக்குப் பேரமைதி கிடைத்திருக்கிறது போலும். “உடம்பப் பாத்துக்கோ தம்பி, சாப்பாடுகள் கவனம்...” என்றாள் அம்மா. “இந்த தண்ணி, தம் எல்லாத்தையும் கெதியா நிறுத்திக்கொள்!” காதுக்குள் குசுகுசுத்தாள் சித்ரா. அப்பா கட்டியணைத்து கடைசி முத்தத்தை என் கன்னத்தில் பதித்து “கவனம் தம்பி!” என்றார்.

புளியங்குளம் நோக்கி பேருந்து புறப்பட்டது.

இது வெற்றுக்கால்களில் திணிக்கப்பட்ட ஒரு நீண்ட பாலைவனப் பயணம் போல் அமைந்துவிட்டது எனக்கு. கண்கள் அடிக்கடி தன்பாட்டில் கலங்கிக் கொண்டிருப்பதை தவிர்க்க முடியவில்லை. வெளியே தெரியும் அழகிய காட்சிகளில் பார்வை லயிக்கவில்லை. சுற்றி நடப்பது பற்றிய எந்தப் பிரக்ஞையும் இல்லாத பிண மயக்கம்போல் கிடந்தது என் நிலை. சிக்கலான மனமொக்குகள் அவிழ்ந்து கொண்டிருக்கும் மனதில் அவ்வப்போது அந்தோனிதான் கவனத்தை ஊற்றிக்கொண்டிருந்தான். அப்பாவும் அம்மாவும் சித்ராவும் தூரத்தில் மேகக்கூட்டங்களுக்குள் மறைந்து கொண்டிருந்தார்கள். கயலும்தான்.

பேருந்து ராணுவ சோதனைச் சாவடியிலிருந்து புறப்பட்டபோது “கயல் என்ற ஒரு பெண் இனி என் வாழ்க்கையில் இல்லை” என்பதை ஒரு தீர்மானமாக எடுத்துக்கொண்டேன். அவளுடைய இடுப்பிலிருந்த பிஸ்டலை மட்டும் என் காட்சித் திரையிலிருந்து அழிக்க முடியவில்லை. “என்னை இவள் கொல்லாமல் விடமாட்டாள் போலிருக்கிறதே...” என அரற்றிக்கொண்டு வெளியே பார்த்தேன். தூரத்தில் தன் இரண்டு கைகளையும் நீட்டியபடி மன்னார் நகரம் எங்களை வரவேற்றது.

மதியம் இரண்டு மணியளவில் மன்னார் பிரதான பேருந்துத் தரிப்பிடத்தை வந்தடைந்தோம். பளுவாய் மாறிவிட்ட சிரத்தைத் தூக்கிக்கொண்டு பேருந்துப் படிகளில் இறங்கினேன். கடைசிப் படியில்

கால் இடறியபோது அந்தோனி அருகில் நின்று தாங்கிப்பிடித்தான்.

என் உடலின் ஒட்டுமொத்த வலுவையும் ஒரு பெண் போராளி உறிஞ்சிக் கொண்டுவிட்டாள்.

அறைக் கதவை அந்தோனி திறந்துவிட நான் உள்ளே போய் பைகளை கட்டிலில் எறிந்துவிட்டு நிலத்தில் சாய்ந்தேன். பெருமூச்சு கழன்று தரையில் விழுந்தது. சுவரிலிருந்த சீனக்குழந்தை என்னைப் பார்த்து 'நல்வரவு' என்றது. மெல்லிய குளிர் ஏறிய பளிங்குத் தரையின் மேல் உடல் காற்றுக்கூடாய் மிதந்தது. எல்லாவற்றையும் மல்லாவியில் கொண்டுபோய் கொட்டிவிட்டு இப்போது வெற்றுக்கூடாய் திரும்பி வந்திருக்கிறது இந்த உடல். உடல் மட்டுமா, ஒட்டுமொத்த வாழ்க்கையும்தான்.

"டேய், உனக்குக் கடிதம் வந்திருக்கு."

சலிப்போடு என் தேகத்தை நகர்த்த, மேசையிலிருந்த கடித உறையை எடுத்து என்னிடம் நீட்டினான் அந்தோனி. கடித உறையின் நடுமுதுகில் 'மதன்' என்று எழுதியிருந்தது. ஒட்டியிருந்த கடித உறையின் வாயை சரேலெனக் கிழித்து உள்ளே இருந்தவற்றை வெளியில் எடுத்துப் பார்த்தேன். படக் என தலைக்குள் ஏதோ உடைந்தது போலிருந்தது.

இதைத்தான் 'மரத்தால் விழுந்தவனை மாடு ஏறி மிதிப்பது' என்பார்களோ?

45

எனக்கு அப்போது காலம் சரியில்லை. சனி பகவான் விடாமல் என் வாலைப் பிடித்துத் தொங்கிக்கொண்டிருந்தான். துர்விதி என் வாழ்க்கையை ஒட்டுமொத்தமாக சுற்றிப் பிடித்திருந்தது.

அந்தக் கடிதம் என்னுடைய மீதி வாழ்க்கையை எவ்வளவு சிக்கலாக்கப் போகிறது என்று தெரியும். அதற்குள்ளிருந்த இதயம்போட்ட அட்டையில் எழுதப்பட்டிருக்கும் 'ஐ லவ் யூ' என்ற ஆங்கில எழுத்துக்களைக் கொண்டாடும் பொருட்டா என்னுடைய கடந்த கால சம்பவங்கள் நடந்து முடிந்திருக்கின்றன?

'அன்பின் மதன்,

இதை நீங்கள் எதிர்பார்த்திருக்க மாட்டீர்கள் என்று எனக்கு நன்றாகத் தெரியும். ஏன் எனக்கும்தான் இது எப்படி நடந்து தொலைந்தது என்று புரிந்துகொள்ள முடியவில்லை. அதையே யோசித்து யோசித்து கடந்த ஒரு மாதமாக மண்டையைப் பிய்த்துக் கொண்டிருக்கிறேன். உங்களை எனக்குக் கடந்த மூன்று மாதங்களாகத்தான் தெரியும். அந்த 91 நாட்களும், உங்கள்மேல் அளவில்லா பைத்தியம் பிடிக்கப் போதுமான கால அவகாசத்தை அது கொடுத்திருக்கிறது. எப்படி, எதற்காக, ஏன் என்ற கேள்விகளை என்னிடம் கேட்டு என்னைச் சங்கடப்படுத்திவிடாதீர்கள். இதற்கான விடைகள் மூளையின் ஏதோவொரு மூலையில் என்றாவது

வெளிப்பட்டால் அதை விபரமாகச் சொல்லுகிறேன். ‘உங்களை எனக்குப் பிடித்திருக்கிறது’ என்று ஒரே வரியில் எழுதிவிட்டால் அது என்னிடமிருக்கும் வெளிப்பாட்டு வறட்சிதான் என்பதை தயவுசெய்து புரிந்துகொள்ளுங்கள். உங்களை எவ்வளவு பிடிக்கும் என்பதை என்னால் எழுத்துக்களில் விபரிக்க முடியவில்லை. உலகில் எது மிகப்பெரிய பிரமாண்டமோ அந்தளவு என்று வைத்துக்கொள்ளுங்கள்.

பல நித்திரையற்ற இரவுகளையும், ஜீரணமற்ற பொழுது களையும், சொப்பனம் தீராத தூக்கங்களையும் கடந்து வந்த துயரத்தில் இறுதியாக இப்படியொரு முடிவை நான் எடுக்கவேண்டியிருந்தது. ‘ஐ லவ் யூ மதன்’.

உங்களை அடைதல் என்பது என்னால் தவிர்த்துப் பார்க்க முடியாத ஒரு தேவையாக நிலைகொண்டுவிட்டது. இந்த இதயத்தின் சேஷ்டைகளையும், கடந்த நாட்களில் நீங்கள் எனக்குள் ஏற்படுத்தித் தொலைக்கும் இரசாயன மாற்றங்களையும் நினைத்துப்பார்த்தால், அடுத்த கணமே வெட்கத்தில் அமிழ்ந்துபோய்விடுகிறேன். இப்பொழுதுகூட என் உடம்புக்குள் ஏதோவொன்று ஊர்கிறது பாருங்கள். ஒருநாள், உங்களுடைய மார்பில் என் கன்னங்களைத் தேய்த்தபடி அந்தக் கதைகளை ஒவ்வொன்றாய் எழுத்துக்கூட்டிப் படிக்கிறேன். அதுவரை பொறுத்தருளுங்கள்.

விட்டால், இப்பொழுதே பத்து பக்கக் காதல் கட்டுரை எழுதி உங்களை சாகடித்துவிடுவேன் என்று பயமாக இருக்கிறது. நீங்கள் பாவம், காதலில் நீண்ட உரையாடலைவிட சொற்ப மௌனமே அழகானது என நீங்கள் ஒரு நாள் கொடுத்த புத்தகத்தில் படித்திருக்கிறேன். ஆதலால், இப்போதைக்கு இதை இங்கேயே முடித்துக் கொள்வதுதான் மகிமை என்று தோன்றுகிறது.

ஐ லவ் யூ மதன். உங்கள் பதிலை ஆவலோடு எதிர்ப்பார்த்துக் காத்திருக்கிறேன்.

இப்படிக்கு,
உங்கள் நிவேதா.’

நானும் அந்தோனியும் கடிதத்தை வாசித்து முடித்துவிட்டு ஆளையாள் பார்த்து ஆந்தைகள் போல முழித்துக்கொண்டோம். இருவரிடமும் உடனடியாகப் பேசுவதற்கு வார்த்தைகள் இல்லை. அந்தோனி கண்கள்

பூராகவும் நிறைந்து வழியும் கேலிப் புன்னகையோடு மறுபக்கம் திரும்பிக் கொண்டான்.

“மச்சான். இல்ல தெரியாமத்தான் கேக்குறன். அதெப்பிடிடா உனக்கு மட்டும் உடம்பு பூரா மச்சம்...?” – இது அந்தோனி. நான் எதிர்பார்த்ததுதான்!

இதற்கெல்லாம் விளக்கம் கொடுக்கும் நிலையிலா நான் இருக்கிறேன்.

“என்ன மசிருடா இது? மல்லாவில வாங்கிக்கட்டினது போதாதா?”

“இப்பிடியொரு சீன நம்ம கதையில நான் நிச்சயம் எதிர்பாக்கல மச்சான்... அதுவும் நிவேதாட்ட இருந்து... அவள் எப்பிடி மச்சான் உன்ன லவ் பண்ண ஏலும்? உன்ட கன்னத்தில் வெளுத்த வெளுவ இப்ப பச்சாத்தாபமா மாறிப்போச்சா...?”

“அந்த மயிருதான் எனக்கும் விளங்க மாட்டேங்குது...”

இதை அவளிடமிருந்து நான் கொஞ்சம்கூட எதிர்பார்க்கவில்லை. சச்சரவுகளின் மடிகளில்கூட காதல் முளைக்கும் என்றால் எதற்காக இந்த உலகில் இத்தனை பிரச்சினைகள்? முதல் சந்திப்பிலேயே குரோதத்தைத் திணித்துவிட்ட ஒரு இதயத்தில் எப்படி திடீரென காதல் கனியும்?

புரிந்தது. என்னைவிட அந்தோனிக்குத்தான் பேசுவதற்கு அதிகம் இருந்தது.

“ம்... அதெப்பிடி மச்சான், உலகத்தில இருக்கிற அத்தன பெட்டைகளும் உன்ன மட்டுமே விழுந்து விழுந்து லவ்வுதுங்க. நானும் உன்கூடத்தானே சகட்டுமேனிக்கு சுத்திக்கிட்டுத் திரியிறன். எனக்கு மட்டும் கருமம், ஒரு ஆன்டி கூட செட்டாக மாட்டேங்குது... இந்த அரசியல கொஞ்சம் தெளிவா விளங்கப்படுத்த மாட்டியா சகோதரம்?”

எந்த நகைச்சுவையையும் ரசிக்கும் மனநிலையில் நான் இல்லை. கருங்கல் குழவிபோல இறுக்கமாய் கிடக்கும் என் மனதுக்கு அத்தனையும் அருவருப்பாகத்தான் தெரிகிறது. அந்தோனியின் பரிகாசத்தையெல்லாம் தலைக்குள் போட்டுக்கொள்ளும் அளவுக்கு அங்கு இடமில்லை.

“இருக்கிற பிரச்சின போதாதெண்டு இது வேற... இதுக்கேதும் லூசு கீசு புடிச்சிருக்கா?”

“வன்னில கயல். மன்னாரில நிவேதா. உன்ட காட்டில எப்பவும் மழதான்டா மாப்ள. கனக்க அலட்டிக்காத, வச்சு அனுபவி...”

“பூளல் கத கதைக்காத, விசர்ப்புண்ட! நான் ஒண்டும் அந்தோனி கிடையாது.”

"தெரியும் தெரியும். அதெல்லாம் இருக்கட்டும், இப்ப இந்தப் புது லவ்வுக்கு பின்னால வரப்போற அடுத்த கட்ட அரசியல் பிரச்சினயத்தான் கவனமா பாக்கோணும். சேர், நிவேதாட அம்மாண்டு ஒண்டு அங்கயும் இங்கயும் சுத்திக்கிட்டுத் திரியுமே, ஞாபகம் இருக்கா? அந்த முகத்த ஒருக்கா குளோசப்பில கற்பன பண்ணிப் பாரு. என்ன சொல்லுது? அதேதான், அந்த மனுசிக்கு மட்டும் இதுகள் தெரிஞ்சு நம்மள கழுத்தப் புடிச்சு வெளில தள்ளிச்செண்டு வை, ஃபாதரும் உள்ள எடுக்க மாட்டார். அப்பிடியே போய் தலமன்னார் ரோட்டில இருக்கிற சவக்காலயில கொட்டிலப் போட்டு படுத்துக்க வேண்டியதுதான். இதப் பத்தி உங்கள் கருத்து என்ன தலிவரே?"

எனக்கு அதைக் கேட்டதும் ஈரக்குலை நடுங்கிற்று. இச்சமாச்சாரத்தை மிகக் கவனமாகக் கையாள வேண்டும் என்று நினைத்துக்கொண்டேன். சறுக்கினால் இருவருடைய வாழ்க்கையும் இளித்துவிடும். கழுத்தைப் பிடித்து வெளியே தள்ளிவிடுகின்ற அவமானத்தைத் தாங்கிக்கொள்ளும் திராணி எங்களிடம் நிச்சயம் இல்லை. இப்பொழுது என்ன செய்வது?

கடவுளே, என் அம்மா தினமும் கோவில் குளம் என்று உனக்குப் பின்னால்தானே அலைந்துகொண்டிருக்கிறாள். அதற்கு நீ செய்யும் கைம்மாறா இது?

"பேசாம ஒண்டு செய்திடு மாப்ள..."

அந்தோனியின் தலைக்குள் பல்ப் எரிந்துவிட்டது. நிச்சயம் ஐடியாவாகத் தான் இருக்கும். அவனை ஆர்வத்தோடு பார்த்தேன்.

"என்ன... சொல்லு."

"இல்ல, பதிலுக்கு நீயும் நிவேதாவுக்கு ஒரு காட் அனுப்பி வைச்சிடு."

"என்னடா சொல்றா... என்ன காட்?"

"ஐ லவ் யூனுதான்! வாடக வீட்ட சொந்தமாக்கிடலாமல்லோ!"

"ஏன்டா மயிரு, உனக்கு எப்ப சீரியஸா பேசணும், எப்ப ஜோக்கடிக்கணும்கிற விவஸ்தையே கிடையாதா?"

"அது சர்வகாலத்துக்கும் நம்மள அண்டாது மச்சான்..."

அந்தோனி ஏதோ மிகப் பெரிய விகடம் பேசிவிட்டதுபோல கக்கபெக்க வென்று சிரித்தான். பிரச்சினை நேரத்தில்கூட அந்தோனியுடைய விகடபுத்தி சும்மா இருக்காது. எனக்கு அப்பொழுதே பாய்ந்து அவனுடைய குரல்வளையைக் கடித்து குதறவேண்டும் போலிருந்தது.

நான் கையிலிருந்த அட்டையை மேசை மீது எறிந்துவிட்டு சுவரோடு முதுகைச் சாய்த்து விட்டத்ததைப் பார்த்துக்கொண்டிருந்தேன்.

அந்தோனி மீது எழுந்து வந்த பெருங்கோவத்தை அடக்க முடியாமல் அருகிலிருந்த தண்ணீர்ப் போத்தலை எடுத்து கொளகொளவென வாய்க்குள் ஊற்றினேன். அந்தோனி முகத்தின் பாவனையை சரிக்கட்டிக் கொண்டு மறுபக்கம் திரும்பினான்.

என்னைப் பார்க்க அந்தோனிக்கு நிச்சயம் பரிதாபமாகத்தான் இருக்கும். வீம்புக்கு இப்படி விவஸ்தை கெட்டுப் பேசுவதுகூட நான் கொஞ்சம் சிரித்து மனக்கட்டுக்களைக் தளர்த்திக்கொள்ள வேண்டும் என்பதற்காகத்தான். உள்ளுக்குள் இருப்பதோ அவனுக்குக் குழந்தை மனசு.

“சரி. காட் வேணாம். குறஞ்சது ஒரு கடிதமாவது எழுதன்...?” மீண்டும் அந்தோனி!

நான் மேலே சொன்னதுபோல எவ்வளவு எடுத்து வைத்துப் புகழ்ந்தாலும், கழுவி ஊத்துவதென்று வந்துவிட்டால் சீக்கிரத்தில் அசந்துவிடமாட்டான் மூதேவி.

நான் மேலே எதுவும் பேச விரும்பவில்லை. பேசினால் அதற்கும் இன்னுமொரு அரளை பேந்த கவுண்டர் வரும். என்னுடைய கோவம் முற்றி அருகிலிருக்கும் போத்தல் உடையும். அவனுக்கு சில பல இரத்தக் காயங்கள்கூட ஏற்பட வாய்ப்புண்டு. ஆகவே எதற்காக இந்த வீண் வம்பென்று மௌனத்தை கெட்டியாகப் பிடித்துக்கொண்டு என்பாட்டுக்குச் சுவரைப் பார்த்துக்கொண்டிருந்தேன்.

ஆனால் பாருங்கள், அவனுக்கு மட்டும் நிறுத்தவேண்டுமென்று தோன்றவில்லை.

“இப்பிடி எழுது மச்சான்... அம்மா தாயே, நான் கயல்னு ஒரு இயக்கப் பிள்ளைய சொரி... கயல்னு ஒரு பிள்ளைய இரண்டு வருசமா லவ்வோ லவ்வுனு லவ்விக்கிட்டு கிடக்கேன். ஆனா அது த்தூ நாயேனு மூஞ் சில காறித் துப்பிட்டு போயிட்டுது. சொரி சொரி. அந்த பொண்ணும் என்னைய விழுந்து விழுந்து லவ் பண்ணுது. எங்கள ஆசீர்வாதம் போட்டு ஒரு வம்சத்த பெத்துப்போட கருண காட்டும்மா. உன்ட கால்ல விழுந்து மன்றாடி...” என அந்தோனி முடிப்பதற்குள்ளேயே என்னுடைய கையிலிருந்த தண்ணீர்ப் போத்தல் அந்தோனியின் முகத்தில் போய் சலாரென விழுந்தது.

நொந்த மூக்கைத் தேய்த்துக்கொண்டு “இந்தக்காலத்தில நல்லது சொன்னா எந்த மசிராண்டி கேக்குறான்...” என்றபடி கட்டிலிலிருந்து எழுந்து படிக்கட்டில் இறங்கி கிணற்றுப் பக்கம் நடந்தான் அந்தோனி.

ஐந்து பத்து நிமிடங்கள் ஓடிக்கடந்த பின்னர்தான் அந்தோனி சொன்னது மண்டைக்குள் பிராண்டியது. ஒரு கடித்தை எழுதி நான்

கயலைக் காதலிக்கிற உண்மையச் சொல்லிவிட்டால் பிரச்சினை தீர்ந்துவிடும். இந்த விடயம் முத்திப் பழுத்து சந்தைக்கு வருவதற்கு முன் இதைத் தூரோடு கத்தரித்துவிடுவதுதான் புத்திசாலித்தனம்.

அந்தோனி கையில் துவாலையோடு அறைக்குள் நுழைந்தான். என்னுடைய முகத்தில் நகைவெட்டியதைக்கூட கவனிக்காமல் தொடர்ந்து நடந்தான். இம்முறை நான் ஆரம்பித்தேன்.

“டேய் இங்க வாவன். நீ சொல்லுறதும் சரிதான்.”

“அதானே பாத்தன்! நமக்குத்தான் சுயபுத்தி கிடையாதெண்டா மற்றவன் சொல்லுறதையாவது கேக்கணும். ஏன்டா, நான் என்ன சொன்னாலும் நீங்கெல்லாம் சீரியஸாவே எடுக்க மாட்டீங்களா? நான் சொல்ல வந்தது இப்பவாச்சும் புரிஞ்சுதே உன்ட மண்டைக்கு. அப்புறம் என்ன இப்பவே கடதாசிய ஆரம்பிச்சுடு. டேய், கயல கனவு கண்டுகிட்டு ‘கண்மணி அன்போடு காதலன்...’ எண்டு எழுதி தொலச்சிடாத என்ன...”

“சிரிப்பு வரல!”

“அதுசரி, இனி எப்பிடி சிரிப்பு வரும். ஒண்ட வச்சிருக்கிறவனே லூசு புடிச்சு அலையுறான். உனக்கு ரெண்டா, சிரிப்பில மண்தான்!”

நான் பல்லைத் துருத்திக்கொண்டு சுற்றுமுற்றும் பார்த்தேன். பிறடி மண்டையில் மெல்லியதாக வலியெடுத்தது. தேகம் வியர்த்துப் பிசுபிசுத்தது. சேட்டைக் கழற்றி கட்டிலில் எறிந்தேன். சொல்லி வைத்தாற்போல் அதுவும் போய் அந்தோனியின் முகத்தில்தான் விழுந்தது. நான் சிரித்தேன். அந்தோனி *“உனக்கு இப்ப காலம் சரியில்ல மச்சான். எதுக்கும் கொஞ்சம் சூதானமா இருந்துக்க...”* என்றபடி முகத்தில் கிடந்த சட்டையை எடுத்து மேசையில் போட்டுவிட்டு கட்டிலில் சாய்ந்தான்.

அறையில் பத்து நிமிட மௌனம். இருவரும் ஒருவரையொருவர் பார்த்துக்கொள்ளவில்லை. பேசிக்கொள்ளவில்லை. ஆனாலும் எங்கள் இருவருடைய தலைகளுக்குள்ளும் ஒரே காட்சிகள்தான் ஓடிக்கொண்டிருந்தன.

“இன்னொண்டு மச்சான். எதிர் எதிர் முனைகள் ஒட்டும். ஒத்த முனைகள்தான் தள்ளும். இது உனக்குத் தெரியும். ஆனா இந்த எதிர் முன கொஞ்சம் வில்லங்கமான முன... இதுக்கு நினச்சத இழுத்துப்போடுற சக்தி ஜாஸ்தியா இருக்குமெண்டு தோணுது... எதுக்கும் பாத்து...”

“நான் யோசிச்சுக் கொண்டிருக்கிறத விசயத்த எப்பிடிடா அப்பிடியே

சொல்லுறா?"

"எல்லாம் ஒரு ப்ரண்டோபதிதான் மாப்ள! தூங்கப்போறன், குழப்பாத."

இரண்டு நாட்களுக்கு முன்னர் நிவேதா செய்த அந்த வேலை ஒவ்வொரு நிமிடமும் தடுமாற்றத்தையும், நிறுத்தமற்ற பதற்றத்தையுமே கொடுத்துக் கொண்டிருந்தது. ஒரு வீதம் கூட சாத்தியமற்ற இந்தக் காதல் பற்றி ஏன் நிவேதாவுக்கு புரிய மாட்டேன் என்கிறது எனத் தெரியவில்லை. மேசையில் கிடக்கும் அந்தக் கடித உறையையும் காதல் அட்டையையும் பார்க்கும் போதெல்லாம் வீட்டுக்கார ஆன்டியும், ஃபாதரும் கற்பனையில் கடப்பாரையோடு வந்து போனார்கள். 'எனக்குக் கயல் இருக்கிறாள். அவள் மட்டும் போதும். அவள் நிச்சயம் என்னிடம் மீண்டும் வருவாள்' என்ற வாக்குத்தத்தத்தை மீண்டும் மீண்டும் புதுப்பித்துக்கொண்டேன். இவற்றிற்குள் இனி நிவேதாவை எப்படி எதிர்கொள்வது என்ற அடுத்த சிக்கல். ஏதோ நான்தான் தவறிழைத்தவன் போல.

நிவேதாவை பார்க்கும் போதெல்லாம் எதைப் பற்றியும் அறியாத அப்பாவி போன்றதொரு முகத்தை உடனடியாகப் பொருத்திக்கொண்டுவிடுவேன். நெருங்கி வந்தாலும் பேசுவதற்கு முன்னர் போல வார்த்தைகள் வராது. அவளுடைய பாதி சிரிப்பு நூரும் முன்னரே அவ்விடத்திலிருந்து காணாமல் போய்விடுவேன். ஆனால் அவளுடைய முகம் தெளிவாகவே இருந்தது. "இவனிட்ட போய் காதல சொல்லியிருக்கிறன், சனியன் புடிப்பான் எரும மாடு மாதிரி சுத்திக்கிட்டிருக்கிறானே..." என்பதுபோல இருக்கும் அவளுடைய பார்வை.

அந்தக் கடித சம்பவம் நடந்து ஐந்து நாட்கள் கடந்திருந்தன. அன்று வேலை முடிந்து அறைக்கு வந்தபோது மேசையில் 'மதன்' என முகவரியிடப்பட்ட இன்னுமொரு கடதாசியுறை இருந்தது. அது நிவேதாவுடைய கையெழுத்துத்தான் என்பதில் சந்தேகம் இருக்கவில்லை. 'என்ன ஓழ்டா இது?'

"மதன், தயவுசெய்து என்னுடைய கடிதத்துக்கு பதில் அனுப்பவும்!"

வெறும் ஆறே வார்த்தைகள்தான். தொனி சுத்தக் கறார். அந்தக் குண்டு எழுத்துக்கள் என்னைப் பார்த்து விழிகளை உருட்டி முறைத்தன. இதற்கு மேலும் இந்த விடயத்தைத் தாமதமாக்குவது உயிருக்காபத்து என்றபோது அருகிலிருந்த அந்தோனி சிரித்தான். வன்முறையில் ஆரம்பித்த ஒரு உறவு இப்பொழுது காதல் என அல்லோலகல்லோலப்பட்டுக்கொண்டு கிடப்பதைப் பார்க்க வேடிக்கையாயிருந்தது.

அவளை நேரடியாகப் போய்ப் பார்த்து, விதரணையாகப் பேசி, இந்த

விடயத்துக்கு முற்றுப்புள்ளி வைத்துவிட வேண்டும் என மறுநாள் ஆவேசத்தோடு புறப்பட்டுப் போனேன். கசியர் மேசையில் அமர்ந்திருந்த நிவோதாவிடம் வந்து அவளிடம் கொஞ்சம் தனியாகப் பேசவேண்டும் என்றேன். அதைக்கேட்டு நிவேதாவின் வண்டு விழிகள் விரிந்தன. மூடிய வாயிதழ் மலர்ந்தது. "பின்னேரம் கட முடிய பேசலாம்" என்றாள் கண்கள் குலுங்க.

அன்றைய முழுநாளும் எனக்குள் படபடப்பு ஏறிக்கொண்டே யிருந்தது. நடக்கப்போகும் பிரளயம் மீதான வெகுண்டெழுந்த அச்சம் அவ்வப்போது தொண்டைக்குள் வந்து இறுகியது. காதலைக் கண்டு உடலஞ்சிக் கிடக்கும் ஒரு ஆன்மாவின் நீண்ட பகலுக்கு சிறகுமில்லை, கால்களுமில்லை. பரிதவிப்பு வைத்த இடத்தில் அப்படியே கிடந்தது. காதலிலிருந்து நம் ஆன்மாவைக் காப்பாற்றிக் கொள்வதென்பது நீரோட்டத்திற்கு எதிராக நாம் அடிக்க ஆரம்பிக்கும் நீச்சல் போன்றது. எதிர்விசையில் சிதைந்துவிடாமல் முன்னேற வேண்டும். அடிமன திலிருக்கும் ஒரு தீர்மானமான நம்பிக்கையைப் பிடித்துக்கொண்டால் அதற்கான வலு கிடைக்கும். என்னுடைய வலு கயல். அத்தனை சவால்களையும் சுக்குநூறாய் உடைத்தெறியக் கூடிய வல்லமை அதற்குண்டு.

நிவேதா சொன்ன நேரம் வந்தது. பிரமிளா ஸ்டோரின் கதவுகள் சாத்தப்பட்டன. நானும் நிவேதாவும் ஒருவரையொருவர் எங்கள் பார்வைகளால் ஒற்றிக்கொண்டோம். நிவேதாவின் கண்களில் மட்டும் ஏதோவொரு நம்பிக்கை ஒளிர்ந்தது. அடிக்கடி தன் வாயிதழ்களை பக்கமாக இழுத்துக் கடித்தாள். கண்களில் மட்டும் மெல்லிய இழையில் வெட்கம் ஊர்ந்தது.

"சொல்லுங்க மதன்!" விருப்பப்பட்டு தன் இதழ்களை விரித்தது அந்த ஓர்க்கிட்.

"முதல்ல உங்கள நான் ஏதாச்சும் ஒரு வகையில டிஸ்ரப் பண்ணி யிருந்தா அல்லது இப்ப சொல்லப்போறது உங்களக் காயப்படுத்தினா தயவுசெய்து என்னைய மன்னிச்சுக்கொள்ளுங்க நிவேதா."

நிவேதாவின் விரிந்த இதழ்கள் திடும் என்று மூடிக்கொண்டன. என்னுடைய வார்த்தைகளுக்குப் பின்னாலிருந்த அத்தனை அர்த்தங்களையும் அவள் பக்கென கவ்விக்கொண்டது போலிருந்தது. அதற்குப் பின் அவளுடைய முகபாவத்தில் சொல்லும்படியான தேடல் இல்லை.

"சரி, விசயத்த சொல்லுங்க மதன்." அருகில் வந்து கொண்டிருந்த நிவேதாவின் குரல் இறுகியது.

"நான் ஏற்கனவே கயலெண்டு ஒரு பெட்டைய லவ் பண்றன். ரெண்டு வருசமா."

நான் முற்றுப்புள்ளி வைத்த இடத்தில் அவள் நிற்கவில்லை. அவளுடைய மனம் எதையோ போட்டு கடுமையாக அரைத்துக்கொண்டிருந்தது.

"நிவேதா, நான் சொன்னது கேக்கலயா?"

"ஓஹ், என்ன சொன்னீங்க?"

"நான் கயலெண்டு ஒரு பெட்டைய லவ் பண்றன்."

"அதுக்கென்ன..."

"அதுக்கென்னவா...?"

"ஓமோம், அதுக்கென்ன?"

"நிவேதா, நான் என்ன சொல்ல வாறன் எண்டு உங்களுக்குப் புரியுதா இல்லையா?"

"அது புரியுது. பிறகு...?"

"பிறகென்ன... அதால உங்கள..."

"அதுசரி, அவதான் இயக்கத்துக்கு பொயிட்டாளே!"

எனக்குப் பகீரென்றது. இவளுக்கு இந்தக் கதையெல்லாம் எப்படித் தெரியும்?

"நிவேதா. இது எப்பிடி உங்களுக்குத் தெரியும்?"

"அது தேவையில்லாத விஷயம் மதன். எனக்கு உங்க முடிஞ்சுபோன லவ் ஸ்டோரி பத்தி எல்லாம் தெரியும். இப்ப என்ட கேள்வி, என்ன உங்களுக்கு புடிச்சிருக்கா இல்லையா? என்னைய நீங்க கலியாணம் பண்ணிப்பீங்களா மாட்டீங்களா?"

நிவேதா ஒரே போடாய் போட்டாள். அவளுடைய தைரியத்தில் சிறங்கைகூட என்னிடமில்லை. மிரண்டு போய் அவளை உற்றுப் பார்த்தேன்.

"ஹலோ மதன். கேட்ட கேள்விக்கு நீங்கள் இன்னும் பதில் சொல்ல."

"உங்களுக்கு யாரு இந்தக் கதையெல்லாம் சொன்னது?"

"ஏசப்பா... எதுக்கு பழைய சீடி மாதிரி திரும்பத் திரும்ப அதையே கேட்டுக்கொண்டிருக்கிறீங்க?"

"நிவேதா, கயல் இயக்கம்தான். அவளும் நானும் சீக்கிரம் கலியாணம்

கட்டிப்போம். அவளத் தவிர இந்த உலகத்தில வேற யாரையும் என்னால நினைச்சுக்கூடப் பாக்க முடியாது"

"அப்பப்பா! தெய்வீகக் காதல்! இவ்வளவு பெரிய முட்டாள்தனம் உங்ககிட்ட இருக்குமெண்டு நான் கொஞ்சம்கூட எதிர்பார்க்கல. மதன், அவ இயக்கம். எல்டிடிஈ! அவ எப்பிடி உங்கள கலியாணம் கட்டிக்க முடியும்? அதுவும் இப்ப நாடு கிடக்கிற கிடையில... சீக்கிரமே இயக்கத்த கூண்டோட அழிச்சிடணும் எண்டு உக்கிரமா சண்ட நடந்து கொண்டிருக்கிறதா நீங்கதான் சொன்னீங்க. இல்ல, நான் தெரியாமத்தான் கேக்கிறன், அவ திரும்பி உசுரோட வருவாண்டு என்ன நிச்சயம்?"

தன்னிலை இழந்து, நிவேதாவை அடிக்க ஓங்கினேன். நிவேதா கையிலிருந்த தன் சைக்கிளைப் போட்டுவிட்டு இரண்டடி பின்னே போய் நின்றாள். பீதி அவள் முகத்தில் காட்டுத்தீயாய் விளாசியது. சிவந்த கன்னங்களுக்கு மேல் ஓவென பிளந்துகிடந்த விழிகள் என்னை உக்கிரமாகப் பார்த்தன. கசிந்தன. பின்னர் தாரை தாரையாகக் கொட்ட ஆரம்பித்தன.

"சொரி நிவேதா. சொரி. சொரி..."

"ஓஹ். என்னைய அடிச்சிடுவீங்களா?"

"அதான் சொரி சொல்லிட்டனே... இந்தாங்க சைக்கிள புடிங்க."

"உங்க சொரி யாருக்கு வேணும். இல்ல, நான் தெரியாமத்தான் கேக்கிறன், நான் அப்பிடியென்ன தப்பா சொல்லிட்டனெண்டு இப்பிடி சீன் போடுறீங்க?"

தன் கூர்விழிகளை என் பச்சாத்தாபக் கண்களுக்குள் குறுக்காக இறக்கினாள் நிவேதா. நானோ குற்றவுணர்ச்சியில் தடுமாறிப்போனேன்.

"சொரி நிவேதா... ப்ளீஸ் மன்னிச்சுக்கொள்ளுங்க. தெரியாம கைய நீட்டிட்டன்."

"பரவால்ல. கேட்டதுக்கு முதல் பதில சொல்லுங்க. நான் அப்பிடி என்ன தப்பா சொல்லிட்டன்?"

"அவ உசுரோட வருவாவா எண்டு..."

"அதில என்ன பிழ இருக்கு மதன்? நிதானமா கொஞ்சம் யோசிச்சுப் பாருங்க. ஒரு இயக்கப் பெட்டைய அதுவும் இங்கால இருந்துகொண்டு லவ் பண்றதென்றது முட்டாள்தனம் இல்லையா? லவ்வில கொஞ்சம் மூளையையும் பாவிக்க வேணாமா?"

"இதில என்ன முட்டாள்த்தனம் இருக்கு...?" என்று கேட்கலாமா

என்று தோன்றியது. கேட்கவில்லை. இந்த உரையாடலை எதற்கு மேலும் மேலும் புகைபோட்டுப் பழுக்க வைக்கவேண்டும்? நான் எதிர்வினையாற்றவில்லை. அவள் பேச்சில் நியாயம் இருக்கிறதோ இல்லையோ, தன் கதைக்கு மேலும் மேலும் அரிதாரம் பூசி கயலை மட்டும் வெளுத்துக்கட்டுவது தெளிவாகத் தெரிந்தது.

“இப்ப என்ன சொல்ல வாறீங்க நிவேதா?”

“நான் சொல்ல வேண்டியதெல்லாம் சொல்லிப் போட்டன் மதன். கனவுலகத்தில இருந்து கொஞ்சம் வெளில வாங்க. கால நிலத்தில வச்சு நடங்க. அப்ப எல்லாம் தானாப் புரியும்...” எனச் சொல்லிவிட்டு வீட்டின் கம்பிக்கதவை மூர்க்கத்தோடு திறந்தாள் நிவேதா.

எதுவுமறியாத கம்பிக் கதவு ‘க்றீச்’ என ஒப்பாரி வைத்துக்கொண்டு மறுபக்க மதிலில் போய் மோதியது. வளவுக்குள் வந்தேன். முன்னால் ஃபாதர் நின்றுகொண்டிருந்தார்.

46

“குட் ஈவினிங் ஃபாதர்.”

“குட் ஈவினிங். குட் ஈவினிங்.”

புன்னகையை உதறித்தள்ளிவிட்ட பார்வை. எதிலும் ஊன்றி நிற்காத சஞ்சலமடைந்த முகம்.

இந்த ஃபாதருக்கு என்ன ஆயிற்று?

“மதன் உன்னோட கொஞ்சம் பேசணும்!”

“சரி ஃபாதர்.”

“பைக்கில ஏறு பரிஷ் ஹவுசுக்கு போவம்...”

என்னை பின்னால் ஏற்றிக்கொண்டு கோவிலை நோக்கிப் பறந்தது லோட் நைன்டி. என்னுடைய தலைக்குள் கொத்துக்கொத்தாய் சன்னங்கள் வெடித்தன. திடீரென திணிக்கப்படும் மர்மங்களுக்கும், புதிர்களுக்கும் பழக்கப்பட்டதல்ல என்னுடைய மூளை. அதிக அழுத்தம் கொடுத்தால் அது வெடித்துச் சிதறிவிடும். இங்கு அதிகம் என்பதுகூட என்னளவில் பூச்சியத்திலிருந்து கொஞ்சத் தூரம்தான்.

இது நிச்சயம் நிவேதா மேட்டர்தான் என சொல்லிக்கொண்டேயிருந்தது சம்சயம். காரணம், ஃபாதரும் நிவேதாவும் நல்ல கூட்டு. நிவேதாவின் ஆஸ்தான ஆலோசகரும் ஃபாதர்தான். நிவேதா எதை வேண்டுமானாலும் அவருடன் பகிர்ந்துகொள்ளக்கூடிய ஒரு சூழல் அவர்களுடைய நட்பில் இருந்தது. எனவே, “ஃபாதர் நான் அவன லவ் பண்ணுறன்” என்றிருந்தால் உடனே ஃபாதரும் மனமுருகி, “நான்

அவன்ட பேசுறனே” என்றிருப்பார். இப்படித்தான் ஏதாவது நடந்து தொலைந்திருக்கிறதோ தெரியவில்லை.

மோட்டார் சைக்கிள் கோவில் வளவுக்குள் வந்து உறுமிக்கொண்டு நின்றது. ஃபாதர் மௌனத்தோடு தன் அறைக்குள் நுழைய நான் அவரைப் பின்தொடர்ந்து போனேன்.

“இப்பிடி இரு...”

“...”

“அப்புறம் வன்னி எப்பிடி இருக்கு? வீட்டில எல்லாரும் சுகம்தானே?”

“எல்லாரும் நல்லம் ஃபாதர்...”

என்னுடைய பதிலை வாங்கிக்கொண்டே தன் மேசை லாச்சிக்குள்ளிருந்து ஒரு மஞ்சள் நிறக் கடித உறையை வெளியே எடுத்தார் ஃபாதர்.

எனக்கு தூக்கிவாரிப்போட்டது. மறுபடியும் கடித உறை!

“அப்பா எப்பிடி இருக்கிறார்?”

“அவருக்கென்ன, நல்ல சுகம் ஃபாதர். உங்கட்டத்தான் நிறைய கேட்டதாக சொல்லச் சொன்னார்...”

பேசியது போதும் அழைத்து வந்த விடயத்தைச் ஆரம்பியுங்கள் ஃபாதர்.

“என்ன நீ ஒரு இயக்க புள்ளைய லவ் பண்றியாம்?”

சடாரென தன் வாயிலிருந்த குண்டை உருவி என் மடியில் எறிந்தார் ஃபாதர். அது பாரிய சத்தத்தோடு வெடித்துச் சிதறியது.

“ஃபாதர்...?”

“ம்... நீ கொண்டு வந்து குடுத்த அந்தப் பார்சலுக்குள்ள அப்பா கடிதமொண்டு வச்சிருந்தார். இதப் பத்தி என்னைய உன்னோட கதைக்கட்டாம். சரி சொல்லு, என்ன கதை?”

“இல்ல ஃபாதர்...”

“என்ன இல்ல?”

“...”

“அப்பா உனக்கு புத்திமதி சொல்லட்டாம். நான் என்னத்தச் சொல்றது. லவ் பண்ற அளவுக்கு நீ பெரிய ஆளா வளந்தாச்சு. அது வேற இயக்கத்தில இருக்கிற பிள்ளைய லவ் பண்ற அளவுக்கு தைரியம் பிடிச்ச ஆள் நீ. அட்வைஸ் எல்லாம் உனக்குத் தேவையா?”

ஃபாதருடைய பார்வையிலிருந்த ஏந்தலும், குத்திப் பேசும் கடுமையும் என்னை மிரட்டியது. இந்த உலகில் என்னை மிகப் பெரிய சங்கடத்திற்குள் தள்ளக்கூடிய வார்த்தைகளை ஃபாதரால் மட்டுமே உதிர்க்க முடியும்.

"இந்த பார்சல ஃபாதர்ட்ட குடு" என்று அப்பா நீட்டியபோதே நான் சுதாரித்திருக்க வேண்டும். எப்படி வில்லங்கத்தை மல்லாவியிலிருந்து பத்திரமாகக் காவிக்கொண்டுவந்து ஃபாதரிடம் சேர்ப்பித்திருக்கிறேன் பாருங்கள்.

"சொல்லு மதன். அந்த பெட்ட இயக்கம்தானே?"

"ஓமோம் ஃபாதர்."

ஃபாதரை நிமிர்ந்து பார்க்கவே திராணியில்லாமல் சிரத்தைத் தாழ்த்திக்கொண்டு பதில் சொன்னேன்.

"இத கேக்க எனக்கு ஷொக்கிங்கா இருக்கு மதன். லவ் பண்றத பிழையெண்டு சொல்ல வரல. ஆனா யார லவ் பண்றம் என்றதில கவனம் இருக்கணும். நிறைய பேர் விடுற பிழ இதுதான். காதல்னு வந்திட்டா மூளைய களட்டி வச்சிடுறது. காதல வெறும் பொழுதுபோக்குக் கூத்தா பாக்குறதுக்கு மூள தேவலதான். ஆனா வாழ்க்கயா பாக்கணும்டா மூள நிச்சயம் அவசியம். உன்ன பாக்க எனக்கு கவலயாக் கிடக்கு மதன். ஒரு இயக்கப் பிள்ளைய லவ் பண்ணுறதென்றது எவ்வளவு பெரிய சவால் எண்டு உனக்குத் தெரியும். ஏற்கனவே சிக்கலா கிடக்கிற வாழ்க்கய எதுக்கு இன்னுமின்னும் வலிஞ்சு சிக்கலாக்கிக்கொள்ள வேணும்?"

கூறியபடியே கண்களைக் கூராக்கிக்கொண்டு என்னுடைய விழிகளுக்குள் பாய்ந்தார் ஃபாதர். விழிகள் மருண்டு கூசின.

"இங்க பாரு மதன். நம்ம நாட்டு நிலம உனக்கு வடிவாத் தெரியும். மன்னாரில தனிச்சுப்போய் நீங்க படுற கஷ்டங்களும் உனக்குத் தெரியும். இதுக்குள்ள காதல் என்றதொண்டு உனக்கு அவசியம்தானா எண்டு தெரியல. என்னால உனக்கு ஒண்டே ஒண்டுதான் சொல்ல முடியும். இப்ப இந்த லவ் எல்லாம் உனக்கு சரிப்பட்டு வராது. தயவுசெஞ்சு வாழ்க்கயின்ட பெரும் பகுதிய சுமையாக்கிக்கொள்ளாத. லவ் பண்ணு. அது தவறில்ல. சரியான நேரத்தில, பொருத்தமான ஒராள லவ் பண்ணி கல்யாணம் பண்ணிக்க. காதல் ஒரு சுமையா மாறிச்செண்டா அதுக்கப்புறம் வாழ்க்கையே இருண்டு போயிடும் தம்பி..."

"..."

"என்ன சத்தத்த காணல..."

"இல்ல. ஃபாதர்!"

"என்ன இல்ல.?"

"இல்ல, நீங்க சொல்லுறது சரிதான் ஃபாதர்."

"இங்க பாரு மதன், உங்க அப்பாவோ, அம்மாவோ, இல்ல, நானோ உன்ட நன்மைக்காகவும் உன்மேல இருக்கிற அக்கறயாலயும்தான் இதயெல்லாத்தையும் சொல்லுறம்!"

"புரியுது ஃபாதர்."

"வெரி குட். புரியுறதோட மட்டும் நிண்டுடக்கூடாது. மாற்றங்கள முயற்சிக்க ஆரம்பிக்கணும். இந்த வயசில பெட்டைகள் மேல ஈர்ப்பு வரணும்! கட்டாயம் வரணும்!! அப்பிடித்தான் நம்ம உடம்பு படைக்கப்பட்டிருக்கு. ஆனா அந்த ஈர்ப்ப சரியா மனேச் பண்ண நமக்கு பக்குவம் இருக்காண்டு பாத்துக்கணும். நம்மட்ட அந்தப் பக்குவம் இல்லெண்டு தெரிஞ்சா, நாமளா கொஞ்சம் ஒதுங்கி இருந்துக்கிறதுதான் புத்திசாலித்தனம். பாவம், அந்த கேர்லப் பத்தி எனக்குத் தெரியாது. ஆனா அது போராட்டம் எண்ட ஒரு பெரிய இலட்சியத்த நோக்கி ஓடிக்கொண்டிருக்கு. நீ எதுக்குக் காதலக் கொண்டுபோய் அதுக்குள்ள சொருகி அதோட லட்சியத்த களங்கப்படுத்தணும்? நான் சொல்லுறது புரியுதா?"

"ஓம் ஃபாதர். புரியுது"

"சரி. நல்ல புள்ளையா இதெல்லாத்தையம் விட்டுப்போட்டு உன்ட வேலையில கவனத்த செலுத்து. அப்பா அம்மாவ கவல இல்லாம பாத்துக்க. உனக்கான ஒரு லைப் நிச்சயம் உன்னய தேடி வரும். புரியுதா?"

"சரி ஃபாதர்."

"ஓல்ரைட். இருட்டுப்பட்டுட்டு கெதியா வீட்டுக்கு போ. கோட் ப்ளஸ் யூ."

கதிரையிலிருந்து எழுந்து வாசலில் திரும்பி நடந்தேன். உடலின் பளு அதிகரித்துவிட்டதுபோல் இருந்தது. வெளியே வந்தபோது அதுவரை கண்மடல்களில் தேங்கி நின்ற திரவம் கன்னத்தில் வழிந்தது. கைகள் நடுங்கின. ஜீவன் அல்லாடியது. உதடுகள் காய்ந்து நாவு வரண்டது. முன்னால் நின்ற கும்மிருட்டில் மோதி வீதியில் ஏறினேன்.

கைப்பிடித்து நடக்க அன்று நிலவுகூட இருக்கவில்லை. இருளைத் துழாவிக்கொண்டு வீடு நோக்கி நடந்தேன். இதயம் பாரமாகி இறுகிக் கிடந்தது. வீதியில் நான் எடுத்து வைத்த ஒவ்வொரு சுவட்டிலும்

தற்கொலைப் பேரலைகள் மோதி அதிர்ந்தன. கயலை மறப்பதை விட தற்கொலைகூடத் தேவலை என்று தோன்றியது.

இந்தத் துன்பக்கலத்திலிருந்து தெளிவு என்ற கயிற்றைப் பிடித்து வெளியில் வர வலு இல்லை. காதல் என்னும் காட்டாற்றில் கரைந்துவிடவும் வழியில்லை. காதலுக்கும் வாழ்க்கைக்கும் இடையிலிருக்கும் மெல்லிய இழையில் உயிரை அந்தரத்தில் பிடித்துத் தொங்கிக்கொண்டிருப்பதெல்லாம் கொடுமையான சித்திரவதை.

காதல் வலியது மக்களே! கண்ணீரோடுதான் இதை எழுதிக் கொண்டிருக்கிறேன். இந்தக் காதலை இலகுவாகக் கண்டடைந்துவிடும் ஆத்துமாக்கள் ஆசீர்வதிக்கப்பட்டவை. அவர்களால்தான் இந்தப் பிரபஞ்சம் அழகாக இருக்கிறது.

அன்றைய இரவு எப்படிக் கடந்து போனது என்பதை என்னால் விபரிக்க முடியாது. இப்படி அசுபமான இரவொன்று என்னிடம் எழுந்து வரும் என்பதை நான் கனவில்கூட நினைத்திருக்கவில்லை. அந்த இரவின் மடியிலேயே உயிர் பிரிந்துவிட்டிருந்தால் சுபமாக இருந்திருக்கும்.

அன்றைய முழு இரவும் என்னைத் தற்கொலை நோக்கியே தள்ளிக் கொண்டு போனது. தூக்கம் பக்கத்திலும் சேரவில்லை. பத்து இருபது என சிகரட்டுக்கள் எரிந்து தீர்ந்தன. என்னுடைய தலைக்குள் ஒவ்வொரு தடவையும் ஒவ்வொரு எரிமலை குமுறி வெடித்தது. ”இந்த விசர் ஏன் இயக்கத்துக்குப் போய்த் தொலைந்தது?” என வாய்விட்டு அரற்றியபோதெல்லாம் அடிவயிற்றில் அமிலம் கசிவதை உணர்ந்தேன்.

தேகம் பூராவும் வலி. கயலின் விடயத்தில் நடந்தவை எதுவுமே எனக்குச் சாதகமாக நடக்கவில்லை என்ற ஏமாற்றம். நோயாளியின் பகலைப்போல அன்றைய இரவு நீண்டு கிடந்தது.

நடுநிசி கடந்து விழித்த போதுதான் நான் மூலையில் கிடந்து அரற்றிக்கொண்டிருப்பது அந்தோனிக்குப் புரிந்தது. எழுந்து வந்து அருகில் அமர்ந்தான். அவனுடைய தோளில் சாய்ந்தபோது அழுகை பீறிட்டது. கண்களிலிருந்து கண்ணீர் மாளுமாளாக ஒழுகியது. என்னை இவ்வாறானதொரு நிலையில் அவன் இதற்கு முதல் பார்த்திருக்கிறானா என்று தெரியவில்லை. அவனுடைய விரல்கள் என் கன்னத்தில் வழியும் ஈரத்தை பெரும் பாரத்தோடு ஒற்றியெடுத்துக்கொண்டிருந்தன.

கயலை மறக்க முயற்சித்த எந்த இரவும் என்னைத் தூங்க விட்டதில்லை. காலை விடிந்ததும் ஏதோ சகட்டுமேனிக்கு விழித்துக்கொள்வேன். பகலை அநாமதேயமாக ஓட்டிவிட வேண்டுமென்று நினைப்பேன். நாட்களின் வேகத்தில் கயலை ஓரளவு மறக்க முடிந்தாலும் திடீரென

எழுந்து வரும் அவள் நினைவுகள் கைகளில் கொட்டிய அசிட் போல எரியும். நானோ என் மனதின் ஓரங்களிலிருந்து கயல் என்னுமோர் உயிர்நாடியை அறுத்தெறிந்துவிட சித்தமில்லாதவனாய்க் கிடந்தேன். மனசுக்குள் வள்ளிக் கொடிபோல படர்ந்துவிட்டவளை எந்த மனம் கொண்டு அறுத்தெறிவது? கயல் என்ற ஒரு அதிசயம் என் வாழ்க்கையில் மீண்டும் நிகழாதா என்ற பரிதவிப்போடு என் நாட்களைத் தள்ளிக்கொண்டு ஓடினேன்.

கயலின் காதல் எனக்கு யதார்த்தத்தில் சூழலும் வாழ்க்கை பற்றிய எக்கச்சக்கப் பாடங்களை குறுகிய காலத்திலேயே கற்றுக்கொடுத்தது. ஃபாதர் சொல்வது போல, கயல் என்கிற ஒரு விபத்தை மறந்து, மீண்டும் எழுந்து நடக்கவேண்டும் என்ற ஒரு பிரயாசையை எனக்குள் ஊன்றிக்கொள்வது அத்தனை இலகுவானதாக இருக்கவில்லை.

வன்னியில் வேகமாக முன்னேறிக்கொண்டிருந்த இலங்கை ராணுவம் தடதடவென இடங்களைக் கைப்பற்றிக்கொண்டு கடைசியில் மல்லாவியில் போய் நின்றபோது எங்களுக்கு இங்கு பைத்தியமே பிடித்துவிட்டது. இனித் திறக்கவே திறக்காது என நினைத்திருந்த அத்தனை கதவுகளையும் இலகுவாகத் திறந்துகொண்டு முன்னேறியது ராணுவம். ஒவ்வொரு நாளும் ஒவ்வொரு ஊர்கள் என அவர்களுடைய ஆசைகள் நிறைவேறின. இந்தத் தொடர் வெற்றிகள் சில வாரங்களிலேயே புதுக்குடியிருப்பில் கொண்டு போய் விட்டாலும் ஆச்சரியப்படுவதற்கில்லை எனத் தோன்றியது.

“போற போக்கில நம்ம கத முடிஞ்சிடுமோ?” என அந்தோனி கேட்கும் போதெல்லாம் அவனுடைய சாட்டையை எடுத்து அவனையே திருப்பி அடிப்பேன். “போகட்டும் விடு, அண்ணைகள்ட்ட திட்டம் இருக்கும்.”

ஆமி பள்ளமடுச் சந்தியைக் கடக்கும்போது இந்த பதில் ஆசுவாசமாக இருந்தாலும், அவன் மல்லாவியையும் தாண்டிய பிறகு எரிச்சல்தான் மிஞ்சியது. அன்று அதை நான் சொன்னதற்கு “என்ன மசிர் திட்டமோ?” என்றான் அந்தோனி கண்களில் அனல் தெறிக்க.

நேரடி அனுபவம் இல்லாமலேயே இன்று வன்னிப்போரில் எத்தனை உயிர்கள் காவுகொள்ளப்பட்டிருக்கும் என்பதை ஊகித்துக்கொள்கிற அளவுக்கு அப்பொழுது எங்களுக்குப் புலன்கள் படிந்து விட்டிருந்தன. இப்படி சதா சாவுகளையே கணக்குப் போட்டுக்கொண்டிருக்கும் வாழ்க்கையை எத்தனை நாட்களுக்குத்தான் நம்மால் இழுத்துக்கொண்டு ஓட முடியும் என்று தெரியவில்லை.

அன்று ஞாயிற்றுக்கிழமை. கத்தோலிக்கர்களுக்கு அந்த நாள்

எவ்வளவு முக்கியமானது என்பதெல்லாம் இப்போது மறந்தே போயிற்று. கடந்த வாரம் ஞாயிறு திருப்பலிக்குப் போகத் தவறியதற்காக ஃபாதரிடம் நன்றாக வேண்டிக் கட்டினோம். ஆதலால் இந்த வார திருப்பலியைத் தவற விடுவதற்கு வாய்ப்பேயில்லை. இப்பொழுதெல்லாம் என்னைச் சுற்றி நடக்கும் அத்தனையும் கடவுள் மீதான பிரியத்தை பலஹீனப்படுத்துவதாகவே இருக்கிறது.

திருப்பலி முடிந்து நானும் அந்தோனியும் ஃபாதரை போய்ப் பார்த்துவிட்டு வீட்டுக்கு வந்தோம். நான் சைக்கிளைப் பிடித்திருக்க அந்தோனி வீட்டுப் படலையைத் திறந்தான். நான் உள்ளே போனதும் கண்கள் ஒழுக என்னை நோக்கி ஓடிவந்துகொண்டிருந்த நிவேதாவின் அம்மாவைப் பார்க்க எனக்குப் பக் என்றிருந்தது.

எதையோ பெரிதாக இழந்துவிட்ட கண்கள். உடலில் மெல்லியதாய் நடுக்கம். அடித்தொண்டையில் ஒப்பாரி. எதற்காக இவ்வளவு பதற்றம்?

வெறும் காதலுக்காக தற்கொலை கிற்கொலை என்று போய்விடக்கூடிய ஆள் இல்லையே நிவேதா...?

47

நிவேதாவின் அம்மாவின் கண்களை பதற்றமும், கலக்கமும் அலைக்கழித்துக்கொண்டிருந்தன. எதிரில் நின்ற நான் ஒன்றும் புரியாமல் முழித்தேன். என்னைக்கண்டதும் “மதன்” என்று அழைத்த சுரம் மிரட்டலாக இருந்தது. ‘சரி எப்பிடியோ, நம்ம மேட்டர் வீடு வரைக்கும் போயிட்டுது’ என நினைத்தபடி அங்கு நடக்கப்போகும் அத்தனை அவமானங்களையும் தாங்கிக்கொள்ளும் மனத்திடத்தை வரவழைத்துக்கொண்டேன்.

சரி, மகள்தான் என்னைக் காதலிக்கிறாள் என்றாலும் இதற்குப்போய் ஏன் இப்படி ஒப்பாரி வைத்து ஊரைக்கூட்ட வேண்டும்? இரண்டு போடு போட்டு என்னைச் சீமேந்துத் தரையில் உருட்டி எடுத்துவிட்டால் பிரச்சினை தீர்ந்துவிடப்போகிறது. அடுத்தது அதுதானோ என்னவோ!

மறுபுறம் “செத்தாண்டா இண்டைக்கு. அப்புறமென்ன நாமளும் பெட்டி படுக்கைகள கட்டவேண்டியதுதான்...” என்ற முன் முடிவிற்கே வந்துவிட்டிருந்தான் அந்தோனி. தலையைத் தொங்கப்போட்டபடி அறுப்புக்குத் தயாரான கிடாய் போல நிவேதாவின் அம்மாவை நெருங்கினேன். இல்லை, அவரே என்னை நெருங்கி வந்தார். அருகில் வந்த அரவம் கேட்டு தலையை நிமிர்த்தி அவருடைய கண்களை பச்சாதாபத்தோடு ஏறிட்டேன்.

“மதன், என்ட அம்மாவுக்கு சீரியஸா இருக்காம். அதால அவசரமா நானும் இவரும் ஊருக்கு வெளிக்கிட்டம். நாங்க வர எப்பிடியும் பின்னேரமாகும் இல்லாட்டி நாளைக்குத்தான். வீட்டில நிவேதா தனிய இருக்கிறாள். கொஞ்சம் பாத்துக்கங்க. அப்பிடியே மத்தியானத்துக்கும்

இரவுக்கும் அவளுக்கு சாப்பாடு வாங்கிக் குடுத்துவிடுறீங்களா ப்ளீஸ்?”

அட ஆண்டவா, இவ்வளவுதானா சமாச்சாரம்? இதற்குத்தானா எனக்குள் இத்தனை விதம்விதமான கொடூரக் கற்பனைகள்? அருண்டு கிடப்பவனுக்கு இருண்டதெல்லாம் பேய் போலத் தெரிவது உண்மைதான்.

“கட்டாயம் ஆன்டி...” என்றபோது அவருடைய முகம் மலர்ந்தது. கையிலிருந்த ஐநூறு ரூபாய் நோட்டை நீட்டியபடி அடுத்த கையினால் தன் ஈரமாகிய குண்டுக் கன்னங்களை ஒற்றிக்கொண்டார்.

நிவேதாவின் பெற்றோர் அவசர அவசரமாகப் புறப்படுவதை நானும் அந்தோனியும் அறைச் சாளரம் வழியாகப் பார்த்துக்கொண்டிருந்தோம். பாவம், விம்மி விம்மி அழுதபடியே கணவனின் மோட்டார் சைக்கிளில் போய் தொற்றிக்கொண்டார் நிவேதாவின் அம்மா.

“மதன் கேற்ற உள்ளால லொக் பண்ணிக்கொள்ளுங்க...”

“ஓம் அன்டி.”

ஹம்சா சாப்பாட்டுக் கடையை அறியாதவர்கள் மன்னாரில் இருக்கவே முடியாது. இரண்டாயிரமாம் ஆண்டுக் காலப்பகுதியில் மன்னாரில் வாழ்ந்த இளம் தலைமுறை சதா நடமாடிக் களித்த இடங்களில் இந்தக் கடையும் ஒன்று. நான்கு ஐந்து மணி சாய சுடச்சுட இறக்கப்படும் மாட்டிறைச்சி சம்சாவும், பாபத்தும், குறுக்குவெட்டாக அறுத்துப் பொரிக்கப்பட்ட மாட்டிறைச்சித் துண்டமும், மரவள்ளிக்கிழங்கு பிரட்டலும், கடைக்குப் பின்புறத்தில் வாடிக்கையான இளைஞர்களுக்கு மட்டும் வினியோகிக்கப்படும் சிகரட்டுக்களும் இந்தக் கடையின் முக்கிய ஹைலைட்டுக்கள் எனலாம். அக்காலத்தில் மன்னாரில் திருட்டுத் தம் அடிக்கும் பையன்களுக்கு இந்த ஹம்சா கடைதான் புண்ணிய பூமியாக விளங்கியது. அன்வர் காக்கா அந்தப் புண்ணியத்தின் தெய்வம்.

அங்கு கிடைக்கும் மதிய, இரவுச் சாப்பாடுகளும் ருசியில் சொல்லும்படி மட்டமில்லை. மன்னாரில் யாரிடமாவது ருசியான இறைச்சிச் சாப்பாடு எங்கு கிடைக்கும் என்றால் கண்ணை மூடிக்கொண்டு ஹம்சா கடையென்று சொல்லுமளவுக்கு மன்னாரில் அதன் கீர்த்தி வலுத்திருந்தது. எதிர்க்கடை இல்லாத தனிக்கடை என்பதுகூட அதற்கான ஒரு காரணம் எனலாம்.

உண்மையிலேயே ஹம்சா கடையில் கிடைக்கும் மாமிச உணவுகளுக்குத் தனி ருசி இருந்தது. ஆனால் சிக்கல் என்னவென்றால், நாம் கால் தடுக்கிக்கூட அவர்களுடைய சமையலறைப் பக்கம் விழுந்துவிடக்கூடாது.

அதைப் பார்த்துவிட்டால் ஒரு வாரம் நிக்காமல் வாந்தி வரும். அதேபோல ஹம்சாவில் ஒரு வாரம் நீங்கள் தொடர்ந்து சாப்பிட்டு வந்தால் இன்னுமொரு ஆச்சரியமும் நடக்கும். வாரக் கடைசியில் உங்களுக்கு நிச்சயம் கொலஸ்ட்ரோல் மாத்திரையை பரிந்துரைப்பார் நீங்கள் போய் பார்க்கும் வைத்தியர்.

கொழுப்பு, ரத்த அழுத்தம், மாரடைப்பு போன்ற பிரச்சனையுள்ள ஜென்மங்களுக்கு ஹம்சா கடை ஒரு ஜென்ம சத்துராதி. தேக ஆரோக்கியத்தோடு நீண்ட நாட்கள் உயிர் வாழவேண்டும் என்ற ஆசையுள்ள மனதர்கள் ஹம்சா கடையையும், அன்வர் காக்காவையும் ஆயுள் பரியந்தம் தள்ளிவைப்பதே சிறந்தது.

அன்று நிவேதாவின் மதிய உணவை ஹம்சாவிலேயே எடுத்துக்கொடுக்க வேண்டும் என்று முடிவு செய்தேன். காரணம், அவளைப் பழிதீர்க்க வேண்டுமென்பதற்காக அல்ல. அன்று ஞாயிற்றுக்கிழமை. ஹம்சா கடையைத் தவிர மன்னாரில் வேறெந்த சாப்பாட்டுக் கடையும் திறந்திருக்காது.

ஹம்சா கடையில் எடுத்த சிக்கன் பார்சலோடு வீடு வந்தேன். முன் கதவு பூட்டியிருந்தது. வீட்டில் நிவேதா தனியாக இருந்தால் முன் கதவைப் பூட்டி வைப்பதுதான் வழக்கம். கதவில் தட்டிவிட்டு “நிவேதா...” என்றேன். வாசலின் மறுகரையில் உறங்கிக்கொண்டிருந்த ரோமியோ அனுங்கிக்கொண்டு வந்து என் காலை நக்கியது.

“நிவேதா...”

“ஓம். யாரு?”

“மதன். சாப்பாடு கொண்டுவந்திருக்கிறன்...”

“கதவு சும்மாதான் சாத்தியிருக்கு. உள்ள வாங்க...”

“மதன் எனக்குக் காய்ச்சல் காயுது. எழும்ப முடியல. கொஞ்சம் குசினிக்க தண்ணி எடுத்துத் தந்திட்டுப் போறீங்களா ப்ளீஸ்?”

நல்ல காய்ச்சல்தான் போலிருக்கிறது. அவளுடைய குரல் வீணையின் இளகிய இழைபோல நடுங்கியது.

“ஓமோம். இந்தா கொண்டுவாறன்...”

அவசர அவசரமாக சமையலறைக்குள் நுழைந்தேன். முதல் நாள் சமைத்த நண்டுக்குழம்பின் வாசனை வாசலில் ஏறியபோதே நாசியை மொய்த்தது. மூக்கைப் புறங்கையால் துடைத்துக்கொண்டு சீமெந்துத் தட்டிலிருந்த கண்ணாடிக் குவளையை எடுத்து நீரை நிரப்பினேன்.

எங்கள் பட்டக்காட்டு குசினியோடு இந்தக் குசினியை எந்த விதத்திலும்

ஒப்பிட முடியாது. இங்கிருக்கும் எந்தப் பொருளும் எங்கள் வீட்டுச் சமையலறையில் இல்லை. இங்கு ஒட்டுமொத்த சமையலறையுமே இயந்திர மயமாய்க் கிடக்கிறது. அரைக்க ஒரு இயந்திரம். குழைக்க ஒரு இயந்திரம். கலக்க ஒரு இயந்திரம். ஏன், அடுப்பெரிப்பதற்குக்கூட விறகோ, குழலோ தேவையில்லை. வாயு அடுப்பின் உருண்டை முனையைத் திருகிவிட்டால் நாம் போதும் போதும் என்கிறவரை சுவாலை விடாமல் எரிகிறது. அதைவிட குளிர்சாதனப் பெட்டி. பழைய உணவுகளை வெதுமையாக்க ஒரு மின்கதிர் சாதனம்.

நகரத்துப் பெண்கள்தான் எத்தனை சோம்பேறிகளாக மாறிவிட்டார்கள்?

தண்ணீர்க் குவளையை கையில் ஏந்திக்கொண்டு நிவேதாவின் அறையை நோக்கி நடந்தேன். அவளுடைய ஈனச்சுரத்தைக் கேட்டதிலிருந்து பற்றிக்கொண்ட பச்சாதாபம் கைகளுக்குள் ஈரமாகக் கசிந்துகொண்டிருந்தது.

“கொஞ்சம் தண்ணி எடுத்துத் தந்திட்டுப் போறீங்களா ப்ளீஸ்?”

அந்தக் குரல் இரக்கத்தையும் பச்சாதாபத்தையும் மட்டுமே தேடிக் கொள்ளக்கூடியது.

“நிவே. இந்தாங்க தண்ணி...”

கதவுச் சீலைக்கு பின்னால் நின்றபடி குரலை மட்டும் உயர்த்திப் பிடித்தேன்.

“உள்ள வாங்க மதன்...”

உள்ளே வா என்றதும் அடித்துப் பிடித்துக்கொண்டு உள்ளே ஓடுவது நாகரீகமல்ல எனத் தோன்றிற்று. ஒன்று நாகரிகம், அதைவிடப் பெரிய பிரச்சினை லஜ்ஜை. கிழிந்த வாய் என்றாலும், பெண்கள் விடயத்தில் அடியேனுக்கு லஜ்ஜை அதிகம்.

“மதன்... உள்ள வாங்க...”

அதே அழைப்பு இரண்டாம் முறையும் வந்தது.

செய்வதற்கு வழியில்லை, பெருமூச்சோடு அறைச் சீலையை விலக்கிக் கொண்டு உள்ளே நடந்தேன். முதல் எட்டு தீர்ந்ததும் வேகம் நிதானப்பட்டது. இரண்டு அடி வைத்து தரித்து நின்று சுற்றுமுற்றும் பார்த்தேன். மென்மையான இருள் படிந்திருக்கும் அறை. ஒளிக்குத் திரை போட்டிருக்கும் ஜன்னல்கள். தரை முழுவதும் பரவிக்கிடக்கும் ஆடைகள். மூலையில் குப்பைக் கிடங்காய் மாறிவிட்டிருக்கும் மேசை. நடுவில் மூன்று பேர் உருண்டு பிரளக்கூடிய ஒரு கட்டில். அதன் மேல் உடலைக் குறுக்கியபடி படுத்திருக்கும் நிவேதா.

“நிவேதா. இந்தாங்க...”

“...”

தேகத்தை வலிந்து தூக்கி கட்டிலின் நடுவில் அமர்த்தினாள் நிவேதா. நீட்டியிருந்த தன் கால்களை நகர்த்தி இடம் கொடுக்க, கட்டிலின் ஓரத்தைப் பிடித்துக்கொண்டு நானும் அமர்ந்தேன். விழிகளை பாதி திறந்து என்னைப் பார்த்து முகம் விகஸித்தாள். அவளைச் சரியாக புன்னகைக்க விடாமல் உதட்டை உஷ்ணத்தின் ரேகைகள் வேறொரு பக்கம் இழுத்துப் பிடித்திருந்தன. சிவந்த கண்களில் ஈரம் கசிந்துகொண்டிருந்தது. மூச்சு மேலும் கீழும் ஏறி இறங்கியது. நான் தண்ணீர்க் குவளையை நீட்டினேன். குவளையை கவனமாகப் பற்றிக்கொள்ள வேண்டுமென்கிற சிரத்தையோடு எனக்கு இன்னும் அருகில் வந்தாள் நிவேதா. அப்பொழுது அவளுடைய கால்கள் என் இடுப்பில் தட்டியதுகூட எதேச்சையாகத்தான் நடந்தது. இருவருமே அதை கவனித்ததாகக் காட்டிக்கொள்ளவில்லை.

குவளையின் விளிம்பில் இதழ்களைப் பதித்து முதல் மிடறை உறிஞ்சினாள் நிவேதா. பின்னர் இடைவெளியில் மூச்சை இழுத்து இரண்டாவது மிடறை உறிஞ்சினாள். அப்பொழுதுதான் உதட்டிலிருந்து தவறிய சில துளிகள் அவளுடைய மார்புக் குழிக்குள் விழுந்தன. இல்லை, அது எங்கு விழுந்தது என்று என்னால் சரியாகச் சொல்லத் தெரியாது.

திடீரென தன் கையை முன் கழுத்துப் பக்கமாக சட்டைக்குள் புகுத்தி ஈரத்தைத் துடைக்க ஆரம்பித்தாள் நிவேதா. எனக்கு உள்ளுக்குள் பக் என்றிருந்தது. நானோ என்னுடைய யோக்கியப் பார்வையை மறுபுறம் திருப்பிக்கொண்டேன். அதேவேளை பின்னால் நடப்பதை உன்னிப்பாக ஆராய்ந்துகொண்டிருந்தது மூளை. உள்ளே விட்ட கையை அவள் வெளியே எடுக்கும் வரை அந்தப் பக்கம் திரும்பிவிடக்கூடாது என்பதில் சிரத்தையாக இருந்தேன்.

அப்பொழுதுதான் பின்னாலிருந்து என்னைத் திடீரென இறுக்கி அணைத்தாள் நிவேதா.

எனக்கு சித்தம் கலங்கி மூச்சு வெடித்தது.

அது சாதாரணப் பிடியல்ல, உடும்புப் பிடி. எனக்கு நெஞ்சாங்கூடு சிலிர்த்தது. பெரும் பாறையொன்று நடுத்தொண்டைக்குள் பொறுத்துக் கொண்டு நின்றது. என்ன செய்வதென்றே புரியாத பரிதவிப்பில் சுயம் மறந்து அவள் கைகளைப் பற்றிக்கொண்டேனே தவிர, அதைத் தடுக்கவேண்டும் என்று தோன்றவில்லை. மெதுவாக அவளை நோக்கித் திரும்ப முயற்சித்தேன். தடை விதிக்காமல் அதைச் சிறிது நேரத்தில்

அனுமதித்தாள். திரும்பினேன். அவள் தலை என் தேகத்தில் சாய்ந்து கிடந்தது. ஆனால் பிடியின் இறுக்கம் மட்டும் இளகுவதாயில்லை.

அடுத்தது என்ன என்று யோசித்துக் கொண்டிருந்ததிலேயே இரண்டு மூன்று நிமிடங்கள் தீர்ந்துவிட்டன. நான் கட்டிலிலிருந்து எழுந்தபோது என்னைப் பிடித்துப் படர்ந்திருந்த அக்கொடியும் சேர்ந்தே எழுந்தது. பின் முதுகில் நசிந்துகொண்டிருந்த குசங்கள் நகர்ந்து வந்து என் நெஞ்சின் மேல் மேட்டில் பொருந்திக்கொண்டன. முன்பக்கம் கொழுவிப் பிடித்திருந்த விரல்கள், இப்பொழுது என் முதுகுப்பக்கத்தில் தன் பூட்டை ஸ்திரமாக்கிக் கொண்டிருப்பதை உணர்ந்தேன். இது என்ன அவஸ்தை இறைவா? ஓஹ், இதைக் கொண்டாட்டம் என்றா எழுதவேண்டும்?

நீண்ட நேரம் புத்தனாக இருக்க முடியுமென்றால் ஆண்களுக்குப் பொறுக்கி என்பதன் அர்த்தம் தெரியாமலேயே போயிருக்கும். போகம் தொடங்கும் இடத்தில் புத்த வேஷத்தைக் கட்டிப்பிடித்துக் கொண்டிருக்கவா முடியும்? இதை நிராகரிக்கும்படியா ஆண்களின் உயிரியல் கட்டமைப்பு படைக்கப்பட்டிருக்கிறது?

என் பங்கிற்கு நானும் அவளை இறுக்கி அணைத்தேன். அதற்கு நன்றி சொல்வது போல அவளுடைய அணைப்பும் இன்னுமொரு சுற்று பெருத்து இறுகியது. ஒரு கையால் அவள் பின் இடுப்பைப் பற்றிக்கொண்டு மறுகையால் அவள் முதுகில் தடவிக்கொடுத்தேன். அவளுடைய தேகத்தின் நறுமணம் என் கால்களைத் தடக்கிவிட்டது. மோகக்காட்டில் குப்புற விழுந்தேன்.

சில வினாடிகள் கழித்து என்னுடைய தோளில் சரிந்துகிடந்த முகத்தைத் நிமிர்த்தி "சரியா காய்ச்சல் காயுது நிவே..." என்றேன். பதிலுக்கு ஆமோதிக்கும் ஒரு சிறுபிள்ளைப் பார்வை. கன்னத்தில் திடீரென ஒரு முத்தம். பின்னர் மௌனம்.

அணைப்பும், மௌனமுமே அவளுக்கு சௌகரியமென்றால் நான் மட்டும் எதற்கு உயிரைக் கொடுத்து வசனம் பேசிக் கொண்டிருக்க வேண்டும்? இப்படி மொழியே தேவையற்ற இடத்தில் கொத்துக் கொத்தாக வார்த்தைகளை முளைக்கப் பண்ணுவதெல்லாம் கடைந்தெடுத்த முட்டாள்தனம். அது சூழலைத் தவிர்க்கும் பொருட்டு நமக்கு நாமே சூடிக்கொள்ளும் வேஷம்.

இனி இங்கு பேசுவதற்கு ஒன்றுமேயில்லை என நினைத்தபடி அவளுடைய பிரகாசமான விழிகளைப் பார்த்தேன். அப்பொழுதுதான் தன் விரல்களால் என் கேசத்தை அளைந்துகொண்டு "நச்" என இதழ்களில் முத்தமிட்டாள் நிவேதா.

கடவுளே, இந்த இத்தனூண்டு இதழ்களால் எப்படித்தான் என்னுடைய மொத்த வாயையும் ஒரே செக்கனில் விழுங்கிவிட முடிகிறதோ தெரியவில்லை. வாயின் வாசலிலேயே இத்தனை பெரிய பற்களுக்கு அப்படியென்ன தேவை வேண்டிக்கிடக்கிறது?

பூர்வாங்கம் நிறைய, பூலோகம் இருள என் கண்கள் தானாகவே மூடிக்கொண்டன. உடல் அசைவிலும் பிரிவு காணாத முத்தம் நீண்டுகொண்டேயிருந்தது. இதழ் பிரிக்காத முனைப்பான முத்தங்களில் இருவரது பற்களும் அவ்வப்போது முட்டிக்கொள்ளும்போது உயிர் கூசியது.

இருவருக்கும் திடீரென ஒரு வேகம் பற்றியது. எங்களுடைய தேகத்தின் மறைவான இடங்களிலும் தீப்பொறி பறந்தது. அவள் காய்ச்சலின் சூடு ஒரு குளிர்பனியாய்த் திரண்டு என் நாவில் விழுந்தது. நிலையற்ற ஒரு புள்ளியில் நீட்சி பெறத் துடிக்கும் எங்கள் உதடுகளைப் பிரிக்க மனமின்றி இன்னும் இன்னும் அவற்றை இறுக்கிக்கொண்டோம். அடித்தொண்டை வரை நாவு இறங்கியது. அது பேரின்பத்தைத் துழாவி அழைந்தது. இன்னும் இன்னும் என்ற ஓட்டத்தின் புள்ளி குறுகிக்கொண்டே வர முத்த மழை மூர்க்கமானது.

இதழ்களைப் பிரிக்காமலேயே என்னை அணைத்தபடி கட்டிலில் சரிந்தாள் நிவேதா. என்னைத் தாங்குமளவுக்கு அவளுடைய தேகம் போதுமானதாக இருந்தது.

'பூக்களின் மெத்தை' எனப் பாடிய அத்தனை கவிஞர்களுக்குப் பின்னாலும் ஒரு 'நிவேதா' இருந்திருப்பாளோ என்னவோ. அந்தப் பூ மெத்தையில் விழுந்துவிட்ட பிறகுதான் இவ்வுலகின் லௌகீக சுவாரசியமே பிடிபட ஆரம்பித்தது. ஏன் இந்த உன்னத வாழ்க்கை இப்படியே நீண்டுவிடக் கூடாது? மிகப் பெரியதோர் காதல் சாம்ராச்சியத்தின் விதை அந்தக் கட்டிலின்மேல் விழுந்துகொண்டிருப்பதை அப்பொழுது இருவரும் அறிந்திருக்கவில்லை.

அவளுடைய முழு தேகத்திலும் என் இதழ்களுக்கு சக்கரம் பூட்டி ஓட ஆரம்பித்தேன். வேலையை ஆரம்பித்து கழுத்துவரை வந்தபோதுதான் சிலவேளைகளில் ஆடைகூட அசௌகரியமாக மாறிவிடும் அவஸ்தை புரிந்தது அவளுக்கு. நைட்டியை கால்களால் உதறித்தள்ளியபோது பளபளப்பும், வாளிப்புமான அந்த ஓவியத்தை என் தேகத்தால் நிறைத்து மூடினேன்.

என்னவொரு அபார அழகு. அங்க அவயவங்களில் நிறைந்த பெண்மை.

மேலிருந்து கீழ் நோக்கி ஊர ஆரம்பித்திருந்த என் பாம்புக் கரங்களுக்கு அவள் தடை போடவில்லை. அவள் தேகம் பூராகவும் சுதந்திரமாக

ஊர்வலம் போனேன். ஒவ்வொரு மேட்டிலும் குழியிலும் பெரும் பரவசத்தோடு விழுந்து எழும்பினேன். என் தூண்டல்களில் அவள் மலர்ந்தாள். என் அசைவுகளில் அவள் கிறங்கினாள். என்னுடைய இயக்கம் அவளுடைய அத்தனை இதழ்களையும் விரித்துப் புகுந்தது. அவள் என்னுடைய இதழ்களினதும் விரல்களினதும் அத்தனை சேஷ்டைகளையும் பரமானந்தத்தோடு ரசித்துக்கொண்டிருந்தாள். இன்னும் இன்னும் என முணங்கி, கிடைத்த இடத்திலெல்லாம் முத்தம் வைத்தாள். அவள் நிர்வாணத்தை நான் சூடிக்கொண்டேன். என் மோகத்தை அவள் உடுத்திக்கொண்டாள்.

எவ்வளவு பிரம்மாண்டமானது இந்தப் பெண்ணுடல். அதன் ஒவ்வொரு மேடும், ஒவ்வொரு பள்ளமும், ஒவ்வொரு இடுக்கும், ஒவ்வொரு திருப்பமும், ஒவ்வொரு நெளிவும் பேருவகையின் தரிசனங்களாக இருக்கின்றன.

மீண்டும் மீண்டும் அதே இடுக்குகளில் விழுந்து எழும்பியபோது நிவேதாவின் அரற்றலில் வேகம் தொற்றியது. அது ரொம்பவும் வேதாந்தபரமான தொனி. அதே வேகத்தில் மீண்டும் மேல்நோக்கி ஏறி அவள் மார்பிடைக்குள் என் முகத்தைப் புதைத்தேன். என் முகத்தில் அவள் தனங்கள் படிந்து மூடிக்கொள்ள மூச்சுத் தடுக்கியது.

அப்போதுதான் திடீரென யாரோ வீட்டுக்குள் வந்துகொண்டிருக்கும் அரவம் கேட்டது.

பெரும் பதற்றம் கவ்விக்கொள்ள என்னைத் தள்ளிவிட்டு கட்டிலிலிருந்து கீழே குதித்தாள் நிவேதா. அருகில் கிடந்த ஆடையை எடுத்துக் கொழுவிக்கொண்டு தன் கூந்தலை அள்ளி முடிந்தபடி என்னிடம் சொன்னாள்.

"என்ட கடவுளே, முன் கதவ சாத்தலயா நீங்க? அப்பா எண்டு நினைக்கிறன்..."

48

“டொக் டொக்.”

வீட்டுக் கதவில் தட்டும் சத்தம் கேட்டது.

பயம் குரல்வளையை நசுக்க மெய் கூசியது. அவமானம் மூச்சை அடைத்தது. “இங்கையே இருங்க” என அலமாரிக்குப் பின்னாலிருந்த இடைவெளியைச் சுட்டினாள் நிவேதா. உடலை நான்காய் மடித்துக்கொண்டு அந்த இடைவெளிக்குள் ஒடுங்கினேன். என்னுடைய தேகத்திலிருந்து உயிர் சொட்டுச் சொட்டாய் வடிந்துகொண்டிருந்தது. தேகம் நடுங்கியது. கதவில் கிடந்த துவாலையை எடுத்து நைட்டிக்கு மேலால் போர்த்திக்கொண்டு வெளியே போனாள் நிவேதா.

நடு விறாந்தையில் ஆஜானுபாகுவாக அந்தோனி நின்றுகொண்டிருந்தான்.

“ஆஹ் வாங்க அந்தோனி...” என்றபடி முகத்தின் இறுக்கத்தைத் தளர்த்திக்கொண்டாள் நிவேதா. அது அந்தோனிதான் என்றபோது என்னுடைய மார்புக்குள் விம்மி விம்மி ஒரு சந்தோசம் பொங்கியது. உடம்பு கொள்ளாத நிம்மதி அது. உடலை அலமாரியின் இடைவெளிக்குள்ளிருந்து வெளியே இழுத்து கட்டிலில் கொண்டுபோய் சாய்த்தேன்.

அவள் கண்களில் கிடந்த படபடப்பை அந்தோனி கவனியாமல் விட்டிருக்கமாட்டான். அந்தோனியும் லேசுப்பட்ட ஆளில்லை.

“மதன் வந்தானா நிவேதா...?”

“மதனா... ஆஹ்... இல்ல வரலயே!”

"இங்கதானே சாப்பாடு குடுத்திட்டு வாறன் எண்டு வந்தான்."

"ஓமோம். சாப்பாட்ட தந்திட்டுப் போயிட்டார். இந்தா இருக்கு சாப்பாடு..."

"எங்க துலஞ்சான் இவன்...?"

"சரி நிவேதா... சைக்கிள் கீ அவன்ட இருக்கு. அதான் இங்க இருப்பானெண்டு நினைச்சன். சரி, நான் வாறன்..."

குப்பென்று எழுந்த சிரிப்பை என்னால் அடக்க முடியவில்லை. இங்கு ஏதோவொரு மர்ம நாடகம் நடந்துகொண்டிருக்கிறது என்பதை அந்தோனி சந்தேகித்திருப்பான் என்றே தோன்றியது.

சரியெனச் சொல்லி அவனை அனுப்பிவிட்டு மீண்டும் அறைக்குள் வந்தாள் நிவேதா. வாயைக் கையால் பொத்திக்கொண்டு கட்டிலில் உருண்டு கொண்டிருந்த என்னைப் பார்த்ததும் அவளுக்கும் சிரிப்பு வெடித்தது. சிரித்துக்கொண்டே கட்டிலில் ஏறி எனக்கு மேல் தொப்பென விழுந்தாள்.

நல்லவேளை, அந்தோனி என்பதால் தப்பித்தோம். தப்பித்தவறி அது மட்டும் அவளுடைய அப்பாவாக இருந்திருந்தால்...?

"போதுமடா சாமீ..." என அவளை இழுத்துக்கொண்டு விறாந்தைக்கு வந்தேன்.

குறைந்த ஒளி, வசீகரிக்கும் பெண், இருவர் மட்டுமான ஏகாந்தம், கொஞ்சம் காதல் ஆண்கள் அதீத எச்சரிக்கையோடு இருக்கவேண்டிய ஒரே இடம் இதுதான்.

வெளியில் வந்து சோபாவில் அமர்ந்தபோது "உங்க ஃப்ரண்ட்டுக்கு சைக்கிள் கீ வேணுமாம்..." என நகைத்தாள் நிவேதா. ஆரம்பித்த சிரிப்பை என்னால் நிறுத்த முடியவில்லை. அவளை நிமிர்ந்து பார்த்தேன். அவள் முகத்தில் ஏதோவொரு சிரத்தையும், நிம்மதியும் தெரிந்தன. மழலைபோல என் மடியில் கிடந்த அவளை இறுக்கி அணைத்து "சரி, நான் கிளம்பட்டா?" என்றேன். அவளும் சம்மதித்து, கீழே இறங்கி, என்னுடைய உதடுகளில் இறுதியாகப் பாய்ந்து, பருகி, கடித்து, ஈரத்தை மீண்டும் தன் இதழாலேயே துடைத்து "சரி, போயிட்டு வாரும்" என்றாள்.

நான் அறைக்கு வந்த அடுத்த கணமே மனசுக்குள் ஏதோவொரு பாரம் சேர்ந்துகொண்டது போல உணர்ந்தேன். இதயம் உன்னி உன்னிக் கனத்தது. புதுவிதமான பதற்றம் ஒன்று மார்பைக் குடைந்தது.

மனசாட்சி நகங்களைக் கூராக்கிக்கொண்டு பிறாண்டியது.

நான் செய்தது தவறா? இல்லை, தவறில்லை. அப்படியெனின் எதற்காக இந்த அவஸ்தை?

கட்டிலிலிருந்து இறங்கிய பின்னர்தான் மனசாட்சிக்கெல்லாம் நகங்கள் முளைக்கிறது.

எல்லாம் காதல் செய்யும் வேலை. இங்கு எது காதல்? இல்லை, இது காமம் செய்த வேலை. இல்லையில்லை, நிர்வாணத்துக்கு முன் எது காதல் எது காமம்? காதல் இல்லையென்றால் என்னை காமத்தில் வீழ்த்தியது எது? அவளுக்கு என் மேலுள்ள காதல். எனக்குத்தான் அவள்மேல் காதல் இல்லையே?

தலை சுற்றிக்கொண்டு வர அப்படியே தரையில் சாய்ந்தேன். இந்த எதிர்பாராத சம்பவத்துக்கு நிவேதா என்ன பெயர் வைத்திருப்பாளோ என்ற கேள்வி தலைக்குள் ஊர்ந்துகொண்டேயிருந்தது. காதல் என்று வைத்துவிட்டால் என் ஒட்டுமொத்த சோலியும் முடிந்துவிடும். இங்கிருந்து தலைமறைவாவதுதான் ஒரே வழி.

காதலின் வெறுப்பைவிட காமத்தின் ஈர்ப்பே கொடியது!

அன்று நடந்த எதையுமே நான் அனுமதித்திருக்கக்கூடாது எனத் திரும்பத் திரும்பச் சொல்லிக்கொண்டேன். மனசாட்சியின் கண்டனத்துக்குக் காதல் பற்றியோ காமம் பற்றியோ என்ன கவலை? அறம் தவறினால் போதும், பிறாண்ட ஆரம்பித்துவிடும்.

நம்மீது காதல் கொண்டு அலையும் ஒரு பெண்ணை நாமே போய் கட்டியணைத்து, உருண்டு பிரண்டு அளைந்துவிட்டு வந்து, நான் அவளைக் காதலிக்கவில்லை என்றால் சமூகம் சும்மா விடுமா? என்னுடைய மூளைக்கு மட்டும் எதற்காக எல்லாமே காலம் கடந்த பிறகுதான் புரிந்து தொலைகிறது? இதை வைத்து நிவேதா 'பழிவாங்கல்' என்னும் தடியைக் கையில் எடுத்துவிட்டால் என்ன செய்வேன்?

கதைக்கே இடமில்லை, அலரிக்கொட்டைதான் ஒரே வழி.

ஆனாலும் நிவேதா அப்படியெல்லாம் சிறுபிள்ளைத்தனம் பிடித்த ஆளில்லை என்று தோன்றியது. இல்லை, அதை தீர்க்கமாகச் சொல்லவும் முடியாது. அவளைப் பற்றி எனக்கு என்ன தெரியும்? தெரிந்துவிட்டாலும் பெண்களின் கடைசி நரம்பைப் பிடித்தறியும் சாமர்த்தியம் இங்கு எவனுக்கு உண்டு? பெண்கள் மட்டுமல்ல, எல்லா மனிதர்களுக்கும் தங்கள் தங்கள் சௌகரியமென்று வருகிறபோது நீதி நியாயங்கள் மறக்கப்பட்டுவிடுகின்றன.

ச்சை! பெண் சதையைக் கண்டுவிட்டாலே அத்தனையையும்

மறந்துவிட்டு அம்பேலென விழுந்துவிடுகிறது இந்த மனம். நம்முடைய ஒழுக்கம், அடக்கம், கட்டுப்பாடு, நாகரீகம் என்பதெல்லாம் ஓர் அழகிய பெண்ணை தனிமையில் சந்திக்கும் வரைதானோ என்னவோ. பார்த்தவுடனேயே பற்றிக்கொள்ளும் என்னைப்போன்ற வெங்குணாந்திகள் பெண்கள் சமாச்சாரத்தில் எவ்வளவு ஜாக்கிரதையாக இருக்க வேண்டும்?

சரி, அது போகட்டும். இப்பொழுது பிரச்சினை அதுவல்ல. இச்சம்பவத்தின் குறியீடு நான் நிவேதாவைக் காதலிக்கிறேன் என்பதா? இல்லவேயில்லை. அவள் நெருங்கினாள், நான் அணைத்துக்கொண்டேன். அவள் குழைந்தாள், நாள் அள்ளிக்கொண்டேன். அவள் நிர்வாணத்தை நான் ஏற்றுக்கொண்டேன்; என் நிர்வாணத்தை அவள் ஏற்றுக் கொண்டாள். எங்கள் உடல்களை நாங்களே கொண்டாடித் தீர்த்தோம். அவ்வளவுதான்!

எப்படியோ, காதல் வேறு காமம் வேறு என்றால் அடிப்படைவாதச் சமூகம் என்னைத் தெருநாய் போல் பார்க்கும். அல்லது கலாச்சாரத் துரோகி என்று என் முகத்தில் ஒண்டுக்கடித்து அதன் ஆத்திரத்துக்கு அற்பசாந்தி தேடிக்கொள்ளும். ஆதலால், என் சொந்தக் கதையை சொல்ல வந்து உங்கள் கலாச்சார நம்பிக்கையில் கல்லெறிந்துவிட்டுப் போவது நல்லதல்ல. இந்தக் உரையாடலுக்கு இவ்விடத்திலேயே புள்ளி வைத்துவிடலாம். சுபம்!

"**எ**ன்ன சேர், சாப்பாடு குடுக்கப் போய் வந்ததில இருந்து கடும் யோசினயா கிடக்கு? ஆமா. நீ சாப்பாடுதானே குடுக்கப் போனனீ. ஒரு மணித்தியாலமாவா சாப்பாடு குடுத்தா...?"

என்னிடமோ பதிலில்லை. இவனுக்கு வேறு ஒரு பொய்யை உடனடியாகத் தயார் பண்ணியாகவேண்டும். தெரிந்து வைத்துக்கொண்டே நம் மண்டையைக் குடையும் ஜென்மம் அது.

"டேய்... என்ன ஒரு மாதிரி இருக்கா. திரும்ப மற்ற கன்னத்திலயும் குடுத்துட்டாளா?"

இம்முறை நிவேதா என்ன கொடுத்தாள் என்பதை இவ்வளவு மட்டமாகவா ஒருவனால் ஊகிக்க முடியும்?

"டேய். என்ன ஆச்சு."

என்னுடைய கால்களை அவன் கால்களால் தட்டியபோதுதான் அந்தோனி போன்ற மனிதர்கள் வாழும் பிரச்சினைகளே அற்ற ஒரு உலகத்துக்குத் திரும்பினேன்.

“உயிரே போனாலும் இண்டைக்கு நடந்த சம்பவத்த மட்டும் இந்த ஓட்ட வாயன்ட்ட உளறிடக்கூடாது!” எனத் தீர்மானம் செய்துகொண்டேன். ஆனாலும் அது எந்தளவுக்குச் சாத்தியமாகும் என்று தெரியவில்லை. அவன் வெறும் கண்களாலேயே அத்தனையையும் பிடுங்கி எடுத்துவிடக் கூடிய ஆள்.

இப்பொழுது என்னுடைய பிரச்சினை நிவேதா அல்ல, அந்தோனி. குறுகுறுவென என்னையே வெறித்துப் பார்த்துக்கொண்டிருந்த அந்தோனி தானாகவே என்னுடைய கண்களுக்குள் இறங்கி, என் அனுமதி இல்லாமலேயே சகலத்தையும் படித்து முடித்துவிடுவானோ என பயந்துகொண்டிருந்தேன்.

என்னைப்பார்த்து “எல்லாம் சுபமாய் அமையக்கடவது” என்றுவிட்டு ஜன்னலைப் பார்த்தான் அந்தோனி. எனக்கு பயம் எகுறியது. அப்படியென்றால் என்ன அர்த்தம்? பிடித்துவிட்டானா?

“ஏன் அப்பிடிச் சொல்றாய்?”

“ஒண்ணுமில்ல சும்மாதான். அடேய் ஒரு அம்பது ரூபா குடன். கோல்ட் லீப் வாங்கிட்டு வாறன்...”

சுவரில் சாய்ந்து கிடந்த உடலை நிமிர்த்தி பின்பையிலிருந்த பேர்சை எடுத்து விரித்தேன். அதன் முதற்பக்கத்தில் கறுப்புவெள்ளை புகைப்படத் திலிருந்த கயல் என்னைப் பார்த்து முறைத்துக்கொண்டிருந்தாள்.

49

அப்பொழுது கிணற்றடியிலிருந்து ஏதோவொரு முக்கிய சிந்தனையைக் காவிக்கொண்டு அறைக்குள் வந்த அந்தோனி, அங்குமிங்கும் பார்த்துவிட்டு அருகில் வந்து அமர்ந்தான். அவனுடைய முகம் கடுமையாக இருந்தது. கேள்விகள் முனங்கிக்கொண்டு கிடந்தன.

“மதன். உன்னோட கொஞ்சம் பேசணும்!”

“சொல்லு...”

“இங்க இல்ல. வெளில போகலாம்.”

“அதுக்கென்ன போகலாமே...”

நாங்கள் எங்கள் வெட்டியான மாலைப் பொழுதுகளைக் கொண்டாடித் தீர்க்கும் அந்த விளையாட்டு மைதானத்தை வந்தடைந்தோம். மனிதர்களுடைய சோகக் கதைகளையும், பரிதாபங்களையும், விரக்திகளையும் கேட்டுக் கேட்டு வயதாகிக்கிடக்கும் நிலம் அது. மாலை நேர விளையாட்டுக்களை முடித்துக் கொண்டதும், இளைஞர்கள் பெரியவர்கள் என ஆங்காங்கே கூட்டம் கூட்டமாக அமர்ந்திருந்து நாட்டு, அரசியல், அரசியியல் என தீவிரமான தலைப்புக்களை எடுத்து உரையாடிக்கொண்டிருப்பார்கள். வீட்டில் பொண்டாட்டியின் நச்சரிப்புத் தாங்க முடியாமல் அங்கு வந்து தனிமையின் சுதந்திரத்தைக் கொண்டாடிக் களிப்பவர்களும் உண்டு.

“இப்பிடி இரு...”

“ம்...”

வழமையான இடத்தில் இரண்டு வயதானவர்கள் அமர்ந்திருந்தபடியால், வடகிழக்கு மூலையில் போய் ஒரு இடத்தைப் பிடித்துக்கொண்டு அமர்ந்தோம்.

"மதன், நான் கேக்குறன் எண்டு குற நினைக்காத. இப்ப கொஞ்ச நாளா உன்ட போக்கு வாக்கு சரியில்ல. எதையோ கண்டபடி போட்டு யோசிச்சுக்கொண்டு கிடக்கிறமாதிரித் தெரியுது. ஆனா, அது கயல் மேட்டரா இருந்திடக்கூடாதுன்னு விரும்புறன். ஏனெண்டா அது முடிஞ்சுபோன கத. அவள் இப்ப எங்க எப்பிடி இருக்காளோ யாருக்கும் தெரியாது. அவள்ட எதிர்காலம் பத்தியும் நம்மளால எதையும் இப்ப சொல்ல முடியாது. ஆக, அது நூறு வீதம் முடிஞ்சுபோன கதை."

"அப்பிடியெல்லாம் ஒண்டுமில்ல. அந்த விசயத்த எப்பவோ தூக்கிப்போட்டாச்சு!"

"அப்ப என்ன ஒரே யோசின..."

"ஒண்ணுமில்லடா..."

"இல்ல. என்னட்ட நீ எதையோ மறைக்கிறாய் எண்டு தோணுது..."

"இல்ல மச்சான். உன்னட்ட நான் என்னத்த மறைக்கிறது. அப்பிடியில்ல எண்டாலும் சிலத சொல்ல கொஞ்சம் நாள் எடுத்துக்கொள்ளுவனே தவிர மறைக்க எல்லாம் ஏலாது."

"தெரியும். அதாலதான் இதக் கேக்குறன். இப்ப உனக்குள்ள ஏதோவொரு பிரச்சின ஓடிக்கொண்டிருக்கு..."

"இல்ல."

"பொய் சொல்றாய்."

"நிவேதா இருக்காளே..."

"தெரியும். பிரச்சின அங்கதான் இருக்குமெண்டு நினைச்சன்."

"எப்பிடி?"

"இல்ல, இப்ப கொஞ்ச நாளா நீங்க ரெண்டுபேரும் செம ஒட்டு. ரெண்டு பேருக்குள்ளயும் பல ரகசியங்கள் ஓடிக்கொண்டிருக்கிற மாதிரித் தெரியுது. நான் எல்லாத்தையும் நோட் பண்ணிக்கொண்டுதான் வாரன். எனக்கு என்னமோ..."

"என்ன என்னமோ...?"

"இல்ல. முதல்ல நீ சொல்ல வந்தத சொல்லு."

"நான் எவ்வளவு சொல்லியும் அவள் முடிவ மாத்திக்கொள்றதா இல்ல.

யதார்த்தம் அது இது எண்டு ஏதோ ஏதோவெல்லாம் சொல்லுறாள். அவள் சொல்றதிலயும் கொஞ்சம் உண்ம இருக்கிறமாதிரி அப்பப்ப தோணுது. சில நேரம் அவளப் பாக்கவும் பாவமா கிடக்கு. நான் வேற அடிக்கடி கயலப் பத்திச் சொல்லி அவள நோகடிச்சுக் கொண்டே யிருக்கன்."

"ம்..."

"அதப் பத்தி நீ என்ன நினைக்கிறா?"

"பைத்தியம்!"

"என்னடா சொல்லுற?"

"அப்புறம் என்ன? நம்ம எதுக்கு இங்க வந்தம், நம்ம குடும்பமெல்லாம் எங்க, நம்மட எதிர்காலம் என்ன, வன்னிட சூழ்நில எப்பிடி போய்க்கொண்டு இருக்கு, இதெல்லாத்தையும் யோசிக்க மாட்டியா நீ?"

"..."

"நா ஒண்டு கேட்டா உண்மைய சொல்லுவியா?"

"கேளு."

"நீ நிவேதாவ லவ் பண்றியா?"

"தெரியல..."

"மதன் இங்க பாரு, நாம இருக்கிற நிலமையில உனக்கு இன்னொரு லவ்வு தேவையில்ல. இப்பதான் கயல் விசயத்தில கொஞ்சம் ஆறி தெளிஞ்சு வெளிய வந்துகொண்டிருக்கா. அதுக்குள்ள மறுபடியும் முதல்ல இருந்து ஆரம்பிக்க வேணாம். இது என்னவோ எனக்கு சரியாப்படல..."

"ம்..."

"மற்றது, முக்கியமான விசயம். ஒரு பட்டக்காட்டு கடல் தொழில் செய்றவனுக்கு மன்னார் டவுன்ல இருக்கிற அமலதாஸ் குடும்பம் தங்கட படிச்ச, ஒரே பொண்ண இந்தாண்டு தூக்கிக் குடுப்பாங்க எண்டு நினைக்கிறியா?"

"இல்லதான்..."

"அப்புறம் என்ன சார்? ஓட்டமா? கூட்டிக்கொண்டு எங்க ஓடப்போற... சொந்தம்ணு இங்க ஒரு நாய் இல்ல. சொந்தமா ஒரு தொழில் இல்ல. ஃபாதர் போடுற வாழ்க்க எண்ற பிச்சைய உதறிப்போட்டு என்ன ரெண்டு பேரும் பிச்ச எடுக்கப் போறீங்களா?"

எனக்கு நெஞ்சுக் கூட்டில் உதை வாங்கியதுபோல் இருந்தது. கேள்விகளுக்கு விடை தெரியாமல் முழித்துக்கொண்டு நிற்கும் போதுதான் நம்முடைய வாழ்க்கை எவ்வளவு சிக்கலானது என்று புரிகிறது.

"..."

"என்ன ஆச்சுடா உனக்கு? நீயா இப்பிடியெல்லாம் சின்னப்புள்ளத்தனமா யோசிக்கிறது? கொஞ்சம் உன்ன மாதிரி வாட்டசாட்டமா இருந்தா இப்பிடி பிரச்சினைகள் வாறது சகஜம்தான். இது உனக்குப் புதுசு இல்ல. செம்பட்ட தலையோட, பண்டிமாதிரி கிடக்கிற எனக்கே தேனுஜா ரேஞ்சில ஃபிகருகள் லைனப் போடுறாளுகள் எண்டா உன்ட நிலமைய நான் புருஞ்சுக்காம இல்ல. ஆனா காதல் கத்தரிக்காய்னு யதார்த்தத்த மறந்து வானத்தில மிதக்க முடியுமா மதன்? அப்புறம் தொப்னு விழுந்தா ஒரு எலும்புத்துண்டுகூட மிஞ்சாது."

"ம்..."

அந்தோனியின் தர்க்கத்தில் பிழையில்லை. அத்தனைக்கும் ஒரு ம் கொட்டுவதோடு நிறுத்திவிடுவது உத்தமமாயிருந்தது எனக்கு. இவ்வாறான ஒவ்வொரு சந்தர்ப்பத்திலும் அவனுடைய அறிவுரை எனக்கு பிடிகம்பாய் மாறியிருக்கிறது. அவன் என்னைப்போல எதையும் மேலோட்டமாகப் பார்ப்பவனல்ல. பிரச்சினைகளை ஆழமான புரிதல்களோடு அணுகுபவன்.

அத்தனைக்கும் மேலாக, எதையோ ஒன்றை அவனிடத்தில் மறைத்துக்கொண்டிருக்கிறேன் என்பதுதான் இதயத்தில் கனமாய் அழுத்திக் கொண்டிருந்தது.

"வன்னில நம்ம வீட்டாக்கள் உசுருக்குப் போராடிக்கிட்டு இருக்காங்க, இங்க உனக்கு டைம் டேபிள் போட்டு லவ் கேக்குது..."

புற்களின் நீளமான இலைகளை சிறு சிறு துண்டுகளாக பிய்த்துப் போட்டபடி தரையையே வெறித்துக்கொண்டிருந்தான் அந்தோனி. அவமானம் என் தலை முழுவதையும் புகையாக நிறைத்து மூடியது.

"சரி மச்சான் அத விடு. அதெல்லாத்தையும் தூக்கி எறிஞ்சுபோட்டு நம்ம வேலைய பாப்பம்."

"வெரி குட். நம்பலாமா?"

"நம்பலாம்."

"அப்ப கிளம்பு."

ஹம்சா கடையில் சம்சாவும் மரவள்ளிப் பொரியலும் சாப்பிட்டுவிட்டு

இருவரும் வீட்டுக்கு வந்தோம்.

அன்றிலிருந்து நிவேதாவை அடிக்கடி பார்ப்பதையும், பேசுவதையும் தவிர்த்துக்கொண்டேன். நிவேதாவின் வீட்டினுள் செல்ல வேண்டியோ அல்லது அவள் அம்மாவுடன் பேசுவதற்கான தேவை ஏற்பட்டாலோ அவற்றிற்கு அந்தோனியை மட்டுமே அனுப்பிவைக்கப் பழகிக்கொண்டேன். அன்றிலிருந்து மாதாமாதம் வீட்டு வாடகையைக்கூட அந்தோனிதான் கொண்டுபோய்க் கொடுத்தான். ஒரு பொல்லாத கள்வனுடைய இருத்தல் போல மாறிவிட்டிருந்தது என்னுடைய வாழ்க்கை. ஆனாலும் வேலை பார்க்கும் கடையில் நிவேதாவைத் தவிர்க்க முடியவில்லை. முடிந்தளவு பேசுவதைக் குறைத்துக்கொண்டேன். சந்திப்புக்களை திட்டமிட்டுத் தவிர்த்தேன்.

எப்படியோ அவளுக்கும் எனக்குமான தூரம் நாளடைவில் சாத்தியமா யிற்று.

நிவேதா தன்னைவிட்டு நான் விலகியிருப்பதை அறிந்திருந்தாளாகிலும் அவளால் என்னை விலகியிருக்க முடியவில்லை. நான் என்றோ ஒருநாள் அவளிடம் திரும்பி வருவேன் என்பதை அவள் தீர்க்கமாக நம்பிக்கொண்டிருந்தாள். மறுபுறம் கயல் என்னிடம் நிச்சயம் வந்து சேருவாள் என்பதை நானும் மலைபோல நம்பிக் கொண்டிருந்தேன்.

50

15 மார்கழி 2008. இறுதிக்கட்ட வன்னிப் பேரழிவின் ஆரம்ப காலம். காலையிலேயே போர்த்தியபடி வெரித்தாஸ் வானொலியின் அருகில் அமர்ந்திருந்தோம் நானும் அந்தோனியும். கிளிநொச்சி என்னுமோர் தமிழ் ராச்சியம் இன்னும் சில தினங்களில் அரச படைகளிடம் சாயும் சாத்தியக்கூறுகள் தென்படுவதாக ஜெகத் கஸ்பார் சொன்னார். நான் உடனடியாக அலைவரிசையை மாற்றி இலங்கை வானொலியைப் பிடித்தேன். அது கிளிநொச்சி கைப்பற்றப்பட்டா யிற்று என்று அடித்துப்பிடித்து முழங்கிக் கொண்டிருந்தது. அந்த செய்திக்குப் பின்னணியில் பிஜிஎம் வேறு போட்டார்கள். அதுவும் தேசியகீதம். விசரில் வலப்பக்கமாகத் திருகி சூரியன் எப்எம்மைப் போட்டேன். "இறைவனிடம் கையேந்துங்கள் அவன் இல்லையென்று சொல்வதில்லை" என நாகூர் ஹனிபா பாடிக்கொண்டிருந்தார்.

"டேய், நம்ம வீட்டாக்கள் எங்கடா போயிருப்பாங்க இப்ப?"

"இப்ப சனங்களெல்லாம் கட்டாயம் புதுக்குடியிருப்பு பக்கம் போயிருக்கும் எண்டு நினைக்கிறன்..."

கிளிநொச்சி ராணுவத்திடம் வீழ்ந்துவிட்டால் அது தமிழர் போராட்ட வரலாற்றில் நிகழ்ந்த மிக முக்கியமானதொரு பின்னடைவாக மாறிவிடும். கூடவே அடுத்த பக்கம், இலங்கை அரசியல் வரலாற்றில் அது ஒரு முக்கியத் திருப்புமுனையை ஏற்படுத்தும். நிகழ வாய்ப்புள்ள தமிழினத்தின் பாரிய தோல்வியொன்றை எதிர்வுகூறும் ஒரு சம்பவமாகவும் கிளிநொச்சியின் வீழ்ச்சியை எடுத்துக்கொள்ளலாம்.

இந்தக் கட்டத்தில் தமிழ் தேசியமா, தமிழீழமா, சுதந்திர வேட்கையா என்றெல்லாம் ஆளுக்கு ஆள் மல்லுக்கட்டிக் கொண்டிருப்பதில்

அர்த்தமில்லை. இலக்கு தவறி அல்லது இலக்கேயில்லாமல் கொட்டப்படும் குண்டுகளால் நிகழும் சாவுகளிலிருந்து பொதுமக்களை எப்படிக் காப்பாற்றிக் கொள்வது என்பதைத்தான் இயக்கமும் உலக நாடுகளும் அவசரமாகச் சிந்திக்க வேண்டும். பாதுகாப்பான இடங்களை உறுதிப்படுத்தி அவ்விடங்களில் மக்களைக் கொண்டுபோய் குடியேற்ற வேண்டும்.

இதைத்தான் இயக்கம் இப்பொழுது தலைக்குள் போட்டு உருட்டிக் கொண்டிருக்கும் என்று தோன்றுகிறது.

இப்படி சதா தமிழர் நிலத்தைச் சிறு சிறு துண்டுகளாக போர் விழுங்கிக் கொண்டிருந்தது. தெருவெல்லாம் மனித உடல்கள் சிதறிக் கிடக்க, எஞ்சிய மனித வெள்ளம் பாதுகாப்பான கடைசி நிலத்தை நோக்கி ஊர்ந்துகொண்டிருந்தது. தங்களுடைய உயிர் எப்போது எடுக்கப்படுமென்று தெரியாமல், உயிர்க்குலையை தங்கள் கைகளுக்குள் பொத்திக்கொண்டு பாதுகாப்பைத் தேடி ஓடிக்கொண்டிருந்தது அந்த இனம்.

பாதி மனிதர்களின் உயிரை ஆட்டுவிப்பதே அவர்களுடைய கண்களுக்கு முன்னால் நிகழ்ந்துகொண்டிருக்கும் சாவுகளும், மரண ஓலங்களுமாகத்தான் இருக்கும்.

பரந்தன் – புதுக்குடியிருப்பு வீதி இதுவரை பார்த்திராத பாரிய மனித அவலத்தை இப்பொழுது பார்த்துக்கொண்டிருக்கும். மனிதர்களின் பெரும் கூச்சலும், அவலமும் வன்னிக் காடுகளை மூடி நிரப்பிக்கொண்டிருக்கும்.

ஒவ்வொரு தடவை ஜெகத் கஸ்பார் இதைப்பற்றிப் பேசும்போதும் தலையில் யாரோ ஆணியை வைத்து அடிப்பது போல் வலித்தது.

வாரக் கணக்கில் தொடர்ச்சியாக இடம்பெயர்ந்து கொண்டிருக்கும் மக்கள் இப்போது களைத்துப் போயிருப்பார்கள். பசியும் தாகமும் உடலின் இயலுமையைத் தறித்துவிட்டிருக்கும். குழந்தைகள் பசியிலும் வெயிலிலும் அரற்றிக்கொண்டு கிடப்பார்கள். வயோதிபர்கள் தங்களுடைய ஜீவன் இத்தனை நாள் போகாமல் கிடப்பதையெண்ணி நொந்துகொள்வார்கள். சிறுவர்களின் கால்களில் பெரும் பளுவும் வலியும் தொற்றிவிட்டிருக்கும். நோயாளிகள், மாற்றுத் திறனாளிகள், கர்ப்பிணிப் பெண்களின் நிலையைக் கற்பனை செய்துகூடப் பார்க்க முடியவில்லை.

இயக்கத்தைப் போல, அம்மனிதர்கள் வணங்கும் கடவுளிடமும் இத்தனையையும் முறியடிக்கக்கூடிய ஒரு கடைசித் திட்டம் இருக்கிறதோ தெரியவில்லை.

"நான் இண்டைக்குக் கடைக்குப் போகல..." என அந்தோனி சொன்னபோது நானும் அதைத்தான் நினைத்துக் கொண்டிருந்தேன். வன்னியில் நடந்துகொண்டிருக்கும் பேரழிவைத் தவிர வேறு எதிலும் மனம் ஒப்பவில்லை. இதயம் படபடத்துக் கொண்டேயிருந்தது. அவ்விடத்தை விட்டு எழும்புவதற்கோ, நடப்பதற்கோ, குடிப்பதற்கோ, உண்பதற்கோ எதற்கும் மனம் இடம் கொடுக்கவில்லை. வீட்டாட்கள் பற்றிய துயரம் மட்டுமே முழு மண்டைக்குள்ளும் நச்சுப் புகையாக நிறைந்து கிடந்தது.

"எனக்கும் போற ப்ளான் இல்ல."

பேசிக் கொண்டிருந்த ரேடியோவை இன்னும் சத்தமாக்கத் திருகினேன்.

"சற்று முன்னர் கிளிநொச்சி நகரம் முழுவதும் பாதுகாப்புப் படைகளின் கட்டுப்பாட்டில் வந்துவிட்டதாக அரச ஊடக நிலையம் தெரி வித்திருக்கிறது."

குலை நடுங்கிற்று. இதயத்தைக் கவ்விப் பிடித்திருந்த கருந்தேள் தன் கொடுக்குகளை இன்னும் இறுக்கியது. எங்களுடைய வாழ்க்கை பாதியிலேயே முடிந்துவிட்டது போன்ற பயம் உள்ளுக்குள் பிரவாகித்தது.

ஓஹ் கர்த்தாவே, தயவுசெய்து உன் கண்களைத் திற. என் சனம் இனிப் போவதற்கு நிலமும் இல்லாமல், தப்பிப்பதற்கு வழியுமில்லாமல் தவித்துக்கொண்டிருக்கிறது.

2009 ஜனவரி முதல் மே மாதம் வரை வன்னியில் நிகழ்ந்து முடிந்த அத்தனை அவலங்களைப் பற்றியும் இங்கு பந்தி பந்தியாக விபரிக்கப் போவதில்லை. காரணம், அவற்றைப் பற்றிய நேரடி அனுபவமோ, அறிவோ என்னிடம் இல்லை. உங்களில் அதிகாமனவர்களைப் போல இக்கொடும் வரலாற்றை என்னிடம் கொண்டுவந்து சேர்த்தவை இந்த ஊடகங்களும் போருக்குப் பின்னரான ஆவணத் திரட்டுகளும்தான்.

தூரத்திலிருந்துகொண்டு துயருற்று, கண்ணீர் உதிர்த்த ஆயிரமாயிரம் தமிழ் ஆத்துமாக்களில் ஒருவனாகத்தான் நானும் இருந்தேன்.

15 மே 2009. மாவிலாற்றில் தொடங்கிய நான்காவது ஈழப்போரின் இறுதித் தருணங்கள். போராளிகளின் கடைசி நம்பிக்கையாய் முளைத்த ஆனந்தபுரம் சமரும் கை நழுவிப் போனதோடு 'அனைத்துமே' முடிவுக்கு வந்துவிட்டதாக அறிந்தபோது செத்துவிடலாம் போலிருந்தது. முள்ளிவாய்க்காலின் மடியில் ஆயிரங்களில் பிரேதங்கள் குவிந்து கிடப்பதாக ஊடகங்கள் செய்தி வெளியிட்டன. பத்தாயிரத்துக்கும்

அதிகமான மக்கள் காயமுற்று மருத்துவ வசதிகளின்றி அங்குமிங்கும் எறியப்பட்டுக் கிடக்கிறார்கள் என்றபோது இதயம் நின்றுவிடும் போலிருந்தது. இதில் போராளிகளைத் தவிர்த்துப் பார்த்தால் பொதுமக்கள் மட்டும் சுமார் எட்டாயிரத்து ஐநூறுக்கும் மேல் எனக் கணக்குப் போட்டுச் சொன்னது வெரித்தாஸ் வானொலி.

கடைசியில் ஈழக்கவி புதுவை இரத்தினதுரையின் தீர்க்கதரிசனம்கூட தோற்றுப்போனது பெரும் துயரத்தைக் கொடுத்தது.

> "வா பகையே
> வந்தெம் நெஞ்சேறி மிதி
> பூவாகவும் பிஞ்சாகவும்
> மரம் உலுப்பிக் கொட்டு.
> வேரைத் தறித்து விழுத்து.
> ஆயினும் அடிபணியோம்
> என்பதை மட்டும் நினைவில் கொள்!"

கடைசியில் அடிபணிவதைத் தவிர வேறு என்ன வழியிருந்தது நமக்கு?

அந்த நாட்களில் நானும் அந்தோனியும் ஃபாதரின் கோவில் அறைக்குத் தற்காலிகமாகக் குடிபெயர்ந்திருந்தோம். முற்றுமுழுதாக இயல்புநிலையை இழந்து, பேரிடியில் நொறுங்கிப்போயிருந்த எங்களைத் தனியே தூரத்தில் விட்டுவிட ஃபாதர் விரும்பவில்லை. அவருடைய அருகாமையைத் தவிர வேறெதுவுமே எங்களுக்குத் துணையாக இருக்கவில்லை.

"வீட்டாக்கள் உசுரோட இருப்பாங்க எண்டு நினைக்கிறீங்களா?" எனக் கேட்டால் ஃபாதரின் கண்கள் பனிக்க ஆரம்பித்துவிடும். உதடுகள் துடிக்குமே தவிர வார்த்தைகள் தட்டுப்படாது. கைகளால் எங்களை அணைத்துக்கொண்டு உள்ளுக்குள் அழுவார். எங்கள் அழுகையைக்கூட பகிர்ந்துகொள்ளுமளவுக்கு எங்களுக்கு வாய்க்கப் பெற்ற உன்னதமான மனிதர் அவர்.

முள்ளிவாய்க்காலில் இறுதி குண்டு வீசப்பட்டு மணிகள் கடந்திருந்தன. சன்னங்கள் தைத்துக் கிழித்த மண் இப்போது மூச்சிழந்து புகைந்துகொண்டிருக்கும். வெற்றுடல்களைக் கட்டியணைத்தபடி ஒரு இனம் ஒப்பாரி வைத்துக்கொண்டிருக்கும். ரத்தக்காட்டில் மனித உடல்களின் முனகல், அடர்ந்த முகாரியாய்ப் பரவிக்கொண்டிருக்கும். நிணம் அழிந்து, சதை உருகி, கந்தகத் தகடுகளின் இடைவெளியில் உயிர்கள் ஊசலாடிக் கொண்டிருக்கும். இறந்தும் இறக்காமல் நிமிர்ந்து நிற்க முற்படும் ஒரு மனிதக் கூட்டம் தூரத்தில் காணத் துடிக்கும் ஒரு அகல் வெளிச்சத்திற்காய் தவித்துக்கொண்டிருக்கும்.

பாதுகாப்பு வளையத்திலிருந்த மக்களை கொஞ்சம் கொஞ்சமாக

ராணுவம் விடுவிக்க ஆரம்பித்து விட்டதாக ஃபாதர் சொன்னபோதுதான் ஜீவன் மீண்டும் உயிர்த்துக்கொள்ள ஆரம்பித்தது.

பாதுகாப்பு வளையம் திறக்கப்பட்டது மிகப் பெரிய நிம்மதி. கடந்த சில வாரங்களாக ஒட்டு மொத்தப் பேரண்டமும் இயக்கத்திடமும் அரசப் படைகளிடமும் இறைஞ்சிக்கொண்டிருந்த விசயம் அது. ஆனால் அக்குருதி வெள்ளத்திலிருந்து வெளியே வருவதற்கு அம்மாவும் அப்பாவும் சித்ராவும் உயிரோடு இருக்க வேண்டுமே?

மறுநாள் பாதி உயிரை மட்டும் கையில் பிடித்துக்கொண்டு மூன்று–நான்கு நாள் பசியோடு ஓமந்தையை வந்தடைந்த மக்களைச் செய்திகளில் பார்த்தோம். தலை வலித்தது. அந்த மனிதர்களுடைய கண்களில் இருந்த வெறுப்பும், ஏமாற்றமும், வருத்தமும், இயலாமை மீதான சீற்றமும் பார்த்தவர்களை நிலைகுலையச் செய்தது. உடல் சோர்ந்து, இளைத்து, உயிர் மட்டும் போதும் என்ற உடல் மொழியோடு வந்திறங்கிய மனிதர்களை அங்கிருந்து அரச பேருந்துகளில் மெனிக் பாம் என்ற தயார்ப்படுத்தபட்ட முகாம்களுக்கும், வவுனியா, ஓமந்தை, மன்னார் போன்ற இடங்களில் இருந்த பாடசாலைகள் மற்றும் பொதுக் கட்டடங்களுக்கும் அனுப்பி வைத்தார்கள்.

அன்றிலிருந்து நானும் அந்தோனியும் எங்களுடைய குடும்பங்களைத் தேடி அலைய ஆரம்பித்தோம்.

ஒரே வாரத்துக்குள் மெனிக்பாம் காற்றை விழுங்கிய பலூன் போல ஊதிப் பெருத்துப் பிரம்மாண்டமாகியது. மனிதாபிமானத் தொண்டு நிறுவனங்கள் படையெடுத்துப் போய் முகாம்களை நிறைத்தன. ஒவ்வொரு முகாமிலும் ராணுவம் குவிக்கப்பட்டிருந்தது. முகாம்களின் அத்தனை நிர்வாகக் கட்டமைப்பையும் இலங்கை ராணுவமே தன் கட்டுப்பாட்டில் வைத்திருந்தது. கைத்துடைப்பிற்கு சிவில் நிர்வாக அமைப்புக்கள் அங்குமிங்கும் முளைத்து நின்றாலும், முடிவெடுக்கும் பூரண அதிகாரமும் ராணுவத்தின் கைகளிலேயே இருந்தது. அதையும் 'மக்களின் பாதுகாப்பு' என தர்க்கரீதியாக நிறுவிக் கேள்வி கேட்ட வாய்களில் சக்கையை அடைத்தது அரசு. சில மனிதாபிமான நிறுவனங்களுக்கும், விசேடமாக ஒரு சில முகாம்களுக்குள் நுழைய அனுமதி மறுக்கப்பட்டிருந்தது. உதாரணமாக ஸோன்4 என்ற முகாமிற்குள் எல்லா நிறுவனங்களையும் ராணுவம் அனுமதிக்கவில்லை. அதற்கும் மக்களின் பாதுகாப்புதான் காரணம் என்றது அரசு.

எங்களுடைய இரண்டு குடும்பங்களும் உயிரோடு வந்து சேர்ந்திருப்பார்கள் என்பதை நானும் அந்தோனியும் கடவுளின் பெயரால் தீர்க்கமாக நம்பிக்கொண்டிருந்தோம். அந்த நம்பிக்கைதான் அப்போது எங்கள் வாழ்க்கையைத் தொடர்ந்து ஓட்டுவதற்குத் தேவையான வலுவையும்,

உந்துதலையும் கொடுத்தது.

அப்பொழுதெல்லாம் வடக்கில் போர் முற்றுப்பெற்று வாரங்கள் கடந்திருந்தாலும் தமிழர் தேசங்களில் பாதுகாப்புக் கெடுபிடிகளுக்கு மட்டும் பஞ்சமே இருக்கவில்லை. சரணடைந்த அல்லது ஓமந்தை மற்றும் முகாம்களில் வைத்து விசாரணைகள் அல்லது சந்தேகத்தின் பேரில் கைது செய்யப்பட்ட அத்தனை முன்னைநாள் போராளிகளையும் புனர்வாழ்வு முகாம்களுக்கு அனுப்பினார்கள்.

அதற்குள் முகாம்களில் இருந்த முன்னைநாள் போராளிகளை ராணுவம் எப்படி அடையாளம் கண்டுபிடித்தது என்பது சுவாரசியமான கதை. ஒன்று, ஆணாக இருந்தால் அவர்களை நிர்வாணப்படுத்தி அவர்களுடைய முழு தேகத்தையும் சோதனை செய்வது. அவர்களுடைய உடலில் எங்காவது பெரிய காயங்கள் அல்லது காயம் ஏற்பட்ட வடுக்கள் இருந்தால் கதை சரி, அவர்கள் நிச்சயம் போராளிகள்தான் என்பது ராணுவத்தின் நிலைப்பாடு. எதிர்ப் பேச்சிற்கோ சுயவிளக்கத்திற்கோ இடமில்லை. பத்து வருடங்களுக்கு முன்னர் மரத்திலிருந்து விழுந்த கோகுலன் அண்ணாவின் காலிலிருந்த பெரிய தழும்பைப் பார்த்துவிட்டு அவரையும் இயக்கமென்று புனர்வாழ்வு முகாமிற்குள் கொண்டு போய் அடைத்த கதையையும் ஸோன்–3இல் இருந்தவர்கள் சொன்னார்கள்.

பெண்கள் என்றால் இந்த அடையாள வேட்டை இன்னும் இலகு. யார் யாருடைய கேசம் கட்டையாக கத்தரிக்கப்பட்டிருக்கிறதோ அத்தனை பேரும் போராளிகள்.

இந்த இரண்டு வகை சோதனையிலும் சிக்காத போராளிகளை ராணுவம் பிறிதொரு இலகுவான வழியில் மடக்கிப் பிடித்தது. அதைக் கேட்டு நான் நம் தலைவிதியை நொந்துகொண்டேன். தமிழனுக்கே உரித்தான பல தனித்துவ அடையாளங்களில் இதுவும் ஒன்று. என்னவென்று நினைக்கிறீர்கள்? சலுகைக்களுக்காக அடுத்தவனைக் காட்டிக்கொடுப்பது.

பல முன்னைநாள் போராளிகளை அவர்களோடிருந்த சக மனிதர்களே காட்டிக்கொடுத்தார்கள். இவன் இயக்கத்தில் இருந்தான் என்று காட்டிக்கொடுத்ததற்குக் கைமாறாக அவர்களுக்குப் பல சலுகைகள் கிடைத்தன. சலுகைகள் என்றால் பெரிதாக நினைத்துவிடக் கூடாது. ஒரு போராளியைக் காட்டிக்கொடுப்பதன் மூலம் அந்த முகாமில் சின்னச் சின்ன விசயங்களுக்கு ஒரு சிறு முன்னுரிமையோ அல்லது மேலதிக சலுகையோ கிடைக்கும். உதாரணமாக, முகாமில் உள்ள அத்தனை பேருக்கும் ஒரு சோடி சவர்க்காரம் கிடைத்தபோது அவர்களுக்கு மட்டும் இரண்டு சோடி கிடைக்க சிபாரிசு செய்யப்பட்டது. அதையும் சலுகையென்றால், விசேட அனுமதியோடு காலையில் வவுனியாவுக்குப்

போய் மாலையில் முகாமுக்குத் திரும்ப முடியும். அவ்வளவுதான்.

துரோகத்திலும், காட்டிக்கொடுப்பிலும் நாம் எப்போதும் அயோக்கியர் களாகவே இருக்கிறோம். அற்ப சலுகைகளுக்காக எதையும் செய்யத் துணியும் ஓர் இழிவான மனநிலையை நம்முடைய சனம் எங்கிருந்து பிடுங்கிக்கொண்டது என்று தெரியவில்லை. முள்ளிவாய்க்காலில் சாவின் கடைசி இழை வரை அடிபட்டு, உயிரைக் கையில் ஏந்திக்கொண்டு ஓடிவந்து, இங்கு ஆமிக்காரனின் வெறும் அற்ப சலுகைகளுக்காக போராளிகளைக் காட்டிக்கொடுக்கும் ஒரு எளிய வேலையை எப்படி ஒரு மனிதனால் செய்ய முடியும்?

நம் ஈழப் போராட்ட வரலாற்றில், துரோகம் என்பது எம்மிடம் திணிக்கப் பட்ட ஒன்றல்ல. மாறாக நம் இன்னோரன்ன சுய சௌகரியங்களுக்காக நாமே விரும்பிக் கற்றுக்கொண்டது. உலகத்தின் அதி உச்சக்கட்ட துரோகத்திற்கெல்லாம் நாமே பெயர் போனவர்களாக இருக்கிறோம். அந்த சாதனை எப்போதும் நம் கூடவே வந்துகொண்டிருக்கிறது. நம் அடுத்த தலைமுறையாவது உருப்பட வேண்டும்.

அனைத்தையும் இழந்து குற்றுயிராய் ஓடி வந்த நம் மக்களுக்கு மடி நீட்டிய மெனிக்பாம் என்ற ஒரு நிலத்தை நம்மால் ஒருபோதும் மறக்க முடியாது. உச்சி வெயிலில் மணல் திட்டில் எறியப்பட்டவனுக்கு தக்க காலத்தில் கிடைத்த புளியமர நிழல்போல வாய்த்த நிலம் அது. ஜீவன் கசிந்துகொண்டிருந்த மனிதர்களை மடியில் கிடத்தி ஆறுதல் கொடுத்தது. புகலிடங்களை தன்மேல் எழுப்பிக்கொள்ள தன் முதுகை நீட்டியது. போருக்குப் பின்னர் நம் மக்களுக்குக் கிடைத்த முதல் ஆறுதல் மெனிக்பாம்தான்.

அன்று மாலை ஐந்து மணி கடந்தும் தூக்க மயக்கம் என்னை விடுவதாயில்லை. அறைக்குள் வந்து என்னை அவசரமாக எழுப்பினார் ஃபாதர். விழித்துக் கொண்டதும் என் தோள்களைப் பற்றியபடி அந்தச் செய்தியைச் சொன்னார்.

நான் வைத்த சத்தத்தில் கூரையே அதிர்ந்தது.

51

"பொய்...?"

சந்தோசத்தில் கால் பிறடியில் அடிக்கக் குதித்தோம். அந்தோனியின் முகத்தில் திடீரென படிந்த பெருங்களிப்பின் ஒளிச்சுழை சுழன்று சுழன்று வளையம் அடித்தது. அறையை ஒளி வெள்ளம் நிறைத்தது. இருண்ட காட்டில் முதல் வெளிச்சம் ஊடு படர்ந்தது.

எங்களின் பிரமிப்பை ரசிக்கும் பொருட்டு அச்செய்தியை மீண்டும் வாசித்தார் ஃபாதர்.

"யெஸ், மெனிக்பாம் கேம்புக்குள்ள போறதுக்கு ராணுவ அனுமதி கிடைச்சிருக்கு... சோ, டோன்ட் வொறி. வீட்டாக்கள சீக்கிரம் கண்டு புடிச்சிரலாம்!"

"தாங்ஸ் ஃபாதர்..." அதை எதிர்பார்க்காத தோரணையில் தலையை திருப்பிக்கொண்டு வெளியே நடந்தார் ஃபாதர்.

எங்களுடைய அப்பொழுதைக் கொண்டாட்டமாய் சிருஷ்டித்துப் போன ஃபாதருக்கு எப்படி நன்றி சொல்வதென்று தெரியாமல் அவர் போன திசையையே பார்த்துக்கொண்டு நின்றேன்.

நம்முடைய தேடல்களையும் கனவுகளையும் காலம் ஒருபோதும் மறந்துவிடுவதில்லை. அவை ஒவ்வொன்றாய் வாய்க்கப்பெறும் சரியான தருணங்களுக்காக அது காத்திருக்கும். என்ன, நமக்குத்தான் அதுவரை பொறுமை இருப்பதில்லை. இப்பொழுது எங்களுக்கான தருணம் மலர ஆரம்பித்திருக்கிறது.

மறுநாள் தன் இருள் உறையை உதறிக்கொண்டு வெளியே வந்தது பகல். சுவாமி அறைக்கு எதிரேயுள்ள இப்பிலிப்பில் மரத்தில் கூடுவிரித்திருக்கும் கிழுகிழுப்பைகளின் சச்சரவு அன்று அதிகமாய்க் கேட்டது. கோக்கியார் நேரத்திற்கே எங்கள் காலை ஆகாரத்தை தயாரித்து மேசையில் அடுக்கியிருந்தார். கொடுப்புப் பல்லில் சிக்கிய தேங்காய்ப் பூவை நகத்தால் தோண்டிக்கொண்டு வெளியே வந்தபோது பயணத்துக்குத் தயாராக நின்றார் ஃபாதர்.

'மெனிக்பாம்' என்ற பெயர்ப் பலகையோடு நின்ற அரசப் பேருந்து எங்களை ஏற்றிக்கொண்டு மதவாச்சி நோக்கிப் புறப்பட்டது. ஃபாதர் பக்கத்து இருக்கையில் அமைதியாக அமர்ந்திருந்தார். பிடரிப்பக்கம் இருந்த இரும்புக் கம்பியில் தலையை வைத்துக் குட்டித் தூக்கம் போட முயன்றவரை சாரதி அவ்வப்போது குரூரமாக பிரேக்கை அழுத்தி எழுப்பினார். ஒவ்வொரு முறையும் திடுக்கிட்டு முழித்து தலையைச் சொறிந்துகொண்டிருக்கும் ஃபாதரைப் பார்க்க பாவமாக இருந்தது. நான் ஜன்னல் வழியாக வெளியில் தெரியும் புதினங்களின்மேல் கவனத்தைக் குவித்துக்கொண்டிருந்தேன். கண்கள் ஒரு பக்கமும் மூளை இன்னொரு பக்கமுமாக, ஒன்றுக்கொன்று சம்பந்தமில்லாமல் இயங்கிக்கொண்டிருந்தன.

இத்தனைக்குள்ளும் *'அம்மாக்களுக்கு ஒண்ணும் நடந்திருக்காதே...?'* என்ற கேள்விதான் அவ்வப்போது மேலெழுந்து தலையை அழுத்திக் கொண்டிருந்தது.

மெனிக்பாமைச் சென்றடைந்த போது நேரம் காலை பதினொரு மணியிருக்கும். மெனிக்பாம் என்ற ஒரு தேசம் முட்கம்பிகளால் சுருட்டப்பட்டுக் கிடந்தது. திரும்பும் இடமெல்லாம் துவக்கையும், இறுகிய முகத்தையும் தூக்கிப்பிடித்தபடி சீருடைக்காரர்கள் நின்றுகொண்டிருந்தார்கள். முன்னால் இருந்த பிரம்மாண்ட கதவுக்குக் கூட முட்கம்பியால் கிரீடம் சூட்டப்பட்டிருந்தது. உள்ளுக்குள் கண் எட்டும் தூரம் வரை வெள்ளைக் குடிசைகள் விதைக்கப்பட்டுக் கிடந்தன. ஆங்காங்கே ஒவ்வொரு மர நிழலிலும் மனிதர்கள் கூட்டம் கூட்டமாக அமர்ந்திருந்தார்கள்.

அரச சார்பற்ற நிறுவனங்கள் தங்கள் வாகனங்களை வாசலில் நிறுத்தி வைத்துவிட்டு அனுமதிக்காக நீண்ட நேரம் காத்துக் கொண்டிருந்தார்கள். வரிசையில் நின்ற வாகனங்களின் எண்ணிக்கை எப்படியும் இருபதைத் தாண்டும். பெரும்பாலும் எல்லா வாகனங்களிலும் வெள்ளைக்காரர்கள் இருந்தார்கள். அவ்வாகனங்களில் பறந்துகொண்டிருந்த கொடிகளில் பல்வேறு ஆங்கில எழுத்துக்களும் விதம் விதமான சித்திரங்களும் அச்சிடப்பட்டிருந்தன.

அதற்குள் ஒரு வெள்ளைக்காரன் ஃபாதரிடம் வந்து முகமுன் கூறி உரையாட ஆரம்பித்தான். ஏதோவொரு நிறுவனத்தின் பெயரைச் சொல்லி அதன் திட்ட முகாமையாளராக இருப்பதாகச் சொன்னபோது, எல்லாம் தெரிந்தவர் போல ஃபாதர் முகத்தை ஊன்றிக்கொண்டு பேச ஆரம்பித்தார். பாதரின் நாவில் ஆங்கிலம் பறிந்தது. கிடைத்த வாய்ப்பை கனகச்சிதமாகப் பயன்படுத்திவிட வேண்டும் என்ற கரிசனை ஃபாதரின் இடைவெளி விடாத பேச்சில் தொளிவாகத் தெரிந்தது.

வெள்ளைக்காரனுக்கு நீண்ட நாட்களுக்குப் பின் நல்லதொரு பிரசங்கம் கேட்டதுபோல் இருந்திருக்கும் என்றான் அந்தோனி.

இன்னும் இரண்டு வெள்ளைக்காரர்களுக்கு வாசலில் நின்று கொண்டிருந்த சீருடைக்காரனோடு ஏதோ கடுமையான விவாதம் போய்க்கொண்டிருந்தது. அவர்கள் சொல்வதை அஜாக்கிரதையாகக் கேட்டுக்கொண்டு, கையிலிருந்த துவக்கின் முதுகைச் சுரண்டிக் கொண்டிருந்தான் அந்தச் சிப்பாய். அவனுக்கு அவர்கள் பேசும் மொழி புரியவில்லை என்பது என்னுடைய ஊகம். அதை அவர்களிடம் சொல்லியிருந்தாலாவது அவர்கள் உரியவரிடம் போய்ப் பேசி யிருப்பார்கள். அவர்கள் பாட்டிற்குக் கத்திவிட்டுப் போகட்டும் என்ற மோசமான அலட்சியம் அவன் உடல் மொழியில் தெரிந்தது. பாவம், நம்முடைய மக்களுக்கு உதவிக்கரம் நீட்ட வந்து, இப்படி வாயில் காப்பானோடெல்லாம் லோல்பட வேண்டியிருக்கிறது இந்த வெள்ளைக்காரர்களுக்கு.

நூற்றுக்கும் மேற்பட்ட மனிதர்கள் உருவாக்கி வைத்திருந்த ஒரு நீண்ட வரிசையில் நாங்களும் போய்ச் சேர்ந்துகொண்டோம்.

வெயில் மண்டையைப் பிளப்பது போல் கொட்டியது. அதுவும் காட்டு உஷ்ணமும், கிரவல் உஷ்ணமும் ஒன்று சேர்ந்து விளாசும் வெக்கை! தலை பற்றிக்கொண்டு விடும்போல் இருந்தது. செருப்பினூடாக மேலே ஊரும் வெப்பம் பாதத்தைப் பொசுக்கி முழு உடம்பையும் கொதிக்கப் பண்ணியது. அதிலிருந்து தப்பித்துக்கொள்ளும் பொருட்டு ஒற்றைக்காலில் மாறி மாறி நின்றுகொண்டிருந்தேன். தூரத்திலிருந்து பார்ப்பவர்களுக்கு நான் நடு வெயிலில் நடனம் ஆடிக்கொண்டிருப்பதுபோல் தோன்றியிருக்கும்.

அடுத்த தடவை இங்கு வருவதென்றால் நிச்சயமாக ஒரு தொப்பியோடு வந்துவிட வேண்டும். குடையென்றால் இன்னும் சௌகரியமாக இருக்கும்.

ஃபாதரின் முகம் வெயிலில் சுடுபட்டுச் சுருங்கிப்போயிருந்தது. பனிரெண்டரை மட்டில் முன்னால் வந்த ஒரு சீருடைக்காரன் “ஃபாதர் முன்னுக்கு வாங்க...” என அழைத்தான். எனக்கு தலையில் வைத்துக்

கொண்டிருக்கும் நெருப்புச் சட்டியை அவன் வாங்கிக்கொண்டது போல் இருந்தது. ஃபாதர் எங்களையும் அழைத்துக்கொண்டு அந்தச் சிப்பாயைப் பின்தொடர்ந்தார். மூவரின் அடையாள அட்டைகளையும் சோதித்து, தகவல்களைக் குறித்துக்கொண்டுவிட்டு, இன்னும் 200 மீட்டர் தொலைவிலுள்ள இன்னுமொரு கொட்டிலுக்குப் போகுமாறு அனுப்பி வைத்தான்.

அந்த "மக்கள் தொடர்பகம் ஸோன் 2" சனத்திரளால் நிறைந்து வழிந்தது. ஃபாதரைக் கண்ட ஒரு பெண் அதிகாரி விடயத்தைக் கேட்டுவிட்டு ஒரு நீண்ட பட்டியலைக் கொண்டுவந்து கொடுத்தாள். அது அந்த முகாமிலுள்ள குடியிருப்பாளர்களின் பெயர்ப் பட்டியல். நானும் அந்தோனியும் எங்கள் சுட்டு விரல்களை மேலிருந்து கீழாக ஓட விட்டோம். இறுதியில் பட்டியல் முடிந்ததேயொழிய தேடிய எந்தப் பெயரும் கிடைக்கவில்லை.

ஏமாற்றத்தோடு பின்னால் அமர்ந்திருந்த ஃபாதரைத் திரும்பிப் பார்த்தேன். ஃபாதர் அருகிலிருந்த ராணுவ அதிகாரியைப் பார்த்தார்.

"சொரி ஃபாதர், மற்ற கேம்ப்ல போய் பாருங்க... நீங்க தேடுற ஆக்கள் அங்க இருக்கலாம்."

அன்று மாலை வீடு வந்தபோது மனம் பெரும் பளுவாக மாறி விட்டிருந்தது. வீட்டாட்கள் எப்படியாவது இந்தப் பக்கம் வந்து சேர்ந்திருப்பார்கள் என்ற நம்பிக்கை உயிர்ப்போடிருந்தாலும், பயனற்றுப் போய்விட்ட முதல் தேடல், நம்பிக்கையைச் சரித்துவிடும்போல் இருந்தது.

தேடுவதற்கு இன்னும் எத்தனை முகாம்கள் பாக்கி இருக்கின்றனவோ?

தலையைப் பிய்த்துக்கொண்டு அறைக்குள் அங்குமிங்கும் நடந்து கொண்டிருந்தேன். கிலேசப்படுத்தும் அமானுஷ்யமொன்று அறை முழுவதும் விரவிக்கிடந்தது. மூளை பல அபத்த நினைவுகளுக்குள் அடிபட்டுச் சிதைந்தன. ஒவ்வொரு நாழிகையும் ஜீவன் பொறுத்துக் கொள்ளா சித்ரவதையைத் திணித்தது. ஒவ்வொரு நிமிடமும் உயிர் துயரப்படும் பயங்கரம் வாட்டியது. கொடிய வாழ்க்கையின் புறங்கழுத்தில் மரண அடிகள் விழ ஆரம்பித்தன.

என்ன இழவு வாழ்க்கை இது? மறுபுறம் கடைசிவரை நம்பிக்கையோடு ஓடு என்கிறார் ஃபாதர். வாழ்க்கை பூராவும் இப்படி ஓடிக்கொண்டேதான் இருக்க வேண்டும் போலிருக்கிறது.

மறுநாள் காலை எங்களுக்கு ஸோன்-3 முகாமின் முட்கம்பி

வாசலில்தான் விடிந்தது. வாழ்க்கை மீதான பிடிப்பை மீண்டும் பற்றிக்கொள்ள இந்த நாளாவது தக்க தருணத்தை ஏற்படுத்திக்கொடுக்க வேண்டும். முதன்முறை வீட்டுக்குள் வரும் மணப்பெண்போல வலதுகாலை எடுத்து வைத்து உள்ளே இறங்கினோம். ஃபாதருடைய கை என் தோளை மீண்டும் ஒரு முறை கருத்தாக அழுத்தியது. 'நம்பிக்கையை மட்டும் விட்டுவிடாதே!'

அங்கு நான்கு மணித்தியாலங்களாகத் தேடினோம். ஒரு பலனும் கிட்டவில்லை. தெரிந்தவர்கள் எல்லோரிடமும் விசாரித்துப் பார்த்தோம். அங்கிருந்த அலுவலகத்திலும் பெயரைக் கொடுத்துத் தேடினோம். எங்களுடைய குடும்பங்களின் பெயர்கள் மட்டும் பட்டியலில் இல்லை.

மீண்டும் தலையில் வலிக்கும்படி அறைந்தது ஏமாற்றம்.

போகலாமென்று திரும்பி, முகாமின் வாயிலடிக்கு வந்தோம். ஃபாதர் களைத்துப் போயிருந்தார். ஏமாற்றம் எங்கள் நம்பிக்கையைப் பாதியாகத் தறித்துப்போட்டிருந்தது. "சரி போகட்டும். அடுத்த கேம்ப்ல பாக்கலாம்..." என்றார் ஃபாதர். தலையை ஆட்டிக்கொண்டு திரும்பிய போதுதான் அருகேயுள்ள மரநிழலில் அமர்ந்திருந்த பெரியவரைக் கண்டேன்.

பட்டக்காட்டு பெருமாள் அண்ணன்.

"இங்க பாரு பெருமாளண்ண... எப்பிடிண்ண இருக்கிறீங்க?"

"அட மதன்... ஏதோ இருக்கிறன்டா... நீங்களும் இங்கயோ இருக்கிறியள்?"

"இல்ல இல்ல... அம்மா அப்பாவ தேடிக்கொண்டு திரியிறம். ஆக்கள எங்கயாச்சும் கண்டனீங்களோ?" இரவு கருகக் காத்துக்கொண்டிருக்கும் வெளவாலைப் போல மனுசனை ஏறிட்டேன். பதிலுக்கு பெருமாள் அண்ணன் தலையை அங்குமிங்கும் ஆட்டிவிட்டு "இல்லை" என்றார். எனக்குக் கண்ணீரோடு சேர்த்து ஆத்திரமும் பொத்துக்கொண்டு வந்தது.

"இல்ல தம்பி, அப்பாவ கடசியா ஒருக்கா புதுமாத்தளன்ல கண்டனான். அதுக்கப்புறம் காணக்கிடைக்கல... தப்பியிருந்தா எப்பிடியெண்டாலும் இங்கால வந்திருப்பாங்கள் மதன். கொஞ்சம் தேடிப்பாரு..."

'தப்பியிருந்தா' என்ற சொல்லைக் கவனித்தீர்களா? கேட்டபோது உள்ளுக்குள் பகீரென்றது. இதயத்தில் திடீரென பெருமாள் அண்ணர் எதையோ முறித்துப் பிடுங்குவதுபோல் உணர்ந்தேன். அவரையும் குற்றம் சொல்ல முடியாது. அப்போதைய நிலைமை அப்படித்தான். எங்கள் குடும்பம் உயிர் தப்பியிருப்பதற்கான வாய்ப்பும், இறந்து போயிருப்பதற்கான வாய்ப்பும் ஒன்றுக்கொன்று சமமாகவேயிருந்தது. எது நடந்தாலும் அதை ஏற்றுக்கொண்டுதான் ஆகவேண்டும் என்பது

எங்களுடைய விதி. தமிமிழீழக் கனவு கடைசியில் எங்களிடம் திணித்துவிட்டுப் போன வாழ்க்கை அதுதானே.

மீண்டும் தெரிந்தோ தெரியாமலோ என்னுடைய முகத்தில் இருளையே துப்பினார் பெருமாள் அண்ணன். முகத்தைத் துடைத்துக்கொண்டு மீண்டும் தொடர்ந்தேன்.

“அப்பைக்க அப்பா எப்பிடியிருந்தார்?”

“ஆள் நல்லா குலஞ்சு போனார். வீட்டாக்கள பக்கத்தில ஒரு பனவடலிக்குள்ள வச்சிருக்கிறதா சொன்னார். அந்த வடலிக்கு 30–40 மீட்டர் தள்ளித்தான் ரெண்டு நாளைக்கு முதல் செல் விழுந்து பதினஞ்சு பேர் செத்துப்போனாங்கள். இன்னும் எதுக்கு அதுக்குள்ளயே கிடக்கிறியள் எண்டன். பெருமூச்சுதான் விட்டார். அப்புறம் பேய் வேசமக்கள் எண்டு கத்த ஆரம்பிச்சுட்டுது மனுசன்... புறகு தெரியும்தானே... நான் அங்க இருந்து கிளம்பிட்டன்.”

ஒவ்வொரு வார்த்தையும் முள்ளிவாய்க்கால் என்ற ஒரு கொடூர திரைப்படத்தின் தனித்தனிக் காட்சிகளை என்னுடைய கற்பனைச் சுவரில் விழுத்தியது. பெரும் பயமும், துயரமும் காட்சிகளில் வழிந்து பசபசத்தன. உயிர்ப்பயம் முள்நாவாக எழுந்துவந்து முகத்தை நக்கியது. கையால் வாயைப் பொத்திக்கொண்டு பெருமாள் அண்ணனை நிமிர்ந்து பார்த்தேன். எவ்வித சிலம்பனும் காட்டாமல் தரையையே வெறித்துப் பார்த்துக்கொண்டு நின்றது மனுசன்.

“அங்க நாங்க பட்ட பாடுகள கேட்டா உங்களுக்கு மண்ட விறச்சுப் போடும் தம்பி. வாழ்க்கையில அப்பிடியொரு சித்ரவதைய நீங்க மட்டுமில்ல, நாம யாரும் கற்பன செய்துகூட பாக்கல. மரணத்த முன்னுக்கு விட்டுப்போட்டு அதுட வால புடிச்சுக்கொண்டு ஓடின வாழ்க்க அது. அது எப்ப திரும்பி நம்மள விழுங்கும் எண்டு தெரியாது. ஆனா அது ஒரு நாள் நிச்சயம் நடக்கும் எண்டு எங்களுக்கு நல்லா தெரியும். அதில யாருக்கும் சந்தேகம் இருக்கல. ஏனெண்டா அப்பிடித்தான் ஒவ்வொரு நாளும் ஆயிரக்கணக்கில சனம் செத்துக்கொண்டிருந்தது. சாவுக்கு நாங்க எப்பொழுதும் தயாராத்தான் இருந்தம். இப்பகூட நான் இங்க உசுரோட நிக்கிறன் என்றத நினைச்சா பெரிய ஆச்சரியமாத்தான் கிடக்கு. கொஞ்சம் யோசிச்சுப் பாரு. சாவு, ஒரு மனுசன இருபத்தி நாலு மணி நேரமும் விடாம துரத்திக் கொண்டிருக்குமெண்டா அவன்ட வாழ்க்க எப்பிடியிருக்கும்...”

முடிவில் நீண்ட பெருமூச்சொன்றை இழுத்து விட்டுக்கொண்டார் பெருமாள் அண்ணன். பாதி மூச்சு அவருடைய கரங்களைப் பற்றி யிருந்த என்னுடைய பிடியில் தெறித்தபோது கொதித்தது.

“நம்ம சனத்துக்கு அதெல்லாம் உண்மயிலேயே ரொம்ப அதிகம்டா. வயசு போனதுகள், சின்னப் பிள்ளைகள், உடம்பு ஏலாததுகள் எண்டா நிலம இன்னும் மோசம். அதுகள் பட்ட பாட்டப் பாத்தா, நமக்கே அதுகள சாக்காட்டிப் போட்டு, நிம்மதியாவும் மரியாதையோடயும் வழியனுப்பி வைக்க வேணும் எண்டு தோணும். அங்க சாவு என்றது சாதாரணம் தம்பி. ஒவ்வொரு நிமிசமும் எங்க கூடவே வர்ற நிழல் மாதிரி. அதவிட்டு எங்களாலயும் போக முடியாது, சனியன் அதுவும் போய்த்துலையாது. எங்கள்ல அதிகமான ஆக்களுக்கு இருந்த பிரச்சின அதுவில்ல தம்பி. இந்த சாவு எண்டைக்கோ நம்மளக் கொண்டு போகத்தான் போகுது எண்டு தெரியும். அதுக்காக மனுச உணர்வுகளையும் சுயமரியாதைகளையும் தூக்கி எறிஞ்சு போட்டு இப்பிடி ரோட்டு ரோட்டா சித்திரவதப்பட்டு, சீரழிஞ்சு சாவ முடியுமா? அதுதான் சாவு பத்தி எங்களுக்கிருந்த ஒரேயொரு துயரம் மதன். அப்பிடி செத்துப்போன ஆத்துமாக்கள் எப்பிடி சாந்தியடையப் போகுதெண்டு தெரியல. அந்த ஒரேயொரு காரணம்தான் எங்கள திரும்பத் திரும்ப சாவுக்கு எதிராகப் போராடப் பண்ணியது. வேறொண்டுமில்ல. ஏதோ உயிர்தப்பி வந்ததே பெருமான் புண்ணியம் மதன். சரி அது கிடக்கட்டும், இதுகளப் பத்தி பேசக்கூடாது எண்டுதான் ஒரே நினைக்கிறது. என்ன பண்ண, மூடிக்கொண்டு இருக்கவா முடியுது நம்மளால? வாங்கின அடி இன்னுமல்லோ வலிச்சுக்கொண்டு கிடக்கு. சரி, சந்திச்சது சந்தோசம். யோசிக்காத. வீட்டாக்கள் இங்கதான் ஏதாவதொரு கேம்ப்ல இருப்பாங்கள். தேடிப் பாரு...”

பெரும் புயலின் கோரத் தாண்டவம் சட்டென்று ஓய்ந்தது போலிருந்தது எனக்கு. பெருமாள் அண்ணன் தூரத்திலிருந்த மண் குவியலையே வெறித்துப் பார்த்துக்கொண்டிருந்தார். அவருடைய கண்களில் எவ்வித பதற்றமும் இல்லை. சலனம் இல்லை. சுய பச்சாத்தாபம் இல்லை. வலி இல்லை. துயரம் இல்லை. வேறு வழியில்லாமல் அத்தனையையும் ஏற்றுக்கொண்டு அதன் பொருட்டு தன்னை மாற்றிக்கொண்டு விட்டது போலிருந்தது அவருடைய முகம். அல்லது, ஒரு சிறு வெளிப்பாட்டிற்குக்கூட மீதம் வைக்காமல் இவர்களுடைய உணர்வுகள் அழிக்கப்பட்டுவிட்டனவோ என்னவோ.

“வேற நம்ம ஊராக்கள் யாரும் இந்த முகாம்ல இருக்கிறாங்களா? நம்ம ராஜா மாமாவ கண்டமாதிரி?”

“ஓஹ், உனக்குத் தெரியாதா? பாவம், அந்த மனுசன் செத்தல்லோ போச்சு!”

பெருமாள் திடீரென என் மார்பில் ஏறி மிதித்தது போலிருந்தது. குரல் வளை இறுகி, மூச்சு முட்டிக்கொண்டு வந்தது. உடலில் திடீரென நடுக்கம் பற்றிக்கொள்ள, அருகிலிருந்த அந்தோனியின் தோள்களைப்

பிடித்துக்கொண்டேன். உள்ளுக்குள் அழுகை தீக்குளம்பாய் வெடித்துப் பொங்கியது.

“அங்க எல்லாரும் ஒண்டாத்தான் இருந்தனாங்கள். ஒருநாள் மனுசன் பேரப்பிள்ளைய தூக்கிக்கொண்டு நடக்கேக்க செல் விழுந்து அந்த இடத்திலேயே ரெண்டு பேர்ட கதையும் முடிஞ்சுது...”

என்னால் அதை நம்ப முடியவில்லை. மனம் பதறியது. ராஜா மாமா என்னுடைய வாழ்க்கையில் மிகவும் தவிர்க்க முடியாத ஒரு பகுதியாக ஒட்டிக்கொண்டவர். இன்று வரையான என்னுடைய சுய பிழைத்தலுக்கு அத்திவாரம் தீட்டிய பெரும் கருணாளன் அவர்தான்.

எல்லாவற்றுக்கும் மேலாக நமக்குத் தொழில் சொல்லிக் கொடுத்த மனிதர்கள்மீது நமக்கு எப்போதும் ஒரு உணர்வியல் சம்பந்தப்பட்ட தளை இருக்கும். அது ஒருபோதும், எந்த சந்தர்ப்பத்திலும் அறாது. வாழ்க்கை என்ற ஒரு மிகப் பெரிய சிக்கலான விபரீதத்தைப் பகுதி பகுதியாக இழுத்து, விரித்து, விரிவாகச் சொல்லிக்கொடுப்பவர்கள் மகான்கள். ஆனால் அவர்கள் அத்தனைபேரும் பாடசாலைக்கு வெளியில்தான் இருக்கிறார்கள். அவர்களுக்கு ஆசிரியர் என்ற பெயர் இல்லை. அவர்கள் ஒவ்வொருவரும் நம்முடைய ஆற்றில் சிடார் அல்லது பலா மரத்தில் கட்டிய தோணிகளாக இருக்கிறார்கள். நம்மைச் சுமந்துகொண்டு போய், ஆற்றின் அடுத்த கரையில் கவனமாக இறக்கி விடுகிறார்கள்.

இன்றும் கடல்தான் எனக்கு உலகம் என்றால், அதன் பெரும் சிருஷ்டிப்பாளன் ராஜா மாமாதான்.

இப்பொழுதுகூட யாராவது என்னிடம் வந்து வாழ்வதற்கு நீ என்ன செய்துகொண்டிருக்கிறாய் என்றால், உடனடியாகவே ராஜா மாமாவின் முகம்தான் ஞாபகத்தில் வந்து நிற்கிறது. பதிலுக்கு ராஜா மாமா என்றே சொல்லிவிடுகிறேன்.

கண்களைத் துடைத்துக்கொண்டு பெருமாள் அண்ணனை நிமிர்ந்து பார்த்தேன். அவருடைய முகம் இறுகிக்கிடந்தது.

வானம் நீலம் உடுத்தியிருந்தது. கண்களை அகல விரித்து நீலத்தைத் துளாவ முனைந்தபோது அது திடீரென்று கடலாக மாறிற்று. அலைகள் அற்றுக்கிடக்கும் ஒரு இதமான அதிகாலைப் பொழுது கடலைத் தாங்கி வைத்திருந்தது. நடுவில் ராஜா மாமா ராஜாவாக அமர்ந்திருக்கிறார். கடல் கன்னிகள் சாமரம் வீசுகிறார்கள். கால்களின் அடியில் நீண்டு பெருத்த திமிங்கலம் ஒன்று அவருடைய பாதத்தின் மேல் தலையை சாய்த்து தூங்கிக்கொண்டிருக்கிறது. தூக்கமென்றும் சொல்ல முடியாது. அதன் கண்கள் பாதி மூடியும் பாதி மூடாமலும் பார்வையைச்

சிதறவிட்டபடிக் கிடக்கின்றன. திமிங்கலத்தின் கடும் நீலம் தலையில் ஆரம்பித்து வால் நோக்கி நகர நகர இளகி மெல்லிய கோடுகளாக மாறுகிறது. அதன் பலம்தான் ராஜா மாமாவின் உடம்பில் கட்டுத் தசைகளாக ஏறிக்கிடக்கிறது என்றது மனது. ராஜாவின் அருகில் போய் நான் எதையோ பேச விழைகிறேன். எதைப்பற்றியென்று சரியாக சொல்லத் தெரியவில்லை. அது ஏதோ கடல் பற்றிய ஒரு சச்சரவாயிருக்கும் என்றே தோன்றுகிறது. கேள்வியை வாங்கிக்கொண்டு, "அடே மூடனே, கடல், உன்னைவிட, என்னை விட, இந்த உலகத்தின் அத்தனை ஜீவராசிகளையும்விட புத்திசாலியடா!" எனக் குரலெடுத்துக் கத்துகிறார் ராஜா மாமா. எனக்கு மயிர் சிலிர்க்கிறது. ஒட்டு மொத்த கடலும் அலையாய் எழுந்து ஆர்ப்பரிக்க அவரின் உடல் மிதந்து மிதந்து மேலே போகிறது.

இப்படித்தான் அன்றைய இராக்கனவு முடிந்தது. இதே கனவை பிறிதொரு நாளிலும் அட்சரம் பிசகாமல் கண்டிருக்கிறேன். கடலும் ராஜா மாமாவும் ஒன்றிலிருந்து இன்னொன்றைப் பிரித்தெடுக்க முடியாத இழைகள். அவ்விரு இழைகளையும் கெட்டியாய்ப் பிடித்துக்கொண்டிருப்பதால்தான் எங்கள் வாழ்க்கை தங்குதடையின்றி ஓடிக்கொண்டிருக்கிறது.

அன்று பெருமாள் அண்ணன் பேசிய வார்த்தைகள் சுமார் ஒரு வாரத்திற்கு என்னுடைய செவிகளுக்குள்ளேயே சுற்றிக்கொண்டு நின்றன. இவர்களால் சாவை எப்படி இத்தனை இலகுப்படுத்தப்பட்ட உணர்வுகளோடு பிரஸ்தாபிக்க முடிகிறது? இதற்கு மனம் எத்தனை துயரங்களைக் கடந்து வந்திருக்க வேண்டும்? இதயம் இப்படி சக்கையாகிக் கிடப்பதற்கு அது எத்தனை கொடிய நிகழ்வுகளைத் தாண்டியிருக்க வேண்டும்?

இச்சம்பவங்களை முன் நிறுத்தி முள்ளிவாய்க்காலின் கொடும் பயணத்தைக் கற்பனை செய்து பார்த்தால் மண்டை சிதறிவிடும்போல் இருக்கிறது. இந்த மனிதர்கள் இந்தக் கொடிய வனாந்தரத்திலிருந்து எப்படி உயிரோடு வெளியே வந்தார்கள் என்பதை இன்று வரை என்னால் புரிந்துகொள்ள முடியவில்லை. தமிழ் சமூகம் தன்னை முழுதாய் குலைத்துக்கொண்டு விடாமல், இறுதிவரை பேராடி மீண்டெழுந்து வந்த பயணம் அது.

என்னுடைய குடும்பம் உயிரோடு வந்திருக்கும் என்ற நம்பிக்கையில் சதா சிறு சிறு கீறல்கள் விழுந்துகொண்டேயிருந்தன. நம்பிக்கை தூரமாய்ப் போகும்போது ஏற்படும் விரக்தியின் முன்பருவ முளைகள் எனக்குள் பெரும் காடாய் எழுந்து வருவதை கவனித்தேன். உடலும் மனமும் வலிமையை இழக்க ஆரம்பித்துவிட்டிருந்தன.

நாட்கள் புலர்வதே ஒரு அபசகுனமாய்த் தோன்றத் தொடங்கிற்று எனக்கு. வாழ்க்கையில் அறவே ஒட்டற்று அலைந்துகொண்டிருக்கும் ஒருவனுக்கு இரவுகள் மட்டுமே இதமாய் இருக்கின்றன. பகல் மனதைப் பதற வைக்கிறது.

அது மெனிக்பாம் தேடலுக்கான மூன்றாம் நாள். முதல் இரண்டு தடவையும் பெரும் ஏமாற்றம். இம்முறையும் வெறும் ஏமாற்றத்தைக் கட்டிக்கொண்டு திரும்பிவருவதற்கு எங்களிடம் வலு இல்லை. இம்முறை எதுவுமே கைகூடவில்லையென்றால் மெனிக்பாம் காட்டுக்குள்ளேயே மாண்டுவிடுவது தேவலையென்று நினைத்துக்கொண்டேன்.

மெனிக்பாம், ஸோன்–4.

பாதுகாப்புக் கெடுபிடிகள் நிறைந்துகிடக்கும் ஒரு முகாம். காரணம், இங்குதான் இயக்கத்தின் சில பெரும் புள்ளிகளை வைத்திருக்கிறார்களாம். ஒரு முறை ஃபாதர் சொன்னார். அதனால் எங்களோடு இம்முறை ஃபாதரும் கூடவே வரவேண்டியிருந்தது.

ஸோன்–4இன் வாயிலை நெருங்கியபோது ஒரு வகை பயம் காற்றில் மிதந்து வந்து முகத்தில் விழுந்தது. தூரத்தில் பெரும் பாலை மரமொன்று பாதி எரிந்தபடி புகைந்துகொண்டிருந்தது. கருக்கல் வாசம் நாசியில் நுழைய ஆரம்பிக்க துவாரங்களைப் பொத்திக்கொண்டேன்.

திரும்பும் பக்கமெல்லாம் ராணுவச் சிப்பாய்கள் நின்றுகொண்டிருந்தார்கள். இல்லையென்றாலும் ஒரு இருபது முப்பது உருவங்கள் இருக்கும். கண்கள் அகன்று, விரிந்து, எதையோ நிறுத்தமற்றுத் தேடுவனபோல் இருந்தன. அவர்கள் காணும் அத்தனையிலும் அவர்களுக்குச் சந்தேகம் உண்டு. முகத்தில் இறைஞ்சிக் கேட்டாலும் ஒரு புன்னகைக்கு வாய்ப்பில்லை. முன் வாயிலில் நின்ற இரண்டு சிப்பாய்கள் எங்களை விழுந்து விழுந்து சோதனை செய்துவிட்டு தலையை ஆட்டிப் போகலாம் என்றார்கள். நாங்கள் எங்கள் உடல்களில் வெடிப்பொருட்களைக் கட்டிக்கொண்டு வரவில்லையென்பது அவர்களுக்கு மிகப் பெரிய ஆறுதலாக இருந்தது.

வாசலிலிருந்து ஐந்நூறு மீட்டர் தொலைவிலுள்ள ராணுவ அலுவலகத்தை நோக்கி நடந்தோம். தூரத்தில் தெரியும் அந்த அலுவலகக் குடிசைக்குப் பின்னால் வெள்ளைப் பொட்டுகளைத் தரையில் கொட்டிவிட்டதுபோல ஆயிரத்திற்கும் மேற்பட்ட குடிசைகள் நடப்பட்டுக் கிடந்தன. ஒவ்வொன்றிலும் வெயில்பட்டு வெண்மை சிதறிக்கொண்டிருந்தது. இத்தனை குடிசைகளையும் இந்த நிறுவனக்காரர்கள் எங்கிருந்து கொண்டு வந்து சேர்த்திருப்பார்களோ தெரியவில்லை. அத்தனையும் ஒரே அளவு, ஒரே நிறம். தூரத்திலிருந்து

பார்க்கும் போது அக்குடிசைகள் நேர்த்தியாக, வரிசைக் கிரமமாக நடப்பட்டிருப்பது ஒரு அழகியல் காட்சியாக விரிகிறது. என்ன, குடிசைகளைக் கட்டுவதற்கு மரங்களைத்தான் கட்டுக்கணக்கின்றி வெட்டித் தள்ளியிருக்கிறார்கள்.

மறுபக்கத்தில் சடைத்துப் பெருத்த மர நிழலில் நிறுத்தி வைக்கப் பட்டிருந்த பன்னாட்டு மனிதாபிமான நிறுவனமொன்றின் பார ஊர்திக்குள்ளிருந்து பெட்டி பெட்டியாக எடுத்து வரிசையில் நின்ற மக்களுக்கு வழங்கிக் கொண்டிருந்தார்கள் அதன் பணியாளர்கள். அது உணவாகவோ அல்லது சமையலறை உபகரணங்களாகவோ இருக்கலாம் என்பது என் அனுமானம். அவற்றை வாங்கிக்கொண்டு போகும் ஒவ்வொரு முகத்திலும் புன்னகைக் கோடுகள் மூன்று நாள் மீசைபோல அரும்பிக்கிடந்ததைப் பார்த்தேன். அத்தனையையும் தொலைத்துவிட்டு வந்தவர்களுக்கு இவ்வுதவிகள் எவ்வளவு பேராறுதலாக இருக்கும். சிறுவர்கள் வெற்றுப் பெட்டிகளைச் சேகரித்து அவர்களுக்கு உவகையூட்டும் முறையில் வெவ்வேறு வாகனங்கள் செய்து விளையாடிக்கொண்டிருந்தார்கள்.

“வாங்க ஃபாதர்” என அருகில் வந்த சீருடைக்காரன், “யாரையும் தேடுறீங்களா?” எனக் கேட்டுவிட்டு எங்களை அருகிலிருந்த கொட்டில் ஒன்றுக்குள் அழைத்துக்கொண்டு போனான். வழமைபோலவே எங்களிடம் நீண்டதொரு பட்டியல் கொடுக்கப்பட்டது. “செக் திஸ் ஃபாதர்...” என ஆங்கிலத்தில் சொன்னபோது ஃபாதர் புன்னகைத்தார். நானும் அந்தோனியும் மீண்டும் எங்கள் சுட்டுவிரல்களை நிமிர்த்திக்கொண்டு அப்பட்டியலில் மேலும் கீழுமாக ஓட ஆரம்பித்தோம். எங்கள் விரல்கள் ஒவ்வொரு பெயரையும் தாண்டித் தாண்டி ஓடியது. “திரு க. ஜோசப் பர்னாந்து”, “திருமதி மு. கிருபானந்தம்” என்ற பெயர்கள் கிடைத்தால்தான் அவை நிற்கும்.

பதினைந்து பக்கங்களைக் கடந்தும் எங்கள் விரல்களின் பசிக்கு ஒரு பருக்கைகூடக் கிடைக்கவில்லை. இனியும் தேடி எதுவும் ஆகப்போவதில்லை என விரலின் வேகத்தைக் குறைத்தபோதுதான் அந்தோனி திடீரெனத் துள்ளிக்குதிப்பதைப் பார்த்தேன்.

“டேய் டேய்... இந்தா உங்க அப்பாட பேர்!”

பதினாறாவது பக்கத்தின் கடைசி வரியில் தரித்து நின்ற அவனுடைய விரலைப் பிடித்து மெதுவாகத் தூக்கினேன்.

க. ஜோசப் பர்னாந்து.

சத்தம் வைத்துக் கத்தவேண்டும் போலிருந்தது எனக்கு. அடியோடு கத்தரிக்கப்பட்ட என்னுடைய வாழ்க்கை இக்காகிதக்கட்டின் பதினாறாம்

பக்கத்தில்தான் மீண்டும் துளிர்க்கவேண்டும் என்றிருந்திருக்கிறது.

என்னுடைய இறுகிய மனம் பனிபோல உருகியது. நம்பிக்கைக் கயிறு திடீரெனக் குலைய, அதைக் கெட்டியாகப் பிடித்துக்கொண்டு ஃபாதரைப் பார்த்து “அப்பாட பேர்தான் ஃபாதர்” என்று உறுதிப்படுத்திச் சிரித்தேன். என்னுடைய கண்கள் பெருத்துவிட்டிருந்தன. மூச்சின் வேகம் தணிந்திருந்தது. “அப்பா அப்பா...” என ஒரு ஆனந்தக் கூப்பாடு மனதுக்குள் கேட்கத் தொடங்கியிருப்பதைக் கவனித்தேன். மீண்டும் ஒருமுறை உற்றுப் பார்த்து அது க. ஜோசப் பர்னாந்துதான் என மீண்டும் உறுதிப்படுத்திக் கொண்டேன்.

ஆனாலும் துர்வதிஷ்டம் என்ற கரும்பூதம் எங்களை அப்போதும் துரத்திக் கொண்டேதான் இருந்தது. அந்தோனியின் அம்மாவின் பெயர் அந்தப் பட்டியலில் இல்லை. மூடிவைத்துவிட்டு நிமிர்ந்தபோது “ஒரு சிக்கலும் இல்ல. அவங்க அடுத்த கேம்ப்ல இருப்பாங்க. டோன்ட் வொறி...” என்றார் ஃபாதர். கண்களில் நம்பிக்கை தெறித்தது. எனக்கு அதை எப்படி வெளிப்படுத்துவது என்றே தெரியவில்லை. அந்தோனியை நிமிர்ந்து பார்க்க கண்கள் தயங்கின. மனம் ஏதோவொரு குற்றவுணர்ச்சியைப் பிடித்துக்கொண்டு தொங்குவதுபோல் உணர்ந்தேன். இதில் என்னுடைய தவறென்று எதுவுமில்லை. ஆனாலும் நான் தவறிழைத்தது போலவே இதயம் அடித்துக்கொண்டது.

அந்தோனியும் ஃபாதரும் அங்கிருந்து புறப்பட்டுப் போனார்கள். அப்பாவுக்குத் தகவலை அனுப்பிவிட்டு நான் பார்வையாளர் கொட்டிலினுள் போய் அமர்ந்துகொண்டேன்.

பார்வையாளர்கள் அமர்ந்திருந்த அக்கொட்டில் விசித்திரமானது. உணர்வியலோடு அல்லாடும் ஏகப்பட்ட ஆச்சரியங்களின் மேடையாக அது எனக்குத் தோன்றிற்று.

எனக்கு அருகில் இருந்த இருக்கையில் இரண்டு வயது மதிக்கத்தக்க பெண் குழந்தையொன்று அமர்ந்திருந்தது. முகம் முழுவதும் புன்னகை. கையில் அழுக்கேறிய ஒரு பெண் பொம்மையை வைத்திருந்தாள். அதன் கிழிந்த கூந்தலை தன் கருப்பு விரல்களால் துளாவியபடி அருகிலிருந்தவர்களின் முகத்தைப் பார்த்து விட்டு விட்டுச் சிரித்தாள். “தாய் பொக்கணையிலதான் மோசம் போனா...” என அங்கிருந்த பெண்களில் ஒருவர் சொன்னதைக் கேட்டபோதுதான், அத்தாய் இக்குழந்தையுடையது எனப் புரிந்தது. வந்திருந்தவர்கள் அக்குழந்தையைப் பெரும் இரக்க பாவத்தோடு நெருங்கினார்கள். அவளுடைய கண்களை நடுக்கத்தோடு பார்த்து கண் கலங்கினார்கள். தலையில் தடவிக்கொடுத்து வலிந்து சிரித்தார்கள். குழந்தையும் எதற்கென்றே புரியாமல் பதிலுக்கு ஒவ்வொருவரைப் பார்த்தும்

சிரித்து வைத்தது. தன்னை நோக்கி வந்த அத்தனை உதட்டிற்கும் பாரபட்சம் காட்டாமல் கன்னத்தை நீட்டியது. நானும் அம்முகத்தைக் கூர்ந்து கவனித்தபடியே இருந்தேன். ஒருதடவை என்னைப் பார்த்து அரை உதட்டில் சிர்த்தபோது அப்படியே அவளைக் கட்டியணைக்க வேண்டும்போல் இருந்தது.

மறுபக்கம், வரும் வழியில் தவற விடப்பட்ட தங்கள் அப்பாவின் கதையை ஒரு அண்ணனும் தங்கையும் தங்களைப் பார்க்கவந்த சித்தப்பாவிடம் சொல்லி அழுதுகொண்டிருந்தார்கள். வலக்கால் முழுவதும் கட்டுப்போட்டு, இரண்டு தடிகளை அக்கிளுக்குள் சொருகியபடி நடந்துவந்த இன்னுமொரு இளம் பெண்ணிடம் “சுகமா இருக்கிறியா கவி?” என அபத்தமாகக் கேட்டு கட்டியணைத்து ஓவென அழுதார் ஒரு பாட்டி. இன்னுமொரு பக்கத்தில் ஒரு ஆணும் பெண்ணும் சுமார் இருபது நிமிடங்களுக்கு மேலாக ஒரு வார்த்தைகூடப் பேசாமல் மௌனமாய் இருந்தார்கள். இருவருடைய பார்வையும் ஒவ்வொரு திசையில் வெறித்துக்கொண்டு கிடந்தது. கண்களில் பெருகிய கண்ணீரை அவ்வப்போது ஒற்றியெடுத்துக்கொண்டிருந்தாள் அப்பெண்.

நான் என்னுடைய வீட்டாட்களுக்காகக் காத்துக்கொண்டிருந்தேன். தூரத்தில் ஐந்தாறு சிறுவர்கள் பச்சை நிற பிளாஸ்டிக் பந்தொன்றை தரையில் உருட்டி கால்பந்து ஆடிக்கொண்டிருந்தார்கள். கொட்டிக் கொளுத்தும் வெயில் பற்றிய எவ்வித சலனமும் அவர்களிடமில்லை. அவர்களில் நீலக் கால்சராயும் இளமஞ்சள் சட்டையும் அணிந்திருந்த ஒருவன் பிரமாதமாக விளையாடினான். மற்றவனுடைய காலிற்குள்ளிருக்கும் பந்தை லாவகமாகத் தட்டிப் பறித்துக்கொண்டு, தன் இலக்கை நோக்கி வேகமாக ஓடுவதைப் பார்க்கக் கொண்டாட்டமாக இருந்தது. அவன் ஒருவனைத் துரத்தித் துரத்தியே மீதி அத்தனைபேரும் களைத்துப் போனார்கள். அத்தனை பேரிலும் அந்தப் பையன் மட்டும் தனித்தன்மை வாய்ந்தவனாகத் தெரிந்தான்.

தகவல் அனுப்பிய ஆள் இருபது நிமிடங்களாகியும் திரும்பி வரவில்லை. பயம் வேறு வயிற்றிலிருந்து தொண்டை நோக்கி உருள ஆரம்பித்தது. கையில் இருந்த சிட்டையை மீண்டும் ஒருமுறை பார்த்துக்கொண்டேன். “திரு க. ஜோசப், 23சீ.” தகவல் கொண்டு போனவரிடம் சரியாகத்தான் சொல்லியிருக்கிறேன்.

நான் அமர்ந்திருந்த கூடாரத்திலிருந்து முன்னூறு மீட்டர் தூரத் திலிருந்த தகரத்தால் வேயப்பட்ட கொட்டில் ஒன்றில் மதிய உணவு பரிமாறிக்கொண்டிருந்தார்கள். வரிசையில் நின்றுகொண்டிருந்தவர்களின் எண்ணிக்கை சுமார் ஐம்பதிற்கு மேல் இருக்கும். ஒருவர் வரிசை யிலிருந்து வெளியேற மேலும் இருவர் வந்து சேர்ந்துகொண்டார்கள்.

ஒவ்வொருவருடைய கையிலும் நீல அல்லது வெள்ளை நிற பிளாஸ்டிக் வாளிகள் இருந்தன. வரிசை ஆமை வேகத்தில்தான் நகர்ந்துகொண்டிருந்தது. போதாதென்று வெயிலின் மூர்க்கம் மறுபக்கம். சில பெண்கள் தலையைத் துவாலையால் மூடிக்கொண்டிருந்தார்கள்.

அக்கொட்டிலுக்குள்ளிருந்த ஆசாமி ஒருவன் அடிக்கடி வெளியே வந்து வரிசையில் நின்றவர்களிடம் எதையோ சொல்லிக் கத்திக்கொண்டிருந்தான். பெரும்பாலும் அவனிடம்தான் அம்முகாமின் சாப்பாட்டுப் பொறுப்பு ஒப்படைக்கப்பட்டிருக்க வேண்டும் என்பது என்னுடைய ஊகம். காரணம், எளிய மக்களுக்குப் பரிதாபப்பட்டு யாசகம் போடும் ஒரு மேட்டுக்குடியின் அதிகாரக் குரல் அவன் சத்தத்தில் ஒலித்தது. அதைக் கேட்கும்போதெல்லாம் வரிசையில் நின்றுகொண்டிருந்த அத்தனை பேரின் முகத்திலும் சிறுகோட்டுச் சினம் பருத்துச் சுருங்கியதைப் பார்த்தேன்.

எனக்கோ இப்போது பசியும் இல்லை, ஆகாரம் மீதான ஏந்தலும் இல்லை. எனக்குத் தேவையானதெல்லாம் அந்த மூன்று ஜீவன்களையும் உடனே பார்த்துவிடவேண்டும் என்பதுதான். கிட்டத்தட்ட ஒரு வருடம் தாண்டிய பரிதவிப்பு அது. நேரம் கடக்கக் கடக்க இதயம் பதறியது. பொறுமை கொஞ்சம் கொஞ்சமாகத் தன் இழையின் நுனியை நோக்கி ஊர்ந்துகொண்டிருந்தது. அச்சத்தின் அட்டூழியங்களுக்குத் தாக்குப்பிடிக்க முடியாமல் கட்டிலிருந்து எழுந்து வெளியே வந்து, கால் போகிற திசையைப் பிடித்து நடக்க ஆரம்பித்தேன்.

அங்கு என்னை எதிர்கொண்டு வரும் அத்தனை பேரும் ஜோசப் மாஸ்டரைப் போலவே தெரிந்தார்கள். அத்தனை பெண்களின் தலைகளிலும் அம்மாவின் முகம்தான் இருந்தது. அத்தனை இளம் பெண்களும் சித்ராவின் ஆகிருதியையே சூடிக்கொண்டிருந்தார்கள். தலை சுற்றுவதுபோல் இருந்தது. தாகம் எடுத்தது. அருகிலிருந்த தண்ணீர்க் குழாயைத் திறந்து, கையில் மொண்டு ஐந்து மிடறுகள் குடித்தேன்.

சுமார் 18,000 மனிதர்கள் வசிக்கும் இம்முகாமில், அந்த மூன்று பேரை எங்கு போய்த் தேடுவது?

"எங்கதான்பா இருக்கீங்க..." என மனதுக்குள் நறுகிக்கொண்டு அருகிலிருந்த மர நிழலில் ஒதுங்கினேன். முதுகுப் பக்கம் வியர்த்து நீர்வீழ்ச்சிபோல் பாய்ந்துகொண்டிருந்தது. தூரத்தில் போய்க் கொண்டிருந்த ஒருவர் என்னைப் பார்த்துவிட்டு அருகில் வந்தார். பார்த்த முகம்தான். பழகிய நினைவு. அருகில் வந்து "மதன்தானே?" என்றபோதுதான் அது எங்கள் ஊரைச் சேர்ந்த பாலா அண்ணன் என்று புரிந்தது. ஆளே மாறிப்போயிருந்தார். முகத்தில் நீண்டு பெருத்த

தாடி. தோல் கருத்து, உடல் மெலிந்து அவருடைய ஒட்டுமொத்த உருவமும் வேறொரு மனிதனைக் காட்சிப்படுத்தியது. ஆளைக் கட்டியணைத்து "எப்பிடியண்ண இருக்கிறீங்க?" என்றேன்.

"ஏதோ இருக்கம்டா. ஒருமாதிரி உசுரப் பிடிச்சுக்கொண்டு இங்கால வந்து சேந்துட்டம். கர்த்தர்ட புண்ணியத்தில குடும்பத்துக்கு எந்த பாதிப்பும் இல்ல. எல்லாரும் சுகமா இருக்காங்க. ஆமா, வீட்டாக்களச் சந்திச்சாச்சா?"

"இல்ல அண்ண... அவங்களத்தான் தேடிக்கொண்டு வந்தன். இங்கதான் இருக்கிறாங்களாம்."

"ஓமோம்... இங்கதான் இருக்கிறாங்க. சீ பிரிவில அந்தத் தண்ணீ ராங் இருக்கே, அதுக்கு பின்னாலதான் அவங்கட ரென்ட் இருக்கு. வா கூட்டிக்கொண்டு போறன்."

பாலா அண்ணனின் கதையைக் கேட்டபடி அவருடைய வலப் பக்கத்தைப் பிடித்துக்கொண்டு நடந்தேன். பட்டக்காட்டின் நெல்சன் என்கிற இளைஞன் கடைசி நேரத்தில் இயக்கத்துடன் இணைந்து மூன்றாம் நாளே சடலமாகக் கிடைத்த கதையைச் சொன்னார். கூடவே, பாமா அக்காவின் கணவருடைய இறப்பு, அருளானந்தம் சித்தப்பாவின் பதிநான்கு வயது மகள் காணாமல் போனது, ஒரே குடும்பத்தில் ஐந்து பேர் ஷெல் வீச்சில் பரிதாபமாகக் கொல்லப்பட்டது என ஏகப்பட்ட கதைகள். பாருங்கள், அத்தனையும் சாவு பற்றிய கதைகள். அப்போதெல்லாம் அந்தக் கடைசிக் காலங்களைப் பற்றி மனிதர்களிடம் பேசவே பயமாக இருந்தது. சாவைத் தவிர, அவர்களிடம் சொல்வதற்கு வேறு கதைகளே இருக்கவில்லை.

மேட்டில் கிடத்தி வைக்கப்பட்டிருந்த மஞ்சள் நிற பிளாஸ்டிக் நீர்த்தாங்கியைத் தாண்டி அடுத்த பக்கமிருந்த குடியிருப்புக்குள் நுழைந்தோம். கடும் வெயில் என்பதால், மனிதர்கள் தங்கள் குடிசைகளைவிட்டு வெளியேறி அருகிலிருந்த மர நிழல்களில் தஞ் சமடைந்திருந்தார்கள். வெயில் காலத்தில் அந்தச் சிறிய குடிசைக்குள் இருப்பதென்பது, நம்மை நாமே தீமூட்டிக் கொளுத்தும் வேலைக்கு ஒப்பானது. "அந்த வெக்கைக்குள்ள கிடந்தா மனுசன் கருகிப் போயிடுவான்" என்றார் பாலா அண்ணன். அவர்களுக்கு காலை பத்து மணியிலிருந்து மாலை ஆறு மணி வரை, மரநிழலே வீடாய் இருந்தது. அதற்கும் அங்கு தாராளமாகப் பெரு மரங்கள் இல்லை. அத்தனையையும் இயந்திரம் போட்டு அழித்துவிட்டுத்தான் குடிசைகளை நட்டியிருக்கிறார்கள் ராணுவத்தினர். ஆங்காங்கு விட்டு வைக்கப்பட்ட மரங்களின் நிழலில் பெருங்கூட்டம் குறுகிக்கொண்டு அமர்ந்திருந்தது.

இருநூறு மீட்டர் இருக்கும் போதே, "அந்தா, அந்தச் சின்ன பாலம்

தெரியுதே வாய்காலுக்கு குறுக்கா, அதுக்கு முன்னால இருக்கிறதுதான் உங்க வீட்டாக்கள்ட ரென்ட்" என்றார் பாலா அண்ணன். கடும் வெக்கையிலும் இப்போது முதுகுப்பக்கம் குளிர ஆரம்பித்தது. உள்ளுக்குள் பெருக்கெடுத்தோடும் தெளிந்த நதியின் மெல்லிய முனகல் கேட்டது. மனம் எகுறிக் குதித்துப் பாய்ந்தது. வேகம் தானாகவே கூடிக்கொள்ள ஒரே நிமிடம் தீர்வதற்குள்ளேயே பாலா அண்ணன் காட்டிய குடிசைக்கு முன்னால் வந்து நின்றேன்.

குடிசையின் ஒடுங்கிய வாயிலுக்குள்ளால் தலையை விட்டு இரண்டு முறை "அப்பா..." என்றேன். குடிசைக்குள் யாரும் இல்லை. மூலையில் வாய் திறந்தாற்போல் ஒரு கிழிந்த பை இருந்தது. மறு மூலையில் காலையில் சாப்பிட்டுவிட்டு கழுவி வைத்த இரண்டு கோப்பைகளும், மூன்று பிளாஸ்டிக் குவளைகளும் அதன் ஈரம் காயாமல் கிடந்தன. அருகில் இரண்டு பிளாஸ்டிக் போத்தலில் தண்ணீர் இருந்தது. விரித்து வைக்கப்பட்டிருந்த பாயின் தலையில் ஒரு செம்மஞ்சள் நிற துவாலை நான்காக மடித்து வைக்கப்பட்டிருந்தது. அதற்குப் பக்கத்தில் கடும் சிவப்பு நிற அட்டையில் ஒரு சிறிய விவிலியம்.

நல்லம், அம்மா இன்னும் பயபக்தியோடுதான் இருக்கிறாள்.

ஆமையைப் போல தலையை குடிசைக்குள்ளிருந்து வெளியே இழுத்தேன். பின்னால் ஒரு கரம் தோளில் தட்டியது. விருக்கென திரும்பிப்பார்த்தேன்.

அந்த முதியவர் என்னைத் தன்னோடு அணைத்துக்கொண்டு ஓவென அழ ஆரம்பித்தார்.

ஓஷோவின் தாடி. முகம் கறுத்து கீழ்த்தட்டுத்தசைகள் சுருங்கிவிட்ட கண்கள். காதை மூடி கழுத்தைத் தொட்டுவிடும் நீண்ட, வெளுறிய தலைமுடி. அழுக்கில் தோய்ந்து காய்ந்த கைலிசட்டை, கழுத்தில் பழுப்பேறிய மஞ்சள் துவாலை. கண்களை நிறைத்து வழியும் களைப்பு, சாவை வென்றுவிட்ட கடைசிப் பெருமூச்சு.

"என்ன கோலம் அப்பா இது?"

எனக்குத் தொண்டை வறண்டு வார்த்தைகள் பொறுத்தன. கண்களில் மகா நதி பொங்கிப் பாய்ந்தது. மூச்சு அடைப்பது போலவும், இதயம் நின்றுவிட படபடப்பது போலவும் கொடும் பீதி உண்டானது.

மூன்று நிமிடம் எதுவுமே பேசிக்கொள்ளவில்லை. கட்டியணைத்தபடி ஒரே அழுகை. வார்த்தைகளைப் பிடித்துக் கோர்க்க வசதியில்லை. விம்மல் மூச்சை அழுத்தியது. வெடித்த பெருமூச்சில் வேதனையும் சந்தோசமும் கலவையாய் ஒட்டிப் புகைந்தது. நிறுத்தமற்று வடிந்து கொண்டிருந்த என்னுடைய கண்களை துடைத்துவிட்ட அப்பாவின்

விரல்களைக் கரங்களில் எடுத்துப் பற்றிக்கொண்டேன். அப்பாவின் முகத்தை மூடியிருந்த பற்றைக்காட்டை விலத்திக்கொண்டு வரப்போகும் ஒரு புன்னகைக்காக மனம் ஏங்கியது. தோளில் சாய்ந்தபடி ஒப்பாரி வைத்துக்கொண்டிருந்த அம்மாவின் தலையைத் தூக்கி "அழாதேங்கோம்மா... அதான் பொல்லாப்பில்லாம இங்கால வந்து சேந்துட்டிங்களல்லோ..." என குரல் கனக்கச் சொன்னேன்.

ஆறுதலைக் கேட்டவுடனே சுருண்டு படுத்துவிடும் அழுகையா அது? அம்மாவின் ஒப்பாரி இன்னும் பலத்ததேயொழிய குறைந்தபாடில்லை. அப்பாவின் விரல்களில் நடுக்கம் அதிகரித்தது.

"அம்மா, சரீ சரீ அழாதீங்க... அக்கா எங்க?" என கேட்டுக்கொண்டு அம்மாவின் கண்களை ஒற்றி எடுத்தேன்.

"ஐயோ என்ட புள்ள..." எனத் திடீரென ஒப்பாரி வலுக்க தொப்பென தரையில் விழுந்தாள் அம்மா.

நான் அவசர அவசரமாக அம்மாவைத் தூக்கி எடுத்து மடியில் கிடத்தினேன். அப்பா ஓடிச்சென்று அருகிலிருந்த கொட்டிலிலிருந்து தண்ணீர் எடுத்துக்கொண்டு வந்தார். அம்மாவின் முகத்தில் தண்ணீரைத் தெளித்தோம். அருகில் வந்த ஒருவர் அம்மாவின் பாதங்களைத் தூக்கித் தன் மடியில் வைத்து கைகளால் தேய்த்துக் கொடுத்தார். எதற்குமே அம்மாவின் தேகம் பதில் சொல்லவில்லை. மூடிய கண்கள் திறக்கவில்லை. மறைந்த சுயநினைவு திரும்பவில்லை. இளகிக் கிடந்த உடலில் குளிர்ச்சி ஏறத்தொடங்கியிருந்தது. பின்னர் அங்கு ஓடி வந்த சில ஆண்கள் அம்மாவைத் தூக்கிக்கொண்டு அருகிலிருந்த தொண்டு நிறுவனத்தின் க்ளினிக்கை நோக்கி ஓடினார்கள்.

52

நேரம் அந்தியைத் தொட்டுக்கொண்டிருந்தது. நானும் அப்பாவும் விறைத்த முகங்களை ஏந்திக்கொண்டு க்ளினிக்கின் வாசலில் நின்றுகொண்டிருந்தோம். உள்ளே அம்மாவுக்கு வைத்தியம் பார்த்துக் கொண்டிருந்தார்கள் வெளிநாட்டு வைத்தியர்கள். ஒரு மணிநேரம் கடந்தும் உள்ளே நடப்பது பற்றிய எவ்வித தகவலும் இல்லை. பயம் எனக்குள் கொஞ்சம் கொஞ்சமாக வீங்கிப் பருக்க ஆரம்பித்தது.

மறுபக்கம் அப்பா. அவரை நிமிர்ந்து பார்த்த போதெல்லாம் இதயத்தை யாரோ தூண்டில் ஊசியால் விண்டு விண்டு கிழிப்பது போலிருந்தது. அழுகை பெருக்கெடுத்து ஓடியது. ஜீவபரியந்தம் அப்பாவை எந்தக் கோலத்தில் பார்க்கக் கூடாது என்று பிரியப்பட்டேனோ, அதைத்தான் இப்போது கண்முன்னால் பார்த்துக் கொண்டிருக்கிறேன். இப்படி துர்விதியின் பற்கள் எங்களை இத்தனை சீக்கிரத்தில் கவ்விக்கொள்ளும் என்று நாங்கள் கனவில்கூட நினைத்ததில்லை.

ஏனோ தெரியவில்லை, துன்பங்களுக்கு மட்டும் ஆயிரம் கால்களைப் படைத்து வைத்திருக்கிறான் கடவுள். அது நாம் எதிர்பார்ப்பதைவிட வேகமாக நம்மிடம் வந்து சேர்ந்துவிடுகிறது. ஆனால் இந்த சந்தோஷத்திற்கு மட்டும் ஒரேயொரு சூம்பிப்போன கால். அதனால் சரியாக நடக்கவும் முடிவதில்லை, எழுந்து ஓடவும் முடிவதில்லை. தவழ்ந்து தவழ்ந்து நம்மை வந்து சேர்வதற்குள் நம்முடைய பாதி யுகம் தீர்ந்துவிடுகிறது.

அமைதியாயிருந்த அப்பாவின் கண்களில் மரணத்தின் பயம் நிறைந்திருந்ததைப் பார்த்தேன். நெஞ்சைக் குதறித் தின்னும் துயரத்தை மறைத்துக்கொண்டு அம்மாவுக்கு இது வெறும் மயக்கம்தான் என்று அப்பாவை தேற்றினேன். அவருடைய துயரத்துக்கு அது தேறுதலாக இருக்கவில்லை.

இப்போதைக்கு அம்மா சொஸ்தப்பட வேண்டும் என்பதைத் தவிர வேறெந்த வேண்டுதலும் எனக்கில்லை. நாங்கள் எங்கள் வாழ்க்கையை மீண்டும் பூச்சியத்திலிருந்து ஆரம்பிக்கவேண்டும் என்பதை இந்தக் காலம் அறியாமலில்லை. அதற்கான உயிர், உடல், ஆரோக்கியத்தை எங்களிடமிருந்து அது பறித்துவிடாமல் பார்த்துக்கொள்ள வேண்டும்.

அருகில் வந்த சீருடைக்காரனுக்கு நான் வெளியாள் என்பது தெரிந்திருந்தது. என்னைப்பார்த்து "நீங்கள் வெளிக்கிடோணும். ஆறு மணிக்கு மேலே வெளியாக்கள் இங்க நிக்க முடியாது" என அவனுடைய பாஷையில் சொன்னான். எனக்கு ஆத்திரம் கொதித்தது. ஆனாலும் இயலாமையின் கட்டுக்குள்ளிருந்து என்னை விடுவித்துக்கொள்ள முடியவில்லை. அவனை நிமிர்ந்து பார்த்தேன். முகத்தில் அப்படியொரு கடுகடுப்பு தெறித்துக்கொண்டிருந்தது. மனிதாபிமானம் என்பதைச் சொல்லில்கூட கேட்டிராத ஒருவனிடம் வம்பிற்குப் போகும் எண்ணம் என்னிடமில்லை. அருகிலிருந்த அப்பாவை நிமிர்ந்து பார்த்தேன்.

அப்பா எதுவும் பேசவில்லை.

"நான் போகணுமாம்..." என்றேன். அப்பாவின் தேகம் மீண்டும் நடுங்க ஆரம்பித்தது.

"அப்பா..."

"ம்... நீ வெளிக்கிடு. இந்த வேசமக்கள் உன்னைய இனி ஒரு நிமிசம்கூட இங்க நிக்க விடமாட்டாங்க. அம்மாக்கு ஒண்ணும் ஆகாது. நீ போயிட்டு நாளைக்கு வா. நான் அம்மாவ பாத்துக்கொள்றன்."

"அதுசரி, அக்கா எங்கப்பா...?"

அதற்கிடையில் "ஹரி ஹரி யன்ட மல்லி..." என அருகில் நின்ற அதே சிப்பாய் என்னுடைய கையைப்பிடித்து இழுத்தான். நான் "இன்னும் அஞ்சு நிமிசம் ப்ளீஸ்..." என மன்றாடினேன். பலனில்லை. மீண்டும் அதே "யன்ட யன்ட..."

காலை இடறிவிட்டு முதுகுக்குப் பின்னின்று கெக்கலிக்கும் வாழ்க்கைதான் எவ்வளவு வியாகூலமானது.

"அப்பா. சோல்லுங்களன்... அக்காக்கு என்ன நடந்தது. எங்க அவள்?"

அநிச்சையாக எகிறிவிட்ட என்னுடைய சத்தத்தில் அந்த ஒட்டுமொத்த பிரதேசமே என்னை உற்றுப் பார்த்தது. அப்பாவோ பற்களில் இடறும் வார்த்தைகளை விழுங்கிவிட்டு விம்மி விம்மி அழுது கொண்டிருந்தார்.

“ஹரி. யன்ட மல்லி...” மீண்டும் அருகில் வந்தான் அவன்.

“அப்பா. எதையாச்சும் சொல்லுங்களன்... இவன் வேற நாய்மாரிக் கத்திக்கொண்டு நிக்கிறான். சொல்லுங்கப்பா...”

“அவள் மோசம் பொயிட்டாள்டா தம்பி... மோசம் பொயிட்டாள்.”

எனக்கு மூச்சு அடைத்தது. நடு மண்டையில் கோடரி விழுந்தாற் போல் வலி. கண்களை இறுக மூடி விழித்தேன். அப்பா தரையில் கிடந்து அரற்றிக்கொண்டு கிடந்தார். குனிந்து அவர் கைகளுக்குள் என் கைகளைக் கோர்த்து தூக்க முயன்றேன். அவருக்கு எழுந்துகொள்ள வேண்டும் என்று தோன்றவில்லை.

நான் வெடித்து அழ ஆரம்பித்தேன்.

கூடி நின்றவர்கள் எங்களை ஆறுதல் படுத்த பெரும் பிரயத்தனப் பட்டார்கள். என்னுடைய கண்களிலிருந்த வெளிச்சம் கொஞ்சம் கொஞ்சமாய் மங்க ஆரம்பித்தது. அதற்குள் அந்த ஆமிக்காரன் மீண்டும் அருகில் வந்து “தெங் யன்ட மல்லி. வெலாவ ஹரி...” என குரலை உயர்த்தினான்.

என் கண்ணீர் அவனை ஒரு துளிகூட யோசிக்கத் தூண்டவில்லை. அதிகாரம் ஒரு போதும் தன் இறுமாப்பைத் தளர்த்திக்கொள்வதில்லை.

அங்கு நின்ற இரண்டு பெரியவர்கள் ஆறுதல் கூறியபடி என்னை முகாம் வாயிலை நோக்கி அழைத்துக்கொண்டு போனார்கள். வழி நெடுகிலும் எதையெதையோவெல்லாம் சொன்னார்கள். அபத்தமான உதாரணங்களை நீட்டினார்கள். எனக்கோ தலை விறைத்துக்கொண்டு வந்தது. மார்பில் நெருப்பு சுருட்டிச் சுருட்டி அடித்தது.

வழியில் வந்த பேரூந்தை மறித்து அதில் தொற்றிக்கொண்டேன்.

அறைக்குள் வந்ததும் தறிபட்ட மரம்போல் தரையில் வீழ்ந்தேன். மேலே கூரை விட்டு விட்டுச் சுற்றியது. கண்கள் மரண வேகத்தில் மூடி விழித்தன. தலைக்குள் திடீரென வந்துவிட்ட பெரும் பளு தொண்டையை நெறித்தது. நெருப்பில் எறியப்பட்ட ஒரு புழுவின் பரிதவிப்பில் வெதும்பிப்போனேன். கூச்சலிட்டேன். தரையில் அறைந்து அறைந்து கத்தினேன். ஒரு மரணத்தைக் கடந்துவருவதன் வலி உடம்பை உலுக்க ஆரம்பித்தது.

அறைக்குள் அந்தோனி நுழைந்த போது என்னுடைய மூச்சும் பேச்சும்

உறைந்துவிட்டிருந்தது. ஜீவனுக்கு புறச்சூழல் பற்றிய பிரக்ஞையே இல்லாமல் கிடந்தேன். “மதன் மதன்...” என்ற அந்தோனியின் அபலக்குரல் தூரத்தில் கேட்கும் ஒரு தொண்டை அடைத்த சிறு குருவியின் கீச்சல் போலக் கேட்டது. “டேய் டேய்...” என் உடலைப் போட்டு உலுப்பினான் அந்தோனி. தலை அசைந்தது. உடல் அசைந்தது. ஆனால் பார்வைக்கும் உணர்வுக்கும் ஜீவனில்லை. பிணத்தோடு பேசப் பிரியப்படும் ஒரு ஆத்துமாவாய் தவிதவித்தான் அந்தோனி. கடைசியில் ஓடிச் சென்று ஃபாதரையும் அழைத்துக்கொண்டு வந்தான்.

ஃபாதர் கோவில் மருந்தைத் தன் விரல்களில் நனைத்து என்னுடைய நெற்றியில் சிலுவை அடையாளம் வரைந்தார். பின்னர் என்னுடைய வாயில் அந்தக் குப்பியை வைத்து அருந்தும்படி திணித்தார்.

சில்லென்ற ஜலம் சுயநினைவை எழுப்பிற்று. கண்களைத் திறந்து புறச்சூழலை அளந்தேன். “மதன் மதன்...” என பரிதவிப்போடு என்னைத் தூக்கியெடுத்து மடியில் கிடத்திக்கொண்டார் ஃபாதர்.

“மதன் இங்கபாரு. நான்தான். ஃபாதர் வந்திருக்கிறன்... என்ன செய்யுது?”

நான் கண்களை இமைக்காமல் ஃபாதரையே சில நிமிடங்கள் விறைத்துக்கொண்டிருந்தேன். காய்ந்த மடல்களில் மீண்டும் கண்ணீர் தாரை தாரையாகக் கொட்ட ஆரம்பித்தது.

எழுந்து “ஃபாதர்...” என சத்தம் வைத்தபடி அவரது தோள்களில் சாய்ந்து ஒப்பாரிவைக்கத் தொடங்கினேன். ஃபாதருக்கும் அந்தோனிக்கும் பேரழுகையின் காரணம் ஓரளவு புரிந்தது.

அரை மணி நேர ஒப்பாரியின் பின்னர்தான் என்னால் ஓரளவு தலையை நிமிர்த்தி எழுந்திருக்க முடிந்தது. எழுந்து கட்டிலில் அமர்ந்தேன். முன்னாலிருந்த இரண்டு ஜீவன்களும் கண்களைத் துடைத்துக்கொண்டு என்னையே தீர்க்கமாகப் பார்த்துக்கொண்டிருந்தன.

“ஃபாதர் சித்திரா மாத்தளன்ல செத்துட்டாளாம்...” என நான் தேமித் தேமி அரற்றியபோது ஃபாதர் அந்தோனியைப் பார்த்தார். அந்தோனி “அக்கா” என்றான். “அம்மாவையும் ஆஸ்பத்திரில வச்சிருக்காங்க...” என்றபோது அவர்களின் கண்கள் இன்னும் பெருத்தன. அந்தோனி என் கரங்களை எடுத்து இறுகப் பற்றிக்கொண்டான். அது எனக்குள் ஒரு பிடி தைரியத்தை ஊற்றியது.

ஃபாதர் இன்னும் அருகில் வந்தார். என் தோளைப் பற்றியபடி ஆறுதல் என ஏதேதோவெல்லாம் சொல்ல ஆரம்பித்தார். விவிலிய வசனங்களைக் கோடிட்டார். தமிழினத்தின் தலைவிதியை அழுத்தி அழுத்தி ஞாபகமூட்டினார். தன்னுடைய தகப்பனாரின் இறப்பு

பற்றி பிரஸ்தாபித்தார். இயேசுவின் சிலுவை மரணத்தையும் அதன் வலியையும் விளக்கினார்.

ஆனால் எதுவுமே என்னைச் சமாதானப்படுத்தக்கூடிய ஒரு விசையை எனக்குள் உண்டாக்கவில்லை. ஒரு படி மேலே போய், "கடவுள்ட திட்டத்தில இருந்து நம்மால தப்ப முடியாது மதன். எல்லாம் ஏதோவொரு காரணத்துக்காகவெண்டு எடுத்துக்கொள்ளணும்..." என்றபோது எனக்கு ஆத்திரம் பொத்துக்கொண்டு வந்தது.

"அக்காளைச் சாக்காட்டுவது என்ன வகையான திட்டம் ஃபாதர்?"

இப்படியொரு குருட்டுத்தனமான தெய்வ பக்தியும், வேதாந்த விசாரமும் ஒரு மதகுருவுக்கு வேண்டுமானால் நியாயமாகத் தோன்றலாம். எல்லாவற்றையும் இழந்துவிட்டு நிர்கதியாக நிற்கும் ஒரு சாமான்யனுக்கு?

அன்றிலிருந்து என்னால் தூங்க முடியவில்லை. எப்போதும் தலை வலித்துக்கொண்டேயிருந்தது. பசி இல்லை. எவ்வித உடல் செயற்பாடுகளிலும் மனம் ஒன்றவில்லை. தனிமையைத் தவிர மற்ற அத்தனையையும் வெறுத்தேன். உரையாடல்களை நிராகரித்தேன். மனிதர்களைப் பார்ப்பதே எரிச்சலை உண்டாக்குவதாய் இருந்தது.

தவிர அக்காவின் முகம் மட்டுமே அடிக்கடி நினைவில் வந்து தரித்தது. அவளுடனான இத்தனையாண்டு வாழ்க்கைப் பயணமும் ஒரு உன்னதத் திரைப்படம் போல உள்ளுக்குள் ஓடிக்கொண்டிருந்தது. அவள் எனக்காக பாடல்கள் பாடினாள். கதைகள் சொன்னாள். சத்தமாகச் சிரித்தாள். என் தலையில் குட்டிச் செல்லமாகவும் கடுமையாகவும் திட்டினாள்.

கடைசியில் அவள் மடியில் கொண்டு போய் என் தலையைச் சாய்த்த போது புகையாக மறைந்தாள்.

ஒரு கிழமை கடந்தும் என்னால் அறையை விட்டு வெளியே வர முடியவில்லை. தலையை நிமிர்த்தி அந்தோனியின் உரையாடலில் என்னையும் இணைத்துக்கொள்ள முடியவில்லை. சரியாகச் சாப்பிட்டு எத்தனை நாட்கள் தீர்ந்துவிட்டன என்பதுகூட ஞாபகத்தில் இல்லை.

ஒரே வாரத்தில் அத்தனை துயரத்தையும் உதறித் தள்ளிவிட்டுக் கடந்து போகும்படியா மனிதர்களுடைய சாவு இருக்கிறது? அதுவும் இது என்னுடைய மறுபாதியின் மரணம். இதை என்னால் ஒருபோதும் ஆற்றிக்கொள்ள முடியாது.

அந்த நாட்கள் கொடூரமானவை. உயிரை விண்டு விண்டு கிழிப்பவை. போகும் இடமெல்லாம் சாவின் துர்வாடை நம்மைத் துரத்திக்கொண்டே

வரும். திரும்பும் திசையெல்லாம் மரண ஓலம் கேட்கும். எல்லா ஆலயங்களிலும் செத்துப் போனவர்களுக்காக பிரார்த்தனை நடக்கும். எல்லா தொலைக்காட்சிகளிலும் பிணங்கள் காட்சிப்படுத்தப்படும். எல்லா செய்தியறிக்கையிலும் உயிரிழப்பின் புள்ளிவிபரங்களைத் தருவார்கள். அந்த நாட்களில் தாங்க முடியாத ஒரு ரணம் எங்களோடு ஒட்டிக்கொண்டே வந்தது.

மறுபுறம் முகாமில் சிகிச்சை பெற்றுவரும் அம்மாவின் உடல்நிலை வேகமாகத் தேறிக்கொண்டிருப்பது பெரும் நிம்மதியாக இருந்தது. ஒவ்வொரு வாரமும் தவறாமல் போய் மெனிக்பாம் கதவைத் தட்டும்போதும் அம்மாவின் உடல் நிலையில் முன்னேற்றம் இருக்கும். அது ஒன்றுதான் என் ஆன்மாவை ஆசுவாசப்படுத்தியது. துயரத்தின் தலையில் மென்சிரிப்பை ஒட்டியது.

ஒவ்வொரு தடவை முகாமுக்குச் செல்லும் போதும் அம்மா அப்பாவுக்குத் தேவையான அத்தனை அத்தியாவசியப் பொருட்களையும் வாங்கிக்கொண்டு போவேன். மாதக்கணக்கில் முறையான உணவின்றித் தவித்த வயிறுகளுக்குள் சுகந்தம் வீசியதைப் பார்த்தபோது எனக்குப் பெரும் சந்தோஷமாய் இருந்தது. அவர்களுடைய கையிலும் போதுமான அளவு பணப் புழக்கம் இருக்கவேண்டும் என்பதை நான் அடிக்கடி உறுதிசெய்துகொண்டேன்.

ஒவ்வொரு ஞாயிறும் மகனை எதிர்பார்த்து மெனிக்பாம் மர நிழல்களில் காத்துக்கொண்டிருக்கும் அந்தப் பெற்றோரின் பெரும் களிப்பை என்னால் வார்த்தைகளுக்குள் அடக்கிவிட முடியாது.

53

நானும் அந்தோனியும் ஃபாதருடைய அறைக்குள் நுழைந்த போது அங்கு அவர் இல்லை. வெளியில் வந்து, அறைக்கு முன்னாலிருந்த கதிரைகளில் அமர்ந்துகொண்டு முன்னால் எக்ஸோராக் கன்றுகளுக்குத் தண்ணீர் விட்டுக்கொண்டிருந்த கோக்கியாரை கவனித்துக் கொண்டிருந்தோம். ஃபாதர் எதற்காக அழைத்திருக்கிறார் என்பதை எங்களால் ஊகித்துக்கொள்ள முடியவில்லை. கொஞ்சம் பயமாக வேறு இருந்தது.

"அந்தனி."

ஃபாதரின் அழைப்பு வந்தபோது இருவரும் எழுந்து உள்ளே போனோம்.

"இருங்க."

"..."

"அந்தனி, ஒரு முக்கியமான விசயத்தப் பத்திக் கதைக்கோணும். உன்ட தங்கச்சி இயக்கத்தில இருந்தவளா...?"

"அது ஃபாதர், அவங்க முள்ளிவாய்க்காலுக்கு வந்தப்ப ஒரு கட்டத்தில இயக்கம் அவளப் புடிச்சுக்கொண்டு போனதாம். எங்க கொண்டு போனாங்க எண்டு அம்மாக்கு தெரியாது. அம்மா அங்க இங்க எல்லாம் தேடி அலைஞ்சும் அவளக் கண்டுபுடிக்க முடியல. அதுக்குப் புறகு, மூணு கிழம கழிச்சு அவ அம்மாட்ட வந்திருக்கா. அம்மா அவளக் கூட்டிக்கொண்டு போய் எங்கேயோ ஒளிச்சு வச்சவவாம். கடைசி வரைக்கும் ரெண்டு பேரும் அங்கதான் இருந்திருக்கிறாங்க. இப்பிடித்தான் அம்மா எனக்குச் சொன்னவ. ஏன் ஃபாதர்?"

"அதுதான்...! உங்க அம்மா கோல் எடுத்தாங்க கேம்ப்ல இருந்து. தங்கச்சிய விசாரண எண்டு கூட்டிக்கொண்டு போயிருக்கிறாங்களாம்.

எங்க எண்டு சரியாத் தெரியல. கேட்டப்ப விசாரிச்சுப்போட்டுக் கொண்டு வந்து விட்டுடுவம் எண்டு சொல்லியிருக்கிறாங்க.”

“...”

“சோ, நீ நாளைக்கொருக்கா போய் அம்மாவ பாத்துட்டு வா. அம்மாக்கு ஆறுதல் சொல்லு. அவ பயங்கரமா பயந்து போய் இருக்கா எண்டு நினைக்கிறன். என்னால அதப் புரிஞ்சுகொள்ள முடியுது. அவள் சீக்கிரம் வீட்டுக்கு வந்துடுவாள் எண்டு சொல்லு...”

“ஃபாதர்...”

“சொல்லு...”

“தங்கச்சிய எங்க கொண்டுபோய் வச்சிருக்காங்க எண்டு வேற ஏதாவது வழியில கண்டுபிடிக்க முடியுமா...”

“தெரியல. நானும் கொஞ்சம் யோசிக்கிறன். இது சம்பந்தமா யார கன்டக்ட் பண்றதெண்டு தெரியல. நீ முதல்ல போய் அம்மாவ பாத்துட்டு வாவன்.”

“சரி ஃபாதர்...”

அந்தோனியால் தாங்கிக்கொள்ள முடியாத துயரம் அது. அவனுடைய தேகம் நடுங்க ஆரம்பித்தது. என்னைவிட மனஉறுதி படைத்தவன் என்றாலும், அவனுடைய வலுவை இலகுவாக நொறுங்கடிக்கக்கூடிய சம்பவம் அது.

இப்பொழுது எனக்கு ஆறுதல் சொல்லும் நிலையில் அந்தோனியோ அல்லது அவனுக்கு ஆறுதல் சொல்லும் நிலையில் நானோ இல்லை. அவரவர் தலையில் அளவுக்கு அதிகமாகவே துன்பங்கள் எழுதி வைக்கப்பட்டிருக்கின்றன. அன்று எங்கள் அறை முழுவதும் சவக்காட்டு அமைதி சூழ்ந்திருந்தது. பயமும், ஏக்கமும், குழப்பமும் ஒவ்வொரு வினாடியிலும் ஓட்டியபடியே வந்துபோனது. அந்தோனி விடியப்போகும் அடுத்த பொழுது ஒன்றிற்காய் தவிப்போடு காத்துக்கொண்டிருந்தான்.

அன்று மாலை ஆலயத்தில் ஆராதனை முடிய இருவரும் கைகளைக் கூப்பியபடி, முளந்தாளில் அமர்ந்து, கண்கள் கனக்க, சிலுவையில் ஏகாந்தமாய்த் தொங்கிக்கொண்டிருந்த பரம்பொருளைப் பார்த்து வெறித்துக்கொண்டிருந்தோம். பரம்பொருளிடமும் தூக்கிக் கொடுப்பதற்கு உடனடித் தீர்வுகள் இல்லை. அவருடைய கைகள் வழமை போலவே மரத்தோடு இறுக்கப்பட்டிருந்தன. அவருடைய கண்களிலும் சொல்லொணா வியாகூலம் நிறைந்து வழிந்துகொண்டிருந்தது.

வெறுமையும் வியாகூலமும் வியாபித்துக் கிடக்கும் உயிர்க்கூட்டைத் தூக்கிக்கொண்டு வெளியே வந்தபோது எங்களுடன் கடையில் வேலை

பார்க்கும் அலெக்ஸ் முன்னால் வந்தான். எவருடனும் பேசிச் சல்லாபம் கொள்ளும் மனநிலையில் நானும் இல்லை, அந்தோனியும் இல்லை. அருகில் வந்து அலெக்ஸே பேச்சை ஆரம்பித்தான்.

“மதன். உங்க ரெண்டு பேரையும் பொஸ் ஒருக்கா வந்து சந்திக்கச் சொன்னார்டா...”

அப்போதெல்லாம் எங்களுக்கென்று ஒரு தொழில் உண்டு என்பதே மறந்துவிட்டது. எப்படியோ கிழமையில் ரெண்டு நாட்களாவது சொல்லாமல் கொள்ளாமல் விடுப்பு எடுத்துவிடுகிறோம். அதுவும் கடந்த ஒரு வாரமாகக் கடைப்பக்கமே தலைகாட்ட முடியவில்லை. தொழிலில் இப்படி ஒழுங்கீனமற்று அழிச்சாட்டியம் பண்ணிக்கொண்டிருந்தால் எந்த முதலாளிதான் கடுப்பாகாமல் இருப்பான்?

“சரிடா... பொஸ்ஸை போய்ப் பாக்கிறம்...”

அப்போது எங்களுக்கிருந்த பிரச்சினைகளில் தொழில்துறையெல்லாம் வெறும் இரண்டாம் பட்சம்தான் என்று தோன்றியது. ஆனாலும் வெறுங்கையை வைத்துக்கொண்டு என்ன பண்ண முடியும்? வாழ்க்கைச் செயற்பாட்டின் ஒவ்வொரு அசைவுக்கும் ஒவ்வொரு விலை உண்டல்லவா? தவிர, இந்த இக்கட்டான காலத்தில், எங்கள் குடும்பத்திற்கிருக்கும் ஒரேயொரு பொருளாதார பலமும் நாங்கள்தான். அதையும் எடுத்தோம் கவிழ்த்தோம் என்று தூக்கியெறிந்துவிட முடியாது.

மறுநாள் அந்தோனி செட்டிகுளம் பேருந்தைப் பிடித்துக்கொண்டு போய் மெனிக்பாம் வாசலில் இறங்கினான். ஸோன்–3இல் இருந்த அவர்களுடைய கொட்டில் அதன் தெற்குப்புற எல்லையோர முடிவில் இருந்தது. வாசலிலிருந்து ஏறி உள்ளே சுமார் ஒரு கிலோமீட்டர் நடக்கவேண்டும்.

அந்தோனியைத் தூரத்தில் கண்டவுடனேயே அம்மாவுக்குப் பேரழுகை வெடித்தது. இப்படியொரு கோலத்தில் எந்தப் பிள்ளையும் தன் தாயைப் எதிர்கொண்டுவிடக்கூடாது. அருகில் வந்த அந்தோனியின் அம்மா முதல் நாள் இரவு நடந்த அத்தனை சம்பவங்களையும் கண்ணீர் மல்கக் கூறி முடித்தார்.

அந்தோனி அம்மாவைக் அழைத்துக்கொண்டு அருகிலிருந்த பாதுகாப்புச் சாவடிக்குள் போனபோது வாசலில் நின்ற பெண் சிப்பாய் “என்ன வேண்டும்?” என்றாள். அவளுடைய இறுகிய சுரம் எரிச்சலை உண்டு பண்ணியது. அந்தோனி ஆறுதலாக விடயத்தை சொல்லி முடித்து “எங்க அவள வச்சிருக்கிறாங்க எண்டாவது சொல்ல முடியுமா...” என இழுக்க, மீண்டும் அதே சுரத்தில் “என்ன பெயர்?” என்றாள்

அந்தப் பெண். “கி. தர்ஷினி” அந்தோனி சொன்னான்.

ஒரு வினாடிகூட எடுத்துக்கொள்ளாமல் எங்களுக்கு எதுவும் தெரியாது என்றாள் அந்தப் பெண். அந்தோனியின் அம்மா தரையில் வீழ்ந்து அவளுடைய கால்களைப் பற்றிப்பிடித்தபடி “அம்மா எனக்கு எல்லாமே அவள்தான். கெஞ்சிக் கேக்கிறன், அவள எங்க வச்சிருக்கீங்க எண்டாவது சொல்லுங்க தாயே...” என அழுதபோது அந்தோனிக்குச் சித்தம் கலங்கியது. அந்தோனி ஒரு அதிகாரத் திமிரின் கால்களைப் பற்றிக்கொண்டு அழும் அம்மாவைத் தூக்கியெடுத்து தோளில் சாய்த்துக்கொண்டான்.

எதுவாயினும் முதலாளியைப் போய் சந்தித்துவிட்டு வருவது என்று நானும் அந்தோனியும் முதல் நாள் முடிவெடுத்திருந்தோம். நான் பிரமிளா ஸ்டோரை அடைந்தபோது அங்கிருந்த அத்தனை சிப்பந்திகளும் என்னைக் கழிவிரக்கத்தோடு பார்த்தார்கள். சிலர் ஓடிவந்து “வீட்டாக்கள் நல்லா இருக்காங்களா. அவங்க ஓகேயா?” என அக்கறை வார்த்தைகளைக் கொட்டினார்கள். நானோ தலையை மட்டும் ஆட்டிக்கொண்டேன். வார்த்தைகளுக்காக நேரத்தை எடுத்துக்கொள்ள மனம் இடம்கொடுக்கவில்லை.

திரைச்சீலையை நீக்கிக்கொண்டு உள் அறைக்குள் நுழைந்தேன். என்னைக் கண்டதும் கதிரையிலிருந்து அவசரமாக எழுந்த முதலாளி என்னுடைய தோள்களைப் பற்றியபடி “ஃபாதர் எல்லாம் சொன்னார் மதன்...” என்றார். கண்களில் இரக்கம் வழிந்தது. வார்த்தைகளில் பரிவு படர்ந்தது. நான் அமைதியாக தலையைக் கீழே போட்டபடி பதில் சொல்லாமல் நின்றுகொண்டிருந்தேன்.

“இங்க பாரு மதன், எதையும் யோசிக்காத. நாங்கள் இருக்கிறம். எல்லா பிரச்சினையையும் முடிச்சுப்போட்டு அதுக்குப்பிறகு நீங்க ரெண்டுபேரும் கடைக்கு வந்தாப் போதும். இந்தா இதில ஐயாயிரம் ரூபா இருக்கு. மெனிக் பாம்ல இருக்கிற உன்ட குடும்பத்துக்கும் அந்தோனிட குடும்பத்துக்கும் என்ன தேவையோ அதுக்கு இத வச்சு செலவளி. இதவிட அதிகம் தேவப்பட்டா வெக்கத்தவிட்டு கேளு... சரியா?” என ஒரு மஞ்சள் கடித உறையை நீட்டினார் முதலாளி. அதை வாங்கிக்கொள்ள சங்கடமாயிருந்தது எனக்கு.

நான் அதை வாங்குவதா இல்லையா என்று யோசித்து முடிப்பதற்குள்ளேயே அதை என்னுடைய சட்டைப் பையினுள் திணித்தார் முதலாளி. என்னுடைய மௌனம் நீண்டுகொண்டே போனது. எதைப் பேசுவதென்று திணறினேன். ஒரு நன்றி என்ற வார்த்தைக்குக்கூட அதிக நேரத்தை எடுத்துக்கொண்டேன். பேச

வேண்டும்தான். ஆனால் என்னுடைய அனைத்துப் பிரச்சினைகளையும் விலாவாரியாகக் கேட்டால் மனுசன் இங்கேயே மயக்கம் போட்டு விழுந்துவிடும். அவற்றை அவருக்கு விளக்க வேண்டிய தேவையும் எனக்கு இருக்கிறதா என்று தெரியவில்லை. அதை ஆரம்பித்தாலே சித்ரா என் கண்ணீர்ப் பைகளை உடைத்துவிடுவாள். வேண்டாம். முதலாளிக்கு முன்னால் அழுதுவிட வேண்டாம். அது என் துயரத்தை வேறொரு விதமாகக் காட்டிவிடவும் கூடும். துயரம் வாட்டினாலும் மூன்றாம் நபரின் கழிவிரக்கத்தின் மீது எனக்குப் பிரயாசையில்லை என்பதால் அமைதியாக இருந்தேன்.

அமைதி சில வினாடிகளில் உடைந்தது.

“ஐயா, உங்க அக்கறைக்கு நன்றி. உண்மையா, இந்த நேரத்தில இது எனக்கு மிகவும் உதவியாக இருக்கும். ஆனாலும் எனக்குக் கடைசியா இன்னுமொரு உதவியும் செய்ய முடியுமா?” எனக் கெஞ்சலாகக் கேட்டேன்.

அம்மாவைத் தன் கைகளால் அணைத்தபடி எதுவும் பேசாமல் நின்றுகொண்டிருந்தான் அந்தோனி. அவர் வெடித்து வெடித்து அழுது கொண்டேயிருந்தார். அவனுக்கு அதை நிறுத்த வேண்டுமென்று தோன்றவில்லை. அவனுடைய அழுகையையும் சேர்த்து துயரம், வலி, விரக்தி, ஆத்திரம் என அனைத்தும் ஒன்றாகச் சேர்ந்து அடிக்கும் ஒரு வாதைக்கு பலியாகிக்கொண்டிருந்தான் அந்தோனி. அவனால் வார்த்தைகளைக் கோர்க்க முடியவில்லை. உடல் இயக்கத்தைச் செயலாக்க முடியவில்லை. இப்பொழுது என்ன செய்வது? இப்படி அழுதுகொண்டேயிருந்தால் தர்ஷினி கிடைத்துவிடுவாளா என்ன? இங்கிருக்கும் அதிகாரத்தை வசைபாடி என்னதான் ஆகிவிடப்போகிறது? அவனுக்கு எதுவும் புரியவில்லை.

“பொட்டப் புள்ளைய வீடு பூந்து புடிச்சுக்கொண்டு போறீங்க, எங்க எண்டாவது சொல்லுங்களன்டா.” தனக்குள் அவர்களை நிந்தித்துக் கத்தியபோது மனம் கொஞ்சம் ஆசுவாசமாகியதுபோல் உணர்ந்தான்.

“தம்பி தர்ஷி உசுரோட வந்துடுவாள்தானே...?”

அம்மாவின் கேள்விக்கு யாரிடம் பதிலுண்டு? அப்போதைய சூழலில் எது வேண்டுமானாலும் நடக்கலாம். அதிகாரத்தில் இருப்பவர்கள் எதை விரும்புகிறார்களோ அதை நிறைவேற்றிக் கொள்ளக்கூடிய அத்தனை சௌகரியங்களும் அவர்களுக்கிருந்தது. அவர்களே சட்டத்தை வகுத்தார்கள். அவர்களே அதை நடைமுறைப்படுத்தினார்கள். அவர்களே அதைச் சொந்தப் பண்டமாக்கி சுயதேவைகளைப் பூர்த்தி

செய்துகொண்டார்கள். சர்வாதிகாரம் வாய்க்கப் பெற்றிருந்த கைகளில் சிக்குண்ட தமிழ்ப் பெண் போராளிகளுக்கு என்னவெல்லாம் நடக்கலாம் என்பதைக்கூட எங்கள் சமூகம் நன்றாகத் தெரிந்து வைத்திருந்தது.

"இல்லமா... தர்ஷி வந்துடுவாள்... ஒண்டுக்கும் யோசிக்காதைங்க."

"பொம்பிள்ளப் பிள்ளை... கடவுள்தான் அவளக் காப்பாத்திக் கொண்டுவந்து சேக்கணும்!"

அம்மாவின் பயம் அந்தோனிக்குத் தெளிவாகப் புரிந்தது. அவனிடம் பேசுவதற்கு வார்த்தைகள் இருக்கவில்லை. கண்களைத் துடைத்துக் கொண்டு அழுதான். அம்மாவின் பயத்தை எண்ணி மனம் பதறியது.

அதிகாரத்தின் ஆண்குறிகள் பெரும் பசியோடு அலைந்துகொண்டிருந்த காலம் அதுவென்பதை அந்தோனி அறியாமலில்லை.

நான் சொன்னதைக் கேட்ட கடை முதலாளி தன் முட்டை விழிகளை உருட்டி துருதுருவென முளித்தார். "என்ன மதன், அதான் நான் முதல்லயே சொல்லிப் போட்டனே. என்ன ஹெல்ப் எண்டாலும் கேளு..." என்றார் பரபரப்போடு. அடிக்கண்ணில் கொஞ்சம் நாமே தடியை எடுத்துக் கொடுத்து வாங்கிக்கட்டுகிறோமோ என்ற பயம் தெரிந்தது.

"அதுதான் காசைக் குடுத்துட்டனே. இதவிட வேற என்னத்த கேக்கப்போறான்..." என அவர் அங்காலாய்த்துக் கொண்டிருப்பதை நான் அறியாதவனில்லை. தலையை நிமிர்த்தி மனுசனை தீர்க்கமாகப் பார்த்தேன். குரலைச் சரிக்கட்டிக்கொண்டு கேட்டேன்.

"பம்பமடு தடுப்பு முகாம்ல இருக்கிற நூற்றுக்கணக்கான பெண் போராளிகளுக்குப் போதுமான வசதி இல்ல எண்டு சொல்லுறாங்க ஐயா. என்ட ப்ரண்ட் ஒருவன்ட அக்கா அங்கதான் இருக்கிறா. அவ மூலமாத்தான் இதத் தெரிஞ்சுகொண்டம். வவுனியாவில இருக்கிற நிறுவனங்கள் உதவி செய்தாலும், முக்கியமா உடுப்ப் பற்றாக்குறையா இருக்காம். எதுக்கு நீங்க கொஞ்சம் அந்த அக்காமாருக்கு உதவி செய்யக்கூடாது?"

மனுசன் விக்கித்துப்போனார்.

முதலாளி கொஞ்சம் கூட அதை எதிர்பார்க்கவில்லை. அதனால் அவருக்கு உடனடியாக இழுத்துப் போடுவதற்குப் பதிலும் கிடைக்கவில்லை. அங்குமிங்கும் விறைத்துப் பார்த்துவிட்டு "இல்ல... உன்ட குடும்பத்துக்கு ஏதாச்சும் உதவி தேவண்டா..." என்று வயலின் வாசிக்க ஆரம்பித்தார் முதலாளி.

“என்ட அம்மா அப்பாக்கும், அந்த அக்காமாருக்கும் பெரிசா ஒண்டும் வித்தியாசமில்ல ஐயா. நீங்க அவங்களுக்கு செய்றதும் எங்களுக்கு செய்றதும் ஒண்டுதான்...”

முதலாளியின் கண்களில் படபடப்பு அடித்துக்கொள்ள ஆரம்பித்தது. எனக்கு அறளை பெயர்ந்துவிட்டதாக மனுசன் நினைத்திருக்கவும்கூடும்.

பின்னாலிருந்த பிள்ளையார் படத்தை ஒருதடவை ‘முறைத்துப்’ பார்த்துவிட்டு, கூடவே ஒரு பெருமூச்சையும் இழுத்துக்கொண்டு “ஓம், நான் செய்யிறன்” என்றார் முதலாளி.

பதிலைக் கேட்டதும் எனக்குத் தூக்கிவாரிப் போட்டது. அதை நான் எதிர்பார்க்கவில்லை. அதைவிட முதலாளியிடம் அப்படிக் கேட்டுவிடுவதற்கு எனக்கு எங்கிருந்து அத்தனை தைரியம் வந்தது என்றும் யோசித்தேன்.

எல்லாம் சுமுகமாக நடந்துகொண்டிருக்கும் வரைதான் நமக்கு மரியாதையும், நன்னயமும் தேவையாயிருக்கிறது. தலைக் குழப்பம் பிடித்துவிட்டால் கதை மாறிவிடும். நாம் பேச நினைப்பதற்கு இடம், பொருள், ஏவல் என்ற எவ்வித வரையறையும் தேவையாயிராது.

“நன்றி ஐயா” என நான் அறையை நீங்கும் போது முதலாளி ஐயா ஏற்கனவே ஆழ்ந்த யோசனையில் மூழ்கிப் போயிருந்தார். “அவசரப்பட்டு உளறீட்டனோ?” என அவர் மண்டை சுழன்று கொண்டிருந்திருக்கும். அன்று வீட்டுக்குப் போய் மனைவியை எப்படிச் சமாளித்தார் என்றுதான் தெரியவில்லை.

நான் முதலாளியின் அறைக்குள்ளிருந்து வெளியே வந்தபோது கடை வெறிச்சோடிக்கிடந்தது. பணியாளர்கள் அங்குமிங்கும் இருவர் இருவராக நின்று அரட்டை அடித்துக் கொண்டிருந்தார்கள். வலப்புறம் கசியர் மேசையில் நிவேதா அமர்ந்திருந்தாள். அவளுடன் பேச வேண்டுமென்று தோன்றவில்லை. அவளுடன் மட்டுமல்ல, எவருடனும் பேசுவதில் எனக்கு ஆர்வம் இருக்கவில்லை.

என்பாட்டில் கடையைத் தாண்டி வெளியே நடந்தேன். வெயில் கொளுத்திக் கொண்டிருந்தது. வரிசையிலிருக்கும் கடைகளின் நிழலைப் பிடித்து நடக்க ஆரம்பித்தபோதுதான் பின்னாலிருந்து நிவேதா அழைத்தது கேட்டது. திரும்பி பார்த்தேன். கையில் பெரிய பயணப்பையுடன் நின்றுகொண்டிருந்தாள். கூடவே அவளுடைய கையில் ஒரு மஞ்சள் கடித உறையும் இருந்தது.

54

பயணப்பை மிகவும் பருத்திருந்தது. எங்கோ மூன்று வாரப் பயணமாக இருக்கக்கூடும். அவளுக்குப் பயணம் என்றால் அவ்வளவு பிரியம். போய் வரட்டும். ஆனால் முகத்தில் ஏன் இவ்வளவு பெரிய சோகம் அப்பிக் கிடக்கிறது?

நான் திரும்பி அவளை நோக்கி நடந்தேன். அவளுடைய முகத்தில் வழமையாக இருக்கும் சாந்தமும் வதனமும் களவு போயிருந்தது. கண்களை வெட்டி முழிக்கும் போதெல்லாம் துயரம் கசிந்தது.

“மதன்...”

“...?”

“எனக்கு எல்லாம் தெரியும். கேட்டப்பவே பயங்கரமா இருந்திச்சு. அத நீங்க எப்பிடி தாங்கிகொண்டீங்க எண்டு தெரியல...”

“எந்த பயங்கரத்தப்பத்தி பேசுறீங்கெண்டு புரியல? என்னச் சுத்தி அத்தன பயங்கரமான விசயங்கள் நடந்து முடிஞ்சிருக்கு, நடந்துகொண்டிருக்கு...”

“உங்க வீட்டாக்கள். விசேசமா உங்க அக்காட மரணம். பயங்கரம். அனுதாபங்கள் மதன்...”

“அனுதாபத்துக்கு நன்றி.”

“அம்மா உங்களப் பாக்கணும் எண்டு இப்ப ரெண்டு கிழமையா கேட்டுக்கொண்டு இருந்தாங்க. ஃபாதர் அறைக்கும் வந்தவவாம். நீங்க அங்க இருக்கல. எப்ப திரும்ப ரூமுக்கு வாறீங்க?”

"இல்ல... இப்போதைக்கு எனக்கும் அந்தோனிக்கும் இருக்கிற ஒரேயொரு நிம்மதி ஃபாதர் பக்கத்தில இருக்கிறதுதான்"

"புரியுது..."

"ஆனா தொடர்ந்தும் அவர கஷ்டப்படுத்திக்கொண்டு இருக்கிறதும் நல்லதில்ல. இன்னும் எத்தின நாளைக்கு எங்களுக்காக அவர் இப்பிடி ஓடிக்கொண்டிருக்கிறது..."

"சரி, உங்களுக்கு எப்ப திரும்பி ரூமுக்கு வரணுமெண்டு தோணுதோ அப்ப வந்தாப் போதும். என்ன அவசரம் அதுக்கு?"

"ம். என்ன கையில பேக்கோட. எங்க வெளிக்கிட்டீங்க?"

"ஐயோ. நானா? நான் ஒரு இடமும் போகல. இந்த பேக்குக்குள்ள இருக்கிறது உங்க குடும்பத்துக்கும் அந்தோனிட குடும்பத்துக்கும் தேவையான சில அத்தியாவசியச் சாமாங்கள். நானும் அம்மாவும் சேர்ந்து கொஞ்சம் வாங்கி பக் பண்ணி வச்சிருக்கிறம். இந்தாங்க. அடுத்த தடவ அவங்கள பாக்கப் போகேக்க இதயும் கொண்டுபோய் குடுங்க. ப்ளீஸ்..."

கையிலிருந்த பையை நீட்டினாள் நிவேதா.

நிவேதாவினுடைய குடும்பத்தின் பேரன்பு என்னைக் கதிகலங்கப் பண்ணிற்று. எவ்வளவு பெரிய கருணை, பிரியம், அக்கறை. இதற்குத்தானே உலகம் தவிதவியெனத் தவித்துக்கொண்டு கிடக்கிறது.

அது போதாதென்று கையிலிருந்த வெள்ளை உறையையும் என்னிடம் நீட்டி "இது நம்ம கடையில வேல செய்யிற எங்க எல்லார்ட பங்களிப்பா கொஞ்சப் பணம். இதையும் உங்க விட்டாக்களுக்கு குடுத்திடுங்க ப்ளீஸ். அவங்களுக்கு இந்த நேரத்தில இது பெரிய உதவியா இருக்கும்..." என்று இன்னுமொரு ஆச்சரியத்தையும் கொளுத்திப்போட்டாள் நிவேதா.

எனக்கு என்ன சொல்வதென்றே தெரியவில்லை. அந்தக் கடையிலிருந்த அத்தனை நண்பர்களையும் பார்த்து கையெடுத்து நமஸ்கரிக்க வேண்டும்போலிருந்தது எனக்கு. எத்தனை பெரிய உபகாரம்? எங்களைச் சுற்றியும் இப்படி நல்ல மனிதர்கள் இருந்துகொண்டிருப்பதால்தான் நம்முடைய உலகமும் இன்னும் ஒளிர்ந்துகொண்டிருக்கிறது.

அந்தப் பையையும், பண உறையையும் வாங்கிக்கொண்டு வீதியில் நடக்க ஆரம்பித்தேன்.

நிவேதா உள்ளுக்குள் பெரும் ஆச்சரியத் தீயாக எழுந்து வந்து கொண்டிருந்தாள். என் மீதான அவளுடைய அக்கறை என்னை மேகமாக மூடிப் போர்த்தியது. என்மீதான அவளுடைய பரிவு

உயரத்தைக் கடந்து பிரமிக்க வைத்தது. என்னுடைய கடினமான நாட்களை ஒப்பேற்றுவதற்கு அவளைப் போன்ற மனிதர்கள் ஆறுதலாக இருந்தார்கள். துயரத்தின் கடைசி ஆணிகளைப் பிடுங்கிக்கொண்டிருக்கும் குதூகலம் உள்ளுக்குள் பரவ ஆரம்பித்தது.

நிவேதா, நீ என் மகிழ்ச்சியின் தனி ஊற்றாய் இருக்கிறாய். பெருங் களிப்பின் ஆணி வேராய் முளைக்க முயல்கிறாய். என்னுடைய பேரழகே, நீயா அல்லது நானா இந்த உலகத்தின் மிகப் பெரிய அதிஷ்டசாலி?

(கடைசி வசனத்தில் இருக்கும் "என்னுடைய" என்ற சொல்லைக் கவனித்தீர்களா? – அந்தோனி)

55

முன் போலில்லை மெனிக்பாம் இப்பொழுது. வயது இரண்டு வருடங்களைக் கடந்துவிட்டது. தன் கடுமையான சட்டதிட்டங்களை பெருமனது பண்ணித் தளர்த்திவிட்டிருந்தது. ஒவ்வொரு நாளும் நிபந்தனைகளின்றி பார்வையாளர்களை அனுமதித்தது. உள்ளே கொண்டு வரமுடியாத பொருட்களின் தடைகளும் கொஞ்சம் கொஞ்சமாக நீக்கப்பட்டன. உள்ளேயிருக்கும் மக்களின் உள்வெளிப் போக்குவரத்துக்கான அனுமதியும், அவரவர் தொழில்களில் ஈடுபடும் சுதந்திரமும் நிபந்தனைகளோடு வழங்கப்பட்டன. சுதந்திரக் காற்றை கையில் அள்ளிக் கொஞ்சம் கொஞ்சமாக சுவாசித்துக்கொண்டிருந்தது மெனிக்பாம்.

எல்லாம் "இனி அவரால் எதுவுமே பண்ண முடியாது!" என்ற நம்பிக்கை.

இந்த மாற்றம் மீள்குடியேற்றம் விரைவில் சாத்தியமாகும் என்ற புது நம்பிக்கையையும் அம்மக்கள் மத்தியில் உண்டாக்கிவிட்டிருந்தது. இப்படி தன் இறுக்கமான முகத்தைத் தளர்த்தி மக்கள் மத்தியில் நம்பிக்கையை ஊற்றிக்கொண்டிருந்த மெனிக்பாமை மக்கள் தேச கீர்த்தியாகப் போற்றினார்கள். இதன் விளைவாக என்னுடைய அப்பாவும் அம்மாவும் எப்பொழுது வேண்டுமானாலும் மன்னாருக்கு வந்துபோகலாம் என்ற இயல்பு நிலை உருவாகியது.

அண்மையில் அந்தோனியின் இரண்டாவது தங்கச்சிக்கு முன்பள்ளியில் தொண்டு ஆசிரியராக நியமனம் கிடைத்தமை அவனுக்கு மட்டுமல்ல, எனக்கும் மிகப் பெரிய ஆறுதலாக இருந்தது. தனியே இருக்கும் அவனுடைய அம்மாவுக்கு அனைத்துமாக இருப்பது அவள் மட்டும்தான். மூத்தவளின் நிலை மட்டும் என்னவென்று யாருக்கும் தெரியாது.

விசாரணைக்கு என அழைத்துப்போய் வருடங்கள் கடத்துவிட்டன. ஒரு தகவலும் இல்லை. இலங்கையிலுள்ள அத்தனை புனர்வாழ்வு மற்றும் தடுப்பு முகாம்களையும் அலசி ஆராய்ந்துவிட்டார்கள் அந்தோனியும் அவனுடைய அம்மாவும். தர்ஷினி என்ற பெயர் மட்டும் தேடலாகவே இருந்துகொண்டிருந்தது.

அன்று ஞாயிற்றுக்கிழமை. காலை திருப்பலி முடிந்ததும் நானும் அந்தோனியும் நேராக வீட்டுக்கு வந்தோம். அன்று அப்பா மன்னார் வருவதாகச் சொல்லியிருந்தார். அப்பா எப்போது மன்னார் பேருந்து நிலையத்தில் வந்திறங்குவார் என்ற தகவல் தெரியாமல் என்னால் எந்த வேலையிலும் லயிக்க முடியவில்லை. “அணில் ஏறவிட்ட நாய் போல” கைத்தொலைபேசியையே சுற்றிச் சுற்றி வளையம் வந்து கொண்டிருந்தேன்.

(கைத்தொலைபேசி என்றா சொன்னேன். பாருங்கள், கடந்த இரண்டு வருடங்களுக்குள் எப்படி எப்படியெல்லாம் மாறிவிட்டது என்னுடைய வாழ்க்கை. இந்த பட்டக்காட்டான் கைபேசி பாவிக்கும் அளவுக்கு முன்னேறி விட்டேன் என்றால் வாழ்க்கை சுபமாகப் போய்க்கொண்டிருக்கிறது என்றுதானே அர்த்தம். சரி, அது இருக்கட்டும், நான் சொல்ல வந்தது என்னுடைய கைத்தொலைபேசி பற்றிய கதை. அப்பெருங்கதையை அடுத்து வரப்போகும் உபகதையில் படித்து உய்யவும்.)

காலை பத்து மணிக்கு சுவர்க்கோழி கத்தவும் என்னுடைய கைத்தொலைபேசி சிணுங்கவும் சரியாயிருந்தது.

“தம்பி, நாங்க பஸ்டான்டுல வந்து இறங்கிட்டம். வாறியோ?”

“ஓமப்பா. இருங்க. இந்தா வந்துடுறன்.”

அப்படியே சைக்கிளை எடுத்து மிதித்துக்கொண்டு பேருந்து நிலையத்தை வந்தடைந்தேன். அப்பாவும் அம்மாவும் எதிரிலிருந்த பேருந்துக் குடை நிழலில் காத்துக்கொண்டிருந்தார்கள். அப்பாவுக்குச் சென்ற வாரம் வாங்கிக்கொடுத்த நீலநிறச் சட்டை அழகாக இருந்தது. அளவு வேறு சரியாகப் பொருந்தியிருந்தது.

அப்பா ஃபாதரைச் சந்திக்க வேண்டுமென்று சொல்லியிருந்தார். ஏன் எதற்கு என்ற விபரங்கள் எல்லாம் தெரியாது. கேட்கவும் முடியாது. அப்பா இப்பொழுது தன்னுடைய பழைய வாழ்க்கைக்குத் திரும்பிவிட்டதால் நாம் மூடிக்கொண்டிருப்பதுதான் உசிதம். அதிகம் கேள்வி கேட்பது மனுசனுக்குப் பிடிக்காது. இல்லாவிட்டால் மூஞ்சி சிடுசிடுக்க “உன்ட வேலய பார்” என்று விடுவார்.

என்னையும் அந்தோனியையும் கடந்த மூன்று வருடங்களாக சிரத்தையோடு கவனித்துவரும் ஃபாதரை அப்பா முதல் முதல் சந்தித்த அந்த வரலாற்றுச் சம்பவத்தை உங்களுக்குச் சொல்ல மறந்து விட்டேன். வன்னியிலிருந்து மெனிக்பாமுக்கு வந்திறங்கிய நாள் முதல் "ஃபாதரிடம் அழைத்துக்கொண்டு போ" என்பதுதான் அவருடைய சதா புலம்பலாக இருந்தது.

அப்பொழுது மெனிக்பாமிலிருந்து மக்கள் வெளியே போய் வரக்கூடிய அனுமதியை ராணுவம் வழங்கியிருந்தது. முதல் தடவையாக அப்பா மன்னாருக்கு வந்தபோது அவரை ஃபாதரிடம் அழைத்துக்கொண்டு போனேன்.

முன்னால் வந்த ஃபாதரைப் பார்த்த மாத்திரத்திலேயே ஓவென வெடித்து அழ ஆரம்பித்துவிட்டார் அப்பா. ஃபாதர் அருகில் வந்தபோது அவருடைய கால்களில் சாஸ்டாங்கமாக விழுந்து ஏதேதோவெல்லாம் புலம்பினார். ஃபாதருக்குப் பெரும் சங்கடமாய்ப் போய்விட்டது. ஃபாதர் அப்பாவைத் தூக்கியெடுத்து அருகிலிருந்த கதிரையில் அமர்த்தினார். ஐந்து நிமிடங்களுக்குள் ஒரு பதினைந்து தடவைகள் இதைச் சொல்லியிருப்பார் அப்பா.

"நீங்கதான் எங்களுக்குக் கடவுள் ஃபாதர்!"

ஃபாதரின் முகத்தில் தெறிக்கும் அந்த வழமையான அரும்பல் புன்னகை கொஞ்சம் அடர்த்தியாக எழும்பியது. கைகளால் அப்பாவின் கண்களை ஒற்றியெடுத்து "இதுக்கெல்லாம் அழக்கூடாது மாஸ்டர்" என்றார் ஃபாதர். அப்பா இப்படியெல்லாம் உணர்ச்சிவயப்பட்டு நான் இதற்கு முதல் பார்த்தில்லை. கண்கள் மாலுமாலாய் ஒழுகியது. முகத்தசைகள் நடுங்கின. வார்த்தை, மூச்சை அழுத்திப் பிடிக்க மனுசன் விம்மி விம்மித் திண்டாடியதைப் பார்க்க எனக்குப் பெரும் வியாகூலமாய்ப் போனது.

அன்று அப்பா ஃபாதரிடம் இறுதியாகச் சொல்லிவிட்டுப் போன அந்த வார்த்தைகள் இன்னும் எனக்கு நன்றாக ஞாபகம் இருக்கிறது.

"மதனுக்கு இப்ப ரெண்டு அப்பாக்கள் ஃபாதர்."

இன்று மீண்டும் அப்பா – ஃபாதர் சந்திப்பு நிகழப்போகிறது. இப்போதெல்லாம் இது அடிக்கடி நடப்பதுதான் என்றாலும் இன்று அப்பா அம்மாவோடு வந்திருப்பது எனக்கு சந்தேகத்தைக் கிளப்பியது. அவர்களை ஃபாதரின் அறையில் கொண்டுபோய் விட்டுவிட்டு நான் வீட்டுக்குப் போனேன். இரண்டு மணிநேரம் கழித்து அப்பாவும் அம்மாவும் வீட்டுக்கு வந்தார்கள்.

மேலே இருந்த என்னுடைய அறைக்கு அழைத்தபோது கீழே போய்

வீட்டுக்கார ஆன்டி – ஆங்கிளோடு பேசிவிட்டு வருவதாகச் சொன்னார் அப்பா. சரியென அவர்களை அனுப்பிவிட்டு அவர்களுக்காக அறையில் காத்துக் கொண்டிருந்தேன்.

ஐந்து, பத்து, முப்பது என நிமிடங்கள் ஓடிக் கடந்தும் அப்பாவும் அம்மாவும் கீழ் வீட்டிலிருந்து வெளியே வரவில்லை. மிகவும் நீளமான ஊர் "பளாய்" ஒன்று ஓடிக்கொண்டிருக்கிறது என நினைத்துக் கொண்டேன். அதுவும் அம்மா பேச ஆரம்பித்துவிட்டால் லோகம் இருண்டு விடும். நள்ளிரவு எப்எம் வாயைப் பொத்திக்கொண்டு ஓடுமளவுக்கு அவர் பேசுவார். அதேபோல நிவேதாவின் அம்மாவும் இலேசுப்பட்ட ஆளில்லை. 'சின்னக்கடை பிபிஸி' என எங்கள் தெருவில் அவருக்கு ஒரு நாமகரணம் இருப்பது போன வாரம்தான் எனக்குத் தெரியும். வாயின் இரு முனைகளும் காதை விழுங்கும் வரை பேசக்கூடிய திறமை படைத்த ஜீவன் அது. இப்படி அத்தனையையும் கூட்டிக் கழித்துப் பார்த்தால், முப்பது நிமிடம் என்பது அப்படியொன்றும் உலக அதிசயமில்லை.

ஆனால் பாவம், அந்த இரண்டு ஆண் ஜீவன்களையும் நினைத்த போதுதான் ரத்தக் கண்ணீர் வந்தது.

ஒரு மணித்தியாலம் கடந்தும் 'பளாய்' முடியவில்லை. என்ன நடக்கிறது என ஜன்னல் சட்டையை விலத்திக் கீழே பார்த்தேன். ம்ஹும், கீழே யாருமில்லை. தலையை உள்ளே இழுத்துத் திரையை மூட வெளியிலிருந்து "உஷ் உஷ்" என்ற சத்தம் கேட்டது. மீண்டும் தலையை வெளியில் போட்டு முற்றத்தைத் துளாவினேன். முன்னாலிருந்த தோட்டத்தின் மூலையில் ஈயென இளித்துக்கொண்டு நின்றாள் நிவேதா.

கூந்தலை பக்கவாட்டில் கோதி இழுத்து காதுக்குப் பின்னால் சொருகியிருந்தாள். அவளுடைய ஐந்து விரல்களும் சீவுளியாய் மாறிப்போய் மார்பகங்களுக்கு மேல் கிடந்த முடியை மேலும் கீழுமாய்ச் சீவிக்கொண்டிருந்தன. நடுக்கன்னத்துக்குக் காலங்குலம் தள்ளி நூற்கப்படாமலிருந்த ஒரு பரு அவள் வதனத்துக்கு அவசியமென்றே தோன்றிற்று. என்னைப் பார்த்ததும் அந்தக் கருவளையக் கண்கள் படபடவென அடித்துக்கொண்டன. நடுவில் கீறிய பலாப்பழம் போல உதடுகள் விரிய புன்னகைச் சுளை நடுத்தோட்டத்தில் ப்ளக் என விழுந்தது.

அடடா, கடவுள் என்னும் ஓவியனுடைய தூரிகையின் சிறு அசைவுகளிலிருந்துகூட எப்படித்தான் பூக்கள் மலர்கின்றனவோ?

கூந்தலிலிருந்த கையை எடுத்து காற்றில் அசைத்து "கீழ வா மாடு" என்றாள். (மாடா...? – அந்தோனி!)

படிக்கட்டுக்களில் இறங்கி அவளை நெருங்கிப் போனேன். நெருக்கம் என்றால் அவளுடைய வலப்பக்கத் தோளை என்னுடைய இடப்பக்கத் தோள் தேய்த்துக்கொண்டு நிற்கும் அளவுக்கு நெருக்கம். அவளுக்கு என்னுடனான நெருக்கம் மிகவும் பிடித்தமான ஒன்று. எனக்கும்தான். அவள் மேல் படர்ந்துகிடந்த வாசம் ஆளைத் தூக்கியது. 'பொன்ட்ஸ்' பவுடர்கூடவா போதையேற்றும்?

"மாமாவும் மாமியும் ஹோல்ல இருக்காங்க" என மெதுவாக காதுக்குள் சொல்லி நமட்டாகச் சிரித்தாள் நிவேதா. இவளுக்கு எவ்வளவு கொழுப்பும் தைரியமும் இருக்க வேண்டும். "நெனைப்புத்தான்..." எனச் சொல்லி என் பங்கிற்கு அவள் இடுப்பைக் கிள்ளினேன். நயமாக நெளிந்தாள்.

நான் மட்டும் சைத்திரிகனாக இருந்திருக்கக் கூடாதா என்று தோன்றியது. இந்த ஒவ்வொரு நளினத்தையும் ஓவியங்களாகச் சேமித்திருப்பேன்.

"என்னது மாமா மாமியா... சுத்தம், நம்ம மேட்டர் மட்டும் அவங்களுக்குத் தெரியணும். இண்டைக்கே கொலதான்" என பதிலுக்குச் சொன்னபோது அவள் சிரிக்க ஆரம்பித்தாள். பாதியில் நிறுத்திவிட்டு உதட்டை இறுக்கி முறைத்தாள்.

நான் மீண்டும் என் அறையை நோக்கி நடந்தேன். நிவேதா பின்வாசல் ஊடாக வீட்டுக்குள் நுழைந்தாள். அம்மா அப்பா இரண்டு மணித்தியாலங்கள் கடந்தும் என் அறைக்கு வரவில்லை. அதற்குள் கீழ் வீட்டிலிருந்து நிவேதாவின் தொலைபேசி அழைப்பு வந்தது.

"என்னடி...?"

"டேய்... இவங்க எதப் பத்தி கதச்சுக் கொண்டிருக்கிறாங்கெண்டு தெரியுமா...?"

"அதுக்குள்ள ஒட்டுக் கேட்டுட்டியா?"

"ஒட்டுக் கேக்க வேண்டிய சமாச்சாரம்தான் லூசு. கேளன்..."

"ஒட்டுக் கேக்கவேண்டிய சமாச்சாரமெண்டும் ஒண்டு இருக்கா என்ன?"

"மாடு, நான் சீரியஸா பேசிக்கொண்டிருக்கிறன். இது ஜோக் அடிக்கிற விசயமில்ல..."

இனி அவள் எனக்குச் சொன்ன அந்த 'சீரியஸான, ஒட்டுக்கேட்க வேண்டிய' கதை இதுதான்.

நிவேதா தண்ணீர் எடுக்க சமையலறைக்குள் போன போதுதான் அந்த உரையாடல் அவள் காதுகளில் விழுந்திருக்கிறது. "என்னது

கலியாணமா?” என வாயைப் பிளந்துகொண்டு அருகிலிருந்த சுவரில் சாய்ந்திருக்கிறாள் அவள். ஆச்சரியம் தாளாமல் கண்கள் கனத்திருக்கின்றன. உடல் நடுங்கியிருக்கிறது. இரண்டு கைகளாலும் வாயைப் பொத்தியபடி செவிகளை மட்டும் கூராக்கிக்கொண்டு சுவருக்குப் பின்னால் நின்றிருக்கிறாள்.

“ஓமோம்... இதப்பத்தி ஃபாதர் ஏற்கனவே என்னட்ட சொன்னவர்தான். எனக்கு என்ன சொல்றதெண்டே தெரியல.” இது ஜோசப் மாஸ்டர்.

“ஓ அப்பிடியா. வேற என்ன சொன்னவர்?” நிவேதாவின் அம்மா.

“இல்ல. இப்பிடித்தான். எனக்கு ஓகேயா எண்டு கேட்டார். நான் என்னத்த சொல்றது. நீங்க சரி எண்டா இதில சொல்றதுக்கு என்ன இருக்கு ஃபாதர் எண்டன்...”

“ம்... நான்தான் அத பாதருக்கு சொன்னன். அவருக்கும் அதில முழுச் சம்மதம். ரெண்டு பேருக்கும் வயசும் சரிதானே?”

“மதனுக்குக் கலியாணம் பண்ணணும்னு இப்ப நினச்சிருக்கல... ஆனா இப்பிடியொரு நல்ல இடம் கிடைச்சா எதுக்கு அத தள்ளிப் போடுவானேன்.”

“ஓமோம். இந்தா இத பாருங்க...”

உரையாடலின் நடுவில் நிவேதாவின் அம்மா தன் கையிலிருந்த ஏதோவொன்றை ஜோசப் மாஸ்டரிடம் நீட்டுகிறார். ‘உரையாடலைக் கூர்ந்து கவனித்தால் அம்மா நீட்டியது நிச்சயமாக ஒரு புகைப்படம்தான் என்பது விளங்கும்’ என்றாள் நிவேதா. இரண்டு நிமிட மௌனம். பின்னர் மீண்டும் நிவேதாவின் அம்மாவுடைய குரல்.

“இதுதான் அந்தப் பொண்ணு... பிடிச்சிருக்கா?” நிவேதாவின் அம்மாவுடைய குரலில் மெல்லிய சிரிப்பு.

என்னுடைய அம்மாவும் அப்பாவும் அந்தக் கேள்விக்கு ஏக நேரத்தில் “ஓம்” என்று பதில் சொல்லியிருக்கிறார்கள்.

இதைச் சொல்லும் போது நிவேதாவின் குரலில் அலைந்த தடுமாற்றத்தைக் கவனித்தேன். வெளிப்பட்ட பாதி சொற்களிலெல்லாம் அங்கலாய்ப்பு நிறைந்திருந்தது. எழுந்து வரும் பெருஞ்சொற்களைக் கொட்ட முடியாத தவிப்பில் சில வினாடிகள் பேசாமல் இருந்தாள். தொலைபேசிக்குப் பின்னால் அவளுடைய கண்கள் கசிவது நன்றாகவே தெரிந்தது எனக்கு. எதையோ நீளமாகப் பேச எடுத்து பாதியில் நிறுத்திக் கொண்டது போல் தோன்றியது. அழைப்பு முன்னறிவித்தலின்றித் துண்டிக்கப்பட்டது.

உபகதை:

“பட்டக்காட்டானும் சொனிஎரிக்சனும்”

இதுதான் நான் மேலே சொன்ன கைத்தொலைபேசி வாங்கிய கதை.

அன்று கடையின் பின்னறையில் மதிய உணவை வேகமாகக் கொட்டிக் கொண்டிருந்த அவசரத்தில் அருகில் வந்தமர்ந்த நிவேதா அம்மையாரை கவனிக்கவில்லை. அவளுடைய வாழைத்தண்டுத் துடை என்னுடைய சிலிப்பர் கட்டையில் உரசியபோதுதான் அருகில் ஒரு உருவம் இருப்பது புரிந்தது. பெரும் பசிக்கும் சோற்றுக்கும் நடக்கும் போராட்டத்தில் அங்கு யார் வருகிறார்கள், போகிறார்கள் என்றா பார்த்துக்கொண்டிருக்க முடியும்?. “சம்போகம்கூட சாப்பாட்டுக்குப் பிறகுதான்!” என்பது எங்கள் அமலானந்தா சுவாமிகளிடமிருந்து கற்றுக்கொண்ட பாடம். இதயத்தையும் மூளையையும் விட நாம் அதிகம் அக்கறைப்பட வேண்டிய அங்கம் நம்முடைய வயிறுதான்.

தன்னைவிட சோற்றுக்கு அதிகம் முக்கியத்துவம் கொடுக்கும் ஆண்களை எப்படி பெண்களுக்குப் பிடிக்கும்? ‘இந்த வயித்துப் பேயன்களைக் காதலிப்பதற்குப் பதிலாக கீரிக் கடலில் போய் முக்கிச் சாவது மேல்’ என்பார்கள் மன்னார்ப் பெண்கள். அது அவரவர் தலைவிதியைப் பொறுத்தது என்பது ஆண்கள் தரப்பு விவாதம். ஆனால் கடந்த ஆறு மாதமாக எனக்கும் நிவேதாவுக்கும் இடையில் பூத்துக் குலுங்கும் காதலில், நிவேதாவுக்கு அடிக்கடி எரிச்சலைக் கிளப்புகிற ஒரே விடயம் இதுதான். சாப்பாட்டைக் காட்டிவிட்டால் நிவேதாவை யாரென்று கேட்டுவிடுகிறேன்.

அன்று சாப்பாட்டில் சரணாகதியடைந்து விட்ட என்னைப் பிரித்தெடுத்து 'நச்'என கன்னத்தில் முத்தம் வைத்தாள் நிவேதா.

"ஏய் யாரும் பாத்திடப் போறாங்கடி..."

அதே கன்னத்தில் மறுபடியும் ஒரு நச்.

"ஆமா... எங்க வந்தா இப்ப? நீதான் ஒரு மணிக்கே சாப்பிட்டுட்டியே..."

"ஓமோம்... இது வேற மெட்டர்."

"அதென்ன மெட்டர்?"

"இந்தா..."

"என்ன இது?"

"உனக்குத்தான்."

"எனக்கா?"

"ஆமா, உனக்குத்தாண்டா சோத்து மண்டையா."

"என்ன சாமான்?"

"திறந்து பாரு."

பொதியைக் கையில் வாங்கிக்கொண்டு அவளை நிமிர்ந்து பார்த்தேன். அவளுடைய முகத்தில் களிப்பும், நிம்மதியும் குலுங்கி ஆடியது. பெட்டியை விரித்துப் பார்த்தால், உள்ளே மாபெரும் விஞ்ஞான ஆச்சரியம்.

விக்கித்துப் போய் சிலைபோல் நின்றேன்.

புத்தம் புதிய சொனி எரிக்சன் கைத்தொலைபேசி உள்ளே இருந்தது.

"என்னடீ இது?"

"இத நாங்க போன் எண்டு சொல்லுவோம்."

"ஜோக்கு. ஏன் உனக்கு இப்பிடியொரு தேவையில்லாத செலவு?"

"நம்ம இச்சு இச்சு தொடர்பாடலுக்கு அன்பே..."

நிவேதா இடுப்பை நெளித்துக்கொண்டு நின்றாள். கன்னம் பளபளத்தது. காந்தர்வக் கண்கள் சிரித்தன. அவள் முகத்தில் விகசித்த விண்மீன்களில் என் கண்கள் கூசின.

"இதெல்லாம் இப்ப யாரு கேட்டா உன்னட்ட?"

"சீன் போடாம ஒரு தாங்ஸ் சொல்லிட்டு கிளம்பும். அல்லது அதுக்கு

பதிலா கன்னத்தில ஒரு இச்சு. அவ்வளவுதான். பேசாம அந்தப் பக்கம் போய் வேலைய கவனிச்சுப்பன்…" என தன் வாழைப் பொத்திக் கன்னங்களை முன்னால் நீட்டினாள் நிவேதா.

நான் சுற்றுமுற்றும் அளந்தேன். யாரும் இல்லை. அறைக்குள் நானும் அவளும் மட்டுமே இருந்தோம். "கன்னம் என்ன கன்னம், வாடீ இங்க…" என இழுத்து உதட்டில் என் உதட்டைப் பதித்தேன். முப்பது வினாடி. சம்பவம் தரமானதாக முடிந்தது.

வெறும் மூவாயிரம் ரூபாய் பணத்தை கையில் வைத்துக்கொண்டு என் கைத்தொலைபேசிக் கனவை சுமார் மூன்று மாதங்களாக துரத்திக் கொண்டிருக்கிறேன். நம் ஆசையின் வேகத்துக்கு ஈடுகொடுக்கும்படியா நம்முடைய சம்பாத்தியம் இருக்கிறது? ஒவ்வொரு மாதமும் இது தேவைதான் என்றாலும் கடைசியில் எது அவசரத் தேவை என்பதில் மனம் குழம்பி பணம் கரைந்துவிடுகிறது.

முக்கியமாக கடந்த ஒரு வருடமாக முகாமில் இருக்கும் அப்பா, நிவேதாக்களுடைய வீட்டுத் தொலைபேசிக்கே அழைப்பெடுத்துக் கொண்டிருக்கிறார். அவர் அழைக்கும்போது நிவேதாவின் அம்மாவோ, அல்லது அப்பாவோ அல்லது நிவேதாவோ கீழே நின்றுகொண்டு "மதன் கோல்…" என்று மாடியைப் பார்த்துக் காட்டுக் கத்து கத்த வேண்டும். கீழே வந்து தொலைபேசியை எடுத்து கதைக்க ஆரம்பித்தால் நிவேதாவின் வீட்டாட்கள் முன்னால் இருப்பார்கள். அப்பா கேட்கும் "என்ன சாப்பிட்டாய்…?" வகையறாக் கேள்விகளுக்கு அவர்களுக்கு முன்னால் பதில் சொல்ல லஜ்ஜையாக இருக்கும். சமாளித்துக்கொண்டு ஒவ்வொரு தடவையும் முன்னால் இருப்பவர்களின் தகுதிக்கு ஏற்றாற்போல் விதம்விதமாக தின்பண்டங்களை மாற்றி மாற்றிச் சொல்லவேண்டும். இது எதுவும் மெனிக்பாமில் இருக்கும் ஜோசப் மாஸ்டருக்குப் புரியாது.

அப்பாவும் இப்படி நாம் பலருக்குத் தொந்தரவு கொடுக்கிறோமே என்ற விவஸ்தையே இல்லாமல் ஒவ்வொரு கிழமையும் இரண்டு மூன்று தடவைகள் அழைப்பார். சொன்னால் "அது பரவாயில்லை, அவங்களுக்கு நம்மட நிலம புரியும்…" என்று செகுதைக் கதை கதைப்பார். எனக்கு விசர் பத்திக்கொண்டு வரும்.

எனக்கோ இப்படி மற்றவர்களுக்குக் கஷ்டம் கொடுத்துக்கொண்டிருப்பது சதா அசௌகரியமாகவே இருக்கிறது. இவற்றிற்கெல்லாம் ஒரேயொரு தீர்வு என்று யோசித்தால் அது சொந்தமாக ஒரு கைத்தொலைபேசியை வாங்கிவிடுவதுதான். ஆனாலும் அதை வாங்குவதற்குக் கையில் ஆகக் குறைந்தது எட்டாயிரமாவது இருக்க வேண்டும். வெறும் மூவா யிரத்தை மட்டும் கையில் வைத்துக்கொண்டு என்னால் சொனி

எரிக்சன் பட்டரியைக்கூட வாங்க முடியாது.

இந்தக் கேவலமான பண வசதியை நினைக்கும் போதெல்லாம் இயலாமை என் முகத்தில் துப்பும். ‘சரி எப்படியாவது அடுத்த மாத சம்பளத்தை போனுக்கு வெட்டிவிட வேண்டியதுதான்’ என யோசித்துக் கொண்டிருந்த போதுதான், இப்படி பெட்டியும் கையுமாக சாப்பாட்டறைக்குள் வந்து நின்றாள் நிவேதா.

அன்று வீடு வந்ததும் என்னுடைய கையிலிருந்த புத்தம் புதிய சொனி எரிக்சனைப் பார்த்ததும் அந்தோனிக்குப் பைத்தியம் பிடித்தது. கைலியைத் தூக்கிப் பிடித்துக்கொண்டு அதையே ஆவெனப் பார்த்துக் கொண்டிருந்தான் அந்தோனி. ‘இந்த சனியனால மட்டும் இதெல்லாம் எப்பிடிடா முடியுது?’ என்பதுபோல் இருந்தது அவனுடைய பார்வை.

“இது எப்ப இருந்து மாப்ள?”

நான் பேசாமல் இருந்தேன்.

“நீ இப்பெல்லாம் ஒரு மார்க்கமாவே திரியுறா மாப்ள...”

நான் புன்னகைத்தேன்.

“ஆமா, எப்ப சார் சொல்லாமக் கொள்ளாம போனெல்லாம் வாங்கினீங்க?”

அப்பொழுதும் அமைதியாகவே புன்னகைத்தேன்.

“கையில போன், காலுக்குள்ள லவ்வர். எப்ப பாரு உன்ட காட்டில மட்டுமே மழ அடிச்சு ஊத்திக்கொண்டே இருக்கு?”

எனக்குப் புன்னகையோடு சேர்ந்து சிறு துருதுருப்பும் ஒட்டிக்கொண்டது. விட்டத்தைப் பார்த்து பெருமூச்சு விட்டேன். ஏன் வாய் முழுவதும் சிரிப்பு.

“இல்ல தெரியாமத்தான் கேக்குறன். எனக்கே தெரியாம நீ எப்ப போன் வாங்கினா?”

“...”

அந்தோனிக்கு கோவம் வெடித்துச் சிதறியது.

“சரி. ஒரு மயிரும் சொல்ல வேணாம். உங்க போன். உங்க வாழ்க்க...”

சடாரெனத் திரும்பியவனைக் கைலியைப் பிடித்து இழுத்து நிறுத்தினேன்.

“டேய். அப்பிடியெல்லாம் இல்ல. நிவேதா வாங்கிக்குடுத்தா. ப்ரசன்டாம்!”

“ப்ரசன்டா? எப்பிடிடா... நீ கில்லாடி மச்சான். புடிச்சதுதான் புடிச்சா

புளியங்கொப்பு...”

“அதுக்கு ஏன் பொறாமப் படுறா...”

“நான் பொறாம படேல்ல தெய்வமே... இல்ல, இதெல்லாம் எங்க போய் முடியப்போகுதெண்டுதான் தெரியல.”

“அதப்பத்தி உனக்கென்ன கவல?”

“அதுவும் சரிதான். அதானே எனக்கென்ன கவல...”

“என்னடா முணுமுணுக்கிறாய்?”

“இல்ல மச்சான், நீங்க ரெண்டு பேரும் ஆயுசு பூரா நல்லா இருக்கணும்.”

“அது!”

அன்றிலிருந்து அந்தோனியின் இராத்தூக்கத்தில் மண் விழுந்தது. ஒவ்வொரு நாளும் பின்னிரவில் கீழ் வீட்டிலிருந்து மேல் வீட்டுக்கு தொலைபேசி அழைப்பு வரும். அது மணிக்கணக்கில் நீளும். ஒரே குசுகுசுப்பு. அடிக்கடி சிரிப்பு. மூச்செடுக்காத பேச்சு. ரொமான்ஸ் வழிந்து சிலவேளை கைலிகூட நனைந்திருக்கிறது. இந்த உத்தரிப்பைத் தாங்கிக்கொள்ள முடியாமல் நிவேதாவின் போனுக்கு சூனியம் வைக்க ஒரு சாமியாரைத் தேடிக்கொண்டிருந்தான் அந்தோனி. இரவுகளில் தலைக்கு வைக்கவேண்டிய தலையணையால் காதை அடைத்துக் கொண்டு அந்த ஜீவன் படும்பாட்டைப் பார்த்தால் பரிதாபமாகத்தான் இருக்கும். அதற்கு என்னால் என்ன செய்ய முடியும், அவனவன் எடுத்துவந்த பிறப்பு அப்படி.

ஒவ்வொரு நாளும் பனிரண்டு மணிக்கு ஆரம்பித்து 11.30க்குத்தான் நிவேதாவின் பெற்றோர்கள் தூங்கப் போவார்கள் சிலவேளை மூன்று மணிவரை நீளும் எங்களுடைய பேச்சு. “நாசமாப் போக. இந்தக் கன்னிப் பயல்ட சாபம் உங்கள சும்மா விடாதுடா புண்டமக்களா...” என அந்தோனி பல தடவைகள் எங்களை வன்சொற்களால் சபித்திருக்கிறான். “நன்றி தெய்வமே” என்றுவிட்டு மறுபக்கம் திரும்பிப் பேச்சைத் தொடருவேன்.

உண்மையிலேயே எங்களுக்கு அந்த நீண்ட இரவுகள் கொடுத்த பேரானந்தம் அலாதியானது. ஒட்டடைபோல் அந்தரத்தில் தொங்கிக் கொண்டிருக்கும் அத்தனை மனக்கேவல்களும் அவள் குரலைக் கேட்டதுமே இறங்கி வந்து புஸ்பங்களாய் மலர ஆரம்பித்துவிடும். அந்தோனி அடிக்கடி கேட்பதுபோல “அப்பிடி என்னத்தத்தான்டா ஒவ்வொரு நாளும் மணிக்கணக்கில கதைப்பீங்க...?” என்று நீங்களும் கேட்டால், நீங்கள் இதுவரை சுவாரசியமான பெண்ணொருத்தியைக் காதலிக்கவில்லை என்று அர்த்தம்.

காதலில் மட்டும்தான் வார்த்தைகளற்ற நீண்ட உரையாடல் சாத்தியமாகிறது. உண்மையைச் சொன்னால், மறுநாள் எழும்பி முதல் நாள் பேசியதை அசைபோட்டுப் பார்த்தால் எனக்கும் ஆச்சரியமாகத்தான் இருக்கும். பேச எதுவுமில்லாமல் "என்ன சாப்பிட்டாய்...?" என்று ஆரம்பித்திருப்பேன். ஆனால் அது கடைசியில் இரண்டு மணித்தியாலங்களைக் கடந்து ஏதோவொரு தீவிர உரையாடலை நிகழ்த்தி முடித்திருக்கும். காதல் உரையாடலில் பேசுபொருள் பற்றி யாருக்கு அக்கறையுண்டு? இனிய வார்த்தைகளும் அது எழுப்பும் ஆகர்ஷணமும் நம்மை சௌகரியப்படுத்திக்கொண்டால் போதும், அந்த உரையாடல் முழுமையாகிவிடும். ஒரு சீரான அருவிபோல, கொட்ட ஆரம்பித்த பனிமழைபோல, வார்த்தைகளும் சமாச்சாரங்களும் விழுந்துகொண்டேயிருக்கும் ஆச்சரியம் காதலில் மட்டும்தான் சாத்தியமாகிறது. ஒவ்வொரு நாளும் புதிது புதிதாக உரையாடல் முளைக்கும் ஆச்சரியத்துக்கு நம்மால் காரணம் சொல்ல முடியாது.

இப்படி சாமத்தில் நடக்கும் இத்தனை கலவரத்தையும் பார்த்துவிட்டு ஒருநாள் அந்தோனி கேட்டான்.

"இல்ல, தெரியாமத்தான் கேக்குறன். இப்பிடி மணிக்கணக்கா கடல போடுறியே, எப்பிடி டெலிபோன் பில் கட்றா?"

இந்தப் பெண்கள், காதல் பற்றி இந்த அந்தோனிக்கு எதுவுமே தெரியவில்லை. காதலர்கள் எப்படி சீவியம் நடாத்துகிறார்கள் என்றோ, எது அவர்களுக்கு அத்தியாவசியத் தேவையாய் இருக்கிறது என்றோ அண்ணருக்குத் துளிகூட அறிவில்லை. இப்படியே எதையும் அனுபவிக்காமல், வெள்ளந்தியாகவே பரலோகம் எய்திவிடுவானோ என்று பயமாய் இருக்கிறது.

"போன வாங்கித் தந்தவளுக்கு பில் கட்டத்தெரியாதாடா...?"

"அப்பிடியெண்டா...?"

"அப்பிடியெண்டா, நான் பேசுவன். அவள் பில் கட்டுவாள்!"

அந்தோனி திடும் என நிமிர்ந்து என்னை ஆவேசத்தோடு பார்த்தான்.

"என்ன ஜென்மம்டா நீ?"

56

அவள் உடலை அப்படிப் பார்த்தபோது எனக்குள் பெருங்காமம் வெடித்தது. இப்படியெல்லாமா நகரத்தில் ஆடையணிவார்கள் பெண்கள். இளம் நீல நிற மேல்சட்டையைக் கிழித்துக்கொண்டு வெளியில் குதிக்கப்போவது போல் இருந்தன அவளுடைய பருத்த மார்பகங்கள். எதற்காக இத்தனை இறுக்கத்தில் ஆடையணிந்து அவயங்களைச் சித்திரவதை செய்ய வேண்டும்? கூடவே, வயிற்றோடும் பிருட்டத்தோடும் ஒட்டிய குட்டைப் பாவாடை என் நரம்புகளை இழுத்தது. தொடையின் பளிங்குத் தோல் கிறங்கடித்தது.

எனக்குள் வெந்நீர் கொதிப்பதுபோல் ஒரு சத்தம். அடிவயிற்றில் மயிலிறகு கொண்டு வருடுவதுபோல் இன்னுமொரு விசித்திரமான உணர்வு.

சிருஷ்டிக் கலை இவளைப் படைத்த பின்னர்தான் திருப்தி கண்டிருக்குமோ என்னவோ.

உண்மையைச் சொன்னால், இங்கு நாகரீகமான ஆண்களென்று யாருமில்லை என்று தோன்றுகிறது. அத்தனை ஆண்களும் சந்தர்ப்பங்களால் செலுத்தப்படுபவர்களே தவிர வேறொன்றுமில்லை. அவர்கள் முன் விரியும் வாய்ப்புகளே கடைசியில் அவர்களை யார் என்று தீர்மானிக்கிறது.

ஏன் இப்படிச் சொல்கிறேன் என்றால், ஆண்களிடம் திணிக்கப்பட்டிருக்கிற மனதுக்கு ஸ்தூலமான பிடிமானமென்று ஒன்றில்லை. அவ்வப்போது சறுக்குவதும், மூக்கை உடைத்துக்கொள்வதும், மீண்டும் நாகரீகக்

கட்டில் போய் ஒய்யாரமாய் அமர்ந்துகொள்வதும் அதன் அடிப்படைக் குணமாய் இருக்கிறது. இதைச் சிலரால் மட்டுமே வெற்றிகரமாகக் கட்டுப்பாட்டிற்குள் வைத்துக்கொண்டு பொறியிலிருந்து தப்பித்துக்கொள்ள முடிகிறது.

ஆனால் நானோ இயலாமை என்ற பெருவெளியில் மிதந்து கொண்டிருக்கின்ற ஒரு சாதாரண ஆன்மா. குருடனாக இருந்துவிட்டால் மட்டுமே என்னால் நல்லவனாகவும், நாகரீகமானவனாகவும் இருக்க முடியுமென்று ஆகிவிட்ட ஆள் நான். எவ்வளவு கவனமாக இருந்தாலும், ஒரு சிறு நீவலும், ஒரு அங்குல சதையும் என் அத்தனை நாகரீகக் கட்டுகளையும் சடக்கென்று உடைத்துவிடுகின்றன. நான் பெண்கள் மட்டில் அதிசிரத்தையோடு இருப்பது இதனால்தான்.

அன்று அவளை நான் நெருங்கியிருக்காவிட்டால் என் நாகரீக முகமூடி தப்பியிருக்க வாய்ப்புண்டு. என்ன செய்வது, அடியேனோ ஒரு பனிக் குவளம். சூடான இடத்தில் திமிராக உட்கார்ந்திருக்க முடியாது.

மெதுவாக அவள் அருகில் போய் அமர்ந்தேன். மேல்சட்டைக்கும் பாவாடைக்கும் இடையில் தெரிந்த இடைவெளியில் ஆட்காட்டி விரலால் வட்டம் வரைந்தேன். முதல் சுற்றில் நிவேதா கிறங்கி நெளிந்தாள். இரண்டாம் சுற்றில் பூமாலை போல சட்டெனத் தோளில் சாய்ந்தாள். அவள் மேல் என் விரல்களை சிறிய சர்ப்பங்களாய் ஊர விட்டேன். அவை அவள் மேல் ஏறி, ஊர்ந்து, அவளுடைய பிருட்டத்தை மெதுவாய் அழுத்தியது. ஜலம் நிறைக்கப்பட்ட பலூன்களின் வழுவழுப்பை உணர்ந்தேன். சதைப்பிடிப்பான பருமன் உள்ளங்கைக்குள் பிடிபட மறுத்தது. நிவேதாவின் மெல்லிய முனகல் காற்றில் பரவியது. கூடவே வெட்கம் கொப்புளிக்கும் ஒரு சிணுங்கலை கவனித்தேன். வானம் பிளந்து மண்டைக்குள் மின்னல் இறங்குவது போலிருந்தது எனக்கு.

அதிர்ச்சி ஊடுபடர்ந்துவிட்ட என் இதழ்களில் தன் ஈர இதழ்களைப் படரவிட்டாள் நிவேதா.

முத்தம் என்கிற ஒரு அதி உன்னத தீர்த்தம் என் நாவில் கொட்டியது. தன்னுடைய விரல்களையும் சர்ப்பங்களாக்கி என் தசை மேடுகளில் ஊர விட்டாள். பின்னர் சர்ப்பங்களை அகற்றிவிட்டு கிடைத்த இடத்திலெல்லாம் இதழ்களை மயிலிறகாக்கினாள். அந்த ஈர முத்தத்தில் தோய்ந்துவிட்ட எரிமலை வெடித்துச் சிதறும் தருணம் மிகவும் அருகில் வந்து நின்றது. எனக்குள்கூட வெட்கத்தின் முளைகள் அரும்பின. அவளுடைய முனகல் வலுத்தது. வெட்கம் திரைந்து வழிந்தது.

அப்படியே அவளை அள்ளியெடுத்து அருகிலிருந்த சோபாவில் கிடத்தினேன். சித்திரப் பெண் முகம் விகசித்தாள். வரிந்த போட்ட

வாழைப்பூ தேகம் உலகின் அத்தனை புனிதத்தையும் திரட்டி வைத்திருந்தது. உதடுகளில் உச்சம் நிறைக்கும் போதை அதிகரித்துக் கொண்டே போனது.

ஆண்டவரே, இப்படியுமா ஒரு சித்திரத்தை இப்பிரபஞ்சத்தில் நீ சிருஷ்டித்து வைத்திருக்கிறாய்?

கண்களில் விரிந்து கிடக்கும் என் களவாணிப் பார்வையில் துளிக்கூட சலனம் இல்லை. நுனி மூக்கில் வியர்வை விளிம்பு கட்டியிருந்தது. அந்த பவித்திரமான பூகோளங்கள் காமச்சூட்டில் எழும்பித் தணிந்தன. வஸ்திரம் நீக்கி நடு இடையில் முத்தம் பதித்தேன். திடீரென ஒரு துள்ளல். கழுத்தை இறுகப் பிடித்துக்கொண்டு இணைவில் கிறங்கினாள். என் முகத்தைப் பிடித்து மேலே இழுத்துக் கொண்டுபோய் தன் நடு மார்பில் தொம் என எறிந்தாள். வலிக்காத வீழ்கை. எழ முடியாத பள்ளம். இரண்டு நிமிட மௌனப் போரை முடித்துக்கொண்டு தலையை நிமிர்த்திய போதுதான், அவள் எதையோ பேச உன்னிக்கொண்டிருப்பது தெரிந்தது.

“அதுசரி, அம்மா மட்டும் வேலைக்குப் போகாம வீட்டிலயே இருக்கிறவ எண்டா இதுக்கெல்லாம் என்ன பண்ணியிருப்பா?”

“கனவில கப்பல் ஓட்டியிருப்பன்...”

“ஹா...ஹா... அதென்ன கப்பல் ஓட்டுறது?”

“அதாவது துடுப்ப பிடிச்சு இழுத்து இழுத்து முன்னேறுறது...”

“ஏய் ஏய் பொறு பொறு... என்ன நினச்சுக்கொண்டா இல்ல...”

“தெய்வமே... கதைய விடு...”

அதற்கு மேல் விளக்கம் கொடுக்க வேண்டாம் என்று தோன்றியது. அவளுடைய கேள்விகளுக்கெல்லாம் தெளிவாக பதில் சொல்லும் அளவுக்கு நான் ஆளுமை பெற்றிருக்கவில்லை.

சரி, அதை விடுங்கள். முக்கியமான சமாச்சாரம் ஒன்று இருக்கிறது. இன்று நிவேதாவைத் தேடிக்கொண்டு வந்ததற்கு அதுதான் காரணம். ஆனால் வந்த நோக்கத்தை விட்டுவிட்டு எப்படி கழிசறை வேலை பார்த்துக்கொண்டிருக்கிறேன் பாருங்கள்.

“நிவேதா ஒண்டு கேக்கணும்...”

“அதுக்கு முதல் நான் ஒண்டு கேக்கணும்.”

“சரி கேளு...”

"நீ என்னைய ஏமாத்த மாட்டியே?"

இப்படியான விசித்திரச் சிந்தனைகள் பெண்களுக்கு அடிக்கடி உதிப்பதுண்டு. தாங்கள் நம்பிக்கையோடு முன்னெடுக்கும் ஒரு காரியத்தில் அவர்களுக்கே உண்டாகும் திடீர் அவநம்பிக்கை அது. இங்கு அதிகமான இளம் பெண்களின் மிகப் பெரிய சிக்கலே இந்த மனப்பயமும், அதீதமான கற்பனா சக்தியும்தான். இக்கற்பனா சக்தியை நீங்கள் 'சந்தேகம்' என்றுகூட எடுத்துக்கொள்ள முடியும். தவிர, ஆண்கள் எதிலும் 'சீரியஸே' இல்லாத ஜென்மங்கள் என்கிற கற்பிதம் அரைவிழுக்காட்டுக்கும் அதிகமான பெண்களிடம் உண்டு. இங்கு பற்ற ஆரம்பிக்கும் கங்கில்தான் மேலே எரிந்து பெரும் சந்தேகச் சுவாலையாக முடிந்து இருவருடைய ஒட்டு மொத்த உலகத்தையும் எரித்துவிடுகிறது.

நிவேதாவுடைய அக்கேள்வி வந்து இரண்டு நிமிடங்கள் கடந்தும் எனக்கு என்ன பதில் வைக்க வேண்டும் என்று தோன்றவில்லை. ஆனால் என்னிடமிருந்து அவள் எதிர்பார்க்கும் பதில் என்னவென்று தெளிவாகத் தெரியும். குறித்த பதிலை எதிர்பார்த்துக்கொண்டு கேள்வியை உண்டாக்கி எறியும் மனநிலை எப்படியானது?

நம்பிக்கையற்ற உறவில் எனக்கு ஆர்வமில்லை என்பதை அவளிடம் பல தடவைகள் அழுத்தமாகச் சொல்லியிருக்கிறேன். ஆனால் அது அவளுடைய பயத்தில் ஒரு குண்டூசியைத்தன்னும் இதுவரை நகர்த்தியதாய்த் தெரியவில்லை. பயத்திலிருந்துதானே சந்தேகமும் அவநம்பிக்கையும் பிறக்கிறது? இதைச் சொல்லும்போதெல்லாம் செக்கு மாடு போல தலையை ஆட்டிவிட்டு பின்னர் அதே கேள்வியையே மீண்டும் மீண்டும் கேட்டு வைக்கும் இவளை என்ன செய்வது?

உடனே நிலைமையைச் சுதாகரித்துக்கொண்ட நிவேதா தன்னுடைய கீழ் உதட்டைக் கடித்துக்கொண்டு "ஓகே ஓகே சொரி... சும்மாதான் கேட்டன்..." என்றாள். குரல் குழைந்தது. ஆனால் அவளுடைய 'சும்மாவில்' மட்டும் எனக்கு உடன்பாடு இருக்கவில்லை.

பெண்கள் சொல்லும் இந்த 'சும்மா' இருக்கிறதே, அதன் உண்மையான அர்த்தம் 'சும்மாவே' அல்ல என்று நீங்கள் புரிந்துகொள்ள வேண்டும். அதற்குப் பின்னால் பெரும் உலகப் போர்களை உண்டாக்கவல்ல அரசியல் குளறுபடிகள் பொதிந்து கிடக்கின்றன. அதை நாம் கிண்டி எடுத்துத் தீர்த்துவைக்காவிட்டால் மறுநாளே பூகம்பம் வெடிக்க வாய்ப்புகள் உண்டு. வெடித்துவிட்டால் காப்பாற்றிக்கொள்ள முடியாதபடி உங்கள் மண்டை சிதறும். மூளை உருகும். "இதக்கூட உன்னால புரிஞ்சுகொள்ள முடியலயே..." என்ற பெரும் பழி உங்கள் தலைமேல் வந்து விழும்.

தவிர இந்த இடத்தில் இன்னுமொன்றையும் கவனிக்க வேண்டும். "எதையும் வெளிப்படையாச் சொன்னாத்தானே தெரியும்!" என்று மட்டும் நீங்கள் நியாயத்தைத் தூக்கிப்பிடித்துக்கொண்டு போய்விடக்கூடாது. அப்படிப் போய்விட்டால் அடுத்த பெரும் யுத்தத்திற்கான துரும்பையும் நீங்களாகவே எடுத்துக் கொடுத்து விடுவீர்கள். கடைசியில் "நான் ஒரு லூசுக்கூந்தல்!" என உங்களையே நீங்கள் சபித்தபடி விசர் பிடித்து உட்கார்ந்துகொள்ளும்படியாய் மாறிவிடும் உங்களுடைய வாழ்க்கை.

சரி, அந்த "சும்மாவுக்குப்" பின்னாலுள்ள பிரளயத்தை ஆரம்பி என்பதுபோல நிவேதாவைப் பார்த்தேன்.

"மதன், உங்கட அம்மா அப்பா உங்களுக்குக் கலியாணம் பாக்குறாங்க..."

முதல் நாள் மன்னாருக்கு வந்த அம்மாவும் அப்பாவும் நிவேதாவுடைய பெற்றோரோடு இரண்டு மணி நேர வட்ட மாநாடு கூட்டியதைப் பற்றிச் சொல்கிறாள் என்று புரிந்தது. அதைப் பற்றிக் கேட்கவேண்டும் என்றுதான் நானும் இன்று நிவேதாவைத் தேடிக்கொண்டு வந்தேன்.

"ஓஹ்... அதுக்கு முதல் அவங்க என்ன கதைச்சவங்க எண்டு முழுசா சொல்லலியே நீ..."

"அததான் சொல்றன். உனக்குக் கல்யாணம் பாக்குறாங்க!"

"ஆச்சரியமா இருக்கு... இதப் பத்தி அம்மா அப்பா என்னட்ட ஒரு வார்த்தகூட பேசலயே..."

"அவங்க அண்டைக்கு கதைச்சதப் பாத்தா எல்லாத்தையும் பேசி முடிச்சிட்டாங்க போலதான் கிடக்கு..."

"சான்சே இல்ல."

"என்ன சான்சே இல்ல? இருக்கு. இதில ஃபாதருக்கும் பெரிய பங்கு இருக்குனு நினைக்கிறன். எங்க அம்மாதான் புரோக்கர் போல... எனக்குத் தெரியும், இப்பிடி மாமா வேல பாக்கிறதில மனுசி பேய்க் கெட்டிக்காரி!"

"என்னடி சொல்லுற?"

"பொண்ணுட போட்டோவ கூட பாத்தேனே!"

"என்னது? போட்டோ பாத்தியா? சும்மா உளராத..."

"நான் எதுக்கு உளரணும்..."

நான் நாற்காலியின் நுனிக்கு நகர்ந்தேன். நாடி படக் படக்கென அடித்தது. கலியாணம். இதுகாறும் கற்பனைக்குக்கூட எடுத்துக்கொள்ள

நினைக்காத ஒரு தலைப்பு.

"அண்டைக்கு போன்ல சொன்னன்தானே. இதப் பத்திதான் பேசிக்கொண்டிருந்தாங்க... எல்லாம் முற்றுப் பெற்றிற்று எண்டுதான் நினைக்கிறன். எனக்கேதோ அவங்க அண்டைக்கு வீட்டுக்கு வந்தது இதப்பத்தி பேசத்தான்னு தோணுது. போட்டோ எல்லாம் புளங்கிற அளவுக்கு விசயம் நிச்சயம் சீரியஸாதான் இருக்கோணும். இதுக்கெல்லாம் இன்னொரு முக்கிய காரணம் யாரெண்டு நினைக்கிறா... இந்த லூசு ஃபாதர்!"

பெருமூச்சோடு ஆச்சரியக் குறியைப் போட்டாள் நிவேதா. அவளுடைய முகத்தில் வியாபித்த வியாகூலம் என் கண்களைப் பனிக்கச் செய்தது. இப்பொழுது நான் என்ன செய்ய வேண்டும் என்று தெரியவில்லை. எச்சிலை விழுங்க விழுங்க தொண்டை வறண்டது.

"அப்பா ஏன் இப்பிடிடியல்லாம் பண்றார்? ஒரு சத்தம்கூட என்னட்ட கேக்காம. ச்சே!"

"எல்லாம் சரி வந்தப்றம் கேப்பாங்க... அதோட இன்னொரு சஸ்பென்ஸ் இருக்கு. கேக்கிறியா?"

"சொல்லு!"

"அந்த போட்டோவ நான் பாத்தன்!"

"ஐயையோ... உண்மையாவா?"

"ம். உங்க அம்மா அப்பாட்ட காட்டிற்று மேசயில போட்டிருந்தாங்க அம்மா. நான் அத நைஸா பாத்திட்டன்."

எனக்கு விசர்ப் பிடித்தது. முன்னாலிருந்த நிவேதா மறுபக்கம் தலையைத் திருப்பிக்கொண்டு எதையோ யோசித்துக் கொண்டிருந்தாள். மௌனக்காடு அடர்ந்து கொண்டிருந்தது.

பெரும் நம்பிக்கைக்கு எதிராக இழைக்கப்படும் துரோகம் எத்தனை கொடூரமானது என யோசிக்க ஆரம்பித்தேன். இல்லை, என்ன நேர்ந்தாலும் இந்தத் துரோகத்தை இவளுக்கு என்னால் செய்ய முடியாது. அப்படியெனின் அம்மா – அப்பா – ஃபாதர் பேச்சு? கிடக்கட்டும். சொல் பேச்சு கேட்காத பிள்ளை என்ற பழி கிடைக்கும். வேறென்ன? இந்த அப்பாவிப் பெண்ணின் நம்பிக்கைமீது சொருகப்படும் துரோகத்தைவிட அதுவொன்றும் கொடுமையானதில்லை.

"அம்மா அப்பா அந்த போட்டோவில இருக்கிற பொண்ண கட்டிக்க எண்டா என்ன செய்வீங்க மதன்?"

நச். பயங்கரமான கேள்வி!

இப்படியொரு கேள்வி என்னிடம் கேட்கப்படும் என்றுதான் இவ்வளவு நேரமும் பயந்து கொண்டிருந்தேன். இக்கேள்விக்குப் பின்னால் இருக்கும் துயரம் சாதாரணமானதல்ல. அந்தக் கேள்வி நிகழ்த்தும் சம்பவத்தை என்னால் கற்பனை செய்துகூடப் பார்க்க முடியாது.

"நான் எப்பிடி..." வார்த்தைகளை முடிக்கத் தெரியாமல் இடறினேன். துயரம் என்னைப் பெரும் வாய்கொண்டு விழுங்கிக்கொண்டிருந்தது.

"நான் கேட்ட கேள்விக்கு இது விடையில்ல மதன்."

"என்னடி லூசுத்தனமா கதைக்கிறா? என்னால எப்பிடி இன்னொருத்தியக் கட்ட முடியும்? அத என்னால நினைச்சுக்கூட பாக்க முடியாது. என்ட முடிவில நான் எப்பவுமே தெளிவா இருக்கிறன். அது நீதான்!"

மனவுறுதியை வார்த்தைகளால் பிரஸ்தாபித்தேன். குரல் என்னையறியா மலேயே தடித்து அழுத்தமாய் விழுந்தது. தன்னம்பிக்கையின் ஆகிருதியைச் சரியாக வெளிப்படுத்திவிட்டேன் என்று தோன்றியது. நிவேதா எவ்வித சலனமுமின்றி என்னையே விறைத்துப் பார்த்துக்கொண்டிருந்தாள்.

"அந்த போட்டோ இன்னும் அந்த மேசைக்கு மேலதான் கிடக்கு..."

அவள் கேள்வியைக் கேட்காமலேயே நான் விடையை வைத்தேன். "வேண்டாம்!"

அதை நான் பார்க்க வேண்டும் என அவள் மீண்டும் மீண்டும் என்னை வற்புறுத்தினாள். காரணம் புரியவில்லை. தன்னைவிட அவளொன்றும் அழகில்லை என்பதை நிரூபிப்பதற்காக இருக்கலாம்.

"சரி, முடிவு உங்க கையில. அதுக்கும் இந்த போட்டோவ பாக்குறதுக்கும் எந்த சம்மந்தமும் இல்ல. சும்மா ஒருக்கா பாருங்க. நாளைக்கு வருத்தப்படக்கூடாதில்ல..."

அது கொஞ்சம் நாடகத்தனமாக இருந்தாலும், அவளுடைய சுரத்தில் தெளிவு இருந்தது.

"தேவல்ல."

"ப்ளீஸ், எனக்காக ஒருக்கா பாருங்க மதன். எனக்காக... ஏனெண்டு தெரியல, ஏதோ குற்ற உணர்வா கிடக்கு... மனசு படபடக்குது..."

"..."

"ப்ளீஸ்..."

என்ன கொடுமை இது. இந்தப் படத்தைப் பார்த்து அப்படி என்னதான்

ஆகிவிடப் போகிறது? எதற்காக இவள் என்னை இப்படி நச்சரித்துக் கொண்டிருக்கிறாள்?

“செல்லம், இங்க பாரு. நீ வற்புறுத்துறதால அதப் பாக்க சம்மதிக்கிறன். மற்றும்படி அதப் பாக்க வேணும் என்ற எந்தத் தேவையும் எனக்கில்ல. நீதான்... நீ மட்டும்தான் என்ட உலகம். புரியுதா?”

“ம். புரியுது. சம்மதிச்சதுக்கு தாங்ஸ்.”

நிவேதா எழுந்து வேகமாக அறைக்குள் போனாள். அதே வேகத்தில் திரும்பி வந்தாள். இரண்டு கைகளையும் பின்னால் கட்டி அதற்குள் புகைப்படத்தை மறைத்துக்கொண்டு நின்றாள். இமைகளைத் தூக்கி “தயாரா?” என்றாள். நான் சரி என்றபோது முன்னால் எடுத்து கையைத் திடும் எனத் திறந்தாள். உள்ளே புகைப்படம்.

அதைக் கையில் எடுப்பதற்கு முன் அவளை ஒரு தடவை நிமிர்ந்து பார்த்தேன். முகத்தில் அப்படியொரு இறுக்கம். கன்னத்தசையில் ரத்தம் கட்டியிருந்தது. அடுத்த நிமிஷமே அழுகை வெடித்துவிடும்போல் இருந்தது. நுனி மூக்கில் மெல்லிய நடுக்கம்.

அவளுடைய கைக்குள் தலைகீழாகக் கிடந்த அப்புகைப்படத்தை எடுத்துத் திருப்பிப் பார்த்தேன். பகீர் என்றது.

என்ட கர்த்தரே, இவளா?

57

அப்புகைப்படத்தைப் பார்த்துவிட்டு திக்பிரமை பிடித்து கதிரையில் விழுந்துகிடந்த என்னை நிவேதா நெருங்கி வந்தாள். இறுக்கமும் தளர்ச்சியும் முகத்திலிருந்து கொஞ்சம் இறங்கிவிட்டிருந்தன. எனக்கோ அவளை நிமிர்ந்து பார்த்தபோது தலைகால் தெரியாத கோவம் பற்றியெரிந்தது. அருகில் வந்த நிவேதா தன் இறுக்கமான சட்டையைத் தொடைவரை இழுத்துவிட்டுக்கொண்டு, இரண்டு கால்களையும் இரண்டு பக்கமாகப் போட்டு, சௌகரியமாக என் மடியில் ஏறி அமர்ந்தாள். கையிலிருந்த புகைப்படத்தைத் தூக்கிப் போட்டுவிட்டு அவள் இடையைச் சுற்றி என் கை வேலியை நட்டினேன். மூக்குக்கு வெறும் மூன்றே சென்டிமீட்டரிலிருந்த அவளுடைய விரிந்த மார்புகள் என்னுடைய முகத்தை விழுங்கத் தயாராய் இருந்தது. நாணம் பற்றிக்கொள்ள, பரிபூரண நெருக்கம் கொடுத்த சூட்டில் கனன்றபடி மூலை உதட்டில் சிரித்தாள்.

“லூசு… எதுக்குடி இவ்வளவு பெரிய ட்ராமா? ஹாட் அட்டக்கே வந்துட்டுது தெரியுமா?”

“ஹா ஹா… எப்பிடி நம்ம பெபோமன்ஸ்?”

“விளையாடுற விசயமா இது? கடவுளே… என்ன பாடு படுத்திட்டா…”

“ஐ லவ் யூ. இதெல்லாம் ஒரு டெஸ்ட்தான். நல்லவேள, நீ பாஸ் பண்ணிட்டா. தப்பித்தவறி போட்டோவில என்னவிட ஒரு சூப்பரான ஃபிகர் இருந்திருந்தா எனக்கு அல்வா குடுத்திருப்பாதானே?”

"அந்த பாக்கியம்தான் எனக்கு கிடைக்கலையே..." என கலகலவென சிரித்தேன். அவளோ தன் பூண்டுப் பற்களால் என் மூக்கைக் கவ்வினாள்.

நிவேதா கொடுத்த அந்த புகைப்படத்தில் இருந்தது வேறு யாருமல்ல, அவளேதான். புகைப்படத்திலிருந்த நீலச்சட்டை நிவேதா என்னைப் பார்த்து கரும் மடல்கள் வெட்ட இளநகை புரிந்தபோதுதான் அவளது நாடகம் எனக்குப் புரிந்தது. குசும்புக்காரி. இப்படியா ஒருவனை பத்து நிமிடம் கல்வாரியில் ஏற்றி வைத்து சித்ரவதை பண்ணிவிட்டு திடீரென பரலோகத்தைக் காட்டுவது?

உண்மையிலேயே அப்புகைப்படத்தைப் பார்க்கும் வரையான அந்தப் பத்து நிமிடங்கள் கொடுத்த துயரம் கொஞ்ச நஞ்சமல்ல. அதை தான் பார்த்து ரசிக்க வேண்டும் என்ற லட்சியத்தை அவள் சாத்தியமாக்கிக் கொண்டாள். ஆரம்பம் அவஸ்தை என்றாலும் அந்த 'சேப்ரைஸ்' எனக்குப் பிடித்திருந்தது.

அதன் பின்னர் அன்று அம்மா அப்பாவிடம் நிவேதாவின் பெற்றோர் பேசிய அத்தனையையும் விஸ்தாரமாகப் பிரஸ்தாபித்தாள் நிவேதா. ஒட்டு மொத்த சம்பவத்திலும் ஃபாதர் புகுந்து விளையாடியிருப்பது தெரிந்தது. அன்று நிவேதாவின் புகைப்படத்தை என்னுடைய அம்மா அப்பா பார்த்தபோது எப்படி சந்தோஷப்பட்டிருப்பார்கள் என்பதை என்னால் கற்பனை செய்துகூடப் பார்க்க முடியவில்லை. காதலை மதித்து, ஏற்றுக்கொண்டு, முறைப்படி அம்மா அப்பாவை அழைத்துப் பேசிய நிவேதாவின் பெற்றோர் மீது எனக்கு மரியாதை இரட்டிப்பாகியது.

கத்திச் சண்டையில் வந்து முடியும் என எதிர்பார்க்கப்பட்ட எங்கள் காதல் திடிரெனச் சோத்துப் பந்தியில் வந்து நின்றது. உண்மையில் நான் எதிர்பார்த்ததுபோல நிவேதாவின் அம்மா, என்னை கழுத்தைப் பிடித்து வெளியே தள்ளி காவல்துறையில் முறையிட்டிருக்க வேண்டும். ஆச்சரியப்பட்டிருக்கமாட்டேன். அதுதானே நம் சமூக வழக்கம். இது பெரும் முரணாகவல்லவா இருக்கிறது?

கடும் கறாரான ஒரு 'கலாச்சார' மனுசி, திடீரென மகளை இந்தாவென்று ஒரு மீனவனிடம் தூக்கிக் கொடுத்துவிட்டு சாந்த சொரூபியாக மாறிவிடும் போது இந்த உலகம்தான் எத்தனை திவ்யமானதாக மாறிவிடுகிறது.

அன்று நிவேதாவை முதன்முறை "பொண்டாட்டி" என்று அழைத்தேன். காதலில் மட்டும்தான் சிறுபிள்ளைத்தனம்கூட கிளுகிளுப்பாய் இருக்கிறது. குழைந்த கன்னக் குழியில் சிரித்துக்கொண்டு மார்பில் சாய்ந்தபடி, "புருஷா" என்றாள் நிவேதா. அகத்தின் தாபங்களை மற்றவர் புரிந்துகொள்ள ஆரம்பித்துவிட்டோம். அவளுடைய முகத்தை

நிமிர்த்தி நெற்றியில் முத்தமிட்டேன். அவளுடைய முகத்தில் நிலவு முழுமை கட்டியிருந்தது. கண்களில் நட்சத்திரங்கள் பிரகாசமாய் ஒளிர்ந்தன.

மறுபுறம் ஃபாதரை நினைத்தால் “என்ன மனுசன்டா இவர்?” என்று எண்ணத் தோன்றியது. எங்களுடைய காதல் விவகாரத்தில் அவருடைய சொல்தான் இறுதி முடிவைத் தீர்மானிக்கும் சக்தியாக இருந்திருக்கும் என்று தெரியும். அவருடைய சிபாரிசுக்கு அத்தனை வலு உண்டு. சாதாரணமாக எங்கள் ஊரில் சுவாமி சொல்லிவிட்டால் மலையைக்கூட பெயர்த்துவிடுவார்கள் பக்தகோடிகள். மன்னார் மாவட்டத்தில் இழையோடியிருக்கும் வேத பாரம்பரியம் அப்படி.

ஆஸ்பத்திரியிலிருந்து காலில் கட்டோடு போய்ச் சேர்ந்த நாள் முதல் இன்று வரை எனக்குத் தேவையான அத்தனையையும் பார்த்துப் பார்த்துச் செய்துகொடுக்கும் இந்த மகானின் திருவிளையாடல்கள் பிரமிப்பை உண்டுபண்ணியது. சக மனிதன் மீது கொள்ளும் தெய்வீக தாட்சண்யம் எத்துணை மகத்தானது என்று பாருங்கள். அப்போதே ஓடோடிப்போய் ஃபாதரின் பாதாரவிந்தங்களில் விழுந்து எழும்ப வேண்டும் என்று தோன்றியது.

குருக்களாக இருக்கும் பலரில் ஒரு சிலருக்குத்தான் தங்களை இப்படி மனிதகுல மீட்பராக மாற்றிக்கொள்ளும் வல்லமை அருளப்பட்டிருக்கிறது. ஃபாதர் ஜேம்ஸ், என்னைப் போன்ற பல எளிய ஜீவன்களுக்கு மீட்பராக இருந்தார். இதை “ஃபாதர் என்னுடைய லவ்வைச் சேர்த்து வைத்தார்” என்பதற்காக ஒப்புக்குச் சொல்லவில்லை. உண்மையிலேயே அவர் ஒரு பரிசுத்தமான மனிதர். தேவகிருபையைப் பொழிவதற்குத் தோதான ஆன்மா. மனிதர்களை பரிபூரண சுத்தியோடு அர்ச்சிக்கும் கடவுள்.

நிவேதாவின் பெற்றோருக்கு விசயம் தெரிந்ததும், அவர்கள் ஃபாதரிடம் போய் சரணாகதியடைந்து அறிவுரை கேட்டதும், ஃபாதர் தன் ஆசீர்வாதத்தைப் பொழிந்து அப்பாவிடம் பேசியதும், அப்பா அதை உடனடியாகவே நிவேதாவின் பெற்றோரிடம் பேசி விடயத்தை முடித்ததும்... அப்பப்பா, எவ்வளவு சீக்கிரத்தில் நடந்து முடிந்துவிட்டது இந்த நீண்ட பயணம்.

நம்மைச் சுற்றியிருக்கும் அத்தனை மனிதர்களும் நல்லவர்களாகவேதான் இருக்கிறார்கள். என்ன, நமக்குத்தான் அவர்களின் நற்குணங்களைச் சம்பாதித்துக்கொள்ளும் சூட்சுமம் தெரியவில்லை.

அவ்வளவு நேரமும் செத்த பிணம் போல கிடந்த அந்தோனிக்கு அப்பொழுதுதான் ரேடியோவின் சத்தத்தைக் கூட்ட வேண்டும் என்று

தோன்றியது. ரேடியோவின் சத்த பொத்தானைத் திருகவும், அந்தப் பெண் செய்தி அறிக்கையைப் படிக்கவும் சரியாயிருந்தது.

“இடம்பெயர்ந்து தற்காலிக முகாம்களில் இருக்கும் மக்களை சொந்த இடங்களில் மீள்குடியமர்த்தும் அரசாங்கத்தின் நடவடிக்கைகள் நாளை முதல் ஆரம்பமாகவிருப்பதாக...” என்றபோதே அந்தோனி கதிரையிலிருந்து குதிக்க ஆரம்பித்துவிட்டான். எங்களுக்கு ஆச்சரியம் தாளவில்லை. அரச வானொலியில் எப்போதாவது இருந்துவிட்டுத்தான் இப்படி உருப்படியான செய்திகளைச் சொல்லுவார்கள். இன்று மிகவும் உருப்படியான செய்தி. மனம் மகிழ்ச்சியால் பூரணமாகிப் பொங்கியது.

எனக்குள் நீண்ட நாட்களாக அழுத்திக்கொண்டிருக்கும் மனச் சுமையொன்று திடீரென கழன்று விழுந்தது போலிருந்தது. எத்தனை நாட்கள் கனவில் மட்டும் வந்து போன செய்தி அது. அந்தோனி உடனடியாக தொலைபேசியை எடுத்து மெனிக்பாமிலுள்ள அம்மாவுக்கு அழைப்பெடுத்தான்.

அழைப்பை எடுத்த அந்தோனியின் தங்கச்சி செய்தியைக் கேட்டதும் முகம் மலர்ந்தாள். ஆனால் அதை அவனுடைய அம்மா கேட்டபோது அவளுடைய குரலில் களிப்பில்லை. துருவாய் இறுகிவிட்டிருந்த சலிப்பு வார்த்தைகளில் ஒலித்தது.

“அங்க போய்தான் என்ன தம்பி செய்யிறது? இங்க எண்டாலும் இந்த நிறுவனக்காரங்க அத இதக் கொண்டுவந்து குடுக்கிறாங்க. றேசன் சாமானும் ஒழுங்காக் கிடைக்குது. அங்க போயிட்டா இது எதுவும் கிடைக்காது.”

அந்தோனியின் அம்மா சொல்வதிலும் பிழையில்லை. முகாமில் கிடைக்கும் அத்தனை சலுகைகளும் சொந்த ஊருக்குச் சென்றுவிட்ட பிறகும் கிடைக்கும் என்றில்லை. தொண்டு நிறுவனங்கள் அவர்களை அடியோடு மறந்துவிடலாம். மக்கள் தங்கள் தங்கள் சொந்த ஊர்களுக்குத் திரும்பிவிட்டார்கள், அவர்கள் தேவைகளை அவர்களே பார்த்துக்கொள்வார்கள் என்ற முன்முடிவுக்கு அவர்கள் வந்துவிடுடக்கூடும்.

“டேய், இவ்வளவு நேரமும் எங்க போனா?”

“கீழதான் இருந்தன்...”

“ஓ... அம்மாப்பா விளையாட்டா...”

“செருப்பு...”

“செய்தி கேட்டியா...?”

“ம்... அப்ப நாம ஊருக்கு திரும்பப் போப்போறமா?”

“இப்பதா உசிரே வந்தமாரி இருக்கு...”

“பட்டக்காடு... ஒண்டு ரெண்டில்ல... நாலு வருசம்டா...”

பட்டக்காடு என நான் அழுத்தமாக உச்சரித்தபோதே மண்டைக்குள் பட்டாசு வெடித்தது. அடி ஆழத்தில் முளைத்த பேருணர்வு முழு சரீரத்தையும் நிறைத்து மூடியது.

“சரி... பிறகு உங்க உத்தம பத்தினி என்னவாம்?”

அந்தோனியின் குசும்புக்கு நேரகாலம் கிடையாது. அவனுடைய கண்களில் வெட்டிய நக்கலைக் கண்டுகொள்ளவில்லை.

“ஒரு குட் நியூஸ் இருக்கு...”

“குட் நியூசா... சான்சே இல்லையே...”

“அதான்டா... என்னாலயே நம்ப முடியல...”

“என்ன விசயம் சொல்லு?”

“நிவேதா வீட்டில எங்க லவ்க்கு ஓகே சொல்லிட்டாங்க.”

“என்னடா சொல்றா? ஓகே சொல்லிட்டாங்களா? சுத்த அநியாயமால்லா கிடக்கு. வெட்டுக்குக்குத்து இல்லாமலா... என்னடா சொல்ற?”

நான் சிரித்தேன். அவன் கேட்பதும் சரிதான். நான் சொன்னேனே, வெட்டுக் குத்து கொலை என்று வரவேண்டிய காதல் இது.

“ஃபாதர் புண்ணியத்தில புஷ் எண்டு பொயிட்டு”

“அவங்க அம்மா அம்புட்டு நல்லவ கிடையாதேடா. அந்த மனிசி இவ்வளவு சீக்கிரமா சம்மதிக்குமெண்டு... ம்ஹ, வாய்ப்பேயில்ல...”

“இல்லடா. போனகிழம அம்மா அப்பா வந்திருந்தவங்கதானே. ஏதோ பெரும் கதையாக் கிடந்திச்சு எண்டேனே. இதப் பத்திதான் பேசியிருக்காங்க. நிவேதாவும் அந்த கதைகள கேட்டுக்கொண்டுதான் இருந்திருக்கிறாள்.”

“இதுவொரு உலக மகா அதிசயம் இல்லையா நட்பு?”

“ம். அதிசயம்தான். என்னால இப்பவரைக்கும் அத நம்ப முடியல.”

“ஃபாதர்தான் இதுக்குள்ள புகுந்து கேம குடுத்திருக்கணும். ஃபாதர் பீனோல குடிக்கச் சொன்னாலே அந்த அம்மா கபக் கபக்னு குடிக்கும். அப்புறம் நீ நல்லவன்னு சொன்னா மட்டும் என்ன நம்பாமலா போயிடும்?”

“அதுதான், ஃபாதர் ஃபாதர் எண்டுதான் அடிக்கடி கதைச்சவங்களாம் எண்டு நிவேதா சொன்னாள்.”

“எது என்னவோ மாப்ள. நல்லதா போச்சு. அடி உதண்ணு வாங்கிக்கட்டுறுதுக்கு நம்ம ரெண்டு பேருக்கும் தெம்பில்ல. நல்லபடியா முடிஞ்சுபோச்சு. வாழ்த்துக்கள் மாப்ள. நீ நல்லா இருப்ப. அதுக்கு மூக்கில கொஞ்சம் முறைப்பு எண்டாலும் சுபாவத்தில நல்ல புள்ள. வாழ்ந்துக்கோ. என்ன, நமக்குத்தான் ஒரு எளவும் நடந்து தொலைய மாட்டேங்குது. எவன் வச்ச செய்வினையோ தெரியல. நீ நல்லா இரு...”

நான் வெடித்துச் சிரித்தேன். பகடிக்குள்ளும் முக்காடு போட்டு ஒளிந்துகொண்டிருக்கும் விரக்தியை அவனால் மறைக்க முடியவில்லை.

“என்ன செய்வது, அவனவன் கேட்டுவந்த வரம் அப்படி மச்சான்” என்று சொல்லத் தோன்றியது. பகடிக்குத்தான். இருந்தாலும் நம்முடைய சந்தோஷத்தில், இன்னொருவனுடைய வாலைப் பிடித்துக் கடிப்பது நியாயமல்ல. பொத்திக்கொண்டு அவன் தோளை வருடியபடி சொன்னேன், “மச்சான், கவலப்படாத. கடைசில உனக்கெண்டும் ஒரு ஆன்டிகூடவா செட்டாகாமப் போயிடும்”.

அந்தோனி முறைத்தான். நான் சிரித்தேன்.

“பட்டிணத்து நிவேதா பட்டக்காட்டு மருமகளாகப் போறாள்டோய்...” எனத் தடிப்பான தொனியில் கத்தியபடி, பின்புறம் ஜட்டி நுனி தெரிய கைலியைப் பிடித்துக்கொண்டு கக்கூஸ் நோக்கி நடந்துபோனான் அந்தோனி.

58

அன்றைய நாள், புதுமாத்தளனைக் கடந்து வந்த ஈழத்தமிழரின் வாழ்க்கைப் பயணத்தில் மறக்கமுடியாத இன்னுமொரு நாள். மாதக்கணக்கில் பேச்சில் மட்டும் நின்றுகொண்டிருந்த மீள்குடியேற்றம் கைகூடிவந்து அனைவருடைய புருவங்களையும் தூக்கி நிமிர்த்திவிட்டிருந்தது. இதயங்களில் இன்னொரு வகையான விடுதலையுணர்வு பொங்கி வழிந்தது. மெனிக்பாமின் ராட்சசக் கதவுகள் ஓவெனத் திறந்துவிடப்பட்டன. அனைத்து ஊடகங்களும் தங்கள் தலைப்புச் செய்திகளில் மீள்குடியேற்றத்தைத் திருவிழா போன்று கொண்டாடின. காலையிலேயே மெனிக்பாமின் முற்றத்தை நிறைக்கத் தொடங்கியிருந்தன சிவப்பு நிறப் பேருந்துகள். நிறுவனங்கள் கொடுத்த தரப்பாலையும், அலுமினிய சட்டி பானைகளையும் பொதிசெய்துகொண்டு மீண்டும் வரிசைக்கு வந்தார்கள் மக்கள்.

அத்தனை கண்களிலும் “அப்பாடா!” என்கிற திருப்தியை அள்ளி ஊற்றியிருந்தது காலம். தொலைத்த ஒட்டு மொத்த சந்தோஷத்தையும் இந்த மீள்குடியேற்றம்தான் கொஞ்சம் கொஞ்சமாக மீட்டுக்கொடுக்க வேண்டும். துயரங்களை மூட்டை கட்டிவைத்திருக்கும் ஒரு மனிதகுலம் கொண்டாடித்தீர்க்க வேண்டிய நாள் அது. ஊருக்குப்போகிறோம் என்ற பேரானந்தம் ஒட்டு மொத்த முகங்களிலும் புன்னகை என்ற திரைப்பின் சித்திரத்தை வரைந்து தள்ளியிருந்தது.

மீள்குடியேற்றத்துக்காக ஒவ்வொரு நாளும் ஒவ்வொரு ஊராக மக்களை அரசாங்கம் அழைத்துச் சென்றது. ஆனால் உயர்பாதுகாப்பு வலையங்களைச் சேர்ந்த மக்களுக்கு மட்டும் தாட்சண்யம் காட்டப்

படவில்லை. இந்நிலங்களில் மட்டும் மீள்குடியேற்றம் சாத்தியமில்லை என அரசாங்கம் திட்டவட்டமாக அறிவித்திருந்தது. அரசாங்கமும் மீள்பேச்சுக்கே எடுத்துக்கொள்ள முடியாத ஒரு விடயமாக இந்த உயர் பாதுகாப்புப் பிரதேசங்களைப் பிரகடனம் செய்துவைத்தது. தேசியப் பாதுகாப்புக்கு ராணுவப் பிரசன்னம் தேவை என்பது அவர்களுடைய வாதம். தவிர, அவ்வூர்களைச் சேர்ந்த அப்பாவி மக்களின் தவிப்பைப் போக்கும்படியான மாற்றுத் திட்டம்கூட அப்போது அரசாங்கத்திடம் இருக்கவில்லை. அதை எதிர்த்தும் எவராலும் கேள்வி கேட்க முடியவில்லை. வழமைபோல போராட்டம் நடாத்தவும் தமிழ் அரசியல் தலைமைகளுக்குத் திராணியிருக்கவில்லை. அந்த மக்கள் மீண்டும் துயரத்தின் வாய்க்குள் பலவந்தமாக அமிழ்த்தப்பட்டார்கள். மீண்டும் மெனிக்பாம் மட்டுமே அவர்களுடைய ஒரே நம்பிக்கையாக இருந்தது.

உயர் பாதுகாப்பு வலையமல்லாத அத்தனை கிராமங்களும் தங்கள் தங்கள் மனிதர்களை வரவேற்கத் தயாராயிருந்தன. யாழ்ப்பாணம், கிளிநொச்சி, முல்லைத்தீவு, வவுனியா, மன்னார் என அனைத்து மாவட்டங்களிலும் மீள்குடியேற்றம் ஆரம்பமானது. பட்டக்காடு உயர் பாதுகாப்பு வளையம் என்ற ஆக்கிரமிப்புக்குள் சிக்கவில்லை என்பதால் மீள்குடியேற்றம் பற்றிய செய்தி எங்களுக்குள் பெரும் கொண்டாட்டமாகக் கிளம்பியிருந்தது. எங்களுடைய வால்கள் ஓய்வில்லாமல் அடித்துக்கொண்டன. கால் கையின் பதகழிப்புக்கு ஓய்வுகொடுக்க முடியவில்லை. இதயம் எம்பி எம்பிக் குதித்தது. பறக்கக் காத்திருந்த வானம் கைகளுக்குள் பிடிபட்டுவிட்ட சந்தோசம் அது. மனம் பெரும் களிப்புடன் நடனம் போட ஆரம்பித்தது.

நான்கு ஆண்டுகள் கழித்து ஊருக்குப் போகப் போகிறோம்.

அன்று சனங்களை அள்ளி அடைத்தபடி மூன்று சிவப்புப் பேருந்துகள் பட்டக்காடு நோக்கிப் புறப்பட்டன. அந்தப் பேரூந்தின் ஜன்னலோரமாய் ஜோசப் மாஸ்டர் தன் மனைவியோடு அமர்ந்திருந்தார்.

போகும் வழியெங்கும் வெறுமையைச் சூடிக்கொண்ட நிலங்கள். மனிதர்கள் அற்ற நிலம் சுடுகாடாய் மாறிவிட்டிருந்தது. தலைகளைப் பறிகொடுத்துவிட்டு வெறும் முண்டங்களாய் நின்றுகொண்டிருந்த பனைகளையும், கூரைகளைத் தொலைத்துவிட்டு வாய்பிளந்து நிற்கும் வீடுகளையும் எதிர்கொண்டபோது ஜோசப் மாஸ்டருக்கு இதயம் வெடித்தது. கூடவே தேகத்தை நெரிக்கும் ஒரு இனம் புரியாத பயம். அழிவு என்ற சொல்லை இதைவிட தத்ரூபமாக ஒரு நிலம் காட்சிப்படுத்த முடியாது. வீதிகளையும் கட்டடங்களையும் பற்றைக்காடுகள் விழுங்கிவிட்டிருந்தன. சில பாதைகள் இருந்தமைக்கான

தடயமே இல்லை. ஜோசப் மாஸ்டருக்கு தொண்டை வறண்டு தாகம் எடுத்தது.

ஓர் இடுகாட்டு அமைதி ஒட்டு மொத்தப் பேருந்தையும் மூடியிருந்தது. அனைவரது பார்வையும் பேருந்து ஜன்னல்களை ஊடறுத்து வெளியில் தெரிந்த கிலித்தனமான காட்சிகளில் மோதி மீண்டுகொண்டிருந்தன. எவருக்கும் வார்த்தைகள் வசப்படவில்லை. எவரோடும் பேசத் தோன்றவில்லை. தங்கள் வாழ்க்கையை மீண்டும் பூச்சியத்திலிருந்து ஆரம்பிக்க வேண்டும் என்ற ஒரே மூச்சுதான் சுவாசமாக வந்துபோய்க்கொண்டிருந்தது.

மூன்று மணிநேரம் கடந்து அந்த சிவப்பு பேருந்துகள் பட்டக்காட்டின் பிரதான வீதியில் ஏறியபோது தூரத்தில் பட்டக்காடு நிர்வாணமாய் நின்றுகொண்டிருப்பது தெரிந்தது. அதன் முகத்தில் வெறுமையும், தனிமையும், விரக்தியும் வியாபித்துக்கிடந்தன. தனது மக்களுக்காக காத்துக் கிடந்த நீண்ட களைப்பின் கோடுகளைக் காலம் அதன் முகத்தில் கீறி வைத்திருந்தது.

அந்தப் பேருந்துகள் ஒவ்வொன்றாகப் பற்றைகள் மண்டிக் கிடந்த மரியாள் ஆலய வளவினுள் வந்து தரித்தன. எதிரிலிருந்த ஆலயத்தில் போர் விட்டுப்போன ஒரேயொரு சுவர் மட்டும் தனியனாய் நின்றுகொண்டிருந்தது. ஆலயத்துக்குள் மண்டிக்கிடந்த புதர்களின் மடியில் ஒரேயொரு வேப்பமரம் மட்டும் தலையுயர்த்தி நின்றது.

நான்கே வருடத்தில் அந்த ஆலயம் வெறும் பாம்பு, பூச்சிபட்டைகளின் சரணாலயமாக மாறிப்போய் கிடக்கிறது. அனைவரும் பேருந்துகளுக்குள்ளிருந்து கொண்டே ஆலயத்தின் பலிபீடத்தைப் பேராவலோடு தேடினார்கள். அதுவும் அங்கு இல்லை. ஒற்றைச் சுவரில் பாதி உடைந்து தொங்கிக்கொண்டிருந்த கல்வாரிச் சிலுவையில் பரம்பொருளும் இல்லை. அருகிலிருந்த சுவாமி வீட்டை உற்றுப் பார்த்தால், அது தாடியும் மீசையுமாக பைத்தியம் பிடித்த சாமியார் போல நின்றுகொண்டிருந்தது. அதைச் சுற்றி ஒரு மஞ்சள் பட்டி கட்டப்பட்டிருந்தது. உன்னிப்பார்த்தால் அதில் “மிதிவெடிகள் அபாயம்” என்று மண்டையோடுகளைச் சோடனையாகப் போட்டு எழுதியிருந்தார்கள்.

“என்ட கடவுளே...” என பேருந்திலிருந்து இறங்கிய அப்பாவின் முகத்தில் கிலி படர்ந்திருந்தது. சுற்றுமுற்றும் வெறித்துப் பார்த்தார். அப்பொழுதுதான் நானும் அந்தோனியும் ஃபாதரின் மோட்டார் சைக்கிளில் அங்கு வந்து சேர்ந்தோம்.

59

பட்டக்காடு என்கிற ஒரு நிலத்தின் முழு உருவமும் சிதைந்து போய்க் கிடந்தது. தென்னைகளும் பனைகளும் ஈழ யுத்தத்துக்குத் தங்கள் தலைகளை தாரைவார்த்து விட்டு வெறும் முண்டங்களாக நின்றுகொண்டிருந்தன. வீதிகளையும் வீடுகளையும் பற்றைக்காடு கொஞ்சம் கொஞ்சமாக விழுங்கி முடித்திருந்தது. அதிகமான வீடுகளுக்குத் தலையிருக்கவில்லை. வாய் பிளந்து ஒப்பாரி வைத்துக்கொண்டு கிடந்தன. அவற்றின் சிதிலமடைந்த சுவர்களில் துப்பாக்கி ரவைகள் துளைத்த ஓட்டைகள். தரையில் புற்களும் பற்றைகளும்.

பிரதான சாலையைத் தேடினால் அது முழுவதுமாக சிதிலமடைந்து அதன் அடையாளமே மாறிப்போயிருந்தது. என் பூட்டன், பாட்டன், அப்பனை வாழவைத்த அந்தக் கடல் மூச்சுப் பேச்சற்று அமைதியாகக் கிடந்ததைப் பார்க்க மனம் பதறியது. பட்டக்காடு போர்த்தியிருந்த தனிமையையும், வெறுமையையும் விபரிக்க வார்த்தைகள் இல்லை. அந்தக் கிராமம் தன்னோடு தாங்கி வைத்திருந்த காயங்களையும் வலிகளையும் ஜீரணித்துக்கொள்ள இந்த மனிதர்களால் முடியும் என்று தோன்றவில்லை.

தங்களுடைய ஊருக்குத்தானா வந்திருக்கிறோம் என்ற பிரமிப்போடே பஸ்ஸின் படிகளில் இறங்கி நிலத்தில் கால் பதித்தார்கள் மக்கள்.

இந்த மண்தான் எத்துணை வசீகரமானது. எங்கள் வாழ்க்கையின் பெரும் சௌகரியத்தைத் தீர்மானிப்பது இந்த மண்தானே.

சீருடைக்காரர்கள் தங்கள் இளகிய முகத்தோடும், ‘எங்களால்தான்

உங்கள் வாழ்க்கை அர்ச்சிக்கப்பட்டது' என்கிற இறுமாப்பு கொட்டும் பார்வையோடும் அங்குமிங்கும் அலைந்து கொண்டிருந்தார்கள். மடிப்பு குலையாத வெள்ளைச் சட்டையோடு அங்கு வந்த கிராம சேவகர் பரபரப்பாக இயங்கிக்கொண்டிருந்தார். கூடவே ஆங்கில அக்ஷன் சினிமாக்களில் வரும் அமெரிக்க ராணுவத் தளபதிபோல, கட்டிறுக்கமாக நின்றுகொண்டிருந்த ராணுவ அதிகாரியைப் பார்த்து "இவர்தான் இங்கத்தைய ராணுவப் பொறுப்பாளர்" என கிராம அலுவலர் மலர்ந்த முகத்தோடு அறிமுகப்படுத்தினார். எனக்கு பால்ராஜ் அண்ணர் நினைவுக்கு வந்தார்.

"இங்க எல்லாரும் கவனிங்க. உறுதிப்படுத்தப்பட்ட அறிக்கையின்படி பட்டக்காட்டில அதிகமான இடங்கள்ல மைன்ஸ் க்ளியரன்ஸ் முடிஞ்சுது. இந்த கோயில்ட வலப்பக்கமும், குளத்துக்குப் பின்னால கிடக்கிற புலவும்தான் இன்னும் கிளியர் பண்ணாமக் கிடக்கு. ஆனா வேல நடந்துகொண்டுதான் இருக்கு. எப்பிடியும் வார கிழமைக்குள்ள அதுவும் முடிஞ்சிடும். இப்போதைக்கு இந்த ரெண்டு இடத்தையும் மட்டும் தவிர்த்துக்கொள்ளுங்க. அதேபோல உங்க உங்க காணிகள்ல ஏதாச்சும் வெடிக்காத பொருள்களக் கண்டா உடனே எனக்கு அறிவிங்க. நான் சம்மந்தப்பட்ட ஆக்களத் தொடர்பு கொண்டு அவற்ற பாதுகாப்பா அகற்றுறதுக்குரிய ஏற்பாடுகளச் செய்வன்."

கிராம சேவகரின் இப்பேச்சு எங்களுக்கு மேலதிகமான அச்சத்தைத் தவிர வேறு எதையும் கொடுக்கவில்லை. பேசாமல் இன்னும் கொஞ்ச நாளைக்கு மெனிக்பாமிலேயே இருந்திருக்கலாமோ என்றுகூடத் தோன்றியது. மிதிவெடிகள் மற்றும் வெடிக்காத வெடிபொருட்கள் பற்றியும், அவற்றால் ஏற்படக்கூடிய விபரீதங்கள் பற்றியும் நாங்கள் அறியாதவர்களல்ல. அதைக் கேட்டதும் அண்மையில் மீள்குடியேற்றப்பட்ட வவுனியா மாவட்டத்தைச் சேர்ந்த கிராமமொன்றில் நடந்த கோரச்சம்பவம்தான் ஞாபகத்துக்கு வந்தது.

போர் முடிந்துவிட்டது என்றாலும் சாவு பற்றிய அச்சம் எங்களை விடுவதாயில்லை. சதா வாலைப் பிடித்துக்கொண்டு பின்னாலேயே வருகிறது. சண்டைக்கு ஓடி அலைந்து உயிர்களை காப்பாற்றிக் கொண்டாயிற்று; இப்போது இந்த மிதிவெடி என்னும் பெரும் பூதத்தைச் சமாளிக்க வேண்டும். தமிழரின் துயரத்துக்கு முடிவில்லை.

மறுபுறத்தில் கிராம அலுவலர் அனைவரையும் வரிசையில் அழைத்து ஆகவேண்டிய பதிவுகளை மேற்கொண்டார். அங்கு வந்த ஒவ்வொருவரும் தங்கள் அடையாள அட்டைகளை அவரிடம் கொடுக்க, அதைப் பார்த்து இன்னுமொரு வெள்ளைத்தாளில் வேகமாக எழுதிக் கொண்டிருந்தார். பதிவுகளை ஒப்பேற்றி முடித்ததும் அங்கு உரையாற்ற

ஆரம்பித்த ராணுவ அதிகாரி எதற்கும் பயப்படத் தேவையில்லை என்றும் உதவி தேவைப்படுமிடத்து தங்கள் ராணுவம் அதைச் செய்து கொடுக்க சித்தம் கொண்டிருப்பதாகவும் பிரஸ்தாபித்தார்.

கொடிய விலங்கிற்குப் பயந்து ஓடி கடைசியில் அதன் குகைக்குள்ளேயே தஞ்சமடைந்து விட்டது போல் தோன்றியது எனக்கு.

அருகிலிருந்த விளையாட்டு மைதானத்தில் தற்காலிக கொட்டில்கள் அமைப்பதற்கான பொருட்களை ஒரு வெளிநாட்டுத் தொண்டு நிறுவனம் வழங்கிக் கொண்டிருந்தது.

நானும் அப்பாவும் எங்கள் வீட்டை அடைந்தபோது அதன் ஒட்டுமொத்த உருவமும் காணாமற் போயிருந்தது. தரைமட்டமாக்கப்பட்ட எங்கள் வீட்டைப் பார்க்க எங்களுக்குக் கண்கள் பொங்கின. பிறந்து, நடந்து, ஓடி, விளையாடி, வாழ்க்கையைக் கொண்டாடித் தீர்த்த நம்முடைய வீடும், வளவும் உருக்குலைந்துபோய் கிடக்கும் காட்சி எத்தனை துயரமானது என்று நினைக்கிறீர்கள். யாரோ சிதைத்து, முன்னால் தூக்கி எறியப்பட்ட உங்கள் அம்மாவின் வெற்றுடலை எதிர்கொண்டு போவதுபோல் கற்பனை செய்து பாருங்கள். கொடூரம். உடலில் ஆயிரம் கத்திகள் பாயும் வலி. தொண்டை அடைத்தது. ரத்தம் கொதித்தது. உடல் நடுக்கம் பற்றிக்கொள்ள வியர்த்துக் கொட்டியது.

எங்கள் ஒட்டு மொத்த வளவையும் பச்சை நிற பற்றைக்காடு விழுங்கி பெருத்துக் கிடந்தது. அந்தப் பற்றையின் அடியில் வீட்டின் சிவப்புச் சீமெந்துத் தளம் கண் சிமிட்டியது. மரங்கள் தங்கள் பாட்டிற்கு வளர்ந்து நின்றன. வேலி இருந்த தடயமே இல்லை. பின்னாலிருந்த கழிவறையின் கதவு திருடு போயிருந்தது. அதையும் பச்சைச் செடிகொடிகள் விட்டு வைக்கவில்லை. உள்ளுக்குள் ஒரு நாகசர்ப்பம் குடும்பம் நடாத்தக்கூடும்.

வீட்டின் முற்றத்தைப் புற்கள் மூடிப் படர்ந்திருந்தன. மணலின் வெள்ளை, பச்சைக் காட்டிற்குள் ஒளிந்துகொண்டு நின்றது. எனக்கோ அந்த மண்ணை ஒரு சிட்டிகை எடுத்து வாயில் போட்டுக்கொள்ளவேண்டும் போலிருந்தது. சொந்த மண். சொல்லும்போதே எவ்வளவு கெத்தாக இருக்கிறது பாருங்கள். கடைசியில் நம் மண்தானே நம்முடைய ஒட்டுமொத்த வாழ்க்கையையும் தீர்மானிக்கிறது.

இற்றைக்கு 30 வருடங்களுக்கு முன்னர் அப்பா இந்தக் காணியை வாங்கியபோது அவரடைந்த பேரானந்தத்தை அவர் இப்பொழுது நினைத்துப் பார்க்கக்கூடும். வாழ்க்கையில் நிரந்தரம் என்று எது உண்டு? அக்காவின் முதலாவது பிறந்தநாளில்தான் இந்தக் கனவு இல்லத்தினுள் குடிவந்ததாக அப்பா அடிக்கடி சொல்லியிருக்கிறார். இன்று அக்காவும் இல்லை, அவள் முதல் பிறந்தநாளைக் கொண்டாடிய

எங்கள் வீடும் இல்லை.

ஜோசப் மாஸ்டர் குடும்பத்தின் அத்தனை வருட சந்தோஷமான வாழ்க்கைக்கு சாட்சியாக நின்றது இந்த வீடு ஒன்றுதான். எங்கள் வாழ்வின் அத்தனை துன்பத்தையும், சந்தோஷத்தையும், ரகசியத்தையும் அறிந்து வைத்திருந்த வீடு அது. எத்தனை கொண்டாட்டமான தருணங்களை அது பார்த்திருக்கிறது. எத்தனை துயரங்களை அது கடந்து வந்திருக்கிறது. எத்தனை பிரச்சினைகளைத் தாங்கிக்கொள்ளும் பொருட்டு நிம்மதியான உறக்கத்தை எங்களுக்கு அருளியிருக்கிறது. அதன் ஒவ்வொரு சுவரிலும் எங்கள் வாழ்க்கையின் சரித்திரம் பொறிக்கப்பட்டிருந்தது. ஒவ்வொரு சீமெந்துக் கல்லுக்கும் எங்கள் வாழ்க்கையின் அர்த்தம் புரியும். நோக்கம் வளங்கும். எதிர்பார்ப்பு, ஆசை, தேடல் தெரியும். மெதுமெதுவாய் முளைத்து வளர்ந்த எங்கள் குடும்பத்தின் பெரும் சாட்சியம் அந்த வீடு.

ஜோசப் மாஸ்டர் என்னும் மனிதரொருவருடைய வாழ்க்கையின் வெற்றிச் சின்னம் இப்பொழுது அவர் கண்களுக்கு முன்னாலேயே தோற்றுப்போய்க் கிடக்கிறது. இப்பொழுது அப்பா தனக்கான ஒரு சாட்சியத்தை மீண்டும் கட்டியெழுப்பவேண்டும். அதுவும் பூச்சியத்திலிருந்து.

வளவின் வடக்குப் புறமாக இருந்த ராட்சத மாமரத்தின் கீழ் நிறுவனம் கொடுத்த கம்பிகளைக்கொண்டு ஒரு கூடாரத்தை அமைத்தோம். கூடாரம் என்பது எங்களுக்குப் பழக்கப்பட்ட ஒன்றுதான். கடந்த நான்கு வருடங்களில் எங்களுடைய வீடு எப்பொழுதுமே ஒரு மர நிழலாகவோ அல்லது ஒரு கூடாரமாகவோதான் இருந்திருக்கிறது. இது மூன்று பேர் கால் கை நீட்டிப் படுத்துறங்கக்கூடிய கூடாரம். இப்போதைக்கு அது போதும்.

வெளியில் சமைப்பதற்கு இன்னுமொரு சிறு குடிசை அமைத்தோம். குடிசை என்றா சொன்னேன்? நான்கு மரக்குற்றிகளை நட்டு அதன் மேல் இரண்டு தென்னை ஓலைகளைப் பரப்பிவிட்டு அதைக் குடிசை என்று அழைப்பது அக்கிரமம். மன்னித்துக் கொள்ளுங்கள். அதாவது, கடும் வெயிலில் நின்று நிணம் உருகாமல் சமைத்தெடுப்பதற்கு ஒரு இடம். பின்னால் ஒரு குழி தோண்டி, ஓலையால் மறைத்து ஒரு கழிவறையைத் தயார் செய்தோம். விசேடமாக அம்மாவுக்கு. எங்களுக்குத் திறந்தவெளி புலவு கிடக்கிறது. தேவையான நேரம் போய் குந்திக்கொள்ளலாம். அம்மணக் குண்டியை மனிதர்கள் பார்த்துவிடுவார்கள் என்ற பயம் கூட இல்லை. கழுத்துவரை வளர்ந்து நிற்கும் புற்கள் நம் மானத்தைக் காப்பாற்ற பேருதவி புரியும்.

வீட்டிலுள்ள எங்கள் கிணற்றை இறைத்து சுத்தம் செய்யும் வரை,

தண்ணீர்தான் பெரும் சுமையாய் இருக்கப்போகிறது. கோவில் வளவில் இருக்கும் பொதுக் கிணற்றை ஒரு தொண்டு நிறுவனம் துப்பரவு செய்து கொடுத்திருந்தது. எங்கள் கிணறு தயாராகும் வரை அதைப் பயன்படுத்திக் கொள்ளலாம். அதுவும் குடிப்பதற்கும் சமைப்பதற்கும் மட்டும்தான். குளிப்பதற்கு குளத்தில் தேவையான அளவு ஜலம் உண்டு. என்ன, குளத்திற்குள் கால் வைப்பதற்கு முதல் அதை மூடிக்கிடக்கும் பாசிகளையும் நீர்த்தாவரங்களையும் துப்பரவு செய்து அகற்றவேண்டும். அத்தோடு பழைய இறக்கம் எல்லாம் நூர்ந்து போய்விட்டது. பழைய இறக்கத்தில் மினக்கெடுவதைவிட புது இறக்கத்தை உருவாக்கியெடுப்பது லேசான காரியம்.

மற்றும்படி எங்களுடைய வாழ்க்கையை இயலுமைக்கு ஏற்றாற்போல் ஆரம்பித்து விட்டோம். ஒவ்வொரு நாளும் கொஞ்சம் கொஞ் சமாக ஒவ்வொரு விசயத்தையும் சரிக்கட்டி எடுத்து வாழ்க்கையை செழுமையாக்கிக் கொள்ள முடியும். சிக்கலில்லை. ஆனால் அப்போது எங்களுக்கிருந்த ஒரேயொரு சிக்கல், பாம்பும் இன்ன பிற விச ஐந்துகளும்தான். வளவை ஆக்கிரமித்திருக்கும் முழுப் பற்றையையும் வெளியாக்கி எடுப்பதற்கு மூன்று நான்கு வாரங்கள் எடுக்கும். அதுவரை இந்த விச ஐந்துகளை சமாளித்தால்தான் உண்டு.

எங்களுடையது மட்டுமல்ல, ஒவ்வொரு தமிழனின் மீள்குடியேற்ற வாழ்க்கையும் இப்படித்தான் பூச்சியத்திலிருந்து ஆரம்பித்தது. இல்லாமை யிலிருந்து மீண்டுவரும் அவஸ்தை கொடுமையானது. ஒவ்வொன்றையும் முதலிலிருந்து தொடங்கவேண்டும். அதற்கு வாழ்க்கை இயந்திரம் வேறு நாம் எதிர்பார்ப்பதுபோல் ஒத்துழைக்காது. அதை கடினப்பட்டுத் தள்ளவேண்டும். செழுமையும் வசதி வாய்ப்பும் சொட்டச் சொட்ட வாழ்ந்த வாழ்க்கையல்லவா அது. அனுசரித்துப் போ என்றால் அடம் பிடிக்கத்தான் செய்யும்.

அழிக்கப்பட்ட பட்டக்காடு அன்று முதல் கொஞ்சம் கொஞ்சமாய் மீண்டும் தலைநிமிர ஆரம்பித்தது. விகாரமான ஏகாந்தமும் வெறுமையும் மறைந்துபோக, முன்னைய ரம்மியமான அழகும் வாழ்க்கையும் கைகூட ஆரம்பித்தது.

பகலவன் பட்டக்காட்டைப் பார்த்து சந்தோஷமாய்ச் சிரித்தான். கண்களில் பச்சாதாபம் இல்லை. மக்களால் மீண்டும் போக்கப்பட்ட அந்நிலத்தின் தனிமை அவனை மகிழ்வுறச் செய்தது. பழைய பட்டக்காட்டின் கெத்தும் கம்பீரமும் மீண்டும் மிடுக்காய் ஒட்டிக்கொள்ள ஆரம்பித்தது. கடல் குதூகலித்தது. அலைகள் ஆலாபனை பாடின. அவ்வப்போது மேகங்கள் முனகி பட்டக்காட்டை ஸ்பரிசம் செய்தது. வயல் வெளித்தது. புலவில் சேறு மணத்தது. மனிதர்கள் புன்னகைக்கவும்

களிகூரவும் பழக்கப்பட்டுக் கொண்டார்கள்.

மரங்களும் குளமும், கிழுகிழுப்பைகளையும் நாரைகளையும் மீண்டும் கவர ஆரம்பித்தன. ஆலயத்தின் புதுமணி டாங் டாங் என்று மீண்டும் ஒலிக்க ஆரம்பித்தது. மக்களின் வாழ்வாதாரம் மீண்டும் கடலிலும் வயலிலும் இறங்கியது. ஆனால் என்ன, ஒரு காலத்தில் இயந்திரப் படகுகளுக்கும் விதம்விதமான மீன்பிடி வலைகளுக்கும் பழக்கப்பட்ட கடற்கரை அப்போது வெறும் ஒன்றிரண்டு தெப்பங்களையும், மன்னாரில் போய் அரைவிலைக்கு வாங்கிவந்த வலைகளையும் தூண்டில்களையும் மட்டுமே பார்த்து முகத்தைச் சுழித்துக்கொண்டது.

பட்டக்காடு பாடசாலை சந்தியில் கணேசர் மாமா மீண்டும் தனது பலசரக்குக் கடையை திறந்தார். சின்னப்பா மாமா மீண்டும் தனது ஆடு மாடுகளைத் தேடிப்பிடித்து பட்டியைக் கட்டினார். ஊர் உறங்கியதும் மெதுவாக முனங்கும் அந்த அலைகளின் சத்தம் மீண்டும் அந்த பட்டக்காட்டில் சிம்பொனியாய்ப் பரவியது.

அதேபோல இயக்க பேஸ் இருந்த அதே இடத்தில் அப்போது ராணுவ முகாம் ஒன்று முளைத்திருந்தது. அதன் வாயிலில், வீதியைப் பார்த்தால் போல் ஒரு புத்த சிலையும் நடப்பட்டிருந்தது.

பட்டக்காட்டு மக்கள் தங்கள் அன்றாட வாழ்க்கைக்கு மெதுமெதுவாக திரும்பிக் கொண்டிருந்தார்கள். இருந்தும் பொருளாதாரம் அவர்கள் தோளில் பெரும் சுமையாகவே இருந்தது. கடல் உண்டு. வயல் உண்டு. இதர மூலதனம்? ஒரு மனிதாபிமான தொண்டு நிறுவனத்தின் உதவியால் கிடைத்த ஐந்து படகுகளையும் அதன் இயந்திரங்களையும் வைத்துக்கொண்டு ஊரின் முன்னூறு குடும்பங்களுக்கும் சோறு போடுவது எப்படி? விதை நெல்லும், உரமும் பொத்தானை அமுத்தியதும் வானத்தில் இருந்தா கொட்டும்? இடம்பெயர்வுகளில் மாடுகளும்தான் காணாமல் போயின. உழவுக்குப் பழக்கப்பட்ட எந்த மாடும் ஊர் திரும்பவில்லை. உழவுக்காக நகரத்திற்குப் போய் ஒரு ட்ரக்டர் இயந்திரத்தைப் பிடித்துக்கொண்டு வந்தால் ஒரு ஏக்கருக்கு இருபதாயிரம் ரூபாய் கேட்டார்கள். விற்பதற்கோ அல்லது கொண்டு போய் வங்கியில் வைப்பதற்கோ சனத்திடம் என்ன நகை நட்டுக்களா இருந்தது அப்போது?

மீள்குடியேற்றம் மண்ணை நிரப்பியதுதான். வயிற்றை?

60

“இந்தா என்டதையும் உட.”

“ச்சியர்ஸ்...”

“ச்சியர்ஸ்...”

நான்கு வருடங்கள் கழித்து ஊருக்கு வந்தபின் திறக்கப்பட்ட முதல் லயன் லாகர் வெள்ளை மணலில் பொங்கி ஊற்றியது.

“மச்சான், இப்பெல்லாம் முந்தியபோல களவாப்போய் அந்தக் கருமம் புடிச்ச தென்னஞ் சாராயத்த வாங்கிவந்து ஊத்திக்கத் தேவையில்ல. பக்கத்து ஊரில திறந்திருக்கிற பார்ல விதம் விதமா சரக்கு இருக்கு. சண்ட முடிஞ்சதும் நல்லதாத்தான் போச்சு, பாத்தியா...”

அந்தோனி அதை நகைச்சுவைக்காகத்தான் சொல்லியிருக்க வேண்டும் என நினைத்துக்கொண்டேன்.

“ம்... அதுவும் சரிதான்.” நானும் நகைச்சுவைக்காகவே அப்படிச் சொன்னேன்.

“அதுவேற, நம்ம மாதிரியான லைசன்ஸ் இல்லாத குடிமகன்களுக்கு பொன்னையா மாமா வேற ப்ளக்ல விக்குறார். 24 மணி நேர சேவை. இதெல்லாம் நமக்கு நம்ம அரசாங்கம் கொடுத்த சுதந்திரம் பாத்தியா?”

இதை வெறும் நகைச்சுவையாக எடுத்துக்கொண்டாலும் அதற்குப் பின்னாலிருக்கும் உண்மை மனதை நெருடத்தான் செய்தது. முப்பது வருடம் அடிபட்டு நொந்த மனிதர்கள் தங்கள் ஈழப் போராட்டத்தின்

முடிவை சௌகரியமாகத்தான் எடுத்துக் கொண்டிருக்கிறார்கள். தங்கள் போராட்டத்தின் தோல்வி லௌகீக வாழ்க்கைக்கான சுதந்திரத்தைக் கொடுத்து விட்டிருப்பதாய் நம்புகிறார்கள். இலகுவில் கண்டடையக் கூடிய ஒரு மதுபோத்தல்கூட மனிதர்களுக்கு எவ்வளவு சுதந்திரத்தைக் கொடுக்கிறது பாருங்கள்.

புதிய தலைமுறைக்கு சுதந்திரம் என்பது தங்கள் லௌகீகத் தேவைகளைப் பூர்த்தி செய்துகொள்ளும் வாய்ப்பாகவே இருக்கிறது. இந்தத் தனிநாடு, இனவிடுதலை, எழுச்சிப் போராட்டம் என்பதெல்லாம் சீக்கிரமே மறக்கப்பட்டு விடுமோ எனத் தோன்றுகிறது. இத்தலைமுறையின் சுதந்திரம் என்பது வெறுமனே லௌகீக வாழ்க்கையைத் தேடியதாக மட்டுமே இருக்குமாயின் விடுதலை இயக்கம் இனி ஒருபோதும் தமிழர்களுக்குத் தேவையில்லை என்று ஆகிவிடும். நிம்மதியான, சௌகரியமான, சுபிட்சமான வாழ்க்கையை எது கொடுக்கிறதோ அதுதான் சனத்திற்குத் தேவையான உண்மையான சுதந்திரம் என்று எண்ணுகிறார்கள் மனிதர்கள்.

அந்தோனியின் சட்டைப் பையினுள்ளிருந்த தொலைபேசி திடீரென அலறியது. எடுத்து "ஹலோ" சொன்னதும் பேச்சு சிங்களத்துக்குத் தாவியது. நான் வற்றலைப் பார்த்த நாய் போல அவனுடைய உதடுகளையே வெறித்துக் கொண்டிருந்தேன். அந்தோனி சிங்களத்தில் வெளுத்து வாங்கிக்கொண்டிருந்தான். மன்னாரில் நான்கு வருட வாழ்க்கை அவனுக்கு சிங்களத்தை நன்றாகப் புகட்டிவிட்டிருந்தது. என்னுடைய மீன் மூளைக்குத்தான் அது கடைசிவரை ஏறவேயில்லை.

பேசி முடித்ததும் அந்தோனி கடைவாயில் சிரித்தான்.

"யார்டா?"

"வசந்த ஐயா."

"யாரு...?"

"அதான்டா நம்ம பொலிஸ் ஸ்டேசன்."

"ஓஹ். என்னவாம்?"

"இப்ப எங்கையோ பாட்டியாம். கிளம்பி வரட்டாம்."

இப்பொழுதெல்லாம் அந்தோனிக்கு ஏகப்பட்ட நண்பர்கள். தமிழ், சிங்களம், முஸ்லிம் என எல்லாச் சமூகங்களிலும் அவனுக்கு நண்பர்கள் உண்டு. சிங்களவர்களிலும் நல்ல மனிதர்கள் இருக்கிறார்கள் என அந்தோனி அடிக்கடி புகழாரம் வேறு சூட்டிக்கொள்வான். அப்போதும் வசந்த ஐயாவை முன்னிறுத்தி அதை மீண்டுமொருமுறை அழுத்திச்

சொன்னான். நான் அவனை இடையில் மறித்து சம்மந்தமேயில்லாமல் இந்தக் கேள்வியைக் கேட்டு வைத்தேன்.

“டேய், கயலப் பத்தி ஏதும் கேள்விப்பட்டியா?”

“இல்ல மாப்ள. உண்மையான கத யாருக்கும் தெரியல. அவங்க வீட்டாக்களும் மீள்குடியேற்றத்துக்கும் பதியல. இப்ப எங்க இருக்கிறாங்களோ தெரியா. ஆனா கயல் வீரச்சாவு எண்டுதான் கதைக்குறாங்க”

“ம். அதுக்குத்தான் வாய்ப்பு அதிகம் இருக்கு. உசுரோட இங்கால வந்திருந்தா புனர்வாழ்வு முகாமுக்குள்ள போட்டிருப்பாங்க. அல்லது அவள யாரும் கண்டிருந்தாக்கூட அவ குடும்பத்துக்கு சொல்லி யிருப்பாங்க. என்னவோ பாவம். சரி, அத விடு...”

அதை விடு என்றாலும் மனதுக்குள் பெரும் சஞ்சலமாகவே அது இருந்தது.

“ஆமா. எத விடு?”

“கயல்ட கதைய...”

“இப்ப எதுக்கு திடீரெண்டு கயலப் பத்தி...? மனசு இப்பவும் அங்கனைக்கதான் சுத்திக்கிட்டு கிடக்கா... பாத்து மச்சான், மப்பில போய் இதே கேள்விய நிவேதாட்ட கேட்டுக்கீட்டுத் தொலச்சிடாத.”

“...”

“சரி, அது இருக்கட்டும். நேத்து நம்ம ஃபாதர் வீட்டுக்கு வந்தவர் எண்ட நீ. என்னவாம்?”

“கலியாணக் கததான்.”

“என்ன சட்டு புட்டெண்டு பண்ணட்டாமோ?”

“ம்...”

“அடேங்கப்பா. இந்தளவுக்கு வந்தாச்சா. சந்தோசம்தான். என்ன, ஆரம்பத்தில அவங்க ஆத்தைக்கு உன்ட லவ் மேட்டர் தெரிஞ்சா கடப்பாரையோட வருவான்னு நெனச்சன். ஒரு அருமையான கலவரத்தில மண்ண அள்ளிப் போட்டுட்டா பாவி.”

“அப்பிடி நடந்திருந்தாலும் என்ன கவல எனக்கு. அதுதான் நண்பன் நீ இருக்கிறியே. அவவ வெட்டியிருக்க மாட்டா?”

“ஓமோம்... வெட்டியிருப்பன். நான் வெட்டிப்போட்டு கம்பி எண்ணப் போயிருப்பன். நீமரு இங்க முதலிரவு கொண்டாடிக் கொண்டு

இருந்திருப்பீரு...”

நான் வாய்விட்டுச் சிரித்தேன். கடல் நுரைத்தது. மணல்மேடு கணகணத்தது.

“ஆமா, எப்ப மாப்ள அந்தக் கருமத்த பண்ணித் துலைக்கப்போறா?”

“எந்தக் கருமத்த?”

“அதான் கலியாணத்த...”

“சீக்கிரம்னு நெனைக்கிறன்!”

“சூப்பர்டா. அந்தக் கருமத்தப் பண்ணி சந்தோசமா இரு. வாழ்த்துக்கள். அதுசரி. எதுக்கு மாப்ள நம்மள்ள மட்டும் இந்த லவ்வு தொத்தவே மாட்டேங்குது?"

“அதுக்கு ஒரு இது வேணும்...”

“வாஸ்தவம்தான். நமக்கு பொண்ணுகள பாத்தாலே ஜில்மால் சீன்தான் மண்டைக்குள்ள ஓட ஆரம்பிச்சிடுது. இந்த லட்சணத்தில ஒரு பொண்ண கரக்ட் பண்ணி சீரியசா லவ் பண்ணி... நடந்துட்டாலும்! இந்தக் கத்தரிக்காய் பிஸ்னெஸ் எல்லாம் நமக்கு சரிப்பட்டு வராது மாப்ள...”

“இல்ல மச்சான்... மனம் உடஞ்சு போயிடாத. உனக்கெண்டு ஒரு பொன்னக்காவோ கண்ணக்காவோ நிச்சயம் எங்கயாச்சும் பிறந்திருப்பாள்.”

“போடா மூதேசி... ஆனா ஒண்ட கவனிச்சியா மாப்ள...” என அந்தோனி ஒரு நீண்ட கதைக்குத் தயாரானபோது வீட்டிலிருந்து எனக்கு அழைப்பு வந்தது.

அது அம்மாதான்.

“ச்சே. பட்டக்காட்டுக்கு இந்த போன் வந்தது தப்பாப்போச்சு மாப்ள. நிம்மதியா தண்ணியடிக்கக்கூட முடியல பாரு...” என சலித்துக்கொண்டு போனில் “ஹலோ” என்றேன். எதிர் முனையில் அம்மா. அவசரமும் படபடப்பும் கலந்த தொனி. “டக்கெண்டு ஒருக்கா வீட்டுக்கு வா.” தொலைபேசி துண்டிக்கப்பட்டது.

வீட்டில் ஏதோ அவசரம். கண்கள் பருத்தன. மூளை இல்லாதது பொல்லாததையெல்லாம் வரிசை கட்டி யோசித்தது. வேகமாக எழுந்து மோட்டார் சைக்கிளை எடுத்துக்கொண்டு வீடு நோக்கிப் பறந்தேன்.

உபகதை:

வடக்கின் மிதிவெடி அகற்றும் பணியும் நம் குழந்தைகளின் விளையாட்டு பொம்மைகளும்

வவுனியாவின் வடக்கு முனையில் இருக்கும் ஒரு கிராமம் அது. அதுவும் யுத்த காலத்தில் எஃப்.டி.எல். (FDL – Front Defense Line) என அழைக்கப்பட்ட முன்னரங்கப் பாதுகாப்புப் பிரதேசத்தில் அமைந்திருந்த கிராமம். இந்த எஃப்.டி.எல். பிரதேசங்களில்தான் ராணுவத்தினதும் போராளிகளினதும் முன்னரங்கக் காவல் நிலைகள் இருந்தன. நூறு மீட்டர் வரை அகலமான இந்தப் பிரதேசத்துக்கு ஒரு முனையில் ராணுவமும் மறுமுனையில் போராளிகளும் நிலைகொண்டிருப்பார்கள். இந்த நூறு மீட்டர் அகலம்தான் 'மனிதர் அற்ற சூனியப்பிரதேசம்' (No Man's Land). இதை உடைத்து முன்னேறுவதுதான் இரண்டு தரப்பினரதும் முழுமுதல் லட்சியமாக இருக்கும். ஆனால் அது அவ்வளவு இலகுவான காரியமில்லை. இரண்டு தரப்பிலும் தங்கள் தங்கள் நிலைகளைத் தக்கவைக்கும் பொருட்டு அதன்மீது அதி யாக்கிரதையாக இருப்பார்கள். காரணம், அதை உடைத்துவிட்டால் கதை முடிந்துவிடும். பின்னர் கட்டை உடைத்துவிட்ட வெள்ளம்போல குறித்த தரப்பு மிகவும் இலகுவாக முன்னேறிச் செல்லலாம்.

ஆதலால் இந்த எஃப்.டி.எல்.ஐ. சதா யுத்த மேகங்கள் வளையம் வந்தபடியே இருக்கும். சந்தர்ப்பத்திற்காக இரண்டு தரப்பும் கண்ணில் எண்ணெய் ஊற்றிக்கொண்டு காத்துக்கொண்டிருப்பார்கள். எதிராளியின் நிலையை உடைக்க வேண்டும் என்ற மூர்க்கத்தோடு அடிக்கடி கடும் சண்டைகள் மூளும். ஒரு பகுதி அதை உடைத்துக்கொண்டு

முன்னேறி வர அடுத்த பகுதி அதை அடித்து விரட்டி மீண்டும் அவர்களுடைய பழைய நிலைகளுக்கே கொண்டுபோய் நிறுத்துவார்கள். இது வழமையான ராணுவச் செயற்பாடுதான் என்றாலும் அதற்கு மேலாக இந்த இரண்டு எல்லைகளிலும் தங்கள் தங்கள் இரையைத் தேடிக் காத்துக்கொண்டிருக்கும் ஸ்னைப்பர் கண்கள்தான் பயங்கரத்தின் உச்சம். இதற்காகவே தங்கள் எல்லையில் பாதி பனை உயரத்துக்கு சாக்குத்திரை போட்டு மறைத்து வைத்திருப்பார்கள். ஒரு பக்கத்தில் நடக்கும் எதுவும் மறுபக்கம் இருப்பவர்களுக்குத் தெரியக்கூடாது. ஒரு பக்கத்தில் இருந்தபடியே அடுத்த பக்கத்தில் நடப்பதை புலனாய்வு செய்வதும், சினைப்பர் மூலம் தலைகளைக் கொய்வதும் இத்திரையால் கட்டுப்படுத்தப்படும்.

இப்படி பழிவாங்கலும், கொலையும், போரும் எப்பொழுதுமே தீவிரமாக இருக்கும் ஒரு சூனியப் பிரதேசத்தில் இரு தரப்பினராலும் புதைத்து வைக்கப்பட்டிருக்கக்கூடிய மிதிவெடிகளின் எண்ணிக்கையை கொஞ்சம் கற்பனை செய்து பாருங்கள். ஐந்து, பத்து, நூறல்ல. ஆயிரக்கணக்கில் விதைத்து வைத்திருப்பார்கள்.

அந்த சூனியப் பிரதேசத்தில் இருக்கும் ஒரு ஊர்தான் இந்தக் கிராமம். போர் முடிந்ததும் அம்மக்களை அரசாங்கம் மீள்குடியேற்றம் என்ற பெயரில் அவ்வூருக்கு மீண்டும் அனுப்பி வைத்திருக்கிறது.

அந்தக் கிராமத்தில் மக்களை மீள்குடியேற்றும் முன்னமே வழமைபோல குறித்த மிதிவெடிகள் அகற்றும் வெளிநாட்டு நிறுவனம் தன் கிளியரன்ஸ் அறிக்கையை அரசாங்கத்திடம் கையளித்திருந்தது. எந்தவொரு மிதிவெடி அகற்றும் நிறுவனமும் குறித்த பிரதேசத்திலிருந்த 100 சதவிகித மிதி வெடிகளையும் அகற்றிவிட்டோம் என அறிக்கை கொடுப்பதில்லை. காரணம், அது சாத்தியமற்றது. அதிகபட்சம் 99 சதவிகிதம் என்றுதான் கொடுப்பார்கள். மிதிவெடிகளை, குறித்த பிரதேசத்தில் விதைத்த குறித்த குழுவை அல்லது அதற்குப் பொறுப்பாக இருந்த குறித்த நபரைத் தவிர வேறு எவருக்கும் எங்கெங்கெல்லாம் மிதிவெடிகள் புதைக்கப்பட்டிருக்கின்றன என்ற விபரம் தெரியாது. அந்த sketch அல்லது pattern அவர்களுக்கு மட்டுமே தெரியும்.

எனவே இப்படி எந்த விபரமும் தெரியாத மிதிவெடி அகற்றும் குழுவினர் தங்களால் முடிந்தளவு தொழில்நுட்ப மற்றும் புராதன மிதிவெடி அகற்றும் முறைகளைக்கொண்டு அவற்றை அகற்றி யிருக்கிறார்கள். உயிரைக் கையில் பிடித்துக்கொண்டு அபாயத்தோடு விளையாடும் அவர்களுடைய தொழிலை நினைத்தால் தலை சுற்றும். இந்த மிதிவெடி அகற்றும் பணியாளர்களின் தைரியமும், மனவுறுதியும், தன்னம்பிக்கையும் அபரிமிதமானது. வயிற்றின் தவிப்பு உலகின் அத்தனை அபாயங்களையும் வென்றுவிடுகிறது.

அக்கிராமத்தில் மீள்குடியேற்றம் நிறைவடைந்து ஒரு மாதம் கடந்திருந்தது. அங்கு மீள் குடியேறிய ஒவ்வொரு மனிதரும் தங்கள் மண்ணில் எடுத்துவைக்கும் ஒவ்வொரு அடியையும் “முருகா முருகா” என்றே எடுத்துவைத்தார்கள். காரணம், மிதிவெடி அகற்றும் குழுவினருடைய கண்களிலிருந்து தப்பிய மிதிவெடிகள் எப்பொழுது வாயைப் பிளக்கும் என்று தெரியாது. அது முருகனுக்கு மட்டுமே வெளிச்சம். இப்படி தங்கள் சொந்த மண்ணைப் பார்த்தே கெலிபிடித்து அலையும் வாழ்க்கையை வலிந்து ஓட்டிக்கொண்டிருந்த அக்கிராமத்தில்தான் அன்று அந்தக் கொடூர சம்பவம் நிகழ்ந்தது.

அந்த நான்கு குழந்தைகளும் சதா கூடி விளையாடும் இடம் அந்த வீட்டின் பின்புறத்திலிருந்த மண்குவியல்தான். அன்று மண்ணைத் தோண்டி குழி போட்டுக்கொண்டிருந்த ஒரு சிறுவனுடைய கையில் இரும்பு உருளையொன்று சிக்கியிருக்கிறது. அதன் வாய் மூடப்பட்டிருந்ததால் அவனுடைய கவனம் அதற்குள் அடைக்கப்பட்டிருக்கும் பொருள்மேல் விழ, நால்வரும் அந்த டப்பாவை திறந்து பார்க்கலாம் என முடிவெடுத்திருக்கிறார்கள். உடனடியாகவே செயலில் குதித்த சிறுவன் அருகில் கிடந்த அலவாங்கை எடுத்து அதன் மீது ஒரே போடாய் போட்டிருக்கிறான். அடுத்த கணமே அந்த உருளை பாரிய சத்தத்தோடு வெடித்துச் சிதறியிருக்கிறது.

அந்த பாரிய வெடிப்புச் சத்தத்தைக் கேட்டு அவ்வூர் மக்கள் அவ்விடத்தை நோக்கி ஓடிவருகிறார்கள். பீதி கிராமத்தை விழுங்கிக் கொண்டிருக்கிறது. ஸ்தலத்திற்கு வந்தவர்கள் மண்குவியலைச் சுற்றி ரத்தத் திட்டாய்க் கிடக்கும் நான்கு சிறுவர்களையும் அள்ளி எடுத்துக்கொண்டு அருகிலிருந்த வைத்தியசாலையை நோக்கி ஓடுகிறார்கள்.

பனிரெண்டு மணிநேர அதிதீவிர சிகிச்சையின் பின் வைத்தியசாலையே ஒப்பாரிக் கூடமாய் மாறிவிடுகிறது. நால்வரில், நான்கு வயது பவித்திராவினுடைய இறுதி மூச்சு பரிதாபமாகப் பிரிந்துவிட்டது. கணேஸ் என்ற சிறுவனின் வலக்கால் நடுத்துடையோடு வெட்டி அகற்றப்படுகிறது. உடல் பூராகவும் குருதி வடியும் காயங்களோடு மற்றைய இரண்டு சிறுவர்களும் உயிர் பிழைத்துவிடுகிறார்கள். அவர்கள் உயிர் பிழைத்தது மகா அதிசயம் என்கிறார் அவ்வைத்தியசாலையின் பிரதம வைத்திய அதிகாரி.

வடக்கில் போர் தீவிரமாகியிருந்த கடந்த 30 ஆண்டுகளில் அந்த ஊர் பார்க்காத மிகக் கொடூரமான அவலம் அது. இனியும் இந்த ஊரில் எங்களால் இருக்க முடியாது என அதிகமானவர்கள் அங்கிருந்து இடம்பெயர்ந்துபோய் அயல்கிராமங்களில் குடியேறுகிறார்கள். போர் முடிந்த பிறகும், மீள்குடியேற்றம் சாத்தியமாகிய பிறகும் அந்த

சனங்களின் மீது இன்னுமொரு இடப்பெயர்வு திணிக்கப்படுகிறது.

இதை எழுதிக்கொண்டிருக்கும் இந்தக் கணத்திலாவது அவர்கள் சொந்த ஊருக்குத் திரும்பி, பாதுகாப்போடு, எவ்வித உயிர் அச்சுறுத்தல்களுமின்றி தங்கள் வாழ்க்கையை மீண்டும் ஆரம்பித்திருக்கவேண்டும் என்று மன்றாடுகிறேன்.

61

படலையைத் அவசர அவசரமாகத் திறந்துகொண்டு வளவுக்குள் வந்தேன். மாமர நிழலில் நின்றுகொண்டிருந்த நீலநிற 'பென்லி' பல்லைக்காட்டிச் சிரித்தது. போனவாரம் 'லோட் நைன்டி' இந்த வாரம் 'பென்லி'யா? இருந்தாலும் இவர்களுக்கு இத்தனை வேகம் கூடாது.

எனது மோட்டார் சைக்கிளை ஸ்டான்டில் போட்டுவிட்டு கள்ளப் பூனைபோல கிணற்றடிப்பக்கம் ஒதுங்கினேன். எதற்கு? வாயில் 'லாகர்' நாற்றம்!

சுற்றுமுற்றும் பார்த்துவிட்டு அருகிலிருந்த கொய்யா மரத்தின் இளம் இலைகளைப் பிய்த்து வாயில் போட்டுக்கொண்டேன். உள்ளுக்குள் தள்ளித் தள்ளி ஊன்றி அரைத்தேன். அதைத் துப்பிவிட்டு மீண்டும் சில இலைகளைப் பிடுங்கி இரண்டாவது 'ரவுண்ட்' ஓட்டினேன். கொடிய பீர் மணத்திலிருந்து விடுதலை கிடைத்துக் கொண்டிருப்பதாக ஒரு நினைப்பு உள்ளுக்குள் எழுந்து வந்துகொண்டிருந்தது.

களவாகத் தண்ணியும் தம்மும் அடிப்பவர்களுக்குத்தான் ஹாக்ஸ் இனிப்பைக் காட்டிலும் கொய்யா இலை எவ்வளவு பெரிய அருமருந்தென்று புரியும். பின்னர் வாயை நன்றாகக் பொப்பளித்துவிட்டு வீட்டு வாசலை நோக்கி கம்பீரமாக நடந்தேன்.

ஒன்றை கவனித்திருக்கிறீர்களா? சிலருக்குத் தண்ணி அடித்த பிறகுதான் நிதானமும், கம்பீரமும், நடையும், பேச்சும், செயலும் தூக்கலாக இருக்கும். நாற்றத்தைத் தவிர்த்துவிட்டுப் பார்த்தால் சுத்த

சகாயசீலர்களாகத் தெரிவார்கள். அது மட்டுமா? சிலர் அதற்கும் ஒரு படி மேலே போய் பிரமாதமாக அசத்துவார்கள். கவிதை எழுதுவார்கள். மனைவியின் காதில் சாதுர்யமாக பூ சுத்துவார்கள். தேவசகாயர்களாக மாறி மனைவிக்குத் துணி துவைத்துக்கொடுப்பார்கள். சமைப்பார்கள். பாத்திரம் விளக்குவார்கள். வீட்டை துப்பரவு செய்வார்கள். இத்யாதி இத்யாதி.

அதாவது, போதை தங்களுக்கு விரோதமாகப் போய்விடாமல் சமாளித்துக்கொள்ளத் தெரிந்த கனவான்கள் அவர்கள். நானும் கொஞ்சம் அப்படித்தான். குடித்தாலும் 'தங்கமான' மனுசன்.

வீட்டு வாசலில் இரண்டு சோடி நகர்ப்புற பாதணிகளைக் கண்டேன். அதிலொன்று எனக்கு மிகவும் பரிச்சயமான பாதணி. ஆறு மாதங்களுக்கு முன்னர் மன்னார் பேருந்து தரிப்பிடத்திலிருக்கும் நியாஸ் சப்பாத்துக்கடையில் வாங்கியது. அதை அணியும் போதெல்லாம் வழுவழுப்பான நிவேதாவின் கால்களுக்குப் பூச்சூடியதுபோல இருக்கும். அதை நான்தான் அவளுக்குத் தெரிவுசெய்து கொடுத்தேன் என்பதால் அவளுக்கு அதிலொரு அலாதிப் பிரியம் உண்டு. அதையே தினமும் போட்டு தேயத்தேய அடித்துக்கொண்டிருக்கிறாள்.

நிவேதா வந்திருப்பது மகிழ்ச்சிதான். ஆனால் வாயில் கிடக்கும் நாற்றத்தை நினைத்தால்தான் ஈரக்குலை கிடுகிடுத்தது. கொய்யா இலை காப்பாற்றும் என்றாலும் அவளுக்கு பொலிஸ் நாய் மூக்கு. 'எதுக்கும் எல்லாத் தொடர்புகளையும் எட்டத்திலேயே வச்சுக்கணும்' என சபதத்தை நிறைவேற்றிக்கொண்டு வீட்டுக்குள் நுழைந்தேன். முன்னாலிருந்த நிவேதா என்னைப்பார்த்து வண்டிதழ்கள் விரிய புன்னகைத்தாள். ஆனால் எனக்கோ அவள் முறைப்பதுபோலவே இருந்தது.

உதடுகளில் அவள் பூசியிருந்த சிவப்பு மை வசீகரமாய் இருந்தது. இம்முறை கருப்பு மையை கண்களில் அளவாகப் பூசியிருந்தாள். முழுக்கண்ணிலும் காதல். பார்வையின் இடுக்குகளில் விரகதாபம். கன்னங்கள் பளபளத்தன. மூக்கு நுனியின் விட்டம் சுண்டியிழுத்தது. காதோர முடி கிறங்கடித்தது. குடிக்கக் குடிக்கத் தெவிட்டாத கொடிமுந்திரிப் பழச்சாறு அவள் அழகு.

அவளை ரசித்து ரசித்துப் பார்த்தேன். சலிப்புத் தட்டாத சித்திரம் அது. 'செமையா இருக்காடீ கழுத...' எனக் கண்களால் பேசினேன். புழுபோல இடுப்பால் நெளிந்தாள். அப்பா செருமியபோதுதான் காட்சியில் இன்னும் பலர் இருப்பது புரிந்தது. முன்னாலிருந்த மாமனாருக்கு வணக்கம் வைத்தேன். மீசையை ஒதுக்கிக்கொண்டு சிரித்தார்.

சிலருக்கு மட்டும்தான் கடவுள் ஒட்டு மொத்த வசீகரத்தையும் கொண்டுபோய் மீசைமேல் கொட்டிவிட்டிருக்கிறான்.

“தம்பி, நிவேதாட அம்மா அப்பா உங்க கலியாணத்த சீக்கிரமே முடிச்சிடலாம் எண்டு சொல்றாங்க. சரிதான். இனியும் எதுக்கு வீணா காலத்தப் போட்டு இழுத்துக்கொண்டு கிடப்பானேன். வயசும் சரி. எனக்கும் இதில உடன்பாடுதான்...” எனச் சொல்லிவிட்டு ஒரே கோட்டில் திரும்பி என்னையும் நிவேதாவையும் பார்த்தார் அப்பா.

மாமனாரின் கண்களிலும் அதே கேள்வி. விடையை அவர்களே தீர்மானித்துவிட்டது போலிருந்தது. நானும் நிவேதாவும் ஆளையாள் பார்த்துக்கொண்டோம். அவள் நீயே சொல் என்றாள். கண்களில் தவிப்பு கசிந்தது. பெரும் பரபரப்போடு ஆரம்பித்து பின்னர் கெஞ்சல் தொனியில் பார்வை சரிந்தது. எனக்கு மட்டும் அந்த ஏக்கம் இல்லையா கண்ணே? இப்பொழுது விட்டால்கூட தாலியைக் கட்டி அறைக்குள் அழைத்துப்போய் முதலிரவைக் கொண்டாடிவிடுவேன். மோகத்தீ விளாசிக் கொண்டிருக்கும் இந்த இளங்கட்டையை வைத்துக்கொண்டு இன்னும் எத்தனை இரவுகளைத்தான் என்னால் சகித்துக்கொள்ள முடியும்.

ஆனால் ஒன்றைக் கவனி. பதில் சொல்ல கொஞ்சம் நேரம் எடுத்துக்கொள்கிறேன். இல்லை, எடுத்துக்கொள்வது போல் நடிக்கிறேன். திருமணத்துக்கு அடித்துப்பிடித்து ஓமோம் எனச் சொல்லிவிடும் ஆண்களுக்கு எங்கள் ஊரில் சொல்லும்படியான நற்பெயர் இல்லை. காதலிக்கும் எங்களையெல்லாம் ஸ்திரீலோத்தன் என்ற தோரணையில் பார்க்கும் மனிதர்கள்தான் இவ்வூரில் அதிகம் இருக்கிறார்கள். அதற்காகவென்றாலும் பதில் சொல்ல இரண்டு வினாடிகளை எடுத்துக்கொள்ள அனுமதி கொடு.

“உங்களுக்கு சரியெண்டா எங்களுக்கும் சரிப்பா...”

என்னுடைய இப்பதிலை அப்பா எதிர்பார்த்திருப்பார்தான். காதலின் பெருந் தவிப்பையும், நமைச்சலையும் அறியாதவரா ஜோசப் மாஸ்டர்? என்னுடைய பதிலை வேகமாகப் பற்றிக்கொண்டு நிவேதாவின் அப்பா பக்கம் திரும்பி “அப்ப சரி சம்மந்தி...” என அடுத்த உரையாடலை ஆரம்பித்தார் அப்பா. உரையாடல் நீண்டது. நிவேதா எழுந்து வெளியே போனாள். சொல்லப்படாத கட்டளையை நிறைவேற்றும் பொருட்டு நானும் அவளை பின்தொடர்ந்து போனேன்.

முற்றத்துக்கு வந்தவள் வேலியோரமாய் நின்ற நந்தியாவெட்டையில் பூத்துக்குலுங்கும் மலர்களைப் பார்த்தாள். அருகில் போய் அவற்றை தொட்டு ஸ்பரித்து இன்புற்றாள். மலர்கள் பேசின. அவளும் பேசினாள். நான் அவளை நெருங்கிப்போனேன்.

"அடேய் எருமமாடு, நீ குடிச்சிருக்கால்ல..."

மனதுக்குள் கடுங்குரல் அதட்டியது. நடையை சடாரென நிறுத்தினேன். மூச்சை இழுத்துவிட்டு அதை மூக்கால் நுகர்ந்தேன். இதயம் படபடவென அடிக்க ஆரம்பித்தது.

நான் குடித்திருப்பதை மட்டும் நிவேதா கண்டுபிடித்துவிட்டால் என்னுடைய ஒட்டுமொத்த சோலியும் இன்றோடு முடிந்துவிடும். தன் காதலிக்காக ஒரு சிறு வாக்குத்தத்தைக்கூட காப்பாற்றிக்கொள்ள வக்கில்லாவன் என்ற பெரும் பழி என்மேல் விழும். பழி மட்டுமா? பிரச்சினை தன் அத்தனை கிளைகளையும் அகல விரித்து அண்டசாஸ்திரம் வரை பாயும். மனம் முனகி ரத்தத்தில் விழ அடி மேலும் மேலும் விழும்.

நான் ஒரு கஜ தூரத்திலேயே தரித்து நின்றேன். அவளுடைய முகர்திறன் வலியது. அவளுடைய மூக்கிற்கு முன்னால் கொய்யா இலையெல்லாம் அசிங்கப்பட்டுச் செத்துவிடும். திரும்பிப்பார்த்தாள். பயத்தில், பல்லைக்காட்டிச் சிரித்தேன். மறுபக்கம் திரும்பிக்கொண்டாள். நல்ல வேளை, அவளுடைய முழுக் கவனமும் நந்தியாவெட்டையில் இருந்தது. என்பக்கம் திரும்பி உற்றுக் கவனித்தாலேயொழிய அடியேன் சிக்கிக்கொள்வதற்கு வாய்ப்புகள் இல்லை.

குடி போதை என்பது நிவேதாவின் அகராதியில் இப்படித்தான் இருக்கிறது.

"குடி என்பது ஒரு மட்டமான அல்லது கேவலமான அல்லது அருவருப்பான அல்லது மொண்ணைத்தனமான அல்லது அயோக்கியத் தனமான அல்லது தேவடியாத்தனமான மானிடச் செயற்பாடு."

காதலிக்கும் போது "குடிதானே, அளவா குடிச்சா எனக்கொண்டும் பிரச்சின இல்ல..." என தேவ கிருபை காட்டும் பெண்கள், திருமணம் முடிந்த அடுத்த கணமே "முடிவெடுத்துக்கொள்ளுங்க, ஒன்று நான் அல்லது குடி!" என ஒரே போடாய் போட்டுவிடுகிறார்கள். ஆனால் என்னுடைய காதலில் அதற்குக்கூட கொடுத்துவைக்கவில்லை. ஆரம்பத்திலேயே அழுத்தந்திருத்தமாகச் சொல்லிவிட்டாள் உத்தமபத்தினி. "எக்காரணத்துக்காகவும் என்னால ஜீரணிச்சுக்கொள்ளவோ அல்லது சமரசம் செஞ்சுகொள்ளவோ முடியாத ஒரு விசயம் இந்தக் குடி!"

அப்புறமென்ன, அன்றிலிருந்து குடியை அடியோடே நிறுத்திவிட்டேன். என்ன உளறுகிறேன்... இல்லை, குடியை அடியோடு நிறுத்திவிட வேண்டும் என்று அடிக்கடி சபதம் எடுத்திருக்கிறேன். ஏன், அப்போதுகூட மனதிற்குள் என்ன சொல்லிக் கொண்டிருந்தேன் பாருங்கள், "கடவுளே, இந்த தடவ மட்டும் என்ன அவள்ட்ட சிக்கிடாம

காப்பாத்திக்க... இண்டையோடே குடிய நிப்பாட்டிடுறேன்."

"மதன்... கிட்ட வாங்க. குடிச்சிருக்கீங்களா?"

கதை கந்தல்!

எனக்குள் ஈரக்குலை படீரென வெடித்தது. மூளை நரம்புகள் கிடுகிடுக்க ஆரம்பித்தன. போதை வியர்வையாகக் கழன்று விழுந்தது. புகையிலை ஊட்டிய ஓணான் போல எல்லாப்பக்கமும் தலை ஆடியது.

"மதன் குடிச்சிருக்கீங்களா எண்டு கேட்டன்?"

உலகத்தரமிக்க பொய்யனால்கூட பொண்டாட்டியிடமிருந்து தப்பிக்க முடியாது. உலகின் மிக நுணுக்கமான நீதிபதிகள் பெண்கள்தான். பார்த்ததுமே பொய் எது உண்மை எது என கபக்கென்று பிடித்துவிடும் விசித்திர நரம்பு அவர்களிடம் உண்டு. ஆதாமைப் புறக்கணித்து ஏவாளுக்குக் அருளப்பட்ட மாபெரும் கொடை அது. இதை நீங்களும் அனுபவித்திருப்பீர்கள் என நினைக்கிறேன்.

நமக்கு நெருக்கமான பெண்களிடம் பொய் உரைப்பதென்பது அத்தனை இலகுவான காரியமில்லை. அதுவொரு மகா சித்திரவதை. உலகின் மிகப் பெரிய துரோகியின் மனசாட்சி நமக்குள் வந்து திடும் என முளைத்துவிடும் தருணம். அதையும் மீறி அடித்துவிட்டாலும், நம் கண்களைப் பார்த்து உண்மையைப் படக்கென பிடுங்கி எடுத்துவிடுவார்கள் பெண்கள்.

கண்களுக்கும் பொய் உரைக்கக் கற்றுக்கொடுத்து வெற்றி கண்டவனால்தான் உலகின் மிகச் சிறந்த பொய்யனாக இருக்க முடியும்.

சரி. வீண் விபரீதம் வேண்டாம். உண்மையைச் சொல்லி காலில் விழுந்துவிட்டால் சிறு சலுகைக்காவது வாய்ப்பிருக்கும்.

"சொரி செல்லம்... அந்தோனியாக்கள் கம்பல் பண்ணாங்க. அதான்..."

நம்மை நல்லவன் என நிரூபிக்க பக்கத்திலிருக்கும் ஒருவனின் களிசானை உரிந்துவிடுவது ஒரு நூதனக் கலை. எப்பொழுதுமே நம்மை நல்லவன் என்று நிரூபிக்க இன்னொரு ஜீவன் தேவையாயிருக்கிறது. அதுவும் நம்மைவிட ஒரு எளிமைப்பட்ட ஜீவனாய் தெரிவு செய்வது இன்னும் சௌகரியம். பாவம், அந்த இக்கட்டில் என்னை மேன்மைப்படுத்த அந்தோனியால் மட்டுமே முடிந்தது.

"ச்சீ. நீங்கெல்லாம் திருந்துறதுக்கு இனி சான்சே இல்ல. அதுக்கேத்த ப்ரெண்டொருத்தன். கருமம்" என்றுவிட்டு விறுக்கெனத் திரும்பி வீட்டுக்குள் போனவள்தான், அங்கிருந்து அவர்கள் புறப்படும் வரை ஒரு வார்த்தைகூடப் பேசவில்லை. போகும்போது, கடமைக்குக்கூட

ஒரு "வாரன்" இல்லை. அது மட்டுமா, அன்று அணைக்கப்பட்ட அவளுடைய கைத்தொலைபேசி மூன்று நாட்களுக்கு உயிர்க்கவே யில்லை. கடையில் கண்டு "ஹலோ" சொன்னபோதுகூட பரிசாய்க் கிடைத்தது ஒரு விட்டெறிந்த பார்வைதான்.

இப்படி ஒரு போத்தல் லாகருக்கே மூன்று நாள் சண்டையென்றால், வெளிநாட்டிலிருந்து அமல் அண்ணர் கொண்டு வரும் ஜொனி வோக்கருக்கு ஒரு மாதமல்லவா ஓய்வெடுக்காமல் சண்டை போடவேண்டும்! பாவம் நிவேதா, என்ன செய்வாளோ, அந்த மனுசன் வேறு அடுத்த மாதம் ஊருக்கு வருகிறது.

அந்த மூன்று நாட்களும் அவள் குரலைக்கேட்காமல் முழு ஜீவனும் வற்றிவிடும் போலிருந்தது. அதிலும் அவள் முகத்தை விடுக்கெனத் திருப்பிக்கொள்ளும்போது குற்ற உணர்வு நடு இதயத்தில் திராவகமாகக் கொட்டும். அவள் அழைப்பாள் என மூன்று நாட்களாக தொலைபேசியையே தலையணையாக வைத்துக்கொண்டு கிடந்ததில் ஐந்து பைசா லாபமில்லை. ஒரு மிஸ்ட்டு கோல் கொடுப்பதற்குக்கூடவா பிடிவாதம் இத்தனை ரகளை பண்ணும்?

ஏமாற்றம் ஒன்றே பெண்களால் சகித்துக்கொள்ள முடியாத பெருந்துன்பமாய் இருக்கிறது.

இந்த மகா கொடுமைக்குள் அல்லல்பட்டுக்கொண்டிருந்த ஒரு நாளில் அந்தோனி வந்து ஆறுதல் சொன்னான். மனம் கொஞ்சம் இளகியது. பெண்களின் பிடிவாதத்தின் அத்தனை இழைகளையும் ஒவ்வொன்றாய் இழுத்து விளக்கம் கொடுத்தான். ஆச்சரியமாக இருந்தது. பெண்கள் விடயத்தில் அந்தோனியின் ஞானம் அபரிமிதமானது.

ஆறுதல் சொல்வதெல்லாம் சரி. கடைசியில் என்ன சொல்லி கதையை முடித்தான் என்று நினைக்கிறீர்கள்?

"மச்சான் கவலதான். எனக்குப் புரியுது. இதெல்லாம் நம்மளால தாங்க ஏலாது. உன்னப் பாக்க பாக்க எனக்கு சங்காரக் கவலையாக் கிடக்கு. அதால..."

"அதால...?"

"நம்ம கவலைய போக்க ரெண்டு லயன் லாகர் வாங்கிக்கிட்டு வரவா. உனக்கொண்டு எனக்கொண்டு...?"

கல்லை எடுப்பதற்குள் அந்த நாய் ஓடிவிட்டது.

62

எங்களுடைய வீட்டில் திருமணத்திற்கான ஏற்பாடுகள் தடபுடலாக நடந்துகொண்டிருந்தன. எனக்குக் கல்யாண ஜுரம் வலுத்தது. என் பெருந்தேடலை சாத்தியமாக்கப்போகும் அந்தப் பெண்ணை சீக்கிரம் அடையப்போகிறேன் என்ற எண்ணம் மகா சௌகரியமாக மாறி விட்டிருந்தது.

வாழ்க்கை என்ற வானம் இப்பொழுதுதான் முதன்முதலாக மாசற்றுப் புலப்படுகிறது. தெளிந்த ஜலத்தின் பொலிவுபோல் வசீகரிக்கிறது. விவாகம்தான் மானிட வாழ்க்கையின் பிரமாண்டமான திரி. மாசகற்றி முழு மனதோடு அதை ஏற்றுக்கொள்ள வேண்டும். ஒளி பரவ ஆரம்பிக்க வாழ்க்கை கொண்டாட்டமாக மாறிவிடும். அந்தக் கொண்டாட்டத்தை வரவேற்பதற்கு நாங்கள் தயாராக இருந்தோம். விவாகம் என்ற இணைதலின் மீது பெரும் நம்பிக்கையைக் கொட்டி வைத்திருந்தோம். இருவரும் ஒன்றாகி ஒளிரும் அந்நாள் தொலைவில் இல்லை. ஒன்றாதல் அந்தமற்ற ஈகை.

ஒரு பட்டக்காட்டு மீனவனின் வாழ்க்கையில் நிகழக்கூடிய உச்சக்கட்ட அதிர்ஷ்டம் இதைவிட வேறென்னவாக இருக்க முடியும்? ஜெல்லி மீன் கடித்து பட்டக்காட்டிலிருந்து மன்னார் வரை துரத்திச்சென்ற காலம் எத்தனை விதமான மாற்றங்களை என்மட்டில் நிகழ்த்தி முடித்திருக்கிறது. என் வாழ்க்கை மாற்றத்தின் மிக முக்கியமான புள்ளியென்றால் அது வேறொன்றுமில்லை, அந்த ஜெல்லி மீன்தான்.

யோசித்துப் பாருங்கள், ஜெல்லி மீன் அன்று என்னைக் கண்டு கொள்ளாமல் விட்டிருந்தால் என்னுடைய வாழ்க்கை எப்படி யிருந்திருக்கும்? ஜேம்ஸ் பாதிரியாருக்கு என்னைத் தெரிந்திருக்காது.

நிவேதா என்ற சித்திரம் என் வாழ்க்கையில் கீறப்பட்டிருக்காது. தவிர, கயலையோ அல்லது முகமறியாப் பெண்ணையோ மணம் முடித்து பிள்ளை குட்டிகளோடு பாதி வாழ்க்கையை கடத்தி முடித்திருப்பேன். அல்லது இயக்கத்துக்குப் போய் முள்ளிவாய்க்காலில் வீரச்சாவடைந்திருப்பேன். அல்லது காயப்பட்டு அங்கங்களை இழந்திருப்பேன். அல்லது காணாமல் ஆக்கப்பட்டிருப்பேன். அல்லது புனர்வாழ்வு முகாமில் வைத்து சித்ரவதை செய்யப்பட்டிருப்பேன். இத்யாதி இத்யாதி.

ஜெல்லி மீன் போல் திடீரென நிகழ்ந்துவிடும் ஒரு சம்பவம் நம் வாழ்க்கையில் எவ்வளவு பெரிய மாற்றத்திற்கான தொடக்கப்புள்ளியாக மாறிவிடுகிறது. மாற்றம் ஒரு யட்சி. எங்கிருந்து வரும் தெரியாது. எங்கெங்கெல்லாம் அலையும் தெரியாது. இறுதியில் எங்குபோய்தான் மறையும் அதுவும் தெரியாது.

எங்களுடைய அந்தத் திருமண நாள் வேகமாக நெருங்கி வந்து திடீரென ஒருநாள் முன்னால் நின்றபோது எனக்குப் பிரமை பிடித்து தலை சுற்றியது. களிப்பு ஒரு புறம். அவளைச் சந்தோஷமாக வாழ வைத்துக் கொண்டாட முடியுமா என்ற பயம் மறுபுறம். தனிக்காலில் ஓடிக்கொண்டிருந்த வாழ்க்கை இனி இன்னொரு காலையும் சேர்த்துக்கொண்டல்லவா ஓட வேண்டியிருக்கும்?

திருமணத்துக்கு முதல் நாள் தண்ணி போட்டுவிட்டு வீட்டுக்கு வந்த அப்பா என்னுடைய பதற்றத்தைப் பார்த்துவிட்டுச் சொன்னார்.

“இன்பக்காட்சிகள் நிறஞ்ச ஒரு திகில் படம்தான் மதன் கலியாணம். கண்டதெல்லாம் கற்பன கண்ணி பயப்பிடத் தேவையில்ல. ஆரம்பம்தான் இப்பிடி இருக்கும். போகப்போக திகில் காட்சிகள்ல எல்லாம் நாம வாய்விட்டு சிரிக்க ஆரம்பிச்சுடுவம்...”

மே 22, 2012. எங்கள் வீடு சோடனைகளால் மூடப்பட்டு மூச்சுமுட்டித் தவித்தது. எங்கள் ஊரில் நடைபெறும் திருமண விழாக்கள் நகரத்தில் பொதுமண்டபமொன்றில் குறுக்கப்பட்டு வெறும் நான்கு ஐந்து மணித்தியாலங்களுக்குள் முடிந்துவிடும் ஒரு சம்பவமாக இராது. மூன்று நான்கு நாட்களுக்கு முன்னரே உற்றார் உறவினர்கள் அத்தனைபேரும் வந்து விடுவார்கள். பொதுச் சமையல் ஆரம்பமாகிவிடும். பொதுச் சமையல் என்றால் ஊரிலுள்ள அத்தனை பெண்களும் ஒரேயிடத்தில் கூடி ஒன்றாகச் சமையல் செய்வது. ஊர்க்கதை அவர்கள் களைப்பைப் போக்கும் அதி உன்னத அருமருந்தாக இருக்கும். வீட்டிற்குள் அடைந்து கிடக்கும் அதிகமான பெண்களுக்கு

யார் யாரைக் காதலிக்கிறான் அல்லது வைத்திருக்கிறான் போன்ற அதி உன்னத விசயங்களெல்லாம் அப்பொழுதுதான் தெரியவரும். இதற்குள் சிலர் முட்டிமோதி கோவித்துக்கொண்டு எழுந்து போகும் சம்பவமெல்லாம் சர்வசாதாரணமாக நடக்கும்.

முழு ஊருக்கும் மூன்று நான்கு நாட்களுக்குக் கலியாண வீட்டில்தான் பந்தி விழும். அண்டாவில் சாதம் வேகும். இன்னொரு அண்டாவில் கறி. காலைச் சாப்பாட்டுக்குப் பெரும்பாலும் பிட்டு அவிப்பார்கள். 'பட்டணத்துக்குப் புட்டவிப்பது' போன்ற எங்கள் ஊரின் சொல்லாடல் இங்கிருந்துதான் ஆரம்பித்திருக்க வேண்டும். மதியத்திற்கும் இரவைக்கும் சாதமும் மச்சக் கறியும். கூடவே ஊரில் கிடைக்கக்கூடிய ஒரு மரக்கறி. சமையலுக்குத் தேவையான மீனும் மரக்கறியும் ஊர்க்காரர்களே கொண்டு வந்து இனாமாகக் கொடுப்பார்கள்.

திருமணத்துக்கு முதல் நாள் மாடு அறுப்பார்கள். மாடு அறுப்பது என்றால் சாதாரணமாக நினைத்துவிடக்கூடாது. அதுவொரு முக்கியமான திருவிழா. மாடு அறுக்கும் போதுதான் அந்தக் கொண்டாட்டம் உத்தியோக பூர்வமான நிலையை எய்தும்.

எங்கள் ஊரிலேயே நாதன் மாமாதான் மாடு வெட்டுவதில் நிபுணர். எங்கு கொண்டாட்டம் என்றாலும் நாதன் மாமாதான் மாட்டை அறுத்தாக வேண்டும். அது அவருக்கென்றே கொடுக்கப்பட்ட ஒரு தனித்துவ அங்கீகாரம். அதற்கென்றே அவரிடம் மூன்று கூரிய தவாளிப்பான கத்திகள் உண்டு. அவரைக் கொலைகாரன் ஆக்கவேண்டுமென்றால், அவரிடம் சொல்லாமல் கொள்ளாமல் அவருடைய கத்திகளில் கை வைத்தால் போதும். நாதன் மாமாவின் சொத்துக்களில் மனைவிகூட கையடிக்க முடியாத ஒரே சொத்து அந்தக் கத்திகள்தான். அதை அவர் பூசிக்கும் விதமும், தான் அனுபவித்துச் செய்யும் தொழிலுக்கான ஆயுதத்தை ஆராதித்து உபயோகிக்கும் அழகும் பார்ப்பதற்கு அலாதியாக இருக்கும்.

நேரம் நெருங்கியதும் நாதன் மாமா ஊரில் தனக்கு நம்பிக்கையான மூன்று இளைஞர்களை துணைக்கு அழைத்துக்கொண்டு களத்தில் இறங்குவார். அந்தக் களம் எங்காவது ஊரின் ஒரு ஒதுக்குப்புறமாக இருக்கும். சொல்ல மறந்துவிட்டேன். அறுப்புக்குத் தேவையான மாட்டைத் தெரிவு செய்து வாங்குவதற்குக்கூட நாதன் மாமாதான் போக வேண்டும். அவருடைய வாய்க்கு பயந்தே அந்த வேலையைச் செய்வதற்கு எங்கள் ஊரில் எவரும் முன்வரமாட்டார்கள்.

களத்தில் இறங்கியதும் அவருடைய சிஷ்யர்கள் மாட்டைக் கட்டி, தரையில் விழுத்தி, கால்களையும் தலையையும் அசையாமல் பிடிக்க, நாதன் மாமா கத்தியை எடுத்து கிறீச் கறீச் என ஒன்றோடு ஒன்றை

உரசிவிட்டு அதன் கழுத்தை அறுப்பார். ரத்தம் சீறிட்டுப் பாயும். கழுத்துக்குக் கீழ் பெரும் சட்டியொன்றை வைத்து இன்னுமொரு சிஷ்யன் வடியும் ரத்தத்தைச் சேகரிப்பான். ரத்தம் வடிந்து முடிந்து மாடு பரலோகம் எய்தியதும், அடுத்த வேலையை ஒரு பெருமூச்சோடு ஆரம்பிப்பார் மாமா.

தன் கூரிய கத்திகளால் தோல் உரிப்பதற்கு ஒரு கத்தி, சதைக்கட்டிகளைத் துண்டம்போட ஒரு கத்தி, எலும்புகளைத் தறிப்பதற்கு ஒரு கத்தி – வேலையை முடித்துவிட்டு நிமிரும்போது ஒரு சிஷ்யன் வலப்புறத்தில் சாராயத்தோடு நிற்கவேண்டும். இல்லையென்றால் தொலைந்தது கதை. ஜீவகாருண்யம் கெட்டுவிட்டதை சாராயம் கழுவிப் போக்கிவிடுமா என்று நாங்கள் அப்போது அறிவார்ந்த கேள்விகள் எல்லாம் கேட்டிருக்கிறோம்.

முப்பது நிமிடத்துக்கு முன்னர் நாலு கால்களில் நின்ற மாடு அப்பொழுது வாழை இலைகளுக்கு மேல் சதைத் துண்டங்களாகவும் எலும்புக் கட்டைகளாகவும் கிடக்கும். முழுச் சம்பவமும் முடிந்தவுடன் மாமிசத்தை எடுத்துக்கொண்டு சமையல் நடக்கும் இடத்துக்கு வருவார்கள். அங்குதான் நாங்கள் பெரும் ஆவலோடு காத்துக்கொண்டிருந்த அடுத்த சம்பவம் நடக்கும். அதையும் நாதன் மாமாதான் முன்நின்று நடாத்துவார்.

மாட்டு ரத்த வறை என்பது கொண்டாட்ட வீடுகளில் தவிர்க்க முடியாத ஒரு முக்கியமான வஸ்து. அது இல்லாத கொண்டாட்ட வீடுகள் இல்லையென்றே சொல்லலாம். சட்டியில் சேகரிக்கப்பட்ட மாட்டு ரத்தத்தை அடுப்பில் வைத்து மிளகாய், வெங்காயம், கறிவேப்பிலை, சீரகம் போன்ற இதர பொருட்களையும் சேர்த்து திரண்டு வரும்வரை வரட்டி எடுப்பார்கள். ரத்த வறைக்காகவே எங்கள் ஊரில் அடிக்கடி மனிதர்கள் திருமணம் செய்துகொள்ள வேண்டும் என்று பிரார்த்திப்போம். சிறுவர்களாக இருந்தபோது சிரட்டையைத் தூக்கிக்கொண்டு ரத்த வறைக்காகக் காத்துக்கொண்டிருந்த அந்தக் கணங்கள் சுவாரசியமானவை.

வரிசையில் நிற்கும் எங்கள் ஒவ்வொருவருடைய சிரட்டைக்குள்ளும் நாதன் மாமா ஒவ்வொரு கரண்டி போட்டு ஓடு எனக் கலைத்துவிடுவார். நாங்கள் வயல் வரம்புகளில் போய் குந்திக்கொண்டு ஒரு வெட்டு வெட்டுவோம்.

மறுபுறம் ஊரே சேர்ந்து மரம் நட்டு பந்தல் போடும். வாழைமரம் கட்டும். கூட்டம் கூட்டமாகக் கூடியிருந்து தென்னை ஓலையில் தோரணம் பின்னும். பத்துப் பதினைந்து யுவதிகள் கூடிவந்து வண்ண வண்ண சேலைகளை அழகழகாக மடித்து பந்தலைச் சோடிப்பார்கள்.

பந்தல் சோடனையில் எங்கள் நிர்மலா டீச்சர் கஜகெட்டி. வெறும் சேலைகளையும், வண்ணக் கடதாசிகளையும் வைத்துக்கொண்டே பந்தல் சோடனையில் பின்னியெடுத்துவிடும் மனுசி. எல்லாம் எங்கள் ஆலயத்தின் மரியாயின்சேனையில் அவர் இருந்ததால் கிடைத்த வரம். ஞாயிறு ஆராதனைக்கு பலிபீடத்தை சோடனை செய்வது மரியாயின்சேனை பெண்கள்தான். அதிலும் முன்னின்று உழைப்பவர் நிர்மலா டீச்சர். சோடனை என்று வந்துவிட்டால் நிர்மலா டீச்சரை அடித்துக்கொள்ள ஒரு கொம்பனாலும் முடியாது.

அடுத்த பக்கம் இன்னுமொரு கூட்டம் ஸ்பீக்கர் செட்டோடு ஆரவாரமாக இருக்கும். இதற்கென்றே பக்கத்தூரில் ஞானம் அண்ணன் இருக்கிறார். கேட்கும் தொகையை பேசாமல் வைத்துவிட்டால் சரி. ஸ்பீக்கர் செட்டை கேட்ட நேரத்தில் கொண்டுவந்து சரிசெய்து தந்துவிட்டுப் போவார்.

எத்தனையாயிரம் பாடல்கள் வந்தாலும் திருமண வீடு என்றால் "நூறு வருசம் இந்த மாப்பிளையும் பொண்ணும்தான்..." என்ற பாடல்தான் பிரசித்தம். இந்தப் பாடல் ஒலிக்காமல் ஒரு பயல் எங்கள் ஊரில் திருமணம் முடிக்க முடியாது. எங்கள் கிராமியப் பண்பாட்டுத் திருமணங்களில் இப்பாடல் ஒரு தனிக்கூறு. இப்படி ஒவ்வொரு கொண்டாட்டத்திலும் கேட்டுக் கேட்டு இத்தேவகானத்தின் ஒவ்வொரு வரியும் தண்ணிப்பாடமாய் பதிந்துவிட்டது. இப்பொழுதுகூட திடீரென்று அந்தப் பாட்டின் பத்தாவது வரியைப் சொல் என்றால், நீங்கள் மூச்சை இழுத்து விடுவதற்குள் சொல்லி முடித்துவிடுவேன்.

இதைவிட இன்னும் சில பாடல்களும் உண்டு. கொண்டாட்ட வீடுகளுக்கென்றே ஞானம் அண்ணர் பத்திரமாகப் பதிந்து வைத்திருக்கும் பாடல்கள் அவை. அவற்றில் இளையவர்களைப் பெரிதும் சுவாரசியப்படுத்துபவை என்றால் தேவாவின் கானாப் பாடல்கள்தான். விதவிதமா சோப்பு சீப்புக் கண்ணாடி, வைட்டு லக்கான் கோழி ஒண்ணு கூவுது, உதயம் தியட்டரில, மீனாட்சி மீனாட்சி அண்ணன் காதல் என்னாச்சி போன்ற பாடல்கள் எங்கள் கொண்டாட்ட வீடுகளின் சுவாரசியத்தை அடுத்த படிக்குக் கொண்டு செல்பவை. தொண்ணூறுகளின் இசையை ஆக்கிரமித்துக்கொண்டிருந்த எஸ்.ஏ.ராஜ்குமார் மற்றும் தேவாவின் பாடல்களில் கிராமத்து மனிதர்கள் கொண்ட காதல் இற்றைவரை குறைந்ததாய் தெரியவில்லை.

காலை 11 மணி. திருப்பலிக்கான இரண்டாம் மணியும் அடித்து ஓய்ந்தது. எல்லோரும் கால்களில் ஒட்டிக்கொண்ட பரபரப்போடு ஆலயம் நோக்கி நடக்க ஆரம்பித்தோம். என்னை முன்னால் விட்டு

அருகிலும் பின்னாலும் பெருங்கூட்டம் ஊர்ந்தது. எங்கள் வீட்டுக்கும் ஆலயத்துக்குமான தூரம் சொற்பம் என்பதால் நடையிலேயே போனோம்.

நான் படாடோபமான அந்த கருப்பு கோட்சூட்டில் எடுப்பாக இருந்தேன். ஒரு மேட்டுக்குடி கம்பீரம் ஒட்டிக்கொண்டது போல் தோன்றியது. வாழ்க்கையில் திருமணம் என்ற ஒரு சமாச்சாரம் நடக்கவில்லையென்றால், கிராமங்களில் இருக்கும் என்னைப் போன்றவர்கள் இந்த புதினத்தைப் பார்த்திருக்க வாய்ப்பேயில்லை.

அருகில் வந்துகொண்டிருந்த அந்தோனி, "அடேய் புளுதிய கிளப்பாம நட பாப்பம்" என்றான். அப்பொழுதுதான் 4999 ரூபாய் கொடுத்து மன்னார் பேருந்து தரிப்பிடத்திலுள்ள சப்பாத்துக்கடையில் வாங்கிய அந்தக் கருப்புச் சப்பாத்து ஞாபகம் வந்தது. குனிந்து பார்த்தேன். அந்தோனி கூறியது சரிதான். சப்பாத்தின் முகட்டில் புளுதி அப்பிப் படிந்திருந்தது.

ஆலயத்தின் வாசலில் ஏறினோம். உள்ளே பெரும் கூட்டம் நின்றது. பீடத்திற்கு முன்னால் ஒழுங்கு செய்யப்பட்டிருந்த கதிரையில் என்னை அழைத்துக்கொண்டுபோய் அமர்த்தினார்கள். அருகிலிருந்த வெற்றுக் கதிரையை திரும்பிப் பார்த்தேன். மனம் சஞ்சலித்தது. உள்ளுக்குள் சந்தோஷத்தை மிஞ்சிய ஒரு பயம். பார்வை நடுக்கத்தில் தலையைத் திருப்பிக்கொண்டு முகட்டை நோக்கினேன்.

இரண்டு நிமிடங்களில் பின்னால் எழ ஆரம்பித்திருந்த பரபரப்பை உணர்ந்தேன். தலையை திருப்பிப் பார்க்க லஜ்ஜையாக இருந்தது. பொருட்படுத்தாமல் திரும்பிப் பார்த்தேன்.

ஒளி விசுறும் வெண்ணிற ஆடையோடு பீடத்தை நோக்கி வந்து கொண்டிருந்தாள் நிவேதா. அதே வேகத்தில் விசுக்கென தலையைத் திருப்பிக்கொண்டேன். நொடிப் பார்வையிலேயே அவள் யாரோ போலத் தோன்றினாள். யாரோ என்றால் இதுகாறுவரையும் தரிசனம் கிட்டாத ஒரு தேவதை போல. அவளுடைய முகம் தரையை நோக்கிச் சரிந்திருந்ததில் அந்தத் தேவ வதனத்தைச் சரியாகக் கவனிக்க முடியவில்லை.

மெதுவாக அருகில் வந்து தன்னுடைய இருக்கையில் அமர்ந்தாள் நிவேதா. கூட வந்த தோழியர் அவளைச் சுற்றி அரைவட்டத்தில் நின்றார்கள்.

எத்தனை நாட்கள் நிவேதாவின் அருகாமையில் மணிகளைக் கடத்தியிருக்கிறேன். இடைவெளிகளை விஞ்சும் நெருக்கத்தை முகர்ந்து கடந்திருக்கிறேன். ஆனால் இப்பொழுது மட்டும் ஏன் அவளுடைய

அருகாமை படபடக்கிறது?. நெஞ்சுக்குள் ஏதோவொரு நடுக்கத்தை ஊற்றுகிறது? தேகம் வியர்க்கிறது? விரல் நுனிகளில் ரத்தம் கட்டுகிறது?.

(முதன் முறை திருமணம் முடிப்பதால் இந்த நாடகமெல்லாம் பெரிதாகத் தோன்றுதிறதோ என்னவோ – அந்தோனி.)

அருகில் அமர்ந்திருக்கும் அவளுடைய மூச்சுக் காற்று செவிக்குள் ஊர்ந்து இறங்கியது. அல்லது அது வெறும் பிரம்மையாகக்கூட இருக்கலாம். எதுவாக இருந்தாலும் காது மடல்களில் குளிர் கட்டியது. சூட்டைத் தணிக்க எச்சிலை மட்டும் உருண்டை கட்டி விழுங்கிக்கொண்டிருந்தேன்.

அன்று எங்கள் திருமணத் திருப்பலியை ஒப்புக்கொடுத்தவர் ஃபாதர் ஜேம்ஸ்தான். அதுகூட என் பதற்றத்துக்கு இன்னுமொரு காரணமாக இருந்திருக்கலாம். அவரை நிமிர்ந்து பார்த்தபோது உள்ளுக்குள் ஒரு இனம்புரியாத படபடப்பு ஊறியது. “வாடகைக்கு வீடு தேடித்தந்தால் வீட்டம்மாவின் மகளுக்கே வேலையைக் காட்டிட்டியே!” என்பது போல இருந்தது அவருடைய பார்வை.

நாங்கள் எல்லோரும் எதிர்பார்த்திருந்த நேரம் வந்தபோது நானும் நிவேதாவும் எழுந்து நின்றோம். திருப்பலி ஆரம்பமாயிற்று.

நிவேதா என்னை அடிக்கடி தன் முனைக் கண்களால் கவனித்துக் கொண்டாள். ஏன் நானும்தான். அந்த முகத்தில்தான் எத்தனை பிரகாசமான கண்கள். முகப்பூச்சிற்கு மேலால் பரவசம் துளிர்த்துக் கொண்டிருந்தது. இதழ்களில் மட்டும் விட்டுவிட்டு தேவ நளினம் ஆடியது. கண்களை சிமிட்டும் லயத்தில் சீராக்கப்பட்ட இமைகள் தாளம் போட்டன.

நான் நின்றுகொண்டிருப்பது திருப்பலிப்பீடம் என எனக்கு நானே அடிக்கடி ஞாபகமூட்டிக்கொண்டேன்.

தாலியை என் கைகளில் வாங்கியபோது விரல்கள் கூசிற்று. கைகளோடு தொடையும் சேர்ந்து நடுங்கிற்று. திருமண வாக்குத்தத்தத்தை இவ்வுலக சாட்சியாய் குருவானவர் முன் ஒப்புவித்தேன்.

“உங்கள் (நிவேதா) இன்பத்திலும் துன்பத்திலும், உடல் நலத்திலும் நோயிலும், உயர்விலும் தாழ்விலும், நான் உங்களுக்கு பிரமாணிக்கமுள்ள வாழ்க்கைத் துணையாயிருந்து உங்கள் வாழ்நாளெல்லாம் உங்களை நேசிக்கவும் மதிக்கவும் கடவுளின் முன்னிலையிலும், திருச்சபை முன்னிலையிலும் வாக்களிக்கிறேன்.”

பின்னர் ஆலய மணி வாய் பிளந்து எங்கள் திருமணத்தை அறிவிக்க, என்னுடைய சாகபரியந்த பிரியத்தின் குறியீட்டை நிவேதாவின்

கழுத்தில் சூட்டினேன்.

அப்பொழுது ஆலயத்தில் கூடியிருந்த ஒட்டுமொத்த பட்டக்காடும் எழுந்து நின்று எங்களுக்காய் செபித்தது. குருவானவர் வாழ்த்துச் சொன்னார். பேரண்டமும் அதன் சேனைகளும் எங்கள் முன் தோன்றி எங்களைக் குதூகலப்படுத்தி வாழ்த்தியது. வானம் பிளந்து அத்தனை தேவ கொடைகளையும் எங்கள் மேல் கொட்டியது. மனம் திருப்திகொண்டு, பெருமூச்செறிந்து ஒருவரையொருவர் பார்த்து புன்னகைத்துக்கொண்டோம்.

வாழ்க்கையின் இரண்டாம் கட்ட நீண்ட ஓட்டத்திற்கான முதல் படியை இருவரும் பேராவலோடு எடுத்து வைத்தோம். அந்த ஒரு மணி நேரம் வாழ்க்கையின் அத்தனை துன்பங்களையும் ஈடுகட்டி யிருந்தது. கையில் பூங்கொத்தோடு என் கைகளைப் பற்றிக்கொண்டு அருகில் நடந்தாள் நிவேதா. கையில் பாரம் அழுத்தியது. பெரும் பொறுப்பு தலைக்குள் முளைத்தது.

காலம் எவ்வளவு விசித்திரமானது பாருங்கள். எங்கோ ஆரம்பித்து எங்கோ முடிகிறது வாழ்க்கை. எங்கு ஆரம்பித்தோமோ அங்கேதான் சதா உழன்றுகொண்டிருக்க வேண்டும் என்றில்லை. ஆரம்பங்களை சரியான நம்பிக்கையிலும், தெளிவான நோக்கிலும் கட்டிக்கொண்டு மீதியை காலத்திடம் கொடுத்துவிட்டால் போதும். அது நாம் எங்கு போக வேண்டுமோ அங்கேயே நம்மைக் கொண்டுபோய் சேர்த்துவிடுகிறது. அசாத்தியங்களை ஈட்டியால் பிளந்து கையில் கொட்டும் வலிமை காலத்துக்கு உண்டு. அதுதான் மனித வாழ்க்கையை நிறுத்தாமல் ஓடும்படி தள்ளிக்கொண்டிருக்கிறது.

தாங்யூ மிஸ்டர் ஜெல்லி பிஷ்!

63

எங்கள் திருமணம் முடிந்து மன்னார் தீவுக்குத் தனியாகக் குடித்தனம் போன பின்னர் சுமார் ஆறு மாதங்களாக ஊர்ப்பக்கம் தலைகாட்டவே முடியவில்லை. வாரத்தில் ஆறு நாட்களும் தொழில் என்பதே என் ஒட்டுமொத்த வாழ்க்கையாக மாறிவிட்டிருந்தது. சரி, ஞாயிறு விடுமுறைதானே என்றால், அன்றுதான் வீட்டில் தலைக்கு மேல் வேலைகள் மலைகட்டிக் கிடக்கும். தன் அதிகாரத்தை மறந்துவிட்டு நீண்டதொரு பட்டியலுடன் நாய்க்குட்டி போல் பின்னாலேயே சுற்றிக்கொண்டிருப்பாள் நிவேதா. காரணம், என்னுடைய ஞாயிறு தினத்தை திட்டமிடும் அதிகாரம் அவளிடமே இருந்தது.

சதா வேலையென்று சுற்றிக்கொண்டிருக்கும் என் போன்றவர்கள் நம்முடைய ஒரு நாளையாவது மனைவியிடம் கொடுத்துவிடவேண்டும். அதில் சொல்லொண்ணா சந்தோஷமும் திருப்தியும் உண்டு. ஆதலால் என்னுடைய ஞாயிறுக்கிழமை என்னுடையதல்ல. அது முற்று முழுவதுமாக அவளுடைய நாள். எப்படியென்றால், அவள் அமரச் சொன்னால் அமர்வேன். உறங்கச்சொன்னால் உறங்குவேன். காய்கறி வாங்கிவரச் சொன்னால் சந்திரிக்கா பையை சுமந்துகொண்டு காய்கறி வாங்கப் போவேன். தொல்லை பண்ணாமல் தொலைக்காட்சி பார் என்றால் சமத்தாக சன் டீவியைப் போட்டுக்கொண்டு தேமே என உட்கார்ந்திருப்பேன். தவிர, எப்போதாவது பெருந்தேவி மனமிரங்கி “தம்” அடிக்க அனுமதி கொடுத்தால் ஹம்சாக் கடையில் போய் தம்மும் ப்ளேன் டீயும் அடித்துவிட்டு வருவேன்.

இவ்வளவுதான் என்னுடைய ஞாயிறு! அல்லது அவளுக்காக வாழப் பழகிக்கொண்ட ஞாயிறு. ஓர் அழகான ஸ்திரியைத் திருமணம் செய்துகொண்டால் மட்டும் போதுமா, அவளை வைத்துக் கொண்டாடவுமல்லவா தெரிந்திருக்க வேண்டும்.

அந்த வருடத்தின் டிசம்பர் மாதத்தில் ஒரு வார விடுமுறை எடுத்துக்கொண்டு நானும் நிவேதாவும் ஊருக்குப் போனோம்.

அப்பொழுதெல்லாம் ஊருக்குப் போதல் என்பது மாபெரும் கொண்டாட்டமாகவே மாறிப்போயிருந்தது எனக்கு. நகரத்தில் சுற்றிச் சுற்றி இயந்திர வாழ்க்கைக்குள்ளேயே உழலும் எனக்கு, ஊருக்குப் போதல் என்பது அக நிம்மதிக்கும் சுதந்திரத்திற்குமான அகன்ற கதவைத் திறந்துவிட்டது. தோள்களில் சுமக்கும் பளுவையும், கால்களில் கட்டியிருக்கும் சக்கரத்தையும் ஆசுவாசமாக இறக்கி வைக்கும் பெரும் பாக்கியத்தை அந்த நாட்கள் கொடுத்தன.

அந்தத்தடவை ஊருக்குப்போய் நான் அடித்த லூட்டிகள் கொஞ்ச நஞ்சமல்ல. அதுவும் நீண்ட நாட்களுக்குப் பின்னர் வசமாகிய அந்தோனியுடனான அந்தக் கடல் பயணம் பிரமாதம்.

அன்று அந்தோனி அழைப்பதற்குள்ளேயே நானாக ஓடிச்சென்று அவனுடைய படகில் தொற்றிக்கொண்டேன். "டேய், நிவே என்ன கொல்லப்போறாள்டா. நீ இறங்கு..." என தடுத்தவனை உதறித் தள்ளிவிட்டு குஜாலாக அணியத்தில் ஏறி அமர்ந்தேன். என்னுடைய ஸ்தூலமான முடிவு பின்னர் அவனுக்கும் உவகையாய் மாறிப்போனது. படகு உறுமிக்கொண்டு தண்ணீருக்குள் பாய்ந்தது.

நீலம் கண்களை நிறைத்து படர ஆரம்பித்தது. நீலம்தான் எத்தனை சுறுசுறுப்பான நிறம். தண்ணீர்தான் எத்தனை வினோதமான படைப்பு. தண்ணீரில் மூழ்கிக்கொண்டிருக்கும் வானம் கரங்களை நீட்டியபடி முறுவலுற்றது. தொலைந்து போனவனின் தரிசனம் கண்டதாலோ என்னவோ அலைகளின் ஆர்ப்பரிப்பில் வீட்டு நாயின் மெல்லிய துள்ளல் தெரிந்தது. கடலே வானம் எனக்கிடக்கும் பறவைகள், காற்றின் சுவரில் ஏறி ஓவியங்கள் வரைந்துகொண்டிருந்தன. குட்டி மீன்களின் நீருக்கு மேலான பறத்தலின் பேரழகில் என்னுடைய இரு கண்களையும் கொண்டுபோய் ஒட்டிவிட்டிருந்தேன். கடலுக்குள்ளிருந்து எழுந்து வரும் வைகறையின் ஒளியில் ஈரம் ஒட்டியிருந்தது. அவ்வீரத்தை முகர்ந்த கண்கள் கசிய ஆரம்பித்தன.

"இதோ மீண்டும் வருகிறேன் அன்பே... உன்னைக் காண மறுத்த பொழுதுகளின் வாஞ்சையைக் கைகளில் அள்ளிக்கொண்டு வருகிறேன். என்னை எடுத்துக்கொள். என்ன ஆனாலும் நான் கடலாலானவன். உன்னால் பிறந்தவன். உப்புத் துணிக்கைகளாலும் ஜலத்தாலும் செய்யப்பட்ட கடல் ஜீவன்... இதோ அன்பே..."

"என்னடா கருவாட்டக் கண்ட பூன போல முளுசுறாய்?"

"இல்ல, இப்படிப்பட்டதொரு அமர்க்களமான பிரபஞ்சத்த விட்டுப் போட்டா மன்னாரில போய் சீனிமாவு நிறுத்துக்கொண்டிருக்கிறன்...?"

“உன்ட தலையெழுத்து அப்பிடி... முறப்படாம கிடச்சத அனுபவிக்க வேண்டியதுதான்...”

கடல் பயணங்கள் என்றுமே சலிப்பூட்டுபவையல்ல. அது இன்னும் இன்னும் வேண்டும் என உச்சி வெயிலில் கிரிக்கெட் அடிக்கும் பள்ளிச் சிறுவனின் தீராத்தாகத்தை ஒத்தது. போருக்கு முன்னரான காலத்தில் – அதாவது நான் தொழிலுக்குப் போய்க்கொண்டிருந்த காலத்தில் – கடல் எப்படி எப்படியெல்லாம் என்னுடைய வாழ்க்கையோடு கலந்திருந்தது என்பதை வருடங்கள் கழித்து நினைத்துப் பார்த்தால் பெரும் பொறாமையுணர்வே மிஞ்சியது. இப்பொழுது மன்னாரும், அதன் அவசரச் சூழலும், ப்ரமிளா ஸ்டோரும், காசு பணமும் கொடுக்காத ஓர் உன்னதக் கொண்டாட்டத்தையல்லவா அப்பொழுது இந்தக் கடல் கொடுத்தது.

அந்தோனி படகின் பின்பக்கத்தில் அமர்ந்துகொண்டு இயந்திரப் பிடியைத் திருகத்திருக அது தலையை நிமிர்த்திக்கொண்டு கள்ளித்தீவுப் பக்கம் ஓடியது. கள்ளித்தீவு மன்னார் மாவட்ட மேற்குக் கடற்கரையோரமாக இருக்கும் தீவிர கடலோடிகள் வசிக்கும் குக்கிராமம். மன்னார் மாவட்டத்தின் வடக்குப் பெருநிலப்பரப்பிற்கான அதிகமான கடலுணவுகள் இங்கிருந்துதான் வருகின்றன. எங்கள் ஊரிலிருந்து கள்ளித்தீவு தொலைவு எனச் சொல்ல முடியாது. பட்டக்காடு கரையில் தாண்டால் வெறும் அரைமணித்தியாலத்தில் கள்ளித்தீவில் மிதக்கலாம்.

பத்து நிமிடங்கள் ஓடிய எங்கள் படகு கள்ளித்தீவின் மேற்குப் பக்கத்தில் இருக்கும் கண்டல் காடுகளின் நடுவே கிடக்கும் நீர்ப்பாதையில் இறங்கியது. 2008க்கு முன்னர் இக்கடல் பிராந்தியத்தில் நாங்கள் மீன் பிடிப்பதற்குத் தடை விதித்திருந்தாலும் இப்போது நிலைமை அப்படியல்ல. சண்டை சச்சரவுகளின்றி அக்கடற்பிரதேசத்தைப் பகிர்ந்துகொள்ள பட்டக்காட்டு மீனவர்களுக்கும் இப்பொழுது அனுமதியிருக்கிறது. இதன் பொருள், வருடங்கள் கடந்தபின்னர் பட்டக்காடு மீனவர்களுக்கான கடலெல்லை விஸ்தரிக்கப்பட்டிருக்கிறது என்பதுதான். கள்ளித்தீவு மீனவர்களின் பெருந்தன்மைக்கே தலைவணங்க வேண்டும்.

மன்னார்த் தீவின் இந்த வடபகுதிக் கடல் மிகவும் சுவாரசியமானது. கடலும் கடல் சார்ந்த அழகியலினதும் ஒட்டு மொத்தப் பெருவெளி அது. இந்த அழகியலின் முக்கிய ஆக்கக்கூறு என்றால், அக்கடலின் கரையோர சதுப்பு நிலத்தில் ஊன்றி நிற்கும் கண்டல் காடுகள்தான். அதைப் பார்த்தால் தண்ணீரின் மீது பச்சைக் கூந்தல் மிதந்துகொண்டிருப்பது போலிருக்கும். தண்ணீரின் அடியில் வேர் பாய்ச்சி, நீர் மட்டத்துக்கு மேல் தலையை உயர்த்தி புற உலகைக் கவனிக்கும் இம்மரங்களின் பேரழகுக்குக் கடல் பிரபஞ்சத்தில் ஈடு இணையில்லை.

இவ்விடத்தில் கண்டல் காடுகள் (அல்லது அலையாத்திக் காடுகள்) பற்றிக் கொஞ்சம் மேலதிகமாக உரையாடுதல் அவசியம். கடலின் கரையோரப் பிரதேசங்களில் காணப்படும் சதுப்பு நிலங்களில் வளரும் ஒரு வகை தாவரங்களே இந்தக் கண்டல் காடுகள். உவர் நீரிலும், மிகக் குறைந்த ஒக்சிஜனிலும் குறைபட்டுக்கொள்ளாமல் பெருமகிழ்வோடு வளரக்கூடிய தாவர இனம் இது. கடற்கரையிலிருந்து சுமார் இரண்டு மூன்று கிலோ மீட்டர் வரையுள்ள ஆழம் குறைந்த சதுப்பு நிலக் கடலில் இந்தக் கண்டல் காடுகள் பெரும் எண்ணிக்கையில் வளருகின்றன.

இலங்கையை எடுத்துக்கொண்டால் அதன் கரையோரப் பகுதிகளில் சுமார் 6500 ஹெக்டயர் வரையான கடற்பரப்பை இந்தக் கண்டல் காடுகள் நிரப்பியிருப்பதாகச் சொல்லப்படுகிறது. அதில் முக்கியமானதொரு பகுதி மன்னார் மாவட்டத்தின் விடத்தல் தீவிற்குத் தெற்கே திருக்கேதீஸ்வரம் தொடங்கி வடக்கே இலுப்பைக்கடவை வரையான கரையோரப் பிரதேசத்தில் காணப்படுகிறது. அதுவும் இவற்றில் அதிகமான கண்டல் காடுகள் விடத்தல் தீவை அண்டிய கரையோரத்திலேயே செழித்துக் கிடக்கின்றன.

கடலரிப்பைத் தடுப்பதில் இந்தக் கண்டல் காடுகளின் பங்கு இன்றியமையாதது. கரையோர சதுப்பு நிலங்களில் ஆழமாக வேரூன்றி நம்முடைய ஒட்டு மொத்த நிலப்பகுதியும் பேரலைகளால் அரிக்கப்பட்டுப் போகாத வண்ணம் சுவர் எழுப்பிக் காக்கிறது இக்கண்டல் காடுகள். சுனாமி போன்ற பேரலைகளின் போதும் இந்தக் கண்டல் காடு என்ற பெரும் சுவரின் மகிமை கரையோர நிலங்களுக்கு மிகவும் தேவையாக இருக்கிறது.

கடலரிப்பிலிருந்து நம் மண்ணைக் காப்பாற்றுகிறது என்பதோடு இக்கண்டல் காடுகளின் மகிமை நின்றுவிடவில்லை. அதைவிட மிக முக்கியமான இன்னுமொரு சமாச்சாரமும் உண்டு.

மிகப் பெரிய கடல் வளமான மீன்களின் பிரதான இனப்பெருக்கம் நிகழும் இடமாக இக்கண்டல் காடுகளே காணப்படுகின்றன. ஆழிப்பகுதியின் பவளப் பாறைகளுக்குள் வாழும் மீன்கள் தங்கள் இனப்பெருக்கத்திற்காக கூட்டம் கூட்டமாகப் படையெடுத்து வந்து சேரும் இடம் இதுதான். மீன்களின் இனப்பெருக்கத்திற்குத் தேவையான மட்டுப்படுத்தப்பட்ட ஒளி, மிதக்கும் நிழல், சதுப்புத் தரை, பாதுகாப்பு என அத்தனையும் இக்காடுகளில் தாராளமாகக் கிடைக்கின்றன.

வந்த காரியம் நிறைவாக முடிந்து சரியான காலம் திரும்பியதும் தங்கள் குஞ்சு பரிவாரங்களை அழைத்துக்கொண்டு மீன்கள் மீண்டும் தங்கள் ஆழிப்பகுதிக்குப் போய்ச் சேர்ந்துவிடும்.

ஆனால் தற்போது குறிப்பாக மன்னார் மாவட்டத்தில் சுரண்டப்பட்டுக்

கொண்டிருக்கும் இயற்கை வளங்களில் இந்தக் கண்டல் காடுகள் பிரதானமானவை. கணவாய் வளைப்பதற்கும், கண்டல் காடுகளுக்குள் பெரும் கூட்டமாக நிற்கும் மீன்களை கஷ்டமில்லாமல் வளைத்துப் பிடிப்பதற்கும் மற்றும் இன்ன பிற அற்ப தேவைகளுக்காகவும் இக்கண்டல் காடுகள் பெருமளவில் அழிக்கப்பட்டுக் கொண்டிருக்கின்றன.

நம் கண் முன்னாலேயே நிகழ்ந்துகொண்டிருக்கும் இப்பேரழிவைப் பார்க்கும் போது மனம் பதைபதைக்கிறது. கால்நீட்டி ஒய்யாரமாக அமர்ந்திருக்கும் மரக்கிளையில் நாமே கோடாரி வைத்துவிட்ட பீதியை உண்டாக்குகிறது.

கண்டல் காடுகள் இல்லையென்றால் கடலரிப்பு அதிகரித்து கடல் நிலத்தை வேகமாக விழுங்கிவிடும். மீன்களின் இனப்பெருக்கம் பெருமளவில் குறைந்து கடல்வளம் அழிந்துவிடும். இதெல்லாம் நம் பெருங்குடிகளுக்குத் தெரியாது என்றா நினைக்கிறீர்கள்? இல்லை. எல்லாம் ஈனத்தனமிக்க மமதை. நான் கொடிகட்டி வாழ்ந்துவிட்டால் போதும் என்று நினைக்கும் வக்கிரப் புத்தி.

இதற்குள் கொஞ்சம் கூட மனசாட்சியில்லாமல் “முன்னரப் போல இப்ப மீன்பாடு இல்ல” என நீலிக்கண்ணீர் வடிக்கும் ஒரு சமூகத்தைப் பார்த்தால் மூட்டுகளில் ரத்தம் கொதிக்கிறது.

கண்டல் காடுகளின் நடுவில் வளைந்து வளைந்து போகும் நீர்ப்பாதையில் எங்கள் படகு அமைதியாக ஊர்ந்துகொண்டிருந்தது. எண்ணிக்கைக்குள் அடக்கமுடியாத கண்டல் மரங்கள் இரு பக்கமும் எதேஷ்டமாக வளர்ந்து நின்றபடி எங்களை மிதகளிப்போடு வரவேற்றன. என்னுடைய முழு ஆன்மாவும் பறவையாகி என்னை விட்டுப்போய் அந்தக் கண்டல்காடுகளின் மேல் குந்திக்கொண்டது. மரங்களின் மீதான பறவையின் வாழ்க்கைதான் எத்தனை அலாதியானது?

தண்ணீருக்கு மேலாகத் தெரியும் சுருள் சுருளான கண்டல் மரங்களின் வேர்கள், அவற்றின் நெருக்கமான இடைவெளிகளில் உலாத்தித் திரியும் நீண்ட கழுத்தையும் கால்களையும் கொண்ட பறவைகள், கிளைகளில் கீச்கீச் என சஞ்சரித்துத் திரியும் நீர்ப்புறாக்கள், சிறு அலைகள் மோத மோத சீரிய தாளத்தில் தாள லயம் போடும் பச்சை நிறக் கூரை என அப்பிரதேசத்தில் விரியும் உன்னதக் காட்சியைப் பார்த்தால் பேசாமல் இங்கேயே கிடந்துவிடுவதே சுபம் எனத் தோன்றியது.

சுவாரசியத்தை மறக்கடித்து இவ்வியற்கையின் மீது நமக்கெழும் அத்தனை அதிருப்திகளும் அற்பத்தனமானவை. இயற்கை என்னும் அழகை ரசித்துக் கொண்டாடுவதற்கு இப்பொழுதெல்லாம் நமக்கு நேரம் கிடைப்பதில்லை. கடின வாழ்க்கையின் அத்தனை சௌகரியங்களையும் செயற்கை உலகுதான் சிருஷ்டிக்கும் என்ற

போலி நம்பிக்கையில்தான் மானுட சமூகம் தீர்க்கமாக இருக்கிறது. கடைசியில் நமக்குத் தெரியாமலேயே ஒரு மனநோய் பீடித்த சமூகம் நம் மத்தியில் முளைத்துக்கொண்டிருக்கிறது என்ற பிரக்ஞை நம்மிடம் கொஞ்சம்கூட இல்லை.

கண்டல் காட்டுக்குள்ளிருந்து வெளியே வந்த படகை முன்னாலிருந்த ஆழிப் பிரம்மாண்டம் வரவேற்றது. கண்ணெட்டிய தூரம் வரை நிகரற்ற நீலக்காடு வியாபித்துக் கிடந்தது. அதன் முடிவில் வானம் தண்ணீருக்குள் மூழ்கிக்கொண்டிருந்தது. தூரத்தில், பக்கத்தில் என எட்டும் இடமெல்லாம் குட்டிக் குட்டிப் படகுகள் அலைந்துகொண்டிருந்தன. திரும்பும் திசையெல்லாம் பத்துக்களின் எட்டுப் பத்து மடங்கில் மீன் பட்டிகள் தோன்றின.

மீன் பட்டி பற்றி முந்திய அத்தியாயம் ஒன்றிலும் சொல்லியிருக்கிறேன். பரவாயில்லை, மீண்டும் சொல்கிறேன். மீன்களை வளைத்துப் பிடிப்பதற்காக நம் மீனவர்கள் கண்டுபிடித்த ஒரு சூட்சுமமான முறைதான் இந்த மீன் பட்டி எனப்படுகின்ற பட்டி வலை. வலையை செங்குத்தாக ஒரு இடத்தில் கட்டி பின்னர் அதைக் குறித்த இடைவெளியில் வளையம் வளையமாக சுற்றி நடுவது. அச்சுருளின் வெளி முனை வலை நீண்டு வேலியாக இருக்கும். இதுதான் அந்தச் சுருளுக்குள் செல்வதற்கான வாயில்.

மீன்களைப் பைத்தியமாக்கி அதல பாதாளத்தில் தள்ளிவிடும் உச்சக்கட்ட தந்திரம் இது.

கூட்டம் கூட்டமாக வருகின்ற மீன்கள் முன்னால் நீண்டு கிடக்கும் வேலியில் முட்டித் திரும்பி அதைப் பிடித்துக்கொண்டே அந்தச் சுருள் பட்டியினுள் நுழைந்துவிடும். மேலும் மேலும் என நுழைந்து நுழைந்து கடைசி வட்டத்திற்குள் போய் சிக்கிக்கொள்ளும்போதுதான் அம்மீன்களுக்கு மனித ஜென்மத்தின் வஞ்சகப் புத்தி புரிய வரும். உள்ளே வந்த வழி சிக்கல் நிறைந்தது என்பதால் உள்ளே போனவர்கள் அத்தனை இலகுவாக மீண்டும் வெளியே வந்துவிட முடியாது. திக்குத்தெரியாமல், வந்த இடம் புரியாமல் அதனுள்ளேயே சுற்றிக்கொண்டு கிடப்பதைத் தவிர வேறு போக்கிடம் இல்லை.

சில நாட்கள் கழித்து அங்கு வரும் 'புத்திசாலி' மனிதன், சுருளின் கடைசி வளையத்துக்குள் இறங்கி அங்கிருக்கும் அத்தனை மீன்களையும் இன்னுமொரு வலையைப் போட்டு கபக் எனப் பிடித்துக்கொண்டு விடுவான். இதைத்தான் மீன் பட்டிகள் என்போம்.

இக்கடலின் இன்னுமொரு ஆச்சரியம் அங்கிருக்கும் பவளப் பாறைகள். கள்ளித்தீவுக் கரையிலிருந்து சுமார் இரண்டு மூன்று கிலோ மீட்டருக்கு அப்பால் அந்த பவளப்பாறைத் திட்டுகள் காணப்படுகின்றன.

அதிகமான கடல் உயிரினங்களின் வாழ்விடம் இந்தப் பவளப் பாறைகளாகத்தான் இருக்கிறது. கடல்வாழ் உயிரினங்களின் பெரும் சீவியம் இந்தப் பவளப்பாறைகள் அண்டிய பிரதேசத்தில்தான் நடக்கிறது. இதனால்தான் பவளப்பாறைகள் இருக்கும் இடங்கள் மீனவர்களுக்கு சிம்ம சொப்பனமாகத் திகழ்கின்றன.

அந்தப் பவளப்பாறைத் திட்டுக்களுக்கும் கண்டல் காடுகளுக்கும் இடைப்பட்ட இரண்டு மூன்று கிலோமீட்டர் தூரத்தை சுமார் நூற்றுக் கணக்கான பட்டிகள் நிரப்பியிருந்தன. இவ்வளவு பெரிய கடலில் எதற்காக குறித்த இடத்தில் மட்டும் இத்தனை பட்டிகள் என்றால் அங்குதான் மனிதனின் வியூகத் திறன் வேலையைக் காட்டுகிறது.

பவளப்பாறைத் திட்டுக்களில் வாழும் மீன்கள் விசேடமாக மணலை, சிறையா போன்றவை தங்கள் இனப்பெருக்கத்திற்காக கண்டல் காடுகளை நோக்கிப் பெரும் கூட்டமாகப் படையெடுத்து வருகின்றன என்று சொன்னேனல்லவா, இதற்காகத்தான் இந்த பவளப் பாறைகளுக்கும் கண்டல் காடுகளுக்கும் இடையில் இத்தனை மீன் பட்டிகள். இப்பெரும் பயணத்தின் பொருட்டு இந்த வழியில் மீன்கள் எப்பொழுதும் செறிந்து கிடக்கும். இவ்விடத்தில் வலையைப் போட்டால் மீனவர்களுக்கும் வாய்ப்பாய்ப் போகும்.

ஆனால் இதிலிருக்கும் மிக முக்கியமான சிக்கல் ஒன்றைக் கவனிக்க வேண்டும். பவளப் பாறைகளுக்கும் கண்டல் காடுகளுக்கும் இடையில் நிகழும் போக்குவரத்தில் இரண்டு வகையான மீன்கள் உண்டு. ஒன்று, இனப்பெருக்கத்திற்காக கண்டல் காடுகளை நோக்கிச் செல்பவை. இரண்டு, இனப்பெருக்கம் முடிந்து பவளப்பாறையை நோக்கித் திரும்பும் மீன்களும், அவை பொரித்த குஞ்சுகளும்.

ஆக, இந்த இரண்டு பிரதேசத்தையும் குறுக்கறுத்து வலைகளைப் போட்டு வைத்தால் என்ன நடக்கும்? நீங்களே கற்பனை செய்து பார்த்துக்கொள்ளுங்கள்.

மனிதர்கள் குரூரமானவர்கள் என்று சொல்வதற்கு இதைவிட வேறென்ன உதாரணம் வேண்டும்? கர்ப்பிணி மீன்களையும், மீன் குஞ்சுகளையும் வலைபோட்டு வேட்டையாடும் மனிதர்கள் எவ்வளவு கொடூரமானவர்கள் என்று யோசித்துப் பாருங்கள்.

அதே கேள்வியோடுதான் நான் அந்தோனியைப் பார்த்தேன்.

"அடப்பாவி. இனப்பெருக்கத்துக்கு போற இடத்தில பட்டியப் போட்டு எல்லா மீனையும் புடிச்சிட்டா எப்பிடிடா கடல்ல மீன் பெருகும்? பெரிய அயோக்கியத்தனமால்லா கிடக்கு?"

"ம்... அது சனத்துக்குப் புரியணுமே. அவங்களுக்கு இண்டைய

பாட்டுக்கு மீன் பட்டா போதும் எண்ட மனநில. கடலுக்குள்ள இறங்குறவனுக்கு இதத் தவிர வேற எதப்பத்தியும் யோசின இல்ல. ராஜா மாமா அடிக்கடி சொல்லுவார் ஞாபகமிருக்கா? அவங்கட காலத்தில 800, 1000 கிலோனு மீன்பாடு இருந்திச்சாம். அந்தக் காலம் முடிஞ்சு போச்சு மாப்ள. இப்ப ஒரு நாளைக்கு என்ன பாடுனு நினைக்கிறா? முக்கித்தக்கி ஒரு 50 கிலோ. அல்லது இப்பிடி குஞ்சு குருமானெல்லாம் சேத்துக்கொண்டு வந்தா ஒரு 100 கிலோ தேறுது. அவ்வளவுதான்."

"குட்டிபோடப் போற மீனெல்லாம் பட்டி போட்டு புடிச்சுக் கொண்டிருந்தா மயிருனா மீன் பெருகும்?"

"அதத்தான் நானும் சொல்றன். அதப்பத்தி யாருக்குக் கவல? நமக்கெல்லாம் இண்டைய சீவியத்துக்கு மீன்பாடு இருந்தா சரியெண்டு இருக்கு. இண்டைக்கு அமோகமா வாழணும் எண்ட படபடப்பில எதிர்காலம் பத்தி யாரும் கவலப்படுறதில்ல. இண்டைக்குத் தின்ன ஒண்ணுமில்லாதவனுக்குத்தானே நாளைய பத்திய கவலயும் இருக்கும். மூக்கு முட்ட புடிச்சவனுக்கு?"

இன்னும் இருபது ஆண்டுகளில் சீனாவிலிருந்து தகர டப்பாக்களில் அடைத்து வரவிருக்கும் செயற்கை மீன்களை விழுங்க நாம் இப்பொழுதே தயாரிக்கொண்டால்தான் உண்டு.

"எம்பிமார வச்சாவது இந்த இடத்தில பட்டி வலைகளப் போடுறத உடனடியா தடைசெய்யலாம் இல்லையா மச்சான்?" என நான் ஆத்திரத்தை விழுங்கிச் சொன்னபோது "ஆமா ஆமா. சொன்ன உடனே தடபுடனு செய்துட்டுத்தா மறு வேல பாப்பானுங்க. த்தூ!" என காறித் துப்பிவிட்டு சிகரட்டை எடுத்துப் பற்ற வைத்துக்கொண்டான் அந்தோனி.

எங்கள் கடல் எங்கள் கண்களுக்கு முன்னாலேயே அழிக்கப்பட்டுக் கொண்டிருப்பதைப் பார்க்க இதயம் வலித்தது. கடலுணவுகளை லட்சங்கள் கொடுத்து நுகரப்போகும் ஒரு பாவப்பட்ட சந்ததியொன்றை உருவாக்குவதில்தான் நம் சமூகம் அக்கறையாயிருக்கிறது.

அன்று வானம் தெளிவாய் ஜொலித்தது. காற்று மிகையாக இல்லாததால் அலைகளில் விறைப்பிருக்கவில்லை. நீலம் பாலித்த ஜலம் சூரியக்கதிர்களில் பட்டு மின்னியது. ஆங்காங்கே தரித்து நிற்கும் படகுகளில் நின்ற மீனவர்கள் தத்தம் காரியங்களில் கருத்தா யிருந்தார்கள்.

எங்கள் படகு தூரத்திலிருந்த பவளப்பாறைத் தீவை நோக்கிப் பறந்துகொண்டிருந்தது. வேகமான காற்றில் சிகரட் புகையை இழுத்து

சுருள் சுருளாக விட்டுக்கொண்டிருந்தான் அந்தோனி.

"டேய். கேக்கணும்னு நினச்சன். இது கள்ளித்தீவு ஆக்கள்ட பக்கம்லா. நம்ம ஆக்கள் எப்பிடி இதுக்குள்ள...?"

"ம்... எங்கட கஷ்டத்தப் பாத்து அவங்க கிழமயில ஒரு நாள் இங்கால தொழில் செய்யலாம் எண்டுட்டாங்க."

"அட சூப்பர்ல..."

"ஓமோம்... ஆனா என்ன நம்மள மாதிரி சின்ன மீனவங்களுக்கு பாவம் பாக்குற இவங்கட இரக்க குணம் அந்தப் பக்கம் இருக்கிற பெரிய மீனவங்களுக்குத்தா இல்லாமப்போச்சு..."

பேசிக்கொண்டிருக்கும் போதே அந்தோனியின் பிடிக்குள்ளிருந்த இயந்திரம் அணைந்தது. சலாரென நீரில் பாய்ந்து அருகிலிருந்த பட்டிக்குள் இறங்கினான். ஈயம் கட்டியிருந்த சுருக்கு வலையைப் பாய்ச்சினான்.

எனக்கோ படகிலிருந்து இறங்குவதற்கு பேய்ப் பயம். வருடங்களுக்கு முன்னர் என்னை அந்த ஜெல்லி மீன் படுத்தி எடுத்ததற்குப் பிறகு கடலுக்குள் கால் வைப்பதென்றாலே நரம்புகளுக்குள் மின்னல் பாய ஆரம்பித்துவிடுகிறது. எத்தனை கனமான பாய்ச்சல் அது. இப்பொழுது நினைத்தாலும் சுருக்கென்று உடல் குறுகிக்கொண்டுவிடுகிறது.

நம்மைக் கவ்விப் பிடிக்க வரும் ஆபத்துகள்தான் நம்மைப் பெரும் கோழைகளாக மாற்றிக்கொண்டிருக்கிறது.

படகில் இருந்தபடி தெளிந்த நீரினுள் வண்ணம் வண்ணமாகத் ஒளிர்ந்த பவளப்பாறைகளையும் அவற்றைச் சுற்றி வளையம் போடும் மீன்களையும் வெறித்துக் கொண்டிருந்தேன். மீன்களின் குதூகலத்துக்கு ஈடு இணையென்று இந்த சிருஷ்டியில் எதுவுமில்லை. அடுத்த கணம் நேரப்போகும் பேரிடர் பற்றிய பிரக்ஞையற்று கூடிக் குலாவி வாழும் திவ்ய உயிரிகள் அவை.

மன்னார்க்கடலில் கண்டல் காடுகளுக்கும் மீன்களுக்கும் நேரும் அதே ஆபத்துதான் இந்த பவளப் பாறைகளுக்கும். மனிதனின் சல்லித்தனத்துக்குப் பலியாகிக் கொண்டிருக்கும் இன்னொரு முக்கிய கடல் வளம் இந்த பவளப் பாறைகள்.

மனிதர்கள் மட்டும் இல்லையென்றால் இவ்வுலகு எவ்வளவு ஆரோக்கியமானதாக இருக்கும்?

பவளப் பாறைகளைத் தொலைக்காட்சியிலாவது நீங்கள் பார்த்திருப்பீர்கள். இயற்கையின் சிருஷ்டிப்பில் கடவுள் செய்த மற்றுமொரு உன்னத மாயாஜாலம் இந்தப் பவளப் பாறைகள்.

சொரசொரப்பான பாறைத்திட்டுக்களில் பல்வண்ண மைகளை சீரில்லாமல் தெளித்து, ஒழுங்கற்ற கோடுகளையும் நிறத்திட்டுக்களையும் அங்குமிங்கும் கலை நயத்தோடு குவித்து உருவாக்கிய படைப்பு. அதிலும் சிவப்பு, மஞ்சள், பச்சை, நீலம் நிறங்களை கிள்ளி எடுத்து அளந்து வரைந்த சித்திரங்கள் அழகின் உச்சக்கட்டம். உண்மையில் கடவுள் ஒரு மகத்தான அழகியல் தேர்ந்த கலைஞன்தான் என்பதற்கு பவளப்பாறைகளை மிகச் சிறந்த உதாரணமாகக் கொள்ளலாம்.

அந்த மகத்துவ படைப்பு மனிதனுக்கு மட்டும் சத்துராதியாய் தோன்றுகிறது. அல்லது, அதன் அருமை பெருமைகளையும், அவற்றின் சித்திர அழகியலையும் மனிதனால் புரிந்துகொள்ளவோ கொண்டாடவோ முடியவில்லை. மூளையை அடிவயிற்றில் புதைத்துக்கொண்டு சதா அலைந்து திரியும் ஒரு சிறுமைப்பட்ட குலமாக நாம் மாறிவிட்டதன் அடையாளம்தான் இது.

தண்ணீருக்குள் புதைத்திருந்த கண்களை அந்தோனி வரும் வரை நான் தேடவேயில்லை. பட்டியின் அடியில் கிடந்த கரைவலையை தூக்கி படகில் ஏற்றியபோது அந்தோனி களைத்துப்போயிருந்தான். தலையில் ஊறிய வியர்வை வழிந்து வந்து நுனி மூக்கில் துளி கட்டிக்கொண்டு நின்றது. இன்றும் எதிர்பார்த்த அளவு மீன்பாடு இல்லை என்று சொல்வதுபோல இருந்தது அவனுடைய முக பாவனை. வீணான கயிற்றைப் பிடித்து தொங்கிக்கொண்டிருக்கிறோமோ என அங்கலாய்த்தன கண்கள்.

“இந்த மயிர் வேலைய விட்டுப்போட்டு எங்கினயும் நாள் கூலிக்கு போனாக்கூட பிரயோசனமா இருக்கும்...”

வார்த்தைகளில் கடும் சோர்வு அப்பிக்கிடந்தது.

இப்போதெல்லாம் எங்கள் மாவட்டத்திலிருக்கும் அத்தனை சிறுதொழில் மீனவர்களுடைய முகங்களிலும் இதே வருத்தம்தான் கொட்டிக்கிடக்கிறது. வியர்வைக்கு ஈடுகட்ட முடியாத வாழ்வாதாரமாக இக்கடல் தொழில் மாறிப்போயிருக்கிறது.

“அதுசரி, இப்பவுமாடா கடல்ல டைனமைட் அடிக்கிறாங்க...?”

படகு இயந்திரத்தை பட்டக்காடு நோக்கி வேகமாகச் செலுத்திக் கொண்டிருந்த அந்தோனியைப் பார்த்துக் கேட்டேன். வெடித்துப் பெருகிய பெருமூச்சைக் காற்றில் கரைத்துவிட்டு மௌனமானான்.

என் புருவங்கள் தடித்துத் திரண்டன. அங்கலாய்ப்பிற்குள் புழுங்கிக் கொண்டிருந்த என்னை நிமிர்ந்து பார்த்துவிட்டு அந்தோனி சொன்னான்.

"போன கிழமையும் ஊருக்கு அந்தப் பக்கம் டைனமைட் அடிச்சதெண்டு சொல்லி ரெண்டு போட்ட நேவிக்காரங்க அள்ளிக்கொண்டு போயிருக் கிறாங்கள். கோட்ல கேஸ் நடக்குதாமெண்டு கேள்வி!"

"எங்க இருந்துடா இவங்களுக்கு டைனமைட் வருது...?"

"தெற்குல இருந்துதா வருதாமெண்டு சொல்றாங்க. மல உடைக்கிற கம்பனிகள்ல வேல பாக்குறவங்க அங்க இருந்து களவெடுத்துக்கொண்டு வந்து நம்ம ஆக்களுக்கு விக்குறாங்களாம்... அதோட இந்தியாப் பக்கமிருந்தும் சாமான் களவா வர்றதா சொல்லுறாங்க..."

மனிதகுலம் தவறானவற்றில்தான் அதிகம் ஈடுபாடு கொண்டிருக்கிறது. இதுவொரு களைய முடியாத பசி. நேர்மையானவற்றில் ஆசுவாசம் கொண்டு நிம்மதியாயிருந்த மனிதர்களை பேராசை பிடித்து ஆட்டிக் கொண்டிருக்கிறது. நேர்மையின் ஏழ்மை மனிதர்கள் மேல் பெரும் பளுவாய் விழுகிறபோது கபடத்தனம் சௌகரியமாய்த் தோன்றுகிறது. சத்தியத்துக்கும் மனித குலத்துக்கும் இடையிலான இடைவெளியை இனி ஒருபோதும் நம்மால் அடைக்க முடியாது. அறம் எப்போதோ பல்லிளித்துவிட்டது.

இலங்கைக் கடல் பிராந்தியத்தில் சட்ட ரீதியாகத் தடைசெய்யப்பட்ட ரோலர், தங்கூசி வலை, சுருக்கு வலை என்ற பட்டியலில் அடுத்திருப்பது இந்த டைனமைட்டுக்கள். பவளப் பாறைகளே பெரும்பாலும் மீன்களின் வாழ்விடமென்பதால் டைனமைட்களின் இலக்கு எப்போதும் இந்த பவளப்பாறைகளாகவே இருக்கிறது. அங்கு எறியப்படும் டைனமைட்டுக்கள் மாபெரும் வெடிப்பை உண்டுபண்ணி ஒரே நொடியில் அங்கிருக்கும் அத்தனை கடல் உயிரிகளையும் காவுகொண்டுவிடுகிறது. இந்தப் பேரழிவுக்கு மீனவர்கள் வைத்த நாமம் "லாபம்".

இங்கு நாம் அவதானிக்க வேண்டிய இரண்டு முக்கிய விடயங்கள் உண்டு. ஒன்று, இந்த வெடிப்பில் இனப்பெருக்கத்துக்குத் தயாராக இருக்கின்ற மீன்கள், மீன் குஞ்சுகள் என எதிர்கால வளம் அடியோடு அழிக்கப்படுகிறது.

இரண்டாவது, மீன்களின் "வீடு" என அழைக்கப்படும் பவளப்பாறைகள் அழிக்கப்படுகின்றன.

பவளப்பாறைகள் வெறும் 5 மில்லிமீட்டர் வளர்வதற்கு 365 நாட்கள் எடுத்துக் கொள்கின்றனவாம். அப்படியெனின் இன்று அழிக்கப்படும் பவளப்பாறைகளை மீண்டும் உருவாக்கி முடிக்க எத்தனை தலைமுறைகள் எடுக்கும் என்பதை நீங்களே கணக்குப் போட்டுப் பார்த்துக்கொள்ளுங்கள்.

மண்டையோடு உருகிவிடுமோ என்கிற அளவுக்குச் சூரியன் எரித்துக் கொண்டிருந்தான். பார்வை கூசியது. படகுக்குள் பரவிக்கிடந்த உப்பு வாடையில் மனது உழன்றது. படகை கரையை நோக்கி செலுத்த ஆரம்பித்தான் அந்தோனி.

நாங்கள் அன்று கரை எட்டியபோது நிவேதா எனக்காகக் கரையில் காத்துக்கொண்டிருந்தாள். அவள் பளிங்குத் தோலில் சாரை சாரையாக விழுந்த வெயில் மினுமினுத்தது. நானும் அந்தோனியும் கீழே இறங்கி படகைக் கரைக்குத் தள்ளினோம். காலை கரையில் வைத்தபோது மணல் தழலாய்க் கொதித்தது. அருகில் போய் நிவேதாவின் கையைப் பற்றிக்கொண்டேன்.

“என்ன இங்க நிக்கிறா…?”

“உங்களப் பாத்துக்கொண்டுதான்!”

“ஓஹ். என்ன லவ்வா?”

“கடலளவு!”

“அப்ப கிஸ் ஒண்டு கிடைக்குமா?”

“கொஞ்சம் நேரமாகும்…”

“காரணம்?”

“ஏய் லூசு… அந்தோனி. கேக்கப்போது!”

“ரைட்டு ரைட்டு…”

“மச்சான் அந்த போட் யார்ட?”

அந்தோனி பரபரப்பாய் திரும்பிக் கடலைப் பார்த்தான். வாடி மறைப்பும் சௌகரியமாயிருந்தது.

“பச்ச்!”

அவ்வளவுதான். நிவேதா மருண்டு போனாள். அதே வேகத்தில் தலையைத் திருப்பி எங்களைப் பார்த்து பேந்தப் பேந்த முழித்தான் அந்தோனி.

“எங்கடா? அங்க ஒண்ணுமே இல்லையே…?”

“ஆமா, அங்க ஒண்டுமே இல்லையே…”

“நாசமாப் போக. கலியாணம் கட்டி மென்டல் ஆனதுதான் மிச்சம்!”

நானும் நிவேதாவும் வெடித்துச் சிரித்தோம்.

64

எங்களுடைய ஒரு வருட திருமண வாழ்க்கையில் நடந்த ஒட்டு மொத்த பராக்கிரங்களையும் வைத்து முன்னூறு பக்க நாவலொன்றையே எழுதித் தள்ளிவிடலாம் போலிருக்கிறது. அத்தனை கதைகள், அத்தனை மாந்தர்கள், அத்தனை சம்பவங்கள்.

திருமணத்திற்குப் பின்னரான முதல் வருடம்தான் வாழ்க்கையில் மிகவும் முக்கியமானது எனத் தோன்றுகிறது. ஆனால் அது அத்தனை இலகுவானதல்ல. சிக்கல்களும், தேவையற்ற அல்பத்தனங்களும், நான் என்ற சல்லித்தனங்களும் நிறைந்து வழியும் காலம் அது. உலகத்தின் முதன்மையான விவாகரத்துகள் இந்த முதல் ஆண்டிற்குள்தான் நிகழ்ந்திருக்கின்றன என்கிறார்கள். இங்கு காதல் திருமணம் – நிச்சயிக்கப்பட்ட திருமணம் என்ற பாகுபாட்டு விவாதத்துக்கு இடமில்லை. இரண்டு தரப்பினருக்கும் ஒரே நியதிதான். ஒரே கலவரம்தான்.

நாங்கள் இருவரும் சேர்ந்து வாழத் தொடங்கிய அந்த முதல் வருடம்தான் எங்கள் வாழ்க்கையின் மிகக் கடினமான காலம். ஈகோ என்ற அகோரப் பிடியிலிருந்து எங்களைத் தப்பித்துக் கொள்வதில்தான் முதல் சிக்கல் இறுகத் தொடங்கியது. காதலிக்கும்போது சமரசம் செய்துகொள்ளும் சுயம், திருமணத்திற்குப் பின் உடும்புப் பிடி பிடிக்க ஆரம்பித்து விடுவதைக் கண்டு இருவரும் மிரண்டு போனோம். இருவருடைய சுயங்களையும் தராசில் வைத்து நிறுத்து விவாதத்தை விரித்துக்கொள்ளாமல், முன்தீர்மானமும் சுயநலமுமின்றி மற்றவருக்கு நம்மை வாரிக்கொடுக்கும் மனப்பக்குவம் ஒரே நாளில் தோன்றி

விட்டிருந்தால் பாதி சிக்கலுக்கு வழி பிறந்திருக்குமோ என்னவோ. தவிர, அவரவர் தேவைகளின் பொருட்டு வெளிப்படையான புரிதலை ஏற்படுத்திக்கொள்ளப் பழகிக்கொள்ள வேண்டியது அவசியமாயிற்று. ஒவ்வொரு தடவை அவரவர் எதிர்பார்ப்பு அவமதிப்பிற்குள்ளாகும் போதும் ஒருவகையான கடும் எண்ணமும், அவசரத் தீர்மானமொன்றை நோக்கி ஓடும் சிறுமைத்தனமும் எங்களைப் பிடித்து ஆட்டத் தொடங்கியது. யதார்த்தம் குலையாமல், அவரவர் சுய ஏக்கங்கள் உடைந்து சிதறாமல், இருவரின் சுய மரியாதையையும் கேள்விக்குட்படுத்தாமல், திறந்த மனத்தோடு முன்னெடுக்கப்படும் தாம்பத்யம்தான் திவ்யமானது எனக் கண்டுகொள்ள ஆண்டுகள் தேவைப்பட்டன.

இவற்றையெல்லாம் இப்போது யோசித்துப் பார்த்தால், எத்தனை வேகமாக எங்களை நாங்களே சுய திருத்தம் செய்துகொண்டிருக்கிறோம் என்று தோன்றுகிறது. அத்தனை முரண்பாடுகளுக்கும் ஒத்தடம் கொடுக்கும் துணிப்பந்தாக எங்கள் கட்டிலை மாற்றிக்கொண்டது, எங்கள் குடும்ப வாழ்க்கையின் மிகப் பெரிய வெற்றியென்றே கருதுகிறேன்.

எது எத்துணை கடினமானதோ, வெற்றிகரமான எங்கள் முதல் வருட திருமண நிறைவை வெடி கொழுத்திக் கொண்டாடினோம். திருமணமாகி ஒரு வருடம் கடந்துவிட்டது என நிவேதாவிடம் சொல்லிய போது "இந்தா நேத்துத்தான் உங்க கன்னத்தில அறஞ்சது போல இருக்கு. எவ்வளவு வேகமா காலம் ஓடுதப்பா..." என்றாள் கூர்க்கண்களை சிமிட்டியபடி. உண்மைதான், எனக்கும் நேற்றுத்தான் கன்னத்தில் வாங்கியது போலிருக்கிறது. விழித்துப்பார்த்தால் ஒரு வருடம் புகையாய் மறைந்துவிட்டிருக்கிறது.

மீண்டும் ப்ரமிளா ஸ்டோரில் இன்னுமொரு பெரிய பொறுப்பை என் தலையில் தூக்கி வைத்து அழகு பார்த்தார் முதலாளி. வேறொன்றுமில்லை, இதெல்லாம் வருடக்கணக்கில் கட்டியெழுப்பிய நம்பிக்கையின் பரிசு. நம்பிக்கையைக் கெடுத்துவிடக்கூடாது என சதா கத்திமேல் நடந்து களைத்ததற்கான கைம்மாறு. இதில் இன்னொரு முக்கிய விடயமும் உண்டு. ஒவ்வொரு பதவி உயர்விற்கும் ஒரு பண மதிப்பு உண்டல்லவா?

முதலாளி கொடுத்த சம்பள அதிகரிப்பு, மாமனாரின் நிலையான வங்கி வைப்பைக் காப்பாற்றி உய்த்தது.

வரவிருக்கும் நிவேதாவின் இருபத்து நான்காவது பிறந்த நாளை எப்படிக் கொண்டாடுவது என மூளையைப் போட்டுக் குடைந்து

கொண்டிருந்தபோதுதான் என்னுடைய நண்பன் பிரேமின் ஞாபகம் தட்டியது. பிரேமிற்குச் சொந்த ஊர் மன்னார். ஒரு புனிதமான ஆத்மா. உலகின் அத்தனை தீய சத்துராதிகளிலிருந்தும் தன்னைப் பாதுகாத்துக்கொள்ளும் பொருட்டு தன்னைப் பக்குவப்படுத்திக்கொண்ட ஜீவன். நானும் அந்தோனியும் மன்னார் ஆலயத்தில் தங்கியிருந்த நாட்களில் மலைத்தளிர் போல அரும்பிய நட்பு அது. கத்தோலிக்க மிசனரி ஒன்று வவுனியாவில் நடாத்தும் அனாதைச் சிறுவர்கள் இல்லத்தின் பொறுப்பாளராகப் பணியாற்றிக்கொண்டிருந்தான். ஒரு தடவை அவனுடைய அழைப்பின் பேரில் நானும் அந்தோனியும் அங்கு போனோம். அப்போதுதான் பிரேமின் மகத்தான மனிதாபிமான சேவையைப் பார்த்தேன்.

சிலருக்கு மட்டும்தான் ஆன்மாவைப் பரிசுத்தமாகக் காப்பாற்றிக் கொள்ளும் வரம் கிடைத்திருக்கிறது. பிரேம் பரிசுத்தவான்.

மெனிப்பாமின் கதை முடிந்து இரண்டு மூன்று வருடங்கள் கடந்த பிறகும்கூட வவுனியா என்ற நகரத்தின் அகதித் துயரம் மறைந்த பாடில்லை. நிலமிழந்து ஓடிவந்த ஓர் இனத்துக்குப் பாய் விரித்த புண்ணிய பூமி என்ற திவ்ய நாமம் அதற்கு எப்போதும் உண்டு. அனாதைச் சிறுவர் இல்லங்கள், முதியோர் இல்லங்கள், விசேட தேவைக்குட்பட்டவர்களுக்கான இல்லங்கள், கைவிடப்பட்ட பெண்களுக்கான நலன்புரி நிலையங்கள் என அத்தனை மனிதாபிமான சேவை மையங்களுக்கும் மடி நீட்டிய புனித மண் அது.

வவுனியா என்பது தமிழர்களின் மனிதாபிமான பூமி என்பதில் நமக்கு எப்போதும் பெருமை உண்டு. அந்த பூமிக்கு நாம் ஒவ்வொருவரும் திருப்பிச் செலுத்தவேண்டிய கடன்கள் ஏராளம் உண்டு.

“இந்த வேலையில எப்பவுமே ஒரு ஆத்ம திருப்தி கிடைக்கும் அண்ணா. இதவிட வாழ்க்கையில் வேற என்ன வேணும் சொல்லுங்க?” என்று பிரேம் அடிக்கடி சொல்லும் போது என்னுடைய ரோமம் கூசும். கூடவே எனக்குப் பொறாமை பீறிட்டுக்கொண்டு வரும். உன் மேல் ஊற்றப்பட்ட கிருபை என்மேலும் விழவில்லையே என அவனிடமே குறைப்பட்டிருக்கிறேன். “இப்பவே மேலிடத்தில உனக்கான இடத்த புக் செய்துட்டாய் பிரேம்” என அவனிடம் சொன்னால் உடனே வெட்கப்பட்டு இயல்பாகச் சிரிப்பான்.

நான் அன்று பிரேமைத் தொடர்பு கொண்டபோது “நிச்சயமா அண்ண, நிவேதா அக்காட பிறந்த நாள இங்கயே கொண்டாடிடலாம். ஒரு சிக்கலும் இல்ல” என ஒரே நொடியில் என் ஏக்கத்தைத் தணித்தான் பிரேம். நான் உடனடியாகவே கடையிலிருந்து நிவேதாவுக்கு போன் செய்து செய்தியைச் சொன்னேன். அவள் சந்தோஷத்தில் தொம் தொம்

எனக் குதித்தாள். வயிற்றிலிருந்த குழந்தை வெளியில் எட்டிப்பார்த்து திட்டப் போகிறது என்றபோது ஒரு கையால் அடிவயிற்றை கனமாகப் பிடித்துக்கொண்டாள். மீண்டும் குதித்தாள்.

நிவேதாவுக்கு ஏகப்பட்ட சந்தோஷம். நீண்ட நாட்களாக இப்படியான ஒரு இடத்துக்குத் தன்னை அழைத்துப் போகும்படிதான் என் உயிரை வாங்கிக்கொண்டிருந்தாள். நான்தான் இந்தச் சரியான நேரத்திற்காய் காத்துக்கொண்டு, மறுபக்கம் செவிடன் போல பாசாங்கு பண்ணிக்கொண்டிருந்தேன். அன்று அவளுடைய ஆசை நிறைவேறியது. பெருங் களிப்பில் 'ஐ லவ் யூ' என்றாள்.

இந்த இயந்திரத்துக்கு எரிபொருளாயிருப்பது அதுதான். சிறிய காரியங்களிலும் அவள் அடையும் சந்தோஷம்! ஆத்மார்த்தமாய் சொல்லும் ஐ லவ் யூ.

நிவேதாவுடைய பிறந்தநாள் அன்று இருவரும் வவுனியா பஸ்ஸில் தொற்றிக்கொண்டு பிரேம் வேலைசெய்யும் சிறுவர் இல்லத்துக்குப் போனோம். மஞ்சள் சுவரில் கருப்பு எழுத்துக்களில் "வசந்தம் சிறுவர் இல்லம்" என்று எழுதியிருந்தது. கூடவே மேலும் கீழும், வலமும் இடமுமாக சித்திரங்கள் வரையப்பட்டிருந்தன. இரண்டு முயல்களின் தலையில் மழைநீர் வடிந்து பச்சை பிடித்திருந்தது. வாசலில் ஏறியபோது பிரேம் வாய் நிறைய புன்னகையோடு முன்னால் வந்தான்.

உள்ளே இடம் விசாலமாக இருந்தது. சிறுவர்கள் ஆங்காங்கே கூடி தங்களுக்குப் பிடித்தமான விளையாட்டுகளில் ஆரவாரமாய் இருந்தார்கள். அன்று பாடசாலை விடுமுறையாதலால் வயதுக்கு வந்த கூட்டமொன்று தங்கள் ஆடைகளைக் கழுவி வெயிலில் உலர்த்திக்கொண்டிருந்தது. இன்னும் சிலர் கூடியிருந்து கதைகள் பேசிச் சிரித்துக்கொண்டிருந்தார்கள். நாங்கள் சாப்பாட்டறைக்கு முன்னாலிருந்த மர நிழலில் போடப்பட்டிருந்த சிமென்டு பெஞ்சில் அமர்ந்து கொண்டோம்.

முன்னால் வந்த ஆறு வயது மதிக்கத்தக்க குழந்தையொன்று நிவேதாவைப் பார்த்து முகமுன் சொன்னது. குழந்தையைப் பிடித்து, கைகளுக்குள் அணைத்து, கன்னத்தில் முத்திட்டாள் நிவேதா. குழந்தை அரவணைப்பை இறுக்கிக்கொண்டு மடியில் அமர்ந்தது. நிவேதாவின் கண்களில் பெருங்கருணை பொங்கி ஊற்றியது.

"நம் பிள்ளையின்ட எல்லா பிறந்த நாளையும் இங்கதானப்பா கொண்டாடோணும்!" என என் கைகளைப் பற்றியபடி தீர்க்கமாய்ச் சொன்னாள் நிவேதா. நான் "நிச்சயமா..." என அவள் வயிற்றில்

தடவி பதில் சொன்னேன்.

முதல் தட்டில் பிரியாணியை இட்டு அதை ஒரு குழந்தைக்கு ஊட்டிவிட்டு பந்தியை ஆரம்பித்து வைத்தாள் நிவேதா. பின்னர் அத்தனை குழந்தைகளின் விரல்களிலும் வேகம் பற்றிக்கொள்ள பந்தி பரபரப்பாகியது. நானோ அக்குழந்தைகளின் மீது கட்டுடைத்துப் பாயும் பச்சாதாபத்தைத் தற்காலிகமாக ஒதுக்கி வைக்க முயன்று கொண்டிருந்தேன். ஒரு குழந்தையை மூன்று நிமிடங்களுக்கு மேல் உற்றுப் பார்த்தால் துயரம் இதயத்தை நெரித்துவிடுகிறது. கண்கள் கனத்து ஜலம் கொட்டிவிடுகிறது. பெரும் பிரயத்தனப்பட்டு கழி விரக்கத்தை அவர்கள் மேல் கொட்டி அவர்கள் இயலாமையை ஞாபகப்படுத்திவிடாதபடி பார்த்துக்கொண்டேன்.

“இவங்கட அம்மா அப்பா...?” என இழுத்த நிவேதாவின் கேள்விக்கு உடனடியாக பதிலை எடுத்துக்கொண்டு அருகில் வந்தான் பிரேம்.

“இல்ல அக்கா. இங்க இருக்கிறதில 26 குழந்தைகள் ‘புள் ஓர்பன்ஸ்!’, அதாவது அம்மா அப்பா ரெண்டு பேரும் இல்லாத பிள்ளைகள். மீதி 12 பேருக்கு அவங்கட பெற்றோர்ல யாராவது ஒருத்தர் இருக்கிறாங்க, ஒருத்தர் இல்ல. ‘பார்ஷியலி ஓர்பன்ஸ்’ எண்டு சொல்லுவம். இதவிட அம்மா அப்பா உசிரோட இருக்கிறாங்களா இல்லையா எண்டு தெரியாத 2 குழந்தைகள் இருக்கு. அதாவது, கடைசி சண்டையில தவறவிடப்பட்ட ஆக்கள்...”

“பெற்றோர்ல யாராவது ஒருத்தர் இருக்கிறாங்க எண்டீங்கல்லோ? அப்ப ஏன் அந்தப்பிள்ளைகள இங்க வச்சிருக்கீங்க?”

“நல்ல கேள்வி அக்கா.” நுனி உதட்டில் சிரித்துவிட்டு பிரேம் தொடர்ந்தான்.

“ஓமோம். அம்மாஅப்பாவில யாராவது ஒருத்தர் இருக்கிறாங்க. ஆனா அது கொஞ்சம் சிக்கலான கேஸ்கள். ஒண்டு, அவங்க இன்னொரு கலியாணம் முடிச்சிருப்பாங்க. அல்லது, இந்த பிள்ளைகள வளக்கிறதுக்கு வசதி வாய்ப்பு இல்லாதவங்களா இருப்பாங்க. கடுமையா காயப்பட்டு உடல் முடியாம இருக்கிறவங்களும் இருக்கிறாங்க...”

“எப்பிடியோ பிள்ளைகள கொண்டுவந்து இங்க போட்டுட்டு அவங்களால எப்பிடி நிம்மதியா இருக்க முடியுது?”

“அவங்க நிம்மதியாத்தான் இருக்கிறாங்க எண்டு என்னால சொல்ல முடியாது அக்கா. அவங்கட சூழ்நில அல்லது கஷ்டம் அப்பிடி. உதாரணத்துக்கு இங்க இருக்கிற ஒரு பிள்ளையின்ட அப்பா பொக்கணையில செத்துப் போனார். அம்மாக்கு எழும்ப முடியாத காயம். பிள்ளைய யாரோ எடுத்துக்கொண்டு வந்து எங்ககிட்ட

குடுத்தாங்க. ஒருமாரி ஆறு மாசத்தால அந்தப் பிள்ளையின்ட அம்மாவ தேடிப் பிடிச்சிட்டம். ஆனா அந்த அம்மாவுக்கு முதுகெலும்பில சுகப்படுத்த முடியாத காயம். படுத்த படுக்க. அவவால எழும்பி எதுவும் செய்ய ஏலாது. வேப்பங்குளத்தில இருக்கிற ஒரு சிஸ்டர்மார்ட காப்பகத்திலதான் இப்ப இருக்கிறா. பிள்ள இங்க இருக்கு."

நிவேதா தன் வாயை மறைத்தபடி பெருமூச்சை விழுங்கினாள். தொண்டை காய்ந்து தண்ணீருக்காய் கெஞ்சியது. உடல் நடுங்கியது. "பிள்ளைகளுக்கு முன்னால அழுதிடக்கூடாது" என்று நான் அறிவுறுத்தியது நினைவிலிருந்ததால் வெடிக்கத் தயாராயிருந்த அழுகையைத் தன் முழு பலத்தையும் பிரயோகித்து தொண்டைக்குள் அடக்கிக்கொண்டாள்.

மறுபுறம் இக்குழந்தைகளோடு ஒன்றாக அமர்ந்திருந்து ஒரே தட்டைப் பகிர்ந்துகொள்வது அவளுக்குப் பெரும் கொண்டாட்டமாக இருந்தது. அத்தருணம் அள்ளிக் குவிக்கும் சந்தோஷத்தின் பிரதிபலிப்பாக அவள் கண்கள் ஒளிர்ந்தன. கன்னம் ஒளிர்ந்தது. ஏன், முழு உடலுமே ஒளிர்ந்தது.

எங்கள் இருவருக்கும் அன்றைய நாள் இப்படியேதான் கழிந்தது. பெருங்கோடி செல்வத்தாலும் சம்பாதிக்க முடியாத சந்தோஷம் எங்களை நிறைத்தது. எதையும் விற்று வாங்க முடியாத மனத்திருப்தி அடி நெஞ்சில் படிந்து பரவியது.

மன்னார் வருவதற்காக மாலைப் பேருந்தில் ஏறியபோது சூரியன் அடி வானத்தில் குவிந்து கொண்டிருந்தான். நாள் முழுவதும் கண்ட அத்தனை காட்சிகளும் நிவேதாவின் அகத்திரையில் சித்திரங்களாக ஓடிக்கொண்டிருந்தன. கைகளைப் பற்றிக்கொண்டு மௌனமாக இருந்த நிவேதா திடீரென முகத்தைத் திருப்பி "இந்த சின்னன்கள் எல்லாம் என்ன பாவமப்பா செய்தாங்க...? ஏன் இதுகளுக்கு இவ்வளவு பெரிய தண்டன?" எனக் கேட்டபோது அத்துயரம் எனக்குள்ளும் குதித்துப் பாய்ந்தது. தொண்டைக் கரகரப்பை சரிசெய்துகொண்டு எச்சில் உருண்டையை விழுங்கினேன். பேருந்து போய்க்கொண்டிருந்தது.

உபகதை:
"இந்தக் கதைக்குத் தலைப்பில்லை!"

அண்மையில் தன்னுடைய "கருகிய காலத்தின் நாட்குறிப்புக்களில்" வரும் அவருடைய நண்பன் ஒருவரைச் சந்திப்பதற்காகச் சென்ற அமலுடன் நானும் போய்த் தொற்றிக்கொண்டேன். அன்று மல்லாவி யிலிருந்த கண்ணன் என்ற அந்த நண்பரைச் சந்தித்துவிட்டு, அவரோடு பரந்தன் நோக்கிப் பயணித்தோம்.

பரந்தனில் இருக்கும் வீடு ஒன்றிற்கு எங்களை அழைத்துப்போக வேண்டும் என்பது கண்ணனின் ஆசை. நாங்களும் அவர் ஆசைக்கு முட்டுக்கொடுத்து அங்கு போய்ச் சேர்ந்தோம்.

அரசின் 'துரித அபிவிருத்தியில்' புதுப்பொலிவு பெற்ற ஏ9 வீதியிலிருந்து வெறும் 200 மீட்டர் தூரத்தில்தான் அந்த வீடு இருந்தது. வீதிக்கு மில்லியன் இறைத்து 'அபிவிருத்தி' செய்தவர்களுக்கு மனிதர்களின் வறுமை ஒரு பொருட்டாக இருக்கவில்லை. நடுச்சாமத்தில் அந்த வீட்டின் உள்ளே இருந்துகொண்டு தலையை நிமிர்த்தினால் ஆகாயத் திலிருக்கும் ஒவ்வொரு நட்சத்திரத்தையும் தெளிவாகக் காணலாம். வீட்டின் கூரைக்கு முதுமை தட்டி, சீரழிந்து, இல்லையென்றாலும் பல மாதங்கள் ஆகியிருக்கும். அதில் கை வைப்பதற்கு அவர்களுடைய கையில் கனமில்லை.

உள்ளுக்குள் ஒரேயொரு கட்டிலை மட்டும் தளபாடம் என்று வைத்திருந்தார்கள். இந்த வறுமையிலும் எதற்கு கட்டில் என்றால், அதற்கும் காரணமொன்று உண்டு. முள்ளந்தண்டு வியாதியால் பாதிக்கப்பட்டு படுக்கையை விட்டு எழும்ப முடியாமல் இருக்கிறான் அவ்வீட்டின் குடும்பத்தலைவன்.

அவருடைய பெயர் சுகுமார். படுக்கையில் இருந்தபடியே எங்களை அன்புடன் வரவேற்றார். அவருடைய இரண்டு கண்களும் பெருங் குழிகளுக்குள் அமிழ்ந்து கிடந்தன. எலும்புகள் துருத்திக்கொண்டு

நிற்கும் உடலில் சதைகளைத் தேடவேண்டியிருந்தது. நீண்டு வளர்ந்து பற்றை மண்டிக்கிடக்கும் மயிர்க்காட்டுக்குள் அரிதாகத்தெரியும் இரண்டு உதடுகள், உள்ளே காவிப் பற்கள். கழுத்தில் ஓடும் அத்தனை நரம்புகளையும் ஒவ்வொன்றாய்ப் பிடித்து எண்ணிவிட முடியும். விலா எலும்புகளின் மொத்த எண்ணிக்கையும் தெளிவாய்த் தெரியும். கால்கள் சூம்பி, உரு மறைந்து, உணர்வெய்திக் கிடந்தன. அவரை நெருங்கிப் போனோம். எனக்கு கால்கள் பின்னி நடை தடுக்கியது. அருகில் போய் கையைப் பற்றினேன். "வாங்கண்ண..." என்று குறையற்று புன்னகை பூத்தார் சுகுமார்.

2010க்குப் பிறகு தன்னால் படுக்கையிலிருந்து எழுந்திருக்க முடியாது என்ற நீண்ட கதையை நிறுத்தி நிறுத்தி விபரித்தார் சுகுமார். எனக்கு மூச்சு அடைத்தது. வியர்த்துக்கொட்டியது. மாத்தளன் கரையில் தன் விலாவில் விழுந்த வெடி, புழு வைத்த காயத்தோடு புல்மோட்டையில் வந்திறங்கிய கப்பல் பயணம், அங்கிருந்து திருகோணமலைஅனுராதபுரம் வவுனியா என அலைந்து கடைசியில் கட்டிலோடு பரந்தனில் வந்திறங்கிய துயரம் என அவர் சொன்ன அத்தனை கதைகளும் கொடூரமானவை. ஒரு ஆன்மாவின் ஒட்டு மொத்த அமைதியையும் குலைத்துப் பைத்தியம் பிடிக்கவைப்பவை.

இத்தனை பெரிய குரூரமான வாழ்க்கை அவருக்கு வாழ்நாள் தண்டனையாகக் கிடைக்க சுகுமார் அண்ணன் செய்த மிகப் பெரிய பழிபாவம் என்ன என்று நினைக்கிறீர்கள்?

1998இல் இயக்கத்தில் சேர்ந்தது!.

சுகுமாருக்கு இரண்டு குழந்தைகள். ஒன்றுக்கு பனிரண்டு வயது இருக்கும். இரண்டாவதுக்கு அதிகபட்சம் பத்து. மூத்தது, தன் கலைந்து கிடந்த கூந்தலை காதுப் பக்கமாக சுருட்டியபடி எங்கள் சம்பாசனையைக் கவனித்துக் கொண்டிருந்தது. இரண்டாவது, பின்பக்கம் கிழிந்த தன் சட்டையை மறைத்தபடி வாசலில் சாய்ந்துகொண்டு நின்றது. "எத்தனையாம் ஆண்டு படிக்கினம்?" என்று கேட்டேன். இருவரையும் பாடசாலையிலிருந்து விலக்கிவிட்டதாக அவர்களின் தாயார் தயங்கித் தயங்கிச் சொன்னார். எனக்கு ஆச்சரியமாக இருந்தது. "ஏன்?" என்று அவசர தொனியில் கேட்டேன். அதற்குக் காரணம் சுகுமார்தான் என்பதுபோல கணவனைப் பார்த்தார் அந்தப் பெண். சுகுமார் சிறு புன்முறுவலோடு பதில் சொன்னார்.

"ஒரு பிடி சோத்துக்கே வழியில்லண்ண, அதுக்குள்ள இதுகள எப்பிடி படிக்க வைக்கிறது?"

"அதுக்கு அவங்கட எதிர்காலத்தையும் பாக்கோணுமில்லையா" என்றேன் குரலை உயர்த்தியபடி. சுகுமார் பெருமூச்சு விட்டார்.

பார்வையை எங்களிடமிருந்து அகற்றி முகட்டை நோக்கி விறைத்தார். மனைவியின் பார்வை நிலத்தில் குத்தி நின்றது. மீண்டும் “படிப்பு இலவசமாத்தானே கிடைக்குது...” என சாதாரணமாகச் சொல்லிவிட்டு இருவரையும் பார்த்தேன்.

சுகுமாரின் மனைவிக்கு நான் சொன்னது எரிச்சலை ஊட்டியிருக்கலாம். சுகுமாருக்கு நான் தன் இயலாமையைக் கேலி செய்வதாகத் தோன்றியிருக்கலாம். ஒரு நிமிட நிசப்தம். பின்னர் சுகுமார் தலையைத் திருப்பி என்னை தீர்க்கமாகப் பார்த்தார். மனைவி பேச ஆரம்பித்தார்.

“படிப்பு இலவசம்தான் அண்ண. யூனிபோம் இலவசமா துண்டக் குடுக்கினம். ஆனா தைக்கிறதுக்கு ரெண்டு பேருக்கும் ரெண்டாயிரம் ரூபா வேணும். அத விட சப்பாத்து, சொக்சு, பள்ளிக்கூட பேக்கு, கொப்பி, பேன, பென்சில் எண்டு செலவுகள். சோதினக்காசு, விளையாட்டுப் போட்டி காசு எண்டு அதுவேற கணக்கு... அதவிட இப்ப புதுசா இந்த ஒப்பீடுகணிப்பீடு எண்டு ஒண்டு. நாலு நாளைக்கு ஒருக்கா அது வேணும் இது வேணும் எண்டு வாறாளுக. கூட்டிக்கொண்டு கிளிநொச்சிக்குப் போனா குறஞ்சது ஆயிரம் ரூபா தேவயாயிருக்கு. ஒவ்வொரு நாளும் பள்ளிக்கூடம் போய் வாறதுக்கு பஸ் காசு. இது எல்லாத்தயும்விட பள்ளிக்கூடம் போய் வரணும்னா அதுகளுக்கு சத்தான சாப்பாடு குடுக்கணும். ஒரு வேள சாப்பாடுக்கே நிச்சயம் இல்லாத நிலயில இதெல்லாத்தயும் நினச்சு பாக்க முடியுமா அண்ணா? ஓமோம், படிப்பு இலவசம் எண்டுதான் சொல்லுறாங்க!”

என்னிடம் பதிலில்லை. எடுப்பாகக் கேள்வி கேட்டது அவமானமாகத் தோன்றிற்று. நான் தலையைக் குனிந்துகொண்டது, அவர் சொன்னதை ஏற்றுக்கொள்கிறேன் என்பதுபோல இருந்திருக்கும். அதில் தவறில்லை. யாரால்தான் இதைப் புரிந்துகொள்ள முடியாமல் போகும்?

பொருளாதார அடித்தட்டுக் குடும்பங்களுக்கு இங்கு இலவசம் என்பதுகூட ஒரு ஆறுதலாக இல்லை.

சுகுமார் அண்ணனை நிமிர்ந்து பார்த்தேன். மனுசனிடம் மூச்சைத் தவிர வேறெந்தச் சிலம்பனுமில்லை. வெட்டி மூடிக்கொண்டிருந்த கண்களில் ஏதோவொரு கனம் அழுத்திக் கொண்டிருந்தது. எப்பொழுது வேண்டுமானாலும் இந்தக் கனம் அவர் உயிரை அறுத்துக் கொண்டுவிடலாம்.

அமலும் கண்ணனும் சுகுமாரோடு பேசிக்கொண்டிருந்தார்கள். நான் எழுந்து வந்து வெளியில் நின்றுகொண்டிருந்த இரண்டு குழந்தைகளுடனும் பேச்சுக் கொடுத்தேன். அவர்களுக்கு என்னோடு பேசுவது சௌகரியமாயில்லை. கிழிஞ்சலோ அழுக்கோ இல்லாத என் சட்டை என்னை அவர்களிடமிருந்து அந்நியப்படுத்தியிருக்கலாம்.

நானே கேள்விகளைக் கேட்டு நானே பதிலையும் சொன்னால் அவர்கள் தலையை மட்டும் ஆட்டிக்கொண்டார்கள். திடீரென அங்கு வந்த அமல் அவர்களிடம் "ஒரு நாளைக்கு எத்தின தடவ சாப்பிடுவீங்க?" என்று கேட்டார். இருவரும் ஏக காலத்தில் "ரெண்டு தடவ" என்றார்கள்.

ஒரு நாளைக்கு இரண்டு தடவைகள் மாத்திரம் அல்லது 'வட்டரையும் ப்ளேன் டீயையும்' மட்டும் ஒரு நேர உணவாக உட்கொள்ளும் ஒரு கூட்டம் இன்னும் நம் மத்தியில் இருக்கத்தான் செய்கிறது என்பதை நாம் அடிக்கடி நினைத்துக்கொள்ள வேண்டும். ஓரங்கட்டப்பட்டு வாழ்க்கையின் விளிம்பு நிலையில் தவித்துக்கொண்டிருக்கும் இவர்களுக்கு சக மனிதர்களின் அரவணைப்பும் அன்பும் தேவையாக இருக்கிறது. அவர்களுடைய சமூகம் அவர்களைக் கரிசனையோடு தாங்கிக்கொள்வது அவசியம்.

இவர்களுடைய சுபீட்சத்திற்கானதும், ஒட்டு மொத்த தமிழருக்குமான அரசியல் தீர்வு 2019க்கு முன்னர் கிடைத்துவிடும் என்கிறார்கள். தீர்வு எப்போது வேண்டுமானாலும் கிடைத்து விட்டுப் போகட்டும். முதலில் இந்த எளிய மனிதர்களுடைய வயிற்றுப் பசியைப் போக்கவேண்டும். பஞ்சமும் பட்டினியும் மனிதர்களைக் குடும்பத்தோடு அழித்துவிடாமல் பார்த்துக்கொள்ள வேண்டும். அதற்கான தீர்வுதான் இப்போது தமிழர்களின் அவசரமான தேவையாகவும் அபிலாசையாகவுமிருக்கிறது.

வேண்டுமென்றால் சுகுமாரிடம் போய் 'தமிழர் அபிலாசைகளும் அரசியல் தீர்வும்' என்று பேச்சை ஆரம்பித்துப் பாருங்கள். உங்களையும் தன்னைப் போன்றதொரு கட்டில் நோயாளியாக்கி வீட்டுக்கு அனுப்பி வைக்கும் மனுசன். அப்போதுதான் உங்களுக்கு யதார்த்தம் விளங்கும். யதார்த்தத்துக்கும் அரசியல் என்கிற சோடித்தத் தெருநாயின் குரைப்புக்குமான இடைவெளி புரியும்.

அடுத்த தடவை சுகுமாரின் குடும்பத்தை வசதியாகப் பார்க்கக் கிடைக்கா விட்டாலும், உயிரோடு பார்க்கக் கிடைத்தாலே போதும் என நினைத்துக்கொண்டு வெளியே வந்தேன்.

எதிரிலே மில்லியன்கள் கொண்டு வந்த புதுத்தண்டவாளங்களில் யாழ்தேவி அசைந்து ஆடி போய்க்கொண்டிருந்தது. அதனுள்ளிருந்த "வெளிநாட்டுத் தமிழ் சுற்றுலாப் பயணிகள்" எனக்கருகில் நின்றுகொண்டிருந்த இரண்டு குழந்தைகளையும் பார்த்துக் கையசைத்து புகைப்படம் எடுத்துக்கொண்டார்கள்.

65

“**ஊ**ருக்கு போய் ரெண்டு நாள் இருந்துட்டு வருவமா? கடைசியா போன டிசம்பர்ல போனது...” எனக் கூறி முடிக்கும் முன்னமே அறைக்குள்ளிருந்து “ஓம், ஓம்” என்ற உற்சாகக் குரல் வெளிப்பட்டது.

நிவேதாவுக்கு இப்பொழுதுதெல்லாம் பட்டக்காடு என்றாலே கொள்ளைப் பிரியமாய்ப் போய்விட்டது. அடிக்கடி பட்டக்காட்டுக்குப் போவோம் என அவள் நச்சரிக்கும் போதெல்லாம் வேலையைக் காரணம் காட்டி அதைத் தட்டிக்கழிப்பவன் நான்தான். இப்பொழுதெல்லாம் விடுமுறை வேண்டும் என்றாலே கடையையே எழுதிக் கேட்டவன் போல டென்ஷன் ஆகிவிடுகிறார் பிரமிளா ஸ்டோர்ஸ் முதலாளி.

வழமைபோல அன்றும் ஏதோ ஏதோவெல்லாம் சொல்லி விடுமுறை எடுத்துக்கொண்டு வந்தேன்.

நிவேதாவுக்கு இருப்புக்கொள்ளவில்லை. ஒரு குழந்தையைப் போல என்னையே சுற்றிச் சுற்றி வளையம் வந்துகொண்டிருந்தாள். ஒரு நகரத்தின் விறுவிறுப்பான இயந்திர வாழ்க்கை நம்மேல் சுமத்தும் சோர்வை கிராமங்கள் போக்கிவிடுகின்றன என அடிக்கடி சொல்லுவாள். அங்கு கடலும் வயலும் அவளுடைய ஆதர்சமான கொண்டாட்டங்களாக இருந்தன.

அன்று காலையில் எழுந்தபோது முன்னால் அம்மா தேநீரோடு நின்றுகொண்டிருந்தாள்.

மன்னாரில் சதா ஐந்து மணிக்கு அலாரம் அடிக்கும் போது காலில் பூட்டிக்கொள்ளும் சக்கரத்தை மீண்டும் கழற்றி வைப்பதற்கு இரவு பதினொரு மணியாகிவிடும். அந்தத் துயரத்தைப் போக்கிவிடுவது இப்படி காலை ஒன்பது மணிக்குத் துயில் எழுந்து அம்மா கொடுக்கும் தேநீரோடு தொடங்கப்படும் இந்தப் பட்டக்காட்டு நாட்கள்தான்.

“டேய், நிவேதாவ கூட்டிக்கொண்டு பெரியகட்டு கோயிலுக்கொருக்கா போயிட்டு வாவன். உங்களுக்கு அங்க நேத்தி வச்சிருக்கன்.”

“நாளைக்குப் போயிற்று வாறம்...”

அன்று அம்மா கேட்டுக்கொண்டதன்படி மறுநாள் பெரியகட்டு அந்தோனியார் கோவில் நோக்கி எனது மோட்டார் சைக்கிளில் புறப்பட்டோம். படலை வரை வந்த அம்மா “புள்ள கவனம் தம்பி” என வயிறு பெருத்திருந்த நிவேதாவைக் காட்டி இறுக்கமாகச் சொன்னாள்.

மன்னார் – மதவாச்சி வீதியில் பறயநாலங்குளத்துக்கு அருகில் பெரியகட்டு என்னும் கிராமத்திலிருக்கும் அந்த அந்தோனியார் கோவில் மிகவும் பிரசித்தமானது. கேட்போருக்கெல்லாம் அள்ளிக்கொடுக்கும் புனித அந்தோனியார் “மிகவும் சக்தி வாய்ந்தவர்” என அவருடைய பக்த கோடிகளால் கொண்டாடப்படுபவர். அதனால் அந்த ஆலயத்தில் எப்போதும் மக்கள் கூட்டம் அலைமோதிக்கொண்டேயிருக்கும். அதுவும் செவ்வாய்க்கிழமையென்றால் கால் வைக்க இடமிராது.

முன்னாலிருந்த மரத்தடியில் மோட்டார் சைக்கிளை நிறுத்திவிட்டு நானும் நிவேதாவும் உள்ளே போனோம். தரையில் அமர்ந்தோம். தரை சில்லெனக் குளிர்ந்தது. ஆலயத்தை நிறைத்து பலர் அமர்ந்திருந்தார்கள். பீடத்தில் ஒளிச்சுடர் ஒளிர்ந்துகொண்டிருந்தது. அந்தோனியாரின் சிலைக்கு முன்னால் நின்ற கூட்டம் கரங்களை விரித்து செபித்துக்கொண்டு நின்றது. நிவேதா தன் கையிலிருந்த செபமாலை மணிகளை உருட்ட ஆரம்பித்தாள்.

வழமைபோல என்னுடைய கண்கள் அங்குமிங்கும் அலையத்தொடங்கின. மனமும் அதன் பின்னால் வளர்ப்பு நாய்போல ஓடியது. சுவர்களில் பாய்ந்தது. ஒவ்வொரு மனிதர்களாய்த் துரத்தியது. அவர்கள் அங்கங்களில் மொய்த்தது. யாரிவர்கள் என்று ஆராய்ச்சி பண்ணியது. முகட்டில் ஏறியது. ஒட்டறைகளில் புகுந்து நடந்தது. திறந்திருந்த கதவு நீவல்களில் புகுந்து வெளியே குதித்தது.

அப்போதுதான் அந்தக் காட்சி கிட்டியது. ஆலயத்துக்கு வெளியே இருந்த மரமொன்றில் குரங்கொன்று குதித்துக்கொண்டிருந்தது. ஒரு நொடிகூட என் கவனத்தை அதனிடமிருந்து பிடுங்கியெடுக்க

முடியவில்லை. முதலைப் பிடி. பாய்வதும், குதிப்பதும், பல்லைத் துருத்துவதும், சுற்றிச் சுற்றி நோட்டம் விடுவதும், பின்னர் மரத் திலிருந்து தொபீரெனக் குதித்து மணலில் விழுவதும், மனிதர்களைப் பார்த்து கொட்டாவி விடுவதும், கிரீச் கிரீச் என்று கத்தி யாசகம் கேட்பதுபோல் முகத்தை நீட்டுவதும் என அந்த இடமே கவவரமாய் மாறியது.

அந்தக் குரங்கு வித்தையில் மெய்மறந்து கிடந்த என்னைத் திடீரெனத் தொடையில் கிள்ளி எழுப்பி விட்டாள் நிவேதா. சுதாரித்துக்கொண்டு மீண்டும் "அர்ச்சேஸ்ட மரியாயே சருவேசுரனுடைய மாதாவே..." என அவளுடைய வட்டத்துக்குள் இறங்கினேன். அவளுடைய பக்திக்குக் களங்கம் ஏற்படுத்திவிட்டதாய் மீண்டுமொருமுறை தொடையில் கிள்ளினாள் நிவேதா. இம்முறை அதிகமாக வலித்தது.

நிவேதாவின் ஆன்மீகத்துக்கும் எனக்கும் ஒளியாண்டுத் தூர இடைவெளி. நிவேதா லேசுப்பட்ட ஆளில்லை. கடுமையான பக்தை. சோறு தண்ணியில்லாமல் 365 நாளும் கோவிலில் கொண்டுபோய் போட்டுவிட்டால்கூட குறைபட்டுக் கொள்ளாமல் கிடக்கக்கூடிய ஜீவன். தவக்காலத்தில் (40 நாட்கள்!) தனி மரக்கறியோடு, அதுவும் ஒரு சந்தி பிடித்துக்கொண்டு புனித விரதமிருப்பாள். நானோ, தவக்காலம் என்றும் பாராமல் ஹாஜியார் கடையில் போய் அவ்வப்போது மட்டன் பிரியாணியை நொறுக்கிவிட்டு வருவேன்.

அதைவிடக் கொடுமை வீட்டில் குடும்பச் செபமாலை என்று என்னை இழுத்துக் கொண்டுபோய் இருதய ஆண்டவருக்கு முன்னால் இருத்தி வைப்பது. நானோ அந்த அரை மணி நேரமும் நக்மாவோடு டூயட் பாடிக்கொண்டிருப்பேன். அதைக்கூட புரிந்துகொள்ள முடியாத பெருந்தேவி மறுநாளும் என்னை இழுத்துக்கொண்டு போய் அதே ஆண்டவருக்கு முன்னால் இருத்தும். மறுபடியும் நக்மா, டூயட், கனவு.

இப்படித்தான் இற்றைக்கு சுமார் மூன்று மாதங்களுக்கு முன்னர் ஒரு வரலாற்றுச் சம்பவம் நடந்தது. மன்னாரில் மரியநேசன் என்று ஒரு சுவாமி இருக்கிறார். தங்கமான மனுசன். ஆனால் பிரசங்கம் வைத்தால் முழுக் கோவிலும் தூங்கிவிடும். பலருக்கு கிழமை நாட்களில் வாய்க்காத ஆழ்ந்த தூக்கத்தை வட்டி முதலோடு திருப்பிக்கொள்ள வாய்ப்பாய் அமைவது இவரது ஞாயிறு பிரசங்கம்தான். கூடவே ஒரு தலையணையையும் எடுத்துக்கொண்டு போனால் இன்னும் வசதியாக இருக்கும்.

இப்படித்தான் ஒருமுறை அவர் பிரசங்கம் சொல்லும்போது நான் அலாதியாகத் தூங்கிக்கொண்டிருந்தேன். அந்த நேரம் பார்த்து மனுசன் திருமணமான ஆண்களுக்கென்று காவியத்தனமான

அறிவுரையொன்றைச் சொல்லியிருக்கிறது. வீட்டுக்கு வந்ததும் "ஃபாதர் சொன்ன அட்வைஸ் கேட்டுதுதானே?" என்றாள் நிவேதா. எனக்கு பகீர் என்றது. நான் திருதிருவென முழிக்க, பழையபடி மூச்சு விடாமல் அரை மணிநேர வசை. எல்லாம் முடிந்த பிறகு அந்த அறிவுரை என்ன என்பதையும் அவளே சொன்னாள்.

படுபாவி, கோவிலில் 20 நிமிடங்களுக்கு மேலல்லவா தூங்கியிருக்கிறேன்.

நேரம் மதியம் ஒரு மணியைக் கடந்துகொண்டிருந்தது. கோவில் முற்றத்தில் கிழவியொன்று விற்றுக்கொண்டிருந்த கச்சான் கொட்டைகளை வாங்கிக்கொடுக்க அதைத் தன் அணில் பற்களால் கொறித்துச் சாப்பிட்டாள் நிவேதா. நானும் இரண்டைப் பறித்து வாயில் போட்டுக்கொண்டேன்.

"இப்பதான் பன்னெண்டு மணி. இன்னும் நேரம் இருக்கு. நாம போன மாசம் பொயிற்று வந்த அந்த சிறுவர் இல்லம் போல வவுனியாவில இன்னொரு இடம் இருக்காமெண்டு ப்ரேம் சொன்னவன். வாரண்டா வாங்க கூட்டிக்கொண்டே காட்டுறன் எண்டான். உனக்கு ஏலுமெண்டா அங்க பொயிட்டுப் போகலாம்..." என நிவேதாவிடம் சொன்னேன். பதிலுக்கு "எனக்கு ஓகே... போகலாம்" என கண்கள் அகட்டி மண்டையை ஆட்டிச் சிரித்தாள் நிவேதா.

பிரேமுக்கு அழைப்பெடுத்து அவனை அங்கு வரும்படி சொல்லிவிட்டு நானும் நிவேதாவும் வவுனியா நோக்கிப் புறப்பட்டோம். இரண்டு மணிநேர பயணத்தின் பின்னர் அவ்விடத்தை அடைந்தோம். பிரேம் அங்கு இல்லை. அகன்ற வாசலுக்கு முன்னாலிருந்த புளியமரத்தின் அடியில் அவனுக்காக காத்துக்கொண்டு நின்றோம்.

இருபது நிமிடங்கள் கழித்து ப்ரேம் வந்து சேர்ந்தான். இடது கையை இழந்த ஐயா ஒருவர் வாயில் கதவுகளைத் திறந்துவிட்டு முதுமைப் பற்களால் புன்னகைத்தார்.

அதுவொரு மாற்றுத்திறனாளிகள் காப்பகம். நடந்த போரில் குரூரமாக காயமாக்கப்பட்டவர்களுக்கென உருவாக்கப்பட்ட புனித வீடு. அக்காப்பகத்தை கத்தோலிக்க மிசனரியைச் சேர்ந்த குருக்கள் நடாத்திக் கொண்டிருக்கிறார்கள். தங்குமிடம், சிகிச்சை, பிசியோதரபி, மாற்றுத்திறனாளிகளுக்கான தொழில்சார் பயிற்சிகள், புனர்வாழ்வு என பல்வேறுபட்ட சேவைகளை நூற்றுக்கணக்கான மாற்றுத்திறனாளிகளுக்கு அந்தக் காப்பகம் வழங்கிக்கொண்டிருக்கிறது.

அமலும் இந்தக் காப்பகம் பற்றி ஒருமுறை சொல்லித்தானிருக்கிறான். தொழில் நிமித்தமும் தனிப்பட்ட முறையிலும் அவன் பல தடவைகள் அங்கு சென்று வந்திருப்பதாகச் சொன்னான். கண்கள் கொண்டு

பார்க்கமுடியாத உருச்சிதைந்த மனிதர்கள் வாழும் அகோரமான இடம் என்றபோது எனக்கு அது புரியவில்லை. நம் வாழ்க்கையில் நேரடியாகப் பார்த்திராத ஒரு அவலத்தை சிதைவுற்ற மனித உருக்களில் காணும் போது ஏற்படும் சொல்லொணாத் துயர பயத்தைக் குறித்தே அந்த “அகோரம்” என்ற சொல்லை அவன் பயன்படுத்தியிருக்க வேண்டும் என்று இப்போது தோன்றுகிறது.

அக்காலத்தில் அதை நடாத்தும் அந்த குருக்களோடு அவனுக்கு நீண்ட உறவு இருந்திருக்கிறது. தான் பணி புரிந்த மனிதாபிமான நிறுவனத்தினூடாக அந்தக் காப்பகத்துக்குத் தன்னால் முடிந்த அத்தனை உதவிகளையும் செய்யக் கிடைத்தது பற்றி அடிக்கடி சந்தோஷ தொனியில் பேசுவான். “எங்கயும் கிடைக்காத அளவுகடந்த சந்தோஷமும், என்ட மக்களுக்கான என்னுடைய பெரும் பொறுப்பை தவறாமல் செய்து கொண்டிருக்கிறேன் என்ற உன்னத திருப்தியும் அதில கிடச்சிது மதன். நான் ரொம்ப அதிஷ்டக்காரன் எண்டு நினைக்கிறன்...” என்று ஒருமுறை சொன்னபோது அவனது கண்களில் தெறித்த பேரொளியை நான் எதிர்கொள்ள முடியாமல் தவித்தேன். அக்கணத்தில் எனக்குள் பீறிட்டுப் பாய்ந்தது ஆவலா, பொறாமையா என்று தெரியவில்லை.

அங்கு ஒரு தடவையாவது சென்று வரவேண்டும் என்ற ஆசையையும், பேரார்வத்தையும் என்னுள் விதைத்துவிட்டது இந்த அமலும், பிரேமும் சொன்ன அவர்களுடைய அனுபவக் கதைகள்தான்.

போரின் இறுதிக்கட்ட மனித அவலத்தில் மக்களோடு மக்களாக என்னால் இருக்க முடியவில்லையே என்ற மனக்குறுகுறுப்பு எனக்குள் எப்போதும் இருக்கும். ஒரு தமிழனாக எங்களைக் கொன்றொழிக்கும் ஒரு நடவடிக்கையின் உயிர்சாட்சியாக இருப்பதைவிடவுமா ஒரு அடையாளம் வேண்டிக்கிடக்கிறது நமக்கு? என் அண்ணனும் தங்கையும், அம்மாவும் அப்பாவும் செத்தொழிந்துகொண்டிருந்தபோது என்னால் மன்னாரிலிருந்துகொண்டு செய்ய முடிந்தது என்ன? கைகளைக் கட்டிக்கொண்டு செய்திகளைக் கேட்டு சாரைசாரையாகக் கொட்டிய கண்ணீரால் என்ன பயன்? சாவை விழுங்கிக்கொண்டிருந்த அக்காவின் நாவில் ஒரு சொட்டு தண்ணீரை ஊற்ற முடிந்ததா என்னால்? அலறி ஓடும் அப்பாவின் கரங்களைப் பற்றிப் பிடித்து ஒரு வார்த்தை பேச முடிந்ததா? முன்னும் பின்னும் காயங்களோடு மரணப் பசியில் ஓலமிட்டுக்கொண்டிருந்த என் சகோதரர்களுக்கு ஒரு பிஸ்கட் துண்டையாவது நீட்ட முடிந்ததா?

இதனால்தான் சொல்கிறேன், இன்றுவரை அந்த இயலாமை சுமத்தி வைத்திருக்கும் பளு என் நெஞ்சை அழுத்திக் கொண்டுதானிருக்கிறது.

இப்பொழுது அதுதான் இவ்வாறான இடங்களுக்கு என்னைப் பேராவலோடு அழைத்துப்போகிறது. எதையாவது செய்ய வேண்டும் என மனம் தவிக்கிறது. வெறும் கண்ணீரும் கம்மலையும் பயனற்றுவிட்ட ஒரு தேசத்தில், ஸ்தூலமாக எதையும் சாதிக்கத் தோன்றுகிறது. தன் மண் மீதும், தன் மக்கள் மீதும், தங்கள் போராட்டத்தின் மீதும் அக்கறைகொண்ட, முள்ளிவாய்க்காலை அனுபவித்துக் கடந்து வராத என்னைப் போன்ற அத்தனை தமிழனுக்கும் நான் சொல்வது நன்றாகப் புரியும்.

கையாலாகாத்தனம்தான் மனிதனால் தாங்கிக்கொள்ள முடியாத மிகப் பெரும் உறுத்தலாயிருக்கிறது.

அங்கிருந்த சுரேஷ் என்ற ஒருவரை அழைத்து என்னையும் நிவேதாவையும் அறிமுகம் செய்து வைத்தான் பிரேம். சுரேஷ் பிரேமின் நண்பன். இப்பொழுது எங்களுக்கும் நண்பன். சுரேஷைப் பார்த்த மாத்திரத்திலேயே அவனை எனக்குப் பிடித்துக்கொண்டுவிட்டது. பேச்சு, பார்வை, உடல் மொழி ஆகிய மூன்றும்தானே ஒருவர் பற்றிய நம்முடைய முதல் மனப்பதிவை உண்டாக்குகிறது? அவன் மூன்றிலும் தேர்ந்தவன். லாவகமாகவும் வேகமாகவும் ஒரு சீரான நீர்வீழ்ச்சிபோலக் கொட்டிக்கொண்டிருந்த அவனுடைய தமிழில் நான் நிலை குலைந்து போனேன். பீ.எச்.அப்துல் ஹமீதும் ஏ.ஆர்.வீ.லோஷனும் ஞாபகத்தில் தோன்றி மறைந்தார்கள். நான் வாழும் காலத்தில் மொழியைக் கவர்ச்சியாகப் பேசத்தெரிந்த தமிழ் புருஷர்கள் அவர்கள்.

நிவேதா சுரேஷைப் பார்த்து “அழகா தமிழ் பேசுறீங்க சுரேஷ்...” என்றாள் சாவதானமாக. அவன் “நன்றி அக்கா...” என தலையைத் தாழ்த்தி வெட்கத்தில் குழைந்தான். உடனே நானும் “நான் அதை ஆமோதிக்கிறேன் சுரேஷ்” என்றேன். தம்பி வெட்கத்தில் நிலைகுலைந்தே போனான்.

“அழகா தமிழ் பேசுறீங்க...” என்று ஒரு தமிழன் இன்னொரு தமிழனைப் பார்த்துப் புகழ்வதை நான் அரிதாவே கண்டிருக்கிறேன். ஆனால் ‘ஆங்கிலத்தில் பின்னுறீங்க...’ என்பதை தாராளமாகக் கேட்கலாம். காரணம், தமிழை அழகாகப் பேசுவது இப்போது பெரும் கவனத்தை ஈர்ப்பதில்லை. மொத்த மோகமும் ஆங்கிலத்தின் மேல்தான் குவிந்து கிடக்கிறது.

சுரேஷ் எங்களை விசேட தேவையுள்ளவர்களின் பிரதான விடுதி அமைந்திருக்கும் வளவுக்குள் அழைத்துப் போனான். வாசலில் நின்ற சுமார் முப்பது வயது மதிக்கத்தக்க ஒருவர் எங்களை புன்முறுவலோடு வரவேற்றார். விடுதி நிர்வாகி. அவர் ஒருபக்கம் ஊன்றி ஊன்றி நடக்கும்போதுதான் புரிந்தது. வலப்பக்கம் செயற்கைக் கால்

பொருத்தப்பட்டிருந்தது.

அது விசாலமான வளவு. அழகாகவும் அழுக்கற்றும் இருந்தது. ஒவ்வொரு கட்டடத்துக்கு முன்னாலும் பச்சை பச்சையாய் மரங்கள் நடப்பட்டிருந்தன. அவற்றின் தலையில் பல்வண்ண மலர்கள். அவற்றை அடைத்து இரண்டு மூன்று கல் உயரத்தில் சுவர்வேலி போடப்பட்டிருந்தது. கற்சுவரை சுவாரஷ்யமாக்க அதன்மேல் கவர்ச்சியான நிறங்களில் பூச்சு பூசியிருந்தார்கள். இடையிடையே விவிலிய வசனங்களும் எழுதப்பட்டிருந்தன.

வெளி வளவு முழுவதையும் ஏகப்பட்ட பெரு மரங்கள் நிரப்பியிருந்தன. பூராகவும் நம்மை வாவாவென அழைத்து, மடியில் இருத்தி, இதம் கொடுத்து அனுப்பி வைக்கும்படியான பரந்த நிழல் கொடுக்கும் மரங்கள். அங்கே பலர் சக்கர நாற்காலிகளில் அமர்ந்தபடி வெயிலின் உஷ்ணத்தைப் போக்கிக்கொண்டிருந்தார்கள். கூடவே அவர்கள் முகங்களில் சிரிப்பும் கும்மாளமும் நிறைந்து வழிந்தது. உடலின் இயலாமைகளை அச்சிரிப்புகள் அசட்டை செய்வதாயில்லை. குறையற்ற வாழ்வை பிரதிபலித்தன அவர்களுடைய பாவங்கள்.

வெள்ளை அங்கியில் அங்குமிங்குமாய் பாதிரிமார்கள் உலாத்திக் கொண்டிருந்தார்கள். தோட்டத்தில் ஒருவர், சமையலறைக்கு அருகில் ஒருவர், வாகனத் தரிப்பிடத்தில் ஒருவர், மாமர நிழலில் இருப்பவர்களுடன் பேச்சுக்கொடுத்தபடி ஒருவர் என திரும்பும் திக்கெல்லாம் அவர்களே தெரிந்தார்கள். கடவுளைப் பிரதியெடுத்திருக்கும் அவர்களைப் பார்த்தபோது ஆச்சரியம் பிரவாகித்தது.

சுரேஷ் எங்கள் மூவரையும் வரவேற்பறைக்குள் அழைத்துப்போனான். எதிர்ச் சுவரில் கொட்டை எழுத்துக்களில் எழுதப்பட்டிருந்த வாசகம் நிவேதாவின் கண்களில் பளாரென அறைந்தது. கனமான அறைதான். அவளுடைய கண்கள் கலங்கிற்று.

“இவர்களுக்கு கால்கள் இல்லை. கைகள் இல்லை. உடலின் பல பாகங்களில் உணர்ச்சி இல்லை. ஆனால் இவர்களிடத்தில் இன்னும் ஜீவன் இருக்கிறது. அழகானதோர் இதயமும், வாழ்க்கையை மீட்டெடுத்து ஊன்றி நிமிர்த்தும் மனத்திடமும் இருக்கிறது. இவர்கள் ஓர் அழகிய வாழ்க்கையைத் தேடி ஓடிக்கொண்டிருக்கிறார்கள். அவர்களுக்கு உங்கள் கரங்கள் தேவையாயிருக்கிறது. அவர்களைப் பார்த்து, நலம் விசாரித்து, பேசிவிட்டு நகருங்கள்.”

நிவேதா ஈரமாயிருந்த கண்களைத் துடைத்துக்கொண்டாள். நான் அவளை அணைத்தபடி “ஓகே ஓகே...” என முதுகில் தடவிக்கொடுத்தேன். அவளுடைய முகத்தில் சுண்டிவிட்ட துயரத்தை அவளால் சமாளிக்க முடியவில்லை.

சுரேஷ் பரிமாறிய இளநீரைக் குடித்துவிட்டு எழுந்தபோது "சுரேஷ், இங்க இருக்கிற ரெண்டு மூணு பேரோட நான் பேசலாமா?" எனக் கேட்டாள் நிவேதா. சுரேஷ் "நிச்சயமாக அக்கா..." என்றான் தலையை ஆட்டியபடி. நிவேதாவை பெண்கள் விடுதிக்குள் கொண்டுபோய் விட்டுவிட்டு மீண்டும் எங்களிடம் வந்தான்.

நாங்கள் மூன்று பேரும் ஆண்கள் விடுதிக்கு வந்தோம்.

"அண்ணை, இந்தப் பக்கம் பெண்கள், அந்தப் பக்கம் ஆண்கள். ஒவ்வொரு பகுதிக்குள்ளையும் இன்னும் இரண்டு உப பகுதிகள் இருக்கு. ஒன்று, நகரக்கூடிய நிலையில இருக்கிறவர்கள். மற்றையது, படுக்கை நோயாளிகள். நகரக்கூடிய ஆக்கள நாங்கள் அதிகமா வெளியில எடுத்து தோட்டச் செய்கை, தொழில் பயிற்சிகள் எண்டு பல காரியங்கள்லை ஈடுபடுத்த முயற்சிக்கிறம். அவைகளும் ஆர்வத்தோட செய்யிறாங்கள். தவிர உடற்பயிற்சி, விளையாட்டு உதுகள்ளயும் ஈடுபட வைக்கிறம். ஒரு சாதாரண மனுசனால செய்யக்கூடிய 90 வீதமான வேலைகள இவங்களால செய்ய முடியும். அதுக்கான பயிற்சிதான் முக்கியம். அதத்தான் நாங்க முக்கியமா இங்க செய்யிறம். உதாரணத்துக்கு, தோட்ட வேல செய்யிறது. அங்க பாருங்க, எத்தின பேர் தோட்டத்தில வேல செய்யிறாங்கள் எண்டு."

சுரேஷின் பார்வையைப் பிடித்துக்கொண்டு மறு பக்கம் திரும்பினேன். பேராச்சரியம் கண்களில் பட்டது. சுரேஷ் சொன்னது போல பலர் தோட்டத்தில் வேலை செய்துகொண்டிருந்தார்கள். அவர்களில் எல்லா வகையான மாற்றுத்திறனாளிகளும் உண்டு. சக்கர நாற்காலியில் இருந்துகொண்டு தோட்டம் கொத்துகிறார்கள். ஒரு கையை இழந்தவர்கள் களை பிடுங்குகிறார்கள். கட்கத்தில் ஊன்றுகோல்களை இறுக்கிக்கொண்டு நீர் பாய்ச்சுகிறார்கள். இரண்டு கால்களும் இல்லாதவர்கள் கூட சக்கரம் பூட்டிய மரப்பலகையில் இருந்தபடி வெங்காயம் நடுகிறார்கள்.

என்ன ஆச்சரியம் இது? என் கண்களை அவர்களிடத்திலிருந்து அகற்றவே முடியவில்லை. விசேட தேவைக்குட்பட்டோர் என்பது நான்கு எல்லைக் கோடுகளைப் போட்டு அதற்குள் அமிழ்த்தி வைக்கவேண்டிய ஒரு மனிதக் கூட்டம் அல்ல என்று புரிந்தது. அவர்களால் எதையும் செய்ய முடிகிறது. உடல் பிறிதொரு விதமாய் அதற்கு ஒத்துழைக்கிறது.

"அப்ப கட்டில் நோயாளிகள்...?" என சுரேஷிடம் கேட்டேன்.

"அவைகளுக்கு தொடர்ச்சியான வைத்திய முகாமைத்துவம் கிடைக்குது. ஒவ்வொரு நாளும் டொக்டர்ஸ் வந்து கவனிச்சுக்கொள்ளுறாங்கள்.

இதற்கெண்டு முழு நேரமாகவும் இரண்டு வைத்தியர்கள் இருக்கிறாங்க. அதில ஒண்டு எங்கட ஃபாதர் ஒராள். அதேபோல பிசியோதரப்பி முகாமைத்துவமும் நடக்குது. அதை செய்யிறதுக்கு எங்கள்ட பிசியோதரப்பிஸ்ட்களும் இருக்கிறாங்கள். ஆனா சொல்லுறதுக்கு என்னண்ணா, இந்த நோயாளிகள்தான் படுபாவம். தொண்ணூறு வீதத்துக்கு கூடுதலான ஆக்கள் இனி ஒரு போதுமே எழும்பி நடக்க முடியாது என்ற நிலையில இருக்கிற ஆக்கள். அவங்கள வீட்டில வச்சு கவனிக்கவோ அல்லது மருத்துவம் செய்யவோ அவங்கட குடும்பங்களுக்கு வசதியும், அதுக்கான சரியான நிலமைகளும் இல்லாததால அவங்கள இங்க வச்சு கவனிச்சுக்கொள்றம்."

"சுரேஷ், உங்கள கையெடுத்துக் கும்பிட வேணும்போல இருக்கப்பன்..."

"ஐயையோ... என்னைய கும்பிடாதேங்கோ அண்ணா. வேணும் எண்டால் எங்கட பெரிய ஃபாதரக் கூப்பிடுறன். அவரக் கும்பிடுங்கோ. அதுதான் நியாயம்!" என கூறிவிட்டு சுரேஷ் கலகலவெனச் சிரித்தான்.

மணித்தியாலங்கள் கடந்து ஓடியதை நாங்கள் யாருமே கவனிக்கவில்லை. நானும் பிரேமும் சுரேஷும் அந்த மாமர நிழலில் நிவேதாவுக்காகக் காத்துக் கொண்டிருந்தோம். அந்த பெண்கள் விடுதிக்குள் போன நிவேதா சுமார் ஒரு மணித்தியாலம் கடந்தும் வெளியே வரவில்லை.

"அவள் சரியான இரக்க சுபாவம் கொண்டவள். அதோட இப்பதான் இந்தப் போர் எப்பிடிப்பட்டது, என்ன நாசமெல்லாம் பண்ணிச்சு எண்றத தன்ட கண்களால பாக்குறாள். தொட்டு உணருறாள். அதால விடுங்க. அவள் ஆறதலா வரட்டும்..." என நான் சுரேஷிடமும் பிரேமிடமும் சொன்னபோது அருகில் வந்த பணியாளர் ஒருவர் சுரேஷிடம் "அண்ண. அந்த அக்கா... மதன்னு... அவர அங்க கூட்டிட்டு வரச்சொன்னாங்க" என்றான்.

நாங்கள் நிவேதா நின்றுகொண்டிருந்த அந்தப் பெண்கள் விடுதியை நோக்கிப் போனோம். அந்த மண்டபத்துக்குள் நுழைந்ததும் கூடவே வந்த பெரியவர் முன்னாலிருந்த அறையைக் காட்டி "இங்கதான்" என்றார். அந்த அறைக்குள் யாரோ ஒருவருடன் ஆர்வமாகப் பேசிக்கொண்டிருந்த நிவேதாவின் குரல் வெளியே கேட்டது. திரைச்சீலையை நீவிக்கொண்டு உள்ளே போனேன். நிவேதா கட்டிலுக்கு அருகிலிருந்த நாற்காலியில் அமர்ந்திருந்தாள். அந்தக் கட்டிலை உற்றுப் பார்த்தேன். பகீரென்றது.

66

நாடி நரம்புகளெல்லாம் ஒரே கணத்தில் ஒடுங்கி அடங்கிற்று. இதயம் பற்றிக்கொண்டு தீப்பிளம்பைக் கக்கியது. தேகம் வெடவெடத்து இங்கேயே மயக்கம் போட்டு விழுந்துவிடுவேனோ எனத் தோன்றியது. அருகில் நின்ற பிரேமின் தோள்களில் ஊன்றிப் பிடித்தபடி முன்னாலிருந்த கட்டிலை பெரும் துயரத்தோடு நெருங்கினேன். அங்கிருந்த அனைவரும் என்னை ஆச்சரியமாகப் பார்த்தார்கள். பிரேம் குளப்பத்தில் நிலைகுலைந்து போனான்.

எனக்கு முன்னால், அந்த ஒற்றைக் கட்டிலில் அமிழ்ந்தபடி அரைகுறை மனித உருவம் ஒன்று படுத்திருந்தது. அடையாளமே காணமுடியாதளவுக்குப் பொஸ்பரசுத் தீயால் கருக்கப்பட்ட முகம். கழுத்துக்கு மத்தியில் ஆழமான கருப்புக் குழி. தோல்கள் கிழிந்து அங்குமிங்கும் ஒட்டி காய்ந்திருந்தன.

என்ன கொடுமை ஆண்டவா இது? கயல் வீரச்சாவு என்றல்லவா சொன்னார்கள்?

கயல்விழி! தமிழரசி என்ற பட்டக்காட்டுப் பெண் போராளி! எனக்கு சர்வாங்கமும் நடுங்கி ஒடுங்க எனது இரு கைகளையும் தலையில் வைத்தபடி அருகில் போய் அவள் முகத்தை வெறித்தேன். என்ன அலங்கோலம் இது? கண்வெட்டாமல் என்னையே விறைத்துப் பார்த்துக்கொண்டிருந்த அவளுடைய முகம் ஒரு நிமிடம் கழித்து புன்னகையொன்றை உமிழ்ந்தது. காய்ந்த உதடுகள் நடுங்கி விரிந்தன. தேகத்தில் சிறு அசைவு வெட்டியது. அருகில் நிவேதா தன் கண்ணீர் ஒழுகும் கண்களை கைக்குட்டையால் துடைத்தபடி நின்றுகொண்டிருந்தாள்.

‘கயல் இறந்துவிட்டாள்’ என்ற அற்பமான முன்முடிவோடு அல்லவா இத்தனை நாளும் காலத்தை ஓட்டிக் கொண்டிருந்திருக்கிறேன். குற்றவுணர்வு மனசாட்சியை நெரித்தது. அவமானத்தில் முழு உடலும் வெந்தது.

நான் மீண்டும் தலையை நிமிர்த்தி கயலைப் பார்த்தேன். போர்வைக்குள் சுருண்டு கிடந்த கயல் உதட்டு இடுக்கில் வழுகும் புன்னகையோடு என்னைக் கண்வெட்டாமல் பார்த்துக்கொண்டிருந்தாள்.

என்னிடமோ பதிலுக்குப் புன்னகையில்லை. ஏன் எதுவுமே இல்லை. என்னுடைய கண்கள் குளமாகிக் கொண்டிருப்பதை சமாளிப்பவன் போல தலையை நிமிர்த்தி அங்குமிங்கும் பார்த்துக்கொண்டேன். என்னுடைய ஒட்டு மொத்த வாழ்க்கையின் மையச்சரடே ஆட்டம் கண்டுவிட்டது போல் தோன்றியது. பெருந்தோல்வியின் கரிய நாக்கு முகத்தை நக்கியது. என் கற்பனையில்கூட தோன்றியிராத கோரமான தோல்வி. அதையேதான் கயலின் கண்களும் சொன்னது.

அந்த அறையைப் பேரமைதி நிறைத்திருந்தது.

ஒருநாள் மதன் என்ற ஒரு எளிய பாவியை, ஒரு பக்கம் பேறுகாலத் திலிருக்கும் மனைவியும் மறுபக்கம் வாழ்க்கையையே தொலைத்துவிட்டு வந்த காதலியும் நிறைத்திருப்பார்கள் என யார் எழுதி வைத்தார்? இதைவிடவுமா பெரியதொரு தண்டனை இவ்வுலகத்தில் உண்டு?

என் கண்களை உடைத்துக்கொண்டு பாயும் கண்ணீரை நிவேதா எப்படி எடுத்துக்கொள்வாள் என்றெல்லாம் அப்போது எனக்குக் கவலையில்லை. வெடித்து அழ ஆரம்பித்தேன். துயரம் என் உடலை உறிஞ்சி பிரேமின் பிடியில் என்னை எறியும் வரை அழுதேன். பத்து நிமிடங்களுக்கு மேல் இருக்கும். பிரேம் தாங்கிப் பிடித்திருந்தான். நிவேதா என் கண்களை துடைத்தபடி அவளும் அழுதுகொண்டிருந்தாள்.

என் அன்பின் நிவேதா, என்னை நடுநிலையாக நின்று புரிந்துகொள்ள முற்படுவாயென்றே நம்புகிறேன். காதலும் நினைவுகளும் சிலேட்டுப் புத்தகங்களில்லை நிவேதா. எழுதி எழுதி அழித்துவிட்டுப் போவதற்கு. அவை மரத்தில் பதித்த எழுத்துக்கள். அவற்றையெல்லாம் உயிருள்ளவரை பத்திரமாக வைத்திருக்கிறது மரம். அதை அழிக்க நினைத்து இத்தனை நாட்களும் என் கைகளைத்தான் புண்ணாக்கிக்கொண்டிருந்திருக்கிறேன் பார். என்னைப் புரிந்துகொள் அன்பே. ஒன்றை மட்டும் தெளிவாகப் புரிந்துகொள்வாயாக, இப்பொழுது இங்கு நடந்துகொண்டிருப்பதற்குப் பெயர் துரோகமல்ல, நம்மால் மாற்ற முடியாத சுயம் என்ற அக உணர்வுகளின் வெளிப்பாடு மட்டும்தான். காதல் என்பது என்ன தெரியுமா, வடு! நம் வாழ்க்கை பூராகவும் நம் கூடவே வருகிறதே ஒரு தீக்காயத்தின் வடு, அதுபோலத்தான் இந்தக் காதலும். இது

சாதாரணம் அன்பே. வடுவை மறைத்துக்கொண்டு வாழ பல ஆண்கள் கற்றுக்கொண்டிருக்கிறார்கள். நான்தான் அதைப் படித்ததே யில்லை. இதில் ஒன்றை அவதானித்தாயா நிவேதா, மனிதர்களுக்கு இயலாமைதான் இதயமாயிருக்கிறது. அப்படிப்பட்ட இதயத்திடமிருந்து என்னால் எப்படி தப்பிப் பிழைக்க முடியும் சொல். ஆதலால் அன்பே, காதல் என்னும் மனவயப்படுதலின் அபத்தத்தைத் தாண்டி கரைவந்து சேர எனக்குக் கரம் கொடு. மீதியைக் காலம் பார்த்துக்கொள்ளட்டும்.

எனக்கு அவ்விடத்தில் எப்படி நடந்துகொள்ளவேண்டும் என்ற பிரக்ஞையே இல்லை. ஏன், எதற்குப் பிரக்ஞை கொள்ள வேண்டும்?. முதல் காதலுக்கு முன்னால் எவனால்தான் நாடகம் ஆட முடியும்? கடவுளே, என் நிலையை நிவேதா புரிந்துகொள்ளட்டும் என மன்றாடினேன்.

அழுகையைத் துடைத்துக்கொண்டு மீண்டும் கயலை நிமிர்ந்து பார்த்தேன். அப்படியேதான் அசைவற்றுக் கிடந்தாள். பிறகு நிவேதாவையும் பார்த்தேன். அவள் அழுது ஓய்ந்திருந்தாள்.

அருகில் போய் கட்டிலில் ஊன்றியபடி “கயல்...” என்றேன். வெடித்து மீண்டும் ஓவென்று அழுதேன். அருகில் வந்த நிவேதா என்னைச் சேர்த்து அணைத்துப் பிடித்தாள். நிவேதாவின் தோள்களில் சாய்ந்து கொண்டு, கயல் கயல் என அழுது வடிக்கும் என்னைப் பார்க்க விசித்திரமாய் இருந்திருக்கும்.

நிவேதாதான் பாவம், தன் கண் முன்னாலேயே தன்னுடைய கணவன் இன்னொரு பெண்ணுக்காக அழுது வடிக்கும் கொடுமையையெல்லாம் சகித்துக்கொள்ள வேண்டியிருக்கிறது. சகித்துக்கொண்டாளா? சரியாகத் தெரியவில்லை.

அப்பொழுதுதான் கயலின் கண்களிலிருந்து முதல் சொட்டு கண்ணீர் வடிந்து தலையணையில் விழுந்ததைப் பார்த்தேன்.

ஒரு நிமிட அமைதி.

“எப்பிடி இருக்கிறீங்க மதன்?” கயல் பேசினாள்.

குரல் தளதளத்தது. உள்ளுக்குள் கேட்டுக்கொண்டிருக்கும் பேரழுகையின் சப்தம் குரலில் மறைந்தும் மறையாமலும் ஒலித்தது. என்ன பேசுவது என்று தெரியாமல் பிண்டம் பிண்டமாய் விழித்துக்கொண்டிருந்தேன்.

எனக்கு ஒரு பக்கம் துயரம், ஒரு பக்கம் வலி, ஒரு பக்கம் ஏமாற்றம், ஆனால் இன்னொரு பக்கம் என்ன தெரியுமா? அடக்க முடியாத கடுஞ்சினம்!

"இந்த மயிருக்குத்தானா போராட்டம் எண்டு பேய்க் கூத்தாடிக் கொண்டு திரிஞ்சனீங்கள்?" என அவளைப்பார்த்து கத்திவிட்டால் என்னுடைய பாதிக் கோவம் தீர்ந்துவிடும்போல் இருந்தது. ஆனால் அதற்கான இடமல்ல அது.

இன்னும் அருகில் வந்து "என்ன கயல் இதெல்லாம்...? என்ன ஆச்சு?" என மெல்லிய தொனியில் கேட்டேன். அதற்கு அவள் தன் போர்வையை விலக்கி அதற்குள்ளிருந்த 'தமிழீழக் கனவை' திறந்து காட்டினாள்.

இரண்டு கால்களும் முழங்காலுக்கு கீழ் இல்லை. வலக்கையின் மணிக்கட்டில் துண்டு போட்டு கீழ்ப்பகுதியை அகற்றியிருக்கிறார்கள். முகத்தில் விழுந்த பொஸ்பரஸ் அவள் ஒரு பக்க காதையும் கன்னத்தையும் பாதி வாயையும் தீய்த்திருக்கிறது. முகத்தில் கறுப்பாயும் வெள்ளையாயும் சுருங்கிப் பிய்ந்தபடி சதைகள். கழுத்தில் ஒரு பிடி அரிசி போடும் அளவுக்குக் குழி.

மீண்டும் போர்வையை வேகமாக இழுத்து தன் கன்னம் வரை மூடிக்கொண்டாள் கயல். நிவேதா அவள் அருகில் போய் கயலின் தலையோடு தன் தலையையும் சேர்த்து வைத்தபடி மீண்டும் அழ ஆரம்பித்தாள்.

"என்ன மதன்? இது உண்மையா கயல்தான் எண்டு இன்னும் நம்பலியா?"

குரல் மட்டுமல்ல ஓட்டு மொத்த புலனுமே அடங்கிப்போய் பாறைபோல மாறிவிட்ட என்னைப் பார்த்துக் கயல் கேட்டாள்.

என்னிடம் எதையும் கேட்காதே கயல். பதில்களற்றவனாக ஆக்கப் பட்டிருக்கிறேன். உனக்காக அழுவதைத்தவிர என்னால் வேறு எதையும் செய்ய முடியும் என்று தோன்றவில்லை. அதனால்தானோ என்னவோ இப்படி நிறுத்தமற்று அழுது தீர்த்துக்கொண்டிருக்கிறேன் பார்.

"இப்ப எதுக்கு எல்லாரும் இப்பிடி அழுது வடிச்சுக்கொண்டு நிக்கிறீங்க?... ச்சைக் கண்ண துடைங்க..."

"..."

"ஆஹ் மதன், உங்க வைஃப் ரொம்ப அழகா இருக்காங்க..."

"..."

"தயவுசெய்து யாராச்சும் பேசுங்களன்!"

கயல் ஒரு குழந்தையைப் போல பேசுகிறாள். ஒரு குழந்தையைப் போல சிரிக்கிறாள். ஒரு குழந்தையைப் போல கடிந்துகொள்கிறாள்.

இதை அழகு என்பதா, இல்லை அபத்தம் என்பதா?

இனி இவளது மீதமான வாழ்க்கை எப்படியிருக்கப் போகிறது? உலகத்தின் கடும் வதைகளை எப்படி இவள் சமாளித்துக்கொள்ளப் போகிறாள்? காலத்தின் கல் வீச்சுக்களை எப்படித் தாங்கிக்கொள்ளப் போகிறாள்? எனக்கு தலை விறைப்பது போல் இருந்தது.

அந்த ஒரு மணி நேரம் இப்படித்தான் கரைந்தது. அரை மணி நேர அழுகை. பதினைந்து நிமிட மௌனம். பின்னர் இன்னுமொரு பதினைந்து நிமிட அழுகை. தவிர, மேலதிகமாக மூன்று நான்கு வார்த்தைகள். இறுதியில் மீண்டும் பிரிவு.

இவ்வளவுதான் இந்தப் பைத்தியக்கார வாழ்க்கை!

நானும் நிவேதாவும் கண்களைத் துடைத்துக்கொண்டு அந்த அறை யிலிருந்து வெளியேறினோம். வலி உடலின் அத்தனை முனைகளிலும் குத்தியது. கயலை அப்படியே விட்டுவிட்டு வர என்னால் முடியவில்லை. நான்தான் பைத்தியக்காரன். எக்காரணத்தைக் கொண்டும் மல்லாவியில் அவளை விட்டுவிட்டு வந்திருக்கக்கூடாது. அந்த முட்டாள்தனத்தின் பிரதிபலன்தான் அவள் இப்பொழுது அனுபவித்துக்கொண்டிருக்கும் வாழ்க்கை. எல்லாம் காலம் போடும் சூனிய முடிச்சுக்கள். நாம் செய்யும் ஒரு காரியம் படுமுட்டாள்தனமானது என்பதைப் புரிந்துகொள்ள எத்தனை வருடங்கள் காத்திருக்க வேண்டியிருக்கிறது. என்ட தெய்வமே, அவளை எப்படி என்னால் இந்த நிலையில் விட்டுவிட்டு என் வழியில் போக முடியும் சொல்.

கயல், உன்னை சரீரத்தால் விலகிப் போகிறேன், எனக்குள் நீ எப்பொழுதும் ஓர் உயிருள்ள ஜீவனாய் இருப்பாய்.

என்னுடைய அணைப்புக்குள் இருந்தபடி அமைதியாகவே வாயில் வரை வந்தாள் நிவேதா. ஒரு வார்த்தைகூடப் பேசவில்லை. அவளுடைய மௌனம் என்னை எரிக்கத் தொடங்கிற்று. அதுவரை இல்லாத இன்னுமொரு குற்றவுணர்வு என்னைப் போட்டு அடிக்க ஆரம்பித்தது. நிவேதாவை நான் இப்படி ஒருபோதும் பார்த்ததில்லை. கண்கள் வெறித்து... பார்வையை வலிந்து விலக்கி... உடலை இறுகப் பிடித்துக்கொண்டு...

எதுவாக இருந்தாலும் அதை வெளியில் சொல்லிவிட்டால் பாதிச்சிக்கல் தணிந்துவிடும்.

இச்சம்பவம் அவளை நிச்சயமாக பாதித்துத்தான் இருக்கும். பார்த்துப் பார்த்துக் கட்டிவைத்த நம்பிக்கையை இடி வைத்துத் தகர்த்திருக்கும். வாழக்கையில் தான் கனவில்கூட கண்டிராத ஒரு மாபெரும் துன்பவியல் நிகழ்வாக இது அவளுக்குள் பதிந்திருக்கும்.

முதல் தடவை நான் குலைந்து தவித்ததைப் பார்த்திருக்கிறாள். வெடித்து அழுததைப் பார்த்திருக்கிறாள். ஒருவர் மேல்கொண்ட பெரும் பிரியத்தின் அத்தனை அடையாளங்களையும் நான் வெளிப்படுத்தியதைப் பார்த்திருக்கிறாள். அதுவும் அத்தனையும் கயலுக்காக.

கயல் மீண்டும் என்னைத் தன்னிடமிருந்து பிடுங்கிக் கொண்டாள் என்றுகூட அவள் தீர்மானித்திருக்கக் கூடும். அல்லது, ஒரு படி மேலே போய் இன்னும் அவளையே நேசித்துக் கொண்டிருக்கும் ஒருவனுடன் எதற்காக நான் தொடர்ந்தும் வாழவேண்டும் எனவும் யோசித்திருக்கலாம். அல்லது நாளைக்காவது அந்த யோசனை முளைக்கலாம். எதற்கும் உத்தரவாதம் இல்லை. பதிலுக்கு நான் போய் யதார்த்தம் அது இதுவென்று எதைப் பேசினாலும் அது இப்போது அவளுக்குப் புரியப் போவதில்லை. எது நடந்தாலும் அதை ஏற்றுக்கொள்ளும் பக்குவம் மட்டும் எனக்கு வாய்த்துவிட்டால் தேவலை.

வாசல் வரை வந்துவிட்டோம். மௌனம் உடைந்தபாடில்லை. நிவேதா இப்போதைக்குப் பேசுவாள் என்றும் தோன்றவில்லை. இதில் எனக்கும்கூட என்ன பேசுவது என்ற தெளிவில்லை. இந்நிலையில் ஒரு சிறு வார்த்தைகூட பெரும் பிரச்சினைக்குத் தடியெடுத்துக் கொடுக்கலாம் என்பதில் கவனமாக இருந்தேன்.

அமைதியாய் போய் என் மோட்டார் சைக்கிளில் ஏறி அதை ஸ்டார்ட் செய்தேன். நிவேதா அருகில் வந்து பின்னிருக்கையில் தொற்றிக் கொண்டாள். மோட்டார் சைக்கிளை மன்னார் – வவுனியா வீதியில் இறக்கி ஒரு சுற்று முறுக்கினேன். மோட்டார் சைக்கிள் காற்றைப் பிரித்துக்கொண்டு பறந்தது. பத்து கிலோமீட்டர் அமைதியாய் வந்த நிவேதா, பூவரசன்குளம் சந்தியில் வைத்துத் தோள்களை அழுத்தினாள். மோட்டார் சைக்கிளை நிறுத்திவிட்டு திரும்பிப் பார்த்தேன். நீண்ட நேரம் கொடும் அமைதியைப் போர்த்திக்கொண்டிருந்த நிவேதாவின் நாவு மெல்ல அசைந்தது.

“அப்பா, கயல நாம வீட்டுக்குக் கூட்டிக்கொண்டு போவம்! ப்ளீஸ்... கடைசிக் காலம் வரைக்கும் அவள நாம கவனமாப் பாத்துக்கலாம்...”

முற்றும்.

பின்குறிப்புகள்:

மன்னார்: இலங்கையின் வடக்கு மாகாணத்தில் தமிழ்நாட்டுக்கு மிகவும் அருகில் காணப்படும் 308 சதுரக் கிலோமீட்டர் பரப்பளவைக் கொண்ட ஒரு சிறிய தீவு. இதுவே மன்னார் மாவட்டத்தின் தலைநகராகவும் இருக்கிறது. முழுக்க முழுக்கத் தமிழர்கள் வாழும் இத்தீவில் கிறிஸ்தவர்களே பெரும்பான்மையாக வாழ்கிறார்கள். கொழும்பில் இருந்து 260 கிலோமீட்டர் தொலைவிலும், தமிழ்நாடு தனுஷ்கோடியிலிருந்து சுமார் 27 கிலோமீட்டர் தொலைவிலும் இந்நகரம் அமைந்திருக்கிறது. இலங்கைக்கும் தனுஷ்கோடிக்கும் இடையில் இருக்கும் குடிமுறைப் பொறியியலின் வியப்பாகக் கருதப்படும் இராமர் அணை மன்னார் தீவின் எல்லைக் கிராமமாகிய தலை மன்னாரிலிருந்தே ஆரம்பிக்கிறது.

வவுனியா: வடக்கு மாகாணத்தின் தென் பகுதியில், மன்னாருக்குக் கிழக்காக சுமார் 140 கிலோ மீட்டர் தூரத்தில் அமைந்திருக்கிறது வவுனியா என்கிற நகரம். இது வவுனியா மாவட்டத்தின் தலைநகரம் ஆகும். வவுனியா மாவட்டத்தின் பெரும்பான்மை தமிழர்கள் என்றாலும் அம்மாவட்டத்தின் தென் பகுதியில் குறிப்பிட்ட எண்ணிக்கையில் சிங்களவர்களும் வசிக்கிறார்கள். வன்னி விடுதலைப் புலிகளின் கட்டுப்பாட்டில் இருந்த காலகட்டத்தில் வன்னியையும் அரச கட்டுப்பாட்டுப் பகுதியையும் பிரிக்கும் மிக முக்கிய எல்லைக் கோடாக வவுனியாவே இருந்தது.

வன்னி: இலங்கையில் முல்லைத்தீவு, கிளிநொச்சி, வவுனியா, மன்னார் ஆகிய மாவட்டங்களை உள்ளடக்கிய பெரு நிலப்பரப்பே வன்னி என்று அழைக்கப்படுகிறது. வடக்கே யாழ்ப்பாண வளைகுடாவும், தெற்கே அனுராதபுரமும், கிழக்கு மேற்கில் இந்தியப் பெருங்கடலும் காணப்படுகின்றன. வன்னியர்கள் என்ற இனத்தைச் சேர்ந்த ஆட்சியாளர்களால் இலங்கையின் யாழ்ப்பாண அரசின் தெற்குப் பகுதி 12 தொடக்கம் 17ஆம் நூற்றாண்டு வரை ஆட்சி செய்யப்பட்டதாகவும் அதிலிருந்தே அப்பிரதேசத்துக்கு வன்னி நாடு என்று பெயர் வந்ததாகவும் வரலாற்றில் சொல்லப்பட்டிருக்கிறது.

இந்த வன்னி என்பது ஈழத்தமிழர்கள் மத்தியில் ஒரு உணர்வியல் ஈடுபாடுகொண்ட சொல்லாடலாகத் திகழ்வதற்கு இன்னுமொரு முக்கிய காரணமும் உண்டு. தமிழீழ விடுதலைப் புலிகளின் காலத்தில் பொதுவாக வடக்கில் அவர்களுடைய பூரணக் கட்டுப்பாட்டில் இருந்தது இந்த வன்னி பெருநிலப்பரப்புத்தான். கூடவே அவர்களுடைய பூர்விக நிலமும், தலைமையகமும் வன்னியாகவே இருந்தது. இதனால் தமிழர்களும் பொதுவாக அப்பெருநிலப்பரப்பை வன்னியென்றே அழைக்கலானார்கள்.

இணுவில் சுருட்டு: யாழ்ப்பாண மாவட்டத்தில் இருக்கும் இணுவில் என்கிற ஊர் புகையிலைக்குப் பிரசித்தம். அங்குப் பயிரிடப்படும் புகையிலையைக் கொண்டு தயாரிக்கப்படும் சுருட்டு (cigar) எங்கள் ஊரில் மிகப் பிரபலியம். எங்கள் ஊரில் புகைப்பழக்கம் உள்ள அத்தனை பெரியவர்களும் இணுவில் சுருட்டைத்தான் விரும்பிப் புகைப்பார்கள்.

மன்னார் வளைகுடா உயிர் கோளக் காப்பகம்: இந்து சமுத்திரத்தில் இந்தியாவின் தென் கிழக்குக் கரையோரத்துக்கும் இலங்கைக்கும் (மன்னார்) இடைப்பட்ட சுமார் 1,050,000 ஹெக்டெயர் நீர்ப்பிரதேசம் மன்னார் வளைகுடா உயிர் கோளக் காப்பகம் (The Gulf of Mannar Biosphere Reserve) என்று அழைக்கப்படுகிறது. கடல்சார் உயிரியற் பல்வகைமை தொடர்பில் உலகின் வளமிக்க பிரதேசங்களில் குறிப்பிடத்தக்க ஒன்றாக இவ் உயிர்கோளக் காப்பகத்தை UNESCO பிரகடனப்படுத்தியிருக்கிறது. முகத்துவாரங்கள், கடற்கரைகள், கடற்கரையை அண்டிய சிறு காடுகள், கடற்பாசி இனங்கள், கடல் புற்கள், பவளப்பாறைத் திட்டுக்கள், சதுப்பு நிலங்கள், அலையாத்திக் காடுகள் போன்ற எக்கச்சக்க கடல்சார் கூறுகள் நிறைந்து கிடக்கின்ற சுமார் 21 சிறிய தீவுகளை இக்காப்பகப் பிரதேசம் உள்ளடக்கி வைத்திருக்கிறது. இக்காப்பகத்தில் காணப்படும் சுமார் 3,600ற்கும் அதிகமான தாவர மற்றும் விலங்கின குடும்பங்களோடு உலகின் மிகவும் அரிய மற்றும் அழியும் ஆபத்திலிருக்கும் உயிரினமாகிய ஆவுளியா எனப்படுகின்ற கடல் பசுவும், இன்னும் ஐந்து அரிய வகைக் கண்டல் தாவர இனங்களும் இங்குக் காணப்படுகின்றன.

களிசான்: பொதுவாக மன்னாரில் அல்லது வடக்கில் (இலங்கையின் பிற பகுதிகளிலும்) கால் சராய் மற்றும் முழு சராயைக் களிசான் என்று அழைப்பார்கள். அதுவும் எங்கள் அம்மா - அப்பாவின் தலைமுறையிலும் அதற்கு முன்னரும் களிசான் என்பதுதான் இதைக் குறிக்கும் மிகப் பிரதானமான பேச்சு வழக்காக இருந்திருக்கிறது. இப்போதுகூட அம்மா என்னைப் பார்த்து ‘உன்ட கருப்பு களிசான் எங்கடா தம்பி?’ என்றுதான் கேட்கிறார்.

கருவாடும் கட்டாக் கருவாடும்: மன்னார் நகரத்தின் மிக முக்கிய பாரம்பரியத் தொழில்களில் கருவாடு பதனிடுதலும் ஒன்று. மீன்களை வெட்டிச் சுத்தப்படுத்தி பதமாக்கி வெயிலில் போட்டு அளவு பிசகாமல் எடுப்பார்கள். மன்னாரிலும் இதற்கென்று பிரசித்தமான சில கிராமங்கள் உண்டு. உதாரணமாக வங்காலைப்பாடு, தலைமன்னார் பியர், கீழியன் குடியிருப்பு, விடத்தல் தீவு போன்ற சில ஊர்களைச் சொல்லலாம். புதிய தலைமுறை கொஞ்சம் கொஞ்சமாகத் தொலைத்துக் கொண்டிருக்கும் சுதேச தொழில்சார் திறன்களில் இதுவும் ஒன்று. கருவாட்டிலே கட்டாக் கருவாடுதான் உன்னத ருசியைக் கொண்டது. அதுவும் மன்னார்த் தீவில் வங்காலைப்பாட்டில் போடப்படும் கட்டாக் கருவாடுகள் அதிக சந்தைக்

கேள்வியைக் கொண்டவை.

பாலை/பால மீன்: இதன் சரியான பெயர் பால் மீன் (milk fish). ஆனால் மன்னாரிலும் இலங்கையிலும் இதைப் பாலை மீன் அல்லது பால மீன் என்றுதான் அழைக்கிறார்கள். நல்ல ருசியாக இருக்கும். சொதி வைத்துச் சாப்பிட்டால் அதன் உன்னத ருசியை அனுபவிக்க முடியும். வீட்டிலிருக்கும் பெரியோர், பால் ஊட்டும் தாய்மார் இதைக் கட்டாயமாகத் தங்கள் உணவில் சேர்த்துக்கொள்ள வேண்டும் என்பார்கள். பால் சுரப்பை இந்த மீன் அதிகரிக்கும் என்று நம்பப்படுகிறது. இதற்காக இன்றும் கிராமப் புறங்களில் பாலூட்டும் தாய்மார் பாலை மீனை வாரத்துக்கு ஒரு தடவையாவது தங்கள் உணவில் சேர்த்துக்கொள்கிறார்கள்.

கொய் மீன்: ஒடுங்கிய நீண்ட உடலைக் கொண்ட சிறிய அளவிலான மீன்கள். ஒரே தரத்தில் ஆயிரக்கணக்கில் பிடிபடும். வறுவலுக்குச் சொல்லும்படியான மீன். வீட்டில் மீன் வறுவல் என்றால் அம்மா உடனடியாகத் தெரிவு செய்யும் மீன் வகை இதுதான். தமிழ்நாட்டின் அதிரை மற்றும் சுற்றுவட்டாரக் கடலில் இக்கொய் மீன்கள் அதிகளவில் பிடிக்கப்படுகின்றன.

கீரி மீன்: கொய் மீன்களைவிடக் கீரி மீன்கள் உருவத்தில் சிறியவை. குறித்த சில பருவ காலங்களில் பெரும் எண்ணிக்கையில் இம்மீன்கள் பிடிபடும். பொதுவாக இது மிகவும் சிறிய அளவிலான மீன்கள் என்பதால் அவற்றைக் குழம்பு வைத்துச் சாப்பிடுவது சௌகரியமானதாக இராது. தவிர, வறுவலுக்கு அம்மீன்கள் அமோக ருசியுடையவை என்பதால் வீடுகளில் வறுவலுக்காக மட்டுமே இம்மீன்களை வாங்குவார்கள். இம்மீன்களைக் கொஞ்சம் முறுக வறுத்தெடுத்தால், முட்கள் பற்றிய சிக்கலின்றி அப்படியே சாப்பிட்டுவிடலாம். Crunchyஆக இருந்தால் ருசி இன்னும் அமோகமாக இருக்கும்.

திருக்கை வறை: மீனவக் கிராமங்களில் இது மிகவும் பிரசித்தம். திருக்கையை அவித்து அதன் சதையைப் பிரித்தெடுத்து வெங்காயம், சீரகம், பூடு, பச்சை மிளகாய், கறிவேப்பிலை சேர்த்து எண்ணெய்யில் வதக்கி எடுக்க வேண்டும். திருக்கைச் சதையைப் போட்டுத் தயாரிக்கும் சம்பல் மாதிரி இருக்கும். சுறா சதையைக் கொண்டும் இதே முறையில் சுறா வறை தயாரிக்கலாம். மிகவும் ருசியாக இருக்கும்.

அமல்ராஜ் பிரான்சிஸ்

இலங்கையின் மன்னார் மாவட்டத்திலுள்ள வஞ்சியன்குளம் என்கிற கிராமத்தில் 23ஆம் திகதி பங்குனி மாதம் 1984ஆம் ஆண்டு பிறந்தார். சர்வதேச மனிதாபிமான தொண்டு நிறுவனம் ஒன்றில் பணியாற்றும் இவர் இதுவரை மியன்மார், ஆப்கானிஸ்தான், தஜிகிஸ்தான், பப்புவா நியூகினி, தென் சூடான், லெபனான் உட்படப் பல நாடுகளில் பணியாற்றியுள்ளார். சிறு வயது முதல் வாசிப்பு, எழுத்து, நாடகம் போன்ற துறைகளில் அதீத ஆர்வமும் ஈடுபாடும் கொண்டவர். 'கருகிய காலத்தின் நாட்குறிப்புகள்' என்கிற தலைப்பில் தினத்தந்தி பத்திரிகையில் சுமார் 36 வாரங்கள் தொடர்ச்சியாக வெளியாகிய இவருடைய கதைகளைத் தொகுத்து கொழும்பிலுள்ள யாத்ரா பதிப்பகம் 2015இல் நூலாக வெளியிட்டது. இதில் இடம்பெற்ற அத்தனை கதைகளும் இலங்கை யுத்தத்தின் கடைசிக் காலத்திலும் அதற்குப் பின்னரும் தமிழ் மக்கள் அனுபவித்த கொடுந்துயரைப் பற்றிப் பேசின. தவிர, தினக்குரலில் அமல்ராஜ் எழுதிய 'இரவோடு ஒரு கதை' என்கிற தொடரும் முக்கியமானது. அவருடைய பட்டக்காடு என்கிற நாவலுக்கான பின்புலத்தையும், கதைக் களத்தையும் தாரைவார்த்துக்கொடுத்தது இந்தத் தொடர்தான்.

தொடர்புகளுக்கு: amalrajfrancisonline@gmail.com

இணையத்தளம்: www.amalrajfrancis.com

www.ingramcontent.com/pod-product-compliance
Ingram Content Group UK Ltd.
Pitfield, Milton Keynes, MK11 3LW, UK
UKHW042138021026
15589UKWH00003B/916

9 789388 860925